ਪ੍ਰਤੀਗਾਮੀ ਸ਼ੰਕਿਆਂ ਤੋਂ ਸਿਰਜਣਾਤਮਕ ਪ੍ਰਸ਼ਨ ਵੱਲ

ਸਾਰੇ ਸਿੱਖ ਗੁਰੂ ਖੱਤਰੀ, ਪੱਛੜੀ ਜਾਤੀ ਤੋਂ ਕਿਉਂ ਨਹੀਂ?
ਅੰਤਰ-ਜਾਤੀ ਵਿਆਹ ਕਿਉਂ ਨਾ ਹੋਏ?
ਬਾਲ ਗੁਰੂ ਕਿਵੇਂ?

? ? ?

ਪ੍ਰਤੀਗਾਮੀ ਸ਼ੰਕਿਆਂ ਤੋਂ ਸਿਰਜਣਾਤਮਕ ਪ੍ਰਸ਼ਨ ਵੱਲ

ਪ੍ਰਭੁਸੱਤਾ ਦਾ ਰਾਹ ਕੀ ਹੈ?

ਗੁਰਪ੍ਰੀਤ ਸਿੰਘ ਜੀ.ਪੀ.

ਮੇਰੇ ਮਾਤਾ-ਪਿਤਾ ਸਰਦਾਰ ਜੋਗਿੰਦਰ ਸਿੰਘ ਜੀ ਅਤੇ
ਸਰਦਾਰਨੀ ਰਵਿੰਦਰ ਕੌਰ ਜੀ ਨੂੰ ਸਮਰਪਿਤ

ਮੁੱਖ-ਬੰਧ

ਹੁਕਮਿ ਰਜਾਈ ਚਲਣਾ

ਸਵਾਲ ਕਰਨਾ ਜਾਗਰੂਕ ਇਨਸਾਨ ਅਤੇ ਅਗਾਂਹਵਧੂ ਸਮਾਜ ਦੀ ਨਿਸ਼ਾਨੀ ਹੈ। ਪਰ ਕਈ ਵਾਰ ਕੁਝ 'ਬਿਆਨ' ਸਵਾਲ ਦੇ ਰੂਪ ਵਿੱਚ ਪੇਸ਼ ਕੀਤੇ ਜਾਂਦੇ ਹਨ, ਜਿਨ੍ਹਾਂ ਦਾ ਮਨੋਰਥ ਕੁਝ ਜਾਨਣਾ ਨਹੀਂ ਸਗੋਂ ਪਹਿਲਾਂ ਤੋਂ ਘੜੇ ਸ਼ੰਕਿਆਂ ਨੂੰ ਸਥਾਪਤ ਕਰਨਾ ਹੁੰਦਾ ਹੈ। ਸਾਰੇ ਸਿੱਖ ਗੁਰੂ ਕੇਵਲ ਖੱਤਰੀ ਜਾਤੀ ਤੋਂ ਹੀ ਕਿਉਂ ਹੋਏ, ਪੱਛੜੇ ਸਮਾਜ ਤੋਂ ਕਿਉਂ ਨਹੀਂ? ਇਹ ਵੀ ਉਹਨਾਂ ਪ੍ਰਸ਼ਨ-ਰੂਪੀ ਬਿਆਨਾਂ ਵਿੱਚੋਂ ਇੱਕ ਹੈ, ਜੋ ਕੁਝ ਜਾਨਣ ਦੀ ਜਗਿਆਸਾ ਤੋਂ ਪੈਦਾ ਨਹੀਂ ਹੋਇਆ, ਪਰ ਚਰਚਾ ਨੂੰ ਪਹਿਲਾਂ ਤੋਂ ਘੜੀ ਦਿਸ਼ਾ ਵੱਲ ਭਟਕਾਉਣ ਦੇ ਮਕਸਦ ਨਾਲ ਪੁੱਛਿਆ ਜਾਂਦਾ ਹੈ।

ਸਿੱਖੀ ਤੋਂ ਪ੍ਰਭਾਵਿਤ ਹੋ ਕੇ ਜਿਵੇਂ ਹੀ ਭਾਰਤ ਦੇ ਮੂਲ ਨਿਵਾਸੀ ਸਿੱਖੀ ਨੂੰ ਅਪਣਾਉਣ ਵੱਲ ਵਧਦੇ ਹਨ ਤਾਂ ਉਹਨਾਂ ਦੇ ਸਾਹਮਣੇ ਕੁਝ ਅਜਿਹੇ ਹੀ ਪ੍ਰਸ਼ਨ ਖੜ੍ਹੇ ਕਰ ਦਿੱਤੇ ਜਾਂਦੇ ਹਨ। ਇਹ ਪ੍ਰਸ਼ਨ ਨਾ ਤਾਂ ਸਿਧਾਂਤਕ ਪੱਧਰ 'ਤੇ ਖਰੇ ਹਨ ਅਤੇ ਨਾ ਹੀ ਇਤਿਹਾਸ ਦੀ ਸਹੀ ਸਮਝ ਵਿੱਚੋਂ ਆਏ ਹਨ। ਇਹ ਜਾਂ ਤਾਂ ਅੱਧੇ ਭਰੇ ਘੜੇ ਦੇ ਉੱਛਲੇ ਮਾਰਨ ਵਾਂਗ ਅਧੂਰੇ ਗਿਆਨ ਅਤੇ ਹੰਕਾਰ ਦੀ ਉਪਜ ਹਨ ਜਾਂ ਸਿੱਖਾਂ ਪ੍ਰਤੀ ਈਰਖਾ ਕਾਰਨ।

ਜੇਕਰ ਸਹੀ ਸਵਾਲ ਪੁੱਛਿਆ ਜਾਵੇ, ਤਾਂ ਉਸਦੇ ਜਵਾਬ ਦੀ ਖੋਜ ਵਿੱਚ ਗੁੰਝਲਦਾਰ ਸਮਾਜਿਕ-ਸੱਭਿਆਚਾਰਕ ਤਾਣੇ-ਬਾਣੇ ਨੂੰ ਸਮਝਣ ਅਤੇ ਦੱਬੇ-ਕੁਚਲੇ ਲੋਕਾਂ ਦੀ ਖੁਸ਼ਹਾਲੀ ਵਿੱਚ ਵੀ ਮੱਦਦ ਮਿਲੇ। ਸਹੀ ਸਵਾਲ ਤਾਂ ਇਹ ਹੈ ਕਿ – ਉਹ ਕੀ ਕਾਰਨ ਸੀ ਕਿ ਸੱਚ ਅਤੇ ਇਨਕਲਾਬੀ ਵਿਚਾਰਾਂ ਦੇ ਹੁੰਦੇ ਹੋਏ ਵੀ ਪੱਛੜੇ ਸਮਾਜ ਵਿੱਚੋਂ ਆਏ ਸੰਤਾਂ ਦੇ ਪੈਰੋਕਾਰ ਉਹ ਉਥਾਨ ਹਾਸਲ ਨਹੀਂ ਕਰ ਸਕੇ, ਜੋ ਸਿੱਖਾਂ ਨੇ ਘੱਟ ਸਮੇਂ ਤੇ ਘੱਟ ਗਿਣਤੀ ਵਿੱਚ ਹੋਣ ਦੇ ਬਾਵਜੂਦ ਹਾਸਲ ਕਰ ਲਿਆ? ਇਸਲਾਮ ਦੇ ਆਉਣ ਮਗਰੋਂ ਕਿਉਂ ਕੇਵਲ ਸਿੱਖ ਧਰਮ ਹੀ ਸਥਾਪਤ ਹੋ ਸਕਿਆ ਅਤੇ ਸਾਰੀ ਦੁਨੀਆਂ ਵਿੱਚ ਵੱਖਰੀ ਕੌਮ ਦੀ ਮਾਨਤਾ ਪ੍ਰਾਪਤ ਕਰ ਸਕਿਆ? ਇਹ ਪ੍ਰਸ਼ਨ 'ਤੇ ਵਿਚਾਰ ਨਾ ਸਿਰਫ਼ ਪ੍ਰਚਾਰਿਤ ਸੰਸਿਆਂ ਨੂੰ ਦੂਰ ਕਰੇਗਾ, ਸਗੋਂ ਚਰਚਾ ਨੂੰ ਸਹੀ ਦਿਸ਼ਾ 'ਚ ਲੈ ਕੇ ਜਾਵੇਗਾ ਤਾਂ ਜੋ ਸਮਾਜ ਦੇ ਸਾਰੇ ਵਰਗਾਂ 'ਚ ਸਮਾਨਤਾ ਸਥਾਪਤ ਕਰਨ ਦਾ ਮਾਰਗਾ-ਦਰਸ਼ਨ ਹੋਵੇ।

ਖੁਦ ਘੱਟ ਗਿਣਤੀ ਹੋਣ ਦੇ ਬਾਵਜੂਦ ਵੀ ਬ੍ਰਹਮਣਵਾਦ ਦੀ ਕਰੂਰਤਾ ਅਤੇ ਭਰਮ ਨੇ ਬਹੁਗਿਣਤੀ ਉੱਤੇ ਆਪਣਾ ਦਬਦਬਾ ਕਾਇਮ ਕੀਤਾ। ਇਸਦੇ ਵਿਰੋਧ ਵਿੱਚ, ਸ਼ੂਦਰਾਂ ਵਜੋਂ ਸ਼੍ਰੇਣੀਬੱਧ ਕੀਤੇ ਗਏ ਬਹੁਜਨ ਲੋਕਾਂ

ਵੱਲੋਂ ਸਦੀਆਂ ਤੋਂ ਖਿੱਝੇ ਹੋਏ ਵਿਰੋਧ ਹੁੰਦੇ ਰਹੇ। ਦਲਿਤ ਚਿੰਤਕਾਂ ਨੇ ਇਸ ਨੂੰ ਹੀ ਕ੍ਰਾਂਤੀ-ਪ੍ਰਤੀਕ੍ਰਾਂਤੀ ਦਾ ਇਤਿਹਾਸ ਦੱਸਿਆ। ਪ੍ਰਤੀਕ੍ਰਾਂਤੀ (ਵਿਰੋਧੀ-ਇਨਕਲਾਬ) ਤਾਂ ਪੂਰੇ ਸੰਗਠਤ ਰੂਪ ਵਿੱਚ ਹੋਈ, ਪਰ ਖੰਡਿਤ ਵਿਰੋਧ ਕਦੇ ਵੀ ਇਨਕਲਾਬ ਦਾ ਰੂਪ ਨਹੀਂ ਲੈ ਸਕਿਆ। ਇਸ ਦਾ ਕਾਰਨ ਇਹ ਸੀ ਕਿ ਪ੍ਰਤੀਕ੍ਰਾਂਤੀ ਤਾਂ ਧਰਮ ਨੂੰ ਬਚਾਉਣ ਲਈ ਕੀਤੀ ਗਈ, ਜਦ ਕਿ ਕ੍ਰਾਂਤੀ ਦਾ ਮਕਸਦ ਖੁਦ ਦੀ ਰੱਖਿਆ ਜਾਂ ਬਦਲੇ ਦੀ ਭਾਵਨਾ ਤੋਂ ਅੱਗੇ ਨਾ ਵਧ ਸਕਿਆ। ਇਸ ਤਰ੍ਹਾਂ ਬ੍ਰਾਹਮਣਵਾਦੀ ਆਪਣੇ ਉਦੇਸ਼ ਨੂੰ 'ਪਵਿੱਤਰ' ਧਰਮ-ਯੁੱਧ ਬਣਾ ਕੇ ਸਥਾਪਤ ਕਰ ਸਕੇ— ਤਾਂ ਹੀ ਤਾਂ ਇਸਨੂੰ ਸੁਰ-ਅਸੁਰ ਦਾ ਸੰਘਰਸ਼ ਕਿਹਾ ਗਿਆ।

ਜੇਕਰ ਸਮਾਨਤਾ ਅਤੇ ਨਿਆਂ 'ਤੇ ਆਧਾਰਿਤ 'ਬੇਗਮਪੁਰਾ' ਵਸਾਉਣਾ ਹੈ ਤਾਂ "ਇਨਸਾਨੀਅਤ ਹੀ ਧਰਮ ਹੈ" ਦੇ ਮੁਹਾਵਰੇ ਨਾਲ ਗੱਲ ਨਹੀਂ ਬਣਨੀ। ਧਰਮ ਹੀ ਏਦਾਂ ਦਾ ਹੋਣਾ ਚਾਹੀਦਾ ਹੈ ਜੋ ਕੁਦਰਤ ਦੇ ਨਿਯਮ (ਹੁਕਮ) ਦੇ ਮੁਤਾਬਿਕ ਮਾਨਵਤਾ ਨੂੰ ਪਰਿਭਾਸ਼ਿਤ ਕਰਦੇ ਹੋਏ ਸਹੀ ਦਿਸ਼ਾ ਦੇਵੇ। ਦਿਸ਼ਾ ਦਰਸਾਉਣ ਲਈ ਗੁਰੂ ਨਾਨਕ ਸਾਹਿਬ 'ਜਪੁ' ਬਾਣੀ ਦੀ ਪਹਿਲੀ ਪਉੜੀ ਵਿੱਚ ਹੀ ਮੂਲ ਸਵਾਲ ਰੱਖ ਦਿੰਦੇ ਹਨ ਕਿ ਉਹ ਕਿਹੜਾ ਮਾਰਗ ਹੈ ਜਿਸ ਦੁਆਰਾ ਮੈਂ ਸਚਿਆਰਾ ਬਣ ਸਕਾਂ ਅਤੇ ਝੂਠ ਦਾ ਪਰਦਾ ਟੁੱਟ ਜਾਏ? ਉੱਤਰ ਦਿੰਦੇ ਹੋਏ ਗੁਰੂ ਸਾਹਿਬ ਆਖਦੇ ਹਨ ਕਿ ਰਜਾ ਦੇ ਮਾਲਕ ਅਕਾਲ ਪੁਰਖ ਦੇ ਹੁਕਮ ਵਿੱਚ ਚੱਲਣਾ ਹੀ ਇੱਕੋ-ਇੱਕ ਤਰੀਕਾ ਹੈ, ਜੋ ਸਾਰਿਆਂ ਲਈ ਇੱਕ ਸਮਾਨ ਲਿਖਿਆ ਹੋਇਆ ਹੈ:

ਕਿਵ ਸਚਿਆਰਾ ਹੋਈਐ ਕਿਵ ਕੂੜੈ ਤੁਟੈ ਪਾਲਿ॥
ਹੁਕਮਿ ਰਜਾਈ ਚਲਣਾ ਨਾਨਕ ਲਿਖਿਆ ਨਾਲਿ॥੧॥

(ਗੁਰੂ ਗ੍ਰੰਥ ਸਾਹਿਬ, ਮਹਲਾ ੧, ਅੰਗ 1)

ਦਿਸ਼ਾ ਦਰਸਾਉਣ ਲਈ ਕੀਤਾ ਗਿਆ ਪ੍ਰਸ਼ਨ ਅਤੇ ਇਸਦੇ ਉੱਤਰ ਦੀ ਖੋਜ ਵਿੱਚ ਹੁਕਮ ਦੇ ਅਨੁਸਾਰ ਜੀਵਨ ਜਿਉਣਾ ਸਿੱਖ ਧਰਮ ਦਾ ਨਿਰਮਲ ਅਧਾਰ ਹੈ। ਸਿੱਖੀ ਨੇ ਉਸ ਨਿਰਾਲੀ ਚੇਤਨਾ ਨੂੰ ਜਨਮ ਦਿੱਤਾ ਜਿਸਨੇ ਮਨੁੱਖੀ ਕਦਰਾਂ-ਕੀਮਤਾਂ ਦੀ ਲਾਜ਼ਮੀਅਤਾ ਨੂੰ ਧਾਰਮਿਕ ਰੂਪ ਦਿੱਤਾ। ਸਵਰਨ ਅਤੇ ਦਲਿਤ ਦੇ ਵਿਚਕਾਰ ਨਿਰੰਤਰ ਟਕਰਾਵ ਨੂੰ ਮਨੁੱਖੀ ਕਦਰਾਂ-ਕੀਮਤਾਂ ਦੀ ਰੱਖਿਆ ਦੇ ਪਵਿੱਤਰ ਸੰਘਰਸ਼ ਵਿੱਚ ਬਦਲ ਦਿੱਤਾ। ਸਭ ਨੂੰ ਇਕੱਠੇ ਕਰ ਕੇ ਸਹੀ ਮਾਇਨੇ ਵਿੱਚ ਕ੍ਰਾਂਤੀ ਨੂੰ ਜਨਮ ਦਿੱਤਾ। ਇਸ ਕ੍ਰਾਂਤੀ ਨੂੰ ਰੋਕਣ ਲਈ ਵੀ ਲਗਾਤਾਰ ਵਿਰੋਧ ਹੋ ਰਿਹਾ ਹੈ। ਪਰ ਹੁਣ ਸੰਘਰਸ਼ ਬਰਾਬਰ ਦੇ ਉਦੇਸ਼ ਤੇ ਹੈ, ਦੋਵੇਂ ਆਪਣਾ-ਆਪਣਾ ਧਰਮ ਬਚਾਉਣਾ ਚਾਹੁੰਦੇ ਹਨ, ਦੋਵਾਂ ਲਈ ਧਰਮ-ਯੁੱਧ ਹੈ। ਇਹ ਹੀ ਨਹੀਂ, ਸਿੱਖੀ ਨੇ ਜਾਹਰ ਕਰ ਦਿੱਤਾ ਹੈ ਕਿ ਕੌਣ ਕ੍ਰਾਂਤੀ ਦੇ ਰਾਹ 'ਤੇ ਹੈ ਅਤੇ ਕੌਣ ਪ੍ਰਤੀਕ੍ਰਾਂਤੀ ਦੇ।

ਉਮੀਦ ਹੈ ਕਿ ਇਹ ਕਿਤਾਬ ਪਾਠਕਾਂ ਨੂੰ ਪ੍ਰਤੀਗਾਮੀ ਸ਼ੰਕਿਆਂ 'ਚੋਂ ਬਾਹਰ ਕੱਢ ਕੇ ਸਿਰਜਨਾਤਮਕ ਸਵਾਲਾਂ ਵੱਲ ਲੈ ਜਾਵੇਗੀ ਜਿਸ ਨਾਲ ਪ੍ਰਭੁਸੱਤਾ ਦੇ ਟੀਚੇ ਦੀ ਪ੍ਰਾਪਤੀ ਦੇ ਰਾਹ ਤੋਂ ਧੁੰਦ ਹੱਟ ਸਕੇ।

ਭਾਗ 1 - ਸਿਧਾਂਤਕ ਪੱਖ

ਬਾਣੀ ਗੁਰੂ ਗੁਰੂ ਹੈ ਬਾਣੀ

ਸਿੱਖੀ 'ਸ਼ਬਦ-ਗੁਰੂ' ਦੇ ਸਿਧਾਂਤ 'ਤੇ ਖੜੀ ਹੈ। ਇਸ ਮੂਲ ਨੂੰ ਸਮਝੇ ਬਿਨਾਂ ਕੋਈ ਵੀ ਸਮੀਖਿਆ ਸਹੀ ਨਹੀਂ ਹੋ ਸਕਦੀ। ਸਿੱਖੀ ਵਿੱਚ ਗੁਰੂ ਗ੍ਰੰਥ ਸਾਹਿਬ ਜੀ ਦੀ ਬਾਣੀ ਨੂੰ ਹੀ ਗੁਰੂ ਮੰਨਿਆ ਗਿਆ ਹੈ। ਚੌਥੇ ਗੁਰੂ ਰਾਮਦਾਸ ਜੀ ਦਾ ਸ਼ਬਦ ਹਰ ਸਿੱਖ ਨੂੰ ਕੰਠ ਹੈ:

ਬਾਣੀ ਗੁਰੂ ਗੁਰੂ ਹੈ ਬਾਣੀ ਵਿਚਿ ਬਾਣੀ ਅੰਮ੍ਰਿਤੁ ਸਾਰੇ॥
ਗੁਰੁ ਬਾਣੀ ਕਹੈ ਸੇਵਕੁ ਜਨੁ ਮਾਨੈ ਪਰਤਖਿ ਗੁਰੂ ਨਿਸਤਾਰੇ॥

(ਗੁਰੂ ਗ੍ਰੰਥ ਸਾਹਿਬ, ਮਹਲਾ ੪, ਅੰਗ 982)

ਅਰਥ: (ਹੇ ਭਾਈ!) ਗੁਰਬਾਣੀ ਹੀ ਗੁਰੂ ਹੈ, ਗੁਰੂ ਬਾਣੀ ਵਿੱਚ ਹੈ। ਗੁਰਬਾਣੀ ਵਿੱਚ ਆਤਮਕ ਜੀਵਨ ਦੇਣ ਵਾਲਾ ਸਾਰਾ ਗਿਆਨ ਹੈ।

ਗੁਰੂ ਦੀ ਬਾਣੀ ਜੋ ਕਹੇ, ਸੇਵਕ (ਸਿੱਖ) ਉਸ ਉੱਤੇ ਅਮਲ ਕਰਦਾ ਹੈ। (ਇਸ ਤਰ੍ਹਾਂ) ਗੁਰੂ ਉਸ ਸਿੱਖ ਨੂੰ ਪੱਕੇ ਤੌਰ ਤੇ ਸੰਸਾਰ-ਸਮੁੰਦਰ ਤੋਂ ਪਾਰ ਲੰਘਾ ਦਿੰਦਾ ਹੈ।

ਸਿੱਖੀ ਦੀ ਸ਼ੁਰੂਆਤ ਤੋਂ ਹੀ ਸ਼ਬਦ-ਗੁਰੂ ਦੀ ਧਾਰਨਾ 'ਤੇ ਬਹੁਤ ਦ੍ਰਿੜਤਾ ਨਾਲ ਜ਼ੋਰ ਦਿੱਤਾ ਗਿਆ ਹੈ। ਗੁਰੂ ਨਾਨਕ ਸਾਹਿਬ ਜੀ ਦੇ ਸਿੱਧ ਜੋਗੀਆਂ ਨਾਲ ਹੋਇਆ ਸੰਵਾਦ 'ਸਿਧ ਗੋਸਟਿ' ਦੇ ਨਾਮ ਤੋਂ ਗੁਰੂ ਗ੍ਰੰਥ ਸਾਹਿਬ ਵਿੱਚ ਦਰਜ ਹੈ। ਸਿੱਧਾਂ ਨੇ ਉਨ੍ਹਾਂ ਤੋਂ ਉਹਨਾਂ ਦੇ ਗੁਰੂ ਬਾਰੇ ਪੁੱਛਿਆ:

ਤੇਰਾ ਕਵਣੁ ਗੁਰੂ ਜਿਸ ਕਾ ਤੂ ਚੇਲਾ॥   (ਗੁਰੂ ਗ੍ਰੰਥ ਸਾਹਿਬ, ਮਹਲਾ ੧, ਅੰਗ 942)

ਇਸਦਾ ਉੱਤਰ ਗੁਰੂ ਸਾਹਿਬ ਨੇ ਸਮਝਾਇਆ ਕਿ ਸ਼ਬਦ ਉਹਨਾਂ ਦਾ ਗੁਰੂ ਹੈ ਅਤੇ ਇੱਕ ਸਿੱਖ ਹੋਣ ਦੇ ਨਾਤੇ ਉਹ ਉਸ ਸ਼ਬਦ ਦੀ ਧੁਨ (ਵਿਚਾਰ) ਵਿੱਚ ਚਿੱਤ ਲਗਾਉਂਦੇ ਹਨ:

ਸਬਦੁ ਗੁਰੂ ਸੁਰਤਿ ਧੁਨਿ ਚੇਲਾ॥   (ਗੁਰੂ ਗ੍ਰੰਥ ਸਾਹਿਬ, ਮਹਲਾ ੧, ਅੰਗ 943)

ਪੰਜਵੇਂ ਗੁਰੂ ਅਰਜਨ ਸਾਹਿਬ ਜੀ ਨੇ ਜਦੋਂ 'ਆਦਿ ਗ੍ਰੰਥ' ਦਾ ਸੰਪਾਦਨ ਕੀਤਾ, ਤਾਂ ਸਭ ਤੋਂ ਪਹਿਲਾਂ ਦਰਬਾਰ ਸਾਹਿਬ (ਹਰਿਮੰਦਰ ਸਾਹਿਬ), ਅੰਮ੍ਰਿਤਸਰ, ਵਿੱਚ ਪ੍ਰਕਾਸ਼ ਕੀਤਾ। ਉਹਨਾਂ ਨੇ ਗ੍ਰੰਥ ਸਾਹਿਬ ਨੂੰ ਉੱਚਾ ਸਥਾਨ

ਦਿੱਤਾ ਅਤੇ ਆਪ ਹੇਠਾਂ ਬੈਠੇ। ਗੁਰੂ ਅਰਜਨ ਸਾਹਿਬ ਜੀ ਪੋਥੀ (ਗ੍ਰੰਥ) ਨੂੰ ਪਰਮਾਤਮਾ ਦਾ ਸਥਾਨ ਦੱਸਦੇ ਹਨ, ਕਿਉਂਕਿ ਪਰਮਾਤਮਾ ਦੇ ਗੁਣਾਂ ਦੀ ਵਿਚਾਰ ਵਿੱਚ ਜੁੜੇ ਜਗਿਆਸੂਆਂ ਨੂੰ ਇਹ ਇਲਾਹੀ ਗਿਆਨ ਨਾਲ ਭਰਪੂਰ ਕਰ ਦਿੰਦਾ ਹੈ:

ਪੋਥੀ ਪਰਮੇਸਰ ਕਾ ਥਾਨੁ॥

ਸਾਧਸੰਗਿ ਗਾਵਹਿ ਗੁਣ ਗੋਬਿੰਦ ਪੂਰਨ ਬ੍ਰਹਮ ਗਿਆਨੁ॥

(ਗੁਰੂ ਗ੍ਰੰਥ ਸਾਹਿਬ, ਮਹਲਾ ੫, ਅੰਗ 1226)

ਇਸ ਤਰ੍ਹਾਂ ਗੁਰੂ ਨਾਨਕ ਸਾਹਿਬ ਜੀ ਦੇ ਸ਼ਬਦ-ਗੁਰੂ ਦੇ ਸਿਧਾਂਤ ਨੂੰ ਪੰਜਵੇਂ ਨਾਨਕ ਨੇ ਰੂਪਮਾਨ ਕੀਤਾ। ਇਹ ਸੰਕੇਤ ਆਪਣੇ-ਆਪ ਵਿੱਚ ਅਨੋਖਾ ਸੀ। ਦੁਨੀਆ ਦੇ ਇਤਿਹਾਸ ਵਿੱਚ ਪਹਿਲੀ ਵਾਰ ਕਿਸੇ ਪੈਗੰਬਰ ਨੇ ਆਪਣੀ ਮੌਜੂਦਗੀ ਵਿੱਚ ਧਰਮ ਗ੍ਰੰਥ ਦਾ ਸੰਪਾਦਨ ਕੀਤਾ ਅਤੇ ਉਸ ਨੂੰ ਆਪਣੇ ਤੋਂ ਉੱਚਾ ਸਥਾਪਿਤ ਕੀਤਾ।

ਦਰਬਾਰ ਸਾਹਿਬ ਦਾ ਨਿਰਮਾਣ ਵੀ ਪੰਜਵੇਂ ਗੁਰੂ ਨੇ ਕਰਵਾਇਆ ਸੀ। ਦਰਬਾਰ ਸਾਹਿਬ ਦੇ ਚੌਹਾਂ ਦਿਸ਼ਾਵਾਂ ਵਿੱਚ ਚਾਰ ਦਰਵਾਜੇ ਹਨ, ਜੋ ਇਹ ਦਰਸਾਉਂਦੇ ਹਨ ਕਿ ਇਹ ਧਰਮ-ਸਥਾਨ ਸਾਰਿਆਂ ਲਈ ਹਮੇਸ਼ਾ ਖੁੱਲ੍ਹਾ ਹੈ। ਇਹ ਧਰਮਸ਼ਾਲਾ ਅਤੇ ਧਰਮ-ਗ੍ਰੰਥ ਭਾਰਤੀ ਉਪ-ਮਹਾਂਦੀਪ ਵਿੱਚ ਬ੍ਰਾਹਮਣੀ ਵਿਵਸਥਾ 'ਤੇ ਹੋਣ ਵਾਲਾ ਸਭ ਤੋਂ ਅਸਰਦਾਰ ਢਾਂਚਾਗਤ ਹਮਲਾ ਸੀ।

ਗੁਰਦੁਆਰਿਆਂ ਦੀ ਸਿਰਜਣਾ ਕੁਝ ਇਸ ਤਰ੍ਹਾਂ ਹੈ ਕਿ ਉਹ ਪੂਜਾ ਸਥਾਨ ਨਾ ਹੋ ਕੇ ਸਿੱਖੀ ਦੀ ਪਾਠਸ਼ਾਲਾ ਹੈ। ਗੁਰਦੁਆਰਾ ਉਸਨੂੰ ਹੀ ਕਿਹਾ ਜਾ ਸਕਦਾ ਹੈ, ਜਿੱਥੇ ਗੁਰੂ ਗ੍ਰੰਥ ਸਾਹਿਬ ਦਾ ਪ੍ਰਕਾਸ਼ ਹੋਵੇ, ਕਥਾ-ਕੀਰਤਨ ਹੋਵੇ, ਲੰਗਰ ਦਾ ਪ੍ਰਬੰਧ ਹੋਵੇ। ਵੱਡੇ ਗੁਰਦੁਆਰਿਆਂ ਵਿੱਚ ਆਏ-ਗਏ ਲਈ ਰਾਤ ਗੁਜ਼ਾਰਨੇ ਦਾ ਪ੍ਰਬੰਧ, ਲਾਇਬਰੇਰੀ, ਕੀਰਤਨ ਅਤੇ ਸ਼ਸਤਰ (ਗਤਕਾ) ਸਿਖਲਾਈ ਦਾ ਪ੍ਰਬੰਧ ਵੀ ਹੁੰਦਾ ਹੈ। ਉਹ ਸਾਰੇ ਕੰਮ ਜਿਨ੍ਹਾਂ ਨੂੰ ਸਮਾਜ ਵਿੱਚ ਬਹੁਤ ਨੀਵਾਂ ਗਿਣਿਆ ਜਾਂਦਾ ਹੈ, ਗੁਰਦੁਆਰਿਆਂ ਵਿੱਚ ਸਾਰੇ ਵਰਗਾਂ ਤੋਂ ਆਈ ਸੰਗਤ ਬੜੇ ਚਾਹ ਨਾਲ ਕਰਦੀ ਹੈ। ਲੰਗਰ ਦੇ ਜੂਠੇ ਭਾਂਡੇ ਸਾਫ਼ ਕਰਨਾ, ਸੰਗਤ ਦੀਆਂ ਜੁੱਤੀਆਂ ਨੂੰ ਸਾਫ਼ ਕਰਨਾ ਜਾਂ ਫਿਰ ਗੁਰਦੁਆਰੇ ਵਿੱਚ ਝਾੜੂ-ਪੋਚੇ ਦੀ ਸੇਵਾ ਕਰਨ ਨੂੰ ਬੱਚੇ, ਜੁਆਨ, ਬੁੱਢੇ, ਔਰਤ, ਮਰਦ ਸਾਰੇ ਆਪਣੇ ਚੰਗੇ ਭਾਗ ਮੰਨਦੇ ਹਨ। ਗੁਰਦੁਆਰਾ ਜਾਤੀ ਹੰਕਾਰ ਤੇ ਹੀਣਤਾ 'ਤੇ ਕਾਬੂ ਪਾਉਣ ਅਤੇ ਭਾਈਚਾਰਕ ਸਾਂਝ ਦੇ ਅਭਿਆਸ ਦੀ ਪਾਠਸ਼ਾਲਾ ਹੈ।

ਦਸਮੇਸ਼ ਪਿਤਾ ਗੁਰੂ ਗੋਬਿੰਦ ਸਿੰਘ ਜੀ ਨੇ ਖਾਲਸੇ ਦੇ ਰੂਪ ਵਿੱਚ ਸਾਰੇ ਅਧਿਕਾਰ ਆਮ ਜਨਤਾ ਨੂੰ ਸੌਂਪ ਕੇ ਆਪਣੇ ਬਾਅਦ ਗੁਰਗੱਦੀ ਦੀ ਪਰੰਪਰਾ ਨੂੰ ਖਤਮ ਕਰ ਦਿੱਤਾ। ਸ਼ਬਦ ਤੋਂ ਉਪਜਿਆ ਪੰਥ ਸ਼ਬਦ ਨੂੰ ਹੀ ਸਮਰਪਿਤ ਕਰ ਦਿੱਤਾ ਗਿਆ। 1469 ਵਿੱਚ ਗੁਰੂ ਨਾਨਕ ਜੀ ਦੇ ਜਨਮ ਤੋਂ ਲੈ ਕੇ 1708 ਵਿੱਚ ਗੁਰੂ ਗੋਬਿੰਦ ਸਿੰਘ ਜੀ ਦੇ ਜੋਤੀ-ਜੋਤ ਸਮਾਉਣ ਤੱਕ 239 ਸਾਲ ਦਾ ਸਮਾਂ ਬਣਦਾ ਹੈ। ਸਿਧਾਂਤ ਦੇ ਰੂਪਾਂਤਰ ਲਈ ਗੁਰੂ

ਨਾਨਕ ਦੇ ਦਸ ਸਰੂਪਾਂ ਨੇ 239 ਸਾਲਾਂ ਦੀ ਤਵਾਰੀਖ ਵਿੱਚ ਬੇਮਿਸਾਲ ਅਧਿਆਏ ਜੋੜ ਦਿੱਤੇ। ਗੁਰੂ ਨਾਨਕ ਜੀ ਦੇ ਟੀਚੇ ਅਨੁਸਾਰ ਦਸਮੇਸ਼ ਗੁਰੂ ਨੇ ਸਿੱਖਾਂ ਨੂੰ ਕੇਵਲ ਗੁਰੂ ਗ੍ਰੰਥ ਸਾਹਿਬ ਜੀ ਨੂੰ ਹੀ ਆਪਣਾ ਗੁਰੂ ਮੰਨਣ ਦਾ ਹੁਕਮ ਦਿੱਤਾ: *ਸਭ ਸਿਖਨ ਕੋ ਹੁਕਮ ਹੈ, ਗੁਰੂ ਮਾਨਿਓੁ ਗ੍ਰੰਥ।*

ਗੁਰੂ ਗ੍ਰੰਥ ਸਾਹਿਬ ਜੀ ਦੀ ਬਾਣੀ ਹੀ ਸਿੱਖਾਂ ਲਈ ਗੁਰੂ ਹੈ, ਇਸ ਲਈ ਸਿਧਾਂਤਕ ਪੱਖ ਤੋਂ ਇਹ ਸਵਾਲ ਹੀ ਗਲਤ ਹੈ ਕਿ ਸਿੱਖ ਗੁਰੂ ਕੇਵਲ ਖੱਤਰੀ ਜਾਤੀ ਤੋਂ ਹੀ ਕਿਉਂ ਹੋਏ। ਗੁਰੂ ਗ੍ਰੰਥ ਸਾਹਿਬ ਵਿੱਚ ਬਾਬਾ ਫਰੀਦ, ਬਾਬਾ ਨਾਮਦੇਵ, ਬਾਬਾ ਰਵਿਦਾਸ, ਬਾਬਾ ਕਬੀਰ, ਬਾਬਾ ਧੰਨਾ, ਬਾਬਾ ਜੈਦੇਵ, ਬਾਬਾ ਨਾਨਕ, ਆਦਿ ਸਭ ਦੀ ਬਾਣੀ ਨੂੰ ਬਰਾਬਰ ਸਥਾਨ ਹੈ; ਕੋਈ ਅੰਤਰ ਨਹੀਂ ਹੈ। ਗੁਰੂ ਗ੍ਰੰਥ ਸਾਹਿਬ ਜੀ ਵਿੱਚ ਕੁੱਲ 35 ਸੰਤ-ਪੁਰਸ਼ਾਂ ਦੀ ਬਾਣੀ ਹੈ, ਜੋ ਉਨ੍ਹਾਂ ਸਾਰੇ ਵਰਗਾਂ ਤੋਂ ਆਉਂਦੇ ਹਨ ਜਿਹਨਾਂ ਨੂੰ ਜਨਮ ਦੇ ਆਧਾਰ 'ਤੇ ਬ੍ਰਾਹਮਣ ਤੋਂ ਲੈ ਕੇ ਸ਼ੂਦਰ ਅਤੇ ਮਲੇਛ (ਮੁਸਲਿਮ) ਕਿਹਾ ਜਾਂਦਾ ਸੀ। ਪੈਂਤੀ ਵਿੱਚੋ ਪੰਦਰਾਂ ਉਹ ਹਨ ਜੋ ਗੁਰੂ ਨਾਨਕ ਜੀ ਤੋਂ ਪਹਿਲਾਂ ਹੋਏ, ਛੇ ਗੁਰੂ ਨਾਨਕ ਅਤੇ ਉਨ੍ਹਾਂ ਦੇ ਉੱਤਰਾਧਿਕਾਰੀ ਹਨ। ਬਾਕੀ ਗੁਰੂ ਕਾਲ ਦੇ ਸਿੱਖਾਂ ਦੀ ਬਾਣੀ ਹੈ ਜਿਹਨਾਂ ਵਿੱਚ ਗਿਆਰਾਂ ਭੱਟ ਅਤੇ ਤਿੰਨ ਹੋਰ ਸਿੱਖ। 15 ਭਗਤ + 6 ਗੁਰੂ + 11 ਭੱਟ ਸਿੱਖ + 3 ਹੋਰ ਸਿੱਖ। ਸਿੱਖਾਂ ਨੂੰ ਇਹਨਾਂ ਸੰਤ-ਪੁਰਸ਼ਾਂ ਦੀ ਬਾਣੀ ਤੋਂ ਸੰਕਲਿਤ ਹੋਏ ਗ੍ਰੰਥ ਨੂੰ ਹੀ ਗੁਰੂ ਮੰਨਣ ਦਾ ਆਦੇਸ਼ ਹੈ ਅਤੇ ਗੁਰੂ ਗ੍ਰੰਥ ਸਾਹਿਬ ਜੀ ਦੀ ਬਾਣੀ ਨੂੰ ਹੀ ਗੁਰਬਾਣੀ ਕਹਿੰਦੇ ਹਨ। ਕੇਵਲ ਗੁਰੂ ਗ੍ਰੰਥ ਸਾਹਿਬ ਦੀ ਬਾਣੀ ਅਤੇ ਇਸਦੀ ਸ਼ਬਦ-ਵਿਚਾਰ ਸਿੱਖ ਲਈ ਜ਼ਰੂਰੀ ਹੈ:

> *ਇਕਾ ਬਾਣੀ ਇਕੁ ਗੁਰੁ ਇਕੋ ਸਬਦੁ ਵੀਚਾਰਿ॥*
>
> (ਗੁਰੂ ਗ੍ਰੰਥ ਸਾਹਿਬ, ਮਹਲਾ ੩, ਅੰਗ 646)

ਗੁਰੂ ਗ੍ਰੰਥ ਸਾਹਿਬ ਜੀ ਤੋਂ ਬਾਹਰ ਭਗਤਾਂ ਦੀ ਵਿਚਾਰਧਾਰਾ 'ਤੇ ਅੱਜ ਤੱਕ ਸਮਾਜ ਵੰਡਿਆ ਹੋਇਆ ਹੈ। ਕੋਈ ਇਹਨਾਂ ਨੂੰ ਵੈਸ਼ਨਵ, ਸ਼ਿਵ, ਰਾਮਚੰਦਰ, ਕ੍ਰਿਸ਼ਨ ਭਗਤ ਜਾਂ ਨਾਸਤਿਕ ਦੱਸਦਾ ਹੈ। ਇਹਨਾਂ ਦੇ ਨਾਮ ਤੋਂ ਲਿਖੀ ਗਈ ਬਹੁਤ ਸਾਰੀ ਮਿਲਾਵਟੀ ਰਚਨਾ ਹੈ, ਜਿਸ ਵਿੱਚ ਇਕਸਾਰਤਾ ਨਹੀਂ ਹੈ। ਜੇ ਗੁਰੂ ਨਾਨਕ ਸਾਹਿਬ ਜੀ ਇਹਨਾਂ ਦੀ ਬਾਣੀ ਦਾ ਸੰਗ੍ਰਹਿ ਨਾ ਕਰਦੇ ਅਤੇ ਗੁਰੂ ਅਰਜਨ ਸਾਹਿਬ ਜੀ ਆਦਿ ਗ੍ਰੰਥ ਵਿੱਚ ਸ਼ਾਮਲ ਨਾ ਕਰਦੇ ਤਾਂ ਸੰਸਾਰ ਭਗਤ ਸਾਹਿਬਾਨਾ ਦੀ ਪਰਮਾਣਿਤ ਬਾਣੀ ਤੋਂ ਵਾਂਝਾ ਰਹਿ ਜਾਂਦਾ ਅਤੇ ਸਾਡੇ ਕੋਲ ਕੇਵਲ ਮਿਲਾਵਟੀ ਬਾਣੀ ਹੀ ਬਚਦੀ। ਗੁਰੂ ਗ੍ਰੰਥ ਸਾਹਿਬ ਜੀ ਦਾ ਪਹਿਲਾ ਅੱਖਰ ੧ੳ (ਏਕੰਕਾਰ) ਹੈ ਅਤੇ ਪਹਿਲਾ ਪਾਠ ਮੂਲ-ਮੰਤਰ ਹੈ ਜੋ ਵੱਖ-ਵੱਖ ਰੰਗਾਂ ਦੇ ਫੁੱਲਾਂ ਦੇ ਸਮਾਨ 35 ਸੰਤ-ਪੁਰਸ਼ਾਂ ਦੀ ਬਾਣੀ ਨੂੰ ਇੱਕ ਕਰਤਾਰ ਦੀ ਇਕਸਾਰਤਾ ਦੇ ਧਾਗੇ ਨਾਲ ਸੁੰਦਰ ਮਾਲਾ ਬਣਾ ਦਿੰਦਾ ਹੈ।

ਸੰਸਾ ਦਰਅਸਲ ਗੁਰੂ ਨਾਨਕ ਦੇ ਦਸ ਸਰੂਪਾਂ ਦੀ ਨਿਰੰਤਰਤਾ ਦੀ ਲਾਜ਼ਮੀਤਾ ਅਤੇ 239 ਸਾਲਾਂ ਦੇ ਬਹੁ-ਪੱਖੀ ਪਹਿਲੂਆਂ ਦੀ ਨਾਸਮਝੀ ਦੇ ਕਾਰਨ ਹੈ। ਸ਼ਬਦ-ਗੁਰੂ ਦੇ ਵਿਲੱਖਣ ਸਿਧਾਂਤ ਅਤੇ ਜਨ-ਸਧਾਰਨ ਨੂੰ ਸਾਰੇ ਅਧਿਕਾਰ ਦੇਣ ਦੇ ਉਦੇਸ਼ ਨੂੰ ਤਵਾਰੀਖ (ਇਤਿਹਾਸ) ਨਾਲ ਨਾ ਜੋੜ ਸਕਣ ਦੀ ਅਸਮਰੱਥਾ ਦੇ ਕਾਰਨ ਸੰਸੇ ਪੈਦਾ ਹੁੰਦੇ ਹਨ।

ਇਹ ਸਵਾਲ ਜ਼ਰੂਰ ਪੁੱਛਿਆ ਜਾ ਸਕਦਾ ਹੈ ਕਿ ਜੇਕਰ ਪੰਜਵੇਂ ਗੁਰੂ ਅਰਜਨ ਸਾਹਿਬ ਜੀ ਉਸ ਕੁਲ ਤੋਂ ਆਉਂਦੇ, ਜਿਸਨੂੰ ਸ਼ੂਦਰ ਕਿਹਾ ਜਾਂਦਾ ਸੀ ਤਾਂ ਕੀ ਜਾਤ-ਪਾਤ ਵਿੱਚ ਵੰਡਿਆ ਸਮਾਜ ਉਹਨਾਂ ਦੁਆਰਾ ਰਚੇ ਗ੍ਰੰਥ ਜਾਂ ਧਰਮ-ਸਥਾਨ ਨੂੰ ਸਵੀਕਾਰ ਕਰਨ ਲਈ ਤਿਆਰ ਸੀ? ਜੇਕਰ ਹਾਂ, ਤਾਂ ਫਿਰ ਗੁਰੂ ਨਾਨਕ ਜੀ ਤੋਂ ਪਹਿਲਾਂ ਹੋਏ ਇਨਕਲਾਬੀ ਸੰਤ ਆਪਣੇ ਸ਼ਾਗਿਰਦਾਂ ਨੂੰ ਬ੍ਰਹਮਣਵਾਦ ਤੋਂ ਮੁਕਤ ਕਰਾਉਣ ਲਈ ਕੋਈ ਧਰਮ-ਗ੍ਰੰਥ ਜਾਂ ਧਰਮ-ਸਥਾਨ ਕਿਉਂ ਨਹੀਂ ਦੇ ਸਕੇ?

ੴ (ਏਕੰਕਾਰ)

ੴ ਸਤਿ ਨਾਮੁ ਕਰਤਾ ਪੁਰਖੁ ਨਿਰਭਉ ਨਿਰਵੈਰੁ ਅਕਾਲ ਮੂਰਤਿ ਅਜੂਨੀ ਸੈਭੰ ਗੁਰ ਪ੍ਰਸਾਦਿ॥

ਇਹ ਗੁਰੂ ਗ੍ਰੰਥ ਸਾਹਿਬ ਦੇ ਪਹਿਲੇ ਅੰਗ ਦਾ ਪਹਿਲਾ ਪਾਠ ਹੈ। ਗੁਰਬਾਣੀ ਦਾ ਮੂਲ ਅਤੇ ਸਿੱਖ ਧਰਮ ਦੇ ਨਿਰਾਲੇ ਸਿਧਾਂਤ ਪਹਿਲੇ ਪਾਠ ਵਿੱਚ ਦਰਜ 'ੴ' (ਏਕੰਕਾਰ) ਦੇ ਸੱਚੇ ਗੁਣਾਂ 'ਤੇ ਆਧਾਰਿਤ ਹੈ। ਇਸੇ ਕਾਰਨ ਇਸਨੂੰ ਮੂਲ ਮੰਤਰ ਵੀ ਕਹਿੰਦੇ ਹਨ। ਹਰ ਸਿੱਖ ਦੀ ਸਿੱਖਿਆ ਇਸ ਪ੍ਰਸਤਾਵਨਾ ਨਾਲ ਸ਼ੁਰੂ ਹੁੰਦੀ ਹੈ ਤੇ ਹੋਣੀ ਵੀ ਚਾਹੀਦੀ ਹੈ। ਜਦੋਂ ਵੀ ਗੁਰਬਾਣੀ ਦੇ ਅਰਥਾਂ ਨੂੰ ਲੈ ਕੇ ਕੋਈ ਦੁਬਿਧਾ ਹੋਵੇ ਤਾਂ ਮੂਲ ਮੰਤਰ ਦੇ ਮਾਪਦੰਡ ਨਾਲ ਦੁਬਿਧਾ ਨੂੰ ਦੂਰ ਕੀਤਾ ਜਾ ਸਕਦਾ ਹੈ। ਗੁਰਬਾਣੀ ਦੀ ਜੋ ਵਿਆਖਿਆ ਮੂਲ ਮੰਤਰ ਦੇ ਨਿਯਮਾਂ 'ਤੇ ਪੂਰੀ ਨਹੀਂ ਉਤਰਦੀ, ਨਿਸ਼ਚਿਤ ਰੂਪ ਵਿੱਚ ਉਹ ਗਲਤ ਹੈ। ਜਗਿਆਸੂ ਦੀ ਸਮਝ ਦੀ ਸੀਮਾਂ ਅਨੁਸਾਰ ਇਸਦੇ ਅਰਥ ਦੀ ਗਹਿਰਾਈ ਜਾਂ ਵਿਸਤਾਰ ਵਿੱਚ ਫ਼ਰਕ ਹੋ ਸਕਦਾ ਹੈ, ਪਰ ਇਸਦਾ ਹਰੇਕ ਸ਼ਬਦ ਇੱਕ ਸਥਾਈ ਸਿਧਾਂਤ ਦਿੰਦਾ ਹੈ। ਕਿਉਂਕਿ ਮੂਲ ਮੰਤਰ ਦੇ ਅਗਾਧ ਸ਼ਬਦਾਂ ਦੀ ਚੋਣ ਏਦਾਂ ਦੀ ਹੈ ਕਿ ਅਰਥ ਦਵੈਤ ਭਾਵ ਨਾਲ ਨਹੀਂ ਹੋ ਸਕਦੇ। ਜਿਵੇਂ 'ਇੱਕ' ਨੂੰ 'ਦੋ' ਨਹੀਂ ਪੜ੍ਹਿਆ ਜਾ ਸਕਦਾ, ਜਾਂ 'ਸਫੈਦ' ਦਾ ਮਤਲਬ 'ਕਾਲਾ' ਨਹੀਂ ਕੀਤਾ ਜਾ ਸਕਦਾ, ਜਾਂ 'ਵਿਸ਼' ਨੂੰ 'ਅੰਮ੍ਰਿਤ' ਨਹੀਂ ਕਿਹਾ ਜਾ ਸਕਦਾ।

ਮੂਲ ਮੰਤਰ ਦਾ ਹਰ ਸ਼ਬਦ ਗਾਗਰ ਵਿੱਚ ਸਾਗਰ ਦੀ ਤਰ੍ਹਾਂ ਵਿਸ਼ਾਲ ਵਿਚਾਰਧਾਰਾ ਨੂੰ ਸਮਾ ਕੇ ਰੱਖਦਾ ਹੈ।

ਸੰਖੇਪ ਵੇਰਵਾ

ੴ – ਏਕੰਕਾਰ, ਇੱਕ ਕਰਨਹਾਰ, ਜਾਂ ਇੱਕ ਕਰਤਾਰ।

ਸਤਿ ਨਾਮੁ - ਉਸਦਾ ਨਾਮ ਜਾਂ ਹੁਕਮ (ਸਦੀਵੀ ਹਸਤੀ ਵਾਲਾ) ਸੱਚ ਹੈ।

ਸਤਿ ਨਾਮੁ ਦੇ ਅਰਥ ਤਾਂ ਹੀ ਸਮਝ ਆ ਸਕਦੇ ਹਨ ਜੇਕਰ 'ਸਤਿ' ਤੇ 'ਨਾਮੁ' ਨੂੰ ਸਹੀ ਤਰ੍ਹਾਂ ਸਮਝਿਆ ਜਾਵੇ।

ਅਗਲੇ ਤਿੰਨ ਸ਼ਬਦ 'ਨਾਮੁ' ਦੀ ਵਿਆਖਿਆ ਕਰਦੇ ਹਨ:

ਕਰਤਾ ਪੁਰਖੁ - (ਉਤਪੱਤੀ, ਵਿਨਾਸ਼ ਅਤੇ ਪਾਲਣ ਦਾ) ਕਰਤਾ ਇੱਕ ਹੈ ਅਤੇ ਉਹ ਆਪਣੀ ਸਿਰਜਨਾ ਵਿੱਚ ਸਮਾਇਆ ਹੋਇਆ ਹੈ।

ਨਿਰਭਉ -ਉਸਨੂੰ ਕਿਸੇ ਦਾ ਡਰ ਨਹੀਂ।

ਨਿਰਵੈਰੁ - ਉਸਦਾ ਕਿਸੇ ਨਾਲ ਕੋਈ ਵੈਰ ਨਹੀਂ।

ਅਗਲੇ ਤਿੰਨ ਸ਼ਬਦ 'ਸਤਿ' ਦੀ ਵਿਆਖਿਆ ਕਰਦੇ ਹਨ:

ਅਕਾਲ ਮੂਰਤਿ - ਉਸਦੀ (ਹਸਤੀ) ਸਮੇਂ ਦੇ ਬੰਧਨ ਵਿੱਚ ਨਹੀਂ। ਉਹ ਕਾਲ ਦੇ ਅਧੀਨ ਨਹੀਂ, ਉਹ ਅਮਰ ਹੈ।

ਅਜੂਨੀ - ਉਹ ਜਨਮ (ਅਵਤਾਰ) ਨਹੀਂ ਲੈਂਦਾ।

ਸੈਭੰ - ਉਸਦੀ ਹੋਂਦ (ਪ੍ਰਕਾਸ਼ ਜਾਂ ਸ਼ਕਤੀ) ਆਪਣੇ-ਆਪ ਤੋਂ ਹੈ।

ਗੁਰ ਪ੍ਰਸਾਦਿ - (ਸ਼ਬਦ) ਗੁਰੂ ਦੀ ਕ੍ਰਿਪਾ (ਪ੍ਰਸਾਦ) ਨਾਲ ਗਿਆਨ ਪ੍ਰਾਪਤ ਹੁੰਦਾ ਹੈ। ਸ਼ਬਦ-ਵਿਚਾਰ ਲਈ ਸਤਿਸੰਗ ਦਾ ਮਿਲਣਾ ਹੀ ਪ੍ਰਸਾਦ ਹੈ।

ਗੁਰੂ ਗ੍ਰੰਥ ਸਾਹਿਬ ਜੀ ਵਿੱਚ ਉਹ ਸਾਰੇ ਪ੍ਰਚਲਿਤ ਨਾਂਵ ਆਏ ਹਨ ਜਿਹੜੇ ਭਾਰਤੀ ਉਪ-ਮਹਾਂਦੀਪ ਵਿੱਚ ਕਰਤਾਰ ਨੂੰ ਸੰਬੋਧਨ ਕਰਨ ਲਈ ਬੋਲੇ ਜਾਂਦੇ ਸਨ, ਜਿਵੇਂ- ਰਾਮ, ਰਹੀਮ, ਅੱਲਾ, ਖੁਦਾ, ਹਰੀ, ਓਅੰਕਾਰ, ਪਰਮੇਸ਼ਰ, ਬੀਠਲ, ਗੋਪਾਲ, ਗੋਸਾਈਂ, ਈਸ਼ਵਰ, ਆਦਿ। ਦੂਜੇ ਧਰਮਾਂ ਜਾਂ ਮੱਤਾਂ ਵਿੱਚ ਇਸਦੇ ਪਿੱਛੇ ਕੁਝ ਹੋਰ ਭਾਵਨਾ ਹੋ ਸਕਦੀ ਹੈ, ਪਰ ਗੁਰਬਾਣੀ ਵਿੱਚ ਇਹ ਸਾਰੀ ਸ਼ਬਦਾਵਲੀ ਕੇਵਲ ਓਸੇ ਇੱਕ ਕਰਤਾਰ (ਏਕੰਕਾਰ) ਲਈ ਹੈ ਜੋ ਨਿਰੰਕਾਰ ਹੈ ਅਤੇ ਉੱਪਰ ਲਿਖੇ ਪਹਿਲੇ ਪਾਠ ਦੇ ਅਨੁਕੂਲ ਹੈ।

'੧ਓਁ' ਚਿੰਨ੍ਹ ਜਾਂ ਨਿਸ਼ਾਨ ਗੁਰੂ ਨਾਨਕ ਸਾਹਿਬ ਨੇ ਖੁਦ ਬਣਾਇਆ ਹੈ। ਇਸਦਾ ਉਚਾਰਨ 'ਏਕੰਕਾਰ' ਹੈ। 'ਏਕੰਕਾਰ' ਸ਼ਬਦ ਵੀ ਗੁਰੂ ਨਾਨਕ ਸਾਹਿਬ ਨੇ ਖੁਦ ਹੀ ਦਿੱਤਾ ਹੈ। ਗੁਰੂ ਨਾਨਕ ਸਾਹਿਬ ਤੋਂ ਪਹਿਲਾਂ ਨਾ ਤਾਂ '੧ਓਁ' ਨਿਸ਼ਾਨ ਅਤੇ ਨਾ 'ਏਕੰਕਾਰ' ਸ਼ਬਦ ਕਿਸੇ ਭਾਸ਼ਾ ਵਿੱਚ ਸੀ। 'ਏਕੰਕਾਰ' ਦਾ ਸੰਖੇਪ ਭਾਵ ਹੈ- ਕਰਨਹਾਰ ਇੱਕ ਹੈ, ਅਰਥਾਤ ਕਰਤਾਰ ਇੱਕ ਹੈ। 'ਏਕੰਕਾਰ' (ਏਕੰ + ਕਾਰ) ਦੀ ਵਿਚਾਰ ਬੜੀ ਸਹਿਜਤਾ ਨਾਲ 'ਇਕ' ਦਾ ਸਿਧਾਂਤ, ਕਾਰ-ਰੂਪੀ ਹੁਕਮ ਜਾਂ ਨਾਮ ਨੂੰ ਸਮਝਣਾ, ਅਤੇ ਮਨੁੱਖ ਦੇ ਦੀਰਘ ਰੋਗ ਅਹੰਕਾਰ (ਅਹੰ + ਕਾਰ) ਨੂੰ ਚੁਣੌਤੀ ਦੇਣ ਦਾ ਸੰਕਲਪ ਦਿੰਦੀ ਹੈ। ਗੁਰੂ ਗ੍ਰੰਥ ਸਾਹਿਬ ਜੀ ਦੀ ਬਾਣੀ ੧ਓਁ (ਏਕੰਕਾਰ) ਦਾ ਹੀ ਵਿਸਥਾਰ ਹੈ।

ਭਗਤਾ ਕੀ ਚਾਲ ਨਿਰਾਲੀ

'ਸ਼ਬਦ-ਗੁਰੂ' ਦੇ ਵਿਲੱਖਣ ਸਿਧਾਂਤ ਨੂੰ ਨਾ ਸਮਝਣ ਦੇ ਕਾਰਨ ਕੁਝ ਲੋਕ 'ਭਗਤ ਬਨਾਮ ਗੁਰੂ' ਦੀ ਥੋਥੀ ਬਹਿਸ ਵਿੱਚ ਉਲਝ ਜਾਂਦੇ ਹਨ। ਬਹੁ ਲੋਕ ਰਵਿਦਾਸ ਜੀ ਨੂੰ 'ਭਗਤ' ਅਤੇ ਨਾਨਕ ਜੀ ਨੂੰ 'ਗੁਰੂ' ਸੰਬੋਧਨ ਕਰਨ 'ਤੇ ਇਤਰਾਜ਼ ਕਰਦੇ ਹਨ। ਭਗਤ ਬਨਾਮ ਗੁਰੂ ਦੇ ਸਵਾਲ ਵਿੱਚ ਸਿੱਖ ਵਿਚਰਧਾਰਾ ਦੀ ਬੁਨਿਆਦੀ ਸਮਝ ਦੀ ਘਾਟ ਹੈ। ਇਸ ਨਾਸਮਝੀ ਦੇ ਕਾਰਨ ਸਮਾਜ ਵਿੱਚ ਬਟਵਾਰਾ ਹੁੰਦਾ ਹੈ ਅਤੇ ਬ੍ਰਾਹਮਣੀ ਸ਼ਕਤੀਆਂ ਨੂੰ ਹੀ ਬਲ ਮਿਲਦਾ ਹੈ।

ਭਗਤ ਜਾਂ ਗੁਰੂ ਦੀ ਸ਼ਬਦਾਵਲੀ ਦੀ ਵਰਤੋਂ ਵਿੱਚ ਅੰਤਰ ਦਾ ਕਾਰਨ ਇਤਿਹਾਸਕ ਹੈ। ਇਹਨਾਂ ਨਾਮਾਂ ਦੇ ਨਾਲ ਇਹ ਸੰਤ-ਪੁਰਸ਼ ਆਮ ਲੋਕਾਂ ਵਿੱਚ ਹਰਮਨ-ਪਿਆਰੇ ਹੋਏ ਸਨ।

ਜਦੋਂ ਬਾਬਾ ਨਾਨਕ ਜੀ ਨੇ ਵੱਖ-ਵੱਖ ਪ੍ਰਾਂਤਾਂ ਦੇ ਸੰਤ-ਪੁਰਸ਼ਾਂ ਦੀ ਬਾਣੀ ਇਕੱਠੀ ਕੀਤੀ ਤਾਂ ਉਹਨਾਂ ਨੂੰ 'ਭਗਤ' ਦੇ ਨਾਂ ਨਾਲ ਹੀ ਜਾਣਿਆ ਜਾਂਦਾ ਸੀ। ਇਸੇ ਤਰ੍ਹਾਂ ਬਾਬਾ ਨਾਨਕ ਨੂੰ ਉਨ੍ਹਾਂ ਦੇ ਪੈਰੋਕਾਰਾਂ ਨੇ ਉਨ੍ਹਾਂ ਦੇ ਜੀਵਨ ਦੇ ਅੰਤਲੇ ਪੜ੍ਹਾਅ ਵਿੱਚ 'ਗੁਰੂ' ਕਹਿਣਾ ਸ਼ੁਰੂ ਕੀਤਾ ਅਤੇ ਉਦੋਂ ਤੋਂ ਉਹਨਾਂ ਦੇ ਮੁਰੀਦ 'ਸਿੱਖ' ਕਹਿਲਾਏ। ਇਹ ਵੀ ਕਹਿ ਸਕਦੇ ਹਾਂ ਕਿ ਜਦੋਂ ਤੋਂ ਪੈਰੋਕਾਰਾਂ ਨੇ ਆਪਣੇ-ਆਪ ਨੂੰ 'ਸਿੱਖ' ਕਹਿਣਾ ਸ਼ੁਰੂ ਕੀਤਾ, ਉਦੋਂ ਤੋਂ ਨਾਨਕ 'ਗੁਰੂ' ਕਹਿਲਾਏ। ਸਿੱਖ ਦਾ ਅਰਥ ਜੀਵਨ ਭਰ ਸਿੱਖਿਆ ਗ੍ਰਹਿਣ ਕਰਨ ਵਾਲਾ ਹੁੰਦਾ ਹੈ। ਗੁਰੂ ਅਤੇ ਸਿੱਖ ਇੱਕ-ਦੂਜੇ ਦੇ ਪੂਰਕ ਹਨ।

ਸਿਖੀ ਸਿਖਿਆ ਗੁਰ ਵੀਚਾਰਿ॥

(ਗੁਰੂ ਗ੍ਰੰਥ ਸਾਹਿਬ, ਮਹਲਾ ੧, ਅੰਗ 465)

ਜੇਕਰ ਕ੍ਰਾਂਤੀਕਾਰੀ ਭਗਤਾਂ ਦੇ ਜੀਵਨ ਕਾਲ ਵਿੱਚ ਉਨ੍ਹਾਂ ਦੇ ਪੈਰੋਕਾਰਾਂ ਤੋਂ ਪੁੱਛਿਆ ਜਾਂਦਾ ਕਿ ਉਹ ਉਹਨਾਂ ਨੂੰ 'ਗੁਰੂ' ਕਿਉਂ ਨਹੀਂ ਕਹਿੰਦੇ? ਇਸਦਾ ਜਵਾਬ ਦੋ ਭਾਗਾਂ ਵਿੱਚ ਮਿਲ ਸਕਦਾ ਸੀ:

1. ਗੁਰੂ ਦੀ ਪਦਵੀ ਨੂੰ ਬ੍ਰਾਹਮਣਾਂ ਨੇ ਸਿਰਫ਼ ਆਪਣੇ ਲਈ ਰਾਖਵੀਂ ਰੱਖਿਆ ਸੀ, ਜਿਸਨੂੰ ਚੁਣੌਤੀ ਨਹੀਂ ਦਿੱਤੀ ਗਈ।
2. ਪ੍ਰਾਚੀਨ ਕਾਲ ਵਿੱਚ ਇਹ ਮੁੱਦਾ ਚਰਚਾ ਦਾ ਵਿਸ਼ਾ ਹੀ ਨਹੀਂ ਸੀ।

ਗੁਰੂ ਨਾਨਕ ਜੀ ਨੇ ਕੇਵਲ ਉਸੇ ਨਾਮ ਦੀ ਹੀ ਵਰਤੋਂ ਕੀਤੀ ਹੈ, ਜੋ ਉਸ ਸਮੇਂ ਉਨ੍ਹਾਂ ਲਈ ਪ੍ਰਸਿੱਧ ਸੀ। ਫਰੀਦ ਜੀ ਨੂੰ 'ਸ਼ੇਖ' ਫਰੀਦ ਲਿਖਿਆ ਕਿਉਂਕਿ ਉਨ੍ਹਾਂ ਦੇ ਸ਼ਾਗਿਰਦ ਉਨ੍ਹਾਂ ਨੂੰ ਸ਼ੇਖ ਹੀ ਕਹਿੰਦੇ ਸਨ। 35 ਵਿੱਚੋਂ 11 ਭੱਟਾਂ ਦੀ ਬਾਣੀ ਹੈ, ਉਹਨਾਂ ਨੂੰ 'ਭੱਟ' ਹੀ ਲਿਖਿਆ ਕਿਉਂਕਿ ਉਹ ਇਸ ਪਦਵੀ ਨਾਲ ਹੀ ਜਾਣੇ ਜਾਂਦੇ ਸਨ।

ਇੱਥੇ ਇੱਕ ਹੋਰ ਤੱਥ ਰੱਖਣਾ ਜ਼ਰੂਰੀ ਹੈ। 'ਭੱਟ' ਸ਼ਬਦ ਦਾ ਅਰਥ ਹੀ ਗਿਆਨਵਾਨ ਹੁੰਦਾ ਹੈ ਅਤੇ ਇਹ ਜਨਜਾਤੀ ਬ੍ਰਹਮਣ ਵਰਗੀਕ੍ਰਿਤ ਸੀ। ਵਰਣ-ਆਸ਼੍ਰਮ ਦੇ ਨਿਯਮ ਅਨੁਸਾਰ ਬ੍ਰਹਮਣ ਕਦੇ ਵੀ 'ਨੀਵੀਂ' ਜਾਤੀ ਦੇ ਵਿਅਕਤੀ ਨੂੰ ਆਪਣੇ ਗੁਰੂ ਦੇ ਰੂਪ ਵਿੱਚ ਸਵੀਕਾਰ ਨਹੀਂ ਕਰ ਸਕਦੇ ਸਨ। ਇੱਥੋਂ ਤੱਕ ਕਿ ਪੌਰਾਣਿਕ ਕਥਾਵਾਂ ਅਨੁਸਾਰ ਸਮੇਂ ਦਾ ਅਵਤਾਰ ਵੀ ਬ੍ਰਹਮਣ-ਗੁਰੂ ਤੋਂ ਹੀ ਗਿਆਨ ਪ੍ਰਾਪਤ ਕਰਦੇ ਅਤੇ ਨਤਮਸਤਕ ਹੁੰਦੇ ਦੱਸੇ ਗਏ ਹਨ।

ਪੁਰਾਣਾਂ ਦੇ ਅਨੁਸਾਰ ਬ੍ਰਹਮਣ ਰਿਸ਼ੀ ਪਰਸ਼ੁਰਾਮ ਨੇ ਜਦੋਂ ਅਵਤਾਰ ਧਾਰਿਆ ਤਾਂ ਉਹਨਾਂ ਨੇ ਧਰਤੀ ਤੋਂ 21ਵਾਰ ਕਸ਼ੱਤਰੀਆਂ ਦਾ ਕਤਲੇਆਮ ਕੀਤਾ। ਕਸ਼ੱਤਰੀਆਂ ਦੀਆਂ ਔਰਤਾਂ ਤੋਂ ਨਵ-ਜੰਮੇ ਬੱਚੇ ਖੋਹ ਕੇ ਉਹਨਾਂ ਦੀਆਂ ਅੱਖਾਂ ਸਾਹਮਣੇ ਮਾਰ ਦਿੱਤੇ। ਜਿੱਥੇ ਕਸ਼ੱਤਰੀਆਂ ਦੀ ਇਹ ਹੈਸੀਅਤ ਹੋਵੇ ਕਿ ਉਹਨਾਂ ਦਾ ਕਤਲੇਆਮ ਕਰਨ ਵਾਲੇ ਬ੍ਰਹਮਣ ਨੂੰ ਅਵਤਾਰ ਬਣਾ ਕੇ ਪੂਜਿਆ ਜਾਵੇ, ਉੱਥੇ ਕਸ਼ੱਤਰੀ ਦੇ ਹਲਕੇ ਰੂਪ ਖੱਤਰੀ ਦਾ ਕੀ ਸਥਾਨ ਹੋਵੇਗਾ?

ਲੇਕਿਨ ਭੱਟ ਬਾਣੀ ਦੇ ਕੁਝ ਪਦਾਂ ਵਿੱਚ ਗੁਰੂਆਂ ਦੀ ਕੁਲ ਦਾ ਵਿਸ਼ੇਸ਼ ਵਰਣਨ ਕਰਦੇ ਹੋਏ ਉਨ੍ਹਾਂ ਦੀ 'ਗੁਰੂ' ਪਦ ਨਾਲ ਮਹਿਮਾ ਕੀਤੀ ਹੈ। ਬ੍ਰਹਮਣਾਂ ਦੁਆਰਾ ਆਪਣੇ ਤੋਂ ਨੀਵੀਂ ਜਾਤੀ 'ਖੱਤਰੀ' ਨੂੰ ਗੁਰੂ ਸਵੀਕਾਰ ਕਰਨਾ ਉਸ ਸਮੇਂ ਵਿੱਚ ਸਮਾਜ ਵਿੱਚ ਹੋ ਰਹੇ ਸਕਾਰਾਤਮਕ ਬਦਲਾਵ ਦਾ ਬਹੁਤ ਵੱਡਾ ਸਬੂਤ ਹੈ। ਜਿਹਨਾਂ 11 ਭੱਟਾਂ ਦੀ ਬਾਣੀ ਗੁਰੂ ਗ੍ਰੰਥ ਸਾਹਿਬ ਵਿੱਚ ਦਰਜ ਹੈ, ਉਹਨਾਂ ਵਿੱਚੋ ਦੋ—ਭੱਟ ਮਥੁਰਾ ਅਤੇ ਭੱਟ ਕੀਰਤ—ਛੇਵੇਂ ਗੁਰੂ ਸਮੇਂ ਅੰਮ੍ਰਿਤਸਰ ਵਿੱਚ ਸਿੱਖ ਇਤਿਹਾਸ ਦੀ ਪਹਿਲੀ ਜੰਗ ਵਿੱਚ ਸ਼ਹੀਦ ਹੋਏ ਸਨ। ਗੁਰੂ ਸਾਹਿਬ ਦੀ ਫ਼ੌਜ ਵਿੱਚ ਸਾਰੇ ਵਰਗਾਂ ਦੇ ਲੋਕ ਸੀ —ਪੱਛੜੇ, ਉੱਚੀ ਜਾਤੀ, ਮੁਸਲਿਮ ਪਠਾਣ, ਆਦਿ। ਇਹ ਇਸ ਗੱਲ ਦੀ ਗਵਾਹੀ ਹੈ ਕਿ ਜਦੋਂ ਭੱਟ ਗੁਰਸੰਗਤ ਵਿੱਚ ਆਏ ਤਾਂ ਉਹਨਾਂ ਦੀ ਜ਼ਿੰਦਗੀ ਪੂਰੀ ਤਰ੍ਹਾਂ ਬਦਲ ਗਈ। ਭੱਟ ਤੀਜੇ ਗੁਰੂ ਅਮਰਦਾਸ ਜੀ ਦੇ ਸਮੇਂ ਤੋਂ ਜੁੜਨੇ ਸ਼ੁਰੂ ਹੋਏ ਸੀ। ਉਹਨਾਂ ਨੇ ਜਨਜਾਤੀ ਪਹਿਚਾਣ 'ਸੋਢੀ' ਜਾਂ 'ਭੱਲਾ' ਕੁਲ ਦਾ ਵਰਨਣ ਕੀਤਾ, ਵਰਣ-ਵਿਵਸਥਾ ਵਾਲੀ 'ਖੱਤਰੀ' ਪਹਿਚਾਣ ਦਾ ਨਹੀਂ। ਵਰਣ-ਆਸ਼੍ਰਮ ਦੀ ਬੇੜੀਆਂ ਤੋਂ ਮੁਕਤ ਹੋ ਕੇ, ਉਹਨਾਂ ਨੇ ਹਥਿਆਰ ਵੀ ਉਠਾਏ ਅਤੇ ਕਥਿਤ ਖੱਤਰੀ ਕਹੇ ਜਾਣ ਵਾਲੇ ਦੇ ਸਿੱਖ ਵੀ ਬਣੇ:

ਨਾਨਕਿ ਨਾਮੁ ਨਿਰੰਜਨ ਜਾਨਜਜਉ ਕੀਨੀ ਭਗਤਿ ਪ੍ਰੇਮ ਲਿਵ ਲਾਈ॥
ਤਾ ਤੇ ਅੰਗਦੁ ਅੰਗ ਸੰਗਿ ਭਯੋ ਸਾਇਰੁ ਤਿਨਿ ਸਬਦ ਸੁਰਤਿ ਕੀ ਨੀਵ ਰਖਾਈ॥
ਗੁਰ ਅਮਰਦਾਸ ਕੀ ਅਕਥ ਕਥਾ ਹੈ ਇਕ ਜੀਹ ਕਛੁ ਕਹੀ ਨ ਜਾਈ॥
ਸੋਢੀ ਸ੍ਰਿਸ੍ਟਿ ਸਕਲ ਤਾਰਣ ਕਉ ਅਬ ਗੁਰ ਰਾਮਦਾਸ ਕਉ ਮਿਲੀ ਬਡਾਈ॥

(ਗੁਰੂ ਗ੍ਰੰਥ ਸਾਹਿਬ, ਭੱਟ ਕੀਰਤ, ਅੰਗ 1406)

ਗੁਰੂ ਇਤਿਹਾਸ ਵਿੱਚ ਕੇਵਲ ਇੱਕ ਮੌਕੇ ਉੱਤੇ ਮੱਥੇ 'ਤੇ ਤਿਲਕ ਲਗਾਉਣ ਦੀ ਰੀਤ ਦਾ ਵਰਣਨ ਮਿਲਦਾ ਹੈ। ਉਹ ਹੈ ਸੰਗਤ ਦੇ ਸਾਹਮਣੇ ਗੁਰਗੱਦੀ ਦੀ ਜ਼ਿੰਮੇਵਾਰੀ ਨੂੰ ਅੱਗੇ ਵਧਾਉਣ ਦੀ ਘੋਸ਼ਣਾ ਦੇ ਤੌਰ 'ਤੇ। ਇਹਦੇ ਵਿੱਚ ਵੀ ਬ੍ਰਾਹਮਣ-ਗੁਰੂ ਨੂੰ ਦਿੱਤੀ ਚੁਨੌਤੀ ਸਮਝਣ ਵਾਲੀ ਗੱਲ ਹੈ। ਹੁਣ ਤੱਕ ਬ੍ਰਾਹਮਣ ਦੁਆਰਾ ਲਗਾਏ ਤਿਲਕ ਨੂੰ ਹੀ ਮਾਨਤਾ ਸੀ। ਜਦੋਂ ਛਤਰਪਤੀ ਸ਼ਿਵਾਜੀ ਨੇ ਖ਼ੁਦ ਨੂੰ ਰਾਜਾ ਘੋਸ਼ਿਤ ਕਰਨਾ ਚਾਹਿਆ ਤਾਂ ਬ੍ਰਾਹਮਣਾਂ ਨੇ ਤਿਲਕ ਲਗਾਉਣ ਤੋਂ ਮਨਾਂ ਕਰ ਦਿੱਤਾ ਕਿਉਂਕਿ ਉਹ ਸ਼ੂਦਰ ਸਨ। ਸ਼ਿਵਾਜੀ ਨੂੰ ਵਾਰਾਨਸੀ ਦੇ ਗਾਗਾ ਭੱਟ ਬ੍ਰਾਹਮਣ ਨੂੰ ਮੋਟੀ ਰਕਮ ਦੇ ਕੇ ਮਨਾਉਣਾ ਪਿਆ, ਜਿਹਾਨੇ ਆਪਣੇ ਪੈਰ ਦੇ ਅੰਗੂਠੇ ਨਾਲ ਉਹਨਾਂ ਦੇ ਤਿਲਕ ਲਗਾਇਆ।

ਗੁਰੂ ਨਾਨਕ ਸਾਹਿਬ ਨੇ ਜਦ ਭਾਈ ਲਹਿਣਾ ਨੂੰ ਅਗਲਾ ਗੁਰੂ ਚੁਣਿਆ, ਉਹਨਾਂ ਅੱਗੇ ਮੱਥਾ ਟੇਕਿਆ ਤੇ ਉਹਨਾਂ ਨੂੰ ਨਵਾਂ ਨਾਮ—ਗੁਰੂ ਅੰਗਦ—ਦਿੱਤਾ। ਬਾਬਾ ਬੁੱਢਾ ਜੀ, ਜੋ ਰੰਧਾਵਾ ਜੱਟ ਬਿਰਾਦਰੀ ਤੋਂ ਹੋਣ ਕਾਰਨ ਸ਼ੂਦਰ ਸਨ, ਨੂੰ ਸੰਗਤ ਦੇ ਸਾਹਮਣੇ ਗੁਰੂ ਅੰਗਦ ਜੀ ਨੂੰ ਤਿਲਕ ਲਗਾਉਣ ਦੀ ਜ਼ਿੰਮੇਵਾਰੀ ਦਿੱਤੀ। ਬਾਬਾ ਬੁੱਢਾ ਜੀ ਲਗਭਗ 124 ਸਾਲ ਦੀ ਉਮਰ ਦੇ ਹੋਏ, ਅਤੇ ਉਨ੍ਹਾਂ ਨੇ ਛੇਵੇਂ ਗੁਰੂ ਤੱਕ ਗੁਰਗੱਦੀ ਦੇਣ ਦੇ ਸਮੇਂ ਤਿਲਕ ਲਗਾਉਣ ਦੀ ਰੀਤ ਨਿਭਾਈ। ਉਨ੍ਹਾਂ ਦੇ ਬਾਅਦ ਉਨ੍ਹਾਂ ਦੀ ਸੰਤਾਨ ਅਗਲੇ ਗੁਰੂ ਨੂੰ ਤਿਲਕ ਲਗਾਉਂਦੀ ਰਹੀ।

ਇੱਕ ਪਾਸੇ ਬ੍ਰਾਹਮਣ ਭੱਟ ਆਪਣੇ ਤੋਂ ਨੀਵੀਂ ਜਾਤੀ ਨੂੰ ਗੁਰੂ ਲਿਖ ਰਹੇ ਹਨ, ਉੱਥੇ ਦੂਜੇ ਪਾਸੇ ਸ਼ੂਦਰ ਆਪਣੇ ਤੋਂ ਉੱਚੀ ਕੁਲ ਨੂੰ ਗੁਰਗੱਦੀ ਦੀ ਜ਼ਿੰਮੇਵਾਰੀ ਦੇਣ ਲਈ ਤਿਲਕ ਲਗਾ ਰਹੇ ਹਨ। ਇਸਨੇ ਬ੍ਰਾਹਮਣਵਾਦ ਦੇ ਉੱਚ-ਨੀਚ ਦੇ ਮੱਕੜ ਜਾਲ ਨੂੰ ਹੀ ਉਥਲ-ਪੁਥਲ ਕਰ ਦਿੱਤਾ।

ਗੁਰੂਆਂ ਨੇ ਆਪਣੇ ਲਈ ਗੁਰੂ ਗ੍ਰੰਥ ਸਾਹਿਬ ਵਿੱਚ 'ਮਹਲਾ' ਸ਼ਬਦਾਵਲੀ ਦੀ ਵਰਤੋਂ ਕੀਤੀ ਹੈ, ਗੁਰੂ ਨਹੀਂ। ਮਹਲਾ ਦਾ ਅਰਥ ਸਰੀਰ-ਰੂਪੀ ਮਹਿਲ ਜਾਂ ਪਤੀ-ਪਰਮੇਸ਼ਵਰ ਦੀ ਜੀਵ-ਰੂਪੀ ਇਸਤਰੀ ਹੁੰਦਾ ਹੈ। ਮਹਲਾ ੧ ਦਾ ਮਤਲਬ ਹੈ ਕਿ ਇਹ ਸ਼ਬਦ ਪਹਿਲੇ ਗੁਰੂ ਨਾਨਕ ਸਾਹਿਬ ਜੀ ਦਾ ਹੈ, ਮਹਲਾ ੨ ਦੂਜੇ ਗੁਰੂ ਅੰਗਦ ਸਾਹਿਬ ਜੀ ਲਈ ਹੈ, ਆਦਿ। ਹਰ ਸ਼ਬਦ ਦੇ ਆਰੰਭ ਵਿੱਚ 'ਮਹਲਾ' ਅਤੇ ਗੁਰਗੱਦੀ ਦਾ ਅੰਕ ਲਿਖਿਆ ਹੈ। ਗੁਰੂ ਗ੍ਰੰਥ ਸਾਹਿਬ ਵਿੱਚ ਛੇ ਗੁਰੂ ਸਾਹਿਬਾਨਾਂ ਦੀ ਬਾਣੀ ਹੈ- ਮਹਲਾ ੧, ਮਹਲਾ ੨, ਮਹਲਾ ੩, ਮਹਲਾ ੪, ਮਹਲਾ ੫ ਅਤੇ ਮਹਲਾ ੯। ਮਹਲਾ ੯ (ਨੌਵੇਂ ਗੁਰੂ ਤੇਗ ਬਹਾਦਰ ਜੀ) ਦੀ ਬਾਣੀ ਨੂੰ ਦਸਵੇਂ ਗੁਰੂ ਗੋਬਿੰਦ ਸਿੰਘ ਜੀ ਨੇ ਆਦਿ ਗ੍ਰੰਥ ਵਿੱਚ ਸ਼ਾਮਲ ਕਰਕੇ ਗ੍ਰੰਥ ਸਾਹਿਬ ਨੂੰ ਅਧਿਕਾਰਤ ਤੌਰ 'ਤੇ ਗੁਰੂ ਦੀ ਪਦਵੀ ਦਿੱਤੀ। ਸ਼ਬਦ ਦੇ ਛੰਦਾਂ ਵਿੱਚ ਸਾਰੇ ਛੇ ਗੁਰੂਆਂ ਨੇ ਕੇਵਲ 'ਨਾਨਕ' ਪਦ ਦਾ ਹੀ ਇਸਤੇਮਾਲ ਕੀਤਾ ਹੈ ਜੋ ਇਹ ਦਰਸਾਉਂਦਾ ਹੈ ਕਿ ਕਾਇਆ (ਸਰੀਰ) ਭਾਵੇਂ ਬਦਲੇ ਹੋਣ, ਜੋਤ-ਰੂਪੀ ਵਿਚਾਰਧਾਰਾ ਗੁਰੂ ਨਾਨਕ ਜੀ ਦੀ ਹੀ ਹੈ:

ਜੋਤਿ ਓਹਾ ਜੁਗਤਿ ਸਾਇ ਸਹਿ ਕਾਇਆ ਫੇਰਿ ਪਲਟੀਐ॥

(ਗੁਰੂ ਗ੍ਰੰਥ ਸਾਹਿਬ, ਰਾਇ ਬਲਵੰਡਿ ਅਤੇ ਸੱਤਾ, ਅੰਗ 966)

ਗੁਰਬਾਨੀ ਵਿੱਚ ਭਗਤ ਅਤੇ ਸੰਤ ਸਮਾਨਾਰਥਕ ਭਾਵ ਵਿਚ ਆਉਂਦੇ ਹਨ। ਗੁਰੂ ਅਤੇ ਸੰਤ ਅਕਾਲ ਪੁਰਖ ਨੂੰ ਸੰਬੋਧਨ ਕਰਨ ਲਈ ਵੀ ਆਉਂਦਾ ਹੈ। ਇਸੇ ਕਾਰਨ ਪਰਮਾਤਮਾ ਦੇ ਹੁਕਮ ਵਿੱਚ ਚਲਣ ਵਾਲੇ ਨੂੰ ਸੰਤ ਪੁਰਸ਼ ਜਾਂ ਭਗਤ ਕਹਿੰਦੇ ਹਨ। ਭਗਤ ਨਾਨਕ ਕਹਿਣ ਵਿੱਚ ਕੋਈ ਪਰੇਸ਼ਾਨੀ ਨਹੀਂ ਹੈ। ਗੁਰੂ ਰਵਿਦਾਸ ਜਾਂ ਗੁਰੂ ਕਬੀਰ ਬੋਲਣ ਵਿੱਚ ਵੀ ਕਿਸੇ ਨੂੰ ਕੋਈ ਸਮੱਸਿਆ ਨਹੀਂ ਹੈ। ਸਿੱਖ ਅਕਸਰ ਇਹਨਾਂ ਨੂੰ ਗੁਰੂ ਵੀ ਕਹਿੰਦੇ ਹਨ, ਪਰ ਪ੍ਰਚਲਿਤ ਉਹੀ ਹੈ ਜੋ ਗੁਰੂ ਗ੍ਰੰਥ ਸਾਹਿਬ ਜੀ ਵਿੱਚ ਲਿਖਿਆ ਹੈ—ਭਗਤ, ਸ਼ੇਖ, ਭੱਟ। ਪਰ ਸੰਤ-ਪੁਰਸ਼ਾਂ ਨੂੰ ਭਗਤ ਕਹਿਣ 'ਤੇ ਕੁਝ ਦਲਿਤ ਚਿੰਤਕ ਸਿੱਖਾਂ ਦਾ ਵਿਰੋਧ ਕਰਦੇ ਹਨ, ਅਤੇ ਦਲਿਤ ਸਮਾਜ (ਖ਼ਾਸ ਤੌਰ 'ਤੇ ਰਵਿਦਾਸ ਸਮਾਜ) ਨੂੰ ਸਿੱਖਾਂ ਦੇ ਵਿਰੁੱਧ ਭੜਕਾਉਂਦੇ ਹਨ। ਇਤਿਹਾਸ ਪ੍ਰਤੀ ਨਾਸਮਝੀ ਤੋਂ ਨਿਕਲਿਆ ਸੰਸਾ ਸਮਾਜ ਵਿੱਚ ਫੁੱਟ ਦਾ ਕਾਰਨ ਬਣਦਾ ਹੈ। ਸਿੱਖਾਂ ਦੀ ਭਗਤ ਪਦਵੀ ਦੇ ਪ੍ਰਤੀ ਅਸੀਮ ਆਸਥਾ ਹੈ ਜਿਸ ਦੀ ਮਹਿਮਾ ਉਹ ਰੋਜ਼ਾਨਾ ਗੁਰੂ ਗ੍ਰੰਥ ਸਾਹਿਬ ਜੀ ਦੇ ਪਾਠ, ਕਥਾ ਅਤੇ ਕੀਰਤਨ ਦੁਆਰਾ ਕਰਦੇ ਹਨ:

ਭਗਤਾ ਕੀ ਚਾਲ ਨਿਰਾਲੀ॥

ਚਾਲਾ ਨਿਰਾਲੀ ਭਗਤਾਹ ਕੇਰੀ ਬਿਖਮ ਮਾਰਗਿ ਚਲਣਾ॥

ਲਬੁ ਲੋਭੁ ਅਹੰਕਾਰੁ ਤਜਿ ਤ੍ਰਿਸਨਾ ਬਹੁਤੁ ਨਾਹੀ ਬੋਲਣਾ॥

ਖੰਨਿਅਹੁ ਤਿਖੀ ਵਾਲਹੁ ਨਿਕੀ ਏਤੁ ਮਾਰਗਿ ਜਾਣਾ॥

ਗੁਰ ਪਰਸਾਦੀ ਜਿਨੀ ਆਪੁ ਤਜਿਆ ਹਰਿ ਵਾਸਨਾ ਸਮਾਣੀ॥

ਕਹੈ ਨਾਨਕੁ ਚਾਲ ਭਗਤਾ ਜੁਗਹੁ ਜੁਗੁ ਨਿਰਾਲੀ॥

(ਗੁਰੂ ਗ੍ਰੰਥ ਸਾਹਿਬ, ਮਹਲਾ ੩ ਅੰਗ 918)

ਆਧੁਨਿਕ ਇਤਿਹਾਸਕਾਰਾਂ ਨੇ 'ਭਗਤੀ ਲਹਿਰ' ਦਾ ਨਾਮ ਦੇ ਕੇ 'ਬਿਖਮ ਮਾਰਗ' ਉੱਤੇ ਚਲਣ ਵਾਲੇ ਇਨਕਲਾਬੀਆਂ ਨੂੰ ਬ੍ਰਹਮਣਵਾਦੀ ਭਗਤੀ ਦੀ ਛਾਪ ਦੇ ਕੇ ਗੁੰਮਰਾਹ ਕੀਤਾ ਹੈ। ਗੁਰਬਾਨੀ ਦਾ ਭਗਤ ਇਤਿਹਾਸਕਾਰਾਂ ਦੇ ਭਗਤ ਵਰਗਾ ਨਹੀਂ ਹੈ। ਗੁਰੂਕੁਲ ਵਿੱਚ ਪੜ੍ਹਾਈ ਜਾਣ ਵਾਲੀ ਬ੍ਰਹਮਣਵਾਦੀ ਵਿਚਾਰਧਾਰਾ ਦੇ ਅਨੁਸਾਰ ਤਾਂ 'ਗੁਰੂ' ਵੀ ਜਾਤ-ਪਾਤੀ ਸੰਕੀਰਣ ਅਰਥ ਵਿੱਚ ਹੀ ਲਿਆ ਜਾਂਦਾ ਸੀ। ਤਾਂ ਕੀ 'ਗੁਰੂ' ਸ਼ਬਦ ਨੂੰ ਵੀ ਨਕਾਰ ਦਈਏ? ਗੁਰੂ ਅਤੇ ਭਗਤ ਸ਼ਬਦ ਦੀ ਮਹਿਮਾ ਨੂੰ ਗੁਰਬਾਨੀ ਅਤੇ ਸਿੱਖੀ ਨੇ ਹੀ ਬਚਾ ਕੇ ਰੱਖਿਆ ਹੈ। ਜੋ ਲੋਕ ਰਵਿਦਾਸ ਸਮਾਜ ਨੂੰ ਸਿੱਖੀ ਨਾਲ ਜੁੜ ਕੇ ਬ੍ਰਹਮਣਵਾਦੀ ਤੰਤਰ ਤੋਂ ਆਜ਼ਾਦ ਹੁੰਦਾ ਨਹੀਂ ਦੇਖਣਾ ਚਾਹੁੰਦੇ, ਉਹ ਹੀ ਭਗਤ ਬਨਾਮ ਗੁਰੂ ਦੀ ਬੇਬੁਨਿਆਦ ਬਹਿਸ ਵਿੱਚ ਉਲਝਾਉਂਦੇ ਹਨ। ਜੇਕਰ ਸਿੱਖੀ ਨੇ 'ਗੁਰੂ' ਪਦਵੀ ਦੀ ਵਡਿਆਈ ਨੂੰ ਬਰਕਰਾਰ ਨਾ ਰੱਖਿਆ ਹੁੰਦਾ ਤਾਂ ਕੀ ਫਿਰ ਵੀ ਇਹ ਲੋਕ ਸੰਤ ਪੁਰਸ਼ਾਂ ਦੇ ਨਾਮ ਨਾਲ ਗੁਰੂ ਲਗਾਉਣ ਵਿੱਚ ਮਾਣ ਮਹਿਸੂਸ ਕਰਦੇ? ਜਾਂ ਫਿਰ ਇਤਿਹਾਸਕਾਰਾਂ ਦੁਆਰਾ ਦਿੱਤਾ ਗਿਆ ਏਕਲਵਯ ਦਾ ਅੰਗੂਠਾ ਕੱਟਣ ਵਾਲੀ 'ਗੁਰੂ-ਸ਼ਿਸ਼ਯ ਪਰੰਪਰਾ' ਦੇ ਵਰਣਨ ਨਾਲ ਗੁਰੂ ਪਦਵੀ ਨੂੰ ਵੀ ਨਕਾਰ ਦਿੰਦੇ?

ਇਹ ਪੈਰੋਕਾਰਾਂ ਦੀ ਅਗਿਆਨਤਾ ਹੈ ਜੋ ਆਪਣੇ ਰਹਿਬਰਾਂ ਦੇ ਉਪਦੇਸ਼ ਨੂੰ ਸਮਝਣ ਦੀ ਬਜਾਏ ਰਸਤਾ ਭਟਕਾਉਣ ਵਾਲਿਆਂ ਵੱਲੋਂ ਦਿੱਤੇ ਵਰਣਨ ਤੋਂ ਵਧੇਰੇ ਪ੍ਰਭਾਵਿਤ ਹਨ। ਇਹ ਅਗਿਆਨਤਾ ਸੰਤਾਂ ਦੀ ਬਾਣੀ ਦੀ

ਵਿਚਾਰ ਨੂੰ ਭੁੱਲਣ ਦੇ ਕਾਰਨ ਹੈ। ਸ਼ਬਦ-ਵਿਚਾਰ ਤੋਂ ਪਤਾ ਚੱਲੇਗਾ ਕਿ ਸਾਰੇ ਸੰਤਾਂ ਨੇ ਖੁਦ ਹੀ ਆਪਣੇ ਲਈ 'ਪਰਮਾਤਮਾ ਦੇ ਭਗਤ' ਹੋਣ ਨੂੰ ਬੜੇ ਮਾਣ ਨਾਲ ਲਿਖਿਆ ਹੈ:

ਪੰਡਿਤ ਸੂਰ ਛਤ੍ਰਪਤਿ ਰਾਜਾ ਭਗਤ ਬਰਾਬਰਿ ਅਉਰੁ ਨ ਕੋਇ॥
ਜੈਸੇ ਪੁਰੈਨ ਪਾਤ ਰਹੈ ਜਲ ਸਮੀਪ ਭਨਿ ਰਵਿਦਾਸ ਜਨਮੇ ਜਗਿ ਓਇ॥

(ਗੁਰੂ ਗ੍ਰੰਥ ਸਾਹਿਬ, ਭਗਤ ਰਵਿਦਾਸ, ਅੰਗ 858)

ਕਬੀਰ, ਬਾਮਨੁ ਗੁਰੂ ਹੈ ਜਗਤ ਕਾ ਭਗਤਨ ਕਾ ਗੁਰੁ ਨਾਹਿ॥
ਅਰਝਿ ਉਰਝਿ ਕੈ ਪਚਿ ਮੂਆ ਚਾਰਉ ਬੇਦਹੁ ਮਾਹਿ॥

(ਗੁਰੂ ਗ੍ਰੰਥ ਸਾਹਿਬ, ਭਗਤ ਕਬੀਰ, ਅੰਗ 1377)

ਨਾਨਕ ਭਗਤਾ ਸਦਾ ਵਿਗਾਸੁ॥ ਸੁਣਿਐ ਦੂਖ ਪਾਪ ਕਾ ਨਾਸੁ॥

(ਗੁਰੂ ਗ੍ਰੰਥ ਸਾਹਿਬ, ਮਹਲਾ ੧, ਅੰਗ 2)

ਜਿਸ ਤਰ੍ਹਾਂ 'ਗੁਰੂ' ਸ਼ਬਦ ਦੀ ਮਹਿਮਾ ਨੂੰ ਸਵੀਕਾਰ ਕੀਤਾ ਗਿਆ ਹੈ, ਜ਼ਰੂਰਤ ਹੈ ਕਿ 'ਭਗਤ' ਨੂੰ ਵੀ ਨਕਾਰਿਆ ਨਾ ਜਾਵੇ, ਸਗੋਂ ਸਵੀਕਾਰ ਕੀਤਾ ਜਾਵੇ, ਅਤੇ ਗੁਰੂ ਗ੍ਰੰਥ ਸਾਹਿਬ ਜੀ ਤੋਂ ਸੇਧ ਲਈਏ।

ਜੀਵਨ ਮੁਕਤਿ ਕਹਾਵੈ

ਗੁਰੂ ਗ੍ਰੰਥ ਸਾਹਿਬ ਦੇ ਪਹਿਲੇ ਪਾਠ ਨੂੰ ਮੂਲ ਮੰਤਰ ਕਹਿੰਦੇ ਹਨ ਕਿਉਂਕਿ ਇਹ ਗੁਰਬਾਣੀ ਅਤੇ ਸਿੱਖੀ ਦੀ ਵਿਚਰਧਾਰਾ ਦਾ ਮੂਲ ਹੈ। ਇਸ ਪਹਿਲੇ ਪਾਠ ਵਿੱਚ ਏਕੰਕਾਰ ਨੂੰ 'ਕਰਤਾਪੁਰਖ' ਕਿਹਾ ਗਿਆ ਹੈ। ਕਰਤਾਪੁਰਖ ਦਾ ਭਾਵ ਹੈ: ਉਤਪੱਤੀ, ਵਿਨਾਸ਼, ਅਤੇ ਪਾਲਣਾ ਕਰਨ ਵਾਲਾ ਇੱਕ ਹੀ ਹੈ, ਅਤੇ ਉਹ ਆਪਣੀ ਸਿਰਜਨਾ ਵਿੱਚ ਸਮਾਇਆ ਹੋਇਆ ਹੈ।

> ਤੂੰ ਘਟ ਘਟ ਅੰਤਰਿ ਸਰਬ ਨਿਰੰਤਰਿ ਜੀ ਹਰਿ ਏਕੋ ਪੁਰਖੁ ਸਮਾਣਾ॥
>
> *(ਗੁਰੂ ਗ੍ਰੰਥ ਸਾਹਿਬ, ਮਹਲਾ ੪, ਅੰਗ 11)*

ਕਰਤਾਪੁਰਖ ਹੋਣ ਦੇ ਨਾਲ-ਨਾਲ ਉਹ 'ਨਿਰਵੈਰ' ਵੀ ਹੈ। ਨਿਰਵੈਰ ਤੋਂ ਭਾਵ ਹੈ: ਉਸਦਾ ਕਿਸੇ ਨਾਲ ਕੋਈ ਵੀ ਵੈਰ ਨਹੀਂ, ਉਸਦੇ ਨਿਯਮ ਜਾਂ ਹੁਕਮ ਸਾਰਿਆਂ ਲਈ ਇੱਕ ਸਮਾਨ ਹਨ। ਉਹ ਆਦਮੀ, ਔਰਤ, ਹਿੰਦੂ, ਮੁਸਲਿਮ, ਸਿੱਖ, ਆਸਤਿਕ, ਨਾਸਤਿਕ, ਪਾਪੀ, ਪੁੰਨੀ ਸਾਰਿਆਂ ਲਈ ਨਿਰਵੈਰ ਹੈ।

ਗੁਰਬਾਣੀ ਗੁਣ-ਔਗੁਣ ਦੀ ਪਰਖ ਦੇ ਆਧਾਰ 'ਤੇ ਸੰਗਤ ਚੁਣਨ ਦਾ ਨਿਰਦੇਸ਼ ਦਿੰਦੀ ਹੈ। ਮਜ਼ਹਬ, ਜਾਤੀ, ਰੰਗ, ਲਿੰਗ ਜਾਂ ਨਸਲ ਦੇ ਆਧਾਰ 'ਤੇ ਨਹੀਂ:

> ਗੁਣੀ ਗੁਣੀ ਮਿਲਿ ਲਾਹਾ ਪਾਵਸਿ ਗੁਰਮੁਖਿ ਨਾਮਿ ਵਡਾਈ॥
>
> *(ਗੁਰੂ ਗ੍ਰੰਥ ਸਾਹਿਬ, ਮਹਲਾ ੧, ਅੰਗ 1127)*

ਅਰਥ: ਗੁਣਵਾਨ ਦੂਜੇ ਗੁਣਵਾਨ ਨੂੰ ਮਿਲ ਕੇ ਲਾਭ ਕਮਾਉਂਦਾ ਹੈ, ਗੁਰੂ ਦੇ ਉਪਦੇਸ਼ ਨਾਲ ਨਾਮ ਦੀ ਮਹਿਮਾ ਜਾਣਦਾ ਹੈ।

> ਹਰਿ ਕੇ ਦਾਸ ਸਿਉ ਸਾਕਤ ਨਹੀ ਸੰਗੁ॥ ਓਹੁ ਬਿਖਈ ਓਸੁ ਰਾਮ ਕੋ ਰੰਗੁ॥
>
> *(ਗੁਰੂ ਗ੍ਰੰਥ ਸਾਹਿਬ, ਮਹਲਾ ੫, ਅੰਗ 198)*

ਅਰਥ: ਪ੍ਰਭੂ ਦੇ ਭਗਤ ਦਾ ਮਾਇਆ-ਗ੍ਰਸਤ ਮਨੁੱਖ ਨਾਲ ਸੰਬੰਧ ਨਹੀਂ ਬਣਾ ਸਕਦਾ। (ਕਿਉਂਕਿ) ਸਾਕਤ ਵਿਕਾਰਾਂ ਨਾਲ ਪਿਆਰ ਕਰਦਾ ਹੈ, ਜਦੋਂ ਕਿ ਭਗਤ ਨੂੰ ਪਰਮਾਤਮਾ (ਦੇ ਗੁਣਾਂ) ਦਾ ਰੰਗ ਚੜ੍ਹਿਆ ਹੁੰਦਾ ਹੈ।

ਕਰਤਾਪੁਰਖ ਅਤੇ ਨਿਰਵੈਰ ਦੀ ਵਿਚਰਧਾਰਾ ਸਿੱਖੀ ਨੂੰ ਇਸਲਾਮ ਅਤੇ ਈਸਾਈ ਵਿਚਰਧਾਰਾ ਤੋਂ ਵੀ ਵੱਖਰਾ ਕਰ ਦਿੰਦੀ ਹੈ।

ਇਸਲਾਮਿਕ ਮੱਤ ਵਿੱਚ ਅੱਲਾ ਸਿਰਜਨਹਾਰ ਤਾਂ ਹੈ, ਪਰ ਆਪਣੀ ਸਿਰਜਨਾ ਤੋਂ ਅਲੱਗ ਹੈ। ਇਸੇ ਕਾਰਨ ਇਸਲਾਮਿਕ ਜਗਤ ਵਿੱਚ ਗੈਰ-ਮੁਸਲਿਮ ਜਾਂ 'ਕਾਫਿਰਾਂ' ਦੇ ਲਈ ਨਿਰਵੈਰਤਾ ਦੀ ਘਾਟ ਹੈ। ਜਿੱਥੇ ਕਾਫਿਰ ਦੀ ਪਛਾਣ ਅਨੈਤਿਕਤਾ ਤੇ ਨਾ ਹੋ ਕੇ ਗੈਰ-ਮੁਸਲਿਮ ਹੋਣ ਨਾਲ ਕੀਤੀ ਜਾਵੇ, ਉੱਥੇ ਨਿਰਵੈਰਤਾ ਦਾ ਈਸ਼ਵਰੀ ਗੁਣ ਵਿਕਸਿਤ ਨਹੀਂ ਹੋ ਸਕਦਾ।

ਅਸੀਂ ਕਾਫਿਰਾਂ ਦੇ ਦਿਲਾਂ ਵਿੱਚ ਦਹਿਸ਼ਤ (ਰੋਹਬ) ਪਾਵਾਂਗੇ (ਕਿਉਂਕਿ) ਜੋ ਕੁਝ ਉਨ੍ਹਾਂ ਨੇ ਅੱਲਾ ਦੇ ਨਾਲ ਜੋੜਿਆ ਹੈ ਉਸ (ਬੁੱਤਪ੍ਰਸਤੀ) ਦੇ ਲਈ ਉਸ (ਅੱਲਾ) ਨੇ (ਕੋਈ) ਅਧਿਕਾਰ ਨਹੀਂ ਭੇਜਿਆ ਅਤੇ ਉਨ੍ਹਾਂ ਦੀ ਪਨਾਹਗਾਹ (ਦੋਜਖ ਦੀ) ਅੱਗ ਹੋਵੇਗੀ, ਅਤੇ ਦੁਸ਼ਟਾਂ ਦਾ ਠਿਕਾਣਾ ਘਿਨਾਉਨਾ ਹੈ। (ਕੁਰਾਨ, ਸੂਰਤ 03 ਆਲਿ ਇਮਰਾਨ 151)

ਤਾਂ ਜਦੋਂ ਤੁਸੀਂ ਕਾਫਿਰਾਂ ਨਾਲ (ਜੰਗ ਵਿੱਚ) ਭਿੜੋ, ਤਾਂ (ਉਹਨਾਂ ਦੀਆਂ) ਗਰਦਨਾਂ 'ਤੇ ਮਾਰੋ ਜਦੋਂ ਤੱਕ ਕਿ ਤੁਸੀਂ ਉਹਨਾਂ ਨੂੰ ਜਖਮਾਂ ਨਾਲ ਚੂਰ ਨਾ ਕਰ ਦਿਓ, ਫਿਰ ਉਹਨਾਂ ਨੂੰ ਬੰਦੀ ਬਣਾ ਲਓ, ਉਸਦੇ ਬਾਅਦ ਵਿੱਚ ਜਾਂ ਤਾਂ ਅਹਿਸਾਨ ਰੱਖ (ਕੇ ਛੱਡ ਦਿਓ) ਜਾਂ ਮੁਆਵਜਾ ਲੈ ਕੇ, ਜਦੋਂ ਤੱਕ ਜੰਗ (ਦੇ ਹਥਿਆਰ) ਖਤਮ ਨਾ ਹੋ ਜਾਣ। ਇਹ (ਆਦੇਸ਼) ਹੈ। ਅਤੇ ਜੇਕਰ ਅੱਲਾ ਚਾਹੁੰਦਾ ਤਾਂ (ਖੁਦ) ਉਨ੍ਹਾਂ ਤੋਂ ਬਦਲਾ ਲੈਂਦਾ, ਪਰ ਉਸਨੇ ਚਾਹਿਆ ਕਿ ਤੁਹਾਡੀ ਅਜ਼ਮਾਇਸ਼ ਦੂਜਿਆਂ ਨਾਲ (ਲੜਾ ਕੇ) ਕਰੇ। ਅਤੇ ਜੋ ਲੋਕ ਅੱਲਾ ਦੀ ਰਾਹ 'ਤੇ ਮਾਰ ਦਿੱਤੇ ਗਏ ਉਨ੍ਹਾਂ ਦੀਆਂ ਕਾਰਗੁਜ਼ਾਰੀਆਂ ਨੂੰ ਖੁਦਾ ਹਰਗਿਜ਼ ਵਿਅਰਥ ਨਾ ਜਾਣ ਦੇਵੇਗਾ। (ਕੁਰਾਨ, ਸੂਰਤ 47 ਮੁਹੰਮਦ 4)

ਉਦਾਰਵਾਦੀ ਇਸਲਾਮਿਕ ਵਿਦਵਾਨ ਇਹਨਾਂ ਆਇਤਾਂ ਨੂੰ ਇਤਿਹਾਸ ਵਿੱਚ ਹੋਈ ਜੰਗ ਦੇ ਸੰਦਰਭ ਵਿੱਚ ਅਰਥ ਕਰਨ ਦੀ ਨਸੀਹਤ ਦਿੰਦੇ ਹਨ। ਉਨ੍ਹਾਂ ਦੀ ਦਲੀਲ ਇਹ ਹੈ ਕਿ ਇਹ ਆਇਤਾਂ ਕੇਵਲ ਜੰਗ ਦੇ ਹਾਲਤ ਵਿੱਚ ਸਨ। ਪਰ ਇਹ ਕਹਿ ਕੇ ਉਹ ਖੁਦ ਕੁਰਾਨ ਨੂੰ ਵਰਤਮਾਨ ਲਈ ਬੇ-ਮਤਲਬ ਬਣਾ ਰਹੇ ਹਨ। ਇਸ ਤਰਕ ਦੇ ਬਾਅਦ ਸਭ ਤੋਂ ਵੱਡਾ ਸਵਾਲ ਖੜਾ ਹੋ ਜਾਵੇਗਾ ਕਿ ਕੁਰਾਨ ਦਾ ਕਿੰਨਾ ਹਿੱਸਾ ਵਰਤਮਾਨ ਸਮੇਂ 'ਚ ਲਾਗੂ ਨਹੀਂ ਹੁੰਦਾ? ਉੱਥੇ ਦੂਜਾ ਸਭ ਤੋਂ ਵੱਡਾ ਸਵਾਲ ਇਹ ਹੈ ਕਿ ਚਾਹੇ ਜੰਗ ਦੇ ਹਾਲਤ ਵਿੱਚ ਹੀ ਸਹੀ, ਪਰ ਮਜ਼ਹਬ ਦੇ ਆਧਾਰ 'ਤੇ ਦੂਜਿਆਂ ਦੀ ਵੱਖਰੀ ਪਛਾਣ ਤਾਂ ਬਣਾ ਦਿੱਤੀ ਗਈ, ਤਾਂ ਹੀ ਕਾਫਿਰ ਕਿਹਾ ਹੈ।

ਗੁਰਬਾਣੀ ਵੀ 'ਸਾਕਤ' ਜਾਂ 'ਮਨਮੁਖ' ਦੀ ਬੁਰੀ ਸੰਗਤ ਤੋਂ ਦੂਰ ਰਹਿਣ ਦਾ ਉਪਦੇਸ਼ ਦਿੰਦੀ ਹੈ, ਪਰ ਇਹ ਪਰਖ ਗੁਣਾਂ ਦੇ ਆਧਾਰ 'ਤੇ ਹੈ, ਮਜ਼ਹਬ, ਨਸਲ, ਜਾਤੀ ਦੇ ਆਧਾਰ 'ਤੇ ਨਹੀਂ।

ਬਾਈਬਲ ਦੇ ਅਨੁਸਾਰ ਪਰਮੇਸ਼ਵਰ (ਯਹੋਵਾ) ਤਾਂ ਖੁਦ ਹੀ ਸਾਰੇ ਪ੍ਰਾਣੀਆਂ ਦਾ ਕਾਤਿਲ ਹੈ। ਮਨੁੱਖ-ਜਾਤੀ ਨੇ ਪਾਪ ਕੀਤਾ ਹੋਵੇ, ਗੱਲ ਸਮਝ ਵਿੱਚ ਆ ਸਕਦੀ ਹੈ, ਪਰ ਜਾਨਵਰ, ਪੰਛੀ, ਜੀਵ-ਜੰਤੂ, ਬਨਸਪਤੀ ਆਦਿ ਨੇ ਅਜਿਹਾ ਕਿਹੜਾ ਪਾਪ ਕੀਤਾ ਹੋਵੇਗਾ?:

ਇਸ ਲਈ ਯਹੋਵਾ ਨੇ ਕਿਹਾ, "ਮੈਂ ਆਪਣੀ ਬਣਾਈ ਧਰਤੀ ਦੇ ਸਾਰੇ ਲੋਕਾਂ ਨੂੰ ਖਤਮ ਕਰ ਦੇਵਾਂਗਾ। ਮੈਂ ਹਰ ਇੱਕ ਵਿਅਕਤੀ, ਜਾਨਵਰ, ਅਤੇ ਧਰਤੀ ਉੱਤੇ ਰੇਂਗਣ ਵਾਲੇ ਹਰ ਇੱਕ ਜੀਵ-ਜੰਤੂ ਨੂੰ ਖਤਮ ਕਰਾਂਗਾ। ਮੈਂ ਆਕਾਸ਼ ਦੇ ਪੰਛੀਆਂ ਨੂੰ ਵੀ ਖਤਮ ਕਰਾਂਗਾ। ਕਿਉਂ? ਕਿਉਂਕਿ ਮੈਂ ਇਸ ਗੱਲ ਤੋ ਦੁਖੀ ਹਾਂ ਕਿ ਮੈਂ ਇਨ੍ਹਾਂ ਸਾਰੀਆਂ ਚੀਜ਼ਾਂ ਨੂੰ ਬਣਾਇਆ।"

ਪਰ ਧਰਤੀ 'ਤੇ ਯਹੋਵਾ ਨੂੰ ਖੁਸ਼ ਕਰਨ ਵਾਲਾ ਇੱਕ ਵਿਅਕਤੀ ਸੀ—ਨੂਹ।

(ਬਾਈਬਲ ਉਤਪੱਤੀ 6:7-8)

ਇਸ ਲਈ ਪਰਮੇਸ਼ਵਰ ਨੇ ਨੂਹ ਨੂੰ ਕਿਹਾ, "ਸਾਰੇ ਲੋਕਾਂ ਨੇ ਧਰਤੀ ਨੂੰ ਕ੍ਰੋਧ ਅਤੇ ਹਿੰਸਾ ਨਾਲ ਭਰ ਦਿੱਤਾ ਹੈ। ਇਸ ਲਈ ਮੈਂ ਸਾਰੇ ਜੀਵਿਤ ਪ੍ਰਾਣੀਆਂ ਨੂੰ ਤਬਾਹ ਕਰਾਂਗਾ। ਮੈਂ ਉਹਨਾਂ ਨੂੰ ਧਰਤੀ ਤੋ ਹਟਾਉਂਗਾ।

(ਬਾਈਬਲ, ਉਤਪੱਤੀ 6:13)

ਧਰਤੀ ਦੇ ਸਾਰੇ ਜੀਵ ਮਾਰੇ ਗਏ। ਹਰ ਇੱਕ ਔਰਤ ਅਤੇ ਮਰਦ ਮਰ ਗਏ। ਸਾਰੇ ਪੰਛੀ ਅਤੇ ਸਭ ਤਰ੍ਹਾਂ ਦੇ ਜਾਨਵਰ ਮਰ ਗਏ।

ਇਸ ਤਰ੍ਹਾਂ ਪਰਮਾਤਮਾ ਨੇ ਧਰਤੀ ਦੇ ਸਾਰੇ ਜੀਵਤ ਹਰ ਇੱਕ ਮਨੁੱਖ, ਹਰ ਇੱਕ ਜਾਨਵਰ, ਹਰ ਇੱਕ ਰੇਂਗਣ ਵਾਲੇ ਜੀਵ ਅਤੇ ਹਰ ਇੱਕ ਪੰਛੀ ਨੂੰ ਤਬਾਹ ਕਰ ਦਿੱਤਾ। ਉਹ ਸਾਰੇ ਧਰਤੀ ਤੋ ਖਤਮ ਹੋ ਗਏ। ਕੇਵਲ ਨੂਹ, ਉਸਦੇ ਨਾਲ ਜਹਾਜ਼ ਵਿੱਚ ਚੜ੍ਹੇ ਲੋਕ ਅਤੇ ਜਾਨਵਰਾਂ ਦਾ ਜੀਵਨ ਬਚਿਆ ਰਿਹਾ।

ਅਤੇ ਜਲ ਇਕ ਸੌ ਪੰਜਾਹ ਦਿਨ ਤਕ ਧਰਤੀ ਨੂੰ ਡੁਬੋਈ ਰੱਖਿਆ॥

(ਬਾਈਬਲ, ਉਤਪੱਤੀ 7: 21-24)

ਪ੍ਰਭੁ ਨੇ ਆਕਾਸ਼ ਤੋ ਸਦੋਮ ਅਤੇ ਗਮੋਰਾ ਨਗਰਾਂ ਵਿੱਚ ਗੰਧਕ ਅਤੇ ਅੱਗ ਦੀ ਵਰਖਾ ਕੀਤੀ।

ਉਸ ਨੇ ਉਨ੍ਹਾਂ ਨਗਰਾਂ ਅਤੇ ਸਾਰੀ ਘਾਟੀ ਨੂੰ, ਸਾਰੇ ਨਗਰ ਨਿਵਾਸੀਆਂ ਨੂੰ, ਅਤੇ ਜ਼ਮੀਨ 'ਤੇ ਉੱਗਣ ਵਾਲੇ ਪੇੜ-ਪੌਦਿਆਂ ਨੂੰ ਨਸ਼ਟ ਕਰ ਦਿੱਤਾ।

ਲੂਟ ਦੀ ਪਤਨੀ ਉਸਦੇ ਪਿੱਛੇ ਸੀ। ਉਸ ਨੇ ਮੁੜ ਕੇ ਪਿੱਛੇ ਦੇਖਿਆ, ਅਤੇ ਉਹ ਨਮਕ ਦਾ ਖੰਭਾ ਬਣ ਗਈ!

(ਬਾਈਬਲ, ਉਤਪੱਤੀ 19: 24-26)

ਇਸ ਸਭ ਦੇ ਠੀਕ ਉਲਟ ਪ੍ਰਭੂ ਦਾ ਨਿਰਵੈਰ ਹੋਣਾ ਸਿੱਖੀ ਦਾ ਮੂਲ ਸਿਧਾਂਤ ਹੈ। ਏਕੰਕਾਰ ਨਾ ਕੇਵਲ ਸਾਡੀ ਧਰਤੀ ਦੇ ਜੀਵਾਂ ਅਤੇ ਬਨਸਪਤੀ ਦੀ ਦੇਖਭਾਲ ਕਰਦਾ ਹੈ, ਬਲਕਿ ਕਈ ਖੰਡ-ਬ੍ਰਹਿਮੰਡ ਸਾਰਿਆਂ ਦੀ ਬਰਾਬਰ ਸੰਭਾਲ ਕਰਨ ਦੀ ਚਿੰਤਾ (ਜ਼ਿੰਮੇਦਾਰੀ) ਉਸੇ ਦੀ ਹੈ:

ਪੁਰਖਾਂ ਬਿਰਖਾਂ ਤੀਰਥਾਂ ਤਟਾਂ ਮੇਘਾਂ ਖੇਤਾਂਹ॥
ਦੀਪਾਂ ਲੋਆਂ ਮੰਡਲਾਂ ਖੰਡਾਂ ਵਰਭੰਡਾਂਹ॥
ਅੰਡਜ ਜੇਰਜ ਉਤਭੁਜਾਂ ਖਾਣੀ ਸੇਤਜਾਂਹ॥
ਸੋ ਮਿਤਿ ਜਾਣੈ ਨਾਨਕਾ ਸਰਾਂ ਮੇਰਾਂ ਜੰਤਾਹ॥
ਨਾਨਕ ਜੰਤ ਉਪਾਇ ਕੈ ਸੰਮਾਲੇ ਸਭਨਾਹ॥
ਜਿਨਿ ਕਰਤੈ ਕਰਣਾ ਕੀਆ ਚਿੰਤਾ ਭਿ ਕਰਣੀ ਤਾਹ॥
ਸੋ ਕਰਤਾ ਚਿੰਤਾ ਕਰੇ ਜਿਨਿ ਉਪਾਇਆ ਜਗੁ॥
ਤਿਸੁ ਜੋਹਾਰੀ ਸੁਅਸਤਿ ਤਿਸੁ ਤਿਸੁ ਦੀਬਾਣੁ ਅਭਗੁ॥
ਨਾਨਕ ਸਚੇ ਨਾਮ ਬਿਨੁ ਕਿਆ ਟਿਕਾ ਕਿਆ ਤਗੁ॥

(ਗੁਰੂ ਗ੍ਰੰਥ ਸਾਹਿਬ, ਮਹਲਾ ੧, ਅੰਗ 467)

ਨਿਰਵੈਰਤਾ ਤੋਂ ਇਹ ਭਾਵ ਨਹੀਂ ਲੈਣਾ ਕਿ ਚੰਗੇ-ਬੁਰੇ ਕਰਮਾਂ ਦਾ ਨਤੀਜਾ ਇੱਕ ਹੋਵੇਗਾ। ਨਹੀਂ। ਕਰਮਾਂ ਦੇ ਅਨੁਸਾਰ ਫਲ ਵੈਰ ਨਹੀਂ, ਸਗੋਂ ਅਕਾਲ ਪੁਰਖ ਦਾ ਅਟੱਲ ਹੁਕਮ ਹੈ। ਕਿਉਂਕਿ ਅਕਾਲ ਪੁਰਖ ਜਿੱਥੇ ਨਿਰਵੈਰ ਹੈ, ਉੱਥੇ 'ਨਿਰਭਉ' ਵੀ ਹੈ—ਉਸਨੂੰ ਕਿਸੇ ਦਾ ਡਰ ਨਹੀਂ।

ਜਿਵੇਂ ਖਿੜੇ ਹੋਏ ਫੁੱਲਾਂ ਵਿੱਚ ਸੁਗੰਧ ਕਰਤਾਰ ਦੇ ਹੁਕਮ ਵਿੱਚ ਹੈ, ਆਪਣੀ ਮੂਲ ਟਾਹਣੀ ਤੋਂ ਟੁੱਟ ਕੇ ਸੜ ਰਹੇ ਫੁੱਲਾਂ ਦੀ ਦੁਰਗੰਧ ਵੀ ਹੁਕਮ ਵਿੱਚ ਹੀ ਹੈ। ਦੋਹਾਂ ਸਥਿਤੀਆਂ ਵਿੱਚ ਕਰਤਾਪੁਰਖ ਹੁਕਮ ਬਣ ਕੇ ਸਮਾਇਆ ਹੋਇਆ ਹੈ। ਮਨੁੱਖ ਦੇ ਕਰਮਾਂ ਦਾ ਅਸਰ ਨਾ ਕੇਵਲ ਉਸਦੇ ਨਿੱਜੀ ਜੀਵਨ ਬਲਕਿ ਸਮਾਜ ਉੱਤੇ ਵੀ ਪੈਂਦਾ ਹੈ। ਈਸ਼ਵਰ ਦੇ ਹੁਕਮ ਨੂੰ ਸਮਝ ਕੇ ਕੀਤੇ ਗਏ ਕਰਮ ਮਾਨਵ ਸੱਭਿਅਤਾ ਦੇ ਵਿਕਾਸ ਵੱਲ ਲੈ ਜਾਂਦੇ ਹਨ। ਅਤੇ ਹੁਕਮ ਦੀ ਨਾਸਮਝੀ ਵਿੱਚ ਕੀਤੇ ਕਰਮਾਂ ਨਾਲ ਸਮਾਜ ਦਾ ਰਸਾਤਲ ਵੱਲ ਜਾਣਾ ਸੁਭਾਵਿਕ ਹੈ।

ਆਪੇ ਬੀਜਿ ਆਪੇ ਹੀ ਖਾਹੁ॥ ਨਾਨਕ ਹੁਕਮੀ ਆਵਹੁ ਜਾਹੁ॥

(ਗੁਰੂ ਗ੍ਰੰਥ ਸਾਹਿਬ, ਮਹਲਾ ੧, ਅੰਗ 4)

ਜੇਹਾ ਬੀਜੈ ਸੋ ਲੁਣੈ ਕਰਮਾ ਸੰਦੜਾ ਖੇਤੁ॥

(ਗੁਰੂ ਗ੍ਰੰਥ ਸਾਹਿਬ, ਮਹਲਾ ੫, ਅੰਗ 134)

ਸਿੱਖਾਂ ਦੀਆਂ ਸਾਰੀਆਂ ਰੀਤਾਂ, ਮਾਨਤਾਵਾਂ ਅਤੇ ਸੰਸਥਾਵਾਂ ਕਰਤਾਪੁਰਖ ਦੀ ਨਿਰਵੈਰ ਅਤੇ ਨਿਰਭਉ ਦੀ ਅਧਿਆਤਮਿਕ ਵਿਚਾਰਧਾਰਾ ਦੀ ਨੀਂਹ 'ਤੇ ਖੜ੍ਹੀਆਂ ਹਨ। ਨਿਰਭਉ ਅਤੇ ਨਿਰਵੈਰ ਦੇ ਗੁਣਾਂ ਨੂੰ ਧਾਰਨ ਕਰਨਾ ਹੀ ਮਨੁੱਖੀ ਜੀਵਨ ਦਾ ਉਦੇਸ਼ ਹੈ ਅਤੇ ਇਸ ਪਰਮ ਅਵਸਥਾ ਦੀ ਪ੍ਰਾਪਤੀ ਨੂੰ ਹੀ ਜੀਵਨ-ਮੁਕਤ ਕਹਿੰਦੇ ਹਨ।

ਜਾ ਕੈ ਮਨਿ ਬਸਿਆ ਨਿਰੰਕਾਰੁ॥ ਬੰਧਨ ਤੋਰਿ ਭਏ ਨਿਰਵੈਰ॥

(ਗੁਰੂ ਗ੍ਰੰਥ ਸਾਹਿਬ, ਮਹਲਾ ੫, ਅੰਗ 292)

ਨਿਰਭਉ ਜਪੈ ਸਗਲ ਭਉ ਮਿਟੈ॥ ਪ੍ਰਭ ਕਿਰਪਾ ਤੇ ਪ੍ਰਾਣੀ ਛੁਟੈ॥

(ਗੁਰੂ ਗ੍ਰੰਥ ਸਾਹਿਬ, ਮਹਲਾ ੫, ਅੰਗ 293)

ਜਦੋਂ ਮਨੁੱਖ ਰੱਬੀ ਗੁਣਾਂ ਨੂੰ ਧਾਰ ਕੇ ਖੁਸ਼ੀ-ਗਮੀ ਵਿੱਚ ਵਿਚਲਿਤ ਨਹੀਂ ਹੁੰਦਾ ਅਤੇ ਦੁਸ਼ਮਣ-ਮਿੱਤਰ ਦੋਹਾਂ ਵਿੱਚ ਕਰਤਾਰ ਦੇ ਹੁਕਮ ਦੀ ਸਮਾਨਤਾ ਨੂੰ ਸਮਝ ਲੈਂਦਾ ਹੈ, ਇਹੀ ਉਸ ਦੀ ਮੁਕਤੀ ਦੀ ਪਛਾਣ ਹੈ। ਨਿਰਵੈਰ ਵਿਅਕਤੀ ਕਿਸੇ ਨੂੰ ਡਰਾਉਂਦਾ ਨਹੀਂ ਅਤੇ ਨਿਰਭਉ ਹੋਣ ਕਾਰਨ ਕਿਸੇ ਦਾ ਡਰ ਸਵੀਕਾਰ ਨਹੀਂ ਕਰਦਾ। ਅਜਿਹੇ ਵਿਅਕਤੀ ਨੂੰ ਹੀ ਗਿਆਨਵਾਨ ਕਿਹਾ ਜਾ ਸਕਦਾ ਹੈ:

ਹਰਖੁ ਸੋਗੁ ਜਾ ਕੈ ਨਹੀ ਬੈਰੀ ਮੀਤ ਸਮਾਨਿ॥
ਕਹੁ ਨਾਨਕ ਸੁਨਿ ਰੇ ਮਨਾ ਮੁਕਤਿ ਤਾਹਿ ਤੈ ਜਾਨਿ॥੧੫॥

ਭੈ ਕਾਹੂ ਕਉ ਦੇਤ ਨਹਿ ਨਹਿ ਭੈ ਮਾਨਤ ਆਨ॥
ਕਹੁ ਨਾਨਕ ਸੁਨਿ ਰੇ ਮਨਾ ਗਿਆਨੀ ਤਾਹਿ ਬਖਾਨਿ॥੧੬॥

(ਗੁਰੂ ਗ੍ਰੰਥ ਸਾਹਿਬ, ਮਹਲਾ ੯, ਅੰਗ 1427)

ਜਦੋਂ ਮਨੁੱਖ ਦੇ 'ਸਗਲ ਭਉ' ਮਿਟ ਜਾਂਦੇ ਹਨ, ਤਾਂ ਉਸਦਾ ਮੌਤ ਦਾ ਡਰ ਵੀ ਮੁੱਕ ਜਾਂਦਾ ਹੈ। ਜੇਕਰ ਮੌਤ ਦਾ ਡਰ ਹੀ ਖਤਮ ਹੋ ਜਾਵੇ, ਤਾਂ ਮੌਤ ਤੋਂ ਬਾਅਦ ਪੁਜਾਰੀ ਦੁਆਰਾ ਬਣਾਏ ਗਏ ਕਾਲਪਨਿਕ ਨਰਕ ਦੇ ਡਰ ਜਾਂ ਸਵਰਗ ਦੀ ਤਾਂਘ ਨੂੰ ਉਹ ਪੂਰੀ ਤਰ੍ਹਾਂ ਰੱਦ ਕਰ ਦਿੰਦਾ ਹੈ:

ਨਾਨਕ ਜਰਾ ਮਰਣ ਭੈ ਨਰਕ ਨਿਵਾਰੈ ਪੁਨੀਤ ਕਰੈ ਤਿਸੁ ਜੰਤੈ॥

(ਗੁਰੂ ਗ੍ਰੰਥ ਸਾਹਿਬ, ਮਹਲਾ ੫, ਅੰਗ 249)

ਕਵਨ ਨਰਕ ਕਿਆ ਸੁਰਗੁ ਬਿਚਾਰਾ ਸੰਤਨ ਦੋਊ ਰਾਦੇ॥

(ਗੁਰੂ ਗ੍ਰੰਥ ਸਾਹਿਬ, ਭਗਤ ਕਬੀਰ, ਅੰਗ 969)

ਸੁਰਗ ਬਾਸੁ ਨ ਬਾਛੀਐ ਡਰੀਐ ਨ ਨਰਕਿ ਨਿਵਾਸੁ॥
ਹੋਨਾ ਹੈ ਸੋ ਹੋਈ ਹੈ ਮਨਹਿ ਨ ਕੀਜੈ ਆਸ॥

(ਗੁਰੂ ਗ੍ਰੰਥ ਸਾਹਿਬ, ਭਗਤ ਕਬੀਰ, ਅੰਗ 337)

ਗੁਰੂ ਨਾਨਕ ਜੀ ਵਿਅੰਗਮਈ ਢੰਗ ਨਾਲ ਪੁਜਾਰੀ ਨੂੰ ਸਵਾਲ ਪੁੱਛਦੇ ਹਨ ਕਿ ਜੇਕਰ ਤੈਨੂੰ ਲੱਗਦਾ ਹੈ ਕਿ ਆਮ-ਲੋਕ (ਮਾਸ ਖਾਣ ਕਾਰਨ) ਨਰਕਾਂ ਵਿੱਚ ਜਾਣਗੇ ਤਾਂ ਤੁਸੀਂ ਉਨ੍ਹਾਂ ਦੇ ਘਰੋਂ ਦਾਨ ਹੀ ਕਿਉਂ ਲੈਂਦੇ ਹੋ? ਇਹ ਤਾਂ ਧੱਕੇਸ਼ਾਹੀ ਵਾਲੀ ਗੱਲ ਹੋਈ ਕਿ ਦਾਨ ਦੇਣ ਵਾਲਾ ਨਰਕ ਵਿੱਚ ਜਾਵੇ ਪਰ ਲੈਣ ਵਾਲਾ ਸਵਰਗ ਵਿੱਚ। ਹੇ ਪੰਡਿਤ! ਤੂੰ ਬਹੁਤ ਚਲਾਕ ਹੈਂ, ਤੈਨੂੰ ਖ਼ੁਦ ਸਮਝ ਨਹੀਂ, ਪਰ ਤੂੰ ਲੋਕਾਂ ਦੇ ਸਾਹਮਣੇ ਸਿਆਣਾ ਬਣਿਆ ਫਿਰਦਾ ਹੈਂ:

ਜੇ ਓਇ ਦਿਸਹਿ ਨਰਕਿ ਜਾਂਦੇ ਤਾਂ ਉਨ ਕਾ ਦਾਨੁ ਨ ਲੈਣਾ॥
ਦੇਂਦਾ ਨਰਕਿ ਸੁਰਗਿ ਲੈਦੇ ਦੇਖਹੁ ਏਹੁ ਧਿਙਾਣਾ॥
ਆਪਿ ਨ ਬੁਝੈ ਲੋਕ ਬੁਝਾਏ ਪਾਂਡੇ ਖਰਾ ਸਿਆਣਾ॥

(ਗੁਰੂ ਗ੍ਰੰਥ ਸਾਹਿਬ, ਮਹਲਾ ੧, ਅੰਗ 1290)

ਨਿਰਵੈਰ ਅਤੇ ਨਿਰਭਉ ਦੇ ਅਧਿਆਤਮਿਕ ਗੁਣਾਂ ਦਾ ਧਾਰਨੀ ਹੀ ਹਉਮੈ ਅਤੇ ਮੋਹ ਤੋਂ ਬਚ ਸਕਦਾ ਹੈ। ਭੌਤਿਕ ਜੀਵਨ ਵਿੱਚ ਰਹਿੰਦਿਆਂ ਵਿਕਾਰਾਂ ਤੋਂ ਮੁਕਤੀ ਨੂੰ ਹੀ ਜੀਵਨ ਮੁਕਤ ਕਹਿੰਦੇ ਹਨ:

ਮਾਨ ਮੋਹ ਦੋਨੋ ਕਉ ਪਰਹਰਿ ਗੋਬਿੰਦ ਕੇ ਗੁਨ ਗਾਵੈ॥
ਕਹੁ ਨਾਨਕ ਇਹ ਬਿਧਿ ਕੋ ਪ੍ਰਾਨੀ ਜੀਵਨ ਮੁਕਤਿ ਕਹਾਵੈ॥

(ਗੁਰੂ ਗ੍ਰੰਥ ਸਾਹਿਬ, ਮਹਲਾ ੯, ਅੰਗ 831)

ਗੁਰ ਪਰਸਾਦੀ ਹਉਮੈ ਛੁਟੈ ਜੀਵਨ ਮੁਕਤੁ ਸੋ ਹੋਇ॥

(ਗੁਰੂ ਗ੍ਰੰਥ ਸਾਹਿਬ, ਮਹਲਾ 3, ਅੰਗ 948)

ਜੀਵਨ ਮੁਕਤੁ ਸੋ ਆਖੀਐ ਜਿਸੁ ਵਿਚਹੁ ਹਉਮੈ ਜਾਇ॥

(ਗੁਰੂ ਗ੍ਰੰਥ ਸਾਹਿਬ, ਮਹਲਾ ੧, ਅੰਗ 1009)

ਵਿਕਾਰਾਂ ਤੋਂ ਮੁਕਤੀ ਦਾ ਮਤਲਬ ਸੰਸਾਰ ਦਾ ਤਿਆਗ ਬਿਲਕੁਲ ਨਹੀਂ ਹੈ। ਗੁਰਮਤ ਸੰਸਾਰ ਵਿੱਚ ਰਹਿੰਦੇ ਹੋਏ ਅਤੇ ਜ਼ਿੰਮੇਵਾਰੀਆਂ ਨੂੰ ਨਿਭਾਉਂਦੇ ਹੋਏ ਵਿਕਾਰਾਂ ਤੋਂ ਮੁਕਤੀ ਦੀ ਗੱਲ ਕਰਦੀ ਹੈ। ਹੱਥਾਂ-ਪੈਰਾਂ ਨਾਲ ਸਾਰਾ ਕੰਮ-ਕਾਜ ਕਰਨਾ ਹੈ, ਅਤੇ ਆਪਣਾ ਮਨ ਮਾਇਆ-ਰਹਿਤ ਪਰਮਾਤਮਾ ਨਾਲ ਜੋੜਨਾ ਹੈ। ਸਤਿਗੁਰੁ ਇਹੀ ਜੁਗਤ ਸਿਖਾਉਂਦੇ ਹਨ ਕਿ ਹੱਸਦੇ-ਖੇਡਦੇ, ਖਾਂਦੇ-ਪਹਿਨਦੇ (ਦੁਨੀਆਂ ਦੇ ਸਾਰੇ ਕੰਮ ਕਰਦੇ) ਹੋਏ ਵੀ ਵਿਕਾਰਾਂ ਤੋਂ ਮੁਕਤ ਰਹਿ ਸਕਦੇ ਹਨ:

ਹਾਥ ਪਾਉ ਕਰਿ ਕਾਮੁ ਸਭੁ ਚੀਤੁ ਨਿਰੰਜਨ ਨਾਲਿ॥

(ਗੁਰੂ ਗ੍ਰੰਥ ਸਾਹਿਬ, ਭਗਤ ਕਬੀਰ, ਅੰਗ 1376)

ਨਾਨਕ ਸਤਿਗੁਰਿ ਭੇਟਿਐ ਪੂਰੀ ਹੋਵੈ ਜੁਗਤਿ॥
ਹਸੰਦਿਆ ਖੇਲੰਦਿਆ ਪੈਨੰਦਿਆ ਖਾਵੰਦਿਆ ਵਿਚੇ ਹੋਵੈ ਮੁਕਤਿ॥

(ਗੁਰੂ ਗ੍ਰੰਥ ਸਾਹਿਬ, ਮਹਲਾ ੫, ਅੰਗ 522)

ਸਿੱਖੀ ਵਿੱਚ ਪਾਪ-ਪੁੰਨ ਦਾ ਵਿਚਾਰ ਸਵਰਗ-ਨਰਕ ਦੀ ਮਿਥਿਆ ਉੱਤੇ ਆਧਾਰਿਤ ਨਹੀਂ ਹੈ। ਗੁਰਬਾਣੀ ਵੀ ਪਾਪ ਤੋਂ ਰੋਕਦੀ ਹੈ, ਪਰ ਪਾਪ ਦੀ ਪਰਿਭਾਸ਼ਾ ਮਨੁੱਖੀ ਸੱਭਿਅਤਾ ਦੇ ਕਲਿਆਣ ਦੀ ਸਾਰਥਕਤਾ 'ਤੇ ਟਿਕੀ ਹੈ। ਬ੍ਰਾਹਮਣੀ ਮੱਤ ਗਾਂ ਦੇ ਮਾਸ ਖਾਣ ਨੂੰ ਪਾਪ ਸਮਝਦਾ ਹੈ ਤਾਂ ਮੁਸਲਮਾਨ ਸੂਰ ਦੇ ਮਾਸ ਨੂੰ ਹਰਾਮ ਸਮਝਦਾ ਹੈ। ਗੁਰੂ ਨਾਨਕ ਪਰਾਇਆ ਹੱਕ ਮਾਰਨ ਵਾਲੇ ਨੂੰ ਪਾਪੀ ਮੰਨਦੇ ਹਨ। ਮਨੁੱਖ ਦੁਆਰਾ ਕੁਦਰਤੀ ਸਰੋਤਾਂ ਉੱਤੇ ਹੱਕ ਜਮਾਉਣਾ, ਰਾਜਾ ਦੁਆਰਾ ਪ੍ਰਜਾ ਦਾ ਹੱਕ ਮਾਰਨਾ, ਮਰਦ ਦਾ ਔਰਤ ਨੂੰ ਆਪਣਾ ਹੱਕ ਸਮਝਣਾ, ਜਾਂ ਉੱਚੀ-ਜਾਤੀ ਦਾ ਦਲਿਤਾਂ ਨੂੰ ਹੱਕਾਂ ਤੋਂ ਵਾਂਝੇ ਰੱਖਣਾ, ਇਹ ਪਾਪ ਹੈ। ਇਹ ਸੂਰ ਅਤੇ ਗਾਂ ਦਾ ਮਾਸ ਖਾਣ ਦੇ ਬਰਾਬਰ ਹੈ:

ਹਕੁ ਪਰਾਇਆ ਨਾਨਕਾ ਉਸੁ ਸੂਅਰ ਉਸੁ ਗਾਇ॥

(ਗੁਰੂ ਗ੍ਰੰਥ ਸਾਹਿਬ, ਮਹਲਾ ੧, ਅੰਗ 141)

ਗੁਰਬਾਣੀ ਇਸੇ ਜੀਵਨ ਵਿੱਚ ਪ੍ਰਾਪਤੀ ਦੀ ਗੱਲ ਕਰਦੀ ਹੈ। ਜੀਵਨ-ਮੁਕਤ ਦੀ ਸੰਕਲਪਨਾ ਮੌਤ ਤੋਂ ਬਾਅਦ ਮਿਲਣ ਵਾਲੇ ਸਵਰਗ, ਨਰਕ, ਕਿਆਮਤ ਅਤੇ ਪੁਨਰ-ਜਨਮ ਦੇ ਠੀਕ ਉਲਟ ਹੈ। ਗੁਰਬਾਣੀ ਮੌਤ ਤੋਂ ਬਾਅਦ ਕਿਸੇ ਪੁਨਰ-ਜਨਮ ਨੂੰ ਨਹੀਂ ਮੰਨਦੀ। ਪਰ ਇਹ ਸੱਚ ਹੈ ਕਿ ਬਹੁਤ ਸਾਰੇ ਸਿੱਖ ਪੁਨਰ-ਜਨਮ ਵਿੱਚ ਵਿਸ਼ਵਾਸ ਰੱਖਦੇ ਹਨ। ਇਸ ਵਿਗਾੜ ਦੇ ਇਤਿਹਾਸਕ ਕਾਰਨ ਹਨ ਜੋ ਅਗਲੇ ਅਧਿਆਇ 'ਜਾਲਉ ਐਸੀ ਰੀਤ' ਵਿੱਚ ਸਮਝਾਇਆ ਗਿਆ ਹੈ।।

ਕਹਾਣੀਆਂ ਨੂੰ ਆਧਾਰ ਮੰਨ ਕੇ ਗੁਰਬਾਣੀ ਦੀ ਵਿਆਖਿਆ ਕਰਨ ਵਿੱਚ ਬ੍ਰਾਹਮਣੀ ਰੰਗਤ ਆ ਜਾਣੀ ਸੁਭਾਵਿਕ ਹੈ। ਜਦੋਂ ਕਿ ਕਹਾਣੀਆਂ ਦਾ ਵਿਸ਼ਲੇਸ਼ਣ ਗੁਰਬਾਣੀ ਦੇ ਮਾਪਦੰਡ ਨਾਲ ਕੀਤਾ ਜਾਣਾ ਚਾਹੀਦਾ ਹੈ। ਕਹਾਣੀ ਕਈ ਪੱਖਪਾਤਾਂ ਦੇ ਆਧਾਰ 'ਤੇ ਕਹਾਣੀਕਾਰ ਨੇ ਲਿਖੀ ਹੈ, ਜਦੋਂ ਕਿ ਗੁਰਬਾਣੀ ਨਿਰੋਲ ਏਕੰਕਾਰ ਦੀ ਵਿਚਾਰ 'ਤੇ ਆਧਾਰਿਤ ਗੁਰੂ ਨੇ ਲਿਖੀ ਹੈ। ਜਾਗਰੂਕ ਸਿੱਖ ਲਈ ਗੁਰਬਾਣੀ ਨੂੰ ਸਮਝਣ ਲਈ ਕਹਾਣੀ ਆਧਾਰ ਨਹੀਂ ਹੈ, ਸਗੋਂ ਗੁਰਬਾਣੀ ਆਧਾਰ ਹੈ ਕਹਾਣੀ-ਨੁਮਾ ਇਤਿਹਾਸ ਨੂੰ ਪਰਖਣ ਲਈ। ਗੁਰਬਾਣੀ ਦੇ ਭਾਵ-ਅਰਥ ਗੁਰਬਾਣੀ ਦੇ ਅੰਦਰੋਂ ਹੀ ਮਿਲਦੇ ਹਨ, ਵਿਚਾਰ ਦੀ ਸਮਰੱਥਾ ਨੂੰ ਵਿਕਸਿਤ ਕਰਨ ਦੀ ਚਾਹ ਹੋਣੀ ਚਾਹੀਦੀ ਹੈ।

ਗੁਰਬਾਣੀ ਵਿੱਚ ਬ੍ਰਾਹਮਣੀ ਮੱਤ ਨਾਲ ਸੰਬੰਧਿਤ ਸ਼ਬਦ, ਜਿਵੇਂ— ਸਵਰਗ, ਨਰਕ, ਜਨਮ-ਮਰਨ, ਚੌਰਾਸੀ ਲੱਖ ਜੂਨ, ਧਰਮਰਾਜ, ਆਦਿ, ਆਉਂਦੇ ਹਨ। ਪਰ ਇਹਨਾਂ ਦਾ ਵਰਣਨ ਜਾਂ ਤਾਂ ਨਵੇਂ ਅਰਥਾਂ ਵਿੱਚ ਆਇਆ ਹੈ;

ਜਾਂ ਕੇਵਲ ਹਵਾਲੇ ਲਈ; ਜਾਂ ਫਿਰ ਇਨ੍ਹਾਂ ਨੂੰ ਸਿਰੇ ਤੋਂ ਨਕਾਰਨ ਲਈ। ਜਿਵੇਂ ਕਿ ਕੁਝ ਸ਼ਬਦਾਂ ਦੇ ਉਦਾਹਰਨ ਅਸੀਂ ਉੱਪਰ ਪੜ੍ਹੇ, ਜਿਹਨਾਂ ਵਿੱਚ ਸਵਰਗ ਨਰਕ ਦਾ ਕਥਨ ਹੈ। ਜੇਕਰ ਕੋਈ ਇਹ ਕਹੇ ਕਿ ਇਸ ਤੋਂ ਸਾਬਤ ਹੁੰਦਾ ਹੈ ਕਿ ਗੁਰਬਾਣੀ ਇਹਨਾਂ ਦੀ ਮੌਜੂਦਗੀ ਨੂੰ ਸਵੀਕਾਰਦੀ ਹੈ, ਤਾਂ ਇਹ ਸ਼ਬਦ-ਵਿਚਾਰ ਦੇ ਪ੍ਰਤੀ ਅਵੇਸਲਾ ਦ੍ਰਿਸ਼ਟੀਕੋਣ ਦਰਸਾਉਂਦਾ ਹੈ।

ਸਨਾਤਨੀ ਪ੍ਰਚਾਰ ਤੋਂ ਪ੍ਰਭਾਵਿਤ ਲੋਕ ਅਕਸਰ ਕਹਿੰਦੇ ਹਨ ਕਿ ਗੁਰਬਾਣੀ ਵਿੱਚ 'ਰਾਮ' ਨਾਮ ਆਉਂਦਾ ਹੈ ਜਿਸਦਾ ਅਰਥ ਹੈ ਕਿ ਗੁਰੂ ਸਾਹਿਬ ਅਤੇ ਭਗਤ ਸਾਹਿਬ ਅਯੁੱਧਿਆ ਦੇ ਰਾਜਾ ਰਾਮ ਚੰਦਰ ਦੇ ਉਪਾਸ਼ਕ ਸਨ। ਇੱਕ ਗੱਲ ਦਾ ਜ਼ਰੂਰ ਧਿਆਨ ਰੱਖਿਆ ਜਾਵੇ, ਰਾਮ ਦਾ ਨਾਮ ਵਾਲਮੀਕਿ ਰਾਮਾਇਣ ਤੋਂ ਵੀ ਪਹਿਲਾਂ ਲੋਕਾਂ ਦੀ ਜ਼ੁਬਾਨ 'ਤੇ ਪ੍ਰਭੂ ਲਈ ਸੀ। ਪਹਿਲਾਂ ਤੋਂ ਪ੍ਰਚੱਲਿਤ ਨਾਮ ਦੇ ਉੱਪਰ ਹੀ ਦਸ਼ਰਥ ਦੇ ਪੁੱਤਰ ਦਾ ਨਾਮ 'ਰਾਮ' ਰੱਖਿਆ ਗਿਆ। 'ਰਾਮ' ਨਾਮ ਵਾਲਮੀਕਿ ਰਾਮਾਇਣ ਦਾ ਕਾਪੀਰਾਈਟ ਨਹੀਂ ਹੈ। ਜਦੋਂ ਕਿ ਅਯੁੱਧਿਆ ਦੇ ਰਾਜਾ ਰਾਮਚੰਦਰ ਤੁਲਸੀਦਾਸ ਦੁਆਰਾ ਰਚਿਤ ਰਾਮਚਰਿਤਮਾਨਸ (ਸੰਨ 1574) ਤੋਂ ਬਾਅਦ ਭਗਵਾਨ ਦੇ ਰੂਪ ਵਿੱਚ ਵਧੇਰੇ ਪ੍ਰਚੱਲਿਤ ਹੋਏ। ਇਹ ਅਕਬਰ ਦਾ ਰਾਜ ਕਾਲ ਸੀ ਅਤੇ ਸਿੱਖਾਂ ਦੇ ਚੌਥੇ ਗੁਰੂ ਰਾਮਦਾਸ ਜੀ ਦਾ ਸਮਾਂ ਸੀ। ਇਸ ਲਈ ਗੁਰੂ ਗ੍ਰੰਥ ਸਾਹਿਬ ਜੀ ਵਿੱਚ ਨਿਰੰਕਾਰ ਪ੍ਰਭੂ ਲਈ ਆਏ 'ਰਾਮ' ਨਾਮ ਨੂੰ ਦਸ਼ਰਥ ਦੇ ਪੁੱਤਰ ਰਾਮ ਨਾਲ ਜੋੜਨਾ ਅਗਿਆਨਤਾ ਦਾ ਸਿਖ਼ਰ ਹੈ। ਗੁਰੂ ਗ੍ਰੰਥ ਸਾਹਿਬ ਵਿੱਚ ਰਾਮ-ਰਾਵਣ ਦੀ ਕਹਾਣੀ ਦਾ ਜ਼ਿਕਰ ਜ਼ਰੂਰ ਹੈ, ਜਿਸ ਵਿੱਚ ਰਾਮਚੰਦਰ ਨੂੰ ਵਿਕਾਰਾਂ ਦੇ ਅਧੀਨ ਅਤੇ ਨਾਸ਼ਵਾਨ ਕਿਹਾ ਗਿਆ ਹੈ:

ਰੋਵੈ ਰਾਮੁ ਨਿਕਾਲਾ ਭਇਆ॥ ਸੀਤਾ ਲਖਮਣੁ ਵਿਛੁੜਿ ਗਇਆ॥

(ਗੁਰੂ ਗ੍ਰੰਥ ਸਾਹਿਬ, ਮਹਲਾ ੧, ਅੰਗ 954)

ਰਾਮੁ ਗਇਓ ਰਾਵਨੁ ਗਇਓ ਜਾ ਕਉ ਬਹੁ ਪਰਵਾਰੁ॥

(ਗੁਰੂ ਗ੍ਰੰਥ ਸਾਹਿਬ, ਮਹਲਾ ੯, ਅੰਗ 1429)

ਗੁਰਬਾਣੀ ਦਾ ਰਾਮ ਘਟ-ਘਟ ਵਿੱਚ ਰਮਿਆ (ਸਮਾਇਆ) ਹੋਇਆ ਹੈ। ਪਰ ਥੋੜ੍ਹੇ ਸ਼ਬਦਾਂ ਵਿੱਚ ਸਮਝਾਉਣ ਲਈ ਇਹ ਵੀ ਕਿਹਾ ਜਾ ਸਕਦਾ ਹੈ ਕਿ ਗੁਰਬਾਣੀ ਵਿੱਚ ਤਾਂ 'ਅੱਲ੍ਹਾ' ਵੀ ਆਉਂਦਾ ਹੈ। ਗੁਰਬਾਣੀ ਵਿੱਚ ਜਿੱਥੇ ਬ੍ਰਹਮਾ, ਵਿਸ਼ਨੂੰ, ਮਹੇਸ਼, ਪਾਰਵਤੀ ਵਰਗੇ ਦੇਵੀ-ਦੇਵਤਿਆਂ ਦਾ ਜ਼ਿਕਰ ਹੈ, ਉੱਥੇ ਅਜ਼ਰਾਈਲ ਵਰਗੇ ਫ਼ਰਿਸ਼ਤੇ ਦਾ ਵੀ ਜ਼ਿਕਰ ਹੈ।

ਗੁਰਬਾਣੀ ਦੇ ਅਰਥਾਂ ਨੂੰ ਪੁਨਰ-ਜਨਮ ਨਾਲ ਜੋੜਨ ਵਾਲਿਆਂ ਲਈ ਇਹ ਤਰਕ ਵੀ ਪ੍ਰਵਾਨਯੋਗ ਹੋਣਾ ਚਾਹੀਦਾ ਹੈ ਕਿ ਗੁਰਬਾਣੀ ਵਿੱਚ ਇਸਲਾਮ ਮੱਤ ਨਾਲ ਸੰਬੰਧਿਤ ਸ਼ਬਦ ਜਿਵੇਂ ਬਹਿਸ਼ਤ, ਦੋਜ਼ਖ, ਹਦੀਸ, ਗੋਰ, ਆਦਿ ਵੀ ਆਉਂਦੇ ਹਨ, ਜਿਨ੍ਹਾਂ ਦਾ ਸੰਬੰਧ ਕਿਆਮਤ ਨਾਲ ਹੈ। ਪੁੱਛਿਆ ਜਾ ਸਕਦਾ ਹੈ ਕਿ ਕੀ ਗੁਰਬਾਣੀ ਬ੍ਰਹਮਣੀ ਪੁਨਰ-ਜਨਮ ਨੂੰ ਮੰਨਦੀ ਹੈ ਜਾਂ ਇਸਲਾਮੀ ਕਿਆਮਤ ਨੂੰ? ਯਕੀਨਨ ਦੋਨਾਂ ਨੂੰ ਨਹੀਂ:

ਹਿੰਦੂ ਤੁਰਕ ਕਹਾ ਤੇ ਆਏ ਕਿਨਿ ਏਹ ਰਾਹ ਚਲਾਈ॥

ਦਿਲ ਮਹਿ ਸੋਚਿ ਬਿਚਾਰਿ ਕਵਾਦੇ ਭਿਸਤ ਦੋਜਕ ਕਿਨਿ ਪਾਈ॥

(ਗੁਰੂ ਗ੍ਰੰਥ ਸਾਹਿਬ, ਭਗਤ ਕਬੀਰ, ਅੰਗ 477)

ਗੁਰਬਾਣੀ ਤਾਂ ਜੀਵਨ ਮੁਕਤ ਦੀ ਗੱਲ ਕਰਦੀ ਹੈ। ਮਰਨ ਤੋਂ ਬਾਅਦ ਬੰਦਾ ਕਿੱਥੇ ਜਾਂਦਾ ਹੈ? ਗੁਰਬਾਣੀ ਇਸ ਬਾਰੇ ਬਹੁਤ ਸਪੱਸ਼ਟਤਾ ਨਾਲ ਦੱਸਦੀ ਹੈ ਕਿ ਸਾਰੇ ਤੱਤ ਆਪਣੇ ਮੂਲ ਵਿੱਚ ਮਿਲ ਜਾਂਦੇ ਹਨ। ਉਸ ਤੋਂ ਬਾਅਦ ਦੀ ਕੋਈ ਖ਼ਬਰ ਨਹੀਂ ਦੱਸ ਸਕਦਾ। ਹਾਂ, ਇਹ ਜ਼ਰੂਰ ਕਿਹਾ ਜਾ ਸਕਦਾ ਹੈ ਕਿ ਇਨ੍ਹਾਂ ਤੱਤਾਂ ਦੀ ਮੌਤ ਨਹੀਂ ਹੁੰਦੀ ਸਿਰਫ ਤਬਦੀਲੀ ਹੁੰਦੀ ਹੈ- 'ਚਲਤੁ ਭਇਆ'। ਇਹ ਤਾਪਗਤੀ ਦੇ ਪਹਿਲੇ ਨਿਜਮ (First Law of Thermodynamics) ਦੀ ਹੀ ਦਾਰਸ਼ਨਿਕ ਪਰਿਭਾਸ਼ਾ ਲੱਗਦੀ ਹੈ, ਜਿਸਨੂੰ ਉਰਜਾ ਦੀ ਰੱਖ ਦੇ ਨਿਜਮ ਦੇ ਰੂਪ ਵਿੱਚ ਵੀ ਜਾਣਿਆ ਜਾਂਦਾ ਹੈ। ਇਸਦੇ ਅਨੁਸਾਰ ਉਰਜਾ ਨੂੰ ਨਾ ਤਾਂ ਬਣਾਇਆ ਜਾ ਸਕਦਾ ਹੈ ਅਤੇ ਨਾ ਹੀ ਨਸ਼ਟ ਕੀਤਾ ਜਾ ਸਕਦਾ ਹੈ, ਪਰ ਇਹ ਇੱਕ ਰੂਪ ਤੋਂ ਦੂਜੇ ਰੂਪ ਵਿੱਚ ਪਰਿਵਰਤਨ ਹੋ ਸਕਦੀ ਹੈ:

ਪਵਨੈ ਮਹਿ ਪਵਨੁ ਸਮਾਇਆ॥ ਜੋਤੀ ਮਹਿ ਜੋਤਿ ਰਲਿ ਜਾਇਆ॥

ਮਾਟੀ ਮਾਟੀ ਹੋਈ ਏਕ॥ ਰੋਵਨਹਾਰੇ ਕੀ ਕਵਨ ਟੇਕ॥੧॥

ਕਉਨੁ ਮੂਆ ਰੇ ਕਉਨੁ ਮੂਆ॥

ਬ੍ਰਹਮ ਗਿਆਨੀ ਮਿਲਿ ਕਰਹੁ ਬੀਚਾਰਾ ਇਹੁ ਤਉ ਚਲਤੁ ਭਇਆ॥੧॥ ਰਹਾਉ॥

ਅਗਲੀ ਕਿਛੁ ਖਬਰਿ ਨ ਪਾਈ॥ ਰੋਵਨਹਾਰੁ ਭਿ ਊਠਿ ਸਿਧਾਈ॥

ਭਰਮ ਮੋਹ ਕੇ ਬਾਂਧੇ ਬੰਧਾ॥ ਸੁਪਨੁ ਭਇਆ ਭਖਲਾਏ ਅੰਧਾ॥੨॥

ਇਹੁ ਤਉ ਰਚਨੁ ਰਚਿਆ ਕਰਤਾਰਿ॥ ਆਵਤ ਜਾਵਤ ਹੁਕਮਿ ਅਪਾਰਿ॥

ਨਹ ਕੋ ਮੂਆ ਨ ਮਰਣੈ ਜੋਗੁ॥ ਨਹ ਬਿਨਸੈ ਅਬਿਨਾਸੀ ਹੋਗੁ॥੩॥

ਜੋ ਇਹੁ ਜਾਣਹੁ ਸੋ ਇਹੁ ਨਾਹਿ॥ ਜਾਨਣਹਾਰੇ ਕਉ ਬਲਿ ਜਾਉ॥

ਕਹੁ ਨਾਨਕ ਗੁਰਿ ਭਰਮੁ ਚੁਕਾਇਆ॥ ਨਾ ਕੋਈ ਮਰੈ ਨ ਆਵੈ ਜਾਇਆ॥੪॥

(ਗੁਰੂ ਗ੍ਰੰਥ ਸਾਹਿਬ, ਮਹਲਾ ੫, ਅੰਗ 885)

ਅਰਥ: (ਸਰੀਰ ਦੇ) ਸੁਆਸ (ਵਾਯੂਮੰਡਲ ਦੀ) ਹਵਾ ਵਿੱਚ ਹੀ ਮਿਲ ਜਾਂਦੇ ਹਨ। (ਸਰੀਰ ਦੀ) ਉਰਜਾ (ਸਰਬ-ਵਿਆਪਕ) ਉਰਜਾ ਨਾਲ ਜਾ ਮਿਲਦੀ ਹੈ। (ਸਰੀਰ ਦੀ) ਮਿੱਟੀ (ਧਰਤੀ ਦੀ) ਮਿੱਟੀ ਨਾਲ ਮਿਲ ਜਾਂਦੀ ਹੈ। (ਮਰਿਆ ਹੋਇਆ ਸਮਝ ਕੇ) ਰੋਣ ਵਾਲੇ ਦਾ (ਭਰਮ ਵੱਸ) ਕੋਈ ਆਧਾਰ ਨਹੀਂ।1।

ਹੇ ਭਾਈ! (ਅਸਲ ਵਿੱਚ) ਕੌਣ ਮਰਦਾ ਹੈ, ਕੋਈ ਵੀ ਤਾਂ ਨਹੀਂ। ਬ੍ਰਹਮ ਦੇ ਇਸ ਗਿਆਨ ਨੂੰ ਸਮਝਣ ਵਾਲੇ ਨਾਲ ਰਲ ਕੇ ਵਿਚਾਰ ਕਰੋ, (ਇਹ ਪਤਾ ਲੱਗ ਜਾਵੇਗਾ ਕਿ) ਕੇਵਲ ਪਰਿਵਰਤਨ ਹੀ ਹੋਇਆ ਹੈ।1।ਰਹਾਉ।

ਅੱਗੇ ਦੀ ਖ਼ਬਰ ਕੋਈ ਨਹੀਂ ਦੱਸ ਸਕਦਾ। ਜੋ ਰੋ ਰਿਹਾ ਹੈ (ਆਖ਼ਰ) ਉਸ ਨੇ ਵੀ ਤਾਂ ਇਥੋਂ ਤੁਰ ਜਾਣਾ ਹੈ। (ਜੀਵਾਂ ਨੇ) ਭਰਮ ਅਤੇ ਮੋਹ ਦੇ ਬੰਧਨ ਬੰਨ੍ਹੇ ਹੋਏ ਹਨ। (ਇਹ ਜੀਵਨ) ਸੁਪਨੇ ਵਾਂਗ ਬੀਤ ਜਾਵੇਗਾ, ਮਾਇਆ ਦੇ ਮੋਹ ਵਿੱਚ ਅੰਨ੍ਹਾ ਹੋਇਆ ਜੀਵ (ਐਵੇਂ ਹੀ ਹਉਮੈ ਵਿੱਚ) ਬੁੜਬੁੜਾਉਂਦਾ ਹੈ।2।

ਇਹ ਰਚਨਾ (ਵਿਵਸਥਾ) ਕਰਤਾਰ ਨੇ ਹੀ ਰਚੀ ਹੈ। (ਜੀਵਾਂ ਦਾ) ਆਉਣਾ ਅਤੇ ਚਲੇ ਜਾਣਾ ਉਸ ਦੇ ਹੁਕਮ ਵਿੱਚ ਲਗਾਤਾਰ ਲੱਗਿਆ ਰਹਿੰਦਾ ਹੈ। ਕੋਈ ਵੀ ਮਰਦਾ ਨਹੀਂ, ਨਾ ਹੀ ਕੋਈ ਮਰਨ ਜੋਗ ਹੈ। ਨਾ ਕੁਝ ਨਾਸ਼ ਹੁੰਦਾ ਹੈ, (ਕਿਉਂਕਿ ਮੂਲ ਤੱਤ) ਅਵਿਨਾਸ਼ੀ ਹਨ।3।

ਜਿਸ ਤਰ੍ਹਾਂ ਲੋਕ ਸਮਝ ਰਹੇ ਹਨ ਅਜਿਹਾ ਨਹੀਂ ਹੈ। ਮੈਂ ਉਸ ਮਨੁੱਖ ਤੋਂ ਬਲਿਹਾਰ ਜਾਂਦਾ ਹਾਂ, ਜਿਸ ਨੇ ਅਸਲੀਅਤ ਨੂੰ ਸਮਝ ਲਿਆ ਹੈ। ਨਾਨਕ ਕਹਿੰਦਾ ਹੈ! ਗੁਰੂ ਦੇ ਗਿਆਨ ਨੇ ਭੁਲੇਖਾ ਦੂਰ ਕਰ ਦਿੱਤਾ ਹੈ। ਨਾ ਕੋਈ ਮਰਦਾ ਹੈ, ਨਾ (ਲੋਕਾਂ ਦੁਆਰਾ ਮੰਨਿਆ ਜਾਣ ਵਾਲਾ) ਜਨਮ-ਮਰਨ ਦਾ ਗੋੜ ਹੈ।4।

ਮੂਲ ਤੱਤਾਂ ਦੇ ਨਾ ਮਰਨ ਦਾ ਮਤਲਬ ਇਹ ਨਹੀਂ ਕਿ ਉਹ ਵੀ ਕਰਤਾਰ ਦੇ ਬਰਾਬਰ ਹਨ। ਇੱਕ ਤਾਂ ਇਹ ਪਰਿਵਰਤਨਸ਼ੀਲ ਹਨ, ਦੂਜਾ ਇਹਨਾਂ ਦਾ ਸਿਰਜਣਹਾਰ ਖ਼ੁਦ ਕਰਤਾਰ ਹੈ। ਗੁਰੂ ਨਾਨਕ ਕਹਿੰਦੇ ਹਨ ਕਿ ਅਕਾਲ ਪੁਰਖ ਨੇ ਬ੍ਰਹਿਮੰਡ ਦੇ ਹਰੇਕ ਭਵਨ ਵਿੱਚ ਪੰਜ ਤੱਤਾਂ ਦੇ ਭੰਡਾਰ ਰੱਖੇ ਹੋਏ ਹਨ। ਜੋ ਕੁਝ ਉਹਨਾਂ ਭੰਡਾਰਾਂ ਵਿੱਚ ਪਾਇਆ ਹੈ, ਇੱਕ ਵਾਰ ਵਿੱਚ ਹੀ ਪਾ ਦਿੱਤਾ ਹੈ। ਇਹ ਸਾਰਾ ਵਿਸਥਾਰ ਅਕਾਲ-ਪੁਰਖ ਨੇ ਆਪਣੇ ਇੱਕ ਕਵਾਉ (ਹੁਕਮ) ਨਾਲ ਕਰ ਦਿੱਤਾ। ਉਸਦੇ ਹੁਕਮ ਵਿੱਚ ਹੀ ਲੱਖਾਂ ਦਰਿਆ (ਸਿਰਜਨ ਦੀਆਂ ਅਣਗਿਣਤ ਧਾਰਾਵਾਂ ਅਤੇ ਵਿਸਤਾਰ) ਬਣੇ ਹਨ:

ਆਸਣੁ ਲੋਇ ਲੋਇ ਭੰਡਾਰ॥ ਜੋ ਕਿਛੁ ਪਾਇਆ ਸੁ ਏਕਾ ਵਾਰ॥
ਕਰਿ ਕਰਿ ਵੇਖੈ ਸਿਰਜਣਹਾਰੁ॥ ਨਾਨਕ ਸਚੇ ਕੀ ਸਾਚੀ ਕਾਰ॥

(ਗੁਰੂ ਗ੍ਰੰਥ ਸਾਹਿਬ, ਮਹਲਾ ੧, ਅੰਗ 7)

ਕੀਤਾ ਪਸਾਉ ਏਕੋ ਕਵਾਉ॥ ਤਿਸ ਤੇ ਹੋਏ ਲਖ ਦਰੀਆਉ॥

(ਗੁਰੂ ਗ੍ਰੰਥ ਸਾਹਿਬ, ਮਹਲਾ ੧, ਅੰਗ 3)

ਜਨਮ ਮਰਨ ਦਾ ਗੋੜ ਕੇਵਲ ਪਰਿਵਰਤਨ ਦੀ ਭਾਵਨਾ ਵਿੱਚ ਹੀ ਕਰਨਾ ਹੈ। ਬੇਸ਼ੱਕ ਜਨਮ-ਮਰਨ ਦਾ ਗੋੜ ਚੱਲਦਾ ਰਹਿੰਦਾ ਹੈ। ਜੀਵ ਜਨਮ ਲੈਂਦਾ ਹੈ, ਮਰ ਜਾਂਦਾ ਹੈ, ਪੰਜ ਤੱਤਾਂ ਵਿੱਚ ਖਿੰਡ ਜਾਂਦਾ ਹੈ। ਇਹ ਮਿੱਟੀ, ਹਵਾ, ਪਾਣੀ, ਅੱਗ ਅਤੇ ਊਰਜਾ ਫਿਰ ਕੋਈ ਨਵਾਂ ਆਕਾਰ ਧਾਰਨ ਕਰ ਲੈਂਦੇ ਹਨ। ਮਨੁੱਖ ਦੇ ਵਿਚਾਰ ਅਤੇ ਕਰਮ ਵੀ ਨਹੀਂ ਮਰਦੇ। ਸੱਚੇ ਵਿਚਾਰ ਆਉਣ ਵਾਲੀਆਂ ਪੀੜ੍ਹੀਆਂ ਨੂੰ ਜੀਵਨ (ਮੁਕਤੀ) ਪ੍ਰਦਾਨ ਕਰਦੇ ਹਨ, ਉੱਥੇ ਹੀ ਮਾੜੇ ਕਰਮ ਅਤੇ ਵਿਚਾਰ ਕਈ ਜਨਮਾਂ ਦੀ ਮੈਲ ਭਾਵ ਕਈ ਪੀੜ੍ਹੀਆਂ ਦੀ ਬਰਬਾਦੀ ਦਾ ਕਾਰਨ ਬਣਦੇ ਹਨ।

ਸਮਾਜਿਕ-ਰਾਜਨੀਤਕ ਅਧਾਰ 'ਤੇ ਉਦਾਹਰਣ ਵੇਖੀਏ। ਉਦਯੋਗਪਤੀਆਂ ਦੇ ਕਾਰਖਾਨਿਆਂ 'ਚੋਂ ਨਿਕਲਣ ਵਾਲਾ ਰਸਾਇਣ ਪਾਣੀ ਨੂੰ ਪ੍ਰਦੂਸ਼ਿਤ ਕਰਦਾ ਹੈ, ਜਿਸਦੇ ਨਾਲ ਕੈਂਸਰ ਵਰਗੀਆਂ ਜਾਨਲੇਵਾ ਬੀਮਾਰੀਆਂ ਫੈਲਦੀਆਂ ਹਨ। ਉੱਥੇ ਦੂਜੇ ਪਾਸੇ ਭੁੱਖ-ਮਰੀ ਦੀ ਸਥਿਤੀ ਵਿੱਚ ਮਾਂ ਆਪਣੇ ਬੱਚੇ ਨੂੰ ਉੱਚਿਤ ਪੋਸ਼ਣ ਨਹੀਂ ਦੇ ਪਾਉਂਦੀ, ਜਿਸ ਨਾਲ ਨਵਜਾਤ ਵੱਖ-ਵੱਖ ਸਰੀਰਕ ਅਤੇ ਮਾਨਸਿਕ ਵਿਕਾਰਾਂ ਦੇ ਨਾਲ ਪੈਦਾ ਹੁੰਦੇ ਹਨ। ਯੂਨੀਸੇਫ (ਵਰਲਡ ਚਿਲਡਰਨ ਰਿਪੋਰਟ 2019) ਦੇ ਅਨੁਸਾਰ, ਪੰਜ ਸਾਲ ਤੋਂ ਘੱਟ ਉਮਰ ਦੇ ਕੁਪੋਸ਼ਿਤ ਬੱਚਿਆਂ ਦੀ ਗਿਣਤੀ ਭਾਰਤ ਵਿੱਚ ਸਭ ਤੋਂ ਵੱਧ ਹੈ। ਪੁਜਾਰੀ ਤਾਂ ਕੈਂਸਰ ਰੋਗੀਆਂ ਜਾਂ ਨਵਜਾਤ ਬੱਚਿਆਂ ਵਿੱਚ ਵਿਕਾਰਾਂ ਦਾ ਕਾਰਨ ਉਨਾਂ ਦੇ ਪਿਛਲੇ ਜਨਮ ਦਾ ਕਰਮ ਦੱਸ ਕੇ ਪੀੜਤਾਂ ਨੂੰ 'ਅਪੀੜ' ਦਾ ਅਹਿਸਾਸ ਕਰਾਉਣਾ ਚਾਹੇਗਾ। ਇਸ ਅਗਿਆਨਤਾ ਵਿੱਚ ਸੁੱਤੀ ਹੋਈ ਜਨਤਾ, ਆਪਣੀ ਕਿਸਮਤ ਨੂੰ ਹੀ ਆਪਣੀ ਮਾੜੀ ਹਾਲਤ ਦਾ ਕਾਰਨ ਮੰਨ ਲੈਂਦੀ ਹੈ। ਜਨ-ਸਾਧਾਰਨ ਦਾ ਇਹ 'ਅਕਰਮ' ਅਰਥਾਤ ਨਕਾਰਾਪਨ ਤਾਨਾਸ਼ਾਹ ਨੂੰ ਭਾਉਂਦਾ ਹੈ। ਇਸਦੇ ਬਦਲੇ ਪੁਜਾਰੀ ਨੂੰ ਦੰਡ ਰਹਿਤ ਵਿਵਸਥਾ ਵਿੱਚ ਪੂਰੀ ਹਿੱਸੇਦਾਰੀ ਮਿਲਦੀ ਹੈ। ਇਸ ਤਰ੍ਹਾਂ ਪੁਜਾਰੀ ਅਤੇ ਸ਼ਾਸਕ ਇੱਕ ਦੂਜੇ ਨੂੰ ਵੈਧ ਬਣਾਉਂਦੇ ਹਨ।

ਪੁਜਾਰੀ ਚਾਹੇ ਮਾੜੀ ਹਾਲਤ ਨੂੰ ਪਿਛਲੇ ਜਨਮਾਂ ਦਾ ਫਲ ਦੱਸੇ, ਪਰ ਗੁਰੂ ਨਾਨਕ ਪ੍ਰਸ਼ਾਸਨ ਪ੍ਰਣਾਲੀ ਨੂੰ ਹੀ ਦੋਸ਼ੀ ਮੰਨਦੇ ਹਨ। ਰਾਜਾ ਸ਼ੇਰ ਦੀ ਤਰ੍ਹਾਂ ਅਤੇ ਉਸਦੇ ਨੌਕਰਸ਼ਾਹ ਕੁੱਤੇ ਦੀ ਤਰ੍ਹਾਂ ਅਗਿਆਾਨਤਾ ਦੀ ਨੀਂਦ ਵਿੱਚ ਸੁੱਤੀ ਹੋਈ ਲੋਕਾਈ ਦਾ ਖ਼ੂਨ (ਹੱਕ) ਪੀ ਜਾਂਦੇ ਹਨ:

> ਰਾਜੇ ਸੀਹ ਮੁਕਦਮ ਕੁਤੇ॥ ਜਾਇ ਜਗਾਇਨਿ੍ ਬੈਠੇ ਸੁਤੇ॥
> ਚਾਕਰ ਨਹਦਾ ਪਾਇਨਿ੍ ਘਾਉ॥ ਰਤੁ ਪਿਤੁ ਕੁਤਿਹੋ ਚਟਿ ਜਾਹੁ॥
>
> (ਗੁਰੂ ਗ੍ਰੰਥ ਸਾਹਿਬ, ਮਹਲਾ ੧, ਅੰਗ 1288)

ਇਸ ਤਰਾਂ ਦੇ ਵਿਚਾਰਾਂ ਨਾਲ ਸਮਾਜ ਨੂੰ ਪੀੜਾ ਦਾ ਅਹਿਸਾਸ ਹੁੰਦਾ ਹੈ ਜੋ ਬਗਾਵਤਾਂ ਨੂੰ ਜਨਮ ਦਿੰਦਾ ਹੈ। ਜਨਮ-ਜਨਮ ਦੀ ਮੈਲ (ਬੁਰੇ ਕਰਮਾਂ ਦਾ ਨਤੀਜਾ) ਉਤਾਰਨ ਲਈ ਸਮਾਨਤਾ ਉੱਤੇ ਆਧਾਰਿਤ ਨਿਆਂ ਵਿਵਸਥਾ ਅਤੇ ਸ਼ਾਂਤੀ ਲਈ ਲਗਾਤਾਰ ਕਰਮ ਕਰਨੇ ਪੈਂਦੇ ਹਨ। ਇਹ ਕਰਮ ਇਸੇ ਅਨਮੋਲ ਜਨਮ ਵਿੱਚ ਕਰਨੇ ਹੋਣਗੇ। ਮੌਤ ਦੇ ਬਾਅਦ ਕੋਈ ਕਿੱਥੇ ਜਾਂਦਾ ਹੈ, ਇਸਦੇ ਬਾਰੇ ਕੋਈ ਨਹੀਂ ਦੱਸ ਸਕਦਾ। ਮਿਰਤਕ ਸ਼ਰੀਰ ਨੂੰ ਨਿਪਟਾਰੇ ਦੀ ਰਸਮ ਨਾਲ ਵੀ ਕੋਈ ਫ਼ਰਕ ਨਹੀਂ ਪੈਂਦਾ:

> ਇਕ ਦਝਹਿ ਇਕ ਦਬੀਅਹਿ ਇਕਨਾ ਕੁਤੇ ਖਾਹਿ॥
> ਇਕਿ ਪਾਣੀ ਵਿਚਿ ਉਸਟੀਅਹਿ ਇਕਿ ਭੀ ਫਿਰਿ ਹਸਣਿ ਪਾਹਿ॥
> ਨਾਨਕ ਏਵ ਨ ਜਾਪਈ ਕਿਥੈ ਜਾਇ ਸਮਾਹਿ॥
>
> (ਗੁਰੂ ਗ੍ਰੰਥ ਸਾਹਿਬ, ਮਹਲਾ ੧, ਅੰਗ 648)

ਅਰਥ: (ਲਾਸ਼ ਨੂੰ) ਕੋਈ ਸਾੜਦਾ ਹੈ, ਕੋਈ (ਮਿੱਟੀ ਵਿੱਚ) ਦਬਾ ਦਿੰਦਾ ਹੈ, ਕੁਝ (ਲਾਵਾਰਿਸ) ਨੂੰ ਕੁੱਤੇ ਖਾ ਜਾਂਦੇ ਹਨ।

ਕੋਈ ਜਲ ਵਿੱਚ ਵਹਾਅ ਦਿੱਤੇ ਜਾਂਦੇ ਹਨ ਅਤੇ ਕੋਈ ਸੁੱਕੇ ਖੂਹ ਵਿੱਚ ਰੱਖ ਦਿੱਤੇ ਜਾਂਦੇ ਹਨ।

ਹੇ ਨਾਨਕ! (ਮਰੇ ਹੋਏ ਸਰੀਰ ਦੇ ਨਾਲ ਜੁੜੀਆਂ) ਇਹਨਾਂ ਕਿਰਿਆਵਾਂ ਤੋਂ ਅਨੁਮਾਨ ਨਹੀਂ ਲਗਾਇਆ ਜਾ ਸਕਦਾ ਕਿ ਕੌਣ ਕਿੱਥੇ ਜਾਵੇਗਾ।

ਇੰਨੇ ਸਪੱਸ਼ਟ ਉਪਦੇਸ਼ ਹੋਣ ਦੇ ਬਾਵਜੂਦ ਵੀ ਜੇ ਦੁਬਿਧਾ ਹਹਿ ਜਾਵੇ ਤਾਂ ਇਹ ਗੁਰਬਾਣੀ ਵਿਚਾਰ ਨੂੰ ਵਿਸਾਰਨ ਅਤੇ ਬ੍ਰਾਹਮਣੀ ਘੁਸਪੈਠ ਦੀ ਲਾਗ ਦਾ ਪ੍ਰਭਾਵ ਹੈ। ਸਿੱਖਾਂ ਦੀਆਂ ਮੂਲ ਵਿਸ਼ਵਾਸ਼ਥਾਵਾਂ ਅਤੇ ਰੀਤੀ-ਰਿਵਾਜ ਦਾ ਆਧਾਰ ਮੌਜੂਦਾ ਜੀਵਨ ਵਿੱਚ ਸੁਧਾਰ ਹੈ, ਇਹ ਰੂਪਾਂਤਰ ਭਟਕਣ ਤੋਂ ਰੋਕਦਾ ਹੈ। ਕਹਿਣ ਦਾ ਭਾਵ, ਜਿਹਨਾਂ ਸਿੱਖਾਂ ਦਾ ਪੁਨਰ-ਜਨਮ ਵਿੱਚ ਵਿਸ਼ਵਾਸ਼ ਅਗਰ ਹੈ ਵੀ, ਤਾਂ ਇਹ ਉਹਨਾਂ ਦੇ ਜੀਵਨ ਵਿੱਚ ਇੱਕ ਵਿਅਰਥ ਖ਼ਿਆਲ ਤੋਂ ਜਿਆਦਾ ਨਹੀਂ ਹੈ। ਕਿਉਂਕਿ ਉਨ੍ਹਾਂ ਦੇ ਨਿੱਤ ਦੇ ਧਾਰਮਿਕ ਕਰਮ ਇਸ ਦੇ ਅਨੁਕੂਲ ਨਹੀਂ ਹਨ।

ਸਮਾਜ ਸ਼ਾਸਤਰੀ ਦੀਪਾਂਕਰ ਗੁਪਤਾ ਨੇ ਬਹੁਤ ਖੂਬ ਕਲਮਬੰਦ ਕੀਤਾ:

"ਸਿੱਖ ਵੱਖਰੇ ਹਨ। 'ਸੇਵਾ' ਦੀ ਨਿਯਮਤਤਾ ਉਹਨਾਂ ਨੂੰ ਦੂਜਿਆਂ ਦੀ ਮਦਦ ਕਰਨ ਲਈ ਪ੍ਰੇਰਿਤ ਕਰਦੀ ਹੈ। (ਕੋਰੋਨਾ) ਮਹਾਂਮਾਰੀ ਨੇ ਇਹ ਦਿਖਾਇਆ ਹੈ।.....ਇਸਦਾ ਕੋਈ ਖ਼ਾਸ ਕਾਰਨ ਹੋਣਾ ਚਾਹੀਦਾ ਹੈ। ਇਸਦਾ ਜਵਾਬ ਸਿੱਖ ਧਰਮ ਵਿੱਚ ਹੈ। ਹਾਂ, ਨਿਸ਼ਚਤ ਰੂਪ ਵਿੱਚ, ਸਿੱਖ ਧਰਮ ਵੀ, ਹਰ ਧਰਮ ਦੀ ਤਰ੍ਹਾਂ ਸਰਵ ਲੌਕਿਕ ਪ੍ਰੇਮ ਵਿੱਚ ਆਸਥਾ ਰੱਖਦਾ ਹੈ, ਪਰਉਪਕਾਰਤਾ ਨੂੰ ਉਤਸ਼ਾਹਿਤ ਕਰਦਾ ਹੈ ਅਤੇ ਦਿਆਲਤਾ ਨੂੰ ਬੜ੍ਹਾਵਾ ਦਿੰਦਾ ਹੈ। ਪਰ ਇਹ ਕੁਝ ਹੋਰ ਕਰਦਾ ਹੈ ਜੋ ਕੋਈ ਹੋਰ ਧਾਰਮਿਕ ਸੰਪ੍ਰਦਾਇ ਨਹੀਂ ਕਰਦਾ ਹੈ ਅਤੇ ਇਹ ਪਹਿਲੂ ਸਿੱਖ ਧਰਮ ਦੇ ਮੁੱਖ ਢਾਂਚੇ ਵਿੱਚ ਦਰਜ ਹੈ। ਇਹ ਕੇਵਲ ਸਿੱਖ ਧਰਮ ਵਿੱਚ ਹੀ ਹੈ ਕਿ ਮੰਦਿਰ (ਗੁਰੂਦੁਆਰਾ) ਅਹਾਤੇ ਦੇ ਅੰਦਰ ਦੂਜਿਆਂ ਦੀ ਸੇਵਾ ਆਮ-ਜਨਤਾ ਲਈ ਭਗਤੀ ਅਭਿਆਸ ਇੱਕ ਮਹੱਤਵਪੂਰਨ ਪਹਿਲੂ ਹੈ, ਵਿਸ਼ੇਸ਼ ਰੂਪ ਵਿੱਚ ਆਮ-ਲੋਕਾਂ ਲਈ।

ਸੱਚ ਹੈ, ਹੋਰ ਧਰਮਾਂ ਵਿੱਚ ਸੰਤ, ਉਪਚਾਰਕ ਅਤੇ ਉਪਦੇਸ਼ਕ ਵੀ ਹਨ, ਫਿਰ ਵੀ ਕੇਵਲ ਸਿੱਖ ਧਰਮ ਵਿੱਚ ਹੀ ਉੱਚ ਨਹੀਂ, ਸਗੋਂ ਆਮ ਉਪਾਸਕ ਨਾਇਕ ਹੈ, ਨਾ ਕਿ ਨਿਯੁਕਤ ਪੁਜਾਰੀ।....." (ਟਾਈਮਜ਼ ਆਫ਼ ਇੰਡੀਆ, 11 ਜੂਨ 2021)

ਸੰਤੋਖਜਨਕ ਗੱਲ ਇਹ ਹੈ ਕਿ ਬਹੁਤ ਸਾਰੇ ਜਾਗਰੂਕ ਸਿੱਖ ਪ੍ਰਚਾਰਕ ਪੁਰਾਤਨ ਮਾਨਤਾਵਾਂ ਨੂੰ ਸਫਲਤਾਪੂਰਵਕ ਚੁਣੌਤੀ ਦੇ ਰਹੇ ਹਨ। ਗੁਰਬਾਣੀ ਵਿੱਚ ਜੀਵਨ-ਮੁਕਤ ਦਾ ਸੰਕਲਪ ਇੰਨਾ ਪ੍ਰਬਲ ਹੈ ਕਿ ਪੁਨਰ-ਜਨਮ ਨਾਲ ਜੁੜੇ 'ਅਕਰਮ' ਅਤੇ 'ਅਪੀੜਾ' ਦੇ ਪ੍ਰਤਿਕੂਲ ਵਿਚਾਰ ਹਾਵੀ ਹੋ ਹੀ ਨਹੀਂ ਪਾਉਂਦੇ।

ਜੋ ਜਾਨੈ ਤਿਸੁ ਸਦਾ ਸੁਖੁ ਹੋਇ॥ ਆਪਿ ਮਿਲਾਇ ਲਏ ਪ੍ਰਭੁ ਸੋਇ॥
ਓਹੁ ਧਨਵੰਤੁ ਕੁਲਵੰਤੁ ਪਤਿਵੰਤੁ॥ ਜੀਵਨ ਮੁਕਤਿ ਜਿਸੁ ਰਿਦੈ ਭਗਵੰਤੁ॥
ਧੰਨੁ ਧੰਨੁ ਧੰਨੁ ਜਨੁ ਆਇਆ॥ ਜਿਸੁ ਪ੍ਰਸਾਦਿ ਸਭੁ ਜਗਤੁ ਤਰਾਇਆ॥
ਜਨ ਆਵਨ ਕਾ ਇਹੈ ਸੁਆਉ॥ ਜਨ ਕੈ ਸੰਗਿ ਚਿਤਿ ਆਵੈ ਨਾਉ॥
ਆਪਿ ਮੁਕਤੁ ਮੁਕਤੁ ਕਰੈ ਸੰਸਾਰੁ॥ ਨਾਨਕ ਤਿਸੁ ਜਨ ਕਉ ਸਦਾ ਨਮਸਕਾਰੁ॥

(ਗੁਰੂ ਗ੍ਰੰਥ ਸਾਹਿਬ, ਮਹਲਾ ੫, ਅੰਗ 295)

ਅਰਥ: ਜੋ ਮਨੁੱਖ (ਹੁਕਮ ਨੂੰ) ਜਾਣ ਲੈਂਦਾ ਹੈ ਉਹ ਸਦਾ ਸੁਖ ਵਿੱਚ ਰਹਿੰਦਾ ਹੈ। (ਇਸੇ ਤਰ੍ਹਾਂ) ਉਹ ਖੁਦ ਨੂੰ ਪ੍ਰਭੂ ਦੇ ਨਾਲ ਮਿਲਾ ਲੈਂਦਾ ਹੈ।

ਉਹੀ ਧਨਵਾਨ, (ਉੱਚੀ) ਕੁਲ ਵਾਲਾ ਅਤੇ ਇੱਜਤ ਵਾਲਾ (ਕਿਹਾ ਜਾ ਸਕਦਾ) ਹੈ। ਉਹ ਜੀਵਤ ਹੀ ਮੁਕਤ ਹੈ, ਜਿਸ ਦੇ ਚਿੱਤ ਵਿੱਚ ਰੱਬ ਵਸਦਾ ਹੈ।

ਮੁਬਾਰਕ ਹੈ ਉਸ ਦਾ ਦੁਨੀਆਂ 'ਤੇ ਆਉਣਾ। ਜਿਸ ਮਨੁੱਖ ਦੀ ਮਿਹਰ (ਸੰਗਤ) ਨਾਲ ਸਾਰੇ ਜਗਤ ਦਾ ਉੱਧਾਰ ਹੁੰਦਾ ਹੈ।

ਮਨੁੱਖ ਦੇ ਆਉਣ ਦਾ ਇਹੀ ਉਦੇਸ਼ ਹੈ। ਕਿ ਉਸਦੀ ਸੰਗਤ ਵਿੱਚ (ਗੁਣ-ਰੂਪੀ) ਨਾਮ ਚੇਤੇ ਆਏ।

ਉਹ ਮਨੁੱਖ ਖੁਦ ਤਾਂ ਮੁਕਤ ਹੈ ਹੀ, ਸੰਸਾਰ ਨੂੰ ਵੀ ਮੁਕਤ ਕਰਦਾ ਹੈ। ਹੇ ਨਾਨਕ! ਏਹੋ ਜਿਹੇ (ਉੱਤਮ) ਮਨੁੱਖਾਂ ਨੂੰ ਮੇਰਾ ਸਦਾ ਪ੍ਰਣਾਮ ਹੈ।

ਜਾਲਉ ਐਸੀ ਰੀਤਿ

ਕੋਈ ਵੀ ਸਮਾਜ ਬਦਲਾਅ ਤੋਂ ਵਾਂਝਾ ਨਹੀਂ ਰਹਿ ਸਕਦਾ। ਚੰਗੇ-ਬੁਰੇ ਬਦਲਾਅ ਚੰਗੀ-ਬੁਰੀ ਸੰਗਤ ਅਤੇ ਵਿਚਾਰਾਂ 'ਤੇ ਨਿਰਭਰ ਕਰਦੇ ਹਨ। ਸਿੱਖ ਨੂੰ ਗੁਣਵਾਨ ਲੋਕਾਂ ਦੀ ਸੰਗਤ ਵਿੱਚ ਗੁਰਬਾਣੀ ਵਿਚਾਰ ਨਾਲ ਜੁੜੇ ਰਹਿਣ ਦਾ ਪ੍ਰਖਰ ਗੁਰ-ਉਪਦੇਸ਼ ਹੈ। ਸਤਿਸੰਗ ਅਤੇ ਗੁਰਬਾਣੀ ਤੋਂ ਟੁੱਟ ਕੇ ਸਿੱਖ ਵਿੱਚ ਔਗੁਣਾਂ ਦਾ ਆਉਣਾ ਓਸੇ ਤਰ੍ਹਾਂ ਸੁਭਾਵਿਕ ਹੈ ਜਿਵੇਂ ਪ੍ਰਕਾਸ਼ ਦੀ ਗ਼ੈਰ-ਮੌਜੂਦਗੀ ਵਿੱਚ ਹਨੇਰਾ।

ਇਹੀ ਕਾਰਨ ਹੈ ਕਿ ਸਿੱਖ ਸਮਾਜ ਵਿੱਚ ਵੀ ਸਮੇਂ ਦੇ ਨਾਲ ਰੀਤਾਂ ਵਿੱਚ ਵਿਗਾੜ ਆਉਂਦਾ ਹੈ। ਪਰ ਇਸਦੇ ਪ੍ਰਤੀਕਰਮ ਵਜੋਂ ਸਿੱਖ ਸਮਾਜ ਵਿਚੋਂ ਹੀ ਇਹਨਾਂ ਦੇ ਵਿਰੁੱਧ ਜ਼ੋਰਦਾਰ ਆਵਾਜ਼ ਉੱਠਦੀ ਰਹਿੰਦੀ ਹੈ। ਕਿਉਂਕਿ ਗੁਰਬਾਣੀ ਦਾ ਨਿਰਦੇਸ਼ ਸਿੱਖਾਂ ਨੂੰ ਹਮੇਸ਼ਾ ਆਤਮ-ਚਿੰਤਨ ਲਈ ਪ੍ਰੇਰਿਤ ਕਰਦਾ ਹੈ। ਵਿਕਾਰਾਂ ਦੇ ਵਿਰੁੱਧ ਪ੍ਰਤੀਕਰਮ ਦੀ ਜਗ੍ਹਾ ਸਦਾ ਬਣੀ ਰਹਿੰਦੀ ਹੈ। ਗੁਰਬਾਣੀ ਉਪਦੇਸ਼ ਕਰਦੀ ਹੈ ਅਜਿਹੀਆਂ ਰੀਤਾਂ ਨੂੰ ਸਾੜ ਕੇ ਸਮਾਜ ਤੋਂ ਬਾਹਰ ਕੱਢ ਦੇਣਾ ਚਾਹੀਦਾ ਹੈ ਜਿਹਨਾਂ ਦਾ ਸੰਬੰਧ ਪਿਆਰੇ ਪ੍ਰਭੂ ਦੇ ਹੁਕਮ ਦੇ ਅਨੁਕੂਲ ਨਾ ਹੋਵੇ:

ਜਾਲਉ ਐਸੀ ਰੀਤਿ ਜਿਤੁ ਮੈ ਪਿਆਰਾ ਵੀਸਰੈ।।
ਨਾਨਕ ਸਾਈ ਭਲੀ ਪਰੀਤਿ ਜਿਤੁ ਸਾਹਿਬ ਸੇਤੀ ਪਤਿ ਰਹੈ।।

(ਗੁਰੂ ਗ੍ਰੰਥ ਸਾਹਿਬ, ਮਹਲਾ ੧, ਅੰਗ 590)

ਵਿਕਾਰਾਂ ਦੇ ਖ਼ਿਲਾਫ਼ ਪ੍ਰਤੀਕਰਮ ਵੀ ਗੁਰੂ ਨੇ ਖ਼ੁਦ ਕਰਕੇ ਦਿਖਾਇਆ।

ਸਿੱਖ ਧਰਮ ਦਾ ਦੂਰ-ਦੂਰ ਪ੍ਰਚਾਰ-ਪ੍ਰਸਾਰ ਕਰਨ ਦੇ ਲਈ ਤੀਜੇ ਗੁਰੂ ਨੇ 22 ਮੰਜੀਆਂ (ਸੈਂਟਰ) ਸਥਾਪਤ ਕੀਤੀਆਂ ਸਨ। ਇਸਦਾ ਹੋਰ ਵਿਸਤਾਰ ਕਰਨ ਲਈ ਚੌਥੇ ਗੁਰੂ ਰਾਮ ਦਾਸ ਜੀ ਨੇ ਦੇਸ਼ ਦੇ ਕੋਨੇ-ਕੋਨੇ ਤੋਂ ਸਮਰਪਿਤ ਸਿੱਖਾਂ ਨੂੰ ਚੁਣ ਕੇ ਇਹਨਾਂ ਨੂੰ ਆਪਣੇ ਇਲਾਕੇ ਦਾ 'ਮਸੰਦ' ਨਿਯੁਕਤ ਕੀਤਾ। ਮਸੰਦ ਦਾ ਮਤਲਬ ਸੀ ਗੁਰੂ ਦਾ ਸੰਦੇਸ਼ ਪਹੁੰਚਾਉਣ ਵਾਲਾ। ਗੁਰਬਾਣੀ ਸੰਦੇਸ਼ ਨੂੰ ਪਹੁੰਚਾਉਣ ਦੇ ਨਾਲ-ਨਾਲ ਮਸੰਦਾਂ ਦਾ ਦਸਵੰਧ (ਇਮਾਨਦਾਰੀ ਦੀ ਕਮਾਈ ਦਾ ਦਸਵਾਂ ਹਿੱਸਾ) ਇਕੱਠਾ ਕਰ ਕੇ ਗੁਰੂ ਤੱਕ ਪਹੁੰਚਾਉਣ ਦੀ ਜਿੰਮੇਵਾਰੀ ਵੀ ਸੀ। ਦਸਵੰਧ ਦੇ ਪੈਸੇ ਨਾਲ ਹੀ ਨਗਰ ਨਿਰਮਾਣ ਅਤੇ ਦੂਜੇ ਜ਼ਰੂਰੀ ਕਾਰਜ ਕੀਤੇ ਜਾਂਦੇ ਸਨ। ਇਹ ਮਸੰਦ ਬਹੁਤ ਉੱਚੇ ਕਿਰਦਾਰ ਦੇ ਸਨ ਜੋ ਆਪਣੇ ਜੀਵਨ ਨਾਲ ਹੋਰਾਂ ਨੂੰ ਵੀ ਸਿੱਖੀ ਨਾਲ ਜੋੜਦੇ ਸਨ।

ਪਰ ਸਮੇਂ ਦੇ ਨਾਲ ਕੁਝ ਮਸੰਦਾਂ ਦੀਆਂ ਅਗਲੀਆਂ ਪੀੜੀਆਂ ਸਾਖ ਨਾ ਬਚਾ ਸਕੀਆਂ। ਬਹੁਤ ਸਾਰੇ ਮਸੰਦ ਛੇਵੇਂ ਗੁਰੂ ਦੁਆਰਾ ਸ਼ਸਤਰ-ਧਾਰਨ ਦੇ ਬਦਲਾਅ ਨੂੰ ਜਨ-ਸਾਧਾਰਨ ਤੱਕ ਪਹੁੰਚਾਉਣ ਵਿੱਚ ਨਾਕਾਮ ਰਹੇ। ਦਸਵੇਂ ਗੁਰੂ ਤੱਕ ਆਉਂਦੇ-ਆਉਂਦੇ ਮਸੰਦ ਪ੍ਰਥਾ ਵਿੱਚ ਬਹੁਤ ਗਿਰਾਵਟ ਆਉਣ ਲੱਗੀ। ਕੁਝ ਮਸੰਦ ਸੰਗਤ ਦੇ ਪੈਸੇ ਨੂੰ ਨਿੱਜੀ ਹਿੱਤਾਂ ਲਈ ਇਸਤੇਮਾਲ ਕਰਨ ਲੱਗੇ। ਇਹ ਮਸੰਦ ਸੱਤਾ ਦੇ ਡਰ ਅਧੀਨ ਅਕਸਰ ਗੁਰੂ ਦੁਆਰਾ ਜੰਗੀ ਅਭਿਆਸ ਦੇ ਖ਼ਿਲਾਫ਼ ਵੀ ਪ੍ਰਚਾਰ ਕਰਦੇ। ਮਸੰਦਾਂ ਦੇ ਡਿੱਗਦੇ ਕਿਰਦਾਰ ਦੀਆਂ ਸ਼ਿਕਾਇਤਾਂ ਗੁਰੂ ਗੋਬਿੰਦ ਸਿੰਘ ਜੀ ਤੱਕ ਪਹੁੰਚਣ ਲੱਗੀਆਂ। ਗੁਰੂ ਗੋਬਿੰਦ ਸਿੰਘ ਜੀ ਨੇ 1698 ਵਿੱਚ ਸਾਰੇ ਮਸੰਦਾਂ ਨੂੰ ਆਨੰਦਪੁਰ ਵਿੱਚ ਬੁਲਾਇਆ। ਜਿਹਨਾਂ ਮਸੰਦਾਂ ਦੇ ਖ਼ਿਲਾਫ਼ ਪੁਖਤਾ ਸਬੂਤ ਸਨ, ਉਨ੍ਹਾਂ ਨੂੰ ਸੰਗਤ ਦੇ ਸਾਹਮਣੇ ਸਖ਼ਤ ਸਜ਼ਾਵਾਂ ਦਿੱਤੀਆਂ। ਨਾਲ ਹੀ ਸਾਰੀ ਸੰਗਤ ਨੂੰ ਨਿਰਦੇਸ਼ ਦਿੱਤਾ ਕਿ ਅੱਜ ਤੋਂ ਮਸੰਦ ਪ੍ਰਥਾ ਖਤਮ ਕਰ ਦਿੱਤੀ ਗਈ ਹੈ। ਹਰ ਸਿੱਖ ਨੂੰ ਨਿੱਜੀ ਯਤਨਾ ਨਾਲ ਖੁਦ ਗੁਰੂ ਘਰ ਤੱਕ ਪਹੁੰਚ ਕਰਨੀ ਹੋਵੇਗੀ। ਅਗਲੇ ਸਾਲ 1699 ਵਿੱਚ ਖਾਲਸਾ ਸਾਜਨਾ ਨਾਲ ਪੰਜ ਪਿਆਰਿਆਂ ਦੇ ਰੂਪ ਵਿੱਚ ਸਾਰੇ ਅਧਿਕਾਰ ਆਮ ਲੋਕਾਂ ਨੂੰ ਸੌਂਪ ਦਿੱਤੇ ਗਏ। ਇਸ ਤਰ੍ਹਾਂ ਚੌਥੇ ਗੁਰੂ ਦੁਆਰਾ ਸ਼ੁਰੂ ਕੀਤੀ ਪ੍ਰਥਾ ਨੂੰ ਦਸਵੇਂ ਗੁਰੂ ਨੇ ਸਮਾਪਤ ਕਰ ਦਿੱਤਾ।

ਮਸੰਦ ਪ੍ਰਥਾ (ਚੌਥੇ) ਗੁਰੂ ਨੇ ਹੀ ਸ਼ੁਰੂ ਕੀਤੀ ਅਤੇ (ਦਸਵੇਂ) ਗੁਰੂ ਨੇ ਹੀ ਸਮਾਪਤ ਕਰ ਦਿੱਤੀ। ਇਹ ਸਪੱਸ਼ਟ ਸੰਦੇਸ਼ ਸੀ ਕਿ ਸਿਧਾਂਤ ਸਥਿਰ ਰਹਿਣੇ ਚਾਹੀਦੇ ਹਨ। ਸਿਧਾਂਤ ਨੂੰ ਸਥਾਪਿਤ ਕਰਨ ਦੇ ਲਈ ਜੇਕਰ ਰੀਤਾਂ ਵਿੱਚ ਗਿਰਾਵਟ ਆ ਜਾਵੇ ਤਾਂ "ਜਾਲਉ ਐਸੀ ਰੀਤਿ"। ਇਸੇ ਤਰ੍ਹਾਂ ਸੰਗਤ-ਪੰਗਤ ਇੱਕ ਸਥਾਈ ਮੁੱਲ ਹੈ, ਪਰ ਗੁਰਦੁਆਰਾ ਪ੍ਰਬੰਧਨ 'ਚ ਸਮੇਂ ਦੇ ਨਾਲ ਗਿਰਾਵਟ ਤਾਂ ਆ ਸਕਦੀ ਹੈ, ਜੋ ਸੁਧਾਰ ਜਾਂ ਬਦਲਾਵ ਦੀ ਵੀ ਮੰਗ ਕਰੇਗਾ। ਇਹ ਸੁਧਾਰ ਵੀ ਆਪਣੇ-ਆਪ ਵਿੱਚ ਧਰਮ ਦੀ ਸੇਵਾ ਹੋਵੇਗੀ, ਇਸ ਨੂੰ ਗੁਰੂ ਜੀ ਨੇ ਖੁਦ ਕਰਕੇ ਦਿਖਾਇਆ ਹੈ। ਗੁਰਬਾਣੀ ਵਿਚਾਰ ਦੀ ਰੋਸ਼ਨੀ ਵਿੱਚ ਸਿੱਖ ਸਮਾਜ ਵਿੱਚ ਵਿਗਾੜਾਂ ਦੇ ਵਿਰੁੱਧ ਪ੍ਰਤਿਰੋਧ ਦੀ ਜਗ੍ਹਾ ਸਦਾ ਦੇ ਲਈ ਬਣ ਗਈ।

ਸੰਨ 1716 ਵਿੱਚ ਬੰਦਾ ਸਿੰਘ ਬਹਾਦਰ ਦੀ ਸ਼ਾਹਦਤ ਦੇ ਨਾਲ ਪਹਿਲੇ ਸਿੱਖ ਰਾਜ ਦਾ ਅੰਤ ਹੋਇਆ। ਇਸ ਤੋਂ ਬਾਅਦ 18ਵੀਂ ਸਦੀ ਵਿੱਚ ਮੁਗਲ ਸ਼ਾਸਕ, ਅਫਗਾਨ ਹਮਲਾਵਰ ਅਤੇ ਹਿੰਦੂ ਰਾਜੇ ਤੇ ਦਰਬਾਰੀਆਂ ਨੇ ਮਿਲਕੇ ਸਿੱਖਾਂ ਦੇ ਉੱਪਰ ਘੋਰ ਜ਼ੁਲਮ ਢਾਹੇ। ਸਿੱਖ ਹੋਣਾ ਸਰਕਾਰੀ ਗੁਨਾਹ ਬਣ ਗਿਆ। ਜਿੱਥੇ ਵੀ ਸਿੱਖ ਦਿਖੇ, ਉਸ ਨੂੰ ਮਾਰਨ ਅਤੇ ਉਸਦੇ ਕੱਟੇ ਹੋਏ ਸਿਰ ਦੇ ਬਦਲੇ ਇਨਾਮ ਪ੍ਰਾਪਤ ਕਰਨ ਦੇ ਸ਼ਾਹੀ ਹੁਕਮ ਜਾਰੀ ਹੋਏ। ਅਜਿਹੀ ਸਥਿਤੀ ਵਿੱਚ ਖਾਲਸਾ ਫੌਜਾਂ ਨੇ ਪੰਜਾਬ ਨੂੰ ਛੱਡ ਕੇ ਰਾਜਸਥਾਨ ਦੇ ਰੇਗਿਸਤਾਨ ਜਾਂ ਜੰਮੂ-ਕਸ਼ਮੀਰ ਦੇ ਪਹਾੜੀ ਜੰਗਲਾਂ ਨੂੰ ਆਪਣਾ ਟਿਕਾਣਾ ਬਣਾਇਆ। ਸਿੱਖਾਂ ਦੇ ਘਰ ਘੋੜਿਆਂ ਦੀ ਕਾਠੀ ਜਾਂ ਰੁੱਖਾਂ ਦੇ ਤਣੇ ਬਣ ਗਏ। ਇੱਥੇ ਹੀ ਗੁਰੀਲਾ ਲੜਾਈ ਲੜੀ ਗਈ ਅਤੇ ਕਠਿਨ ਹਾਲਤਾਂ ਦਾ ਸਾਹਮਣਾ ਕੀਤਾ ਜਿਸ ਨੇ ਸਿੱਖ ਇਤਿਹਾਸ ਵਿੱਚ ਕਈ ਗੌਰਵਮਈ ਅਧਿਆਏ ਜੋੜੇ। ਸੰਨ 1768 ਤੱਕ ਆਉਂਦੇ-ਆਉਂਦੇ ਸਿੱਖ ਮਿਸਲਾਂ ਦਾ ਪੰਜਾਬ ਵਿੱਚ ਦਬਦਬਾ ਕਾਇਮ ਹੋਇਆ।

1716 ਤੋਂ 1768 ਦੇ ਸਮੇਂ ਦੌਰਾਨ ਪੰਜਾਬ ਵਿੱਚ ਸਿੱਖਾਂ ਦੇ ਧਰਮ ਸਥਾਨਾਂ ਦੀ ਦੇਖ-ਰੇਖ ਉਨ੍ਹਾਂ ਲੋਕਾਂ ਦੇ ਹੱਥ ਆ ਗਈ ਜੋ ਆਪਣੇ ਆਪ ਨੂੰ ਨਿਰਪੱਖ ਸਥਾਪਤ ਕਰਨ ਵਿੱਚ ਸਫਲ ਰਹੇ। ਇਹ ਉਦਾਸੀ ਅਤੇ ਨਿਰਮਲੇ ਸੰਪਰਦਾਵਾਂ ਵਿੱਚੋਂ ਜਾਣੇ ਗਏ ਜੋ ਅੱਧੇ ਸਿੱਖ ਅਤੇ ਅੱਧੇ ਪੁਜਾਰੀ ਸਨ। ਸੱਤਾ ਵਿੱਚ ਚਾਹੇ ਕੋਈ ਵੀ ਹੋਵੇ, ਇਨ੍ਹਾਂ ਦਾ ਕੋਈ ਜਾਨੀ ਨੁਕਸਾਨ ਨਹੀਂ ਹੋਇਆ। ਇਨ੍ਹਾਂ ਦਾ ਤਾਲਮੇਲ ਸੰਘਰਸ਼ ਕਰ ਰਹੇ ਸਿੱਖਾਂ ਦੇ ਨਾਲ ਵੀ ਸੀ ਅਤੇ ਸੱਤਾ ਵਿੱਚ ਬੈਠੇ ਦਰਬਾਰੀਆਂ ਦੇ ਨਾਲ ਵੀ। ਵਿਪਰੀਤ ਹਾਲਾਤਾਂ ਵਿੱਚ ਗੁਰਦੁਆਰਿਆਂ ਨੂੰ ਸੰਭਾਲਣ ਦੇ ਕਾਰਨ ਇਨ੍ਹਾਂ ਦਾ ਸਿੱਖ ਸਮਾਜ ਵਿੱਚ ਆਦਰ ਵੀ ਰਿਹਾ। ਇਹੀ ਕਾਰਨ ਹੈ ਕਿ ਸਿੱਖ ਰਾਜ ਆਉਣ ਤੋਂ ਬਾਅਦ ਵੀ ਗੁਰਦੁਆਰਿਆਂ ਦੀ ਦੇਖ-ਰੇਖ ਇਨ੍ਹਾਂ ਦੇ ਕੋਲ ਹੀ ਰਹੀ।

ਅੰਗ੍ਰੇਜ਼ਾਂ ਦਾ ਰਾਜ ਆਉਣ ਤੱਕ ਇਨ੍ਹਾਂ ਦੇ ਜੀਵਨ ਵਿੱਚ ਬਹੁਤ ਗਿਰਾਵਟ ਆ ਚੁੱਕੀ ਸੀ। ਇਹ ਚਰਿੱਤਰਹੀਨ ਅਤੇ ਭ੍ਰਸ਼ਟ ਹੋਣ ਦੇ ਨਾਲ-ਨਾਲ ਜਾਤੀ ਹੰਕਾਰ ਵਿੱਚ ਲਿਪਤ ਸਨ। ਗੁਰਦੁਆਰਿਆਂ ਵਿੱਚ ਪਛੜੀਆਂ ਜਾਤਾਂ ਦੇ ਨਾਲ ਭੇਦਭਾਵ ਹੋਣ ਲੱਗਾ। ਇਨ੍ਹਾਂ ਮਹੰਤਾਂ ਨੇ ਮਿਲਕੇ 'ਸਨਾਤਨ' ਸਿੱਖ ਸੰਸਥਾ ਕਾਇਮ ਕੀਤੀ ਹੋਈ ਸੀ ਜੋ ਸਿੱਖਾਂ ਵਿੱਚ ਆ ਰਹੀ ਜਾਗ੍ਰਿਤੀ ਦੇ ਖਿਲਾਫ ਸਰਕਾਰ ਦੇ ਨਾਲ ਮਿਲਕੇ ਰਣਨੀਤੀ ਤੈਅ ਕਰਦੀ ਸੀ।

ਪੰਥ ਦੇ ਮਹਾਨ ਤੇ ਸੁਝਵਾਨ ਸਿੱਖ ਚਿੰਤਕਾਂ ਨੇ ਸਾਧਾਰਨ ਸਿੱਖਾਂ ਨੂੰ ਇਨ੍ਹਾਂ ਘਟਨਾਵਾਂ ਦੇ ਪ੍ਰਤੀ ਜਾਗਰੂਕ ਕੀਤਾ। ਗਿਆਨੀ ਦਿੱਤ ਸਿੰਘ ਅਤੇ ਪ੍ਰੋ. ਗੁਰਮੁਖ ਸਿੰਘ ਦਾ ਨਾਂ ਇਨ੍ਹਾਂ ਵਿਦਵਾਨਾਂ ਦੀ ਪਹਿਲੀ ਸੂਚੀ ਵਿੱਚ ਹੈ। ਚਮਾਰ ਜਾਤੀ ਤੋਂ ਗਿਆਨੀ ਦਿੱਤ ਸਿੰਘ ਸਿੱਖਾਂ ਦੇ ਪਹਿਲੇ ਅਖਬਾਰ 'ਖਾਲਸਾ ਅਖਬਾਰ' ਦੇ ਸੰਪਾਦਕ ਵੀ ਰਹੇ। ਗਿਆਨੀ ਜੀ ਓਰੀਐਂਟਲ ਕਾਲਜ, ਲਾਹੌਰ ਵਿੱਚ ਪੰਜਾਬੀ ਦੇ ਪ੍ਰੋਫੈਸਰ ਵੀ ਰਹੇ। ਉਹ ਪਹਿਲਾਂ ਆਰੀਆ ਸਮਾਜ ਦੇ ਪ੍ਰਭਾਵ ਹੇਠ ਸਨ, ਪਰ ਪ੍ਰੋ. ਗੁਰਮੁਖ ਸਿੰਘ ਦੀ ਸੰਗਤ ਦੇ ਨਾਲ ਇਨ੍ਹਾਂ ਨੇ ਗੁਰਦੁਆਰਾ ਸੁਧਾਰ ਲਹਿਰ ਵਿੱਚ ਅਹਿਮ ਭੂਮਿਕਾ ਨਿਭਾਈ। ਇਸ ਤੋਂ ਬਾਅਦ ਗਿਆਨੀ ਦਿੱਤ ਸਿੰਘ ਨੇ ਸਵਾਮੀ ਦਯਾਨੰਦ ਨਾਲ ਤਿੰਨ ਵਾਰ ਸੰਵਾਦ ਕੀਤਾ ਜਿਸ ਵਿੱਚ ਸਵਾਮੀ ਦਯਾਨੰਦ ਇਨ੍ਹਾਂ ਦੇ ਸਵਾਲਾਂ ਦੇ ਜਵਾਬ ਨਾ ਦੇ ਸਕੇ। ਇਸ ਸਵਾਲ-ਜਵਾਬ ਨੂੰ ਗਿਆਨੀ ਦਿੱਤ ਸਿੰਘ ਨੇ ਆਪਣੀ ਪੁਸਤਕ 'ਸਾਧੂ ਦਯਾਨੰਦ ਤੇ ਮੇਰਾ ਸੰਬਾਦ' ਵਿੱਚ ਦਰਜ ਕੀਤਾ ਹੈ।

ਸਨਾਤਨੀ ਸਿੱਖ ਸੰਸਥਾ ਦੇ ਆਗੂ 'ਸਰ' ਬਾਬਾ ਖੇਮ ਸਿੰਘ ਬੇਦੀ ਆਪਣੇ-ਆਪ ਨੂੰ ਗੁਰੂ ਨਾਨਕ ਸਾਹਿਬ ਦੀ ਤੇਰ੍ਹਵੀਂ ਪੀੜ੍ਹੀ ਤੋਂ ਕਹਿੰਦੇ ਸਨ ਅਤੇ ਅੰਗਰੇਜ਼ ਸਰਕਾਰ ਦੁਆਰਾ ਸਨਮਾਨਿਤ ਹੋਣ ਦੇ ਕਾਰਨ ਸਥਾਪਿਤ ਸਨ। ਪ੍ਰੋ. ਗੁਰਮੁਖ ਸਿੰਘ ਅਤੇ ਗਿਆਨੀ ਦਿੱਤ ਸਿੰਘ ਨੇ ਬਾਬਾ ਖੇਮ ਸਿੰਘ ਬੇਦੀ ਨੂੰ ਸਖ਼ਤ ਚੁਣੌਤੀ ਦਿੱਤੀ। ਗਿਆਨੀ ਦਿੱਤ ਸਿੰਘ ਨੇ ਉਹਨਾਂ ਨੂੰ ਆਪਣੀ ਕਵਿਤਾ 'ਸਵੱਪਨ ਨਾਟਕ' ਵਿੱਚ 'ਦੰਭੀ ਪੁਜਾਰੀ' ਸੰਬੋਧਨ ਕੀਤਾ। ਪ੍ਰੋ. ਗੁਰਮੁਖ ਸਿੰਘ ਦਾ 1898 ਵਿੱਚ ਅਤੇ ਗਿਆਨੀ ਦਿੱਤ ਸਿੰਘ ਦਾ 1901 ਵਿੱਚ ਦਿਹਾਂਤ ਹੋਇਆ। ਇਹਨਾਂ ਦੋਵਾਂ ਨੂੰ 'ਗੁਰਦੁਆਰਾ ਸੁਧਾਰ ਲਹਿਰ' ਦਾ ਪਿਤਾਮਾ ਕਿਹਾ ਜਾਂਦਾ ਹੈ ਜਿਸ ਨੇ ਬਾਅਦ ਵਿੱਚ ਸਿੱਖ ਇਤਿਹਾਸ ਵਿੱਚ ਕੁਰਬਾਨੀਆਂ ਨਾਲ ਭਰਪੂਰ ਇੱਕ ਨਵਾਂ ਅਧਿਆਇ ਜੋੜਿਆ।

ਦਰਬਾਰ ਸਾਹਿਬ, ਅੰਮ੍ਰਿਤਸਰ ਦੀ ਇਮਾਰਤ ਵਿੱਚ ਮਹੰਤਾਂ ਵੱਲੋਂ ਮੁਰਤੀਆਂ ਤੱਕ ਸਥਾਪਿਤ ਕਰ ਦਿੱਤੀਆਂ ਗਈਆਂ ਸਨ ਜਿਨ੍ਹਾਂ ਨੂੰ ਸਿੱਖਾਂ ਦੇ ਵਿਰੋਧ ਨੂੰ ਦੇਖਦੇ ਹੋਏ 1906 ਵਿੱਚ ਹਟਾ ਦਿੱਤਾ ਗਿਆ ਸੀ। ਪਰ ਮਹੰਤਾਂ ਨੂੰ ਅੰਗਰੇਜ਼ ਸਰਕਾਰ ਵੱਲੋਂ ਪੂਰੀ ਸੁਰੱਖਿਆ ਪ੍ਰਾਪਤ ਸੀ। ਸਰਕਾਰ ਦੀ ਘੁਸਪੈਠ ਦਾ ਆਲਮ ਇਹ ਸੀ ਕਿ 1919 ਈ ਵਿਸਾਖੀ ਵੇਲੇ ਜਲ੍ਹਿਆਂਵਾਲਾ ਬਾਗ ਦੇ ਕਤਲੇਆਮ ਤੋਂ ਬਾਅਦ, ਜਨਰਲ ਡਾਇਰ ਨੇ ਆਪਣੇ-ਆਪ ਨੂੰ ਅਕਾਲ ਤਖ਼ਤ ਦੇ ਜਥੇਦਾਰ ਅਰੁੜ ਸਿੰਘ ਤੋਂ ਸਿਰੋਪਾਓ (ਸਨਮਾਨ) ਦਵਾਇਆ, ਜਿਸ ਨਾਲ ਉਸਦੇ ਅਪਰਾਧ ਨੂੰ ਮਾਨਤਾ ਮਿਲ ਸਕੇ। ਪਰ ਇਸ ਦਾ ਉਲਟਾ ਹੀ ਅਸਰ ਹੋਇਆ। ਸਿੱਖ-ਸੰਗਤ ਗੁਰਦਵਾਰਿਆਂ ਨੂੰ ਮਹੰਤਾਂ ਤੋਂ ਆਜ਼ਾਦ ਕਰਵਾਉਣ ਦੀ ਤੀਬਰ ਇੱਛਾ ਨਾਲ ਸੰਗਠਿਤ ਹੋਣ ਲੱਗੀਆਂ।

ਕਿਸ ਤਰ੍ਹਾਂ ਨਾਲ ਕੁਰਬਾਨੀਆਂ ਹੋਈਆਂ, ਇਹ ਜਾਣਨ ਵਾਸਤੇ ਪਾਠਕ 'ਸਾਕਾ ਨਨਕਾਣਾ' ਦੇ ਇਤਿਹਾਸ ਨੂੰ ਪੜ੍ਹ ਸਕਦੇ ਹਨ। ਇਹ ਗੁਰਦੁਆਰਾ ਜਨਮ-ਸਥਾਨ, ਨਨਕਾਣਾ ਸਾਹਿਬ (ਪਾਕਿਸਤਾਨ) ਨੂੰ ਮਹੰਤ ਨਰਾਇਣ ਦਾਸ ਤੋਂ ਆਜ਼ਾਦ ਕਰਵਾਉਣ ਦੇ ਲਈ ਹੋਇਆ ਸੀ। ਮਹੰਤ ਨੂੰ ਲਾਹੌਰ ਦੇ ਕਮਿਸ਼ਨਰ ਮਿਸਟਰ ਕਿੰਗ ਦਾ ਸਾਥ ਪ੍ਰਾਪਤ ਸੀ। 20 ਫਰਵਰੀ 1920 ਨੂੰ ਉਦਾਸੀ ਮਹੰਤ ਨਰਾਇਣ ਦਾਸ ਅਤੇ ਉਸਦੇ ਭਾੜੇ ਦੇ ਪਠਾਨ ਗੁੰਡਿਆਂ ਨੇ ਗੁਰਦੁਆਰੇ ਦੇ ਅੰਦਰ ਹੀ ਸਿੱਖਾਂ ਦੇ ਸ਼ਾਂਤਮਈ ਜਥੇ 'ਤੇ ਜਾਨਲੇਵਾ ਹਮਲਾ ਕਰ ਦਿੱਤਾ ਜਿਸ ਵਿੱਚ ਲਗਭਗ 150 ਸਿੱਖ ਸ਼ਹੀਦ ਹੋ ਗਏ। ਇਸ ਕਤਲੇਆਮ ਦੀ ਖਬਰ ਸੁਣਦੇ ਹੀ ਹਜ਼ਾਰਾਂ ਸਿੱਖਾਂ ਨੇ ਨਨਕਾਣਾ ਸਾਹਿਬ ਵੱਲ ਕੂਚ ਕਰ ਦਿੱਤਾ। ਸਰਕਾਰ ਨੇ ਸਿੱਖਾਂ ਦੇ ਰੋਹ ਨੂੰ ਦੇਖਦੇ ਹੋਏ ਮਹੰਤ ਨਰਾਇਣ ਦਾਸ ਨੂੰ ਗ੍ਰਿਫਤਾਰ ਕਰ ਲਿਆ ਅਤੇ ਗੁਰਦੁਆਰੇ ਦੀਆਂ ਚਾਬੀਆਂ ਸਿੱਖਾਂ ਦੇ ਹਵਾਲੇ ਕਰਨ ਲਈ ਮਜਬੂਰ ਹੋਏ। ਇਸ ਘਟਨਾ ਦੀ ਯਾਦ ਵਿੱਚ ਫਰਵਰੀ 2021 ਵਿੱਚ ਪਾਕਿਸਤਾਨ ਵਿੱਚ ਸ਼ਤਾਬਦੀ ਸਮਾਰੋਹ ਵੀ ਮਨਾਇਆ ਗਿਆ।

ਦਰਬਾਰ ਸਾਹਿਬ, ਅੰਮ੍ਰਿਤਸਰ 'ਤੇ ਕਾਬਜ਼ ਉਦਾਸੀ ਸੰਪ੍ਰਦਾਇ ਦੇ ਮਹੰਤਾਂ ਨੇ ਪਿਛੜੀ ਜਾਤ ਨਾਲ ਵਿਤਕਰੇ ਦੇ ਚਲਦਿਆਂ ਉਹਨਾਂ ਦੁਆਰਾ ਕੜਾਹ ਪ੍ਰਸ਼ਾਦ ਦੀ ਭੇਟ ਸਵੀਕਾਰ ਕਰਨੀ ਬੰਦ ਕਰ ਦਿੱਤੀ ਹੋਈ ਸੀ। ਪਿਛੜੇ ਵਰਗ ਤੋਂ ਆਉਣ ਵਾਲੇ ਸਿੱਖਾਂ ਨੇ 1914 ਵਿੱਚ ਖਾਲਸਾ ਬਰਾਦਰੀ ਦੇ ਨਾਂ ਦੀ ਇਕ ਜਥੇਬੰਦੀ ਬਣਾਈ ਜਿਸ ਦੀ ਅਗਵਾਈ ਭਾਈ ਮਹਿਤਾਬ ਸਿੰਘ ਬੀਰ ਕਰ ਰਹੇ ਸਨ। ਉਸ ਦੇ ਪਿਤਾ ਮੌਲਵੀ ਕਰੀਮ ਬਖਸ਼ 1903 ਵਿੱਚ ਸਿੱਖ ਬਣਕੇ ਸੰਤ ਲਖਮੀਰ ਸਿੰਘ ਦੇ ਨਾਂ ਨਾਲ ਮਸ਼ਹੂਰ ਹੋਏ। 12 ਅਕਤੂਬਰ, 1920 ਦੇ ਦਿਨ, ਖਾਲਸਾ ਬਰਾਦਰੀ ਨੇ ਪਛੜੀਆਂ ਸ਼੍ਰੇਣੀਆਂ ਦੇ ਅੰਮ੍ਰਿਤਧਾਰੀ ਸਿੱਖਾਂ ਦੇ ਇੱਕ ਸਮੂਹ ਦਾ ਕੜਾਹ ਪ੍ਰਸ਼ਾਦ ਲੈ ਕੇ ਜਲਿਆਂਵਾਲਾ ਬਾਗ ਤੋਂ ਇੱਕ ਧਾਰਮਿਕ ਜਲੂਸ ਕੱਢਿਆ ਜਿਸਨੂੰ ਦਰਬਾਰ ਸਾਹਿਬ ਵਿੱਚ ਚੜ੍ਹਾਇਆ ਜਾਣਾ ਸੀ। ਉਹਨਾਂ ਦੇ ਨਾਲ ਖਾਲਸਾ ਕਾਲਜ, ਅੰਮ੍ਰਿਤਸਰ, ਦੇ ਵਿਦਿਆਰਥੀਆਂ ਅਤੇ ਪ੍ਰੋਫੈਸਰਾਂ ਦਾ ਇੱਕ ਉੱਘਾ ਸਮੂਹ ਸੀ, ਜਿਸ ਵਿੱਚ ਬਾਵਾ ਹਰਕਿਸ਼ਨ ਸਿੰਘ ਅਤੇ ਤੇਜਾ ਸਿੰਘ (ਜੋ ਬਾਅਦ ਵਿੱਚ ਖਾਲਸਾ ਕਾਲਜ ਦੇ ਪ੍ਰਿੰਸੀਪਲ ਬਣੇ) ਵੀ ਸ਼ਾਮਲ ਸਨ। ਪੁਜਾਰੀਆਂ ਦੇ ਇਨਕਾਰ ਕਰਨ 'ਤੇ ਸਿੱਖ ਵਿਦਵਾਨਾਂ ਨੇ ਇਸ ਨੂੰ ਸਖ਼ਤੀ ਨਾਲ ਸਿੱਖ ਧਰਮ ਦੇ ਸਿਧਾਂਤਾਂ ਦੇ ਵਿਰੁੱਧ ਦੱਸਿਆ। ਲੋਕ ਸਮੂਹ ਦੇ ਰੋਹ ਨੂੰ ਦੇਖਦਿਆਂ ਦਰਬਾਰ ਸਾਹਿਬ ਦੇ ਪੁਜਾਰੀਆਂ ਨੂੰ ਝੁਕਣਾ ਪਿਆ, ਜਿਸ ਕਾਰਨ ਇਹ ਵਿਤਕਰਾ ਸਦਾ ਲਈ ਬੰਦ ਹੋ ਗਿਆ। ਜਦਕਿ ਅਕਾਲ ਤਖ਼ਤ ਦੇ

ਪੁਜਾਰੀ ਭੱਜ ਗਏ। ਸਾਰੇ ਵਰਗਾਂ ਨੇ ਮਿਲਕੇ ਸਿੱਖਾਂ ਦੀ ਇੱਕ ਸਾਂਝੀ ਕਮੇਟੀ ਬਣਾਈ ਅਤੇ ਅਕਾਲ ਤਖ਼ਤ ਦੀ ਸੇਵਾ-ਸੰਭਾਲ ਦਾ ਪ੍ਰਬੰਧ ਆਪਣੇ ਹੱਥ ਵਿੱਚ ਲਿਆ।

ਦਰਬਾਰ ਸਾਹਿਬ, ਅੰਮ੍ਰਿਤਸਰ ਦਾ ਪੂਰਾ ਕੰਟਰੋਲ ਹਾਸਲ ਕਰਨ ਲਈ ਮੋਰਚਾ ਚਾਬੀਆਂ ਲੱਗਿਆ। ਸਿੱਖ ਸੰਗਤ ਨੇ ਇਹ ਫ਼ੈਸਲਾ ਕੀਤਾ ਕਿ ਉਨ੍ਹਾਂ ਨੂੰ ਦਰਬਾਰ ਸਾਹਿਬ ਦੇ ਤੋਸ਼ਾਖਾਨੇ ਦੀਆਂ ਚਾਬੀਆਂ ਅੰਗਰੇਜ਼ਾਂ ਨੂੰ ਖੁਦ ਆ ਕੇ ਸੌਂਪਣੀਆਂ ਪੈਣਗੀਆਂ। 19 ਜਨਵਰੀ, 1922 ਨੂੰ, ਅੰਗਰੇਜ਼ਾਂ ਨੇ ਮਜਬੂਰਨ ਆਪਣੇ ਅਧਿਕਾਰੀ ਨੂੰ ਅਕਾਲ ਤਖ਼ਤ ਭੇਜ ਕੇ ਭਰੀ ਸੰਗਤ ਦੇ ਸਾਹਮਣੇ ਚਾਬੀਆਂ ਬਾਬਾ ਖੜਕ ਸਿੰਘ, ਦੇ ਹਵਾਲੇ ਕੀਤੀਆਂ, ਜੋ ਉਸ ਸਮੇਂ ਸ਼੍ਰੋਮਣੀ ਗੁਰਦੁਆਰਾ ਪ੍ਰਬੰਧਕ ਕਮੇਟੀ ਦੇ ਮੁਖੀ ਸਨ।

ਪਿੰਡ ਘੁੱਕੇਵਾਲੀ (ਅੰਮ੍ਰਿਤਸਰ) ਦੇ ਗੁਰਦੁਆਰਾ ਗੁਰੂ ਕਾ ਬਾਗ ਨੂੰ ਮਹੰਤ ਸੁੰਦਰ ਦਾਸ ਤੋਂ ਆਜ਼ਾਦ ਕਰਵਾਉਣ ਲਈ 8 ਅਗਾਸਤ ਤੋਂ 17 ਨਵੰਬਰ 1922 ਤੱਕ ਮੋਰਚਾ ਚੱਲਿਆ। ਮੋਰਚਾ ਸਫਲ ਹੋਣ ਤੱਕ, 5605 ਸਿੱਖਾਂ ਨੂੰ ਕੈਦ ਹੋਈ, 1500 ਦੇ ਕਰੀਬ ਜਖਮੀ ਹੋਏ, ਅਤੇ 12 ਸ਼ਹੀਦ ਹੋਏ। ਗੁਰੂ ਕਾ ਬਾਗ ਮੋਰਚਾ ਦੇਖਣ ਵਾਲੇ ਅੰਗਰੇਜ਼ ਮਿਸ਼ਨਰੀ ਅਤੇ ਸਿੱਖਿਆ-ਸ਼ਾਸਤਰੀ ਸੀ.ਐਫ. ਐਂਡਰਿਊਜ਼ (1871-1940) ਨੇ ਕਿਹਾ, "ਸੈਂਕੜੇ ਮਸੀਹਾਂ ਨੂੰ ਸੂਲੀ 'ਤੇ ਚੜ੍ਹਾਇਆ ਜਾ ਰਿਹਾ ਹੈ।" ਇਸੇ ਤਰ੍ਹਾਂ ਹੋਰ ਵੀ ਮੋਰਚੇ ਲੱਗੇ। ਜੈਤੋ ਦੇ ਮੋਰਚੇ ਵਿੱਚ 21 ਫਰਵਰੀ 1924 ਨੂੰ ਘੱਟੋ-ਘੱਟ 19 ਸਿੱਖਾਂ ਨੂੰ ਪੁਲਿਸ ਦੀਆਂ ਗੋਲੀਆਂ ਨਾਲ ਮਾਰ ਦਿੱਤਾ ਗਿਆ।

ਸਰਕਾਰ ਕਿਸੇ ਵੀ ਹਾਲਤ ਵਿੱਚ ਇਹ ਨਹੀਂ ਚਾਹੁੰਦੀ ਸੀ ਕਿ ਗੁਰਦੁਆਰਿਆਂ ਦਾ ਕੰਟਰੋਲ ਆਮ ਸਿੱਖਾਂ ਕੋਲ ਵਾਪਸ ਆ ਜਾਵੇ, ਜਿਸ ਨਾਲ ਸਿੱਖਾਂ ਦੀ ਤਾਕਤ ਵਿੱਚ ਵਾਧਾ ਹੋਵੇ। ਪਰ ਸਿੱਖਾਂ ਦੇ ਅੰਦੋਲਨ ਅਤੇ ਕੁਰਬਾਨੀਆਂ ਦੇ ਦਬਾਅ ਹੇਠ ਸਰਕਾਰ ਨੇ ਸਿੱਖਾਂ ਦੀ ਮੰਗ ਮੰਨ ਲਈ। 1925 ਵਿੱਚ ਗੁਰਦੁਆਰਾ ਐਕਟ ਪਾਸ ਹੋਇਆ ਅਤੇ ਸਿੱਖ ਧਾਰਮਿਕ ਸਥਾਨਾਂ ਦਾ ਕੰਟਰੋਲ ਸ਼੍ਰੋਮਣੀ ਗੁਰਦੁਆਰਾ ਪ੍ਰਬੰਧਕ ਕਮੇਟੀ ਦੇ ਅਧੀਨ ਆਇਆ।

ਬ੍ਰਾਹਮਣਵਾਦੀ ਤਾਕਤਾਂ ਨੂੰ ਨਿਸ਼ਚਿਤ ਤੌਰ 'ਤੇ ਸਰਕਾਰੀ ਪੁਜਾਰੀਆਂ ਅਤੇ ਮਹੰਤਾਂ ਤੋਂ ਗੁਰਦੁਆਰਿਆਂ ਦੀ ਮੁਕਤੀ ਪਸੰਦ ਨਾ ਆਈ। ਹਿੰਦੂ ਮਹਾਸਭਾ ਦੇ ਸੰਸਥਾਪਕ ਪੰਡਿਤ ਮਦਨ ਮੋਹਨ ਮਾਲਵੀਆ ਨੇ ਦਰਬਾਰ ਸਾਹਿਬ ਤੋਂ ਥੋੜ੍ਹੀ ਦੂਰੀ 'ਤੇ ਹੀ 1921 ਵਿੱਚ ਦੁਰਗਿਆਣਾ ਮੰਦਰ ਬਣਵਾਇਆ। ਇਸ ਦੀ ਇਮਾਰਤਸਾਜ਼ੀ ਦਰਬਾਰ ਸਾਹਿਬ ਵਰਗੀ ਰੱਖੀ ਗਈ, ਜਿਸ ਨਾਲ ਇਹ ਮੰਦਰ ਗੁਰਦੁਆਰੇ ਵਰਗਾ ਹੀ ਲੱਗੇ। ਦੁਰਗਿਆਣਾ ਮੰਦਰ ਦੀ ਸਥਾਪਨਾ ਅਤੇ ਇਸਦੀ ਦਿੱਖ ਨੂੰ ਦਰਬਾਰ ਸਾਹਿਬ ਵਰਗਾ ਬਣਾਉਣਾ ਅਸਲ ਵਿੱਚ ਬ੍ਰਾਹਮਣਵਾਦ ਦੀ ਸਿੱਖੀ ਨੂੰ ਨਿਗਲਣ ਦੀ ਪ੍ਰਬਲ ਇੱਛਾ ਅਤੇ ਭਰਮਾਤਮਕ ਜੁਗਤੀ ਦਾ ਪ੍ਰਗਟਾਵਾ ਹੈ।

ਗੁਰਦੁਆਰਿਆਂ ਨੂੰ ਮਹੰਤਾਂ ਤੋਂ ਆਜ਼ਾਦ ਕਰਵਾਉਣ ਦੇ ਪ੍ਰਸੰਗ ਨੂੰ ਫਰਜੀ ਹਿੰਦੂਤਵੀ ਇਤਿਹਾਸਕਾਰ ਗੁੰਮਰਾਹਕੁੰਨ ਢੰਗ ਨਾਲ ਪੇਸ਼ ਕਰਦੇ ਹਨ। ਉਹਨਾਂ ਦਾ ਕਹਿਣਾ ਹੈ, "ਸਿੱਖ ਵੀ ਹਿੰਦੂਆਂ ਦਾ ਹਿੱਸਾ ਹਨ ਕਿਉਂਕਿ

ਦਰਬਾਰ ਸਾਹਿਬ ਅੰਮ੍ਰਿਤਸਰ ਵਿੱਚ ਵੀ ਮੰਦਰਾਂ ਵਾਂਗ ਮੂਰਤੀਆਂ ਹੁੰਦੀਆਂ ਸਨ। ਪਰ 'ਕੱਟੜ' ਖਾਲਸਾ ਸਿੱਖਾਂ ਨੇ ਮੂਰਤੀਆਂ ਹਟਵਾ ਦਿੱਤੀਆਂ।"

ਇਹ ਮਿੱਥ 'ਵਟਸਐਪ ਯੂਨੀਵਰਸਿਟੀ' ਅਤੇ ਡਿਜੀਟਲ ਮੀਡੀਆ ਦੁਆਰਾ ਵਿਆਪਕ ਤੌਰ 'ਤੇ ਫੈਲਾਈ ਜਾਂਦੀ ਹੈ। ਇਨ੍ਹਾਂ ਲੋਕਾਂ ਨੂੰ ਦੱਸ ਦਈਏ ਕਿ ਇਹ ਮੂਰਤੀਆਂ ਕੁਝ ਕੁ ਗੁਰਦੁਆਰਿਆਂ ਵਿੱਚ ਹੀ ਸਨ ਅਤੇ ਕੁਝ ਹੀ ਸਾਲ ਜਾਂ ਦਹਾਕੇ ਤੱਕ ਰਹੀਆਂ। ਮੂਰਤੀਆਂ ਦੀ ਸਥਾਪਨਾ ਇੱਕ ਦੋਸ਼ ਸੀ ਜਿਸ ਨੂੰ 1906 ਵਿੱਚ ਸੁਧਾਰ ਲਿਆ ਗਿਆ ਸੀ। ਗੁਰਬਾਣੀ ਵਿੱਚ ਵਾਰ-ਵਾਰ ਮੂਰਤੀ ਪੂਜਾ ਦਾ ਸਖ਼ਤ ਖੰਡਨ ਕੀਤਾ ਗਿਆ ਹੈ। ਗੁਰੂ ਨਾਨਕ ਸਾਹਿਬ ਮੂਰਤੀ ਪੂਜਾ ਬਾਰੇ ਇਹ ਉਪਦੇਸ਼ ਦਿੰਦੇ ਹਨ:

ਹਿੰਦੂ ਮੂਲੇ ਭੂਲੇ ਅਖੁਟੀ ਜਾਂਹੀ॥ ਨਾਰਦਿ ਕਹਿਆ ਸਿ ਪੂਜ ਕਰਾਂਹੀ॥
ਅੰਧੇ ਗੁੰਗੇ ਅੰਧ ਅੰਧਾਰੁ॥ ਪਾਥਰੁ ਲੇ ਪੂਜਹਿ ਮੁਗਧ ਗਵਾਰ॥
ਓਹਿ ਜਾ ਆਪਿ ਡੁਬੇ ਤੁਮ ਕਹਾ ਤਰਣਹਾਰੁ॥

(ਗੁਰੂ ਗ੍ਰੰਥ ਸਾਹਿਬ, ਮਹਲਾ ੧, ਅੰਗ 556)

ਅਰਥ: ਹਿੰਦੂ ਬਿਲਕੁਲ ਹੀ ਭਟਕੇ ਹੋਏ ਟੁੱਟਦੇ ਜਾ ਰਹੇ ਹਨ। ਜਿਵੇਂ ਨਾਰਦ ਨੇ ਕਿਹਾ ਉਸੇ ਤਰ੍ਹਾਂ ਹੀ ਪੂਜਾ ਕਰਦੇ ਹਨ।

(ਸਹੀ ਮਾਰਗ ਨੂੰ ਨਾ ਦੇਖ ਸਕਣ ਅਤੇ ਰੱਬੀ ਗੁਣਾਂ ਨੂੰ ਯਾਦ ਨਾ ਕਰਨ ਕਰਕੇ) ਇਨ੍ਹਾਂ ਅੰਨੇ-ਗੁੰਗਿਆਂ ਦੇ ਲਈ (ਅਗਿਆਨਤਾ ਦਾ) ਹਨੇਰਾ ਛਾਇਆ ਹੋਇਆ ਹੈ। ਇਹ ਮੂਰਖ ਅਨਪੜ੍ਹ ਪੱਥਰ ਲੈ ਕੇ ਪੂਜ ਰਹੇ ਹਨ।

(ਹੇ ਭਾਈ! ਜੋ ਪੱਥਰਾਂ ਦੀ ਪੂਜਾ ਕਰਦੇ ਹੋ) ਜਦੋਂ ਉਹ ਆਪਣੇ-ਆਪ (ਪਾਣੀ ਵਿੱਚ) ਡੁੱਬ ਜਾਂਦੇ ਹਨ (ਤਾਂ ਉਹਨਾਂ ਨੂੰ ਪੂਜ) ਤੁਸੀਂ (ਸੰਸਾਰ-ਸਮੁੰਦਰ ਤੋਂ) ਕਿਵੇਂ ਤੈਰ ਸਕਦੇ ਹੋ?

ਗੁਰਦੁਆਰਾ ਸੁਧਾਰ ਲਹਿਰ ਬਾਰੇ ਬ੍ਰਹਮਣਵਾਦੀਆਂ ਦਾ ਵਿਚਲਿਤ ਹੋਣਾ ਸਮਝ ਆਉਂਦਾ ਹੈ। ਪਰ ਜੇ ਆਪਣੇ-ਆਪ ਨੂੰ ਦਲਿਤ ਚਿੰਤਕ ਅਖਵਾਉਣ ਵਾਲੇ ਵੀ ਝੂਠ ਫੈਲਾਉਣ ਤਾਂ ਮਨੋਰਥ ਨੂੰ ਸਮਝਣਾ ਚਾਹੀਦਾ ਹੈ। 27 ਤੋਂ 29 ਦਸੰਬਰ 2014 ਨੂੰ ਜੋਧਪੁਰ ਵਿਖੇ ਹੋਈ ਬਾਮਸੇਫ (BAMCEF) ਦੀ 31ਵੀਂ ਰਾਸ਼ਟਰੀ ਕਨਵੈਨਸ਼ਨ ਵਿੱਚ ਗੁਰਨਾਮ ਸਿੰਘ ਮੁਕਤਸਰ 'ਬੋਧ' ਨੇ ਆਪਣੇ ਭਾਸ਼ਣ ਵਿੱਚ ਜੋ ਕਿਹਾ, ਉਸ ਦਾ ਸੰਖੇਪ ਵਰਣਨ ਇਸ ਪ੍ਰਕਾਰ ਹੈ:

"ਪਹਿਲੇ ਵਿਸ਼ਵ ਯੁੱਧ ਦੀ ਸਮਾਪਤੀ ਤੋਂ ਬਾਅਦ ਬਚਕੇ ਆਏ ਪੰਜਾਬ ਦੇ 'ਅਛੂਤ' (ਸਿੱਖ ਸੈਨਿਕਾਂ) ਨੇ ਗੁਰੂ ਜੀ ਦਾ ਸ਼ੁਕਰਾਨਾ ਕਰਨ ਲਈ 1919 ਵਿੱਚ ਦਰਬਾਰ ਸਾਹਿਬ, ਅੰਮ੍ਰਿਤਸਰ ਵਿਖੇ ਕੜ੍ਹਾਹ ਪ੍ਰਸ਼ਾਦ

ਭੇਟ ਕਰਨਾ ਚਾਹਿਆ। ਪਰ ਉਹਨਾਂ ਨੂੰ ਅੰਦਰ ਨਹੀਂ ਜਾਣ ਦਿੱਤਾ ਗਿਆ, ਉਹਨਾਂ ਦਾ ਅਪਮਾਨ ਕੀਤਾ ਗਿਆ ਅਤੇ ਉਹ ਵਾਪਸ ਆ ਗਏ। ਇਸ ਦੇ ਵਿਰੋਧ ਵਿੱਚ ਅਪ੍ਰੈਲ 1919 ਵਿੱਚ ਜਲ੍ਹਿਆਂਵਾਲਾ ਬਾਗ ਵਿੱਚ ਦਲਿਤਾਂ ਨੇ ਇਕੱਠ ਕੀਤਾ। ਅਤੇ ਜੋ ਗੋਲੀਬਾਰੀ ਹੋਈ ਉਹ ਜਥੇਦਾਰ ਅਰੁੜ ਸਿੰਘ ਦੇ ਇਸ਼ਾਰੇ 'ਤੇ ਹੋਈ। ਹਜ਼ਾਰਾਂ ਲੋਕਾਂ ਦੀ ਮੌਤ ਤੋਂ ਬਾਅਦ ਜਨਰਲ ਡਾਇਰ ਨੂੰ ਸਿਰੋਪਾਓ ਦਿੱਤਾ ਗਿਆ ਜਲ੍ਹਿਆਂਵਾਲਾ ਬਾਗ ਕਤਲੇਆਮ ਦਾ ਅਸਲ ਸੱਚ ਇਹ ਹੈ ਕਿ ਇਹ ਦਲਿਤਾਂ 'ਤੇ ਗੋਲੀ ਚਲਾਈ ਗਈ ਅਤੇ ਇਹ ਉੱਚ ਜਾਤੀ ਵਾਲਿਆਂ ਦੇ ਇਸ਼ਾਰੇ 'ਤੇ ਚਲਾਈ ਗਈ।"

ਗੁਰਨਾਮ ਸਿੰਘ ਮੁਕਤਸਰ 'ਬੋਧ' ਨੇ ਸੰਘਰਸ਼ਸ਼ੀਲ ਸਿੱਖ ਇਤਿਹਾਸ ਨੂੰ ਜੋ ਰੰਗਤ ਦਿੱਤੀ ਹੈ, ਉਹ ਹਾਸੇ-ਹੀਣੀ ਹੋਣ ਦੇ ਨਾਲ-ਨਾਲ ਦਲਿਤ ਚਿੰਤਨ ਦੇ ਨਿਘਾਰ ਕਰਨ ਦਾ ਪਾਪ ਵੀ ਹੈ। ਗੁਰਨਾਮ ਸਿੰਘ ਨੇ 13 ਅਪ੍ਰੈਲ 1919 ਨੂੰ ਬਰਤਾਨਵੀ ਸਰਕਾਰ ਦੇ ਰੋਲਟ ਐਕਟ ਦੇ ਵਿਰੋਧ ਪ੍ਰਦਰਸ਼ਨ ਨਾਲ ਜੁੜਿਆ ਜਲ੍ਹਿਆਂਵਾਲਾ ਬਾਗ ਕਤਲੇਆਮ, ਜੱਥੇਦਾਰ ਅਰੁੜ ਸਿੰਘ ਵੱਲੋਂ ਜਨਰਲ ਡਾਇਰ ਨੂੰ ਸਿਰੋਪਾਓ ਦੇਣਾ, ਅਤੇ ਅਕਤੂਬਰ 1920 ਵਿੱਚ ਦਰਬਾਰ ਸਾਹਿਬ ਦੇ ਪੁਜਾਰੀਆਂ ਦਾ ਪਛੜੀਆਂ ਸ਼੍ਰੇਣੀਆਂ ਦਾ ਕੜਾਹ ਪ੍ਰਸ਼ਾਦ ਪ੍ਰਵਾਨ ਕਰਵਾਉਣ ਦੇ ਸਫਲ ਸੰਘਰਸ਼ ਦੀਆਂ ਤਿੰਨ ਘਟਨਾਵਾਂ ਨੂੰ ਉੱਲਟ-ਪੁੱਲਟ ਕ੍ਰਮ ਵਿੱਚ ਜੋੜ ਕੇ ਇੱਕ ਨਵੀਂ ਕਹਾਣੀ ਬਣਾ ਦਿੱਤੀ।

ਕੀ ਝੂਠ ਦੇ ਸਹਾਰੇ ਦਲਿਤ ਉੱਥਾਨ ਹੋ ਸਕਦਾ ਹੈ? ਗੁਰਨਾਮ ਸਿੰਘ ਮੁਕਤਸਰ 'ਬੋਧ' ਵਰਗੇ ਲੇਖਕਾਂ ਵੱਲੋਂ ਅਜਿਹੀਆਂ ਹਾਸੋਹੀਣੀਆਂ ਕਹਾਣੀਆਂ ਨੂੰ ਘੜਨਾ ਉਨ੍ਹਾਂ ਦੀ ਜਾਤ ਦੇ ਆਧਾਰ 'ਤੇ ਦੂਜਿਆਂ ਪ੍ਰਤੀ ਨਫ਼ਰਤ ਨੂੰ ਦਰਸਾਉਂਦਾ ਹੈ। ਇਸ ਦਾ ਮਕਸਦ ਸਮਾਜ ਵਿੱਚ ਜਾਤੀ ਵਿਤਕਰੇ ਦੀ ਖਾਈ ਨੂੰ ਹੋਰ ਡੂੰਘਾ ਕਰਕੇ ਲਗਾਤਾਰ ਨਫ਼ਰਤ ਨੂੰ ਕਾਇਮ ਰੱਖਣਾ ਹੈ। ਸਮਾਜ ਵਿੱਚ ਫੁੱਟ ਨਾਲ ਬ੍ਰਾਹਮਣਵਾਦ ਨੂੰ ਹੀ ਹੁਲਾਰਾ ਮਿਲਦਾ ਹੈ। ਆਪਣੇ-ਆਪ ਤੋਂ ਕਹਾਣੀਆਂ ਬਣਾਉਣਾ ਮਾਨਸਿਕ ਬਿਮਾਰੀ ਦੀ ਨਿਸ਼ਾਨੀ ਵੀ ਹੋ ਸਕਦੀ ਹੈ। ਜੇ ਅਜਿਹਾ ਹੈ ਤਾਂ ਸਾਨੂੰ ਗੁਰਨਾਮ ਸਿੰਘ ਮੁਕਤਸਰ 'ਬੋਧ' ਨਾਲ ਹਮਦਰਦੀ ਹੈ। ਪਰ, ਜੇਕਰ ਅਜਿਹੇ ਬੁਲਾਰਿਆਂ ਨੂੰ ਮੌਕੇ 'ਤੇ ਹੀ ਸਵਾਲ ਨਹੀਂ ਕੀਤਾ ਜਾਂਦਾ ਤਾਂ ਮੰਚ ਪ੍ਰਦਾਨ ਕਰਨ ਵਾਲੇ ਪ੍ਰਬੰਧਕਾਂ ਦੀ ਇਮਾਨਦਾਰੀ 'ਤੇ ਵੀ ਸਵਾਲੀਆ ਨਿਸ਼ਾਨ ਲੱਗ ਜਾਂਦਾ ਹੈ। ਇਹ ਸਰੋਤਿਆਂ ਦੀ ਬੌਧਿਕਤਾ ਦਾ ਮਜ਼ਾਕ ਉਡਾਉਣਾ ਹੈ।

ਆਓ ਇੱਕ ਹੋਰ ਦਲਿਤ ਲੇਖਕ ਏ.ਆਰ. ਦਰਸ਼ੀ, ਜੋ ਪੀ.ਸੀ.ਐਸ ਅਧਿਕਾਰੀ ਸਹਿ ਸਕੱਤਰ ਪੰਜਾਬ ਸਰਕਾਰ ਦੇ ਅਹੁਦੇ ਤੋਂ ਸੇਵਾਮੁਕਤ ਹੋਏ ਸਨ, ਦੀ ਕਲਮ ਤੋਂ ਇਸ ਵਿਗਾੜ ਦਾ ਕਾਰਨ ਸਮਝੀਏ:

"ਜਦੋਂ ਅੰਗਰੇਜ਼ਾਂ ਨੇ 1849 ਵਿੱਚ ਪੰਜਾਬ ਨੂੰ ਜਿੱਤਿਆ ਅਤੇ ਕਬਜ਼ਾ ਕੀਤਾ ਤਾਂ ਉਹ ਸਿੱਖਾਂ ਦੀ ਤਾਕਤ ਅਤੇ ਸ਼ਾਨ ਤੋਂ ਜਾਣੂ ਸਨ। ਉਹ ਇਹ ਵੀ ਜਾਣਦੇ ਸਨ ਕਿ ਸਿੱਖ ਸ਼ਕਤੀ ਗੁਰਦੁਆਰਿਆਂ ਵਿੱਚੋਂ ਨਿਕਲਦੀ ਹੈ। ਇਸ ਲਈ ਉਹਨਾ ਆਪਣੇ ਏਜੰਟਾਂ ਰਾਹੀ ਧਾਰਮਿਕ ਸੱਤਾ ਦੇ ਇਹਨਾਂ ਸੰਸਥਾਵਾਂ ਨੂੰ ਆਪਣੇ ਕਬਜ਼ੇ ਵਿੱਚ ਲੈ ਕੇ ਸਿੱਖ ਧਰਮ ਨੂੰ ਤਬਾਹ ਕਰਨ ਦੀ ਘਿਨਾਉਣੀ ਯੋਜਨਾ ਦੀ ਕਲਪਨਾ ਕੀਤੀ। ਆਪਣੇ ਉਦੇਸ਼ ਦੀ ਖੋਜ ਵਿੱਚ ਉਹਨਾਂ ਨੇ ਹਿੰਦੂ ਮਹੰਤਾਂ ਨੂੰ ਇਤਿਹਾਸਕ ਅਤੇ

ਮਹੱਤਵਪੂਰਨ ਗੁਰਦੁਆਰਿਆਂ ਦੇ ਪ੍ਰਬੰਧਕ ਨਿਯੁਕਤ ਕੀਤਾ। ਉਦਾਹਰਣ ਵਜੋਂ, ਮਹੰਤ ਨਰਾਇਨ ਦਾਸ ਅਤੇ ਮਹੰਤ ਸਾਧੂ ਰਾਮ, ਦੋਵੇਂ ਸਿੱਖ ਵਿਰੋਧੀ ਅਨਸਰਾਂ ਨੂੰ ਕ੍ਰਮਵਾਰ ਗੁਰਦੁਆਰਾ ਨਨਕਾਣਾ ਸਾਹਿਬ ਅਤੇ ਹਰਿਮੰਦਰ ਸਾਹਿਬ ਦਾ ਇੰਚਾਰਜ ਲਾਇਆ ਗਿਆ। ਕੱਟੜ ਅਤੇ ਭ੍ਰਿਸ਼ਟ ਹਿੰਦੂ ਮਹੰਤਾਂ ਨੇ ਗੁਰਦੁਆਰਿਆਂ ਵਿੱਚ ਮੂਰਤੀਆਂ ਸਥਾਪਿਤ ਕੀਤੀਆਂ ਅਤੇ ਹਿੰਦੂ ਰੀਤੀ-ਰਿਵਾਜਾਂ ਦੀ ਸ਼ੁਰੂਆਤ ਕੀਤੀ, ਜਿਨ੍ਹਾਂ ਦੀ ਸਿੱਖ ਗੁਰੂਆਂ ਦੁਆਰਾ ਨਿੰਦਾ ਅਤੇ ਤਿਆਗਾ ਕੀਤਾ ਗਿਆ ਸੀ। ਇਸ ਤਰ੍ਹਾਂ ਮਹੰਤਾਂ ਨੇ ਸਿੱਖ ਧਰਮ ਨੂੰ ਮੁੜ ਹਿੰਦੂ ਧਰਮ ਦੇ ਮਾੜੇ ਪ੍ਰਭਾਵ ਹੇਠ ਲਿਆਂਦਾ ਅਤੇ ਇਸ ਨੂੰ ਬਹੁਤ ਉਲਝਾ ਦਿੱਤਾ।" (ਏ.ਆਰ. ਦਰਸ਼ੀ, ਦਿ ਗੈਲੈਂਟ ਡਿਫੈਂਡਰ)

ਸਿੱਖ ਸਮਾਜ ਦਾ ਕੋਈ ਵੀ ਅੰਦੋਲਨ ਜਾਤੀ ਵਿਸ਼ੇਸ਼ ਹੋ ਕੇ ਨਹੀਂ ਲੜਿਆ ਗਿਆ। ਸਾਰਾ ਸਮਾਜ ਮਿਲ ਕੇ ਲੜਿਆ ਹੈ। ਸਾਲ 2020-2021 ਦੇ ਕਿਸਾਨ ਅੰਦੋਲਨ ਨੂੰ ਕੌਣ ਭੁੱਲ ਸਕਦਾ ਹੈ। ਕਿਸਾਨਾਂ ਨੂੰ ਸਿੱਖਾਂ ਦੇ ਹਰ ਵਰਗ ਤੋਂ ਸਮਰਥਨ ਮਿਲਿਆ—ਸ਼ਹਿਰੀ, ਪੇਂਡੂ, ਗਾਇਕ, ਲੇਖਕ, ਧਰਮ ਪ੍ਰਚਾਰਕ, ਸਮਾਜ ਸੇਵੀ, ਪੰਜਾਬ ਦੇ ਸਿੱਖ, ਭਾਰਤ ਦੇ ਦੂਜੇ ਰਾਜਾਂ ਦੇ ਸਿੱਖ, ਵਿਦੇਸ਼ਾਂ ਵਿੱਚ ਵਸਦੇ ਸਿੱਖ, ਅਤੇ ਹਰ ਜਾਤ ਦੇ ਸਿੱਖ। ਪਰ ਜਿਵੇਂ ਹੀ ਕਿਸਾਨ ਅੰਦੋਲਨ ਨੂੰ ਪੰਜਾਬ ਦੀ ਹੱਦ ਤੋਂ ਬਾਹਰ ਦੇਖਿਆ ਗਿਆ, ਇਹ ਇੱਕ 'ਜਾਟ' ਅੰਦੋਲਨ ਤੱਕ ਸੀਮਤ ਹੋ ਗਿਆ। ਕਿਉਂਕਿ ਹਿੰਦੂਆਂ ਦਾ ਵੱਡਾ ਹਿੱਸਾ ਕਿਸਾਨਾਂ (ਜਾਟਾਂ) ਦੇ ਵਿਰੁੱਧ ਖੜ੍ਹਾ ਸੀ। ਜਿਸ ਤਰ੍ਹਾਂ ਗੁਰਦੁਆਰੇ ਕਿਸਾਨ ਅੰਦੋਲਨ ਅਤੇ ਹਰ ਅੰਦੋਲਨ ਲਈ ਜੀਵਨ-ਰੱਤ ਬਣੇ, ਇਸ ਤੋਂ ਅਸੀਂ ਸਮਝ ਸਕਦੇ ਹਾਂ ਕਿ ਅੰਗਰੇਜ਼ਾਂ ਨੂੰ ਕਿਉਂ ਲੱਗਦਾ ਸੀ ਕਿ "ਸਿੱਖ ਸ਼ਕਤੀ ਗੁਰਦੁਆਰਿਆਂ ਵਿੱਚੋਂ ਨਿਕਲਦੀ ਹੈ।"

ਇਸ ਸੰਦਰਭ ਵਿੱਚ ਡਾ: ਬੀ.ਆਰ. ਅੰਬੇਡਕਰ ਦੁਆਰਾ ਹਿੰਦੂਆਂ ਅਤੇ ਗੈਰ-ਹਿੰਦੂਆਂ ਵਿਚਕਾਰ ਜਾਤੀ ਭੇਦ 'ਤੇ ਕੀਤਾ ਵਿਸ਼ਲੇਸ਼ਣ ਮਹੱਤਵਪੂਰਨ ਹੈ:

"ਇਨ੍ਹਾਂ ਵਿੱਚੋਂ ਇੱਕ ਸਮੂਹ ਹੈ ਜਿਸ ਨੂੰ ਹਿੰਦੂਆਂ ਦੀ ਜਾਤ ਪ੍ਰਣਾਲੀ ਵਿੱਚ ਕੋਈ ਅਜੀਬ ਜਾਂ ਘਿਣਾਉਣੀ ਗੱਲ ਨਹੀਂ ਲੱਗਦੀ। ਅਜਿਹੇ ਹਿੰਦੂ ਹਵਾਲਾ ਦਿੰਦੇ ਹਨ ਮੁਸਲਮਾਨਾਂ, ਸਿੱਖਾਂ ਅਤੇ ਈਸਾਈਆਂ ਦਾ ਅਤੇ ਇਸ ਤੱਥ ਤੋਂ ਤਸੱਲੀ ਪਾਉਂਦੇ ਹਨ ਕਿ ਉਨ੍ਹਾਂ ਵਿੱਚ ਵੀ ਜਾਤਾਂ ਹਨ। ਇਸ ਸਵਾਲ 'ਤੇ ਵਿਚਾਰ ਕਰਦੇ ਸਮੇਂ ਤੁਹਾਨੂੰ ਸਭ ਤੋਂ ਪਹਿਲਾਂ ਧਿਆਨ ਵਿੱਚ ਰੱਖਣਾ ਚਾਹੀਦਾ ਹੈ ਕਿ ਮਨੁੱਖੀ ਸਮਾਜ ਕਿਤੇ ਵੀ ਇਕੱਲਾਪੁਰਾ ਨਹੀਂ ਹੈ। ਇਹ ਹਮੇਸ਼ਾ ਬਹੁਵਚਨ ਹੁੰਦਾ ਹੈ। ਕਰਮ ਦੀ ਦੁਨੀਆਂ ਵਿੱਚ, ਵਿਅਕਤੀ ਲਈ ਇੱਕ ਸੀਮਾ ਹੈ ਅਤੇ ਸਮਾਜ ਲਈ ਦੂਜੀ।...

ਇਹ ਨਿਰਧਾਰਤ ਕਰਨ ਲਈ ਕਿ ਕੀ ਦਿੱਤਾ ਗਿਆ ਸਮਾਜ ਇੱਕ ਆਦਰਸ਼ ਸਮਾਜ ਹੈ; ਪੁੱਛੇ ਜਾਣ ਵਾਲੇ ਸਵਾਲ, ਇਹ ਨਹੀਂ ਹਨ ਕਿ ਇਸ ਵਿੱਚ ਸਮੂਹ ਹਨ ਜਾਂ ਨਹੀਂ, ਕਿਉਂਕਿ ਸਮੂਹ ਸਾਰੇ ਸਮਾਜਾਂ ਵਿੱਚ ਮੌਜੂਦ ਹਨ। ਇੱਕ ਆਦਰਸ਼ ਸਮਾਜ ਕੀ ਹੈ, ਇਹ ਨਿਰਧਾਰਤ ਕਰਨ ਵਿੱਚ ਪੁੱਛੇ ਜਾਣ ਵਾਲੇ ਸਵਾਲ ਹਨ: ਸਮੂਹਾਂ ਦੁਆਰਾ ਸੁਚੇਤ ਤੌਰ 'ਤੇ ਸਾਂਝੇ ਕੀਤੇ ਜਾਣ ਵਾਲੇ ਹਿੱਤ ਕਿੰਨੇ ਜ਼ਿਆਦਾ ਅਤੇ ਭਿੰਨ

ਹਨ? ਹੋਰ ਤਰਾਂ ਦੇ ਸੰਗਠਨਾਂ ਨਾਲ ਆਪਸੀ ਕਾਰਵਾਈ ਕਿੰਨੀ ਪੂਰਨ ਅਤੇ ਆਜ਼ਾਦ ਹੈ? ਕੀ ਉਹ ਤਾਕਤਾਂ ਜਿਹੜੀਆਂ ਸਮੂਹਾਂ ਅਤੇ ਜਮਾਤਾਂ ਨੂੰ ਵੱਖ ਕਰਦੀਆਂ ਹਨ ਉਹਨਾਂ ਤਾਕਤਾਂ ਨਾਲੋਂ ਬਹੁਤੇਰੀਆਂ ਹਨ ਜੋ ਉਹਨਾਂ ਨੂੰ ਇਕਜੁੱਟ ਕਰਦੀਆਂ ਹਨ? ਇਸ ਸਮੂਹਿਕ ਜੀਵਨ ਨਾਲ ਕੀ ਸਮਾਜਿਕ ਮਹੱਤਾ ਜੁੜੀ ਹੋਈ ਹੈ? ਇਸ ਦੀ ਵਿਸ਼ੇਸ਼ਤਾ ਕੀ ਰਿਵਾਜ ਅਤੇ ਸਹੂਲਤ ਦਾ ਮਾਮਲਾ ਹੈ ਜਾਂ ਇਹ ਧਰਮ ਦਾ ਮਾਮਲਾ ਹੈ? ਇਹਨਾਂ ਸਵਾਲਾਂ ਦੀ ਰੌਸ਼ਨੀ ਵਿੱਚ ਇਹ ਫੈਸਲਾ ਕਰਨਾ ਹੋਵੇਗਾ ਕਿ ਕੀ ਗੈਰ-ਹਿੰਦੂਆਂ ਵਿੱਚ ਜਾਤ ਹਿੰਦੂਆਂ ਵਿੱਚ ਜਾਤ ਦੇ ਬਰਾਬਰ ਹੈ ਜਾਂ ਨਹੀਂ। ਜੇਕਰ ਅਸੀਂ ਇਹਨਾਂ ਵਿਚਾਰਾਂ ਨੂੰ ਇੱਕ ਪਾਸੇ ਮੁਸਲਮਾਨਾਂ, ਸਿੱਖਾਂ ਅਤੇ ਈਸਾਈਆਂ ਦੀਆਂ ਜਾਤਾਂ ਅਤੇ ਦੂਜੇ ਪਾਸੇ ਹਿੰਦੂਆਂ ਦੀਆਂ ਜਾਤਾਂ ਉੱਤੇ ਲਾਗੂ ਕਰੀਏ, ਤਾਂ ਤੁਸੀਂ ਦੇਖੋਗੇ ਕਿ ਗੈਰ-ਹਿੰਦੂਆਂ ਦੀ ਜਾਤ ਹਿੰਦੂਆਂ ਦੀ ਜਾਤ ਨਾਲੋਂ ਬੁਨਿਆਦੀ ਤੌਰ 'ਤੇ ਵੱਖਰੀ ਹੈ। ਪਹਿਲਾਂ, ਹਿੰਦੂਆਂ ਨੂੰ ਸੁਚੇਤ ਰੂਪ ਵਿੱਚ ਜੋੜਨ ਵਾਲੇ ਸਬੰਧ ਗੈਰ-ਮੌਜੂਦ ਹਨ, ਜਦੋਂ ਕਿ ਗੈਰ-ਹਿੰਦੂਆਂ ਕੋਲ ਬਹੁਤ ਸਾਰੇ ਹਨ ਜੋ ਉਹਨਾਂ ਨੂੰ ਇਕੱਠੇ ਰੱਖਦੇ ਹਨ। ਇੱਕ ਸਮਾਜ ਦੀ ਤਾਕਤ ਉਸ ਵਿੱਚ ਮੌਜੂਦ ਸੰਪਰਕ ਦੇ ਬਿੰਦੂਆਂ ਦੀ ਮੌਜੂਦਗੀ ਅਤੇ ਵੱਖ-ਵੱਖ ਸਮੂਹਾਂ ਵਿਚਕਾਰ ਆਪਸੀ ਤਾਲਮੇਲ ਦੀਆਂ ਸੰਭਾਵਨਾਵਾਂ 'ਤੇ ਨਿਰਭਰ ਕਰਦੀ ਹੈ। ਕਾਰਲਾਇਲ ਇਹਨਾਂ ਨੂੰ "ਆਰਗੈਨਿਕ ਫਿਲਾਮੈਂਟਸ" (ਜੈਵਿਕ ਤੰਤੂ) ਕਹਿੰਦੇ ਹਨ, ਭਾਵ ਲਚਕਦਾਰ ਧਾਗੇ ਜੋ ਭੰਗ ਹੋਏ ਤੱਤਾਂ ਨੂੰ ਇਕੱਠੇ ਲਿਆਉਣ ਅਤੇ ਉਹਨਾਂ ਨੂੰ ਦੁਬਾਰਾ ਜੋੜਨ ਵਿੱਚ ਮਦਦ ਕਰਦੇ ਹਨ। ਜਾਤ ਦੇ ਕਾਰਨ ਹੋਏ ਵਿਘਟਨ ਦਾ ਵਿਰੋਧ ਕਰਨ ਲਈ ਹਿੰਦੂਆਂ ਦੇ ਵਿਚਕਾਰ ਕੋਈ ਵੀ ਏਕੀਕ੍ਰਿਤ ਲਹਿਰ ਨਹੀਂ ਹੈ। ਜਦੋਂ ਕਿ ਗੈਰ-ਹਿੰਦੂਆਂ ਕੋਲ ਬਹੁਤ ਸਾਰੇ "ਆਰਗੈਨਿਕ ਫਿਲਾਮੈਂਟਸ" ਹਨ ਜੋ ਉਹਨਾਂ ਨੂੰ ਆਪਸ ਵਿੱਚ ਬੰਨ੍ਹਦੇ ਹਨ। *(ਡਾ. ਬੀ. ਆਰ. ਅੰਬੇਡਕਰ, XIX, ਜਾਤ ਦਾ ਵਿਨਾਸ਼)*

ਡਾ. ਅੰਬੇਡਕਰ ਦੁਆਰਾ ਆਦਰਸ਼ ਸਮਾਜ ਨੂੰ ਨਿਰਧਾਰਤ ਕਰਨ ਲਈ ਪੁੱਛੇ ਗਏ ਪੰਜ ਸਵਾਲ ਜੇਕਰ ਸਿੱਖ ਸਮਾਜ 'ਤੇ ਲਾਗੂ ਕੀਤੇ ਜਾਣ, ਤਾਂ ਅਸੀਂ ਆਸਾਨੀ ਨਾਲ ਕਹਿ ਸਕਦੇ ਹਾਂ ਕਿ ਸਿੱਖਾਂ ਵਿੱਚ ਆਪਸ ਵਿੱਚ ਬੰਨ੍ਹਣ ਵਾਲੇ "ਆਰਗੈਨਿਕ ਫਿਲਾਮੈਂਟਸ" ਸਭ ਤੋਂ ਮਜ਼ਬੂਤ ਹਨ। ਸਿੱਖੀ ਵਿੱਚ, ਚੰਗੇ ਬੰਦਿਆਂ ਦੀ ਸੰਗਤ (ਸਤਿਸੰਗਤ) ਦੇ ਲਾਜ਼ਮੀ ਨਿਯਮ ਦਾ ਸਮਾਜਿਕ ਮਹੱਤਵ ਹੈ ਕਿ ਇਹ ਨਿੱਜੀ ਕਮਜ਼ੋਰੀਆਂ ਤੋਂ ਉੱਪਰ ਉਠਾ ਕੇ ਸਾਂਝੇ ਉਦੇਸ਼ ਦੀ ਪ੍ਰਾਪਤੀ ਲਈ ਮੰਚ ਪ੍ਰਦਾਨ ਕਰਦਾ ਹੈ। ਬੇਇਨਸਾਫ਼ੀ, ਅਸਮਾਨਤਾ ਅਤੇ ਵਿਗਾੜ ਦਾ ਵਿਰੋਧ ਆਪਣੇ-ਆਪ ਵਿੱਚ ਸਿੱਖ ਸੰਗਤ ਅਤੇ ਧਰਮ ਦਾ ਹਿੱਸਾ ਬਣ ਗਿਆ ਹੈ। ਸਤਿਸੰਗਤ ਦੀ ਸੰਸਥਾ ਮਨੁੱਖ ਨੂੰ ਉਸ ਦੀਆਂ ਨਿੱਜੀ ਕਮਜ਼ੋਰੀਆਂ ਵਿੱਚੋਂ ਬਾਹਰ ਕੱਢਣ ਲਈ ਉਤਪ੍ਰੇਰਕ ਦੀ ਭੂਮਿਕਾ ਨਿਭਾਉਂਦੀ ਹੈ।

ਜਾਪਾਨ ਦੇ ਬੋਧੀਆਂ ਦਾ ਮਿਆਂਮਾਰ ਦੇ ਬੋਧੀਆਂ ਨਾਲ ਕੋਈ ਲੈਣਾ-ਦੇਣਾ ਨਹੀਂ ਹੈ। ਅਤੇ ਵਿਦੇਸ਼ਾਂ ਵਿੱਚ ਰਹਿੰਦੇ ਬੋਧੀਆਂ ਦਾ ਭਾਰਤ ਦੇ ਬੋਧੀਆਂ ਨਾਲ ਕੋਈ ਲਗਾਅ ਨਹੀਂ ਹੈ। "ਆਰਗੈਨਿਕ ਫਿਲਾਮੈਂਟਸ" ਦੀ ਅਣਹੋਂਦ ਵਿੱਚ 'ਬੁੱਧ ਸਮਾਜ' ਵਰਗੀ ਕੋਈ ਇਕਾਈ ਦਿਖਾਈ ਨਹੀਂ ਦਿੰਦੀ। ਪਰ 'ਸਿੱਖ ਸਮਾਜ' ਇੱਕ ਜ਼ਾਹਰ ਇਕਾਈ ਵਜੋਂ ਕਾਇਮ ਹੈ। ਪੰਜਾਬ ਦੇ ਸਿੱਖ, ਬਾਕੀ ਭਾਰਤ ਦੇ ਸਿੱਖ, ਵਿਦੇਸ਼ਾਂ ਵਿੱਚ ਵੱਸਦੇ ਸਿੱਖ ਜਾਂ ਹੋਰ ਧਰਮਾਂ ਤੋਂ

ਸਿੱਖ ਧਰਮ ਧਾਰਨ ਕਰਨ ਵਾਲੇ ਲੋਕ, ਸਾਰੇ ਸਿੱਖ ਸਮਾਜ ਦੀ ਬਿਹਤਰੀ ਲਈ ਆਪਣਾ ਯੋਗਦਾਨ ਪਾਉਂਦੇ ਹਨ। ਸਾਰੇ ਆਪਣੇ-ਆਪ ਨੂੰ ਕੇਂਦਰੀ ਬਿੰਦੂ ਨਾਲ ਜੁੜੇ ਹੋਏ ਪਾਉਂਦੇ ਹਨ। ਯਕੀਨਨ ਗੁਰੂ ਗ੍ਰੰਥ ਹੀ ਉਹ ਅਟੁੱਟ ਕੇਂਦਰ ਬਿੰਦੂ ਹੈ।

ਇਹ ਕੇਵਲ ਸਿੱਖ ਧਰਮ ਹੀ ਹੈ ਜਿਥੇ ਅਖੌਤੀ ਪਛੜੀ ਜਾਤੀ ਦੇ ਗਿਆਨੀ ਦਿੱਤ ਸਿੰਘ ਸ੍ਰੀ ਗੁਰੂ ਨਾਨਕ ਜੀ ਦੇ 'ਵੰਸ਼ਜ' ਖੇਮ ਸਿੰਘ ਬੇਦੀ ਨੂੰ ਚੁਣੌਤੀ ਦੇ ਸਕਦੇ ਹਨ। ਗੁਰਬਾਣੀ ਦੀ ਰੋਸ਼ਨੀ ਵਿੱਚ ਚੁਣੌਤੀ ਦੇਣ ਕਾਰਨ ਸਿੱਖ ਕੌਮ ਨੇ ਖੇਮ ਸਿੰਘ ਬੇਦੀ ਨੂੰ ਨਹੀਂ ਸਗੋਂ ਗਿਆਨੀ ਦਿੱਤ ਸਿੰਘ ਨੂੰ ਆਪਣਾ ਨਾਇਕ ਮੰਨਿਆ ਹੈ। ਪ੍ਰਮੁੱਖਤਾ ਹਮੇਸ਼ਾ ਸਰਬ ਸਾਂਝੀ ਗੁਰਬਾਣੀ ਦੀ ਰਹੇਗੀ, ਜੋ ਕਿ ਇੱਕ ਬਹੁਤ ਹੀ ਮਜ਼ਬੂਤ "ਆਰਗੈਨਿਕ ਫਿਲਾਮੈਂਟਸ" ਹੈ। ਯਾਦ ਰਹੇ, ਗੁਰੂ ਗ੍ਰੰਥ ਸਾਹਿਬ ਵਿੱਚ ਵੱਖ-ਵੱਖ ਜਾਤਾਂ ਅਤੇ ਧਰਮਾਂ ਦੇ 35 ਸੰਤ-ਪੁਰਸ਼ਾਂ ਦੀ ਬਾਣੀ ਹੈ, ਜਿਸ ਨੂੰ ਗੁਰਬਾਣੀ ਕਿਹਾ ਜਾਂਦਾ ਹੈ। ਜਦੋਂ ਵੀ ਕੋਈ ਗੁਰਬਾਣੀ ਦੇ ਆਧਾਰ 'ਤੇ ਵਿਗਾੜਾਂ ਦਾ ਪਰਦਾਫਾਸ਼ ਕਰਦਾ ਹੈ ਤਾਂ ਸਿੱਖ ਸਮਾਜ ਦੇ ਸਾਰੇ ਵਰਗਾਂ ਦਾ ਸਮਰਥਨ ਮਿਲਦਾ ਹੈ। ਦਲਿਤ ਸਿੱਖਾਂ ਦੇ ਦਰਬਾਰ ਸਾਹਿਬ ਵਿੱਚ ਕੜਾਹ ਪ੍ਰਸਾਦ ਦੀ ਇਜਾਜ਼ਤ ਦੇ ਲਈ ਸੰਘਰਸ਼ ਨੂੰ ਸਾਰਿਆਂ ਨੇ ਇਕੱਠੇ ਹੋ ਕੇ ਲੜਿਆ ਅਤੇ ਜਿੱਤਿਆ।

ਗੁਰਦੁਆਰਾ ਸੁਧਾਰ ਲਹਿਰ ਨੇ ਗੁਰਬਾਣੀ ਦੀ ਰੋਸ਼ਨੀ ਵਿੱਚ ਬਹੁਤ ਸਾਰੇ ਵਿਗਾੜ ਦੂਰ ਕੀਤੇ ਪਰ ਕਈ ਰਹਿ ਗਏ। ਕਿਉਂਕਿ ਇਸ ਲੰਮੇ ਅਰਸੇ ਦੌਰਾਨ ਨਿਰਮਲਾ ਸੰਪ੍ਰਦਾਇ ਨਾਲ ਸਬੰਧਤ ਲੇਖਕਾਂ ਨੇ ਬਹੁਤ ਸਾਰਾ ਸਾਹਿਤ ਲਿਖਿਆ। ਗੁਰੂਆਂ ਦੇ ਜੀਵਨ ਬਾਰੇ ਲਿਖਿਆ, ਜਿਨ੍ਹਾਂ ਨੂੰ ਜਨਮ-ਸਾਖੀਆਂ ਕਿਹਾ ਜਾਂਦਾ ਹੈ। ਉਹਨਾਂ ਦੇ ਵੈਦਿਕ ਝੁਕਾਅ ਕਾਰਨ ਉਹਨਾਂ ਦੀਆਂ ਲਿਖਤਾਂ ਵਿੱਚ ਕਿਤੇ ਜਾਣ ਬੁੱਝ ਕੇ ਅਤੇ ਕਿਤੇ ਸ਼ਰਦਾ ਅਧੀਨ ਇਤਿਹਾਸ ਅਤੇ ਮਿਥਿਹਾਸ ਦਾ ਮਿਸ਼ਰਣ ਸਪੱਸ਼ਟ ਦਿਖਾਈ ਦਿੰਦਾ ਹੈ। ਗੁਰੂਆਂ ਨਾਲ ਕਰਾਮਾਤੀ ਅਤੇ ਪੁਨਰ-ਜਨਮ ਨਾਲ ਸਬੰਧਤ ਕਹਾਣੀਆਂ ਲਿਖੀਆਂ ਗਾਈਆਂ, ਜਿਨ੍ਹਾਂ ਦੀ ਕਥਾ ਗੁਰਦੁਆਰਿਆਂ ਵਿੱਚ ਹੋਣ ਲੱਗੀ। ਮੂਲ ਸਿਧਾਂਤਾਂ ਨਾਲੋ ਟੁੱਟਣ ਕਾਰਨ ਇਨ੍ਹਾਂ ਕਹਾਣੀਆਂ ਦਾ ਸਾਧਾਰਨ ਸ਼ਰਧਾਲੂ ਉੱਤੇ ਪ੍ਰਤੀਗਾਮੀ ਪ੍ਰਭਾਵ ਪੈਂਦਾ ਹੈ। ਪਰ ਗੁਰਬਾਣੀ ਦੀ ਰੋਸ਼ਨੀ ਵਿੱਚ ਮਿੱਥਾਂ ਦੇ ਪ੍ਰਭਾਵ ਤੋਂ ਬਚਿਆ ਜਾ ਸਕਦਾ ਹੈ।

ਗੈਰ-ਕੁਦਰਤੀ ਰਿਧੀ-ਸਿਧੀ ਜਾਂ ਚਮਤਕਾਰਾਂ ਵਿੱਚ ਵਿਸ਼ਵਾਸ ਦਾ ਗੁਰਬਾਣੀ ਸਖ਼ਤ ਸ਼ਬਦਾਂ ਵਿੱਚ ਖੰਡਨ ਕਰਦੇ ਹੋਏ, ਉਹਨਾਂ ਨੂੰ ਭਟਕਾਉਣ ਵਾਲਾ "ਅਵਰਾ ਸਾਦ" (ਦਵੈਤ ਦਾ ਸੁਆਦ) ਅਤੇ "ਧਿਗਾ" (ਧਿਰਕਾਰ) ਕਹਿੰਦੀ ਹੈ:

> *ਆਪਿ ਨਾਥੁ ਨਾਥੀ ਸਭ ਜਾ ਕੀ ਰਿਧਿ ਸਿਧਿ ਅਵਰਾ ਸਾਦ॥*
>
> (ਗੁਰੂ ਗ੍ਰੰਥ ਸਾਹਿਬ, ਮਹਲਾ ੧, ਅੰਗ 6)

ਅਰਥ: ਸਭ ਦਾ ਨਾਥ ਆਪ ਅਕਾਲ-ਪੁਰਖ ਹੈ, ਜਿਸ ਨੇ ਸਾਰੀ ਸ੍ਰਿਸ਼ਟੀ ਨੂੰ ਨੱਥ ਪਾਈ ਹੋਈ ਹੈ (ਵੱਸ ਵਿੱਚ ਕੀਤਾ ਹੋਇਆ ਹੈ), ਅਜਿਹੇ ਵਿੱਚ ਇਹ ਰਿਧੀਆਂ ਸਿੱਧੀਆਂ ਭਟਕਾਉਣ ਵਾਲਾ ਦਵੈਤ ਦਾ ਸੁਆਦ ਹੈ (ਪਰਮਾਤਮਾ ਦੇ ਮਾਰਗ ਤੋਂ ਪਰ੍ਹੇ ਲੈ ਜਾਂਦਾ ਹੈ)।

ਬਿਨੁ ਨਾਵੈ ਪੈਨਣੁ ਖਾਣੁ ਸਭੁ ਬਾਦਿ ਹੈ ਧਿਗੁ ਸਿਧੀ ਧਿਗੁ ਕਰਮਾਤਿ॥
ਸਾ ਸਿਧਿ ਸਾ ਕਰਮਾਤਿ ਹੈ ਅਚਿੰਤੁ ਕਰੇ ਜਿਸੁ ਦਾਤਿ॥
ਨਾਨਕ ਗੁਰਮੁਖਿ ਹਰਿ ਨਾਮੁ ਮਨਿ ਵਸੈ ਏਹਾ ਸਿਧਿ ਏਹਾ ਕਰਮਾਤਿ॥

(ਗੁਰੂ ਗ੍ਰੰਥ ਸਾਹਿਬ, ਮਹਲਾ ੩, ਅੰਗ ੬੫੦)

ਅਰਥ: (ਰੂਹਾਨੀ ਗੁਣ) ਨਾਮ ਬਿਨਾ ਖਾਣਾ ਅਤੇ ਪਹਿਨਣਾ ਸਭ ਵਿਅਰਥ ਹੈ, ਧਿਰਕਾਰ ਹੈ ਸਿੱਧੀ ਅਤੇ ਧਿਰਕਾਰ ਹੈ ਕਰਮਾਤ।

ਸਹੀ ਸਿਧੀ ਅਤੇ ਸਹੀ ਕਰਮਾਤ ਉਹੀ ਹੈ, ਜਿਸ ਨੂੰ ਪ੍ਰਾਪਤ ਕਰਕੇ ਚਿੰਤਾ ਤੋਂ ਆਜ਼ਾਦ ਹੋਣ ਦੀ ਦਾਤ ਮਿਲੇ।

ਹੇ ਨਾਨਕ! ਗੁਰੂ ਦੇ ਸਨਮੁਖ ਹੋ ਕੇ, ਨਾਮ ਮਨ ਵਿੱਚ ਵੱਸ ਜਾਏ, ਇਹੀ ਸਿਧੀ ਹੈ, ਇਹੀ ਕਰਮਾਤ ਹੈ।

ਚਮਤਕਾਰੀ ਕਹਾਣੀਆਂ ਵਿੱਚ ਵਿਸ਼ਵਾਸ ਜਿੱਥੇ ਬ੍ਰਾਹਮਣੀ ਪ੍ਰਭਾਵ ਦੀ ਗਵਾਹੀ ਹੈ, ਉੱਥੇ ਗੁਰ-ਉਪਦੇਸ਼ ਤੋਂ ਭਟਕਣ ਦੀ ਵੀ ਨਿਸ਼ਾਨੀ ਹੈ। ਗੁਰਬਾਣੀ ਦੇ ਅਜਿਹੇ ਸਪੱਸ਼ਟ ਹੁਕਮਾਂ ਦੇ ਬਾਵਜੂਦ ਜੇਕਰ ਕੋਈ ਕਰਮਾਤਾਂ ਦੀ ਕਥਾ ਗੁਰੂਆਂ ਦੇ ਨਾਮ ਨਾਲ ਜੋੜਦਾ ਹੈ, ਤਾਂ ਉਸ ਨੂੰ ਕੇਵਲ ਇੱਕ ਸਵਾਲ ਪੁੱਛਣਾ ਬਣਦਾ ਹੈ: ਜਿਨ੍ਹਾਂ ਕਰਮਾ ਨੂੰ ਗੁਰੂ "ਅਵਾਰਾ ਸਾਦ" ਅਤੇ "ਧਿਗ" ਕਹਿ ਰਹੇ ਹਨ, ਕੀ ਉਹ ਕਰਮ ਗੁਰੂ ਖੁਦ ਕਰਨਗੇ?

ਮਹੱਤਵਪੂਰਨ ਗੱਲ ਇਹ ਹੈ ਕਿ ਮਨੁੱਖੀ ਕਦਰਾਂ-ਕੀਮਤਾਂ ਦੀ ਸਥਾਪਨਾ ਕਰਨ ਵਾਲੀਆਂ ਇਤਿਹਾਸਕ ਘਟਨਾਵਾਂ ਸਿੱਖ ਸਮਾਜ ਲਈ ਸਦਾ ਹੀ ਪ੍ਰੇਰਨਾ ਸਰੋਤ ਰਹੀਆਂ ਹਨ। ਕਿਉਂਕਿ ਗੁਰੂਆਂ ਅਤੇ ਉਨ੍ਹਾਂ ਦੇ ਨਕਸ਼ੇ-ਕਦਮਾਂ 'ਤੇ ਚੱਲਣ ਵਾਲੇ ਸਿੱਖਾਂ ਦੁਆਰਾ ਰਚਿਆ ਗਿਆ ਵਿਸ਼ਾਲ ਬੇਮਿਸਾਲ ਇਤਿਹਾਸ ਕੁਰਬਾਨੀਆਂ ਨਾਲ ਇਸ ਕਦਰ ਭਰਪੂਰ ਹੈ ਕਿ ਕਾਲਪਨਿਕ ਕਹਾਣੀਆਂ ਸਿੱਖ ਮਾਨਸਿਕਤਾ 'ਤੇ ਹਾਵੀ ਹੋ ਹੀ ਨਹੀਂ ਪਾਉਂਦੀਆਂ, ਜਿਵੇਂ ਪੁਨਰ-ਜਨਮ ਦੀ ਧਾਰਨਾ ਇੱਕ ਵਿਅਰਥ ਖਿਆਲ ਤੋਂ ਵੱਧ ਜਗ੍ਹਾ ਨਹੀਂ ਲੈ ਪਾਉਂਦੀ। ਸਿੱਖਾਂ ਦੇ ਜਿੰਨੇ ਵੀ ਬੰਦਨਾ ਜਾਂ ਨਾਅਰੇ ਹਨ, ਉਨ੍ਹਾਂ ਸਾਰਿਆਂ ਦਾ ਜਨਮ ਵੀ ਬਰਾਬਰੀ ਅਤੇ ਨਿਆਂ ਦੀ ਸਥਾਪਨਾ ਕਰਨ ਵਾਲੀ ਵਿਰਾਸਤ ਵਿੱਚੋਂ ਹੀ ਹੋਏ ਹਨ। ਜਿਵੇਂ:

ਬੋਲੇ ਸੋ ਨਿਹਾਲ, ਸਤਿ ਸ੍ਰੀ ਅਕਾਲ;

ਦੇਗ ਤੇਗ ਫਤਹਿ;

ਪੰਥ ਕੀ ਜੀਤ;

ਰਾਜ ਕਰੇਗਾ ਖਾਲਸਾ;

ਨਾਨਕ ਨਾਮ ਚੜ੍ਹਦੀਕਲਾ, ਤੇਰੇ ਭਾਣੇ ਸਰਬੱਤ ਦਾ ਭਲਾ;

ਵਾਹਿਗੁਰੂ ਜੀ ਕਾ ਖਾਲਸਾ, ਵਾਹਿਗੁਰੂ ਜੀ ਕੀ ਫਤਹਿ।

ਗੁਰਦੁਆਰਾ ਸੁਧਾਰ ਲਹਿਰ ਦਾ ਗੌਰਵਮਈ ਇਤਿਹਾਸ ਰਿਹਾ ਹੈ। ਇਸਦਾ ਮਤਲਬ ਇਹ ਨਹੀਂ ਕਿ ਇਹ ਸਥਾਈ ਹੱਲ ਸੀ। 1925 ਵਿੱਚ ਪਾਸ ਹੋਇਆ ਗੁਰਦੁਆਰਾ ਐਕਟ ਆਪਣੇ ਸਮੇਂ ਦੀ ਇੱਕ ਵੱਡੀ ਪ੍ਰਾਪਤੀ ਸੀ। ਪਰ ਅੱਜ ਦੇ ਦਿਨ ਇਹ ਕਾਨੂੰਨ ਭਾਰਤ ਦੇ ਸੰਵਿਧਾਨ ਦੇ ਅਧੀਨ ਹੋਣ ਦੇ ਕਾਰਨ ਬ੍ਰਾਹਮਣੀ ਸਰਕਾਰਾਂ ਦੇ ਦਖ਼ਲਅੰਦਾਜ਼ੀ ਦਾ ਜ਼ਰੀਆ ਬਣ ਗਿਆ ਹੈ। ਬਰਤਾਨਵੀ ਸਰਕਾਰ ਦੁਆਰਾ ਗੁਰਦੁਆਰਿਆਂ 'ਤੇ ਕਬਜ਼ੇ ਪਿੱਛੇ ਸਿੱਖਾਂ ਦੀ ਰਾਜਨੀਤਿਕ ਸ਼ਕਤੀ 'ਤੇ ਰੋਕ ਲਗਾਉਣ ਦੀ ਇੱਛਾ ਸੀ। ਪਰ 1947 ਤੋਂ ਬਾਅਦ ਦੀਆਂ ਬ੍ਰਾਹਮਣੀ ਸਰਕਾਰਾਂ ਨਾ ਸਿਰਫ਼ ਸਿੱਖਾਂ ਦੀ ਸਿਆਸੀ ਸ਼ਕਤੀ ਨੂੰ ਕਮਜ਼ੋਰ ਕਰਨਾ ਚਾਹੁੰਦੀਆਂ ਹਨ, ਸਗੋਂ ਸਿੱਖ ਧਰਮ ਨੂੰ ਹਿੰਦੂ ਧਰਮ ਵਿੱਚ ਨਿਗਲਣ ਦੀ ਵੀ ਪ੍ਰਬਲ ਇੱਛਾ ਰੱਖਦੀਆਂ ਹਨ।

ਸਿੱਖਾਂ ਦਾ ਵੱਡਾ ਵਰਗ ਗੁਰਦੁਆਰਾ ਪ੍ਰਬੰਧਕ ਕਮੇਟੀਆਂ ਵਿੱਚ ਦਖਲਅੰਦਾਜ਼ੀ ਤੋਂ ਭਲੀ-ਭਾਂਤ ਜਾਣੂ ਹੈ ਅਤੇ ਇਸ ਬਾਰੇ ਖੁੱਲ੍ਹ ਕੇ ਵਿਚਾਰ-ਵਟਾਂਦਰਾ ਕੀਤਾ ਜਾਂਦਾ ਹੈ। ਸਾਲ 2015 ਵਿੱਚ ਅਕਾਲ ਤਖ਼ਤ ਦੇ ਜਥੇਦਾਰ ਗਿਆਨੀ ਗੁਰਬਚਨ ਸਿੰਘ ਖ਼ਿਲਾਫ਼ ਤਿੱਖਾ ਵਿਰੋਧ ਹੋਇਆ ਅਤੇ ਇਸ ਦੀ ਤੁਲਨਾ ਜਥੇਦਾਰ ਅਰੂੜ ਸਿੰਘ ਨਾਲ ਕੀਤੀ ਜਾਣ ਲੱਗੀ। ਗਿਆਨੀ ਗੁਰਬਚਨ ਸਿੰਘ ਸਿੱਖ ਪੰਥ ਦੇ ਗੁੱਸੇ ਦਾ ਸ਼ਿਕਾਰ ਬਣਿਆ ਕਿਉਂਕਿ ਉਸ ਉੱਤੇ ਅਕਾਲੀ ਦਲ (ਬਾਦਲ) ਅਤੇ ਭਾਜਪਾ ਦੇ ਸਿਆਸੀ ਲਾਭ ਦੇ ਦਬਾਅ ਹੇਠ ਸਿਰਸਾ ਡੇਰਾ ਮੁਖੀ ਰਾਮ ਰਹੀਮ ਸਿੰਘ ਨੂੰ ਬਿਨਾ ਮੰਗੇ ਮੁਆਫ਼ੀ ਦੇਣ ਦੇ ਦੋਸ਼ ਸਨ। ਡੇਰਾ ਮੁਖੀ 'ਤੇ ਗੁਰੂ ਗੋਬਿੰਦ ਸਿੰਘ ਜੀ ਦਾ ਸਵਾਂਗ ਕਰਨ ਅਤੇ ਗੁਰੂ ਗ੍ਰੰਥ ਸਾਹਿਬ ਦੀ ਯੋਜਨਾਬੱਧ ਬੇਅਦਬੀ ਕਰਵਾਉਣ ਦੇ ਗੰਭੀਰ ਦੋਸ਼ ਸਨ। 10 ਨਵੰਬਰ 2015 ਨੂੰ ਚੱਬਾ ਪਿੰਡ, ਅੰਮ੍ਰਿਤਸਰ, ਵਿੱਚ ਘੱਟੋ-ਘੱਟ 5 ਲੱਖ ਲੋਕਾਂ ਦਾ ਇਕੱਠ ਹੋਇਆ, ਜਿਸ ਵਿੱਚ ਸੰਗਤ ਨੇ ਜਥੇਦਾਰ ਨੂੰ ਪਦ ਤੋਂ ਹਟਾਉਣ ਦੇ ਨਾਲ-ਨਾਲ ਜਥੇਦਾਰ ਦੀ ਨਿਯੁਕਤੀ ਵਿੱਚ ਪਾਰਦਰਸ਼ਤਾ ਲਿਆਉਣ ਦੀ ਮੁੱਖ ਮੰਗ ਰੱਖੀ।

ਸਮਾਜ ਦੀ ਅਗਵਾਈ ਚੰਗੇ ਲੋਕਾਂ ਦੇ ਹੱਥਾਂ ਵਿੱਚ ਰਹੇ, ਇਹ ਉਦੇਸ਼ ਨਿਰੰਤਰ ਰਹਿਣਾ ਚਾਹੀਦਾ ਹੈ। ਪਰ, ਸਮਾਜ ਦਾ ਹਰ ਹਿੱਸਾ ਸੰਪੂਰਨਤਾ ਪ੍ਰਾਪਤ ਕਰ ਲਵੇ, 'ਸਤਿਯੁਗ' ਦਾ ਅਜਿਹਾ ਸਮਾਂ ਨਾ ਤਾਂ ਪਹਿਲਾਂ ਕਦੇ ਸੀ, ਨਾ ਹੀ ਆਵੇਗਾ। ਗੁਰਬਾਣੀ ਅਤੇ ਸਤਿਸੰਗਤ ਨਾਲ ਜੁੜੇ ਪਰਿਵਾਰ ਸਿੱਖੀ ਕਦਰਾਂ-ਕੀਮਤਾਂ ਅਨੁਸਾਰ ਜੀਵਨ ਬਤੀਤ ਕਰਦੇ ਹਨ ਅਤੇ ਦੂਜਿਆਂ ਲਈ ਪ੍ਰੇਰਨਾ ਸਰੋਤ ਬਣਦੇ ਹਨ। ਦੂਜੇ ਪਾਸੇ ਸਿੱਖ ਦਾ ਗੁਰਬਾਣੀ ਨਾਲੋਂ ਟੁੱਟਕੇ ਵਿਕਾਰਾਂ ਦੇ ਪ੍ਰਭਾਵ ਹੇਠ ਆਉਣਾ ਸੁਭਾਵਿਕ ਹੈ। ਵਿਲੱਖਣ ਗੱਲ ਇਹ ਹੈ ਕਿ ਸਿੱਖ ਜਗਤ ਵਿੱਚ ਗੁਰੂ ਗ੍ਰੰਥ ਸਾਹਿਬ ਵਿੱਚ ਦਰਜ ਗੁਰਬਾਣੀ ਸਦਾ ਹੀ ਸਰਵੋਤਮ ਰਹੇਗੀ। ਇਹ ਸੰਕਲਪ ਪੂਰੀ ਤਰ੍ਹਾਂ ਸਥਾਪਿਤ ਹੈ। ਹੁਕਮਰਾਨ ਭਾਵੇਂ ਜਿੰਨੀਆਂ ਮਰਜੀ ਕੋਸ਼ਿਸ਼ਾਂ ਕਰ ਲੈਣ ਪਰ ਸਿੱਖੀ ਵਿੱਚ ਪੁਜਾਰੀ ਨੂੰ ਕਦੇ ਵੀ ਪ੍ਰਧਾਨਤਾ ਨਹੀਂ ਮਿਲੇਗੀ। ਜਾਗਰੂਕ ਸਿੱਖ ਸਮੇਂ-ਸਮੇਂ 'ਤੇ ਗੁਰਬਾਣੀ ਦੀ ਰੌਸ਼ਨੀ ਵਿੱਚ ਸਮਾਜ ਦੀ ਅਗਵਾਈ ਕਰਨ ਵਿੱਚ ਯੋਗਦਾਨ ਪਾਉਂਦੇ ਰਹਿਣਗੇ। ਸਮਾਜਿਕ ਬੁਰਾਈਆਂ ਦਾ ਵਿਰੋਧ ਕਰਦਿਆਂ 'ਜਾਲਉ ਐਸੀ ਰੀਤ' ਸਿੱਖੀ ਦਾ ਅਨਿੱਖੜਵਾਂ ਅੰਗ ਬਣ ਚੁੱਕੀ ਹੈ। ਨਿਰੰਤਰ ਆਤਮ-ਨਿਰੀਖਣ ਦਾ ਮਾਰਗ ਹੀ 'ਬੇਗਮਪੁਰਾ' ਵੱਲ ਜਾਂਦਾ ਹੈ।

ਭਗਤ ਸਾਹਿਬਾਨ ਨਾਲ ਵੀ ਕਈ ਤਰ੍ਹਾਂ ਦੀਆਂ ਕਹਾਣੀਆਂ ਜੋੜੀ ਜਾਂਦੀਆਂ ਹਨ। ਜਿਵੇਂ ਕਿ ਭਗਤ ਰਵਿਦਾਸ ਜੀ ਨੂੰ ਆਪਣੇ ਪਿਛਲੇ ਜਨਮ ਵਿੱਚ ਬ੍ਰਾਹਮਣ ਦੱਸਿਆ ਗਿਆ ਤਾਂ ਜੋ ਜਾਤ-ਪਾਤ ਅਨੁਸਾਰ ਬ੍ਰਾਹਮਣ ਦੀ ਸਰਵਉੱਚਤਾ ਨੂੰ ਚੁਣੌਤੀ ਨਾ ਮਿਲੇ। ਸਗੋਂ ਇਨ੍ਹਾਂ ਕਾਲਪਨਿਕ ਕਹਾਣੀਆਂ ਦੇ ਭਾਰ ਹੇਠ ਭਗਤਾਂ ਦਾ ਸੰਘਰਸ਼ੀ ਇਤਿਹਾਸ ਲਗਭਗ ਅਲੋਪ ਕਰ ਦਿੱਤਾ ਗਿਆ ਹੈ। ਜੇਕਰ ਗੁਰੂ ਨਾਨਕ ਸਾਹਿਬ ਭਗਤਾਂ ਦੀ ਬਾਣੀ ਨੂੰ ਇਕੱਠਾ ਨਾ ਕਰਦੇ ਤਾਂ ਉਨ੍ਹਾਂ ਦੇ ਇਨਕਲਾਬੀ ਵਿਚਾਰ ਵੀ ਦੁਨੀਆਂ ਦੇ ਸਾਹਮਣੇ ਨਾ ਆਉਂਦੇ। ਇਸ ਦਾ ਪ੍ਰਤੱਖ ਪ੍ਰਮਾਣ ਇਹ ਹੈ ਕਿ ਸਿੱਖਾਂ ਦੇ ਪ੍ਰਭਾਵ ਕਾਰਨ ਪੰਜਾਬ ਵਿੱਚ ਬਣੇ ਬਹੁਤੇ ਰਵਿਦਾਸ ਮੰਦਰਾਂ ਜਾਂ ਭਵਨਾਂ ਵਿੱਚ ਰਵਿਦਾਸ ਬਾਣੀ ਨੂੰ ਕੇਂਦਰੀ ਸਥਾਨ ਹਾਸਿਲ ਹੈ। ਪਰ ਪੰਜਾਬ ਤੋਂ ਬਾਹਰ ਸਥਿਤ ਰਵਿਦਾਸ ਮੰਦਰਾਂ (ਜਿਵੇਂ ਜਨਮ-ਸਥਾਨ ਵਾਰਾਣਸੀ) ਵਿੱਚ ਬ੍ਰਾਹਮਣੀ ਮੂਰਤੀ-ਪੂਜਾ ਮੁੱਖ ਬਿੰਦੂ ਹੈ। ਯਕੀਨਨ ਜੇਕਰ ਸਿੱਖਾਂ ਦਾ ਪ੍ਰਭਾਵ ਨਾ ਹੁੰਦਾ ਤਾਂ ਹਰ ਪਾਸੇ ਭਗਤ ਰਵਿਦਾਸ ਜੀ ਦੀਆਂ ਕੇਵਲ ਮੂਰਤੀਆਂ ਹੀ ਮਿਲਦੀਆਂ। ਅਜਿਹਾ ਕਿਉਂ ਹੈ ਕਿ ਰਵਿਦਾਸ ਜੀ ਦੀ ਮੂਰਤੀ ਪੂਜਾ ਦੇ ਖਿਲਾਫ ਜਾਂ ਰਵਿਦਾਸ ਸਮਾਜ ਦੇ ਮੁਖੀ ਬਣੇ ਪੁਜਾਰੀ ਵਰਗ ਦੇ ਖਿਲਾਫ ਕਦੇ ਵੀ ਕੋਈ ਪ੍ਰਭਾਵਸ਼ਾਲੀ ਆਵਾਜ਼ ਨਹੀਂ ਉਠਾਈ ਜਾ ਸਕੀ? ਇਸ ਦੇ ਕਾਰਨਾਂ ਬਾਰੇ ਵੀ ਚਿੰਤਨ ਹੋਣਾ ਚਾਹੀਦਾ ਹੈ।

ਭਾਗ 2 - ਸਮਾਜਿਕ ਅਤੇ ਸੱਭਿਆਚਾਰਕ ਪੱਖ

ਕੁਦਰਤਿ ਜਾਤੀ ਜਿਨਸੀ ਰੰਗੀ

ਬ੍ਰਹਮਣੀ ਸਾਹਿਤ ਦਾ ਜ਼ਿਆਦਾ ਭਾਗ ਗੰਗਾ-ਜਮੁਨਾ ਦੇ ਇਲਾਕੇ ਵਿੱਚ ਹੀ ਸਿਮਟਿਆ ਹੋਇਆ ਹੈ। ਪਰੰਤੂ ਸਿੰਧੂ ਸੱਭਿਅਤਾ ਵਾਲਾ ਪੰਜਾਬ ਜਿਸਦਾ ਨਾਮ ਹੀ ਪੰਜ ਨਦੀਆਂ ਦੇ ਕਾਰਨ ਪਿਆ, ਬ੍ਰਹਮਣੀ ਮਿਥਿਹਾਸ ਦਾ ਹਿੱਸਾ ਨਾ ਬਣ ਪਾਈਆਂ। ਇਸ ਦਾ ਕਾਰਨ ਹੈ ਕਿ ਪੰਜਾਬ ਆਰੀਆ ਸੱਭਿਅਤਾ ਦੇ ਅਨੁਸਾਰ ਵਿਦੇਸ਼ ਧਰਤੀ ਸੀ ਅਤੇ ਰਹਿਣ ਦੇ ਅਯੋਗ ਸੀ।

ਡਾ. ਸੁਰਿੰਦਰ ਕੁਮਾਰ ਸ਼ਰਮਾ 'ਅਗਿਆਤ' ਨੇ ਕਈ ਹਵਾਲੇ ਦੇ ਕੇ ਦੱਸਿਆ ਹੈ ਕਿ ਆਰੀਆਂ ਨੂੰ ਪੰਜਾਬ ਨਾਲ ਕਿੰਨੀ ਨਫ਼ਰਤ ਸੀ:

ਧਰਮ ਸ਼ਾਸਤਰ ਦੇਵਲ ਸਮ੍ਰਿਤੀ ਵਿੱਚ ਕਿਹਾ ਗਿਆ ਹੈ:

ਸਿੰਧੁ-ਸੌਵੀਰ-ਸੌਰਾਸ਼ਟਰ-ਤਥਾ ਪ੍ਰਤਿਨਤਵਾਸਿਨ:
ਕਲਿੰਗਾਕੌਕਣਾਨ ਵੰਗਾਨ ਗਤਵਾ ਸੰਸਕਾਰਮਹਰਤਿ (ਦੇਵਲ ਸਮ੍ਰਿਤੀ 16)

ਭਾਵ ਸਿੰਧੂ ਪ੍ਰਦੇਸ਼, ਸੌਵੀਰ, ਕਾਠੀਆਵਾੜ, ਸੀਮਾ ਪ੍ਰਦੇਸ਼, ਕਲਿੰਗ, ਕੌਕਣ, ਅਤੇ ਪੁਰਬੀ ਬੰਗਾਲ ਵਿੱਚ ਜਾ ਕੇ ਆਦਮੀ ਅਪਵਿੱਤਰ ਹੋ ਜਾਂਦਾ ਹੈ, ਇਸ ਲਈ ਉਸ ਦਾ ਸੰਸਕਾਰ (ਸ਼ੁੱਧੀਕਰਨ) ਕਰਨਾ ਚਾਹੀਦਾ।

ਮਹਾਭਾਰਤ ਵਿੱਚ ਪੰਜਾਬ ਦੀ ਨਿੰਦਾ ਕਰਦੇ ਹੋਏ ਆਦੇਸ਼ ਹਨ:

ਮਲੰ ਪ੍ਰਿਥਿਵ੍ਯਾਂ ਵਾਹੀਕਾ:
ਸਤ੍ਰੀਣਾਂ ਮਦ੍ਯਸਤ੍ਰਿਯੋ ਮਲਮ
ਮਾਨੁਸ਼ਾਣਾਂ ਮਲੰ ਮਲੇੱਛਾ:
ਵਰਸ਼ਲਾ ਦਾਕਿਸ਼ਣਾਤਯਾ: ਸਤੇਨਾ ਵਾਹਿਕਾ:
ਸੰਕਰਾ ਵੈ ਸੁਰਾਸ਼ਟਰਾ:
ਆਰਟੱਟਜਾਨ ਪੰਚਨਦਾਨ ਪਿਗਸਤੁ (ਮਹਾਭਾਰਤ, ਕਰਨਪਰਵ 45/23, 25, 28, 38)

ਭਾਵ ਵਾਹੀਕ (ਪੰਜਾਬੀ) ਲੋਕ ਸਾਰੀ ਧਰਤੀ ਦਾ ਗੰਦ ਹਨ। ਸਾਰੀ ਦੁਨੀਆਂ ਦੀਆਂ ਔਰਤਾਂ ਦਾ ਗੰਦ ਮਦਰ ਦੇਸ਼ ਦੀਆਂ ਔਰਤਾਂ ਹਨ। ਦੱਖਣ ਵਾਸੀ ਲੋਕ ਮੁਰਖ- ਸੁਦਿਰ ਹਨ। ਪੰਜਾਬੀ ਚੋਰ ਹਨ। ਸੌਰਾਸ਼ਟਰ ਦੇ ਲੋਕ ਦੋਗਲੇ ਹਨ। ਪੰਜਾਬੀਆਂ ਨੂੰ ਲਾਹਨਤ ਹੈ।

ਪੰਚ ਨਧੋ ਵਹਨਤਯੇਤਾ ਯਤ੍ਰ ਪੀਲੁਵਨਾਨਯੁਤਾ
ਸ਼ਤਦਰੁਸ਼ਚ ਵਿਪਾਸ਼ਾ ਚ ਤ੍ਰੁਤੀਯੈਰਾਪਵਤੀ ਤਥਾ
ਚੰਦਰਭਾਗਾ ਵਿਤਸਤਾ ਚ ਸਿੰਧੁਸ਼ਸ਼ਠਾ ਬਹਿਰਿਗਰ:
ਆਰਟੱਟਾ ਨਾਮ ਤੇ ਦੇਸ਼ਾ ਨਸ਼ਟਧਰਮਾ ਨ ਤਾਨ ਵ੍ਰਜੇਤ
ਪੰਚ ਨਧੋ ਵਹਨਤਯੇਤਾ ਯਤ੍ਰ ਨਿ:ਸ੍ਰੁਤਜਾ ਪ੍ਰਵਤਾਤ
ਆਰਟੱਟਾ ਨਾਮ ਵਾਹੀਕਾ ਨ ਤੇਸ਼ਵਰਧੋ ਦ੍ਰੁਚਹੰ ਵਸੇਤ (ਮਹਾਭਾਰਤ, ਕਰਨਪਰਵ, 44/31-33,
40-41)

ਭਾਵ ਜਿੱਥੇ ਸਤਲੁਜ, ਬਿਆਸ, ਇਰਾਵਤੀ (ਰਾਵੀ), ਚੰਦਰਭਾਗਾ (ਚਿਨਾਬ), ਵਿਤਸਤਾ (ਜੇਹਲਮ) ਅਤੇ ਛੇਵੀਂ ਸਿੰਧ ਨਦੀ ਵਗਦੀ ਹੈ, ਉੱਥੇ ਆਰਟੱਟਾ (ਜੱਟ/ਜਾਟ) ਨਾਮ ਦੇ ਲੋਕ ਰਹਿੰਦੇ ਹਨ, ਉਹ ਧਰਮ ਰਹਿਤ ਹਨ, ਉੱਥੇ ਆਰੀਆ ਨਾ ਜਾਣ।

ਜਿੱਥੇ ਪਹਾੜ ਵਿੱਚੋ ਨਿਕਲ ਕੇ ਪੰਜ ਨਦੀਆਂ ਵਗਦੀਆਂ ਹਨ, ਉਹ ਆਰਟੱਟਾ (ਜੱਟ/ਜਾਟ) ਨਾਮ ਦੇ ਪੰਜਾਬੀਆਂ (ਵਾਹੀਕ) ਦਾ ਇਲਾਕਾ ਹੈ, ਇਸ ਲਈ ਆਰੀਆ ਲੋਕ ਉੱਥੇ ਦੋ ਦਿਨ ਵੀ ਨਾ ਵੱਸਣ।

ਇਸ ਬਾਰੇ ਟਿੱਪਣੀ ਕਰਦਿਆਂ ਖੁਸ਼ਵੰਤ ਸਿੰਘ ਨੇ ਲਿਖਿਆ ਹੈ: ਜਾਟਾਂ ਵਿੱਚ ਆਜ਼ਾਦੀ ਅਤੇ ਬਰਾਬਰੀ ਦੀ ਭਾਵਨਾ ਸੀ। ਇਸ ਲਈ ਉਨ੍ਹਾਂ ਬ੍ਰਾਹਮਣਵਾਦੀ ਹਿੰਦੂ ਧਰਮ ਨੂੰ ਸਵੀਕਾਰ ਕਰਨ ਤੋਂ ਇਨਕਾਰ ਕਰ ਦਿੱਤਾ ਅਤੇ ਇਸ ਤਰ੍ਹਾਂ ਗੰਗਾ ਦੇ ਮੈਦਾਨਾਂ ਦੇ ਵਿਸ਼ੇਸ਼ ਅਧਿਕਾਰ ਪ੍ਰਾਪਤ ਬ੍ਰਾਹਮਣਾਂ ਦੀ ਨਿੰਦਾ ਦੇ ਪਾਤਰ ਬਣੇ ਜਿਨ੍ਹਾਂ ਨੇ ਐਲਾਨ ਕੀਤਾ ਕਿ ਕੋਈ ਵੀ 'ਆਰੀਆ ਨੂੰ ਪੰਜਾਬ ਵਿੱਚ ਦੋ ਦਿਨ ਵੀ ਨਹੀਂ ਰਹਿਣਾ ਚਾਹੀਦਾ।' (ਏ ਹਿਸਟਰੀ ਆਫ ਸਿੱਖਸ, ਜਿਲਦ 1)

ਗੁਰੂਕੁਲ ਕਾਂਗੜੀ ਯੂਨੀਵਰਸਿਟੀ ਦੇ ਸਾਬਕਾ ਵਾਈਸ-ਚਾਂਸਲਰ, ਡਾ: ਸਤਿਆਕੇਤੂ ਵਿਦਿਆਲੰਕਾਰ ਨੇ ਆਪਣੀ ਕਿਤਾਬ 'ਭਾਰਤੀ ਸੰਸਕ੍ਰਿਤੀ ਅਤੇ ਉਸ ਦਾ ਇਤਿਹਾਸ' ਵਿੱਚ ਲਿਖਿਆ ਹੈ- "ਆਰੀਅਨਾਂ ਨੂੰ ਜਿੱਤ ਪ੍ਰਾਪਤ ਕਰਨ ਲਈ ਭਿਆਨਕ ਲੜਾਈਆਂ ਲੜਨੀਆਂ ਪਈਆਂ। ਜਾਪਦਾ ਹੈ ਕਿ ਆਰੀਅਨਾਂ ਦੇ ਪ੍ਰਵੇਸ਼ ਤੋਂ ਪਹਿਲਾਂ ਇਸ ਦੇਸ਼ ਵਿਚ ਜਿਹੜੀ ਜਾਤੀ ਰਹਿੰਦੀ ਸੀ, ਉਸ ਦਾ ਨਾਂਵ ਦੱਸਯੁ ਜਾਂ ਦਾਸ ਸੀ। ਆਰੀਅਨਾਂ ਨੇ ਉਸਨੂੰ ਹਰਾਇਆ। ਪ੍ਰਾਚੀਨ ਸੰਸਕ੍ਰਿਤ ਵਿਚ ਅਜਿਹਾਂ ਹਦਾਇਤਾਂ ਦੀ ਕੋਈ ਘਾਟ ਨਹੀਂ ਹੈ, ਜਿਸ ਦੁਆਰਾ ਦੱਸਯੁ ਦਾ ਭਾਵ ਜਾਤੀ ਵਿਸ਼ੇਸ਼ ਪ੍ਰਤੀਤ ਹੁੰਦਾ ਹੈ। ਵੈਦਿਕ ਆਰੀਅਨਾਂ ਨੇ ਜਿਨ੍ਹਾਂ ਦੱਸਯੋ ਨੂੰ ਹਰਾਇਆ, ਉਹ ਸਿੰਧੁ ਘਾਟੀ ਵਿੱਚ ਰਹਿੰਦੇ ਸਨ ਅਤੇ ਉਹਨਾਂ ਦੀ ਸੱਭਿਅਤਾ ਦੇ ਖੰਡਰ ਪੰਜਾਬ ਵਿੱਚ ਰਾਵੀ ਦਰਿਆ ਅਤੇ ਸਿੰਧ ਵਿੱਚ ਸਿੰਧੁ ਨਦੀ ਦੇ ਕੰਢੇ ਪਾਏ ਗਏ ਹਨ।" (ਕਯਾ ਬਾਲੂ ਕੀ ਭੀਤ ਪਰ ਖੜਾ ਹੈ ਹਿੰਦੂ ਧਰਮ?, ਡਾ. ਸੁਰਿੰਦਰ ਕੁਮਾਰ ਸ਼ਰਮਾ 'ਅਗਿਆਤ')

ਇੱਥੇ ਇੱਕ ਗੱਲ ਧਿਆਨ ਦੇਣ ਵਾਲੀ ਹੈ ਕਿ ਤੀਜੇ ਗੁਰੂ ਅਮਰਦਾਸ ਜੀ, ਜੋ 'ਭਲਾ' ਕੁਲ ਤੋਂ ਸਨ, ਅਤੇ ਚੌਥੇ ਗੁਰੂ ਰਾਮਦਾਸ ਜੀ, ਜੋ 'ਸੋਢੀ' ਕੁਲ ਤੋਂ ਸਨ, ਦੋਵਾਂ ਦੇ ਨਾਮ ਨਾਲ 'ਦਾਸ' ਲੱਗਦਾ ਹੈ। ਚੌਥੇ ਗੁਰੂ ਤੋਂ ਲੈ ਕੇ ਦਸਵੇਂ ਗੁਰੂ ਤੱਕ ਸਾਰੇ ਸੋਢੀ ਹੀ ਹੋਏ। ਗੁਰੂ ਨਾਨਕ ਸਾਹਿਬ ਜੀ ਦੇ ਪਿਤਾ ਦਾ ਨਾਮ ਵੀ ਇਤਿਹਾਸ ਵਿੱਚ ਮਹਿਤਾ ਕਲਿਆਣ ਦਾਸ ਹੀ ਲਿਖਿਆ ਮਿਲਦਾ ਹੈ। ਪੰਜ ਪਿਆਰਿਆਂ ਵਿੱਚੋਂ ਇੱਕ ਹਸਤੀਨਾਪੁਰ ਦਾ ਜੱਟ ਸੀ ਜਿਸਦਾ ਨਾਮ ਭਾਈ ਧਰਮ ਦਾਸ ਸੀ। 'ਦਾਸ' ਉੱਤਰ ਭਾਰਤ ਵਿੱਚ ਵੱਖ-ਵੱਖ ਜਨਜਾਤੀਆਂ ਦੇ ਨਾਲ ਲੱਗਦਾ ਹੈ, ਉਹਨਾਂ ਦੀ ਖੱਤਰੀ, ਸ਼ੂਦਰ ਆਦਿ ਵਿੱਚ ਵੰਡ ਬਹੁਤ ਬਾਅਦ ਵਿੱਚ ਹੋਈ।

ਭਾਰਤ ਦੇ ਲੋਕ ਅਕਸਰ ਵਰਣ-ਆਸ਼ਰਮ ਦੁਆਰਾ ਘੜਿਤ ਜਾਤੀ ਦਾ ਕੁਦਰਤੀ ਤੌਰ 'ਤੇ ਬਣਦੀ-ਵਿਗੜਦੀ ਸੁਭਾਵਿਕ ਜਨਜਾਤੀ ਜਾਂ ਬਿਰਾਦਰੀ ਵਿੱਚ ਅੰਤਰ ਨਹੀਂ ਸਮਝ ਪਾਉਂਦੇ। ਬ੍ਰਾਹਮਣਵਾਦ ਦੇ ਵਿਰੋਧ ਦੀ ਸੁਰ ਵਿੱਚ ਜਨਜਾਤੀ ਦੀ ਹੋਂਦ ਨੂੰ ਇਨਕਾਰ ਕਰਨ ਨਾਲ ਵਰਣ-ਵਿਵੱਸਥਾ ਨੂੰ ਹੋਰ ਬਲ ਮਿਲਦਾ ਹੈ। ਜਨਜਾਤੀਆਂ ਦਾ ਸੁਭਾਵਿਕ ਢੰਗ ਨਾਲ ਬਣਨਾ-ਟੁੱਟਣਾ ਉਸੇ ਤਰ੍ਹਾਂ ਹੈ ਜਿਵੇਂ ਭਾਸ਼ਾ ਵਿੱਚ ਸਮੇਂ ਦੇ ਨਾਲ ਬਦਲਾਅ ਆਉਂਦੇ ਰਹਿੰਦੇ ਹਨ। ਜੀਵਾਂ ਵਿੱਚ ਜਨਜਾਤੀ, ਨਸਲ, ਰੰਗ ਦੀ ਵਿਭਿੰਨਤਾ ਸਭ ਕੁਦਰਤ ਦਾ ਹੀ ਹਿੱਸਾ ਹੈ:

ਕੁਦਰਤਿ ਜਾਤੀ ਜਿਨਸੀ ਰੰਗੀ ਕੁਦਰਤਿ ਜੀਅ ਜਹਾਨ॥

(ਗੁਰੂ ਗ੍ਰੰਥ ਸਾਹਿਬ, ਮਹਲਾ ੧, ਅੰਗ 464)

ਜੀਅ ਜਾਤਿ ਰੰਗਾ ਕੇ ਨਾਵ॥ ਸਭਨਾ ਲਿਖਿਆ ਵੁੜੀ ਕਲਾਮ॥

(ਗੁਰੂ ਗ੍ਰੰਥ ਸਾਹਿਬ, ਮਹਲਾ ੧, ਅੰਗ 3)

18ਵੀਂ ਸਦੀ ਦੇ ਮਹਾਨ ਸਿੱਖ ਜਰਨੈਲ—ਜੱਸਾ ਸਿੰਘ ਰਾਮਗੜ੍ਹੀਆ ਅਤੇ ਜੱਸਾ ਸਿੰਘ ਆਹਲੂਵਾਲੀਆ—ਦੀ ਫੌਜ ਵਿੱਚ ਸ਼ਾਮਿਲ ਸਿੱਖਾਂ ਦੀਆਂ ਆਉਣ ਵਾਲੀਆਂ ਪੀੜੀਆਂ ਰਾਮਗੜ੍ਹੀਆ ਅਤੇ ਆਹਲੂਵਾਲੀਆ ਕੁਲ ਤੋਂ ਪ੍ਰਚੱਲਿਤ ਹੋਈਆਂ। ਇਹਨਾਂ ਬਿਰਾਦਰੀਆਂ ਦੀ ਪਿਛਲੀ ਕੁਲ ਧੁੰਦਲੀ ਪੈ ਗਈ ਅਤੇ ਨਵੇਂ ਸਮੀਕਰਨਾਂ ਵਿੱਚੋਂ ਨਵੀਆਂ ਬਿਰਾਦਰੀਆਂ ਨੇ ਜਨਮ ਲਿਆ।

ਭਾਰਤ ਵਿੱਚ 7000 ਤੋਂ ਵੱਧ ਜਨਜਾਤੀਆਂ ਸੂਚੀਬੱਧ ਕੀਤੀਆਂ ਗਈਆਂ ਹਨ। ਪਰ ਇਹਨਾਂ ਨੂੰ ਚਾਰ ਮੁੱਖ ਜਾਤਾਂ ਵਿੱਚ ਸ਼੍ਰੇਣੀਬੱਧ ਕਰ ਉਚ-ਨੀਚ ਦਾ ਜਾਲ ਸਥਾਪਤ ਕਰਨ ਨੂੰ ਵਰਣ-ਵਿਵੱਸਥਾ ਕਹਿੰਦੇ ਹਨ। ਵਰਣ-ਵਿਵੱਸਥਾ ਦੇ ਅਣਮਨੁੱਖੀ ਪਰਦੇ ਨੂੰ ਲਾਹ ਕੇ ਦੇਖੀਏ ਤਾਂ 7000 ਜਨਜਾਤੀਆਂ ਬਾਗ ਵਿਚ ਲੱਗੇ ਹਜ਼ਾਰਾਂ ਫੁੱਲਾਂ ਵਰਗੀਆਂ ਦਿਸਣਗੀਆਂ, ਜਿਨ੍ਹਾਂ ਦੀ ਆਪਣੀ ਵੱਖਰੀ ਪਹਿਚਾਣ ਹੁੰਦੇ ਹੋਏ ਵੀ ਸਾਰੇ ਬਰਾਬਰ ਹਨ। ਇਸ ਨੂੰ ਸਵੀਕਾਰਨਾ ਹੀ ਅਨੇਕਤਾ ਵਿੱਚ ਏਕਤਾ ਹੈ।

ਅਗਿਆਨਤਾ ਵਿੱਚ ਜਾਂ ਸਿੱਖਾਂ ਨੂੰ ਬੈਕਫੁੱਟ 'ਤੇ ਕਰਨ ਲਈ ਜਾਣਬੁੱਝ ਕੇ 'ਜੱਟਵਾਦ' ਦਾ ਨਾਂ ਘੜਿਆ ਗਿਆ ਹੈ। ਇਹ ਜੱਟਾਂ ਦੁਆਰਾ ਦੂਜਿਆਂ ਦੇ ਨਾਲ ਵਿਤਕਰੇ ਨੂੰ ਦਰਸਾਉਣ ਦੀ ਭਾਵਨਾ ਤੋਂ ਨਿਕਲਿਆ ਹੋ ਸਕਦਾ ਹੈ,

ਪਰ ਇਸਦਾ ਬਹੁ-ਆਯਾਮੀ ਪ੍ਰਯੋਗ ਹੁੰਦਾ ਹੈ। ਅਕਸਰ ਜੱਟ ਪਹਿਚਾਣ ਨੂੰ ਦਰਸਾਉਂਦੇ ਪੰਜਾਬੀ ਗੀਤਾਂ ਨੂੰ ਵੀ 'ਜੱਟਵਾਦ' ਕਹਿ ਕੇ ਨਿਸ਼ਾਨਾ ਬਣਾਇਆ ਜਾਂਦਾ ਹੈ। ਚਮਾਰ ਜਾਤੀ ਦੇ ਲੋਕ ਵੀ ਵਾਲਮੀਕਿ, ਭੰਗੀ, ਆਦਿ ਨਾਲ ਵਿਤਕਰਾ ਕਰਦੇ ਹਨ। ਰਵਿਦਾਸ ਡੇਰਿਆਂ, ਮੰਦਰਾਂ ਉੱਤੇ ਏਕਾਧਿਕਾਰ ਕੇਵਲ ਚਮਾਰਾਂ ਦਾ ਹੀ ਰਹਿੰਦਾ ਹੈ। ਗੀਤਾਂ ਵਿਚ ਵੀ 'ਚਮਾਰ' ਪਹਿਚਾਣ ਸਵੈ-ਦ੍ਰਿੜਤਾ ਨਾਲ ਕਹੀ ਜਾਂਦੀ ਹੈ। ਤਾਂ ਕੀ ਇਸ ਨੂੰ 'ਚਮਾਰਵਾਦ' ਕਿਹਾ ਜਾਵੇ? ਪੱਛੜੀਆਂ ਜਾਤੀਆਂ ਦੇ ਸ਼ੋਸ਼ਣ ਦੇ ਕਾਰਨ ਉਹ ਅਕਸਰ ਹੀਣ ਭਾਵਨਾ ਦਾ ਸ਼ਿਕਾਰ ਹੁੰਦੇ ਹਨ। ਕੀ ਇਸ ਕਮਜ਼ੋਰੀ ਨੂੰ 'ਸ਼ੂਦਰਵਾਦ' ਕਿਹਾ ਜਾਵੇ? ਜੱਟਵਾਦ, ਚਮਾਰਵਾਦ, ਜਾਂ ਸ਼ੂਦਰਵਾਦ ਵਰਗੀ ਕੋਈ ਵਿਚਾਰਧਾਰਾ ਨਹੀਂ ਹੈ। ਇਹ ਤਖੱਲਸ ਬਿਮਾਰੀ ਨੂੰ ਸਮਝਣ ਵਿੱਚ ਮਦਦ ਕਰਨ ਦੀ ਬਜਾਏ ਦੂਜੀ ਜਾਤੀ ਦੇ ਖਿਲਾਫ ਆਪਣੀ ਨਫਰਤ ਦਾ ਪ੍ਰਗਟਾਵਾ ਕਰਨ ਲਈ ਇੱਕ ਹਥਿਆਰ ਤੋਂ ਵੱਧ ਕੁਝ ਨਹੀਂ। ਜਾਤ ਦੇ ਗਰਬ (ਹੰਕਾਰ) ਜਾਂ ਹੀਣਤਾ ਤੋਂ ਉਤਪੰਨ ਸਮਾਜਿਕ ਅਵਿਵਸਥਾ ਨੂੰ ਉਸੇ ਨਾਮ ਨਾਲ ਪੁਕਾਰਿਆ ਜਾਵੇ ਜਿਸ ਤੋਂ ਇਹ ਰੋਗ ਉਧਾਰ ਲਿਆ ਗਿਆ ਹੈ। ਉਹ ਹੈ ਬ੍ਰਹਮਣਵਾਦ। ਰੋਗ ਨੂੰ ਪਹਿਚਾਣੋਗੇ, ਤਾਂ ਹੀ ਤਾਂ ਇਲਾਜ ਕਰ ਸਕੋਗੇ।

ਆਪਣੀ ਜਨਜਾਤੀ ਜਾਂ ਕਬੀਲੇ ਦੀ ਪਹਿਚਾਣ ਪ੍ਰਤੀ ਸਵੈ-ਦ੍ਰਿੜਤਾ ਨਾਲ ਕਿਸੇ ਨੂੰ ਪ੍ਰੇਸ਼ਾਨੀ ਨਹੀਂ ਹੋਣੀ ਚਾਹੀਦੀ, ਜੇਕਰ ਕਿਸੇ ਦੂਜੇ ਨੂੰ ਨੀਵਾਂ ਨਾ ਦਿਖਾਇਆ ਜਾਵੇ। ਜਾਤ ਦੇ 'ਅਹੰਕਾਰ' ਦਾ ਜਨਜਾਤੀ ਦੇ 'ਅਸਤਿਤਵ' ਦੇ ਲਈ ਦਾਅਵੇ ਵਿੱਚ ਅੰਤਰ ਹੈ। ਜਦੋਂ ਕੋਈ ਕਹਿੰਦਾ ਹੈ ਕਿ ਉਸਨੂੰ ਮਰਾਠੀ, ਪੰਜਾਬੀ, ਗੋਂਡ ਜਾਂ ਭਾਰਤੀ ਹੋਣ 'ਤੇ ਮਾਣ ਹੈ, ਤਾਂ ਇਸਦਾ ਇਹ ਮਤਲਬ ਨਹੀਂ ਕਿ ਉਹ ਗੁਜਰਾਤੀ, ਹਿੰਦੀ, ਭੀਲ ਜਾਂ ਅਮਰੀਕੀਆਂ ਨੂੰ ਨੀਵਾਂ ਦਿਖਾ ਰਿਹਾ ਹੈ। ਜੇਕਰ ਫਿਰ ਵੀ ਕਿਸੇ ਨੂੰ ਪ੍ਰੇਸ਼ਾਨੀ ਹੈ, ਉਸ ਨੂੰ ਸਭ ਤੋਂ ਪਹਿਲਾਂ ਭਾਰਤੀ ਸੈਨਾ ਦੇ ਖਿਲਾਫ ਹੀ ਮੋਰਚਾ ਖੋਲ ਦੇਣਾ ਚਾਹੀਦਾ। ਜੋ ਜਨਜਾਤੀ, ਨਸਲ ਜਾਂ ਧਰਮ ਦੇ ਆਧਾਰ 'ਤੇ ਸੈਨਾ ਟੁਕੜੀਆਂ ਨੂੰ ਕਾਇਮ ਰੱਖੀ ਬੈਠੀ ਹੈ- ਜਾਟ, ਮਹਾਰ, ਗੋਰਖਾ, ਸਿੱਖ, ਨਾਗਾ, ਬਿਹਾਰ, ਡੋਗਰਾ, ਰਾਜਪੂਤ ਰੈਜੀਮੈਂਟ ਆਦਿ। ਅਤੇ ਇਹਨਾਂ ਲੋਕਾਂ ਨੂੰ ਅਜ਼ਾਦੀ ਦੇ ਸੰਘਰਸ਼ ਨਾਲ ਜੁੜਿਆ ਪ੍ਰਚਲਿਤ ਗੀਤ 'ਪੱਗੜੀ ਸੰਭਾਲ ਜੱਟਾ' ਦੇ ਬਾਰੇ ਵਿੱਚ ਵੀ ਆਪਣੇ ਵਿਚਾਰ ਰੱਖਣੇ ਚਾਹੀਦੇ ਹਨ।

ਪੂਰੀ ਦੁਨੀਆ ਵਿੱਚ ਭਿੰਨ-ਭਿੰਨ ਬਿਰਾਦਰੀ-ਨਸਲਾਂ ਦੀ ਹੋਂਦ ਸਵੀਕਾਰ ਹੈ। ਵਿਕਸਤ ਦੇਸ਼ਾਂ ਵਿੱਚ ਕਬਾਇਲੀ ਪਰੰਪਰਾਵਾਂ ਦੀ ਸੰਭਾਲ ਵਾਸਤੇ ਮੂਲ ਨਿਵਾਸੀਆਂ ਨੂੰ ਵਿਸ਼ੇਸ਼ ਅਧਿਕਾਰ ਪ੍ਰਾਪਤ ਹਨ। ਇਹ ਜਨਜਾਤੀ ਪ੍ਰਤੀ ਚੇਤਨਾ ਭੇਦਭਾਵ ਸਮਾਪਤ ਕਰਨ ਅਤੇ ਸ਼ਾਂਤੀ ਸਥਾਪਿਤ ਕਰਨ ਵਿੱਚ ਮਦਦਗਾਰ ਹੁੰਦੀ ਹੈ। ਭਾਰਤ ਵਿੱਚ ਵੀ ਪਿਛੜੀ ਜਨਜਾਤੀਆਂ ਦੇ ਅਸਤਿਤਵ ਨੂੰ ਸਵੀਕਾਰ ਕਰਕੇ ਹੀ ਰਾਖਵਾਂਕਰਨ ਨਿਰਧਾਰਿਤ ਕੀਤਾ ਗਿਆ ਹੈ। ਸਵਰਨ ਜਾਤੀਆਂ ਦੁਆਰਾ ਰਾਖਵੇਂਕਰਨ ਦਾ ਵਿਰੋਧ ਵੀ ਜਨਜਾਤੀ ਚੇਤਨਾ ਨੂੰ ਧੁੰਦਲਾ ਕਰਨ ਦੀ ਸਾਜ਼ਿਸ਼ ਹੈ। ਜਨਜਾਤੀਆਂ ਦੇ ਅਸਤਿਤਵ ਨੂੰ ਨਕਾਰਨਾ ਉਤਪੀੜਕ ਦੇ ਪੱਖ ਵਿੱਚ ਉਸੇ ਤਰਾਂ ਜਾਂਦਾ ਹੈ ਜਿਵੇਂ ਕਬੂਤਰ ਦਾ ਅੱਖਾਂ ਬੰਦ ਕਰਨਾ ਬਿੱਲੀ ਦੇ ਪੱਖ ਵਿੱਚ।

ਭਾਰਤ ਦੀਆਂ ਵਿਭਿੰਨ ਨਸਲਾਂ ਕਿਸੇ ਨਾ ਕਿਸੇ ਸਮੇਂ ਭਾਰਤ ਦੇ ਬਾਹਰ ਤੋਂ ਹੀ ਆਈਆਂ ਸਨ, ਕੋਈ ਪਹਿਲਾਂ ਤੇ ਕੋਈ ਬਾਅਦ ਵਿਚ। ਮਾਨਵ-ਵਿਗਿਆਨੀ ਏ.ਸੀ. ਹੈਡਨ ਨੇ ਭਾਰਤ ਦੀ ਜਨਸੰਖਿਆ ਨੂੰ ਇਨ੍ਹਾਂ ਪੰਜ ਭਾਗਾਂ

ਵਿੱਚ ਵੰਡਿਆ ਹੈ: (1) ਪੁਰਵ-ਦ੍ਰਾਵਿੜ ਜੰਗਲ ਦੀਆਂ ਜਨਜਾਤੀਆਂ, (2) ਦ੍ਰਾਵਿੜ ਜੋ ਲੰਬੇ ਸਿਰ ਵਾਲੇ ਅਤੇ ਕਾਲੇ ਵਾਲਾਂ ਵਾਲੇ ਹਨ, (3) ਇੰਡੋ-ਆਰੀਅਨ ਜੋ ਰੰਗ ਦੇ ਗੋਰੇ ਅਤੇ ਲੰਬੇ ਸਿਰ ਵਾਲੇ ਹਨ, (4) ਇੰਡੋ-ਐਲਪੀਆ ਜੋ ਚੌੜੇ ਸਿਰ ਵਾਲੇ ਹਨ, ਅਤੇ (5) ਮੰਗੋਲੀਆਈ। ਹੋਰ ਮਾਨਵ-ਵਿਗਿਆਨੀਆਂ ਨੇ ਕਿਸੇ ਹੋਰ ਤਰੀਕੇ ਨਾਲ ਘੱਟ-ਵੱਧ ਨਸਲਾਂ ਦਾ ਨਾਮ ਦੇ ਕੇ ਵਰਣਨ ਕੀਤਾ ਹੈ। ਪਰ ਸਾਰਿਆਂ ਵਿੱਚ ਸਹਿਮਤੀ ਹੈ ਕਿ ਭਾਰਤ ਵਿਚ ਸਮੇਂ-ਸਮੇਂ 'ਤੇ ਵਿਭਿੰਨ ਨਸਲਾਂ ਦੇ ਲੋਕ ਵਸੇ ਅਤੇ ਨਵੀਂ ਮਿਸ਼ਰਤ ਜਨਜਾਤੀਆਂ ਬਣੀਆਂ।

ਮਾਨਵ ਜਾਤੀ ਦਾ ਇੱਕ ਜਗ੍ਹਾ ਤੋਂ ਦੂਜੀ ਜਗ੍ਹਾ ਦਾ ਪਰਵਾਸ ਨਿਰੰਤਰ ਪ੍ਰਕਿਰਿਆ ਹੈ। ਬਿਹਤਰ ਜੀਵਨ ਮਿਆਰ ਦੇ ਲਈ ਅੱਜ ਇਹ ਪਹਿਲਾਂ ਨਾਲੋਂ ਕਿਤੇ ਜ਼ਿਆਦਾ ਤੇਜ਼ੀ ਨਾਲ ਹੋ ਰਿਹਾ ਹੈ। ਵਿਗਿਆਨੀਆਂ ਦਾ ਮੰਨਣਾ ਹੈ ਕਿ ਅਜੋਕੇ ਮਨੁੱਖ (ਹੋਮੋ ਸੇਪੀਅਨਜ਼) 20 ਲੱਖ ਸਾਲ ਪਹਿਲਾਂ ਅਫ਼ਰੀਕਾ ਵਿੱਚ ਵਿਕਸਤ ਹੋਏ ਸਨ, ਅਤੇ ਜ਼ਿਆਦਾ ਮਾਨਵ ਵਿਕਾਸ ਉਸ ਮਹਾਂਦੀਪ ਤੇ ਹੀ ਹੋਇਆ। ਅਫ਼ਰੀਕਾ ਤੋਂ ਹੀ ਏਸ਼ੀਆ, ਯੂਰਪ, ਆਸਟ੍ਰੇਲੀਆ, ਅਤੇ ਅਮਰੀਕਾ ਵਿੱਚ ਪਰਵਾਸ ਅਤੇ ਵਸੇਬਾ ਸ਼ੁਰੂ ਕੀਤਾ। ਕੋਈ ਤਿੰਨ ਲੱਖ ਸਾਲ ਪਹਿਲਾਂ ਆਇਆ ਅਤੇ ਕੋਈ ਤਿੰਨ ਹਜ਼ਾਰ ਸਾਲ ਪਹਿਲਾਂ, ਸਾਡੇ ਸਾਰਿਆਂ ਦੇ ਪੁਰਵਜ ਇੱਕੇ ਹੀ ਹਨ। ਉਸਤੋਂ ਵੀ ਪਹਿਲਾਂ ਸਾਰੀ ਕਾਇਨਾਤ ਦਾ ਸਿਰਜਨਹਾਰ ਇੱਕ ਹੈ। ਅਜਿਹੇ ਵਿੱਚ ਕੋਈ ਜਨਮ ਦੇ ਅਧਾਰ 'ਤੇ ਖ਼ੁਦ ਨੂੰ ਉੱਚਾ ਅਤੇ ਦੂਸਰੇ ਨੂੰ ਨੀਵਾਂ ਕਹੇ, ਇਸ ਨੂੰ ਮੂਰਖਤਾ ਅਤੇ ਅਨਮਨੁੱਖੀਤਾ ਤੋਂ ਘੱਟ ਨਹੀਂ ਕਿਹਾ ਜਾ ਸਕਦਾ ਹੈ।

ਏਕੁ ਪਿਤਾ ਏਕਸ ਕੇ ਹਮ ਬਾਰਿਕ ਤੂ ਮੇਰਾ ਗੁਰ ਹਾਈ॥

(ਗੁਰੂ ਗ੍ਰੰਥ ਸਾਹਿਬ, ਮਹਲਾ ੫, ਅੰਗ 611)

ਆਰੀਅਨਾਂ ਨੇ ਦੂਜੀ ਜਾਤੀਆਂ ਦੇ ਉੱਪਰ ਆਪਣਾ ਦਬਦਬਾ ਕਾਇਮ ਕਰਨ ਦੇ ਲਈ, ਧਰਮ ਦੇ ਅਧਾਰ 'ਤੇ ਖ਼ੁਦ ਨੂੰ ਸ੍ਰੇਸ਼ਟ ਸਥਾਪਿਤ ਕੀਤਾ। ਮਹਾਰਾਸ਼ਟਰ ਦੇ ਚਿੱਤਪਾਵਨ ਬ੍ਰਾਹਮਣ ਆਰੀਅਨਾਂ ਦੀ ਵੰਸ਼ਾਵਲੀ ਤੋਂ ਮੰਨੇ ਜਾਂਦੇ ਹਨ। ਪ੍ਰਮੁੱਖ ਹਿੰਦੁਤਵੀ ਸੰਸਥਾ ਰਾਸ਼ਟਰੀ ਸਵੈਮ ਸੇਵਕ ਸੰਘ (R.S.S.) ਦੇ ਸਰਸੰਘਚਾਲਕ ਹਮੇਸ਼ਾ (ਇੱਕ ਵਾਰ ਨੂੰ ਛੱਡ ਕੇ) ਚਿੱਤਪਾਵਨ ਬ੍ਰਾਹਮਣ ਹੀ ਹੋਏ ਹਨ।

ਨਸਲ-ਆਧਾਰਿਤ ਅੱਤਿਆਚਾਰ ਦੂਜੇ ਦੇਸ਼ਾਂ ਵਿੱਚ ਵੀ ਹੁੰਦਾ ਸੀ ਅਤੇ ਹੈ, ਲੇਕਿਨ ਉਹ ਸਿਧਾਂਤਿਕ ਰੂਪ ਤੋਂ ਭਾਰਤ ਤੋਂ ਅਲੱਗ ਹੈ। ਭਾਰਤ ਇੱਕ ਮਾਤਰ ਅਜਿਹਾ ਖੇਤਰ ਹੈ ਜਿੱਥੇ ਭੇਦਭਾਵ ਨੂੰ ਧਾਰਮਿਕ ਅਧਿਕਾਰ ਪ੍ਰਾਪਤ ਹੈ। ਇਹ ਧਾਰਮਿਕ ਅਧਿਕਾਰ ਬ੍ਰਾਹਮਣਵਾਦੀ ਵਰਣ-ਵਿਵਸਥਾ ਤੋਂ ਮਿਲਦਾ ਹੈ। ਇਸ ਦੇ ਅਨੁਸਾਰ ਚਾਰਾਂ ਵਰਣਾਂ ਦੇ ਧਾਰਮਿਕ ਕਰਮ ਅਲੱਗ-ਅਲੱਗ ਹਨ। ਧਰਮ ਦੁਆਰਾ ਮਾਨਤਾ ਇਸ ਅਸਮਾਨਤਾ ਨੂੰ ਚਿਰਸਥਾਈ ਬਣਾ ਦਿੰਦਾ ਹੈ।

ਬਾਬਾ ਸਾਹਿਬ ਅੰਬੇਡਕਰ ਨੇ ਇਸ ਨੂੰ ਸ਼੍ਰੇਣੀਬੱਧ ਅਸਮਾਨਤਾ (graded inequality) ਦਾ ਨਾਂ ਦਿੱਤਾ ਹੈ।

"ਅਸਮਾਨਤਾ ਹਰ ਸਮਾਜ ਵਿੱਚ ਮੌਜੂਦ ਹੈ। ਲੇਕਿਨ ਇਹ ਬ੍ਰਾਹਮਣਵਾਦ ਦੀ ਗੱਲ ਅਲੱਗ ਸੀ। ਬ੍ਰਾਹਮਣਾਂ ਦੁਆਰਾ ਪ੍ਰਚਾਰਿਤ ਅਸਮਾਨਤਾ ਇਸ ਦਾ ਅਧਿਕਾਰਤ ਸਿਧਾਂਤ ਸੀ। ਇਹ ਸਿਰਫ਼ ਵਾਧਾ

ਨਹੀਂ ਸੀ। ਬ੍ਰਾਹਮਣਵਾਦ ਸਮਾਨਤਾ ਵਿੱਚ ਵਿਸ਼ਵਾਸ ਹੀ ਨਹੀਂ ਕਰਦਾ। ਵਾਸਤਵ: ਇਹ ਸਮਾਨਤਾ ਦੇ ਵਿਰੋਧੀ ਸਨ। ਬ੍ਰਾਹਮਣਵਾਦ ਅਸਮਾਨਤਾ ਤੋ ਹੀ ਸੰਤੁਸ਼ਟ ਨਹੀਂ ਸੀ। ਬ੍ਰਾਹਮਣਵਾਦ ਦੀ ਆਤਮਾ ਸ਼੍ਰੇਣੀਬੱਧ ਅਸਮਾਨਤਾ ਵਿੱਚ ਹੈ।" (ਬੁੱਧ ਐਂਡ ਹਿਜ਼ ਧੰਮ, ਖੰਡ ਪਹਿਲਾ, ਭਾਗ 5.3)

ਜਿਵੇਂ-ਜਿਵੇਂ ਆਰੀਆ ਭਾਰਤੀ ਉਪ-ਮਹਾਂਦੀਪ 'ਤੇ ਫੈਲਦੇ ਗਏ, ਆਪਣਾ ਦਬਦਬਾ ਬਰਕਰਾਰ ਰੱਖਣ ਦੇ ਲਈ ਬ੍ਰਾਹਮਣਵਾਦ ਦਾ ਜਾਲ ਵੀ ਬੁਣਦੇ ਗਏ। ਪੰਜਾਬ ਵਿੱਚ ਵੀ ਇਹੀ ਹੋਇਆ, ਵਰਣਾਸ਼ਰਮ ਨੂੰ ਸਥਾਪਿਤ ਕੀਤਾ ਗਿਆ। ਬਹੁਗਿਣਤੀ ਲੋਕਾਂ ਦੇ ਉੱਪਰ ਨਿਯੰਤਰਣ ਰੱਖਣ ਦੇ ਲਈ ਕੁਝ ਜਨਜਾਤੀਆਂ ਨੂੰ ਉੱਚਾ ਹੋਣ ਦਾ ਭਰਮ ਬਣਾ ਦਿੱਤਾ ਗਿਆ। ਪਿੰਡਾਂ ਵਿੱਚ ਰਹਿਣ ਵਾਲੇ ਬਹੁਗਿਣਤੀ ਜੱਟ ਅਤੇ ਮਜ਼ਦੂਰਾਂ ਨੂੰ ਸ਼ੂਦਰ ਜਾਂ ਅਤਿ ਸ਼ੂਦਰ ਵਿੱਚ ਵਰਗੀਕ੍ਰਿਤ ਕੀਤਾ ਗਿਆ। ਵਪਾਰ ਕਰਨ ਵਾਲੀ ਜਾਤੀਆਂ ਬਣੀਆਂ ਜਾਂ ਵੈਸ਼ ਬਣ ਗਈ। ਪੰਜਾਬ ਦੀਆਂ ਜਿਨਾਂ ਜਨਜਾਤੀਆਂ ਨੂੰ ਬ੍ਰਾਹਮਣ ਵਰਣ ਵਿੱਚ ਸ਼੍ਰੇਣੀਬੱਧ ਕੀਤਾ ਗਿਆ, ਉਹ ਵੀ ਮੂਲ ਰੂਪ ਵਿੱਚ ਯਾਚਕ (ਦਕਸ਼ਿਣਾ ਤੇ ਗੁਜ਼ਾਰਾ ਕਰਨ ਵਾਲੇ) ਨਹੀਂ ਹਨ। ਕਈ ਬ੍ਰਾਹਮਣ ਜਨਜਾਤੀਆਂ ਤਾਂ ਕਿਸਾਨੀ ਨਾਲ ਸਬੰਧਿਤ ਹਨ। ਇਸੇ ਤਰ੍ਹਾਂ ਪੰਜਾਬ ਦੀਆਂ ਜਿਨਾਂ ਬਿਰਾਦਰੀਆਂ ਦੀ ਸ਼ਹਿਰਾਂ ਵਿੱਚ ਨੌਕਰਸ਼ਾਹੀ ਦੇ ਲਈ ਜਰੂਰਤ ਸੀ ਉਨ੍ਹਾਂ ਨੂੰ ਕਸ਼ੱਤਰੀ ਦਾ ਵਿਗੜਿਆ ਰੂਪ ਖੱਤਰੀ ਬਣਾ ਦਿੱਤਾ ਗਿਆ। ਜਦ ਕਿ ਪੰਜਾਬ ਦੀਆਂ ਇਹ ਜਨਜਾਤੀਆਂ ਰਾਜਪੂਤਾਂ ਦੀ ਤਰ੍ਹਾਂ ਜੰਗਜੂ ਨਹੀਂ ਸਨ, ਪਰ ਪ੍ਰਸ਼ਾਸਨਿਕ ਅਤੇ ਵਪਾਰਕ ਪੇਸ਼ੇ ਵਿੱਚ ਮੋਹਰੀ ਸਨ, ਅਤੇ ਖੱਤਰੀ ਕਹਾਉਣ ਤੋ ਬਾਅਦ ਇਹਨਾਂ ਕੋਲ ਕਦੇ ਰਾਜ ਸੱਤਾ ਨਹੀਂ ਆਈ। ਸਿੱਖ ਗੁਰੂਆਂ ਦੀ ਖੱਤਰੀ ਕੁਲ ਤੋ ਹੋਣ 'ਤੇ ਜਾਤ-ਪਾਤੀ ਆਰੋਪ ਨੂੰ ਇਸੇ ਤੱਥ ਨਾਲ ਢਾਹਿਆ ਜਾ ਸਕਦਾ ਹੈ ਕਿ ਖੱਤਰੀ ਕਹਾਉਣ ਵਾਲਿਆਂ ਦਾ ਸਿੱਖ ਸਮਾਜ ਵਿੱਚ ਕਦੇ ਵੀ ਕੋਈ ਮਹੱਤਵਪੂਰਨ ਰਾਜਨੀਤਿਕ ਦਬਦਬਾ ਨਹੀਂ ਰਿਹਾ। ਬਾਬਾ ਬੰਦਾ ਸਿੰਘ ਬਹਾਦਰ, ਸਿੱਖ ਮਿਸਲਾਂ, ਅਤੇ ਮਹਾਰਾਜਾ ਰਣਜੀਤ ਸਿੰਘ ਸਭ ਨੂੰ ਮਿਲਾ ਕੇ ਤਕਰੀਬਨ ਸੌ ਸਾਲ ਸਿੱਖਾਂ ਦਾ ਰਾਜ ਰਿਹਾ ਹੈ। ਇਸ ਸਮੇਂ ਦੌਰਾਨ ਰਾਜਨੀਤਿਕ ਤਾਕਤ ਹਮੇਸ਼ਾ ਕਿਸਾਨਾਂ ਮਜ਼ਦੂਰਾਂ ਦੇ ਹੱਥ ਵਿੱਚ ਹੀ ਰਹੀ।

ਪੰਜਾਬ ਦੇ ਖੱਤਰੀਆਂ ਦਾ ਜੋ ਹਿੱਸਾ ਸਿੱਖੀ ਦੇ ਪ੍ਰਭਾਵ ਤੋ ਅਛੂਤਾ ਰਿਹਾ, ਉਹ ਹਮੇਸ਼ਾ ਖੁਦ ਨੂੰ 'ਰਾਜੇ ਤੋ ਜ਼ਿਆਦਾ ਵਫ਼ਾਦਾਰ' ਸਾਬਤ ਕਰਦੇ ਹੋਏ ਬ੍ਰਾਹਮਣਵਾਦੀ ਵਿਵਸਥਾ ਦੇ ਸਿਪਾਹੀ ਬਣੇ ਰਹੇ। ਇਹੀ ਕਾਰਨ ਹੈ ਕਿ ਜੋ ਖੁਦ ਘੱਟ ਗਿਣਤੀ ਹਨ, ਉਹ ਹਮੇਸ਼ਾ ਹੀ ਕਿਸਾਨ ਮਜ਼ਦੂਰ ਬਹੁਜਨਾ ਦੇ ਹਿੱਤਾਂ ਦੇ ਖਿਲਾਫ ਖੜ੍ਹੇ ਨਜ਼ਰ ਆਉਂਦੇ ਹਨ। ਇਸ ਤੱਥ ਨੂੰ ਕਿਸਾਨਾਂ ਦੇ ਮਹਾਨਾਇਕ ਸਰ ਛੋਟੂ ਰਾਮ ਦੇ ਬਿਆਨ ਵਿੱਚ ਅਸਾਨ ਸ਼ਬਦਾ ਵਿੱਚ ਸਮਝਿਆ ਜਾ ਸਕਦਾ ਹੈ ਜਦੋ ਉਨ੍ਹਾਂ ਨੂੰ ਪੰਜਾਬ ਦੇ ਹਿੰਦੂ ਸ਼ਾਹੂਕਾਰਾਂ ਦੁਆਰਾ ਬਹੁਜਨਾਂ ਦੇ ਹਿੱਤ ਵਿੱਚ ਕਰਜ਼ਾ ਕਾਨੂੰਨ ਦਾ ਵਿਰੋਧ ਝੱਲਣਾ ਪਿਆ:

"ਕੀ ਮੈਂ ਅਖੌਤੀ ਹਿੰਦੂ ਪ੍ਰੈਸ, ਅਖੌਤੀ ਹਿੰਦੂ ਸਭਾ ਅਤੇ ਅਖੌਤੀ ਹਿੰਦੂ ਲੀਡਰਾਂ ਨੂੰ ਇਹ ਸਵਾਲ ਕਰ ਸਕਦਾ ਹਾਂ ਕਿ ਉਹ 63 ਲੱਖ ਹਿੰਦੂਆਂ ਨੂੰ ਛੱਡਕੇ ਸਿਰਫ 30,000 ਹਿੰਦੂਆਂ ਦੀ ਵਕਾਲਤ ਕਿਉਂ ਕਰਦੇ ਹਨ? ਕੀ ਜਾਟ, ਰਾਜਪੂਤ, ਗੌੜ ਬ੍ਰਾਹਮਣ, ਮਾਲੀ, ਰੋੜ ਅਤੇ ਦਲਿਤ ਜਾਤੀਆਂ, ਜਿਨ੍ਹਾਂ ਦਾ ਵਾਲ-ਵਾਲ ਕਰਜ਼ੇ ਦੇ ਬੋਝ ਵਿੱਚ ਲੱਦਿਆ ਹੋਇਆ ਹੈ ਹਿੰਦੂ ਨਹੀਂ ਹਨ, ਕੀ ਤਮਾਮ ਜਨਤਾ ਹਿੰਦੂ

ਬਿਰਾਦਰੀ ਦੇ ਦਾਇਰੇ ਤੋਂ ਖਾਰਜ ਹੈ? ਕੀ ਇਹ ਸਭ ਲੋਕ ਸਿਰਫ ਇਸ ਵਕਤ ਤੱਕ ਹਿੰਦੂ ਹਨ ਜਦ ਤੱਕ ਦੀ ਉਹਨਾਂ ਦੀ ਗਿਣਤੀ ਤੋਂ ਫਾਇਦਾ ਉਠਾ ਕੇ ਹੱਕ ਦੀ ਗੱਲ ਕਰਨ ਦੇ ਲਈ ਹੀ ਹਨ? ਕੀ ਇਹ ਸਾਰੇ ਲੋਕ ਉਨਾਂ 30 ਹਜ਼ਾਰ ਸ਼ਾਹੂਕਾਰਾਂ ਦੀ ਗੁਲਾਮੀ ਕਰਨ ਲਈ ਹੀ ਪੈਦਾ ਹੋਏ ਹਨ? ਕੀ ਹਿੰਦੂ ਪ੍ਰੈਸ, ਹਿੰਦੂ ਸਭਾ ਅਤੇ ਹਿੰਦੂ ਲੀਡਰ ਇਨਾਂ 63 ਲੱਖ ਹਿੰਦੂਆਂ ਨੂੰ 30 ਹਜ਼ਾਰ ਸ਼ਾਹੂਕਾਰਾਂ ਦੀ ਖ਼ਾਤਰ ਕੁਰਬਾਨ ਕਰਕੇ ਫਿਰ ਵੀ ਹਿੰਦੂਆਂ ਦੀ ਭਲਾਈ ਦਾ ਦਮ ਭਰ ਸਕਦੇ ਹਨ? ਕੀ ਇਹੀ ਹਿੰਦੂ ਸਭਾ ਹੈ ਗੈਰ-ਜਰੂਰਤਮੰਦਾਂ ਦਾ ਸਾਥ ਛੱਡ ਕੇ ਦੌਲਤਮੰਦਾਂ ਦੀ ਮਦਦ ਕੀਤੀ ਜਾਣੇ। ਕੀ ਇਹੀ ਸੱਭਿਅਤਾ ਦਾ ਨਮੂਨਾ ਹੈ ਕਿ ਤਾਕਤਵਰ ਨੂੰ ਫਾਇਦੇ ਦੀ ਖ਼ਾਤਰ ਕੰਮਜ਼ੋਰਾਂ ਨੂੰ ਦਬਾਇਆ ਜਾਵੇ?" *(ਜਾਟ ਗਜ਼ਟ, 25 ਅਪ੍ਰੈਲ 1934)*

ਮਹਾਰਾਜਾ ਰਣਜੀਤ ਸਿੰਘ ਤੋਂ ਪਹਿਲਾਂ ਪੰਜਾਬ ਵਿੱਚ ਪ੍ਰਮੁੱਖ ਬਾਰਾਂ ਸਿੱਖ ਮਿਸਲਾਂ ਦਾ ਰਾਜ ਸੀ ਜਿਸਨੇ ਕਿਸਾਨ-ਮਜ਼ਦੂਰਾਂ ਦੇ ਆਪਣੇ ਹੱਥ 'ਚ ਤਾਕਤ ਦੇਣ ਦੀ ਜਮੀਨ ਤਿਆਰ ਕੀਤੀ ਸੀ। ਇਹ ਮਿਸਲਾਂ ਸਿੱਖਾਂ ਦੇ ਹਰ ਵਰਗ ਤੋਂ ਬਣੀਆਂ ਸਨ। ਰਾਮਗੜ੍ਹੀਆ ਮਿਸਲ ਵਿੱਚ ਜ਼ਿਆਦਾਤਰ ਲੋਹਾਰ ਅਤੇ ਤਰਖਾਨ ਸਿੱਖ ਸਨ ਅਤੇ ਇਹ ਸਭ ਤੋਂ ਸ਼ਕਤੀਸ਼ਾਲੀ ਮਿਸਲਾਂ ਵਿੱਚੋਂ ਇੱਕ ਸੀ। 1783 ਵਿਚ ਦਿੱਲੀ ਫ਼ਤਹਿ ਵਿਚ ਇਸ ਦਾ ਪ੍ਰਮੁੱਖ ਯੋਗਦਾਨ ਸੀ। ਇਸ ਮਿਸਲ ਦੇ ਮੁਖੀਆ ਸਰਦਾਰ ਜੱਸਾ ਸਿੰਘ ਰਾਮਗੜ੍ਹੀਆ ਨੇ ਲਾਲ ਕਿਲ੍ਹੇ ਤੋਂ ਤਖ਼ਤ-ਏ-ਤਾਊਸ ਨੂੰ ਉਖਾੜ ਕੇ ਦਰਬਾਰ ਸਾਹਿਬ, ਅੰਮ੍ਰਿਤਸਰ, ਵਿਚ ਭੇਟ ਕੀਤਾ ਸੀ। ਇਸ ਤਖ਼ਤ-ਏ-ਤਾਊਸ 'ਤੇ ਬੈਠ ਕੇ ਔਰੰਗਜ਼ੇਬ ਨੇ ਗੁਰੂ ਤੇਗ ਬਹਾਦਰ ਜੀ ਅਤੇ ਤਿੰਨ ਸਿੱਖਾਂ ਨੂੰ ਸ਼ਹੀਦ ਕਰਨ ਦਾ ਫ਼ੁਰਮਾਨ ਜਾਰੀ ਕੀਤਾ ਸੀ। ਮਹਾਰਾਜਾ ਰਣਜੀਤ ਸਿੰਘ ਨੇ ਇਹਨਾਂ ਮਿਸਲਾਂ ਨੂੰ ਸੰਗਠਿਤ ਕਰਕੇ ਵਿਸ਼ਾਲ ਖਾਲਸਾ ਰਾਜ ਸਥਾਪਿਤ ਕੀਤਾ। ਰਣਜੀਤ ਸਿੰਘ ਸ਼ੁਕਰਚੱਕੀਆ ਮਿਸਲ ਦੇ ਸਰਦਾਰ ਸਨ, ਇਹਨਾਂ ਦੇ ਪੁਰਖੇ ਸਿੱਖੀ ਵਿੱਚ ਆਉਣ ਤੋਂ ਪਹਿਲਾਂ ਅਤਿ ਪਿਛੜੇ 'ਸਾਂਸੀ' ਕਬੀਲੇ ਤੋਂ ਸਨ। ਖਾਲਸਾ ਰਾਜ ਦੇ ਸਭ ਤੋਂ ਮਹਾਨ ਅਤੇ ਸਫਲ ਜਰਨੈਲਾਂ ਵਿੱਚੋਂ ਹਰੀ ਸਿੰਘ ਨਲਵਾ ਦਾ ਨਾਮ ਆਉਂਦਾ ਹੈ, ਜੋ ਉੱਪਲ ਖੱਤਰੀ ਪਰਿਵਾਰ ਤੋਂ ਸਨ, ਜਿਹਨਾਂ ਨੂੰ ਮਹਾਰਾਜਾ ਰਣਜੀਤ ਸਿੰਘ ਨੇ, ਜਦੋਂ ਉਹ ਕੇਵਲ 14 ਸਾਲਾਂ ਦੇ ਸਨ, ਆਪਣੀ ਫੌਜ ਵਿੱਚ ਸ਼ਾਮਲ ਕੀਤਾ।

ਸੰਖੇਪ ਵਿੱਚ ਕਹੀਏ ਤਾਂ ਸਮਾਜਿਕ ਵਿਕਾਸ ਵਿਚ ਬਣਦੀ-ਵਿਗੜਦੀ ਭਿੰਨ-ਭਿੰਨ ਕੁਲ ਜਾਂ ਜਨਜਾਤੀਆਂ ਆਰੀਅਨਾਂ ਨੇ ਨਹੀਂ ਬਣਾਈਆਂ। ਆਰੀਅਨਾਂ ਨੇ ਪਹਿਲਾਂ ਤੋਂ ਚਲੀ ਆ ਰਹੀ ਬਿਰਾਦਰੀਆਂ ਨੂੰ ਵਰਣ-ਵਿਵਸਥਾ ਵਿੱਚ ਉੱਚ-ਨੀਚ ਵਿੱਚ ਵੰਡਣ ਦਾ ਭਿਆਨਕ ਕੰਮ ਕੀਤਾ ਹੈ। ਕੁਦਰਤੀ ਤੌਰ 'ਤੇ ਵਿਕਸਤ ਹੁੰਦੀਆਂ ਜਨਜਾਤੀਆਂ ਜਾਂ ਬਿਰਾਦਰੀਆਂ ਨੂੰ ਜਾਤੀ ਵਿੱਚ ਸ਼੍ਰੇਣੀਬੱਧ ਕਰਨ ਦੇ ਅਣਮਨੁੱਖੀ ਕਾਰਜ ਨੂੰ ਹੀ ਵਰਣ-ਵਿਵਸਥਾ ਕਹਿੰਦੇ ਹਨ। ਵਰਣ-ਵਿਵਸਥਾ ਬ੍ਰਹਮਣਵਾਦ ਦਾ ਮਜ਼ਬੂਤ ਸਤੰਭ ਹੈ। ਗੁਰੂ ਸਾਹਿਬ ਨੇ ਇਸ ਅਣਮਨੁੱਖੀ ਵਰਣ-ਵਿਵਸਥਾ ਨੂੰ ਨਕਾਰਿਆ ਹੈ ਅਤੇ ਸਾਰੀ ਮਾਨਵਤਾ ਦੇ ਲਈ ਗੁਰਬਾਣੀ ਦਾ ਉਪਦੇਸ਼ ਸਾਂਝਾ ਕੀਤਾ ਹੈ। ਚਾਰੇ ਆਸ਼ਰਮਾਂ, ਚਾਰੇ ਵਰਣਾਂ ਦੇ ਜੀਵਾਂ ਦੀ ਮੁਕਤੀ ਕੇਵਲ ਕਰਤਾਰ ਦੀ ਸੇਵਾ ਨਾਲ ਹੀ ਹੋ ਸਕਦੀ ਹੈ ਜੋ ਸਭ ਵਿੱਚ ਵੱਸਦਾ ਹੈ:

ਖਤ੍ਰੀ ਬ੍ਰਾਹਮਣ ਸੂਦ ਵੈਸ ਉਪਦੇਸੁ ਚਹੁ ਵਰਨਾ ਕਉ ਸਾਝਾ॥

(ਗੁਰੂ ਗ੍ਰੰਥ ਸਾਹਿਬ, ਮਹਲਾ ੫, ਅੰਗ 747)

ਚਾਰਿ ਆਸਰਮ ਚਾਰਿ ਬਰੰਨਾ ਮੁਕਤਿ ਭਏ ਸੇਵਤੋਉ॥

(ਗੁਰੂ ਗ੍ਰੰਥ ਸਾਹਿਬ, ਮਹਲਾ ੫, ਅੰਗ 535)

ਇਹ ਜ਼ਰੂਰ ਕਿਹਾ ਜਾ ਸਕਦਾ ਹੈ ਕਿ ਉਹ ਇਕਮਾਤਰ ਪਲੇਟਫਾਰਮ (ਸੰਗਤ) ਸਿੱਖੀ ਨੇ ਪ੍ਰਦਾਨ ਕੀਤਾ ਜਿਸ ਨੇ ਸਾਰੇ ਵਰਗਾਂ ਦੇ ਲੋਕਾਂ ਨੂੰ ਇੱਕ ਸਿਧਾਂਤ ਦੇ ਹੇਠਾਂ ਇਕੱਠਾ ਕੀਤਾ। ਇਸ ਪਲੇਟਫਾਰਮ ਨੇ ਸਭ ਜਨਜਾਤੀਆਂ, ਕਬੀਲਿਆਂ ਦੀਆਂ ਖੂਬੀਆਂ ਨੂੰ ਇੱਕ ਦੂਜੇ ਨਾਲ ਸਾਂਝਾ ਕਰਨ ਦਾ ਅਵਸਰ ਦਿੱਤਾ। ਭਾਵੇਂ ਕੋਈ ਪਹਿਲਾਂ ਬ੍ਰਾਹਮਣ, ਖੱਤਰੀ, ਵੈਸ਼, ਸੂਦਰ, ਮੁਸਲਮਾਨ, ਆਦਿ ਹੋਵੇ, ਪਰੰਤੂ ਸਿੱਖ ਬਣਨ ਤੋਂ ਬਾਅਦ ਉਸ ਦਾ ਸੁਭਾਅ ਲਗਭਗ ਇੱਕ ਜਿਹਾ ਬਣ ਜਾਂਦਾ ਹੈ। ਇਸਲਈ ਸਿੱਖ ਦਾ ਮੂਲ ਰੂਪ ਵਿੱਚ ਸੁਭਾਅ ਜੰਗੀ, ਪ੍ਰਸ਼ਾਸਨਿਕ, ਵਪਾਰਕ ਅਤੇ ਕਿਰਤੀ ਗੁਣਾਂ ਦਾ ਸੁਮੇਲ ਹੈ। ਇਨ੍ਹਾਂ ਗੁਣਾਂ ਦੇ ਚੱਲਦੇ ਸਿੱਖ ਹਰ ਖੇਤਰ ਅਤੇ ਦੁਨੀਆਂ ਭਰ ਵਿੱਚ ਸਫਲਤਾ ਦੇ ਨਵੇਂ-ਨਵੇਂ ਕੀਰਤੀਮਾਨ ਸਥਾਪਿਤ ਕਰ ਰਹੇ ਹਨ। ਇਕ ਦੂਜਿਆਂ ਦੇ ਗੁਣਾਂ ਨੂੰ ਸਾਂਝਾ ਕਰਨ ਦਾ ਸਤਸੰਗਤ ਰੂਪੀ ਇਹ ਪਲੇਟਫਾਰਮ ਸਿੱਖ ਧਰਮ ਤੋਂ ਪਹਿਲਾਂ ਕੋਈ ਉਪਲੱਬਧ ਨਹੀਂ ਕਰਵਾ ਪਾਇਆ।

ਗੁਣਾ ਕਾ ਹੋਵੈ ਵਾਸੁਲਾ ਕਢਿ ਵਾਸੁ ਲਈਜੈ॥
ਜੇ ਗੁਣ ਹੋਵਨਿ ਸਾਜਨਾ ਮਿਲਿ ਸਾਝ ਕਰੀਜੈ॥
ਸਾਝ ਕਰੀਜੈ ਗੁਣਹ ਕੇਰੀ ਛੋਡਿ ਅਵਗਣ ਚਲੀਐ॥
ਪਹਿਰੇ ਪਟੰਬਰ ਕਰਿ ਅਡੰਬਰ ਆਪਣਾ ਪਿੜੁ ਮਲੀਐ॥
ਜਿਥੈ ਜਾਇ ਬਹੀਐ ਭਲਾ ਕਹੀਐ ਝੋਲਿ ਅੰਮ੍ਰਿਤੁ ਪੀਜੈ॥
ਗੁਣਾ ਕਾ ਹੋਵੈ ਵਾਸੁਲਾ ਕਢਿ ਵਾਸੁ ਲਈਜੈ॥

(ਗੁਰੂ ਗ੍ਰੰਥ ਸਾਹਿਬ, ਮਹਲਾ ੧, ਅੰਗ 766)

ਸਤਸੰਗਤਿ ਮੇਲਾਪੁ ਜਿਥੈ ਹਰਿ ਗੁਣ ਸਦਾ ਵਖਾਣੀਐ॥
ਨਾਨਕ ਸਚਾ ਸਬਦੁ ਸਲਾਹਿ ਸਚੁ ਪਛਾਣੀਐ॥

(ਗੁਰੂ ਗ੍ਰੰਥ ਸਾਹਿਬ, ਮਹਲਾ ੧, ਅੰਗ 1280)

ਜਾਤਿ ਕਾ ਗਰਬੁ ਨ ਕਰਿ ਮੂਰਖ ਗਵਾਰਾ

ਭਗਤ ਕਬੀਰ ਜੀ, ਭਗਤ ਰਵਿਦਾਸ ਜੀ, ਭਗਤ ਨਾਮਦੇਵ ਜੀ ਅਤੇ ਦੂਜੇ ਭਗਤਾਂ ਨੇ ਬ੍ਰਾਹਮਣਵਾਦ ਦੇ ਖਿਲਾਫ਼ ਮਜ਼ਬੂਤ ਅਤੇ ਪ੍ਰਭਾਵੀ ਆਵਾਜ਼ ਉਠਾਈ। ਲੇਕਿਨ ਉਹਨਾਂ ਦੇ ਅਖੌਤੀ 'ਨੀਚ' ਜਾਤ ਤੋਂ ਹੋਣ ਦੇ ਕਾਰਨ, ਉਹਨਾਂ ਨੂੰ ਅਖੌਤੀ ਸਵਰਨਾ ਦਾ ਸਮਰਥਨ ਨਹੀਂ ਮਿਲ ਸਕਿਆ। ਇਸ ਪ੍ਰਕਾਰ ਉਹਨਾਂ ਦੀ ਸੱਚ ਦੀ ਆਵਾਜ਼ ਇਨਕਲਾਬ ਦਾ ਰੂਪ ਨਾ ਲੈ ਸਕੀ ਅਤੇ ਸਮਾਜ ਵਿੱਚ ਸਮਾਨਤਾ ਲਿਆਉਣ ਦਾ ਕਾਰਨ ਨਾ ਬਣ ਸਕੀ। ਕੁਦਰਤ ਨੇ ਇਸ ਚੁਣੌਤੀ ਨੂੰ ਸਰ ਕਰਨ ਦੇ ਲਈ ਗੁਰੂ ਨਾਨਕ ਨੂੰ ਚੁਣਿਆ, ਜੋ 'ਬੇਦੀ' ਕੁਲ ਤੋਂ ਸਨ, ਜਿਨ੍ਹਾਂ ਨੂੰ ਵਰਨਾਸ਼ਰਮ ਵਿੱਚ ਖੱਤਰੀ ਸ਼੍ਰੇਣੀ ਵਿੱਚ ਰੱਖਿਆ ਸੀ। ਗੁਰੂ ਨਾਨਕ ਸਾਹਿਬ ਨੇ ਪੰਡਿਤ ਦਾ ਹੱਥ ਫੜਿਆ ਅਤੇ ਕਿਹਾ ਕਿ ਉਹ ਜਨੇਊ (ਯੱਗਯੋਪਵੀਤ) ਨਹੀਂ ਪਹਿਨਣਗੇ। ਕਿਉਂਕਿ ਦਯਾ-ਰਹਿਤ ਤੋਂ ਪੈਦਾ ਹੋਇਆ ਕਰਮ-ਕਾਂਡ ਸਮਾਜ ਨੂੰ ਵਿਭਾਜਿਤ ਕਰਦਾ ਹੈ। ਇਹ ਕੰਮ ਗੁਰੂ ਨਾਨਕ ਸਾਹਿਬ ਤੋਂ ਪਹਿਲਾਂ ਆਏ ਸੰਤ ਕਿਉਂ ਨਾ ਕਰ ਪਾਏ? ਕਿਉਂਕਿ ਵਰਨਾਸ਼ਰਮ ਦੇ ਅਨੁਸਾਰ ਸ਼ੂਦਰ ਹੋਣ ਦੇ ਕਾਰਨ ਭਗਤ ਸਾਹਿਬਾਨ ਨੂੰ ਇਹ ਚੁਣੌਤੀ ਦੇਣ ਦਾ ਮੌਕਾ ਹੀ ਨਾ ਮਿਲ ਸਕਿਆ।

ਦਇਆ ਕਪਾਹ ਸੰਤੋਖੁ ਸੂਤੁ ਜਤੁ ਗੰਢੀ ਸਤੁ ਵਟੁ॥
ਏਹੁ ਜਨੇਊ ਜੀਅ ਕਾ ਹਈ ਤ ਪਾਡੇ ਘਤੁ॥

(ਗੁਰੂ ਗ੍ਰੰਥ ਸਾਹਿਬ, ਮਹਲਾ ੧, ਅੰਗ 471)

ਅਰਥ: ਜਿਸਦੀ ਕਪਾਹ ਦਇਆ ਹੋਵੇ, ਜਿਸਦਾ ਸੂਤ ਸੰਤੋਖ ਦਾ ਹੋਵੇ, ਜਿਸ ਵਿੱਚ ਜਤ ਦੀਆਂ ਗੰਢਾਂ ਹੋਣ, ਅਤੇ ਉੱਚੇ ਆਚਰਣ ਨਾਲ ਗੁੰਦਿਆ ਹੋਵੇ।

ਹੇ ਪੰਡਿਤ! ਜੇਕਰ (ਤੇਰੇ ਕੋਲ) ਜੀਵ ਦੇ ਕੰਮ ਵਿੱਚ ਆਉਣ ਵਾਲਾ ਅਜਿਹਾ ਜਨੇਊ ਹੈ ਤਾਂ (ਮੇਰੇ ਗਲ ਵਿੱਚ) ਪਾ ਦੇ।

ਗੁਰੂ ਨਾਨਕ ਸਾਹਿਬ ਜੀ ਨੇ ਆਪਣੇ ਜੀਵਨ ਦੇ ਆਖਰੀ 18 ਸਾਲਾਂ ਵਿੱਚ ਕਿਸਾਨੀ ਕੀਤੀ। ਉਨ੍ਹਾਂ ਰਾਵੀ ਦਰਿਆ ਦੇ ਕੰਢੇ ਨਵਾਂ ਪਿੰਡ ਵਸਾਇਆ, ਜਿਸਦਾ ਨਾਮ ਕਰਤਾਰਪੁਰ ਰੱਖਿਆ, ਇੱਥੇ ਖੇਤੀ ਕੀਤੀ। ਇਹ ਜ਼ਮੀਨ ਤਲਵੰਡੀ ਦੇ ਵੱਡੇ ਮੁਸਲਮਾਨ ਜ਼ਿਮੀਂਦਾਰ ਰਾਏ ਬੁਲਾਰ ਭੱਟੀ ਨੇ ਆਪਣੀ ਵਸੀਅਤ ਵਿੱਚ ਗੁਰੂ ਨਾਨਕ ਸਾਹਿਬ ਜੀ ਦੇ ਨਾਮ ਕੀਤੀ ਸੀ। ਰਾਏ ਬੁਲਾਰ ਜੀ ਗੁਰੂ ਸਾਹਿਬ ਦੇ ਬਹੁਤ ਅਜ਼ੀਜ਼ ਸ਼ਰਧਾਲੂ ਸਨ ਅਤੇ ਗੁਰੂ ਸਾਹਿਬ ਇਹਨਾਂ ਨੂੰ ਪਿਤਾ ਸਮਾਨ ਆਦਰ ਦਿੰਦੇ ਸਨ। ਗੁਰੂ ਜੀ ਦੇ ਪਿਤਾ ਕਲਿਆਣ ਦਾਸ ਜੀ ਰਾਏ ਬੁਲਾਰ ਦੇ ਕੋਲ ਪਟਵਾਰੀ ਦੀ ਬਹੁਤ ਵਧੀਆ ਸਰਕਾਰੀ ਨੌਕਰੀ ਕਰਦੇ ਸਨ। ਖੱਤਰੀ ਲੋਕਾਂ ਦਾ ਕਿਸਾਨੀ ਨਾਲ ਸਬੰਧ ਵੀ ਨਹੀਂ ਸੀ। ਪਰ ਉਨ੍ਹਾਂ ਨੇ ਆਪਣੀ ਜਾਤ ਦੇ ਨਿਰਧਾਰਤ ਪ੍ਰਸ਼ਾਨਿਕ ਅਤੇ ਵਪਾਰਕ ਪੇਸ਼ੇ ਤੋਂ ਬਾਹਰ ਅਤੇ ਅਖੌਤੀ 'ਹੇਠਾਂ'

ਜਾ ਕੇ ਕਿਸਾਨੀ ਨੂੰ ਚੁਣਿਆ। ਇਹ ਆਪਣੇ-ਆਪ ਵਿੱਚ ਸਮਾਜ ਦੇ ਲਈ ਇੱਕ ਅਪੂਰਵ ਸੰਕੇਤਕ ਸੀ, ਜਿਸਨੂੰ ਉਨ੍ਹਾਂ ਨੇ ਕੇਵਲ ਪ੍ਰਵਚਨਾਂ ਨਾਲ ਨਹੀਂ ਬਲਕਿ ਖੁਦ ਆਪਣੇ ਜੀਵਨ ਵਿੱਚ ਜੀ ਕੇ ਸਿਖਾਇਆ। ਆਪਣੀ ਜਾਤ ਤੋਂ ਬਾਹਰ ਦਾ ਪੇਸ਼ਾ ਗੁਰੂ ਨਾਨਕ ਸਾਹਿਬ ਤੋਂ ਪਹਿਲਾਂ ਹੋਏ ਸੰਤ ਜਨਾ ਨੇ ਨਾ ਤਾਂ ਚੁਣਿਆ ਅਤੇ ਨਾ ਹੀ ਸਮਾਜ ਉਨ੍ਹਾਂ ਨੂੰ ਅਜਿਹਾ ਕਰਨ ਦੀ ਮਨਜ਼ੂਰੀ ਦੇਣ ਦੇ ਲਈ ਉਦਾਰ ਸੀ।

ਸਮਾਜ ਦੇ ਇਸ ਕਰੂਰ ਸੱਚ ਨੂੰ ਸਮਝਾਉਂਦੇ ਹੋਏ ਗੁਰੂ ਨਾਨਕ ਸਾਹਿਬ ਜੀ ਦੇ ਸਾਹਮਣੇ ਤਿੰਨ ਵੱਡੇ ਨਿਸ਼ਾਨੇ ਸਨ: ਦਲਿਤਾਂ ਅਤੇ ਔਰਤਾਂ ਦਾ ਸਸ਼ਕਤੀਕਰਨ, ਅਖੌਤੀ ਸਵਰਨਾ ਨੂੰ ਜਾਤੀ ਦੇ ਅਹੰਕਾਰ ਤੋਂ ਕੱਢਣਾ ਅਤੇ ਵਿਸ਼ਵ ਸ਼ਾਂਤੀ ਦੇ ਲਈ ਸਭ ਧਰਮਾਂ ਅਤੇ ਜਾਤੀਆਂ ਵਿੱਚ ਆਪਸੀ ਸਦਭਾਵਨਾ ਬਣਾਉਣਾ।

ਜਾਤ ਦਾ ਅਹੰਕਾਰ ਗੰਭੀਰ ਵਿਆਕਤੀਗਤ ਅਤੇ ਸਮਾਜਿਕ ਰੋਗ ਹੈ। ਅਹੰਕਾਰ ਤੋਂ ਪੈਦਾ ਹੋਈ ਜਿਸ ਮੂਰਖਤਾ ਨੂੰ ਲੋਕਾਂ ਨੇ ਧਰਮ ਸਮਝ ਲਿਆ ਸੀ, ਗੁਰੂ ਸਾਹਿਬ ਨੇ ਉਹਨੂੰ ਭਰਮ ਦੱਸਿਆ। ਦਸ ਗੁਰੂਆਂ ਨੇ ਖੱਤਰੀ ਸਮਾਜ ਤੋਂ ਹੋਣ ਦੇ ਕਾਰਨ, ਇਸ ਰੋਗ 'ਤੇ ਇਸ ਤਰ੍ਹਾਂ ਕੰਮ ਕੀਤਾ ਜਿਵੇਂ ਕੰਡੇ ਨੂੰ ਕੱਢਣ ਦੇ ਲਈ ਕੰਡੇ ਦਾ ਪ੍ਰਯੋਗ ਕੀਤਾ ਜਾਏ।

ਜਾਤਿ ਕਾ ਗਰਬੁ ਨ ਕਰਿ ਮੂਰਖ ਗਵਾਰਾ॥
ਇਸੁ ਗਰਬ ਤੇ ਚਲਹਿ ਬਹੁਤੁ ਵਿਕਾਰਾ॥

(ਗੁਰੂ ਗ੍ਰੰਥ ਸਾਹਿਬ, ਮਹਲਾ ੩, ਅੰਗ 1127)

ਉਤਮ ਮਧਿਮ ਜਾਤੀਂ ਜਿਨਸੀ ਭਰਮਿ ਭਵੈ ਸੰਸਾਰੁ॥

(ਗੁਰੂ ਗ੍ਰੰਥ ਸਾਹਿਬ, ਮਹਲਾ ੨, ਅੰਗ 1243)

ਬ੍ਰਹਮਣਵਾਦ ਦਾ ਦਬਦਬਾ ਮਨੁੱਖ ਦੇ ਵਿਕਾਰਾਂ ਦੇ ਈਂਧਨ 'ਤੇ ਖੁੜ੍ਹਾ ਹੈ। ਪੁਜਾਰੀ ਦੀ 'ਕਾਮ-ਵਾਸਨਾ' ਦੇ ਲਈ ਹੀ ਦੇਵਦਾਸੀਆਂ ਦੀ ਪ੍ਰਥਾ ਨੂੰ ਧਾਰਮਿਕ ਮਾਨਤਾ ਪ੍ਰਾਪਤ ਸੀ। ਛੋਟੀ-ਛੋਟੀ ਗੱਲ 'ਤੇ ਸਰਾਪ ਦੇਣ ਵਾਲੇ ਰਿਸ਼ੀ ਅਤੇ ਦੇਵਤਿਆਂ ਦਾ ਪੂਜਣਯੋਗ ਹੋ ਜਾਣਾ 'ਕ੍ਰੋਧ' ਨੂੰ ਸਧਾਰਨ ਬਣਾਉਣ ਦੇ ਲਈ ਹੈ। ਧਨ ਦੇ 'ਲੋਭ' ਨੂੰ ਹੀ ਲਕਸ਼ਮੀ-ਪੂਜਾ ਦਾ ਰੂਪ ਮਿਲਿਆ ਹੈ। ਕਦੇ ਲੰਮੀ ਉਮਰ ਲਈ ਤੇ ਕਦੇ ਸਰੀਰਕ ਸੁੱਖਾਂ ਦੀ ਪ੍ਰਾਪਤੀ ਦੇ ਲਈ ਵਰਤ ਰੱਖਣਾ 'ਮੋਹ' ਦੀ ਉਪਜ ਹੈ। ਜਾਤ ਦਾ ਗਰਬ ਤਾਂ 'ਅਹੰਕਾਰ' ਦੀ ਚਰਮ ਸੀਮਾ ਹੈ। ਮਨੁੱਖ ਵਿਕਾਰਾਂ ਵਿੱਚ ਜਿੰਨਾ ਗ੍ਰਸਤ ਹੋਵੇਗਾ, ਬ੍ਰਹਮਣਵਾਦ ਉਸ ਨੂੰ ਉਨਾ ਹੀ ਭਰਮਾਏਗਾ। ਵਿਕਾਰਾਂ 'ਤੇ ਨਿਯੰਤਰਣ ਹੀ ਬ੍ਰਹਮਣਵਾਦ ਦੀ ਜਕੜ੍ਹ ਤੋਂ ਆਜ਼ਾਦੀ ਦਵਾ ਸਕਦਾ ਹੈ। ਵਿਕਾਰਾਂ ਵਿੱਚ ਅਹੰਕਾਰ ਪ੍ਰਧਾਨ ਹੈ। ਸਾਰੇ ਜੀਵਾਂ ਵਿੱਚ ਇੱਕ ਕਰਤਾਰ ਦੀ ਅਨੁਭੂਤੀ ਹੋ ਜਾਏ, ਇਹੀ ਪਰਮ ਚੇਤਨਾ ਹੈ:

ਸਭੇ ਸਾਝੀਵਾਲ ਸਦਾਇਨਿ ਤੂੰ ਕਿਸੈ ਨ ਦਿਸਹਿ ਬਾਹਰਾ ਜੀਉ॥

(ਗੁਰੂ ਗ੍ਰੰਥ ਸਾਹਿਬ, ਮਹਲਾ ੫, ਅੰਗ 97)

ਸਭ ਕੋ ਮੀਤੁ ਹਮ ਆਪਨ ਕੀਨਾ ਹਮ ਸਭਨਾ ਕੇ ਸਾਜਨ॥

(ਗੁਰੂ ਗ੍ਰੰਥ ਸਾਹਿਬ, ਮਹਲਾ ੫, ਅੰਗ 671)

ਗੁਰੂ ਸਾਹਿਬ ਨੇ 'ਅਹੰ ਕਾਰ' ਤੋਂ ਰੋਗਮੁਕਤ ਕਰਨ ਦੇ ਲਈ 'ਏਕੰ ਕਾਰ' ਦੀ ਲੋਅ ਜਗਾਈ:

ਸੰਤ ਕੈ ਸੰਗਿ ਮਿਟਿਆ ਅਹੰਕਾਰੁ॥
ਦ੍ਰਿਸਟਿ ਆਵੈ ਸਭ ਏਕੰਕਾਰੁ॥

(ਗੁਰੂ ਗ੍ਰੰਥ ਸਾਹਿਬ, ਮਹਲਾ ੫, ਅੰਗ 189)

ਪੰਜਵੇਂ ਗੁਰੂ ਦੇ ਸਮਕਾਲੀ ਸਤਿਕਾਰਯੋਤਾ ਭਾਈ ਗੁਰਦਾਗ ਨੇ ਬਹੁਤ ਖੂਬ ਲਿਖਿਆ:

ਗੁਰਮੁਖਿ ਵਰਨੁ ਅਵਰਨ ਹੋਇ ਨਿਵ ਚਲਣਾ ਗੁਰ ਸਿਖਿ ਵਿਸੇਖੈ।
ਤਾ ਕਛੁ ਘਾਲਿ ਪਵੈ ਦਰਿ ਲੇਖੈ॥ (ਭਾਈ ਗੁਰਦਾਸ, ਵਾਰ 1, ਪਉੜੀ 25)

ਅਰਥ: ਗੁਰੂ ਦੇ ਉਪਦੇਸ਼ ਨਾਲ ਵਰਨਾਂ ਵਿੱਚ ਵੰਡੇ ਹੋਏ ਲੋਕ ਅਵਰਨ (ਬਰਾਬਰ) ਹੋ ਕੇ ਨਿਮਰਤਾ ਵਿੱਚ ਚੱਲਦੇ ਹਨ, ਇਹੀ ਗੁਰਸਿੱਖ ਦੀ ਵਿਸ਼ੇਸ਼ਤਾ ਹੈ।

ਤਾਂ ਹੀ (ਧਰਮ ਦੇ ਰਾਹ ਤੇ ਕੀਤੀ ਗਈ) ਕੁੱਝ ਮਿਹਨਤ ਸੱਚੇ ਦਰਬਾਰ ਵਿੱਚ ਮਨਜ਼ੂਰ ਹੁੰਦੀ ਹੈ।

ਗੁਰੂ ਨਾਨਕ ਸਾਹਿਬ ਜੀ ਅਤੇ ਬਾਅਦ ਦੇ ਗੁਰੂ ਏਕੰਕਾਰ (ਇੱਕ ਕਰਤਾਰ) ਦਾ ਸੰਦੇਸ਼ ਦੇਣ ਦੇ ਲਈ ਮੰਦਰ, ਮਸਜਿਦ, ਮਠ, ਅਤੇ ਤੀਰਥਾਂ 'ਤੇ ਨਿਰੰਤਰ ਜਾਂਦੇ ਰਹੇ ਅਤੇ ਪੁਜਾਰੀ ਨੂੰ ਓਸੇ ਦੇ ਘਰ ਵਿੱਚ ਜਾ ਕੇ ਚੁਣੌਤੀ ਦਿੱਤੀ। ਇਹ ਕੰਮ ਸ਼ੂਦਰ ਜਾਤੀ ਤੋਂ ਆਉਣ ਵਾਲੇ ਸੰਤ-ਪੁਰਸ਼ ਨਹੀਂ ਕਰ ਸਕਦੇ ਸਨ। ਭਗਤ ਨਾਮਦੇਵ ਜੀ ਨੇ ਤਾਂ ਆਪਣਾ ਅਨੁਭਵ ਖੁਦ ਬਿਆਨ ਕੀਤਾ ਹੈ, ਕਿ ਜਦੋਂ ਉਹ ਸੱਚ ਦਾ ਪ੍ਰਚਾਰ ਕਰਨ ਮੰਦਰ ਜਾਂਦੇ ਹਨ ਤਾਂ ਉੱਥੇ ਦੇ ਪੰਡਤ ਖੁਦ ਨੂੰ ਉੱਚ ਜਾਤੀ ਵਾਲੇ (ਆਲਾਵੰਤੀ) ਹੋਣ ਦੇ ਭਰਮ ਵਿੱਚ ਉਹਨਾਂ ਤੇ ਕ੍ਰੋਧਿਤ (ਕੋਪ) ਹੁੰਦੇ ਹਨ; ਸ਼ੂਦਰ-ਸ਼ੂਦਰ ਕਹਿੰਦੇ ਹਨ ਅਤੇ ਮਾਰ-ਕੁੱਟ ਕਰਕੇ ਉਠਾ ਦਿੰਦੇ ਹਨ।

ਆਲਾਵੰਤੀ ਇਹੁ ਭ੍ਰਮੁ ਜੋ ਹੈ ਮੁਝ ਉਪਰਿ ਸਭ ਕੋਪਿਲਾ॥
ਸੂਦੁ ਸੂਦੁ ਕਰਿ ਮਾਰਿ ਉਠਾਇਓ ਕਹਾ ਕਰਉ ਬਾਪ ਬੀਠੁਲਾ॥

(ਗੁਰੂ ਗ੍ਰੰਥ ਸਾਹਿਬ, ਭਗਤ ਨਾਮਦੇਵ, ਅੰਗ 1292)

ਹਸਤ ਖੇਲਤ ਤੇਰੇ ਦੇਹੁਰੇ ਆਇਆ॥ ਭਗਤਿ ਕਰਤ ਨਾਮਾ ਪਕਰਿ ਉਠਾਇਆ॥
ਹੀਨੜੀ ਜਾਤਿ ਮੇਰੀ ਜਾਦਿਮ ਰਾਇਆ॥ ਛੀਪੇ ਕੇ ਜਨਮਿ ਕਾਹੇ ਕਉ ਆਇਆ॥ਰਹਾਉ॥

(ਗੁਰੂ ਗ੍ਰੰਥ ਸਾਹਿਬ, ਭਗਤ ਨਾਮਦੇਵ, ਅੰਗ 1164)

ਲੇਕਿਨ ਜਦੋਂ ਤੀਜੇ ਗੁਰੂ ਅਮਰ ਦਾਸ ਜੀ ਕੁਰੂਕਸ਼ੇਤਰ ਗਏ ਤਾਂ ਸਥਿਤੀ ਬਿਲਕੁਲ ਹੋਰ ਸੀ। (ਗੁਰੂ) ਰਾਮ ਦਾਸ ਜੀ ਜੋ ਖੁਦ ਉਹਨਾਂ ਦੇ ਨਾਲ ਸਨ, ਲਿਖਦੇ ਹਨ ਕਿ ਲੋਕਾਂ ਵਿੱਚ ਗੁਰੂ ਅਮਰਦਾਸ ਜੀ ਦੀ ਸੰਗਤ ਕਰ ਉਪਦੇਸ਼

ਸੁਣਨ ਦਾ ਉਤਸ਼ਾਹ ਜਾਗ ਉੱਠਿਆ। ਲੋਕਾਂ ਦੇ ਲਈ ਸਤਿਗੁਰੂ ਦੀ ਸੰਗਤ ਕਰਨ ਵਾਲਾ ਉਹ ਪਵਿੱਤਰ ਦਿਨ ਬਣ ਗਿਆ। ਉਹਨਾਂ ਦੇ ਪਹੁੰਚਣ ਦੀ ਖ਼ਬਰ ਦੂਰ-ਦੂਰ ਤੱਕ ਫੈਲ ਗਈ। ਖੁਦ ਨੂੰ ਸੁਰ (ਦੇਵ) ਅਤੇ ਮੁਨੀ ਕਹਿਣ ਵਾਲੇ ਸਭ ਗੁਰੂ ਨੂੰ ਦੇਖਣ (ਮਿਲਣ) ਆਏ। ਜੋਗੀ, ਨਾਂਗੇ, ਸੰਨਿਆਸੀ, ਸਾਰੇ ਹੀ ਵਰਗਾਂ ਦੇ ਆਗੂਆਂ ਨੇ ਗੁਰੂ ਦੇ ਨਾਲ ਪਰਸਪਰ ਗੋਸ਼ਟੀ ਕੀਤੀ:

ਪ੍ਰਥਮ ਆਏ ਕੁਲਖੇਤਿ ਗੁਰ ਸਤਿਗੁਰ ਪੁਰਬ ਹੋਆ॥

ਖਬਰਿ ਭਈ ਸੰਸਾਰਿ ਆਏ ਤ੍ਰੈ ਲੋਆ॥

ਦੇਖਣਿ ਆਏ ਤੀਨਿ ਲੋਕ ਸੁਰਿ ਨਰ ਮੁਨਿ ਜਨ ਸਭਿ ਆਇਆ॥

ਜਿਨ ਪਰਸਿਆ ਗੁਰੁ ਸਤਿਗੁਰੁ ਪੂਰਾ ਤਿਨ ਕੇ ਕਿਲਵਿਖ ਨਾਸ ਗਵਾਇਆ॥

ਜੋਗੀ ਦਿਗੰਬਰ ਸੰਨਿਆਸੀ ਖਟੁ ਦਰਸਨ ਕਰਿ ਗਏ ਗੋਸਟਿ ਢੋਆ॥

ਪ੍ਰਥਮ ਆਏ ਕੁਲਖੇਤਿ ਗੁਰ ਸਤਿਗੁਰ ਪੁਰਬ ਹੋਆ॥

(ਗੁਰੂ ਗ੍ਰੰਥ ਸਾਹਿਬ, ਮਹਲਾ ੪, ਅੰਗ 1116)

ਗੁਰੂ ਨਾਨਕ ਸਾਹਿਬ ਜੀ ਨੇ ਦੇਸ਼-ਵਿਦੇਸ਼ ਵਿੱਚ ਲੰਮੀ-ਲੰਮੀ ਯਾਤਰਾਵਾਂ ਕੀਤੀਆਂ ਅਤੇ ਹਰ ਮਜ਼੍ਹਬ ਦੇ ਆਗੂਆਂ ਨਾਲ ਚਰਚਾ ਕੀਤੀ। ਇਹਨਾਂ ਯਾਤਰਾਵਾਂ ਦੇ ਲਈ ਉਹਨਾਂ ਨੇ ਭਾਈ ਮਰਦਾਨਾ ਜੀ ਨੂੰ ਆਪਣਾ ਸਾਥੀ ਚੁਣਿਆ, ਜੋ ਮੁਸਲਿਮ ਮਰਾਸੀ ਪਰਿਵਾਰ ਤੋ ਸਨ ਜਿਸਨੂੰ ਬਹੁਤ ਹੀ ਨੀਵੀਂ ਬਿਰਾਦਰੀ ਦਾ ਮੰਨਿਆ ਜਾਂਦਾ ਸੀ। ਜਦੋ ਗੁਰੂ ਨਾਨਕ ਸਾਹਿਬ ਜੀ ਗੁਰਬਾਣੀ ਦਾ ਗਾਇਨ ਕਰਦੇ ਤਾਂ ਭਾਈ ਮਰਦਾਨਾ ਜੀ ਰਬਾਬ ਵਜਾ ਕੇ ਉਹਨਾਂ ਦਾ ਸਾਥ ਦਿੰਦੇ। ਭਾਈ ਮਰਦਾਨਾ ਜੀ ਦਾ ਨਾਮ ਜ਼ੁਬਾਨ 'ਤੇ ਆਉਂਦੇ ਹੀ ਹਰ ਸਿੱਖ ਦੇ ਮਨ ਵਿੱਚ ਅਥਾਹ ਸ਼ਰਧਾ ਦਾ ਚਸ਼ਮਾ ਫੁੱਟਣ ਲੱਗਦਾ ਹੈ।

ਇਕ ਬਾਬਾ ਅਕਾਲ ਰੂਪੁ ਦੂਜਾ ਰਬਾਬੀ ਮਰਦਾਨਾ। (ਭਾਈ ਗੁਰਦਾਸ, ਵਾਰ 1, ਪਉੜੀ 35)

ਹਜ਼ਾਰਾਂ ਵਰ੍ਹਿਆ ਤੋ ਸਮਾਜ 'ਤੇ ਬ੍ਰਾਹਮਣਾਂ ਦੀ ਪਕੜ ਦਾ ਮੁੱਖ ਕਾਰਨ ਇਹ ਹੈ ਕਿ ਉਹਨਾਂ ਨੇ ਸਮੁੱਚੀ ਸਮਾਜਕ ਸੰਰਚਨਾ ਨੂੰ ਆਪਣੇ ਅਨੁਸਾਰ ਕਰ ਰੱਖਿਆ ਸੀ। ਸਮਾਜ ਦਾ ਕੋਈ ਵੀ ਪਹਿਲੂ ਅਜਿਹਾ ਨਹੀਂ ਬਚਿਆ ਸੀ ਜੋ ਉਤਪੀੜਤਾਂ ਨੂੰ ਉੱਪਰ ਉਠਾਉਣ ਵਿੱਚ ਮਦਦ ਕਰ ਸਕੇ। ਜਿਸ ਹਾਲਤ ਵਿੱਚ ਸਮਾਜ ਪਹੁੰਚ ਗਿਆ ਸੀ, ਉਸ ਵਿੱਚ ਸੁਧਾਰ ਦੀ ਕੋਈ ਗੁੰਜਾਇਸ਼ ਨਹੀਂ ਸੀ। ਸੁਧਾਰ ਕੇਵਲ ਉਨ੍ਹਾਂ ਵਿੱਚ ਹੋ ਸਕਦਾ ਹੈ ਜਿਸ ਦਾ ਮੂਲ ਢਾਂਚਾ ਸਹੀ ਹੋਵੇ। ਲੇਕਿਨ ਬ੍ਰਹਮਣਵਾਦੀ ਸਮਾਜ ਦਾ ਤਾਂ ਆਧਾਰ ਹੀ ਝੂਠ ਅਤੇ ਭਰਮ ਹੈ ਜੋ ਬਣਿਆ ਹੀ ਜਨ-ਸਧਾਰਨ ਦੀ ਪ੍ਰਭੁਸੱਤਾ 'ਤੇ ਕਬਜ਼ਾ ਕਰਨ ਦੇ ਲਈ ਹੈ। ਗੁਰੂ ਸਾਹਿਬ ਨੇ ਇਸ ਗੰਭੀਰ ਸਮੱਸਿਆ ਨੂੰ ਬੁੱਝ ਕੇ ਇਸ ਵਿੱਚ ਸੁਧਾਰ ਕਰਨ ਦੀ ਬਜਾਏ ਨਵੀਂ ਸੰਸਕ੍ਰਿਤੀ ਅਤੇ ਇੱਕ ਨਵੇਂ ਸਮਾਜ ਦੀ ਸਿਰਜਨਾ ਕੀਤੀ। ਇਹ ਕਾਰਜ ਬਹੁਤ ਵਿਸ਼ਾਲ ਸੀ ਜਿਸਦੇ ਲਈ ਗੁਰੂ ਨਾਨਕ ਸਾਹਿਬ ਦਸ ਸਰੂਪਾਂ ਵਿੱਚ ਵਿਚਰੇ। ਗੁਰੂ ਨਾਨਕ ਸਾਹਿਬ ਦੁਆਰਾ ਆਪਣਾ ਉੱਤਰਾਧਿਕਾਰੀ ਚੁਣ ਕੇ ਗੁਰਗੱਦੀ ਦੀ ਪਰੰਪਰਾ ਨੂੰ ਚਲਾਉਣ ਨੂੰ ਇਸੀ ਸੰਦਰਭ ਵਿੱਚ ਵਿਚਾਰਨ ਦੀ ਜਰੂਰਤ ਹੈ।

ਸਤਿਗੁਰ ਕੀ ਬਾਣੀ ਸਤਿ ਸਤਿ ਕਰਿ ਜਾਣਹੁ ਗੁਰਸਿਖਹੁ

ਬ੍ਰਾਹਮਣਾਂ ਨੇ ਸਮਾਜ ਵਿੱਚ ਅਧਿਕਾਰ ਜਮਾਉਣ ਦੇ ਲਈ ਭਾਸ਼ਾ ਨੂੰ ਇੱਕ ਹਥਿਆਰ ਦੇ ਰੂਪ ਵਿੱਚ ਇਸਤੇਮਾਲ ਕੀਤਾ ਗੀ। ਆਮ ਬੋਲਚਾਲ ਵਾਲੀ ਕੁਦਰਤੀ ਵਿਕਸਤ ਹੋਣ ਵਾਲੀ ਮਾਤ ਭਾਸ਼ਾ ਨੂੰ ਨਕਾਰ ਕੇ, ਅਸੁਭਾਵਿਕ ਰੂਪ ਤੋਂ ਘੜੀ ਸੰਸਕ੍ਰਿਤ ਨੂੰ ਦੇਵ ਭਾਸ਼ਾ ਘੋਸ਼ਿਤ ਕੀਤਾ ਗਿਆ ਸੀ। ਸੰਸਕ੍ਰਿਤ ਭਾਰਤ ਦੇ ਕਿਸੇ ਵੀ ਪ੍ਰਾਂਤ ਦੀ ਮਾਤ ਭਾਸ਼ਾ ਨਹੀਂ ਹੈ। ਇਸਨੂੰ ਬੱਚਾ ਆਪਣੇ ਮਾਤਾ-ਪਿਤਾ ਤੋਂ ਨਹੀਂ ਸਿੱਖਦਾ, ਨਿਰਧਾਰਤ ਅਧਿਆਪਕ ਤੋਂ ਹੀ ਸਿੱਖਿਆ ਲਈ ਜਾ ਸਕਦੀ ਹੈ। ਬ੍ਰਾਹਮਣਾਂ ਨੇ ਸੰਸਕ੍ਰਿਤ ਨੂੰ ਪੜ੍ਹਨ ਅਤੇ ਪੜ੍ਹਾਉਣ ਦਾ ਅਧਿਕਾਰ ਆਪਣੇ ਕੋਲ ਰਾਖਵਾਂ ਰੱਖਿਆ।

ਸੰਸਕ੍ਰਿਤ ਦਾ ਗਿਆਨ ਸੂਦਰਾਂ ਦੇ ਲਈ ਪੂਰੀ ਤਰ੍ਹਾਂ ਨਾਲ ਵਰਜਿਤ ਸੀ। ਸੰਸਕ੍ਰਿਤ ਵਿੱਚ ਲਿਖਿਆ ਗਿਆ ਸਾਹਿਤ ਸਿਰਫ ਸਵਰਨ ਜਾਤੀ ਦੀ ਹੀ ਪ੍ਰਤੀਨਿਧਤਾ ਕਰਦਾ ਹੈ, ਜਿਸ ਵਿੱਚ ਮਨੁੱਖੀ ਕਦਰਾਂ-ਕੀਮਤਾਂ ਦੇ ਲਈ ਕੋਈ ਥਾਂ ਨਹੀਂ ਹੈ। ਇਸ ਸਾਹਿਤ ਦਾ ਇੱਕਮਾਤਰ ਉਦੇਸ਼ ਬ੍ਰਾਹਮਣਾਂ ਦੀ ਪ੍ਰਭੁਤਾ ਨੂੰ ਕਾਇਮ ਰੱਖਣਾ ਸੀ। ਸਾਰੰਸ਼ ਇਹ ਹੈ ਕਿ ਲੋਕ ਭਾਸ਼ਾਵਾਂ ਨੂੰ ਨੀਵਾਂ ਦਰਜਾ ਦੇ ਕੇ ਬ੍ਰਾਹਮਣਵਾਦੀ ਸੰਸਕ੍ਰਿਤ ਦਾ ਦੈਵੀ ਭਾਸ਼ਾ ਹੋਣ ਦਾ ਭਰਮ ਬਣਾ ਦਿੱਤਾ ਗਿਆ।

ਇਸ ਵਿੱਚ ਕੋਈ ਹੈਰਾਨੀ ਨਹੀਂ ਹੋਣੀ ਚਾਹੀਦੀ ਕਿ ਸੰਸਕ੍ਰਿਤ ਸਾਹਿਤ ਨੂੰ ਆਪਣੇ ਗਿਆਨ ਦਾ ਪ੍ਰਾਥਮਿਕ ਸਰੋਤ ਮੰਨਣ ਵਾਲੇ ਸਵਰਨ ਜਾਤੀ ਦੇ ਹਿੰਦੂ ਕਦੇ ਵੀ ਦਲਿਤਾਂ, ਆਦਿਵਾਸੀਆਂ, ਔਰਤਾਂ ਜਾਂ ਹੋਰ ਘੱਟ ਗਿਣਤੀਆਂ ਦੇ ਅਧਿਕਾਰਾਂ ਦੇ ਪ੍ਰਤੀ ਸੰਵੇਦਨਸ਼ੀਲ ਨਜ਼ਰ ਨਹੀਂ ਆਉਂਦੇ। ਉਲਟ, ਰਾਸ਼ਟਰਵਾਦ ਦੀ ਆੜ ਵਿੱਚ ਦੂਜਿਆਂ ਦੇ ਅਧਿਕਾਰਾਂ ਦਾ ਦਮਨ ਕਰਨ ਵਾਲਿਆਂ ਦੇ ਪੱਖ ਵਿੱਚ ਹੀ ਖੜੇ ਰਹਿੰਦੇ ਹਨ।

ਇਸ ਪਿਛੋਕੜ ਵਿੱਚ ਗੁਰੂ ਨਾਨਕ ਜੀ ਨੇ ਆਮ ਲੋਕਾਂ ਦੁਆਰਾ ਬੋਲੀ ਜਾਣ ਵਾਲੀ ਮਾਤ ਭਾਸ਼ਾ ਪੰਜਾਬੀ ਵਿੱਚ ਗੁਰਬਾਣੀ ਦੀ ਰਚਨਾ ਕੀਤੀ। ਭਗਤਾਂ ਦੀ ਇਕੱਠੀ ਕੀਤੀ ਗਈ ਬਾਣੀ ਵੀ ਦੇਸ਼ ਦੇ ਵੱਖ-ਵੱਖ ਹਿੱਸਿਆਂ ਵਿਚ ਬੋਲੀਆਂ ਜਾਣ ਵਾਲੀਆਂ ਮਾਤ-ਭਾਸ਼ਾਵਾਂ ਵਿੱਚ ਹੀ ਉਚਾਰੀ ਗਈ ਸੀ। ਗੁਰਬਾਣੀ ਵਿੱਚ ਜਿੱਥੇ ਸੰਸਕ੍ਰਿਤ ਦੇ ਸ਼ਬਦ ਹਨ, ਉਹ ਵੀ ਗੁਰਮੁਖੀ ਵਿੱਚ ਹੀ ਲਿਖੇ ਹਨ। ਇਸ ਨਾਲ ਬ੍ਰਾਹਮਣਾਂ ਦੇ ਭਰਮ, ਕਿ ਅਧਿਆਤਮਿਕ ਗਿਆਨ ਕੇਵਲ ਸੰਸਕ੍ਰਿਤ ਭਾਸ਼ਾ ਵਿੱਚ ਹੀ ਪਾਇਆ ਜਾ ਸਕਦਾ ਹੈ, ਨੂੰ ਸਖ਼ਤ ਚੁਣੌਤੀ ਮਿਲੀ। ਪੰਜਾਬੀ ਵਿੱਚ ਰਚੀ ਗਈ ਇਲਾਹੀ ਬਾਣੀ ਦਾ ਕੀਰਤਨ, ਪਾਠ ਅਤੇ ਵਿਚਾਰ ਹਰ ਸਿੱਖ ਦੇ ਜੀਵਨ ਦਾ ਅਨਿੱਖੜਵਾਂ ਅੰਗ ਬਣ ਗਿਆ। ਮਾਤ-ਭਾਸ਼ਾ ਵਿੱਚ ਅਧਿਆਤਮਿਕਤਾ ਅਤੇ ਪ੍ਰਭੁਤਾ ਦੇ ਗਿਆਨ ਨਾਲ ਆਮ ਲੋਕਾਈ ਸਸ਼ਕਤ ਹੋਈ ਅਤੇ ਸੰਸਕ੍ਰਿਤ ਦੇ ਠੇਕੇਦਾਰ ਬ੍ਰਾਹਮਣਾਂ ਉੱਤੇ ਨਿਰਭਰਤਾ ਖਤਮ ਹੋਈ। ਸੰਸਕ੍ਰਿਤ ਸਾਹਿਤ ਵਿੱਚ ਜਿੱਥੇ

ਸ਼ੂਦਰਾਂ ਦੀ ਆਵਾਜ਼ ਨੂੰ ਦਬਾਇਆ ਗਿਆ, ਉੱਥੇ ਗੁਰਬਾਣੀ ਵਿੱਚ ਕਿਰਤੀਆਂ ਦਾ ਕੇਂਦਰੀ ਸਥਾਨ ਹੈ। ਇੱਕ ਪਾਸੇ ਜਿੱਥੇ ਸਵਰਨ ਪ੍ਰਭਾਵੀ ਸੰਸਕ੍ਰਿਤ ਦੇਵ ਭਾਸ਼ਾ ਸਥਾਪਤ ਸੀ, ਉੱਥੇ ਗੁਰਮੁਖੀ ਵਿੱਚ ਲਿਖੀ ਸਰਬ ਸਾਂਝੀ ਗੁਰਬਾਣੀ ਜਨ-ਸਾਧਾਰਨ ਦੇ ਲਈ ਅਧਿਆਤਮਿਕ ਖੁਰਾਕ ਬਣੀ:

ਸਤਿਗੁਰ ਕੀ ਬਾਣੀ ਸਤਿ ਸਤਿ ਕਰਿ ਜਾਣਹੁ ਗੁਰਸਿਖਹੁ ਹਰਿ ਕਰਤਾ ਆਪਿ ਮੁਹਹੁ ਕਢਾਏ॥

(ਗੁਰੂ ਗ੍ਰੰਥ ਸਾਹਿਬ, ਮਹਲਾ ੪, ਅੰਗ 308)

ਅਰਥ: ਹੇ ਗੁਰਸਿੱਖੋ! ਸਤਿਗੁਰੂ ਦੀ ਬਾਣੀ ਪੂਰਨ: ਸੱਚ ਸਮਝੋ (ਕਿਉਂਕਿ) ਪ੍ਰਭੂ ਕਰਤਾਰ ਨੇ ਖੁਦ ਇਹ ਬਾਣੀ ਸਤਿਗੁਰੂ ਦੇ ਮੂੰਹ ਤੋਂ ਕਹਿਲਾਈ ਹੈ।

ਗੁਰੂ ਨਾਨਕ ਸਾਹਿਬ ਨੇ ਆਪ ਗੁਰਮੁਖੀ ਲਿਪੀ ਦੇ 35 ਅੱਖਰ ਲਿਖੇ, ਇਹਨਾਂ ਸਾਰਿਆਂ ਦੇ ਉੱਪਰ ਵਿਸਮਾਦੀ ਨਿਰਾਲਾ ਚਿੰਨ੍ਹ '੧ਓ' ਲਿਖਿਆ। ਦੂਜੇ ਗੁਰੂ, ਗੁਰੂ ਅੰਗਦ ਸਾਹਿਬ ਜੀ, ਨੇ ਗੁਰਮੁਖੀ ਲਿਪੀ ਦੇ ਵਿਕਾਸ ਵੱਲ ਵਿਸ਼ੇਸ਼ ਧਿਆਨ ਦਿੱਤਾ। ਉਹ ਖੁਦ ਬੱਚਿਆਂ ਅਤੇ ਸੰਗਤ ਨੂੰ ਗੁਰਮੁਖੀ ਸਿਖਾਉਣ ਵਿੱਚ ਬਹੁਤ ਸਮਾਂ ਲਗਾਉਂਦੇ ਸਨ। ਜੇ ਗੁਰੂ ਨਾਨਕ ਸਾਹਿਬ ਜੀ ਦੀ ਗੁਰਗੱਦੀ ਦਾ ਵਾਰਿਸ ਉਸ ਕੁਲ ਵਿੱਚੋਂ ਹੁੰਦਾ ਜਿਸਨੂੰ ਅਣਮਨੁੱਖੀ ਵਰਣ-ਆਸ਼ਰਮ ਵਿੱਚ ਸ਼ੂਦਰ ਦਾ ਸਥਾਨ ਸੀ, ਤਾਂ ਕੀ ਸਮਾਜ ਉਹਨਾਂ ਤੋਂ ਵਿੱਦਿਆ ਪ੍ਰਾਪਤ ਕਰਨ ਅਤੇ ਨਵੀਂ ਲਿਪੀ ਦਾ ਵਿਕਾਸ ਕਰਨ ਦੀ ਇਜਾਜਤ ਦਿੰਦਾ? ਜੋ ਸਮਾਜ ਸ਼ੰਬੂਕ ਦੇ ਗਿਆਨ ਪ੍ਰਾਪਤੀ ਨੂੰ ਅਪਰਾਧ ਸਮਝ ਕੇ ਉਸ ਦੇ ਕਾਤਲ ਨੂੰ ਅਵਤਾਰ ਮੰਨ ਕੇ ਪੂਜਾ ਕਰਦਾ ਹੋਵੇ, ਕੀ ਉਹ ਇਸ ਤਬਦੀਲੀ ਦੇ ਲਈ ਤਿਆਰ ਹੋ ਚੁੱਕਿਆ ਸੀ? ਜਿਸ ਸਮਾਜ ਵਿੱਚ ਗੁਰੂ ਦਾ ਸਨਮਾਨ ਉਸਨੂੰ ਹਾਸਿਲ ਹੋਵੇ ਜੋ ਏਕਲਵਯ ਦੇ ਗਿਆਨ ਪ੍ਰਾਪਤੀ ਦੇ 'ਦੋਸ਼' ਕਾਰਨ ਉਸਦਾ ਅੰਗੂਠਾ ਕੱਟ ਲਵੇ, ਕੀ ਉਹ ਸ਼ੂਦਰ ਤੋਂ ਗਿਆਨ ਹਾਸਿਲ ਕਰਨ ਲਈ ਤਿਆਰ ਹੋ ਚੁੱਕਿਆ ਸੀ? ਬੇਸ਼ੱਕ ਨਹੀਂ। ਗੁਰੂ ਨਾਨਕ ਦੇ ਸਰਬ-ਸਾਂਝੇ ਉਪਦੇਸ਼ ਨੂੰ ਰੁਪਮਾਨ ਕਰਨ ਵਿੱਚ ਹਾਲੇ ਬਹੁਤ ਕਾਰਜ ਅਤੇ ਕੁਰਬਾਨੀਆਂ ਦਾ ਸਫ਼ਰ ਤੈਅ ਕਰਨਾ ਬਾਕੀ ਸੀ, ਜਿਸ ਲਈ ਨਿਰੰਤਰਤਾ ਜ਼ਰੂਰੀ ਸੀ।

ਜੇ ਗੁਰੂਆਂ ਨੇ ਗੁਰਮੁਖੀ ਲਿਪੀ ਨੂੰ ਪ੍ਰਫੁੱਲਿਤ ਨਾ ਕੀਤਾ ਹੁੰਦਾ ਤਾਂ ਅੱਜ ਗੁਰਬਾਣੀ 'ਤੇ ਵੀ ਹਿੰਦੀ ਦਾ ਦਬਦਬਾ ਹੁੰਦਾ। ਲੇਕਿਨ ਰਾਸ਼ਟਰਵਾਦ ਦੀ ਆੜ ਵਿੱਚ ਹਿੰਦੀ-ਹਿੰਦੂ-ਹਿੰਦੁਸਤਾਨ ਦੇ ਸਮਾਈਕ ਸੰਕਲਪ ਨੂੰ ਉੱਤਰ ਭਾਰਤ ਵਿੱਚ ਗੁਰਮੁਖੀ ਨੇ ਸਖ਼ਤ ਚੁਣੌਤੀ ਦਿੱਤੀ ਹੋਈ ਹੈ। ਸਿੱਖਾਂ ਦੇ ਲਈ ਗੁਰਮੁਖੀ ਸਰਵੋਤਮ ਰਹੇਗੀ ਕਿਉਂਕਿ ਗੁਰੂ ਨੇ ਬਾਣੀ ਇਸ ਲਿਪੀ ਵਿੱਚ ਲਿਖੀ ਹੈ, ਅਤੇ ਗੁਰਬਾਣੀ ਸਿੱਖੀ ਦੀ ਸਾਹ-ਰੱਗ ਹੈ।

ਸਤਿਗੁਰ ਕੀ ਬਾਣੀ ਸਤਿ ਸਰੂਪੁ ਹੈ ਗੁਰਬਾਣੀ ਬਣੀਐ॥

(ਗ੍ਰੰਥ ਸਾਹਿਬ, ਮਹਲਾ ੪, ਅੰਗ 304)

ਆਰੰਭੁ ਕਾਜੁ ਰਚਾਇਆ

ਗੁਰੂ ਨਾਨਕ ਜੀ ਦੇ ਆਗਮਨ ਤੋਂ ਪਹਿਲਾਂ ਪੰਜਾਬ ਵਿੱਚ ਯੋਗ ਮੱਤ ਦਾ ਬਹੁਤ ਪ੍ਰਭਾਵ ਸੀ। ਯੋਗੀਆਂ ਨੇ ਗ੍ਰਿਹਸਥ ਜੀਵਨ ਨੂੰ ਪਰਮਾਰਥ ਦੇ ਰਾਹ ਦੀ ਰੁਕਾਵਟ ਮੰਨ ਕੇ ਬ੍ਰਹਮਚਾਰੀ ਨੂੰ ਉੱਤਮ ਮੰਨਿਆ। ਬ੍ਰਹਮਚਾਰੀ ਜੀਵਨ ਦੀ ਝੂਠੀ ਵਡਿਆਈ ਦਾ ਸਭ ਤੋਂ ਨਕਾਰਾਤਮਿਕ ਪ੍ਰਭਾਵ ਔਰਤਾਂ ਉੱਤੇ ਪਿਆ ਕਿਉਂਕਿ ਇਸਤਰੀ ਦੇ ਸੰਗ ਨੂੰ ਹੀ ਪਾਪ ਮੰਨਿਆ ਗਿਆ ਸੀ।

ਗ੍ਰਿਹਸਥ ਨੂੰ ਬੰਧਨ ਮੰਨ ਕੇ ਜਿੱਥੇ ਇੱਕ ਪਾਸੇ ਯੋਗੀਆਂ ਨੇ ਬ੍ਰਹਮਚਾਰੀ ਦਾ ਮਾਰਗ ਦੱਸਿਆ, ਉੱਥੇ ਉਸਦੇ ਉਲਟ ਵਾਮਾਚਾਰ ਨੇ ਵਿਭਚਾਰ ਨੂੰ ਹੀ ਕਾਮ ਵਾਸਨਾ ਤੋਂ ਮੁਕਤੀ ਦੱਸਿਆ। ਮੱਧ ਵੀਹਵੀਂ ਸਦੀ ਦੇ ਮਸ਼ਹੂਰ ਦਾਰਸ਼ਨਿਕ ਰਜਨੀਸ਼ 'ਓਸ਼ੋ' ਨੇ ਵੀ ਗ੍ਰਹਿਸਥ ਦੇ ਰਿਸ਼ਤਿਆਂ ਨੂੰ ਕਾਮੁਕ ਪ੍ਰਵਿਰਤੀ ਤੋਂ ਮੁਕਤ ਹੋਣ ਵਿੱਚ ਰੁਕਾਵਟ ਮੰਨਿਆ ਅਤੇ ਵਿਭਚਾਰਤਾ ਨੂੰ ਉਤਸ਼ਾਹਿਤ ਕੀਤਾ।

ਇਸ ਦੇ ਠੀਕ ਉਲਟ, ਸਿੱਖੀ ਗ੍ਰਹਿਸਥ ਨੂੰ ਬੰਧਨ ਨਹੀਂ, ਸਗੋਂ ਪ੍ਰਭੁ ਦੇ ਗੁਣਾਂ ਨੂੰ ਸ਼ਾਕਸ਼ਤ ਅਨੁਭਵ ਕਰਨ ਦੇ ਲਈ ਪ੍ਰਧਾਨ ਆਸ਼ਰਮ ਸਥਾਪਤ ਕਰਦੀ ਹੈ। ਗੁਰਬਾਣੀ ਨੇ ਪਰਮਾਤਮਾ ਦੇ ਸੁਭਾਅ ਨੂੰ ਸਮਝਣ ਦੇ ਲਈ ਮਾਤਾ-ਪਿਤਾ (ਖਾਸ ਕਰਕੇ ਮਾਂ) ਦੇ ਸੁਭਾਅ ਨਾਲ ਤੁਲਨਾ ਕੀਤੀ। ਕੀ ਮਾਂ ਦੀ ਮਮਤਾ ਤੋਂ ਬਿਨਾਂ ਸੰਸਾਰ ਦੀ ਕਲਪਨਾ ਕੀਤੀ ਜਾ ਸਕਦੀ ਹੈ? ਪ੍ਰਮਾਤਮਾ ਨੇ ਆਪਣੇ ਪ੍ਰਤਿਪਾਲਕ ਗੁਣਾਂ ਨੂੰ ਮਾਪਿਆਂ ਵਿੱਚ ਸਥਾਪਤ ਕੀਤਾ ਹੈ, ਓਸੇ ਨਾਲ ਨਵਜਾਤ ਦਾ ਪਾਲਣ ਪੋਸ਼ਣ ਹੁੰਦਾ ਹੈ।

> ਤੇਰੈ ਭਰੋਸੈ ਪਿਆਰੇ ਮੈ ਲਾਡ ਲਡਾਇਆ॥
> ਭੂਲਹਿ ਚੂਕਹਿ ਬਾਰਿਕ ਤੂੰ ਹਰਿ ਪਿਤਾ ਮਾਇਆ॥
>
> *(ਗੁਰੂ ਗ੍ਰੰਥ ਸਾਹਿਬ, ਮਹਲਾ ੫, ਅੰਗ 51)*

> ਸੁਤੁ ਅਪਰਾਧ ਕਰਤ ਹੈ ਜੇਤੇ॥
> ਜਨਨੀ ਚੀਤਿ ਨ ਰਾਖਸਿ ਤੇਤੇ॥
>
> *(ਗੁਰੂ ਗ੍ਰੰਥ ਸਾਹਿਬ, ਭਗਤ ਕਬੀਰ, ਅੰਗ 478)*

ਕਿਰਤ ਕਰੋ, ਨਾਮ ਜਪੋ, ਅਤੇ ਵੰਡ ਛਕੋ—ਸਿੱਖੀ ਦੇ ਤਿੰਨ ਸੁਨਹਿਰੀ ਅਸੂਲ ਪ੍ਰਚੱਲਿਤ ਹੋਏ, ਜੋ ਗ੍ਰਹਿਸਥੀ ਹੀ ਨਿਭਾ ਸਕਦਾ ਹੈ।

ਪੁਜਾਰੀ ਨੇ ਤਾਂ ਸਮਾਜ ਨੂੰ ਸ਼ੁਭ-ਅਸ਼ੁਭ ਲਗਨ ਅਤੇ ਜੋਤਿਸ਼ ਵਿੱਚ ਹੀ ਉਲਝਾ ਕੇ ਮਾਨਸਿਕ ਗੁਲਾਮ ਬਣਾ ਦਿੱਤਾ ਸੀ। ਲਗਨ ਅਤੇ ਜੋਤਿਸ਼ ਨੂੰ ਗੁਰੂ ਨੇ ਪਾਂਡੇ ਦਾ ਝੂਠ ਦੱਸਿਆ ਅਤੇ ਜਨ-ਸਾਧਾਰਨ ਨੂੰ ਏਕੰਕਾਰ ਦੇ ਵਿਚਾਰ ਨਾਲ ਜੋੜਿਆ:

ਸਾਹਾ ਗਨਹਿ ਨ ਕਰਹਿ ਬੀਚਾਰੁ॥ ਸਾਹੇ ਉਪਰਿ ਏਕੰਕਾਰੁ॥

ਜਿਸੁ ਗੁਰੁ ਮਿਲੈ ਸੋਈ ਬਿਧਿ ਜਾਣੈ॥ ਗੁਰਮਤਿ ਹੋਇ ਤ ਹੁਕਮੁ ਪਛਾਣੈ॥੧॥

ਝੂਠੁ ਨ ਬੋਲਿ ਪਾਡੇ ਸਚੁ ਕਹੀਐ॥ ਹਉਮੈ ਜਾਇ ਸਬਦਿ ਘਰੁ ਲਹੀਐ॥੧॥ ਰਹਾਉ॥

ਗਣਿ ਗਣਿ ਜੋਤਕੁ ਕਾਂਡੀ ਕੀਨੀ॥ ਪੜੈ ਸੁਣਾਵੈ ਤਤੁ ਨ ਚੀਨੀ॥

ਸਭਸੈ ਉਪਰਿ ਗੁਰ ਸਬਦੁ ਬੀਚਾਰੁ॥ ਹੋਰ ਕਥਨੀ ਬਦਉ ਨ ਸਗਲੀ ਛਾਰੁ॥੨॥

(ਗੁਰੂ ਗ੍ਰੰਥ ਸਾਹਿਬ, ਮਹਲਾ ੧, ਅੰਗ 904)

ਅਰਥ: ਹੇ ਪੰਡਿਤ! ਤੂੰ (ਵਿਆਹ ਆਦਿ ਸਮੇਂ ਵਿੱਚ ਜਜਮਾਨਾਂ ਦੇ ਲਈ) ਸ਼ੁਭ-ਲਗਨ ਗਿਣਦਾ ਹੈ। ਪਰ ਤੂੰ ਇਹ ਵਿਚਾਰ ਨਹੀਂ ਕਰਦਾ ਕਿ ਹਰ ਸਮੇਂ (ਅਤੇ ਗ੍ਰਹਿਆਂ) ਤੋਂ ਉੱਪਰ ਏਕੰਕਾਰ (ਇੱਕ ਕਰਤਾਰ) ਹੈ।

ਜਿਸ ਮਨੁੱਖ ਨੂੰ ਗੁਰੂ ਮਿਲ ਜਾਵੇ ਉਹ ਸਹੀ ਰਸਤਾ (ਰੀਤ) ਜਾਣ ਜਾਂਦਾ ਹੈ। ਗੁਰੂ ਦੀ ਸਿੱਖਿਆ ਪ੍ਰਾਪਤ ਹੋ ਜਾਣ ਨਾਲ ਪਰਮਾਤਮਾ ਦੇ ਹੁਕਮ (ਸਰਬ-ਵਿਆਪਕ ਨਿਜਮ) ਦੀ ਸਮਝ ਆ ਜਾਂਦੀ ਹੈ।੧।

ਹੇ ਪੰਡਿਤ! ਝੂਠ ਨਾ ਬੋਲੋ, ਸੱਚ ਕਹੋ। ਗੁਰੂ ਦੇ ਸ਼ਬਦ ਦੀ ਵਿਚਾਰ ਨਾਲ ਜੁੜਨ ਨਾਲ ਹੀ ਅਹੰਕਾਰ (ਦੇ ਕਾਰਨ ਅਗਿਆਨਤਾ) ਦੂਰ ਹੁੰਦਾ ਹੈ, ਉਦੋਂ (ਆਤਮਿਕ ਆਨੰਦ ਦੀ ਅਵਸਥਾ ਵਾਲਾ) ਘਰ ਪ੍ਰਾਪਤ ਹੁੰਦਾ ਹੈ।੧। ਰਹਾਉ।

ਜੋਤਿਸ਼ (ਦੇ ਲੇਖੇ) ਗਿਣ-ਗਿਣ ਕੇ ਜਨਮ-ਪੱਤਰੀ ਬਣਾਉਂਦੇ ਹੋ, ਤੁਸੀਂ ਖ਼ੁਦ ਪੜ੍ਹਦੇ ਹੋ ਅਤੇ (ਜਜਮਾਨ ਨੂੰ) ਸੁਣਾਉਂਦੇ ਹੋ, ਪਰ ਅਸਲੀਅਤ ਨੂੰ ਨਹੀਂ ਪਹਿਚਾਣਦੇ।

ਸੱਚ ਤਾਂ ਇਹ ਹੈ ਕਿ (ਸ਼ੁਭ-ਮੁਹਰਤ ਆਦਿ ਦੇ) ਸਾਰੇ ਵਿਚਾਰਾਂ ਨਾਲੋਂ ਉੱਤਮ ਹੈ ਗੁਰੂ ਦੇ ਸ਼ਬਦ ਨੂੰ ਮਨ ਵਿੱਚ ਵਸਾਉਣ ਦੀ ਵਿਚਾਰ। ਮੈਂ (ਸ਼ਬਦ-ਗੁਰੂ ਦੇ ਮੁਕਾਬਲੇ) ਹੋਰ ਕਿਸੇ ਗੱਲ ਦੀ ਪਰਵਾਹ ਨਹੀਂ ਕਰਦਾ, ਅਤੇ ਸਾਰੇ ਵਿਚਾਰ ਸੁਆਹ ਵਾਂਗ ਵਿਅਰਥ ਹਨ।੨।

ਇਕੱਠੇ ਵਿੱਚ ਬੈਠ ਕੇ ਖਾਣਾ ਕੋਈ ਨਵੀਂ ਗੱਲ ਨਹੀਂ ਸੀ। ਬ੍ਰਹਮ ਭੋਜ, ਭੰਡਾਰਾ, ਇਫਤਾਰ ਵਰਗੇ ਧਾਰਮਿਕ ਕੰਮ ਤਾਂ ਚੱਲ ਹੀ ਰਹੇ ਸਨ। ਪਰ ਇਹ ਨਿਜੀ ਸਵਾਰਥ ਦੀ ਭਾਵਨਾ ਨਾਲ, ਖਾਸ ਲੋਕਾਂ ਦੇ ਲਈ, ਅਤੇ ਖਾਸ ਦਿਨਾਂ ਦੇ ਲਈ ਨਿਰਧਾਰਤ ਹੋਣ ਦੇ ਕਾਰਨ ਕਰਮਕਾਂਡ ਹੋ ਕੇ ਰਹਿ ਗਏ। ਮਨੁੱਖ ਦੇ ਭੋਜਨ ਦੀ ਬੁਨਿਆਦੀ ਲੋੜ ਨੂੰ ਗੁਰੂ ਦੇ ਲੰਗਰ ਦੁਆਰਾ ਪਹਿਲੀ ਵਾਰ ਸਮਾਜਿਕ ਅਤੇ ਅਧਿਆਤਮਿਕ ਕ੍ਰਾਂਤੀ ਦੇ ਲਈ ਵਿਵਹਾਰ ਵਿੱਚ ਲਿਆਂਦਾ ਗਿਆ। ਲੰਗਰ ਵਿੱਚ ਭੋਜਨ ਦੀ ਸਫਾਈ ਦਾ ਵਿਧਾਨ ਤਾਂ ਹੈ, ਪਰ ਲੰਗਰ ਕੌਣ ਬਣਾ ਰਿਹਾ ਹੈ ਅਤੇ

ਕੌਣ ਖਾ ਰਿਹਾ ਹੈ ਇਸ 'ਤੇ ਕੋਈ ਪਾਬੰਦੀ ਨਹੀਂ। ਗ੍ਰਿਹਸਥੀਆਂ ਦੀ ਇਮਾਨਦਾਰੀ ਅਤੇ ਮਿਹਨਤ ਦੀ ਕਮਾਈ ਨਾਲ ਸੰਗਤੀ ਰੂਪ ਵਿੱਚ ਬਣੇ ਅਤੇ ਖਾਧੇ ਜਾਣ ਵਾਲੇ ਭੋਜਨ ਨੂੰ ਗੁਰੂ-ਦਾ-ਲੰਗਰ ਕਹਿੰਦੇ ਹਨ। ਇਹੀ ਇਸ ਨੂੰ ਵਿਲੱਖਣ ਸੰਸਥਾ ਬਣਾਉਂਦਾ ਹੈ ਜੋ ਸਿੱਖ ਸਮਾਜ ਦਾ ਅਨਿੱਖੜਵਾਂ ਅੰਗ ਬਣ ਗਈ। ਕਈ ਵਾਰ ਦੂਜੇ ਧਰਮਾਂ ਦੇ ਲੋਕ ਹੈਰਾਨ ਹੁੰਦੇ ਹਨ ਕਿ ਸਿੱਖ ਹਰ ਜਗ੍ਹਾ ਵੱਡੀ ਆਬਾਦੀ ਦੇ ਲਈ ਲੰਗਰ ਲੈ ਕੇ ਕਿਵੇਂ ਹਾਜ਼ਿਰ ਹੋ ਜਾਂਦੇ ਹਨ। ਇਸਦਾ ਅਭਿਆਸ ਸਿੱਖਾਂ ਨੂੰ ਗੁਰਦੁਆਰਿਆਂ ਤੋਂ ਮਿਲਦਾ ਹੈ। ਕਿਸੇ ਵੀ ਗੁਰਦੁਆਰੇ ਦੀ ਇਮਾਰਤਸਾਜ਼ੀ ਅਤੇ ਮੁੱਢਲਾ ਪ੍ਰਬੰਧ ਲੰਗਰ ਦੇ ਪ੍ਰਬੰਧ ਤੋਂ ਬਿਨਾਂ ਸੰਪੂਰਨ ਨਹੀਂ ਮੰਨਿਆ ਜਾਂਦਾ। ਦੂਜੇ ਧਾਰਮਿਕ ਅਸਥਾਨ ਜੋ ਮੂਲਤ: ਪੂਜਾ ਸਥਾਨ ਹੀ ਹਨ, ਇਸਦਾ ਅਨੁਸਰਣ ਨਹੀਂ ਕਰ ਪਾਉਂਦੇ।

ਸਮਾਜ ਨੂੰ ਕੇਵਲ ਕ੍ਰਾਂਤੀਕਾਰੀ ਵਿਚਾਰ ਹੀ ਨਹੀਂ, ਸਗੋਂ ਵਿਚਾਰਾਂ ਦੇ ਪ੍ਰਤੀਰੂਪ ਨਵੀਂ ਰੀਤ ਅਤੇ ਵਿਵਸਥਾਵਾਂ ਵੀ ਚਾਹੀਦੀਆਂ ਸਨ ਜਿਨ੍ਹਾਂ ਦੇ ਸਹਾਰੇ ਗੁਲਾਮੀ ਦੇ ਬੰਧਨ ਕੱਟੇ ਜਾ ਸਕਣ।

ਸਮਾਜ ਨੇ ਸ਼ੁਰੂ ਤੋਂ ਹੀ ਗ੍ਰਿਹਸਥੀ ਵਿੱਚ ਪ੍ਰਵੇਸ਼ ਦੇ ਲਈ ਵਿਆਹ ਨੂੰ ਸਵੀਕਾਰਿਆ ਹੈ। ਪਰ ਮਰਦ-ਪ੍ਰਧਾਨ ਸਮਾਜ ਨੇ ਔਰਤ ਨੂੰ ਮਰਦ ਦੀ ਵਰਤੋਂ ਦੇ ਲਈ ਵਸਤੂ ਮੰਨਿਆ ਤੇ ਵਿਆਹ ਨੂੰ 'ਕੰਨਿਆਦਾਨ' ਦਾ ਨਾਂ ਦਿੱਤਾ। ਪ੍ਰਾਚੀਨ ਮਿਥਿਹਾਸ ਵਿੱਚ ਰਾਜਕੁਮਾਰ ਇੱਕ ਖ਼ਾਸ ਪ੍ਰਤੀਯੋਗਤਾ ਵਿੱਚ ਇੱਕ-ਦੂਜੇ ਨਾਲ ਮੁਕਾਬਲਾ ਕਰਦੇ ਅਤੇ ਜਿੱਤਣ ਵਾਲਾ ਔਰਤ ਨੂੰ ਇੱਕ ਪੁਰਸਕਾਰ ਦੇ ਰੂਪ ਵਿੱਚ ਵਿਆਹ ਕਰਨ ਦਾ ਹੱਕਦਾਰ ਹੁੰਦਾ, ਜਿਸਨੂੰ 'ਸਵੰਬਰ' ਕਿਹਾ ਜਾਂਦਾ। ਉੱਥੇ ਇਸਲਾਮ ਵਿੱਚ 'ਨਿਕਾਹ' ਆਦਮੀ ਅਤੇ ਔਰਤ ਇੱਕ-ਦੂਜੇ ਦੀ ਜ਼ਰੂਰਤ ਪੂਰੀ ਕਰਨ ਲਈ ਇਕਰਾਰ ਦੀ ਤਰ੍ਹਾਂ ਹੈ।

ਗੁਰੂ ਸਾਹਿਬ ਨੇ ਇਸ ਸਭ ਤੋਂ ਹਟ ਕੇ ਗ੍ਰਿਹਸਥ ਜੀਵਨ ਵਿੱਚ ਸ਼ਬਦ-ਵਿਚਾਰ ਨਾਲ ਜੁੜਨ ਨੂੰ ਪਤੀ-ਪਤਨੀ ਦੋਹਾਂ ਦਾ ਸਾਂਝਾ ਉਦੇਸ਼ ਰੱਖਿਆ। ਗ੍ਰਿਹਸਥ ਨੂੰ ਅਕਾਲ ਪੁਰਖ ਦੇ ਹੁਕਮ ਵਿੱਚ ਸਦਾ ਆਨੰਦ ਵਿੱਚ ਜੀਣ ਦਾ ਸਾਧਨ ਦੱਸਿਆ ਅਤੇ ਵਿਆਹ ਨੂੰ 'ਆਨੰਦ-ਕਾਰਜ' ਦਾ ਨਾਮ ਦਿੱਤਾ। ਆਨੰਦ-ਕਾਰਜ ਨੂੰ ਤੀਜੇ ਅਤੇ ਚੌਥੇ ਗੁਰੂ ਨੇ ਸਥਾਪਤ ਕੀਤਾ। ਬਿਨਾਂ ਕਿਸੇ ਸ਼ੁਭ-ਲਗਨ ਦੇ ਸ਼ਬਦ-ਗੁਰੂ ਦੀ ਪੋਥੀ ਦੇ ਚਾਰ ਲਾਵਾਂ (ਫੇਰੇ) ਲੈਣ ਦੀ ਪ੍ਰਥਾ ਦਾ ਆਰੰਭ ਹੋਇਆ। ਅੱਜ ਸਿੱਖ ਗੁਰਦੁਆਰੇ ਵਿੱਚ ਚੌਥੇ ਗੁਰੂ ਦੁਆਰਾ ਲਿਖੇ ਲਾਵਾਂ ਦੇ ਪਾਠ, ਕੀਰਤਨ ਅਤੇ ਵਿਚਾਰ ਦੇ ਨਾਲ, ਗੁਰੂ ਗ੍ਰੰਥ ਸਾਹਿਬ ਜੀ ਦੇ ਇਰਦ-ਗਿਰਦ ਚਾਰ ਫੇਰੇ ਲੈ ਕੇ, ਆਨੰਦ-ਕਾਰਜ ਅਰਥਾਤ ਸ਼ਾਦੀ ਕਰਦੇ ਹਨ।

ਪਤੀ-ਪਤਨੀ ਨੂੰ ਸਾਂਝਾ ਉਪਦੇਸ਼ ਦਿੰਦੀ ਪਹਿਲੀ ਲਾਂਵ ਦਾ ਸ਼ਬਦ ਅਤੇ ਅਰਥ ਇਸ ਤਰ੍ਹਾਂ ਹੈ:

ਹਰਿ ਪਹਿਲੜੀ ਲਾਵ ਪਰਵਿਰਤੀ ਕਰਮ ਦ੍ਰਿੜਾਇਆ ਬਲਿ ਰਾਮ ਜੀਉ॥
ਬਾਣੀ ਬ੍ਰਹਮਾ ਵੇਦੁ ਧਰਮੁ ਦ੍ਰਿੜਹੁ ਪਾਪ ਤਜਾਇਆ ਬਲਿ ਰਾਮ ਜੀਉ॥
ਧਰਮੁ ਦ੍ਰਿੜਹੁ ਹਰਿ ਨਾਮੁ ਧਿਆਵਹੁ ਸਿਮ੍ਰਿਤਿ ਨਾਮੁ ਦ੍ਰਿੜਾਇਆ॥

ਸਤਿਗੁਰ ਗੁਰੁ ਪੂਰਾ ਆਰਾਧਹੁ ਸਭਿ ਕਿਲਵਿਖ ਪਾਪ ਗਵਾਇਆ॥
ਸਹਜ ਅਨੰਦੁ ਹੋਆ ਵਡਭਾਗੀ ਮਨਿ ਹਰਿ ਹਰਿ ਮੀਠਾ ਲਾਇਆ॥
ਜਨੁ ਕਹੈ ਨਾਨਕੁ ਲਾਵ ਪਹਿਲੀ ਆਰੰਭੁ ਕਾਜੁ ਰਚਾਇਆ॥੧॥

(ਗੁਰੂ ਗ੍ਰੰਥ ਸਾਹਿਬ, ਮਹਲਾ ੪, ਅੰਗ 773)

ਅਰਥ: ਪ੍ਰਭੂ-ਪਤੀ ਨਾਲ (ਜੀਵ-ਇਸਤਰੀ ਦੇ ਵਿਆਹ ਦੀ) ਪਹਿਲੀ ਸੁੰਦਰ ਲਾਂਵ ਇਹ ਹੈ ਕਿ ਗੁਰੂ ਨੇ (ਸ਼ਬਦ ਵਿਚਾਰ ਦੀ) ਕਰਮ ਪ੍ਰਵਿਰਤੀ ਦ੍ਰਿੜ੍ਹ ਕਰਵਾਈ ਹੈ। ਹੇ ਰਾਮ ਜੀ! ਮੈਂ ਤੇਰੇ ਤੋਂ ਬਲ-ਬਲ (ਸਦਕੇ) ਜਾਂਦਾ ਹਾਂ।

ਗੁਰੂ ਦੀ ਬਾਣੀ ਹੀ (ਸਿੱਖਾਂ ਦੇ ਲਈ) ਬ੍ਰਹਮਾ ਦੇ ਵੇਦ ਹਨ। ਇਸ ਬਾਣੀ ਦੀ ਇਨਾਇਤ ਨਾਲ ਧਰਮ (ਆਪਣੇ ਹਿਰਦੇ ਵਿੱਚ) ਪੱਕਾ ਕਰੋ। ਇਹੀ ਪਾਪ ਦੂਰ ਕਰਨ ਦਾ ਤਰੀਕਾ ਹੈ। ਹੇ ਰਾਮ ਜੀ! ਮੈਂ ਤੁਹਾਡੇ ਤੋਂ ਸਦਕੇ ਜਾਂਦਾ ਹਾਂ।

(ਆਪਣੇ ਅੰਦਰ) ਇਹ ਧਰਮ ਪੱਕਾ ਕਰ ਲਓ ਕਿ ਪਰਮਾਤਮਾ ਦੇ ਨਾਮ ਦੀ ਵਿਚਾਰ ਕਰਦੇ ਰਹਿਣਾ ਹੈ। ਸਿੱਖ ਦੇ ਲਈ ਨਾਮ ਹੀ ਸਿਮ੍ਰਿਤੀਆਂ (ਦਾ ਉਪਦੇਸ਼) ਹੈ, ਇਹ ਹੀ (ਗੁਰੂ ਨੇ) ਦ੍ਰਿੜ੍ਹ ਕਰਵਾਇਆ ਹੈ।

ਪੂਰੇ ਗੁਰੂ (ਦੇ ਇਸ ਉਪਦੇਸ਼ ਨੂੰ) ਹਰ ਵੇਲੇ ਯਾਦ ਰੱਖੋ, ਸਾਰੇ ਪਾਪ ਵਿਕਾਰ (ਇਸਦੀ ਇਨਾਇਤ ਨਾਲ) ਦੂਰ ਹੋ ਜਾਂਦੇ ਹਨ।

ਜਿਸ ਮਨੁੱਖ ਦੇ ਮਨ ਵਿੱਚ ਪਰਮਾਤਮਾ ਦਾ ਨਾਮ ਪਿਆਰਾ ਲੱਗਣ ਲੱਗ ਜਾਂਦਾ ਹੈ, ਉਸ ਅਤਿ ਭਾਗਸ਼ਾਲੀ ਨੂੰ ਆਤਮਿਕ ਅਡੋਲਤਾ ਦਾ ਸੁਖ ਪ੍ਰਾਪਤ ਹੋ ਜਾਂਦਾ ਹੈ।

ਦਾਸ ਨਾਨਕ ਆਖਦਾ ਹੈ! ਪਹਿਲੀ ਲਾਂਵ ਦੇ ਇਸ ਉਪਦੇਸ਼ ਨੂੰ ਗ੍ਰਹਿਣ ਕਰਨ ਨਾਲ ਹੀ (ਪ੍ਰਭੂ-ਪਤੀ ਨਾਲ ਜੀਵ-ਇਸਤਰੀ ਦਾ ਵਿਆਹ) ਕਾਰਜ ਦਾ ਆਰੰਭ ਹੁੰਦਾ ਹੈ।1।

ਗੁਰੂਆਂ ਨੇ ਮਨੁੱਖ ਦੇ ਜਨਮ ਤੋਂ ਲੈ ਕੇ ਮਰਨ ਤੱਕ ਪੁਜਾਰੀ (ਬ੍ਰਹਮਣ, ਮੌਲਵੀ) ਦੇ ਹੱਥੋਂ ਹੁੰਦੇ ਸ਼ੋਸ਼ਣ ਤੋਂ ਮੁਕਤ ਕਰਵਾ ਕੇ ਨਵੀਆਂ ਰੀਤੀਆਂ ਅਤੇ ਵਿਵਸਥਾਵਾਂ ਨੂੰ ਸਥਾਪਤ ਕੀਤਾ। ਇਨ੍ਹਾਂ ਨੂੰ ਕਰਨ ਦੇ ਲਈ ਕਿਸੇ ਪੁਜਾਰੀ ਦੀ ਲੋੜ ਨਹੀਂ, ਪਰਿਵਾਰਿਕ ਮੈਂਬਰ ਖ਼ੁਦ ਵੀ ਕਰ ਸਕਦੇ ਹਨ। ਸਿੱਖਾਂ ਵਿੱਚ ਨਾਮਕਰਣ ਦੇ ਲਈ ਸਭ ਤੋਂ ਪ੍ਰਚਲਿਤ ਰੀਤ ਅਨੁਸਾਰ ਗੁਰੂ ਗ੍ਰੰਥ ਸਾਹਿਬ ਵਿਚੋਂ ਇੱਕ ਸੰਜੋਗਿਕ ਢੰਗ ਨਾਲ ਹੁਕਮਨਾਮਾ (ਸ਼ਬਦ) ਲਿਆ ਜਾਂਦਾ ਹੈ, ਉਹ ਪੰਗਤੀ ਜਿਸ ਅੱਖਰ ਤੋਂ ਸ਼ੁਰੂ ਹੁੰਦੀ ਹੈ, ਉਸੇ ਤੋਂ ਨਵਜਾਤ ਦਾ ਨਾਮ ਰੱਖ ਦਿੱਤਾ ਜਾਂਦਾ ਹੈ। ਮਰਨ ਤੋਂ ਬਾਅਦ ਵੀ ਹਰ ਤਰ੍ਹਾਂ ਦੇ ਕਰਮਕਾਂਡ ਦਾ ਗੁਰਬਾਣੀ ਖੰਡਨ ਕਰਦੀ ਹੈ—ਪਿੰਡ ਦਾਨ, ਸੂਤਕ, ਸ਼ਰਾਧ, ਆਦਿ।

ਗ੍ਰਹਿਸਥੀਆਂ ਦੇ ਸੰਸਕਾਰ ਦਾ ਹਿੱਸਾ ਬਣ ਚੁੱਕੇ ਤਿਉਹਾਰਾਂ ਨੇ ਸਮਾਜ 'ਤੇ ਬਹੁਤ ਨਕਾਰਾਤਮਕ ਪ੍ਰਭਾਵ ਪਾਇਆ ਸੀ। ਰੱਖੜੀ, ਕਰਵਾ ਚੌਥ, ਭਾਈ ਦੂਜ ਵਰਗੇ ਤਿਉਹਾਰਾਂ ਨੇ ਔਰਤਾਂ ਨੂੰ ਹਮੇਸ਼ਾ ਅਹਿਸਾਸ

ਕਰਵਾਇਆ ਕਿ ਉਹਨਾਂ ਦਾ ਜੀਵਨ ਮਰਦ ਦੇ ਲਈ ਹੈ ਅਤੇ ਉਹ ਜੀਵਨ ਦੇ ਹਰ ਚਰਣ (ਧੀ, ਭੈਣ, ਪਤਨੀ ਜਾਂ ਮਾਂ) ਵਿੱਚ ਮਰਦ 'ਤੇ ਨਿਰਭਰ ਹਨ। ਧਰਮ ਸਾਸ਼ਤਰਾਂ ਦੇ ਅਨੁਸਾਰ ਸਮੁੱਚੀ ਇਸਤਰੀ ਜਾਤੀ ਹੀ ਸ਼ੁਦਰ ਹੈ, ਜਿਸ ਕਾਰਨ ਉਹ ਧਰਮ ਤੋਂ ਵਾਂਝੀ ਹੈ:

ਨਾਸਤਿ ਸਤ੍ਰੀਣਾਂ ਕ੍ਰਿਆ ਮੰਤਰੈ ਧਰਮੋ ਵਯਵਸਥਿਤ:।
ਨਿਰਿੰਦ੍ਰਿਆ ਹਮਮੰਤਰਾਸ਼ਚ ਸਤ੍ਰਿਓ਽ਨ੍ਰਿਤਮਿਤਿ ਸਥਿਤਿ:॥

(ਮਨੂੰ ਸਮ੍ਰਿਤੀ, 9-18)

ਅਰਥ: ਇਸਤਰੀਆਂ ਦੇ ਜਾਤ ਕਰਮ ਆਦਿ ਸੰਸਕਾਰ ਮੰਤਰਾਂ ਨਾਲ ਨਹੀਂ ਹੁੰਦੇ, ਇਹ ਧਰਮ ਸ਼ਾਸਤਰ ਦੀ ਮਰਿਯਾਦਾ ਹੈ।

ਇਸਤਰੀਆਂ ਦੇ ਨਿਰਿੰਦਰੀਆ (ਗਿਆਨ ਇੰਦਰੀਆਂ ਦੀ ਸਮਰੱਥਾ ਦੀ ਘਾਟ) ਅਤੇ ਅਮੰਤਰ (ਸ਼ਾਸਤਰਾਂ ਦੁਆਰਾ ਮੰਤਰਾਂ ਤੋਂ ਵਾਂਝੇ ਹੋਣ) ਦੇ ਕਾਰਨ ਉਹਨਾਂ ਦੀ ਸਥਿਤੀ ਅਸੱਤ ਰੂਪ ਹੈ।

ਗੁਰੂ ਸਾਹਿਬ ਨੇ ਅਸਮਾਨਤਾ 'ਤੇ ਖੜ੍ਹੇ ਤਿਉਹਾਰਾਂ ਅਤੇ ਰਿਵਾਜਾਂ ਨੂੰ ਸਖ਼ਤੀ ਨਾਲ ਮਨ੍ਹਾ ਕੀਤਾ। ਗੁਰੂ ਅਮਰਦਾਸ ਜੀ ਨੇ ਸਤੀ ਅਤੇ ਪਰਦਾ-ਪ੍ਰਥਾ ਖਿਲਾਫ ਲੋਕਾਂ ਨੂੰ ਜਾਗਰੂਕ ਕੀਤਾ। ਗੁਰੂ ਦਰਬਾਰ ਵਿੱਚ ਔਰਤ ਨੂੰ ਪਰਦਾ ਕਰਨ ਦੀ ਮਨਾਹੀ ਸੀ। ਗੁਰਬਾਣੀ ਨੇ ਅਗਿਆਨਤਾ ਵਿੱਚ ਅੰਨ ਦੇ ਤਿਆਗ (ਉਪਵਾਸ) ਨੂੰ ਧਰਮ ਦਾ ਅੰਗ ਮੰਨਣ ਨੂੰ ਅਸੰਤੋਖ ਦਾ ਕਾਰਨ ਦੱਸਿਆ। ਮਨੁੱਖ ਦੀ ਮਾਨਸਿਕਤਾ ਇਸ ਅਗਿਆਨਤਾ ਵਿੱਚ ਪਲ-ਪਲ ਜਨਮ-ਮਰਨ ਦੇ ਚੱਕਰ ਵਿੱਚ ਪਈ ਰਹਿੰਦੀ ਹੈ:

ਅੰਨ ਨ ਖਾਹਿ ਦੇਹੀ ਦੁਖੁ ਦੀਜੈ॥
ਬਿਨੁ ਗੁਰ ਗਿਆਨ ਤ੍ਰਿਪਤਿ ਨਹੀ ਥੀਜੈ॥
ਮਨਮੁਖਿ ਜਨਮੈ ਜਨਮਿ ਮਰੀਜੈ॥

(ਗੁਰੂ ਗ੍ਰੰਥ ਸਾਹਿਬ, ਮਹਲਾ ੧, ਅੰਗ 905)

ਗੁਰੂ ਨਾਨਕ ਸਾਹਿਬ ਉਹਨਾਂ ਮੋਹਰਲੇ ਸੰਤ-ਪੁਰਸ਼ਾਂ ਵਿੱਚੋਂ ਹਨ, ਜਿਨ੍ਹਾਂ ਨੇ ਜ਼ੁਲਮ ਦੇ ਕਾਰਨ ਸਮਾਜ ਉੱਤੇ ਪੈਣ ਵਾਲੇ ਭਿਆਨਕ ਸਿੱਟਿਆਂ ਦਾ ਔਰਤ ਦੇ ਨਜ਼ਰੀਏ ਤੋਂ ਵਰਣਨ ਕੀਤਾ। ਇਨ੍ਹਾਂ ਵਿਚਾਰਾਂ ਦੇ ਕਾਰਨ ਬਾਬਾ ਨਾਨਕ ਜੀ ਨੂੰ ਬਾਬਰ ਦੀ ਜੇਲ੍ਹ ਵਿੱਚ ਵੀ ਜਾਣਾ ਪਿਆ। ਸੰਨ 1526 ਵਿੱਚ ਬਾਬਰ ਦੇ ਹਮਲੇ ਸਮੇਂ, ਗੁਰੂ ਨਾਨਕ ਸਾਹਿਬ ਐਮਨਾਬਾਦ (ਹੁਣ ਪਾਕਿਸਤਾਨ) ਵਿੱਚ ਇੱਕ ਗਰੀਬ ਮਿਹਨਤੀ ਤਰਖਾਣ ਭਾਈ ਲਾਲੋ ਦੇ ਘਰ ਠਹਿਰੇ ਹੋਏ ਸਨ। ਉਹਨਾਂ ਦਾ ਇਹ ਸ਼ਬਦ ਉਸ ਸਥਿਤੀ ਨੂੰ ਬਿਆਨ ਕਰਦਾ ਹੈ:

ਜੈਸੀ ਮੈ ਆਵੈ ਖਸਮ ਕੀ ਬਾਣੀ ਤੈਸੜਾ ਕਰੀ ਗਿਆਨੁ ਵੇ ਲਾਲੋ॥
ਪਾਪ ਕੀ ਜੰਵ ਲੈ ਕਾਬਲਹੁ ਧਾਇਆ ਜੋਰੀ ਮੰਗੈ ਦਾਨੁ ਵੇ ਲਾਲੋ॥

ਸਰਮੁ ਧਰਮੁ ਦੁਇ ਛਪਿ ਖਲੋਏ ਕੂੜੁ ਫਿਰੈ ਪਰਧਾਨੁ ਵੇ ਲਾਲੋ॥
ਕਾਜੀਆ ਬਾਮਣਾ ਕੀ ਗਲ ਥਕੀ ਅਗਦੁ ਪੜੈ ਸੈਤਾਨੁ ਵੇ ਲਾਲੋ॥
ਮੁਸਲਮਾਨੀਆ ਪੜਹਿ ਕਤੇਬਾ ਕਸਟ ਮਹਿ ਕਰਹਿ ਖੁਦਾਇ ਵੇ ਲਾਲੋ॥
ਜਾਤਿ ਸਨਾਤੀ ਹੋਰਿ ਹਿਦਵਾਣੀਆ ਏਹਿ ਭੀ ਲੇਖੈ ਲਾਇ ਵੇ ਲਾਲੋ॥
ਖੂਨ ਕੇ ਸੋਹਿਲੇ ਗਾਵੀਅਹਿ ਨਾਨਕ ਰਤੁ ਕਾ ਕੁੰਗੂ ਪਾਇ ਵੇ ਲਾਲੋ॥

(ਗੁਰੂ ਗ੍ਰੰਥ ਸਾਹਿਬ, ਮਹਲਾ ੧, ਅੰਗ 722)

ਅਰਥ: ਹੇ (ਭਾਈ) ਲਾਲੋ! ਮੈਨੂੰ ਜਿਵੇਂ ਪ੍ਰਭੂ ਤੋਂ ਪ੍ਰੇਰਨਾ ਆਈ ਹੈ ਉਸੇ ਅਨੁਸਾਰ ਮੈਂ ਗਿਆਨ ਦੱਸ ਰਿਹਾ ਹਾਂ।

(ਬਾਬਰ) ਕਾਬਲ ਤੋਂ ਪਾਪ-ਜ਼ੁਲਮ ਦੀ ਬਰਾਤ (ਫ਼ੌਜ) ਲੈ ਕੇ ਆ ਚੜ੍ਹਿਆ ਹੈ, ਅਤੇ ਜ਼ੋਰ-ਜ਼ਬਰਦਸਤੀ ਨਾਲ ਹਿੰਦ ਦੀ ਹਕੂਮਤ ਰੂਪੀ ਕੰਨਿਆ-ਦਾਨ ਮੰਗ ਰਿਹਾ ਹੈ।

ਹਯਾ ਤੇ ਸ਼ਰਮ ਦੋਵੇਂ ਗਾਇਬ ਹੋ ਚੁੱਕੇ ਹਨ, ਝੂਠ ਹੀ ਚੌਧਰੀ ਬਣਿਆ ਫਿਰਦਾ ਹੈ।

ਕਾਜ਼ੀਆਂ ਤੇ ਬ੍ਰਾਹਮਣਾਂ ਦੀ ਬਣਾਈ ਮਰਿਆਦਾ ਨੂੰ ਕੋਈ ਨਹੀਂ ਪੁੱਛ ਰਿਹਾ, ਹੁਣ ਤਾਂ ਸ਼ੈਤਾਨ ਵਿਆਹ ਪੜ੍ਹ ਰਿਹਾ ਹੈ।

ਮੁਸਲਿਮ ਔਰਤਾਂ ਇਸ ਬਿਪਤਾ ਵਿੱਚ (ਆਪਣੀ ਧਾਰਮਿਕ-ਪੁਸਤਕ) ਕੁਰਾਨ (ਦੀ ਆਇਤਾਂ) ਪੜ੍ਹ ਰਹੀਆਂ ਹਨ, ਅਤੇ ਖੁਦਾ ਦੇ ਅੱਗੇ ਅਰਦਾਸ ਕਰ ਰਹੀਆਂ ਹਨ।

ਕੀ ਉੱਚੀ ਜਾਤ, ਕੀ ਨੀਵੀਂ ਜਾਤ, ਹੋਰ ਵੀ ਸਾਰੀਆਂ ਹਿੰਦੂ ਇਸਤਰੀਆਂ, ਸਭ ਦਾ ਇੱਕ ਹੀ ਹਾਲ ਹੈ।

ਨਾਨਕ ਕਹਿੰਦੇ ਹਨ: ਹੇ ਲਾਲੋ! ਇਸ ਖੂਨੀ ਵਿਆਹ ਵਿੱਚ ਵਿਰਲਾਪ ਦੇ ਗੀਤ ਗਾਏ ਜਾ ਰਹੇ ਹਨ ਅਤੇ ਖੂਨ ਦਾ ਕੇਸਰ ਛਿੜਕਿਆ ਜਾ ਰਿਹਾ ਹੈ।

ਬਾਬਰ ਦੇ ਹਮਲੇ ਨੂੰ ਲੈ ਕੇ ਹਿੰਦੂਤਵ ਲੋਕ ਮੁਸਲਮਾਨਾਂ ਪ੍ਰਤੀ ਨਫ਼ਰਤ ਫੈਲਾਉਣ ਦਾ ਜੋ ਕੰਮ ਕਰਦੇ ਹਨ, ਇਹ ਸ਼ਬਦ ਉਨ੍ਹਾਂ ਦੇ ਮਨਸੂਬਿਆਂ 'ਤੇ ਪਾਣੀ ਫੇਰ ਦਿੰਦਾ ਹੈ। ਗੁਰੂ ਸਾਹਿਬ ਬਾਬਰ ਦੇ ਸਿਪਾਹੀਆਂ ਦੁਆਰਾ ਕੀਤੇ ਗਏ ਜ਼ੁਲਮਾਂ ਦਾ ਵਰਣਨ ਕਰਦੇ ਹੋਏ ਹਿੰਦੂ ਔਰਤਾਂ ਤੋਂ ਪਹਿਲਾਂ ਮੁਸਲਮਾਨ ਔਰਤਾਂ ਦੀ ਤਰਸਯੋਗ ਹਾਲਤ ਦਾ ਜ਼ਿਕਰ ਕਰਦੇ ਹਨ। ਪੂਰੇ ਸ਼ਬਦ ਵਿੱਚ ਜ਼ੁਲਮਾਂ ਅਤੇ ਸਮਾਜ ਵਿੱਚ ਫੈਲੇ ਝੂਠ ਦੇ ਬੋਲਬਾਲੇ ਦਾ ਜ਼ਿਕਰ ਹੈ, ਪਰ ਹਿੰਦੂ-ਮੁਸਲਿਮ ਫ਼ਿਰਕਾਪ੍ਰਸਤੀ ਦਾ ਇੱਕ ਅੰਸ਼ ਮਾਤਰ ਵੀ ਨਹੀਂ।

ਮੌਸਮੀ ਤਿਉਹਾਰਾਂ ਦੇ ਨਾਂ 'ਤੇ ਹੋਲੀ ਬਹੁਤ ਲੋਕਪ੍ਰਿਯ ਹੈ। ਪਰ ਇਸਨੇ ਸਮਾਜ ਦਾ ਮਾਰਗਦਰਸ਼ਨ ਕੀ ਕਰਨਾ ਸੀ? ਗੰਦ ਨਾਲ ਖੇਡੇ ਜਾਂਦੇ ਤਿਉਹਾਰ ਨੇ ਨਸ਼ਾ-ਸੇਵਨ ਨੂੰ ਉਤਸ਼ਾਹਿਤ ਕਰ ਕੇ ਸਮਾਜ ਨੂੰ ਪਤਨ ਵੱਲ ਧੱਕਿਆ।

ਗੁਰੂ ਗੋਬਿੰਦ ਸਿੰਘ ਜੀ ਨੇ ਲੋਕਾਂ ਨੂੰ ਇਸ ਤੋਂ ਦੂਰ ਕਰਨ ਦੇ ਲਈ ਕਮਾਲ ਦਾ ਵਿਕਲਪ ਦਿੰਦੇ ਹੋਏ ਆਨੰਦਪੁਰ ਵਿੱਚ 'ਹੋਲਾ-ਮਹੱਲਾ' ਮਨਾਉਣਾ ਸ਼ੁਰੂ ਕੀਤਾ। 'ਹੋਲਾ' ਦਾ ਮਤਲਬ ਹੁੰਦਾ ਹੈ ਹਮਲਾ, ਅਤੇ 'ਮਹੱਲਾ' ਦਾ ਅਰਥ ਹੈ ਹਮਲੇ ਵਾਲਾ ਸਥਾਨ। ਹੋਲਾ ਮਹੱਲਾ ਦਾ ਅਰਥ ਹੋਇਆ ਨਿਰਧਾਰਿਤ ਸਥਾਨ 'ਤੇ ਹਮਲਾ ਕਰਨਾ। ਇਸ ਵਿੱਚ ਪ੍ਰਤੀਯੋਗੀਆਂ ਦੇ ਦੋ ਸਮੂਹਾਂ ਦਾ ਗਠਨ ਕਰਕੇ ਨਿਰਧਾਰਿਤ ਸਥਾਨ 'ਤੇ ਕਬਜਾ ਕਰਨ ਦਾ ਟੀਚਾ ਰੱਖਿਆ ਜਾਂਦਾ ਸੀ। ਗੁਰੂ ਸਾਹਿਬ ਜੇਤੂ ਟੀਮ ਨੂੰ ਖੁਦ ਇਨਾਮ ਦਿੰਦੇ ਸਨ। ਇਸ ਨਾਲ ਸਿੱਖਾਂ ਵਿੱਚ ਘੋੜ ਸਵਾਰੀ, ਤਲਵਾਰਬਾਜ਼ੀ, ਤੀਰ-ਅੰਦਾਜ਼ੀ, ਅਤੇ ਹੋਰ ਜੰਗੀ ਕਲਾਵਾਂ ਦਾ ਅਭਿਆਗਾ ਹੁੰਦਾ, ਆਤਮ-ਸਨਮਾਨ ਪੈਦਾ ਹੁੰਦਾ, ਅਤੇ ਦਰਸ਼ਕ ਵੀ ਇਸ ਤੋਂ ਪ੍ਰੇਰਿਤ ਹੁੰਦੇ। ਗੁਰੂ ਸਾਹਿਬ ਨੇ ਹੋਲੀ ਵਰਗੇ ਨਕਾਰਾਤਮਕ ਤਿਉਹਾਰ ਨੂੰ ਹੋਲਾ-ਮਹੱਲਾ ਵਿੱਚ ਬਦਲ ਕੇ ਗ੍ਰਹਿਸਥੀ ਨੂੰ ਚੜ੍ਹਦੀ ਕਲਾ ਵਿੱਚ ਜੀਣ ਦੇ ਲਈ ਨਿਰਦੇਸ਼ਿਤ ਕੀਤਾ।

ਹੋਲਾ-ਮਹੱਲਾ ਅੱਜ ਵੀ ਬੜੇ ਉਤਸ਼ਾਹ ਦੇ ਨਾਲ ਮਨਾਇਆ ਜਾਂਦਾ ਹੈ। ਆਨੰਦਪੁਰ ਵਿੱਚ ਲੋਕ ਦੂਰ-ਦੂਰ ਤੋਂ ਨਿਹੰਗ ਸਿੱਖਾਂ ਦੇ ਜੌਹਰ ਦੇਖਣ ਆਉਂਦੇ ਹਨ। ਨਿਹੰਗਾਂ ਨੇ ਪ੍ਰਾਚੀਨ ਸਿੱਖਾਂ ਦੀ ਜੰਗੀ ਜੀਵਨ ਸ਼ੈਲੀ ਨੂੰ ਜੀਵਤ ਰੱਖਿਆ ਹੋਇਆ ਹੈ। ਪਾਠਕਾਂ ਨੂੰ ਇਹ ਜਾਣ ਕੇ ਹੈਰਾਨੀ ਹੋਵੇਗੀ ਕਿ ਨਿਹੰਗ ਸਿੱਖ ਸਧਾਰਨ ਅਤੇ ਗਰੀਬ ਪਰਿਵਾਰਾਂ ਤੋਂ ਆਉਂਦੇ ਹਨ, ਪਰ ਇਹਨਾਂ ਕੋਲ ਬੇਹਤਰੀਨ ਨਸਲ ਦੇ ਘੋੜੇ ਅਤੇ ਬਾਜ਼ ਹੁੰਦੇ ਹਨ, ਜਿਨ੍ਹਾਂ ਦੀ ਕੀਮਤ ਲੱਖਾਂ ਵਿੱਚ ਹੋ ਸਕਦੀ ਹੈ। ਇਹ ਆਪਣੇ ਘੋੜੇ ਦੀ ਪਰਵਰਿਸ਼ ਆਪਣੀ ਸੰਤਾਨ ਦੀ ਤਰ੍ਹਾਂ ਕਰਦੇ ਹਨ। ਨਿਹੰਗ ਆਪਣੇ ਘੋੜਿਆਂ ਨੂੰ ਪਿਆਰ ਨਾਲ ਜਾਨਭਾਈ (ਭਰਾ ਦੀ ਤਰ੍ਹਾਂ ਜਾਨ ਬਚਾਉਣ ਵਾਲਾ) ਕਹਿੰਦੇ ਹਨ। ਵਿਕਸਿਤ ਲੋਕਤੰਤਰੀ ਦੇਸ਼ਾਂ ਵਿੱਚ ਪੁਰਾਤਨ ਪਰੰਪਰਾਵਾਂ ਨੂੰ ਜਿਉਂਦਾ ਰੱਖਣ ਲਈ ਆਦਿਵਾਸੀਆਂ ਅਤੇ ਕਬਾਇਲੀ ਜਨਜਾਤੀਆਂ ਨੂੰ ਲੱਖਾਂ ਡਾਲਰਾਂ ਦੀ ਆਰਥਿਕ ਸਹਾਇਤਾ ਦਿੱਤੀ ਜਾਂਦੀ ਹੈ। ਵੱਡੇ-ਵੱਡੇ ਰਹੀਸਾਂ ਦੇ ਲਈ ਘੋੜੇ ਪਾਲਣਾ ਕੋਈ ਆਮ ਨਹੀਂ ਹੈ। ਅਜਿਹੇ ਵਿੱਚ ਨਿਹੰਗ ਸਿੱਖਾਂ ਦਾ ਘੋੜੇ ਰੱਖਣਾ ਆਪਣੇ-ਆਪ ਵਿੱਚ ਕਮਾਲ ਹੈ। ਇੱਕ ਪਾਸੇ ਗੁਰੂ ਦੀ ਲਾਡਲੀ ਨਿਹੰਗ ਫੌਜ ਘੋੜਿਆਂ ਨਾਲ ਜਿਉਂਦੇ ਮਰਦੇ ਹਨ, ਉੱਥੇ ਦੂਜੇ ਪਾਸੇ ਰਾਜਸਥਾਨ, ਗੁਜਰਾਤ, ਅਤੇ ਉੱਤਰ ਪ੍ਰਦੇਸ਼ ਵਰਗੇ ਰਾਜਾਂ ਵਿੱਚ ਦਲਿਤ ਲਾੜਿਆਂ ਨੂੰ ਆਪਣੇ ਹੀ ਵਿਆਹ ਵਿੱਚ ਘੋੜੀ ਚੜ੍ਹਨ 'ਤੇ ਸਵਰਨਾ ਦੁਆਰਾ ਮਾਰ-ਕੁੱਟ ਦੀਆਂ ਘਿਨਾਉਣੀਆਂ ਖ਼ਬਰਾਂ ਆਮ ਹਨ। ਕੀ ਦਲਿਤ ਚਿੰਤਕਾਂ ਨੇ ਦਲਿਤ ਸਮਾਜ ਦੀਆਂ ਇਨ੍ਹਾਂ ਦੋ ਚਰਮ ਸੀਮਾਵਾਂ ਦੇ ਕਾਰਨਾਂ ਨੂੰ ਸਮਝਣ ਦੀ ਕੋਸ਼ਿਸ਼ ਕੀਤੀ?

ਸਿੱਖ ਧਰਮ ਵਿੱਚ ਜਿੱਥੇ ਜਨਮ ਤੋਂ ਮਰਨ ਤੱਕ ਕਰਮਕਾਂਡ ਰਹਿਤ ਆਪਣੇ ਅਲੱਗ ਰੀਤੀ-ਰਿਵਾਜ ਹਨ ਉੱਥੇ ਹੀ ਵਿਲੱਖਣ ਤਿਉਹਾਰ ਵੀ ਹਨ। ਗੁਰੂਆਂ ਦੇ ਜਨਮ ਦਿਹਾੜੇ ਨੂੰ ਗੁਰਪੁਰਬ, ਸ਼ਹੀਦੀ ਦਿਹਾੜੇ ਨੂੰ ਸ਼ਹੀਦੀ-ਪੁਰਬ ਕਹਿੰਦੇ ਹਨ। ਵਿਸਾਖੀ ਖਾਲਸਾ ਸਾਜਨਾ ਦਿਵਸ ਦੇ ਰੂਪ ਵਿੱਚ ਮਨਾਈ ਜਾਂਦੀ ਹੈ। ਹੋਲਾ-ਮਹੱਲਾ ਦੇ ਬਾਰੇ ਵਿੱਚ ਅਸੀਂ ਪਹਿਲਾਂ ਹੀ ਚਰਚਾ ਕਰ ਚੁੱਕੇ ਹਾਂ। ਜਿਨ੍ਹਾਂ ਭਗਤਾਂ ਦੀ ਬਾਣੀ ਗੁਰੂ ਗ੍ਰੰਥ ਸਾਹਿਬ ਜੀ ਵਿੱਚ ਹੈ ਉਹਨਾਂ ਦੇ ਜਨਮ-ਦਿਨ ਵੀ ਗੁਰਦੁਆਰੇ ਵਿੱਚ ਸਿੱਖ ਬੜੇ ਉਤਸ਼ਾਹ ਨਾਲ ਮਨਾਉਂਦੇ ਹਨ। ਹਰ ਰੀਤ ਅਤੇ ਤਿਉਹਾਰ ਨੂੰ ਮਨਾਉਣ ਦਾ ਮੁੱਖ ਬਿੰਦੂ ਸ਼ਬਦ-ਵਿਚਾਰ, ਕੀਰਤਨ ਅਤੇ ਇਤਿਹਾਸ 'ਤੇ ਚਰਚਾ ਹੁੰਦੀ ਹੈ, ਅਤੇ ਸਮਾਗਮ ਦਾ ਸਮਾਪਨ 'ਸਰਬੱਤ ਦੇ ਭਲੇ' ਦੀ ਸਮੂਹਿਕ ਅਰਦਾਸ ਅਤੇ ਲੰਗਰ ਨਾਲ ਹੁੰਦਾ ਹੈ।

ਗੁਰੂ ਨਾਨਕ ਸਾਹਿਬ ਜੀ ਤੋਂ ਪਹਿਲਾਂ ਹੋਏ ਭਗਤਾਂ ਨੇ ਵੀ ਕਰਮਕਾਂਡਾਂ ਦਾ ਪੁਰਜ਼ੋਰ ਖੰਡਨ ਕੀਤਾ ਅਤੇ ਉਨ੍ਹਾਂ ਦੀ ਇਹ ਕ੍ਰਾਂਤੀਕਾਰੀ ਬਾਣੀ ਗੁਰੂ ਗ੍ਰੰਥ ਸਾਹਿਬ ਵਿੱਚ ਦਰਜ ਹੈ। ਪਰ ਗੁਰੂ ਨਾਨਕ ਤੋਂ ਪਹਿਲਾਂ ਹੋਏ ਸੰਤ ਆਪਣੇ ਪੈਰੋਕਾਰਾਂ ਦੇ ਲਈ ਵਿਕਲਪਿਕ ਵਿਵਸਥਾ ਦਾ ਰੂਪਾਂਤਰ ਕਿਉਂ ਨਾ ਕਰ ਪਾਏ? ਇਸਦਾ ਮੁੱਖ ਕਾਰਨ ਉਨ੍ਹਾਂ ਦੀ ਕਥਿਤ ਜਾਤ ਦੀਆਂ ਹੱਦਾਂ ਅਤੇ ਸੰਘਰਸ਼ ਵਿੱਚ ਨਿਰੰਤਰਤਾ ਦੀ ਘਾਟ ਸੀ। ਗੁਰੂ ਨਾਨਕ ਜੀ ਦੇ ਨੌਂ ਉੱਤਰਾਧਿਕਾਰੀਆਂ ਨੇ ਜਿੱਥੇ ਸੰਘਰਸ਼ ਨੂੰ ਨਿਰੰਤਰਤਾ ਪ੍ਰਦਾਨ ਕੀਤੀ ਉਥੇ ਹੀ ਦਸ ਗੁਰੂਆਂ ਦੀ ਕਥਿਤ ਜਾਤ ਨੇ ਵਰਣ-ਵਿਵਸਥਾ ਦੀ ਸੀਮਾਵਾਂ ਨੂੰ ਪਾਰ ਕਰਕੇ ਨਵੀਂ ਵਿਵਸਥਾਵਾਂ ਸਥਾਪਿਤ ਕਰਨ ਦਾ ਕੰਮ ਕੀਤਾ।

ਸਿੱਖੀ ਸਿਰਫ਼ ਵਿਚਾਰਧਾਰਾ ਦਾ ਨਾਂ ਨਹੀਂ, ਸਗੋਂ ਜਨ-ਸਧਾਰਨ ਦੇ ਲਈ ਵਿਚਾਰਧਾਰਾ ਦਾ ਵਿਵਹਾਰਿਕ ਰੂਪਾਂਤਰਨ ਵੀ ਹੈ।

ਬੇਗਮ ਪੁਰਾ ਸਹਰ ਕੋ ਨਾਉ

ਸਮਾਜ ਦੀ ਉੱਨਤੀ ਦੇ ਲਈ ਕੇਵਲ ਜਾਗਰੂਕਤਾ ਨਹੀਂ, ਬਰਾਬਰ ਮੌਕੇ ਪ੍ਰਦਾਨ ਕਰਨ ਵਾਲਾ ਬੁਨਿਆਦੀ ਢਾਂਚਾ ਵੀ ਚਾਹੀਦਾ ਹੁੰਦਾ ਹੈ। ਲੇਕਿਨ ਵਿਤਕਰੇ ਭਰੇ ਸ਼ਹਿਰੀ ਢਾਂਚੇ ਵਿੱਚ ਦਲਿਤਾਂ ਦੇ ਲਈ ਅੱਗੇ ਆਉਣਾ ਅਸੰਭਵ ਸੀ। ਸਵਰਨਾ ਨੇ ਤਾਂ ਅਖੌਤੀ ਨੀਵੀਆਂ ਜਾਤਾਂ ਨੂੰ ਆਪਣੇ ਖੂਹਾਂ ਤੋਂ ਪਾਣੀ ਭਰਨ 'ਤੇ ਵੀ ਪਾਬੰਦੀ ਲਗਾ ਰੱਖੀ ਸੀ, ਇਕੱਠੇ ਬੈਠਕੇ ਭੋਜਨ ਕਰਨਾ ਤਾਂ ਬਹੁਤ ਦੂਰ ਦੀ ਗੱਲ ਸੀ। ਸ਼ਹਿਰੀ ਵਪਾਰ ਵਿੱਚ ਵੀ ਸਵਰਨਾ ਦਾ ਦਬਦਬਾ ਸੀ ਅਤੇ ਦਲਿਤਾਂ ਦੇ ਕੋਲ ਅੱਗੇ ਆਉਣ ਦੇ ਮੌਕੇ ਨਹੀਂ ਸਨ। ਯਕੀਨੀ ਤੌਰ 'ਤੇ ਸ਼ਹਿਰਾਂ-ਕਸਬਿਆਂ ਦੀ ਸੰਰਚਨਾ ਸੁਧਾਰ ਤੋਂ ਪਰੇ ਸੀ। ਅਜਿਹੇ ਮਾਹੌਲ ਵਿੱਚ ਗੁਰੂ ਸਾਹਿਬ ਨੇ ਅਜਿਹਾ ਅਨੋਖਾ ਕੰਮ ਕੀਤਾ ਜੋ ਕਿ ਇਸ ਤੋਂ ਪਹਿਲਾਂ ਕਿਸੇ ਹੋਰ ਪੈਗੰਬਰ ਨੇ ਨਹੀਂ ਕੀਤਾ ਸੀ—ਉਹ ਸੀ ਨਵੇਂ ਸ਼ਹਿਰਾਂ ਦਾ ਨਿਰਮਾਣ। ਇਹ ਪੁਰਾਣੀ ਰੇਖਾ ਦੇ ਸਾਹਮਣੇ ਇੱਕ ਨਵੀਂ ਲੰਬੀ ਰੇਖਾ ਖਿੱਚਣ ਦੀ ਪ੍ਰਕਿਰਿਆ ਸੀ ਤਾਂ ਜੋ ਪੁਰਾਣੀ ਆਪਣੇ-ਆਪ ਛੋਟੀ ਹੋ ਜਾਵੇ।

ਇਸ ਕਾਰਜ ਦੀ ਸ਼ੁਰੂਆਤ ਗੁਰੂ ਨਾਨਕ ਸਾਹਿਬ ਜੀ ਨੇ ਹੀ ਆਪਣੀ ਲੰਬੀ ਯਾਤਰਾਵਾਂ ਦੀ ਸਮਾਪਤੀ ਤੋਂ ਬਾਅਦ ਰਾਵੀ ਦਰਿਆ ਦੇ ਕੰਢੇ 'ਤੇ 'ਕਰਤਾਰਪੁਰ' ਸ਼ਹਿਰ ਦੇ ਨਿਰਮਾਣ ਨਾਲ ਸ਼ੁਰੂ ਦਿੱਤੀ ਸੀ। ਇੱਥੇ ਹੀ ਉਨ੍ਹਾਂ ਕਿਸਾਨੀ ਨੂੰ ਅਪਣਾਇਆ, ਆਪਣੇ ਹੱਥਾਂ ਨਾਲ ਖੇਤਾਂ ਵਿੱਚ ਹਲ ਚਲਾਇਆ। ਇੱਥੇ ਹੀ ਸੰਗਤ-ਪੰਗਤ (ਸਤਿਸੰਗ-ਲੰਗਰ) ਨੂੰ ਸੰਸਥਾ ਦਾ ਰੂਪ ਦਿੱਤਾ। ਗੁਰੂ ਸਾਹਿਬ ਨੇ ਆਪਣੇ ਭੌਤਿਕ ਜੀਵਨ ਦੇ ਆਖਰੀ 18 ਸਾਲ ਇੱਥੇ ਬਿਤਾਏ।

ਦੂਜੇ ਗੁਰੂ ਅੰਗਦ ਜੀ ਨੇ 'ਖਡੂਰ' ਨੂੰ ਅਗਲੇ ਕੇਂਦਰ ਦੇ ਰੂਪ ਵਿੱਚ ਵਿਕਸਤ ਕੀਤਾ। ਗੁਰਮੁਖੀ ਦੀ ਸਿੱਖਿਆ ਦੇ ਨਾਲ-ਨਾਲ ਕੁਸ਼ਤੀ ਦੇ ਅਖਾੜੇ ਵੀ ਬਣਾਏ। ਖਡੂਰ ਵਿੱਚ ਲੰਗਰ ਦੀ ਵਿਵਸਥਾ ਗੁਰੂ ਅੰਗਦ ਜੀ ਦੀ ਪਤਨੀ ਮਾਤਾ ਖੀਵੀ ਜੀ ਦੀ ਦੇਖ-ਰੇਖ ਵਿੱਚ ਪ੍ਰਫੁੱਲਤ ਹੋਈ। ਖਡੂਰ ਵਿੱਚ ਗੁਰਦੁਆਰੇ ਦੇ ਲੰਗਰ ਹਾਲ ਦਾ ਨਾਮ ਅੱਜ 'ਮਾਤਾ ਖੀਵੀ ਲੰਗਰ' ਨਾਲ ਪ੍ਰਸਿੱਧ ਹੈ। ਬਾਅਦ ਵਿੱਚ 'ਗੋਇੰਦਵਾਲ' ਨਗਰ ਦਾ ਨਿਰਮਾਣ ਸ਼ੁਰੂ ਕੀਤਾ, ਜਿਸ ਨੂੰ ਤੀਜੇ ਗੁਰੂ ਅਮਰ ਦਾਸ ਜੀ ਨੇ ਸੰਪੂਰਨ ਕੀਤਾ। ਗੁਰੂ ਅਮਰ ਦਾਸ ਜੀ ਨੇ ਗੋਇੰਦਵਾਲ ਵਿੱਚ ਇੱਕ ਬਾਉਲੀ (ਖੂਹ) ਦਾ ਨਿਰਮਾਣ ਕੀਤਾ ਜਿਸ ਤੋਂ ਸਭ ਨੂੰ ਬਿਨਾਂ ਕਿਸੇ ਭੇਦਭਾਵ ਦੇ ਪਾਣੀ ਮਿਲ ਸਕੇ। ਇਹ ਬਾਉਲੀ ਅੱਜ ਤੱਕ ਇਸ ਸ਼ਹਿਰ ਦੀ ਪਛਾਣ ਹੈ। ਗੁਰੂ ਅਮਰਦਾਸ ਜੀ ਨੇ ਜਾਤ ਦੇ ਅਹੰਕਾਰ ਅਤੇ ਹੀਣ-ਭਾਵਨਾ 'ਤੇ ਚੋਟ ਕਰਦੇ ਹੋਏ ਇਹ ਲਾਜਮੀ ਕਰ ਦਿੱਤਾ, ਜੋ ਵੀ ਵਿਅਕਤੀ ਗੁਰੂ ਦਰਬਾਰ ਵਿੱਚ ਆਵੇ ਉਹ ਪਹਿਲਾਂ ਸਾਂਝੀ ਪੰਗਤ ਵਿੱਚ ਬੈਠ ਕੇ ਪ੍ਰਸ਼ਾਦਾ ਛਕੇ। ਕਈ ਵਾਰ ਜਾਤੀ-ਅਹੰਕਾਰੀ ਲੋਕ ਗੁਰੂ ਦਰਬਾਰ ਤੋਂ ਕੇਵਲ ਇਸ ਲਈ ਮੁੜ ਜਾਂਦੇ ਸਨ ਕਿ ਉਨ੍ਹਾਂ ਨੂੰ 'ਨੀਵੀਂ' ਜਾਤ ਵਾਲਿਆਂ ਨਾਲ ਅਤੇ ਉਹਨਾ ਦੇ ਹੱਥਾਂ ਦਾ ਬਣਿਆ ਲੰਗਰ ਖਾਣਾ ਪਵੇਗਾ।

ਲੰਗਰ ਦੀ ਸੰਸਥਾ ਨੇ ਜਿੱਥੇ ਜਾਤ-ਪਾਤ ਦੇ ਭੇਦਭਾਵ 'ਤੇ ਅਸਰਦਾਰ ਚੋਟ ਕੀਤੀ, ਉੱਥੇ ਹੀ ਬ੍ਰਾਹਮਣਵਾਦੀ ਤਾਕਤਾਂ ਨੂੰ ਗੁਰੂਆਂ ਦੇ ਖ਼ਿਲਾਫ਼ ਸਖ਼ਤ ਕਦਮ ਉਠਾਉਣ ਲਈ ਉਤੇਜਿਤ ਕੀਤਾ।

ਗੁਰੂ ਰਾਮਦਾਸ ਜੀ ਨੇ ਗੁਰੂ-ਕਾ-ਚੱਕ ਵਸਾਇਆ ਜਿਸ ਵਿੱਚ ਵੱਡੇ ਸ਼ਹਿਰ ਦੀਆਂ ਲੋੜਾਂ ਨੂੰ ਪੂਰਾ ਕਰਨ ਲਈ ਪੰਜ ਸਰੋਵਰਾਂ ਦਾ ਨਿਰਮਾਣ ਕੀਤਾ। ਇਹਨਾਂ ਪੰਜਾਂ ਵਿੱਚੋਂ ਪ੍ਰਮੁੱਖ ਸਰੋਵਰ ਦਾ ਨਾਮ ਅੰਮ੍ਰਿਤਸਰ ਹੈ; ਇਸੇ ਤੋਂ ਗੁਰੂ-ਕਾ-ਚੱਕ ਸ਼ਹਿਰ ਦਾ ਨਾਂ 'ਅੰਮ੍ਰਿਤਸਰ' ਪਿਆ। ਅੰਮ੍ਰਿਤਸਰ ਵਿੱਚ ਲੋਕਾਂ ਦੇ ਰਹਿਣ ਦੇ ਲਈ ਘਰ ਬਣਵਾਏ ਗਏ, ਜਿਨ੍ਹਾਂ ਨੂੰ ਗੁਰੂ-ਕੇ-ਮਹਿਲ ਕਿਹਾ ਗਿਆ। ਸਿੱਖਾਂ ਦੀ ਆਰਥਿਕ ਹਾਲਤ ਨੂੰ ਸੁਧਾਰਨ ਦੇ ਲਈ ਵਪਾਰ ਵਿੱਚ ਅਵਸਰ ਵਧਾਉਣੇ ਜ਼ਰੂਰੀ ਸਨ। ਇਸ ਲਈ ਵਪਾਰਕ ਕੇਂਦਰ ਦਾ ਨਿਰਮਾਣ ਕੀਤਾ ਜਿਸ ਨੂੰ ਗੁਰੂ-ਕਾ-ਬਾਜ਼ਾਰ ਕਿਹਾ। ਗੁਰੂ ਜੀ ਨੇ 52 ਵਿਭਿੰਨ ਹੁਨਰਾਂ ਵਾਲੇ ਕਿਰਤੀਆਂ ਨੂੰ ਅੰਮ੍ਰਿਤਸਰ ਵਿੱਚ ਵਸਾਇਆ। ਇਨ੍ਹਾਂ ਕੰਮਾਂ ਨੇ ਸਿੱਖਾਂ ਦੀ ਆਰਥਿਕ ਸਥਿਤੀ ਨੂੰ ਬਹੁਤ ਮਜ਼ਬੂਤ ਕੀਤਾ।

ਪੰਜਵੇਂ ਪਾਤਸ਼ਾਹ ਗੁਰੂ ਅਰਜਨ ਸਾਹਿਬ ਜੀ, ਨੇ ਸਿੱਖਾਂ ਨੂੰ ਘੋੜਿਆਂ ਦਾ ਵਪਾਰ ਕਰਨ ਦੇ ਲਈ ਉਤਸ਼ਾਹਿਤ ਕੀਤਾ। ਸਿੱਖਾਂ ਨੇ ਪੰਜਾਬ ਤੋਂ ਕਾਬੁਲ ਅਤੇ ਬਲਖਬੁਖਾਰੋ ਤੱਕ ਵਪਾਰ ਦੇ ਲਈ ਜਾਣਾ ਸ਼ੁਰੂ ਕੀਤਾ। ਪੰਜਵੇਂ ਗੁਰੂ ਨੇ ਹੀ 'ਤਰਨ-ਤਾਰਨ' ਅਤੇ 'ਕਰਤਾਰਪੁਰ' (ਜਲੰਧਰ ਦੇ ਨੇੜੇ) ਸ਼ਹਿਰ ਦੀ ਸਥਾਪਨਾ ਕੀਤੀ। ਤਰਨਤਾਰਨ ਵਿੱਚ ਕੁਸ਼ਟ ਰੋਗੀਆਂ ਦੇ ਇਲਾਜ ਦੇ ਲਈ ਹਸਪਤਾਲ ਬਣਵਾਇਆ। ਗੁਰੂ ਅਰਜਨ ਜੀ ਨੇ 'ਹਰਗੋਬਿੰਦਪੁਰ' ਨਾਮਕ ਕਸਬੇ ਦੀ ਵੀ ਸਥਾਪਨਾ ਕੀਤੀ। ਉਹਨਾਂ ਨੇ ਪੰਜਾਬ ਦੇ ਕਈ ਹਿੱਸਿਆਂ ਵਿੱਚ ਖੂਹ ਲਗਵਾਏ। ਅੰਮ੍ਰਿਤਸਰ ਤੋਂ ਕੁਝ ਦੂਰੀ 'ਤੇ ਛੇ ਹਰਟਾ (ਫਾਰਸੀ-ਪਹੀਏ) ਵਾਲੀ ਬਾਉਲੀ ਲਗਵਾਈ, ਇਸ ਲਈ ਉਸ ਸਥਾਨ ਦਾ ਨਾਮ 'ਛੇਹਰਟਾ' ਪ੍ਰਸਿੱਧ ਹੋਇਆ। ਗੁਰੂ ਅਰਜਨ ਜੀ ਦੁਆਰਾ ਛੇ ਫ਼ਾਰਸੀ-ਪਹੀਏ (ਛੇਹਰਟਾ) ਦੇ ਨਾਲ ਖੂਹ ਦੀ ਖੁਦਾਈ ਤੋਂ ਮਾਝਾ ਖੇਤਰ ਦੇ ਉਹਨਾਂ ਕਿਸਾਨਾਂ ਨੂੰ ਬਹੁਤ ਰਾਹਤ ਮਿਲੀ ਜਿਨ੍ਹਾਂ ਨੂੰ ਆਪਣੀਆਂ ਸਿੰਚਾਈ ਦੀਆਂ ਲੋੜਾਂ ਦੇ ਲਈ ਮੁਗਲ ਅਧਿਕਾਰੀਆਂ ਵੱਲ ਦੇਖਣਾ ਪੈਂਦਾ ਸੀ। ਇਸੇ ਤਰ੍ਹਾਂ ਤਰਨ-ਤਾਰਨ ਨੇੜੇ ਗੁਰੂ ਕੀ ਵਡਾਲੀ ਵਿਖੇ ਥੱਟੇ ਖੇਰਾ ਵਿੱਚ ਚਾਰ ਸੌ ਸਾਲ ਪੁਰਾਣਾ ਤਲਾਬ ਹੈ ਜੋ ਗੁਰੂ ਅਰਜਨ ਜੀ ਦਾ ਪੇਂਡੂ ਕਿਸਾਨਾਂ ਦੀਆਂ ਲੋੜਾਂ ਨਾਲ ਜੁੜੇ ਹੋਣ ਦਾ ਸਬੂਤ ਦਿੰਦਾ ਹੈ। ਸਰੋਵਰ ਅਤੇ ਖੂਹ ਜਿੱਥੇ ਛੂਤ-ਛਾਤ ਦੀ ਅਣਮਨੁੱਖੀ ਸਮਾਜਿਕ ਰੋਗ ਦਾ ਹੱਲ ਸਨ, ਉੱਥੇ ਸ਼ਹਿਰਾਂ ਦੀਆਂ ਲੋੜਾਂ ਅਤੇ ਪਿੰਡਾਂ ਦੇ ਕਿਸਾਨਾਂ ਦੀ ਸਿੰਚਾਈ ਦੇ ਲਈ ਵਰਦਾਨ ਸਾਬਤ ਹੋਏ।

ਗੁਰੂ ਅਰਜਨ ਸਾਹਿਬ ਨੇ ਅੰਮ੍ਰਿਤਸਰ ਵਿੱਚ ਹਰਿਮੰਦਰ ਸਾਹਿਬ ਬਣਵਾਇਆ ਜੋ ਸਿੱਖਾਂ ਦਾ ਕੇਂਦਰੀ ਧਰਮ ਸਥਾਨ ਬਣਿਆ। ਗੁਰੂ ਸਾਹਿਬ ਨੇ ਦਸਵੰਧ ਦੀ ਪਰੰਪਰਾ ਸ਼ੁਰੂ ਕੀਤੀ ਜਿਸ ਨਾਲ ਉਸਾਰੀ ਦੇ ਕੰਮ ਵਿੱਚ ਤੇਜ਼ੀ ਆਈ। ਅੱਜ ਵੀ ਦੁਨੀਆਂ ਦੇ ਕੋਨੇ-ਕੋਨੇ ਵਿੱਚ ਹੋਣ ਵਾਲੀਆਂ ਲੰਗਰ ਅਤੇ ਹੋਰ ਸਮਾਜ ਭਲਾਈ ਦੀਆਂ ਸੇਵਾਵਾਂ ਦਸਵੰਧ ਦੀ ਪ੍ਰੇਰਨਾ ਨਾਲ ਹੀ ਚਲਦੀਆਂ ਹਨ। ਦਸਵੰਧ ਦਾ ਅਰਥ ਹੈ ਆਪਣੀ ਕਮਾਈ ਦਾ ਦਸਵਾਂ ਹਿੱਸਾ ਗੁਰੂ ਉਪਦੇਸ਼ ਅਨੁਸਾਰ ਸਮਾਜ ਸੇਵਾ ਜਾਂ ਸਿੱਖੀ ਦੇ ਪ੍ਰਚਾਰ ਵਿੱਚ ਭੇਟ ਕਰਨਾ। ਸਿੱਖੀ ਵਿੱਚ ਦਾਨ ਦੀ ਅਜਿਹੀ ਅਵਧਾਰਨਾ ਦਾ ਖੰਡਨ ਕੀਤਾ ਗਿਆ ਹੈ ਜੋ ਕਾਲਪਨਿਕ ਸਵਰਗ ਦੀ ਲਾਲਸਾ ਜਾਂ ਨਿੱਜੀ ਫਲਾਂ ਦੀ ਪ੍ਰਾਪਤੀ

ਦੇ ਬਦਲੇ ਕੀਤਾ ਗਿਆ ਹੋਵੇ। ਕਿਉਂਕਿ ਕਾਦਰ ਕੁਦਰਤ ਵਿੱਚ ਹੀ ਵੱਸਦਾ ਹੈ, ਤਾਂ ਦੁਨੀਆਂ ਵਿੱਚ ਰਹਿੰਦਿਆਂ ਮਨੁੱਖਤਾ ਦੀ ਸੇਵਾ ਹੀ ਪਰਮਾਤਮਾ ਦੀ ਪੂਜਾ ਹੈ। ਇਮਾਨਦਾਰੀ ਅਤੇ ਮਿਹਨਤ (ਘਾਲ) ਦੀ ਕਮਾਈ ਲੋੜਵੰਦਾਂ ਦੀ ਸੇਵਾ ਵਿੱਚ ਲਗਾਉਣਾ ਸੱਚੇ ਧਰਮ ਦਾ ਅਨਿੱਖੜਵਾਂ ਰਾਹ ਹੈ:

ਘਾਲਿ ਖਾਇ ਕਿਛੁ ਹਥਹੁ ਦੇਇ॥

ਨਾਨਕ ਰਾਹੁ ਪਛਾਣਹਿ ਸੇਇ॥

(ਗੁਰੂ ਗ੍ਰੰਥ ਸਾਹਿਬ, ਮਹਲਾ ੧, ਅੰਗ 1245)

ਵਿਚਿ ਦੁਨੀਆ ਸੇਵ ਕਮਾਈਐ॥

ਤਾ ਦਰਗਹ ਬੈਸਣੁ ਪਾਈਐ॥

ਕਹੁ ਨਾਨਕ ਬਾਹ ਲੁਡਾਈਐ॥

(ਗੁਰੂ ਗ੍ਰੰਥ ਸਾਹਿਬ, ਮਹਲਾ ੧, ਅੰਗ 25)

ਕਾਦਰ ਨੂੰ ਕੁਦਰਤ ਵਿੱਚ ਦੇਖਣ ਦੀ ਅਕਲ ਨਾਲ ਕੀਤਾ ਗਿਆ ਦਾਨ ਹੀ ਗੁਣਕਾਰੀ ਹੈ। ਦਸਵੰਧ ਨੇ ਸੇਵਾ ਨੂੰ ਬਹੁਤ ਖੁਬਸੂਰਤੀ ਨਾਲ ਰੂਪਮਾਨ ਕੀਤਾ।

ਅਕਲੀ ਪੜ੍ਹਿ ਕੈ ਬੁਝੀਐ ਅਕਲੀ ਕੀਚੈ ਦਾਨੁ॥

(ਗੁਰੂ ਗ੍ਰੰਥ ਸਾਹਿਬ, ਮਹਲਾ ੧, ਅੰਗ 1245)

ਛੇਵੇਂ ਗੁਰੂ ਹਰਿਗੋਬਿੰਦ ਸਾਹਿਬ ਜੀ ਨੇ ਅੰਮ੍ਰਿਤਸਰ ਵਿੱਚ ਹਰਿਮੰਦਰ ਸਾਹਿਬ ਦੇ ਸਾਹਮਣੇ ਅਕਾਲ ਤਖ਼ਤ ਦਾ ਨਿਰਮਾਣ ਕੀਤਾ, ਜਿਸਨੇ ਮੀਰੀ-ਪੀਰੀ ਦੇ ਸਿਧਾਂਤ ਨੂੰ ਰੂਪਮਾਨ ਕੀਤਾ। ਮੀਰੀ ਤੋਂ ਭਾਵ ਹੈ ਰਾਜਨੀਤਿਕ, ਆਰਥਿਕ, ਵਿਗਿਆਨਕ ਅਤੇ ਉਹ ਸਾਰੀਆਂ ਸੰਸਾਰਿਕ ਸਮਰੱਥਾਵਾਂ ਜੋ ਭੌਤਿਕ ਜੀਵਨ ਦੀ ਸਫਲਤਾ ਅਤੇ ਪ੍ਰਭੂਸੱਤਾ ਦੇ ਲਈ ਜ਼ਰੂਰੀ ਹਨ। ਪੀਰੀ ਤੋਂ ਭਾਵ ਹੈ ਰੂਹਾਨੀ ਅਤੇ ਅਧਿਆਤਮਿਕ ਉੱਨਤੀ। ਸਿੱਖ ਦਾ ਅਧਿਆਤਮ, ਸੰਸਾਰ ਦੇ ਤਿਆਗ ਦੀ ਮੱਤ ਨਹੀਂ ਦਿੰਦਾ। ਬਲਕਿ ਅਜਿਹੇ ਸੰਸਾਰਿਕ ਵਿੱਤ ਨੂੰ ਪ੍ਰਾਪਤ ਕਰਨ ਦੀ ਪ੍ਰੇਰਨਾ ਕਰਦਾ ਹੈ ਜੋ ਅਕਾਲ ਪੁਰਖ ਦੇ ਸਰਵਵਿਆਪੀ ਹੁਕਮ ਦੀ ਵਿਚਾਰ ਦੇ ਅਨੁਕੂਲ ਹੋਵੇ। ਪੀਰੀ ਦੀ ਪ੍ਰੇਰਨਾ ਤੋਂ ਮੀਰੀ ਦਾ ਵਿੱਤ ਮਾਨਵ ਸੇਵਾ ਵਿੱਚ ਲੱਗੇ, ਇਹੀ ਮੀਰੀ-ਪੀਰੀ ਦਾ ਸਿਧਾਂਤ ਹੈ।

ਤਖਤਿ ਰਾਜਾ ਸੋ ਬਹੈ ਜਿ ਤਖਤੈ ਲਾਇਕ ਹੋਈ॥

ਜਿਨੀ ਸਚੁ ਪਛਾਣਿਆ ਸਚੁ ਰਾਜੇ ਸੇਈ॥

(ਗੁਰੂ ਗ੍ਰੰਥ ਸਾਹਿਬ, ਮਹਲਾ ੩, ਅੰਗ 1088)

ਗੁਰੂ ਹਰਗੋਬਿੰਦ ਸਾਹਿਬ ਜੀ ਨੇ ਅੰਮ੍ਰਿਤਸਰ ਵਿੱਚ ਹਥਿਆਰ ਤਿਆਰ ਕਰਨ ਦੇ ਪ੍ਰਬੰਧ ਕੀਤੇ, ਜਿਹਨਾਂ ਨੂੰ ਬਣਾਉਣ ਵਿੱਚ ਸਿਕਲੀਗਰ ਕਾਰੀਗਰਾਂ ਦਾ ਵੱਡਾ ਯੋਗਦਾਨ ਰਿਹਾ। ਬਠਿੰਡਾ ਦੇ ਕੋਲ ਪਿੰਡ 'ਮਹਿਰਾਜ' ਵੀ

ਗੁਰੂ ਹਰਿ ਗੋਬਿੰਦ ਸਾਹਿਬ ਦੀ ਪ੍ਰੇਰਨਾ ਨਾਲ ਬਣਿਆ। ਛੇਵੇਂ ਗੁਰੂ ਨੇ ਹੀ ਸਤਲੁਜ ਦੇ ਤੱਟ 'ਤੇ 'ਕੀਰਤਪੁਰ' ਸ਼ਹਿਰ ਵਸਾਇਆ।

ਸੱਤਵੇਂ ਪਾਤਸ਼ਾਹ ਗੁਰੂ ਹਰਿ ਰਾਇ ਜੀ ਨੇ ਕੀਰਤਪੁਰ ਵਿੱਚ ਪਤਾਲਗੜੁ ਕਿਲ੍ਹੇ ਦਾ ਨਿਰਮਾਣ ਕੀਤਾ ਅਤੇ ਇੱਕ ਵਿਸ਼ਾਲ ਦਵਾਖਾਨਾ ਬਣਵਾਇਆ ਜਿਸ ਵਿੱਚ ਦੇਸ਼ ਭਰ ਤੋਂ ਦਵਾਈਆਂ ਆਯਾਤ ਕੀਤੀਆਂ ਜਾਂਦੀਆਂ ਸਨ। ਲੋਕਾਂ ਦਾ ਬਿਨਾਂ ਕਿਸੇ ਭੇਦਭਾਵ ਦੇ ਮੁਫ਼ਤ ਇਲਾਜ ਕੀਤਾ ਜਾਂਦਾ ਅਤੇ ਸਿੱਖ ਪ੍ਰਚਾਰ ਕੇਂਦਰਾਂ ਵਿੱਚ ਵੀ ਦਵਾਈਆਂ ਇਥੋਂ ਹੀ ਭੇਜੀਆਂ ਜਾਂਦੀਆਂ ਸਨ।

ਨੌਵੇਂ ਪਾਤਸ਼ਾਹ ਗੁਰੂ ਤੇਗ ਬਹਾਦਰ ਜੀ ਨੇ ਕੀਰਤਪੁਰ ਤੋਂ ਦਸ ਕਿਲੋਮੀਟਰ ਦੂਰ ਇੱਕ ਹੋਰ ਨਗਰ ਵਸਾਇਆ— 'ਆਨੰਦਪੁਰ'। ਦਸਵੇਂ ਪਾਤਸ਼ਾਹ ਗੁਰੂ ਗੋਬਿੰਦ ਸਿੰਘ ਜੀ ਨੇ ਆਨੰਦਪੁਰ ਵਿੱਚ ਆਉਣ ਵਾਲੇ ਯੁੱਧਾਂ ਦੀ ਤਿਆਰੀ ਦੇ ਲਈ ਪੰਜ ਕਿਲ੍ਹੇ ਬਣਾਏ—ਆਨੰਦਗੜੁ, ਹੋਲਗੜੁ, ਤਾਰਾਗੜੁ, ਲੋਹਗੜੁ ਅਤੇ ਫਤਿਹਗੜੁ। ਗੁਰੂ ਗੋਬਿੰਦ ਸਿੰਘ ਜੀ ਨੇ ਨਾਹਨ ਦੇ ਨੇੜੇ ਯਮੁਨਾ ਤੱਟ 'ਤੇ 'ਪਾਉਂਟਾ' ਸ਼ਹਿਰ ਦੀ ਵੀ ਸਥਾਪਨਾ ਕੀਤੀ।

ਇਸ ਤੋਂ ਪਹਿਲਾਂ ਸ਼ਹਿਰਾਂ-ਕਸਬਿਆਂ ਦਾ ਨਿਰਮਾਣ ਸ਼ਾਹੀ ਖ਼ਜ਼ਾਨੇ ਤੋਂ ਹੀ ਸੰਭਵ ਸੀ, ਜਿਸ ਵਿੱਚ ਸ਼ਾਹੀ ਪਰਿਵਾਰਾਂ ਅਤੇ ਨੌਕਰਸ਼ਾਹਾਂ ਦੇ ਆਲੀਸ਼ਾਨ ਜੀਵਨ ਦੇ ਲਈ ਰੰਗ-ਮਹਿਲਾਂ ਦਾ ਨਿਰਮਾਣ ਆਮ ਪ੍ਰਵਿਰਤੀ ਸੀ। ਲੇਕਿਨ ਗੁਰੂ-ਕਾਲ ਦੇ 239 ਸਾਲਾਂ ਦੇ ਦੌਰਾਨ ਬਣਾਏ ਗਏ ਨਵੇਂ ਸ਼ਹਿਰ ਆਪਣੇ-ਆਪ ਵਿੱਚ ਅਦਭੁੱਤ ਪ੍ਰਾਪਤੀ ਸੀ। ਇਹ ਸਿੱਖਾਂ ਦੀ ਕਿਰਤ ਦੀ ਕਮਾਈ ਨਾਲ ਬਣੇ ਬੇਗਮਪੁਰਾ ਸ਼ਹਿਰ ਸਨ ਜੋ ਬਰਾਬਰੀ ਦੇ ਸਿਧਾਂਤਾਂ 'ਤੇ ਪ੍ਰਭੂਸੱਤਾ ਦੀ ਦਿਸ਼ਾ ਵੱਲ ਵਧਦੇ ਕਦਮ ਸਨ:

ਬੇਗਮ ਪੁਰਾ ਸਹਰ ਕੋ ਨਾਉ॥ ਦੂਖੁ ਅੰਦੋਹੁ ਨਹੀ ਤਿਹਿ ਠਾਉ॥

ਨਾਂ ਤਸਵੀਸ ਖਿਰਾਜੁ ਨ ਮਾਲੁ॥ ਖਉਫੁ ਨ ਖਤਾ ਨ ਤਰਸੁ ਜਵਾਲੁ॥

(ਗੁਰੂ ਗ੍ਰੰਥ ਸਾਹਿਬ, ਭਗਤ ਰਵਿਦਾਸ, ਅੰਗ 345)

ਅੱਜ ਵੀ ਪੰਜਾਬ ਵਿੱਚ ਜਗ੍ਹਾ-ਜਗ੍ਹਾ ਸਾਂਝੇ ਸਰੋਵਰ, ਬਾਉਲੀ, ਨਗਰ, ਧਰਮ ਅਸਥਾਨ, ਆਦਿ ਦੀ ਨਿਸ਼ਾਨੀਆਂ ਨੇ ਕ੍ਰਾਂਤੀਕਾਰੀ ਸਿੱਖ ਇਤਿਹਾਸ ਨੂੰ ਜਿਉਂਦਾ ਰੱਖਿਆ ਹੋਇਆ ਹੈ। ਇਸ ਵਿੱਚ ਪਿੱਛੜੇ ਵਰਗ ਅਤੇ ਅਖੌਤੀ ਸਵਰਨਾ ਨੇ ਮਿਲ ਕੇ ਆਪਣਾ ਯੋਗਦਾਨ ਪਾਇਆ। ਪਹਿਲੀ ਨਜ਼ਰ ਵਿੱਚ ਜਾਗਿਆਸੂ ਦੇ ਮਨ ਵਿੱਚ ਇਹ ਸਵਾਲ ਵਿਚਾਰ ਅਧੀਨ ਆਉਣਾ ਚਾਹੀਦਾ ਹੈ ਕਿ ਕੀ ਇਹ ਕੰਮ ਜ਼ਰੂਰੀ ਨਹੀਂ ਸਨ? ਗੁਰੂ ਨਾਨਕ ਜੀ ਤੋਂ ਪਹਿਲਾਂ ਇਹ ਸ਼ੁਰੂ ਕਿਉਂ ਨਾ ਹੋ ਪਾਏ? ਦਲਿਤ ਚਿੰਤਕ ਇਸ ਵਿਲੱਖਣ ਇਤਿਹਾਸ ਦੀ ਪ੍ਰਾਪਤੀ ਦੀ ਖੋਜ ਕਿਉਂ ਨਹੀਂ ਕਰਦੇ?

ਭਾਗ **3** - ਇਤਹਾਸਿਕ ਪੱਖ

ਸਿਰੁ ਧਰਿ ਤਲੀ ਗਲੀ ਮੇਰੀ ਆਉ (ਖ਼ਾਲਸਾ)

ਖ਼ਾਲਸਾ ਸਭ ਸ਼ੰਕਿਆਂ ਦਾ ਜਵਾਬ ਹੈ।

ਦਸਵੇਂ ਗੁਰੂ ਤੱਕ ਆਉਂਦੇ-ਆਉਂਦੇ ਸਿੱਖੀ ਨੇ ਲੰਬਾ ਸਫ਼ਰ ਤੈਅ ਕਰ ਲਿਆ ਸੀ। ਸੰਗਤ-ਪੰਗਤ ਦੀ ਨਵੀਂ ਸੰਸਥਾਵਾਂ ਦੇ ਨਾਲ ਆਪਣੇ ਵੱਖਰੇ ਧਰਮ ਸਥਾਨ, ਮਾਤਰ ਭਾਸ਼ਾ ਦੀ ਨਵੀਂ ਲਿਪੀ, ਸ਼ਬਦ-ਗੁਰੂ ਦੇ ਸਿਧਾਂਤ 'ਤੇ ਧਰਮਗ੍ਰੰਥ, ਵਿਵਹਾਰਿਕ ਰੀਤੀ-ਰਿਵਾਜ, ਸਮਾਨਤਾ 'ਤੇ ਬਣੇ ਨਗਰਾਂ ਦਾ ਢਾਂਚਾ, ਵਪਾਰਕ ਮੌਕਿਆਂ ਤੋਂ ਬਿਹਤਰ ਆਰਥਿਕ ਸਥਿਤੀ, ਹਥਿਆਰਬੰਦ ਜਾਂ ਯੁੱਧ ਕਲਾ ਦੇ ਨਾਲ ਲਾਸਾਨੀ ਕੁਰਬਾਨੀਆਂ ਦੀ ਵਿਰਾਸਤ। ਵੱਖ-ਵੱਖ ਵਰਗਾਂ ਵਿਚ ਵੰਡੇ ਲੋਕ ਇੱਕ ਕਰਤਾਰ ਦੀ ਵਿਚਾਰਧਾਰਾ ਦੇ ਹੇਠਾਂ ਸੰਗਠਿਤ ਹੋ ਚੁੱਕੇ ਸਨ। ਹੁਣ ਸਮਾਂ ਆ ਗਿਆ ਸੀ ਗੁਰੂ ਨਾਨਕ ਦੇ ਮਿਸ਼ਨ ਨੂੰ ਸੰਪੂਰਨਤਾ ਦੇਣ ਦਾ। ਇਹ ਸੰਪੂਰਨਤਾ ਸੀ ਜਨ-ਸਧਾਰਨ ਨੂੰ ਪੂਰੇ ਅਧਿਕਾਰਾਂ ਦੇ ਨਾਲ ਸੰਪ੍ਰਭੁਤਾ ਪ੍ਰਦਾਨ ਕਰਨ ਦੀ। ਉਪਾਸਕ ਅਤੇ ਪੈਗੰਬਰ ਵਿੱਚ ਭੇਦ ਖਤਮ ਕਰਨ ਦਾ। ਅਜਿਹਾ ਰੂਪਾਂਤਰ ਮਾਨਵ ਇਤਿਹਾਸ ਵਿੱਚ ਪਹਿਲਾਂ ਕਦੇ ਨਹੀਂ ਹੋਇਆ ਸੀ। ਸਿੱਖ ਇਤਿਹਾਸ ਦਾ ਇਹ ਅਹਿਮ ਦਿਨ ਖਾਲਸਾ ਪ੍ਰਗਟ ਦਿਵਸ ਕਿਹਾ ਜਾਂਦਾ ਹੈ।

ਗੁਰੂ ਗੋਬਿੰਦ ਰਾਏ (ਸਿੰਘ) ਜੀ ਨੇ ਡੂੰਘੇ ਚਿੰਤਨ ਤੋਂ ਬਾਅਦ 1699 ਵਿਸਾਖੀ ਵਾਲੇ ਦਿਨ ਆਨੰਦਪੁਰ ਸ਼ਹਿਰ ਵਿੱਚ ਵਿਸ਼ਾਲ ਇਕੱਠ ਕਰਨ ਦਾ ਫੈਸਲਾ ਕੀਤਾ। ਗੁਰੂ ਦੇ ਸੱਦੇ 'ਤੇ ਦੇਸ਼ ਦੇ ਕੋਨੇ-ਕੋਨੇ ਤੋਂ ਸਿੱਖ ਇਕੱਠੇ ਹੋਏ; ਇਤਿਹਾਸਕਾਰ ਅੱਸੀ ਹਜ਼ਾਰ ਦੀ ਗਿਣਤੀ ਦੱਸਦੇ ਹਨ। ਹਮੇਸ਼ਾ ਦੀ ਤਰਾਂ ਗੁਰਬਾਣੀ ਦੇ ਸ਼ਬਦ-ਕੀਰਤਨ ਅਤੇ ਵਿਚਾਰ ਤੋਂ ਸੰਗਤ ਆਨੰਦਿਤ ਮਹਿਸੂਸ ਕਰ ਰਹੀ ਸੀ। ਮੰਚ 'ਤੇ ਗੁਰੂ ਗੋਬਿੰਦ ਸਿੰਘ ਖੁਦ ਵਿਰਾਜਮਾਨ ਸਨ। ਫਿਰ ਗੁਰੂ ਆਪਣੇ ਸਥਾਨ ਤੋਂ ਉੱਠੇ ਅਤੇ ਮਿਆਨ ਵਿੱਚੋਂ ਸ਼ਮਸ਼ੀਰ ਕੱਢ ਕੇ ਗੰਭੀਰਤਾ ਦੇ ਨਾਲ ਗਰਜੇ- "ਸਿੱਖੀ ਲਈ ਮੈਨੂੰ ਇੱਕ ਸਿਰ ਦੀ ਲੋੜ ਹੈ। ਹੈ ਕੋਈ ਗੁਰੂ ਦਾ ਸਿੱਖ ਜੋ ਬਿਨਾਂ ਸ਼ੱਕ ਹੁਣੇ ਆਪਣਾ ਸੀਸ ਇਸ ਤਲਵਾਰ ਦੀ ਧਾਰ ਦੇ ਅੱਗੇ ਰੱਖ ਦੇਵੇ।"

ਗੁਰੂ ਦੀ ਇਸ ਵਿਚਿੱਤਰ ਮੰਗ ਤੋਂ ਸਾਰੇ ਆਚੰਭਿਤ ਸਨ। ਜੰਗ ਵਿੱਚ ਲੜਦਿਆਂ ਸ਼ਹੀਦ ਹੋਣਾ ਤਾਂ ਸਮਝ ਵਿੱਚ ਆਉਂਦਾ ਹੈ, ਲੇਕਿਨ ਗੁਰੂ ਦੀ ਇਹ ਮੰਗ ਜਨ-ਸਮੂਹ ਦੀ ਸਮਝ ਤੋਂ ਪਰੇ ਸੀ। ਗੁਰੂ ਨਾਨਕ ਸਾਹਿਬ ਜੀ ਦੀ ਬਾਣੀ ਹੈ ਜਿਸ ਵਿੱਚ ਉਹ ਸੱਚ ਨੂੰ ਪਿਆਰ ਕਰਨ ਵਾਲਿਆਂ ਨੂੰ ਆਪਣਾ ਸਿਰ ਹਰ ਸਮੇਂ ਤਲੀ 'ਤੇ ਰੱਖਣ ਦੀ ਸ਼ਰਤ ਰੱਖਦੇ ਹਨ। ਬਿਨਾਂ 'ਕਾਣ' (ਇਝਕ) ਦੇ 'ਸਿਰ ਧਰ ਤਲੀ' ਰੱਖਣ ਦੀ ਸ਼ਰਤ। 'ਸਿਰ ਧਰ ਤਲੀ' ਨੂੰ ਤਨ ਅਤੇ ਮਨ ਦੋਹਾਂ ਅਰਥਾਂ ਵਿੱਚ ਕਰਨਾ ਹੈ। ਜੋ ਗੁਰੂ ਨੂੰ ਮਨ ਅਰਪਣ ਕਰਨ ਦਾ ਦਾਅਵਾ ਕਰਦਾ ਹੋਵੇ, ਲੇਕਿਨ

ਤਨ ਅਰਪਨ ਤੋਂ ਪਿੱਛੇ ਹਟ ਜਾਵੇ, ਉਸ ਦਾ ਦਾਅਵਾ ਝੂਠਾ ਹੈ। ਜੋ ਮੁਹਾਵਰਾ ਪ੍ਰਤੀਤ ਹੋ ਰਿਹਾ ਸੀ, ਦਸਵੇਂ ਨਾਨਕ ਉਸ ਨੂੰ ਸਾਕਾਰ ਕਰਨ ਦੀ ਤਾਕੀਦ ਕਰ ਰਹੇ ਸਨ:

ਜਉ ਤਉ ਪ੍ਰੇਮ ਖੇਲਣ ਕਾ ਚਾਉ॥ ਸਿਰੁ ਧਰਿ ਤਲੀ ਗਲੀ ਮੇਰੀ ਆਉ॥

ਇਤੁ ਮਾਰਗਿ ਪੈਰੁ ਧਰੀਜੈ॥ ਸਿਰੁ ਦੀਜੈ ਕਾਣਿ ਨ ਕੀਜੈ॥

(ਗੁਰੂ ਗ੍ਰੰਥ ਸਾਹਿਬ, ਮਹਲਾ ੧, ਅੰਗ 1412)

ਹਜ਼ਾਰਾਂ ਦੇ ਇਕੱਠ ਵਿੱਚ ਸੰਨਾਟਾ ਛਾ ਗਿਆ। ਗੁਰੂ ਜੀ ਨੇ ਫਿਰ ਅਪੀਲ ਕੀਤੀ। ਤੀਜੀ ਵਾਰ ਬੁਲਾਉਣ 'ਤੇ ਆਵਾਜ਼ ਆਈ, "ਗੁਰੂ ਜੀ, ਮੈਂ ਤਿਆਰ ਹਾਂ। ਦੇਰ ਨਾਲ ਉੱਠਣ ਦੇ ਲਈ ਮਾਫ਼ੀ ਚਾਹੁੰਦਾ ਹਾਂ।" ਇਹ ਆਵਾਜ਼ ਭਾਈ ਦਇਆ ਰਾਮ ਦੀ ਸੀ, ਜੋ ਲਾਹੌਰ (ਪੰਜਾਬ) ਦੇ ਸੋਬਤੀ ਕੁਲ ਤੋਂ ਸਨ ਜਿਸ ਨੂੰ ਖੱਤਰੀ ਵਜੋਂ ਸ਼੍ਰੇਣੀਬੱਧ ਕੀਤਾ ਗਿਆ ਸੀ। ਗੁਰੂ ਗੋਬਿੰਦ ਰਾਏ ਜੀ ਦਇਆ ਰਾਮ ਦਾ ਹੱਥ ਫੜ ਕੇ ਨੇੜੇ ਹੀ ਲੱਗੇ ਇੱਕ ਤੰਬੂ ਅੰਦਰ ਲੈ ਗਏ। ਕੁਝ ਸਮੇਂ ਬਾਅਦ ਗੁਰੂ ਜੀ ਇਕੱਲੇ ਹੀ ਬਾਹਰ ਆਏ ਅਤੇ ਇਸ ਵਾਰ ਉਨ੍ਹਾਂ ਦੇ ਹੱਥ ਵਿੱਚ ਜੋ ਸ਼ਮਸ਼ੀਰ ਸੀ ਉਹ ਖੂਨ ਨਾਲ ਰੰਗੀ ਹੋਈ ਸੀ। ਸਟੇਜ 'ਤੇ ਆ ਕੇ ਇੱਕ ਹੋਰ ਸਿਰ ਦੀ ਮੰਗ ਰੱਖ ਦਿੱਤੀ। ਇਸ ਵਾਰ ਭਾਈ ਧਰਮ ਦਾਸ ਉੱਠੇ ਜੋ ਹਸਤੀਨਾਪੁਰ (ਉੱਤਰ ਪ੍ਰਦੇਸ਼) ਦੇ ਰਹਿਣ ਵਾਲੇ ਜੱਟ ਬਿਰਾਦਰੀ ਤੋਂ ਸਨ ਜਿਸ ਨੂੰ ਵਰਣ-ਆਸ਼ਰਮ ਵਿੱਚ ਸ਼ੂਦਰ ਕਿਹਾ ਜਾਂਦਾ ਹੈ। ਭਾਈ ਧਰਮ ਦਾਸ ਜੀ ਨੂੰ ਵੀ ਗੁਰੂ ਜੀ ਤੰਬੂ ਵਿੱਚ ਲੈ ਗਏ ਅਤੇ ਫਿਰ ਇਕੱਲੇ ਬਾਹਰ ਆਏ। ਖੂਨ ਨਾਲ ਲੱਥਪੱਥ ਤਲਵਾਰ ਫਿਰ ਉਹਨਾਂ ਦੇ ਨਾਲ ਸੀ।

ਅਜਿਹਾ ਕੁੱਲ ਪੰਜ ਵਾਰ ਹੋਇਆ, ਭਾਵ ਵਾਰੀ-ਵਾਰੀ ਕੁੱਲ ਪੰਜ ਸਿਰ ਦੀ ਮੰਗ ਕੀਤੀ ਗਈ। ਬਾਕੀ ਤਿੰਨ ਸਿੱਖ ਜੋ ਪ੍ਰੇਮ ਦੇ ਬੱਝੇ ਸਿਰ ਦੇਣ ਲਈ ਅੱਗੇ ਆਏ, ਉਹ ਵੀ ਅਖੌਤੀ ਸ਼ੂਦਰ ਹੀ ਸਨ। ਇਹਨਾਂ ਪੰਜ (ਪਿਆਰਿਆਂ) ਦੇ ਨਾਮ, ਕੁਲ ਅਤੇ ਸਥਾਨ ਨਿਮਨਲਿਖਤ ਸਨ:

ਭਾਈ ਦਇਆ ਰਾਮ, ਸੋਬਤੀ, ਲਾਹੌਰ (ਪੰਜਾਬ)

ਭਾਈ ਧਰਮ ਦਾਸ, ਜੱਟ, ਹਸਤੀਨਾਪੁਰ (ਉੱਤਰ ਪ੍ਰਦੇਸ਼)

ਭਾਈ ਹਿੰਮਤ ਰਾਏ, ਝੀਵਰ, ਪੁਰੀ (ਉੜੀਸਾ)

ਭਾਈ ਮੋਹਕਮ ਚੰਦ, ਛਿੰਬਾ, ਦਵਾਰਕਾ (ਗੁਜਰਾਤ)

ਭਾਈ ਸਾਹਿਬ ਚੰਦ, ਨਾਈ, ਬਿਦਰ (ਕਰਨਾਟਕ)

ਇਨ੍ਹਾਂ ਪੰਜਾਂ ਦੇ ਨਾਵਾਂ ਦਾ ਅਨੁਕਰਮ ਆਪਣੇ-ਆਪ ਵਿੱਚ ਇੱਕ ਅਲੌਕਿਕ ਸੰਦੇਸ਼ ਹੈ। 'ਦਯਾ' (ਕਰੁਣਾ) ਦੇ ਆਧਾਰ 'ਤੇ 'ਧਰਮ' ਹੋਣਾ ਚਾਹੀਦਾ ਹੈ। ਧਰਮ ਦਾ ਮਾਰਗ 'ਹਿੰਮਤ' ਵਾਲਿਆਂ ਦਾ ਹੈ ਜੋ ਨਿਰਭਉ ਦੇ ਗੁਣ ਤੋਂ ਆਉਂਦਾ ਹੈ। 'ਮੋਹਕਮ' ਅਰਥਾਤ ਸਥਿਰਤਾ ਅਤੇ ਸੰਤੋਖ ਜੀਵਨ ਵਿੱਚ ਜ਼ਰੂਰੀ ਹੈ ਜੋ ਨਿਰਵੈਰਤਾ

ਦੀ ਉਪਜ ਹੈ। ਇਸ ਮਾਰਗ ਦਾ ਅਨੁਸਰਣ ਕਰਨ ਵਾਲਾ ਹੀ 'ਸਾਹਿਬ' ਹੈ, ਭਾਵ ਪ੍ਰਭੂਸੱਤਾ ਨੂੰ ਪ੍ਰਾਪਤ ਕਰ ਸਕਦਾ ਹੈ।

ਸਤੁ ਸੰਤੋਖੁ ਦਇਆ ਧਰਮੁ ਸੀਗਾਰੁ ਬਨਾਵਉ॥

ਸਫਲ ਸੁਹਾਗਨਿ ਨਾਨਕਾ ਅਪੁਨੇ ਪ੍ਰਭ ਭਾਵਉ॥

(ਗੁਰੂ ਗ੍ਰੰਥ ਸਾਹਿਬ, ਮਹਲਾ ੫, ਅੰਗ 812)

ਦੂਰੋਂ-ਦੂਰੋਂ ਆਈ ਸੰਗਤ ਗੁਰੂ ਦੇ ਨਵੇਂ ਰੂਪ ਨੂੰ ਦੇਖ ਕੇ ਹੈਰਾਨ ਸੀ। ਕੁਝ ਦਬੀ ਆਵਾਜ਼ ਵਿੱਚ ਇੱਕ-ਦੂਜੇ ਨਾਲ ਘੁਸਰ-ਮੁਸਰ ਕਰ ਰਹੇ ਸਨ। ਉਦੋਂ ਗੁਰੂ ਗੋਬਿੰਦ ਰਾਏ ਜੀ ਪੰਜਵੀਂ ਵਾਰ ਤੰਬੂ ਤੋਂ ਬਾਹਰ ਨਿਕਲੇ। ਇਸ ਵਾਰ ਇਕੱਲੇ ਨਹੀਂ, ਪੰਜ ਸਿੱਖਾਂ ਦੇ ਨਾਲ ਜਿਨ੍ਹਾਂ ਨੇ ਇੱਕੋ ਜਿਹੀ ਸੁੰਦਰ ਪੁਸ਼ਾਕ ਪਾਈ ਸੀ, ਸਿਰਾਂ 'ਤੇ ਦਸਤਾਰ (ਪੱਗੜੀ), ਹੱਥ 'ਚ ਕਿਰਪਾਨ ਸੀ। ਦਸਮੇਸ਼ ਗੁਰੂ ਨੇ ਭਰੇ ਦੀਵਾਨ ਵਿੱਚ ਐਲਾਨ ਕੀਤਾ, "ਇਹ ਪੰਜ ਪਿਆਰੇ ਹਨ।"

ਤੰਬੂ ਦੇ ਅੰਦਰ ਕੀ ਵਾਪਰਿਆ ਇਸ ਬਾਰੇ ਕੁਝ ਇਤਿਹਾਸਕਾਰਾਂ ਨੇ ਆਪਣੇ ਅੰਦਾਜੇ ਲਗਾਏ ਹਨ, ਪਰ ਜੋ ਗੁਰੂ ਨੇ ਪਰਦੇ ਦੇ ਪਿੱਛੇ ਰਹਿਣ ਦਿੱਤਾ, ਉਸ 'ਤੇ ਅਟਕਲਾਂ ਲਗਾਉਣਾ ਠੀਕ ਨਹੀਂ। ਇਸ ਨੂੰ ਗੁਰੂ ਅਤੇ ਪੰਜ ਪਿਆਰਿਆਂ ਨੇ ਪਰਦੇ ਵਿੱਚ ਹੀ ਰੱਖਿਆ। ਕਿਉਂਕਿ ਗੁਰੂ ਜੀ ਉਸ ਉੱਤੇ ਸਾਡਾ ਧਿਆਨ ਕੇਂਦਰਿਤ ਰੱਖਣਾ ਚਾਹੁੰਦੇ ਹਨ ਜੋ ਅੱਗੋ ਹੋਣ ਵਾਲਾ ਸੀ। ਜੋ ਹੋ ਚੁੱਕਿਆ ਸੀ, ਉਹ ਇਤਿਹਾਸ ਦੀ ਇੱਕ ਵਾਰ ਦੀ ਅਨੋਖੀ ਘਟਨਾ ਸੀ। ਜੋ ਅੱਗੋ ਹੋਣ ਵਾਲਾ ਸੀ, ਉਹ ਸਭ ਦੇ ਲਈ ਹੈ ਅਤੇ ਵਾਰ-ਵਾਰ ਦੁਹਰਾਉਣ ਦੇ ਲਈ ਹੈ। ਗੁਰੂ ਸਾਹਿਬ ਜਨ-ਸਧਾਰਨ ਨੂੰ ਪੂਰੇ ਅਧਿਕਾਰਾਂ ਦੇ ਨਾਲ ਧਰਮ ਦੇ ਸੰਚਾਲਨ ਦੀ ਜ਼ਿੰਮੇਵਾਰੀ ਦੇਣ ਜਾ ਰਹੇ ਸਨ।

ਗੁਰੂ ਗੋਬਿੰਦ ਰਾਏ ਜੀ ਦੀ ਮੰਗ 'ਤੇ ਜਿਨ੍ਹਾਂ ਪੰਜ ਸਵੈ-ਇੱਛੁਕ ਨੇ ਆਪਣਾ ਸੀਸ ਭੇਟ ਕੀਤਾ, ਉਹ ਸਾਰੇ ਵੱਖ-ਵੱਖ ਜਨ-ਜਾਤੀਆਂ ਤੋਂ ਤਾਂ ਸਨ ਪਰ ਕੋਈ ਔਰਤ ਅੱਗੋ ਨਹੀਂ ਆਈ। ਕੋਈ ਔਰਤ ਸਵੈ-ਇੱਛਤਾ ਨਾਲ ਅੱਗੋ ਕਿਉਂ ਨਹੀਂ ਆਈ? ਇਸ ਦਾ ਕਾਰਨ ਕਿਤੇ ਨਾ ਕਿਤੇ ਮਰਦ ਪ੍ਰਧਾਨ ਸਮਾਜ ਵਿੱਚ ਔਰਤ ਦੇ ਆਤਮ-ਵਿਸ਼ਵਾਸ ਦੀ ਕਮੀ ਰਹੀ ਹੋਵੇਗੀ। ਉੱਥੇ ਮੌਜੂਦ ਔਰਤਾਂ ਨੇ ਤਲਵਾਰ ਅਤੇ ਸਿਰ 'ਤੇ ਮਰਦਾਂ ਦਾ ਅਧਿਕਾਰ ਵੱਸਦਾ ਦੇਖਿਆ ਹੋਵੇਗਾ। ਇਸ ਲਈ ਉੱਥੇ ਮੌਜੂਦ ਔਰਤਾਂ (ਜੋ ਗਿਣਤੀ ਵਿੱਚ ਵੀ ਘੱਟ ਮੌਜੂਦ ਹੋਣਗੀਆਂ) ਨੇ ਆਪਣੇ-ਆਪ ਨੂੰ ਇਸ ਇਮਤਿਹਾਨ ਦੇ ਯੋਗ ਹੀ ਨਹੀਂ ਸਮਝਿਆ ਹੋਣਾ।

ਪਰ ਦੁਨੀਆਂ ਦੀ ਸਭ ਤੋਂ ਵੱਡੀ ਦਲਿਤ ਜਾਤੀ ਅਤੇ ਮਨੁੱਖਤਾ ਦਾ ਅੱਧਾ ਹਿੱਸਾ ਔਰਤ ਹੈ। ਇਸ ਲਈ ਦਸ ਗੁਰੂਆਂ ਵਿੱਚੋਂ ਕੋਈ ਔਰਤ ਕਿਉਂ ਨਹੀਂ, ਇਸ ਦਾ ਕਾਰਨ ਵੀ ਯਥਾਰਥ: ਉਹੀ ਹੈ ਜੋ ਹੁਣ ਤੱਕ ਅਸੀਂ ਇਸ ਪੁਸਤਕ ਵਿੱਚ ਪੜ੍ਹੀ ਜਾਤ ਸਬੰਧਤ ਸਮਝਣ ਦੀ ਕੋਸ਼ਿਸ਼ ਕਰ ਰਹੇ ਹਾਂ। ਜਿਸ ਤਰ੍ਹਾਂ ਨਾਲ ਸਮਾਜ 'ਸ਼ੂਦਰ'

ਦੀ ਅਗਵਾਈ ਲੈਣ ਲਈ ਅਜੇ ਤਿਆਰ ਨਹੀਂ ਸੀ, ਉਸੇ ਤਰ੍ਹਾਂ ਔਰਤ ਦੀ ਅਗਵਾਈ ਲੈਣ ਦੇ ਲਈ ਵੀ ਮਰਦ-ਪ੍ਰਧਾਨ ਸਮਾਜ ਤਿਆਰ ਨਹੀਂ ਸੀ; ਨਾ ਸਵਰਨ, ਨਾ ਪਿੱਛੜਾ ਵਰਗ, ਨਾ ਹੀ ਹੋਰ ਧਰਮ। ਇੱਥੋ ਤੱਕ ਕਿ ਔਰਤ ਵੀ ਔਰਤ ਨੂੰ ਗੁਰੂ ਮੰਨਣ ਦੇ ਲਈ ਤਿਆਰ ਨਹੀਂ ਸੀ। ਡਾ: ਅੰਬੇਡਕਰ ਵੀ ਅਗਿਆਨਤਾ ਦੇ ਫ਼ਲਸਰੂਪ ਔਰਤ ਨੂੰ ਬ੍ਰਹਮਣਵਾਦ ਦੇ ਖਿਲਾਫ਼ ਵਿਦਰੋਹ ਨਾ ਕਰ ਸਕਣ ਨੂੰ ਵੱਡਾ ਕਾਰਨ ਮੰਨਦੇ ਹਨ। ਉਹਨਾਂ ਦਾ ਕਹਿਣਾ ਸੀ:

ਸ਼ੂਦਰ ਅਤੇ ਔਰਤਾਂ - ਦੋ ਵਰਗ ਜਿਨ੍ਹਾਂ ਦੀ ਮਨੁੱਖਤਾ ਨੂੰ ਬ੍ਰਹਮਣਵਾਦ ਨੇ ਸਭ ਤੋਂ ਵੱਧ ਵਿਗਾੜ ਦਿੱਤਾ ਸੀ - ਦੇ ਕੋਲ ਸਿਸਟਮ ਦੇ ਖਿਲਾਫ਼ ਵਿਦਰੋਹ ਕਰਨ ਦੀ ਕੋਈ ਸ਼ਕਤੀ ਨਹੀਂ ਸੀ।

ਉਨ੍ਹਾਂ ਨੂੰ ਗਿਆਨ ਦੇ ਅਧਿਕਾਰ ਤੋਂ ਵਾਂਝੇ ਕਰ ਦਿੱਤਾ ਗਿਆ ਸੀ, ਇਸ ਥੋਪੀ ਗਈ ਅਗਿਆਨਤਾ ਦੇ ਫ਼ਲਸਰੂਪ ਉਹ ਇਹ ਮਹਿਸੂਸ ਹੀ ਨਾ ਕਰ ਸਕੇ ਕਿ ਉਨ੍ਹਾਂ ਦੀ ਹਾਲਤ ਇੰਨੀ ਮਾੜੀ ਹੋ ਗਈ ਸੀ। ਉਹ ਇਹ ਨਹੀਂ ਜਾਣ ਸਕਦੇ ਸਨ ਕਿ ਬ੍ਰਹਮਣਵਾਦ ਨੇ ਉਨ੍ਹਾਂ ਦੇ ਜੀਵਨ ਦੇ ਮਹੱਤਵ ਨੂੰ ਪੂਰੀ ਤਰ੍ਹਾਂ ਲੁੱਟ ਲਿਆ ਹੈ। ਬ੍ਰਹਮਣਵਾਦ ਦੇ ਖਿਲਾਫ਼ ਵਿਦਰੋਹ ਕਰਨ ਦੀ ਬਜਾਏ, ਉਹ ਬ੍ਰਹਮਣਵਾਦ ਦੇ ਭਗਤ ਅਤੇ ਸਮਰਥਕ ਬਣ ਗਏ ਸਨ। (ਬੁੱਧ ਐਂਡ ਹਿਜ਼ ਧੰਮ, ਖੰਡ ਪਹਿਲਾ, ਭਾਗ 5.3)

ਹੁਣ ਤੱਕ ਜਿੰਨੇ ਧਰਮ ਆਏ ਉਨ੍ਹਾਂ ਵਿੱਚ ਔਰਤ ਨੂੰ ਹਮੇਸ਼ਾ ਮਰਦ ਦੇ ਅਧੀਨ ਹੀ ਰੱਖਿਆ ਗਿਆ ਸੀ। ਜਿੰਨੇ ਧਰਮ ਸੰਚਾਲਕ ਆਏ ਉਹ ਸਾਰੇ ਪੁਰਸ਼ ਹੀ ਸਨ।

ਸਿੱਖੀ ਦੇ ਕਾਰਨ ਨਾਰੀ ਦੇ ਜੀਵਨ ਵਿੱਚ ਬਹੁਤ ਤਬਦੀਲੀ ਆ ਰਹੀ ਸੀ। ਪਰ ਅਜੇ ਵੀ ਆਤਮ-ਵਿਸ਼ਵਾਸ ਦੀ ਜੋ ਕਮੀ ਰਹਿ ਗਈ ਸੀ, ਗੁਰੂ ਉਸ ਪ੍ਰਤੀ ਸੁਚੇਤ ਸਨ। ਤਾਂ ਕੀ ਹੋਇਆ ਜੇ ਔਰਤ ਆਪਣੀ ਮਰਜ਼ੀ ਨਾਲ ਅੱਗੇ ਨਹੀਂ ਆਈ? ਗੁਰੂ ਨੇ ਆਪ ਹੀ ਨਾਮਜ਼ਦ ਕਰ ਦਿੱਤਾ। ਗੁਰੂ ਗੋਬਿੰਦ ਰਾਏ ਜੀ ਨੇ ਸਭਾ ਵਿੱਚ ਹਾਜ਼ਰ ਆਪਣੀ ਪਤਨੀ, ਮਾਤਾ ਸਾਹਿਬ ਦੇਵਾਂ, ਨੂੰ ਚੁਣ ਲਿਆ। ਹੁਣ ਗੁਰੂ ਗੋਬਿੰਦ ਰਾਏ ਜੀ ਅਤੇ ਮਾਤਾ ਸਾਹਿਬ ਦੇਵਾਂ ਨੇ ਮਿਲ ਕੇ ਪੰਜ ਪਿਆਰਿਆਂ ਲਈ ਰੀਤ ਸ਼ੁਰੂ ਕੀਤੀ।

ਅੱਗੇ ਵਧਣ ਤੋਂ ਪਹਿਲਾਂ ਮਹਾਤਮਾ ਬੁੱਧ ਦੇ ਜੀਵਨ ਦੀ ਕਹਾਣੀ ਦਾ ਜ਼ਿਕਰ ਕਰਨਾ ਜ਼ਰੂਰੀ ਹੈ। ਜਿਸ ਸਮੇਂ ਤਥਾਗਤ ਸ਼ਾਕਯਾਂ ਦੇ ਨਿਓਗ੍ਰੋਧਾਰਾਮ ਵਿੱਚ ਠਹਿਰੇ ਹੋਏ ਸਨ, ਉਹਨਾਂ ਕੋਲ ਉਹਨਾਂ ਦਾ ਪਾਲਣ-ਪੋਸ਼ਣ ਕਰਨ ਵਾਲੀ ਮਾਂ ਮਹਾਪ੍ਰਜਾਪਤੀ ਗੌਤਮੀ ਧੰਮ-ਦੀਕਸ਼ਾ ਲੈਣ ਆਈ। ਮਾਂ ਗੌਤਮੀ ਦੇ ਨਾਲ ਬੁੱਧ ਦੀ ਪਤਨੀ ਯਸ਼ੋਧਰਾ ਅਤੇ ਹੋਰ ਔਰਤਾਂ ਵੀ ਆਈਆਂ ਸਨ। ਪਰ ਬੁੱਧ ਨੇ ਔਰਤਾਂ ਨੂੰ ਦੀਕਸ਼ਾ ਦੇਣ ਦੇ ਲਈ ਇਨਕਾਰ ਕਰ ਦਿੱਤਾ। ਮਹਾਪ੍ਰਜਾਪਤੀ ਗੌਤਮੀ ਨਹੀਂ ਮੰਨੀ ਅਤੇ ਭਿਕਸ਼ੂਆਂ ਵਰਗਾ ਭੇਸ ਧਾਰਨ ਕਰ ਲਿਆ। ਸਿਰ ਦੇ ਵਾਲ ਮੁਨਵਾ ਭਗਵਾਂ ਵਸਤਰ ਪਾ ਲਿਆ। ਫਿਰ ਵੇਸ਼ਾਲੀ ਵਿੱਚ ਬੋਧੀ ਵਿਹਾਰ ਨੰਗੇ ਪੈਰੀਂ ਆ ਕੇ ਅਤੇ ਬੁੱਧ ਤੋਂ ਧੰਮ-ਦੀਕਸ਼ਾ ਲੈਣ ਲਈ ਦੁਬਾਰਾ ਪ੍ਰਾਰਥਨਾ ਕੀਤੀ। ਪਰ ਬੁੱਧ ਨੇ ਫਿਰ ਇਨਕਾਰ ਕਰ ਦਿੱਤਾ। ਤਦ ਮਹਾਪ੍ਰਜਾਪਤੀ ਗੌਤਮੀ

ਹੋਰ ਔਰਤਾਂ ਸਮੇਤ ਵਰਾਂਡੇ ਦੇ ਦਰਵਾਜ਼ੇ 'ਤੇ ਹੀ ਖੜ੍ਹੀ ਹੋ ਗਈ। ਬੁੱਧ ਦੇ ਬਹੁਤ ਨਜ਼ਦੀਕੀ ਭਿਕਸ਼ੂ ਆਨੰਦ ਨੇ ਔਰਤਾਂ ਦੀ ਹਾਲਤ ਵੇਖੀ। ਉਹਨਾਂ ਦੇ ਪੈਰ ਸੁੱਜੇ ਹੋਏ ਸਨ, ਕੱਪੜੇ ਮਿੱਟੀ ਨਾਲ ਗੰਦੇ ਅਤੇ ਅੱਖਾਂ ਵਿੱਚ ਹੰਝੂ ਸਨ। ਆਨੰਦ ਦੇ ਬਹੁਤ ਸਮਝਾਉਣ ਤੋਂ ਬਾਅਦ ਬੁੱਧ ਆਖਰਕਾਰ ਮੰਨ ਗਏ। ਪਰ ਔਰਤਾਂ ਲਈ ਵਾਧੂ ਅੱਠ ਸ਼ਰਤਾਂ ਰੱਖੀਆਂ, ਜਿਨ੍ਹਾਂ ਦੀ ਪਾਲਣਾ ਕਰਨ ਤੇ ਹੀ ਔਰਤਾਂ ਨੂੰ ਧੰਮ-ਦੀਕਸ਼ਾ ਦੇ ਕੇ ਸੰਘ ਵਿੱਚ ਸ਼ਾਮਲ ਕੀਤਾ ਗਿਆ। (ਡਾ. ਅੰਬੇਡਕਰ, ਬੁੱਧ ਐਂਡ ਹਿਜ਼ ਧੰਮ, ਖੰਡ ਦੂਜਾ, ਭਾਗ 7.1 ਦਾ ਸੰਖੇਪ ਵਰਨਣ)

ਇਸਦੇ ਠੀਕ ਉਲਟ ਸਿੱਖੀ ਵਿੱਚ ਜਦੋਂ ਪਹਿਲੀ ਵਾਰ ਦੀਕਸ਼ਾ ਦੇਣ ਦੀ ਰਸਮ ਦੀ ਤਿਆਰੀ ਹੋ ਰਹੀ ਰਹੀ ਸੀ, ਤਾਂ ਇਸਤਰੀ ਦੀਕਸ਼ਾ ਲੈਣ ਦੇ ਲਈ ਨਹੀਂ, ਬਲਕਿ ਦੀਕਸ਼ਾ ਦੇਣ ਦੇ ਅਧਿਕਾਰ ਦੇ ਨਾਲ ਬਰਾਬਰ ਭਾਈਵਾਲ ਸੀ। ਮਾਤਾ ਸਾਹਿਬ ਦੇਵਾਂ (ਕੌਰ) ਨੂੰ ਖਾਲਸੇ ਦੀ ਮਾਤਾ ਵੀ ਕਿਹਾ ਜਾਂਦਾ ਹੈ।

ਇਸ ਰਸਮ ਨੂੰ 'ਖੰਡੇ ਕੀ ਪਾਹੁਲ' ਜਾਂ 'ਅੰਮ੍ਰਿਤ ਛਕਣਾ' ਕਹਿੰਦੇ ਹਨ। ਇੱਕ ਲੋਹੇ ਦੇ ਬਾਟੇ (ਬਰਤਨ) ਵਿੱਚ ਸਾਫ਼ ਪਾਣੀ ਲਿਆ, ਜਿਸ ਵਿੱਚ ਮਾਤਾ ਸਾਹਿਬ ਦੇਵਾਂ ਜੀ ਨੇ ਪਤਾਸੇ (ਖੰਡ) ਪਾਏ ਅਤੇ ਗੁਰੂ ਸਾਹਿਬ ਨੇ ਖੰਡੇ ਦੇ ਨਾਲ ਘੋਲਣਾ ਆਰੰਭ ਕੀਤਾ। ਇਸ ਦੇ ਨਾਲ-ਨਾਲ ਸੱਤਾਂ ਨੇ ਮਿਲ ਕੇ ਗੁਰਬਾਣੀ ਦਾ ਪਾਠ ਕੀਤਾ।

ਖੰਡੇ ਦੀ ਪਾਹੁਲ ਤਿਆਰ ਕਰਨ ਵੇਲੇ ਕਿਹੜੀ ਬਾਣੀ ਪੜ੍ਹੀ ਗਈ ਹੋਵੇਗੀ, ਇਸ ਬਾਰੇ ਇਤਿਹਾਸਕਾਰਾਂ ਅਤੇ ਸਿੱਖ ਸੰਪਰਦਾਵਾਂ ਵਿੱਚ ਮਤਭੇਦ ਹੈ। ਨਿਰਮਲਾ ਸੰਪਰਦਾਵਾਂ ਦੁਆਰਾ ਬਹੁਤ ਸਾਰੀਆਂ ਰਚਨਾਵਾਂ ਗੁਰੂ ਗੋਬਿੰਦ ਸਿੰਘ ਜੀ ਦੇ ਨਾਮ ਤੋਂ ਬਾਅਦ ਵਿੱਚ ਲਿਖੀਆਂ ਗਈਆਂ ਸਨ। ਇਸ 'ਕੱਚੀ ਬਾਣੀ' ਨੂੰ ਇਕੱਠਾ ਕਰਕੇ ਕੁਝ ਗ੍ਰੰਥ ਤਿਆਰ ਕੀਤੇ ਗਏ, ਜਿਵੇਂ ਬਚਿਤ੍ਰ ਨਾਟਕ, ਸਰਬ ਲੋਹ, ਸੌ ਸਾਖੀ ਆਦਿ। ਬਾਅਦ ਵਿੱਚ ਬਚਿਤ੍ਰ ਨਾਟਕ ਦਾ ਨਾਮ ਬਦਲ ਕੇ ਦਸਮ-ਗ੍ਰੰਥ ਰੱਖ ਦਿੱਤਾ ਗਿਆ ਤਾਂ ਜੋ ਲੋਕਾਂ ਨੂੰ ਭਰਮਾਉਣਾ ਸੌਖਾ ਹੋ ਸਕੇ। ਬੇਸ਼ੱਕ ਗੁਰੂ ਗੋਬਿੰਦ ਸਿੰਘ ਜੀ ਨੇ ਖ਼ਤ (ਹੁਕਮਨਾਮੇ), ਕਵਿਤਾ, ਆਦਿ ਲਿਖੇ। ਪਰ ਜੇਕਰ ਗੁਰੂ ਗੋਬਿੰਦ ਸਿੰਘ ਜੀ ਇਸ ਨੂੰ ਗੁਰਬਾਣੀ ਦੇ ਰੂਪ ਵਿੱਚ ਲਿਖਦੇ ਤਾਂ ਉਸ ਨੂੰ ਗੁਰੂ ਗ੍ਰੰਥ ਸਾਹਿਬ ਵਿੱਚ ਦਰਜ ਜ਼ਰੂਰ ਕਰਦੇ, ਜਿਵੇਂ ਉਨ੍ਹਾਂ ਨੇ ਗੁਰੂ ਤੇਗ ਬਹਾਦਰ ਜੀ ਦੀ ਬਾਣੀ ਦਰਜ ਕੀਤੀ ਸੀ। ਗੁਰੂ ਗੋਬਿੰਦ ਸਿੰਘ ਜੀ ਨੇ ਆਪ ਹੀ ਤਾਂ ਗੁਰੂ ਗ੍ਰੰਥ ਸਾਹਿਬ ਜੀ ਨੂੰ ਗੁਰਿਆਈ ਦਿੱਤੀ ਸੀ, ਜਿਸ ਵਿੱਚ ਉਨ੍ਹਾਂ ਦੀ ਕੋਈ ਰਚਨਾ ਨਹੀਂ ਹੈ। ਗੁਰੂ ਗ੍ਰੰਥ ਸਾਹਿਬ ਜੀ ਦੀ ਸੰਰਚਨਾ ਤੋਂ ਇਹ ਵੀ ਸਪਸ਼ਟ ਹੋ ਜਾਂਦਾ ਹੈ ਕਿ ਪਹਿਲੇ 13 ਪੰਨਿਆਂ ਵਿੱਚ ਦਰਜ ਬਾਣੀ ਨੂੰ ਨਿਤਨੇਮ (ਰੋਜ਼ਾਨਾ) ਪੜ੍ਹਨ ਦੀ ਹਦਾਇਤ ਹੈ। ਇਹ ਬਾਣੀ ਹੈ: ਮੂਲ ਮੰਤ੍ਰ, ਜਪੁ, ਸੋ ਦਰ, ਸੋ ਪੁਰਖ, ਸੋਹਿਲਾ। ਖੰਡੇ ਦੀ ਪਾਹੁਲ ਤਿਆਰ ਕਰਨ ਵੇਲੇ ਵੀ ਇਹੀ ਪੜ੍ਹੀ ਗਈ ਹੋਵੇਗੀ, ਜਾਂ ਗੁਰੂ ਗ੍ਰੰਥ ਸਾਹਿਬ ਜੀ ਵਿੱਚੋਂ ਹੀ ਕੋਈ ਹੋਰ ਰਚਨਾ ਹੋ ਸਕਦੀ ਹੈ। ਪਰ ਗੁਰੂ ਗ੍ਰੰਥ ਸਾਹਿਬ ਤੋਂ ਬਾਹਰ ਕੋਈ ਬਾਣੀ ਪੜ੍ਹੀ ਹੋਵੇ, ਇਹ ਮੰਨਣ ਯੋਗ ਨਹੀਂ।

ਪਾਹੁਲ ਤਿਆਰ ਕਰਨ ਉਪਰੰਤ, ਗੁਰੂ ਜੀ ਨੇ ਉਹ ਮਿੱਠਾ ਜਲ ਪੰਜ ਪਿਆਰਿਆਂ ਨੂੰ ਵਾਰੀ-ਵਾਰੀ ਬਾਟੇ ਨਾਲ ਮੂੰਹ ਲਾ ਕੇ ਪਿਲਾਇਆ। ਸਾਰਿਆਂ ਨੂੰ ਇੱਕ-ਦੂਜੇ ਦੀ ਜੂਠ ਮਿਲੇ, ਇਸ ਲਈ ਦੁਬਾਰਾ ਫਿਰ

ਉਲਟੇ ਕ੍ਰਮ ਵਿੱਚ ਮਿੱਠਾ ਜਲ ਪਿਲਾਇਆ ਗਿਆ। ਉਨ੍ਹਾਂ ਸਾਰਿਆਂ ਨੂੰ ਕਿਹਾ, "ਅੱਜ ਤੋਂ ਤੁਹਾਡਾ ਪਿਛਲਾ ਧਰਮ ਨਾਸ, ਕਰਮ ਨਾਸ, ਜਨਮ ਨਾਸ, ਕਿਰਤ ਨਾਸ ਅਤੇ ਭਰਮ ਨਾਸ। ਅੱਜ ਤੋਂ ਤੁਸੀਂ ਖਾਲਸਾ ਹੋ।" ਖਾਲਸਾ ਦਾ ਅਰਥ ਹੀ ਆਜ਼ਾਦ ਹੁੰਦਾ ਹੈ। ਜੋ ਕੇਵਲ ਅਕਾਲ ਪੁਰਖ ਨੂੰ ਜਵਾਬਦੇਹ ਹੈ, ਕਿਸੇ ਦੁਨਿਆਵੀ ਹਸਤੀ ਨੂੰ ਨਹੀਂ।

ਪੰਜਾਂ ਨੂੰ ਨਵਾਂ ਨਾਂ ਮਿਲਿਆ। ਦਇਆ ਰਾਮ ਤੋਂ ਭਾਈ ਦਇਆ ਸਿੰਘ ਹੋਏ। ਇਸੇ ਤਰ੍ਹਾਂ ਭਾਈ ਧਰਮ ਸਿੰਘ, ਭਾਈ ਹਿੰਮਤ ਸਿੰਘ, ਭਾਈ ਮੋਹਕਮ ਸਿੰਘ ਅਤੇ ਭਾਈ ਸਾਹਿਬ ਸਿੰਘ। ਅਜੇ ਕੌਤਕ ਖਤਮ ਨਹੀਂ ਹੋਇਆ ਸੀ। ਇਸ ਤੋਂ ਬਾਅਦ ਗੁਰੂ ਜੀ ਨੇ ਇੱਕ ਹੋਰ ਅਲੌਕਿਕ ਫੈਸਲਾ ਲਿਆ ਜਿਸ ਕਾਰਨ ਸਿੱਖ ਸੰਗਤ ਅਕਸਰ ਗੁਰੂ ਦੀ ਮਹਿਮਾ ਵਿੱਚ ਗਾਉਂਦੀ ਹੈ, "ਵਾਹ ਵਾਹ! ਗੋਬਿੰਦ ਸਿੰਘ ਆਪੇ ਗੁਰ-ਚੇਲਾ।" ਗੁਰੂ ਗੋਬਿੰਦ ਰਾਏ ਜੀ ਨੇ ਪੰਜ ਪਿਆਰਿਆਂ ਨੂੰ ਬੇਨਤੀ ਕੀਤੀ ਕਿ ਉਹ ਉਨ੍ਹਾਂ ਨੂੰ ਅਤੇ ਮਾਤਾ ਸਾਹਿਬ ਦੇਵਾਂ ਨੂੰ ਵੀ ਖੰਡੇ ਦੀ ਪਾਹੁਲ ਪ੍ਰਦਾਨ ਕਰਨ ਅਤੇ ਖਾਲਸਾ ਪੰਥ ਦਾ ਹਿੱਸਾ ਬਣਾਉਣ। ਫਿਰ ਪੰਜ ਪਿਆਰਿਆਂ ਨੇ ਮਿਲ ਕੇ ਉਸੇ ਬਾਟੇ ਨਾਲ ਆਪਣੇ ਗੁਰੂ ਅਤੇ ਮਾਤਾ ਜੀ ਨੂੰ ਖੰਡੇ ਦੀ ਪਾਹੁਲ ਦਿੱਤੀ। ਉਦੋਂ ਤੋਂ ਉਹ ਗੁਰੂ ਗੋਬਿੰਦ ਰਾਏ ਤੋਂ ਗੁਰੂ ਗੋਬਿੰਦ ਸਿੰਘ ਹੋਏ ਅਤੇ ਸਾਹਿਬ ਦੇਵਾਂ ਤੋਂ ਮਾਤਾ ਸਾਹਿਬ ਕੌਰ।

ਪੁਰਸ਼ਾਂ ਦੇ ਨਾਂ ਦੇ ਨਾਲ ਸਿੰਘ ਅਤੇ ਔਰਤਾਂ ਦੇ ਨਾਂ ਦੇ ਨਾਲ ਕੌਰ ਨਿਰਧਾਰਿਤ ਕੀਤਾ। ਸਿੰਘ ਦਾ ਅਰਥ ਸ਼ੇਰ ਹੈ, ਕੌਰ ਦਾ ਅਰਥ ਸ਼ਹਿਜ਼ਾਦੀ। ਦੁਨੀਆਂ ਦਾ ਇੱਕਮਾਤਰ ਸਿੱਖ ਪੰਥ ਹੀ ਹੈ ਜਿਹਨਾਂ ਦੇ ਨਾਵਾਂ ਦੇ ਨਾਲ ਇੱਕ ਪਿਛੇਤਰ ਲੱਗਦਾ ਹੈ।

ਇਸ ਤੋਂ ਬਾਅਦ ਸੱਤੇ ਮੰਚ 'ਤੇ ਇਕੱਠੇ ਖੜ੍ਹੇ ਹੋਏ ਅਤੇ ਗੁਰੂ ਗੋਬਿੰਦ ਸਿੰਘ ਜੀ ਨੇ ਸਵੈ-ਇੱਛਾ ਨਾਲ ਸਾਰਿਆਂ ਨੂੰ ਪੰਜ ਪਿਆਰਿਆਂ ਤੋਂ ਖੰਡੇ ਦੀ ਪਾਹੁਲ ਲੈਣ ਦਾ ਆਗ੍ਰਹ ਕੀਤਾ। ਉਨ੍ਹਾਂ ਪੰਜਾਂ ਨੇ ਹਾਜ਼ਰ ਸੰਗਤ ਨੂੰ ਦੀਕਸ਼ਾ ਦਿੱਤੀ। ਫਿਰ ਦੀਕਸ਼ਾ ਪ੍ਰਾਪਤ ਨਰ-ਨਾਰੀ ਨੇ ਖੁਦ ਪੰਜ ਪਿਆਰਿਆਂ ਦੇ ਰੂਪ ਵਿੱਚ ਬਾਕੀ ਇਛੁੱਕ ਸੰਗਤ ਨੂੰ ਖੰਡੇ ਦੀ ਪਾਹੁਲ ਪ੍ਰਦਾਨ ਕੀਤੀ। ਇਸ ਤਰ੍ਹਾਂ ਉਸ ਦਿਨ ਹਾਜ਼ਰ ਸੰਗਤ ਵਿੱਚੋਂ ਹਜ਼ਾਰਾਂ ਨੇ ਖੰਡੇ ਦੀ ਪਾਹੁਲ ਪ੍ਰਾਪਤ ਕੀਤੀ। ਆਪਣੇ-ਆਪਣੇ ਪਿੰਡ ਪਰਤ ਕੇ ਉਨ੍ਹਾਂ ਨੇ ਇਸਨੂੰ ਦੁਹਰਾਇਆ ਅਤੇ ਹੋਰਨਾਂ ਨੂੰ ਬਿਨਾਂ ਕਿਸੇ ਭੇਦਭਾਵ ਦੇ ਖਾਲਸਾ ਪੰਥ ਵਿੱਚ ਸ਼ਾਮਲ ਕੀਤਾ। ਇਹੀ ਨਿਯਮ ਅੱਜ ਤੱਕ ਚੱਲ ਰਿਹਾ ਹੈ। ਸੰਗਤ ਆਪਣੇ ਵਿੱਚੋਂ ਹੀ ਪੰਜ ਸਿੰਘ ਜਾਂ ਕੌਰ ਚੁਣਦੀ ਹੈ ਜਿਨ੍ਹਾਂ ਨੇ ਪਹਿਲਾਂ ਤੋਂ ਦੀਕਸ਼ਾ ਪ੍ਰਾਪਤ ਕੀਤੀ ਹੋਵੇ, ਉਹੀ ਪੰਜ ਪਿਆਰੇ ਕਹਿਲਾਉਂਦੇ ਹਨ, ਜੋ ਦੂਜਿਆਂ ਨੂੰ ਵੀ ਖੰਡੇ ਦੀ ਪਾਹੁਲ ਪ੍ਰਦਾਨ ਕਰਦੇ ਹਨ। ਕਿਉਂਕਿ ਇਹ ਸਭ ਦੇ ਲਈ ਹੈ ਅਤੇ ਵਾਰ-ਵਾਰ ਦੁਹਰਾਉਣ ਦੇ ਲਈ ਹੈ। ਗੁਰੂ ਸਾਹਿਬ ਨੇ ਜਨ-ਸਧਾਰਨ ਨਰ-ਨਾਰੀ ਨੂੰ ਪੂਰੇ ਅਧਿਕਾਰਾਂ ਦੇ ਨਾਲ ਧਰਮ ਦੇ ਸੰਚਾਲਨ ਦੀ ਜ਼ਿੰਮੇਵਾਰੀ ਦੇ ਦਿੱਤੀ ਹੈ।

ਪੁਜਾਰੀ ਸ਼੍ਰੇਣੀ ਹਰ ਸਮੇਂ ਆਪਣੇ-ਆਪ ਨੂੰ ਸਥਾਪਤ ਕਰਨ ਦੀ ਕੋਸ਼ਿਸ਼ ਵਿੱਚ ਰਹਿੰਦੀ ਹੈ, ਫਿਰ ਭਾਵੇਂ ਉਹ ਕੋਈ ਵੀ ਧਰਮ ਹੋਵੇ। ਲੇਕਿਨ ਜਨ-ਸਧਾਰਨ ਵਿੱਚੋਂ ਚੁਣੇ ਗਏ 'ਪੰਜ' ਦੇ ਕੋਲ ਅਧਿਕਾਰ ਹੋਣ ਦੇ ਕਾਰਨ, ਕਿਸੇ ਇੱਕ ਜਾਤ, ਨਸਲ, ਜਾਂ ਲਿੰਗ ਦੇ ਵਿਅਕਤੀ ਦੇ ਕੋਲ ਅਧਿਕਾਰ ਨਾ ਰਿਹਾ। ਇਸ ਕਾਰਨ ਤੋਂ ਸਿੱਖੀ ਵਿੱਚ ਨਾ ਤਾਂ ਕੋਈ ਜਾਤੀ ਵਿਸ਼ੇਸ਼ ਅਤੇ ਨਾ ਹੀ ਪੁਜਾਰੀ ਕਦੇ ਪ੍ਰਮੁੱਖਤਾ ਹਾਸਲ ਕਰ ਸਕਦਾ ਹੈ। ਸਾਧਾਰਨ ਸਿੱਖ ਹੀ ਉੱਤਮ ਰਹਿਣਗੇ।

ਖ਼ਾਲਸਾ ਨੂੰ ਪੰਜ ਚਿੰਨ੍ਹ ਧਾਰਨ ਕਰਨ ਦਾ ਆਦੇਸ਼ ਦਿੱਤਾ। ਇਨ੍ਹਾਂ ਦੀ ਲਾਜ਼ਮੀਤਾ ਹਰ ਨਸਲ ਅਤੇ ਰੰਗ ਦੇ ਪੁਰਸ਼ਾਂ ਅਤੇ ਔਰਤਾਂ ਦੇ ਲਈ ਇੱਕੋ ਜਿਹੀ ਹੈ। ਇਹਨਾਂ ਸਾਰਿਆਂ ਦੇ ਨਾਂ 'ਕ' ਤੋਂ ਸ਼ੁਰੂ ਹੁੰਦੇ ਹਨ, ਇਸ ਲਈ ਇਨ੍ਹਾਂ ਨੂੰ 'ਕੱਕਾਰ' ਕਹਿੰਦੇ ਹਨ। ਗੁਰਬਾਣੀ ਵਿਚਾਰਧਾਰਾ ਦੇ ਅਨੁਕੂਲ ਖਾਲਸੇ ਦੇ ਪੰਜ ਕੱਕਾਰ ਇਸ ਪ੍ਰਕਾਰ ਹਨ:

1. ਕੇਸ: ਸਿੱਖ ਨੂੰ ਆਪਣੇ ਸਰੀਰ ਦੇ ਕੇਸ (ਵਾਲ) ਕਦੇ ਨਹੀਂ ਕੱਟਣੇ। ਅਕਾਲ ਪੁਰਖ ਦੀ ਰਜ਼ਾ ਵਿੱਚ ਆਉਂਦੇ ਮਨੁੱਖ ਦੇ ਵਾਲ, ਹੁਕਮ ਵਿੱਚ ਰਹਿਣ ਦੀ ਵਿਚਾਰਧਾਰਾ ਨੂੰ ਮਜ਼ਬੂਤ ਕਰਵਾਉਂਦੇ ਹਨ। ਕੇਸਾਂ ਦੇ ਸਤਿਕਾਰ ਲਈ ਸਿਰ 'ਤੇ ਦਸਤਾਰ ਬੰਨ੍ਹੀ ਜਾਂਦੀ ਹੈ, ਜੋ ਸਿੱਖ ਦੇ ਲਈ ਕਿਸੇ ਤਾਜ ਤੋਂ ਘੱਟ ਨਹੀਂ। ਦਸਤਾਰ ਨਾ ਕੇਵਲ ਪੁਰਸ਼ ਬਲਕਿ ਔਰਤਾਂ ਵੀ ਪਹਿਨ ਸਕਦੀਆਂ ਹਨ।

2. ਕੰਘਾ: ਸਿੱਖ ਨਾ ਤਾਂ ਯੋਗੀਆਂ ਵਾਂਗ ਜਟਾ ਰੱਖਦੇ ਹਨ ਅਤੇ ਨਾ ਹੀ ਭਿਕਸ਼ੂਆਂ ਦੀ ਤਰ੍ਹਾਂ ਮੁੰਡਨ ਕਰਦੇ ਹਨ। ਸਿੱਖ ਕੇਸਾਂ ਨਾਲ ਕੰਘਾਂ ਰੱਖਦੇ ਹਨ। ਗੁੰਝਲਦਾਰ ਉਲਝੇ ਕੇਸ ਉਸੇ ਤਰ੍ਹਾਂ ਕੱਢ ਦੇਣੇ ਹਨ ਜਿਸ ਤਰ੍ਹਾਂ ਲੰਬੇ ਹੋ ਚੁੱਕੇ ਨਹੁੰ ਅਸੀਂ ਕੱਟ ਦਿੰਦੇ ਹਾਂ। ਕੇਸ ਸਵਾਰਨ ਦੇ ਲਈ ਕੰਘਾ ਜਿੱਥੇ ਸਰੀਰਕ ਸਵੱਛਤਾ ਬਣਾਈ ਰੱਖਣ ਨੂੰ ਸਮਝਾਉਂਦਾ ਹੈ, ਉੱਥੇ ਹੁਕਮ ਨੂੰ ਮੱਧ ਮਾਰਗ ਦੇ ਅਨੁਕੂਲ ਪਰਿਭਾਸ਼ਿਤ ਕਰਦਾ ਹੈ।

3. ਕੜਾ: ਗੁੱਟ ਵਿੱਚ ਪਹਿਨਿਆ ਜਾਣ ਵਾਲਾ ਲੋਹੇ ਦਾ ਬਣਿਆ ਕੜਾ ਅਮੀਰ-ਗਰੀਬ ਸਭ ਦੇ ਲਈ ਗਹਿਣਾ ਹੈ, ਜੋ ਸਮਾਨਤਾ ਦਰਸਾਉਂਦਾ ਹੈ। ਗੋਲ ਆਕਾਰ ਹੋਣ ਦੇ ਕਾਰਨ ਇਹ ਸਿੱਖ ਨੂੰ ਕੇਵਲ ਉਸ ਅਕਾਲ ਪੁਰਖ ਦੀ ਯਾਦ ਦਿਵਾਉਂਦਾ ਹੈ ਜਿਸਦਾ ਨਾ ਆਰੰਭ ਹੈ ਨਾ ਅੰਤ। ਲੋਹੇ ਦੇ ਨਾਲ ਕਈ ਵਹਿਮ ਜੁੜੇ ਹੋਏ ਹਨ। ਸਿੱਖ ਦਾ ਹਰ ਸਮੇਂ ਲੋਹੇ ਨੂੰ ਪਹਿਨਣਾ ਸਮਾਜ ਵਿੱਚ ਫੈਲੇ ਅੰਧ-ਵਿਸ਼ਵਾਸ ਨੂੰ ਚੁਣੌਤੀ ਦਿੰਦਾ ਹੈ।

4. ਕੱਛਾ: ਗੁਪਤ ਅੰਗਾਂ ਨੂੰ ਢੱਕਣ ਦੇ ਲਈ ਸਿਲਾਈ ਕਰਕੇ ਬਣਿਆ ਕੱਛ (ਕੱਛਾ) ਸਿੱਖ ਨੂੰ ਉੱਚੇ ਆਚਰਣ ਨੂੰ ਕਾਇਮ ਰੱਖਣ ਦੀ ਪ੍ਰਤਿਗਿਆ ਯਾਦ ਦਿਵਾਉਂਦਾ ਹੈ। ਸਿੱਖ ਨੇ ਵਿਆਹ ਦੇ ਬਾਹਰ ਨਰ-ਨਾਰੀ ਨਾਲ ਸਰੀਰਕ ਸਬੰਧ ਨਹੀਂ ਰੱਖਣੇ।

5. ਕਿਰਪਾਨ: ਮਾਲਾ, ਕਮੰਡਲ ਜਾਂ ਭਿਖਸ਼ਾ ਦੇ ਕਟੋਰੇ ਨੂੰ ਗੁਰੂ ਨੇ ਧਰਮ ਦਾ ਚਿੰਨ੍ਹ ਨਹੀਂ ਸਵੀਕਾਰਿਆ। ਮਜ਼ਲੂਮਾਂ 'ਤੇ ਹੁੰਦੇ ਅੱਤਿਆਚਾਰ ਨੂੰ ਰੋਕਣ ਦੇ ਲਈ ਜਾਂ ਆਪਣੇ ਹੱਕਾਂ ਦੀ ਰਾਖੀ ਦੇ ਲਈ ਸਿੱਖਾਂ ਨੂੰ ਕਿਰਪਾਨ ਧਾਰਨ ਕਰਨ ਦਾ ਆਦੇਸ਼ ਦਿੱਤਾ ਹੈ। ਕਿਰਪਾਨ ਦਾ ਅਰਥ ਹੈ 'ਕ੍ਰਿਪਾ' ਜਾਂ 'ਆਨ' ਦੇ ਲਈ ਹੈ। ਇਹ ਸਿੱਖ ਨੂੰ ਆਪਣੀ ਸੁਤੰਤਰਤਾ ਸੁਰੱਖਿਅਤ ਰੱਖਣ ਦੇ ਲਈ ਸੰਘਰਸ਼ ਦੇ ਲਈ ਪ੍ਰੇਰਿਤ ਕਰਦੀ ਹੈ।

ਇਸ ਪੰਜ ਕੱਕਾਰੀ ਸਰੂਪ ਨੂੰ 'ਬਾਣਾ' ਕਹਿੰਦੇ ਹਨ। ਸਿੱਖੀ ਬਾਣੀ ਅਤੇ ਬਾਣੇ ਦਾ ਸੁਮੇਲ ਹੈ। ਅਕਸਰ ਜਾਤ ਦੇ ਆਧਾਰ 'ਤੇ ਪਹਿਨਾਵਾ ਵੀ ਨਿਰਧਾਰਤ ਹੁੰਦਾ ਸੀ। ਜਾਂ ਇਹ ਕਿਹਾ ਜਾ ਸਕਦਾ ਹੈ ਕਿ ਪਹਿਰਾਵੇ ਤੋਂ ਜਾਤ ਪਛਾਣੀ ਜਾ ਸਕਦੀ ਸੀ। ਬਾਣੇ ਦਾ ਸਰੂਪ ਸਾਰੀਆਂ ਜਾਤਾਂ, ਰੰਗ, ਨਸਲ, ਅਤੇ ਲਿੰਗ ਦੇ ਲੋਕਾਂ ਦੇ ਲਈ ਇੱਕੋ ਜਿਹਾ ਹੋਣ ਦੇ ਕਾਰਨ ਸਮਾਨਤਾ ਲਿਆਉਣ ਦਾ ਵੱਡਾ ਕਾਰਨ ਬਣਿਆ। ਹਰ ਕੋਈ ਆਪਣੇ ਸਿਰ 'ਤੇ ਦਸਤਾਰ ਸਜਾ ਸਕਦਾ ਹੈ।

ਨਿਰਾਲਾ ਬਾਣਾ ਅਨੁਸ਼ਾਸਨ ਵਿੱਚ ਰਹਿਣ ਦੇ ਲਈ ਸਾਹਸ ਬਣਾਈ ਰੱਖਦਾ ਹੈ। ਇਸ ਨੂੰ ਸੰਭਾਲੀ ਰੱਖਣਾ ਲਗਾਤਾਰ ਕੋਸ਼ਿਸ਼ਾਂ ਦੀ ਮੰਗ ਕਰਦਾ ਹੈ ਜੋ ਕੌਮ ਵਿੱਚ ਉੱਦਮ ਬਣਾਈ ਰੱਖਦਾ ਹੈ। ਦੇਸ਼-ਵਿਦੇਸ਼ ਵਿੱਚ ਵੱਖ-ਵੱਖ ਕਾਰਜ-ਸਥਾਨਾਂ ਵਿੱਚ ਲੰਬੀਆਂ ਕਾਨੂੰਨੀ ਲੜਾਈਆਂ ਤੋਂ ਬਾਅਦ ਮਿਲੀ ਕੇਸ, ਦਸਤਾਰ ਅਤੇ ਕਿਰਪਾਨ ਰੱਖਣ ਦੀ ਆਜ਼ਾਦੀ ਦੀਆਂ ਆਏ ਦਿਨ ਮਿਲਦੀਆਂ ਖ਼ਬਰਾਂ, ਕੌਮ ਵਿੱਚ ਨਵਾਂ ਉਤਸ਼ਾਹ ਭਰ ਦਿੰਦੀਆਂ ਹਨ।

ਛੋਟੇ ਬੱਚਿਆਂ ਦੇ ਕੇਸਾਂ ਦੀ ਦੇਖਭਾਲ ਤਾਂ ਮਾਤਾ-ਪਿਤਾ ਨੇ ਹੀ ਕਰਨੀ ਹੁੰਦੀ ਹੈ। ਜਦੋਂ ਮਾਂ ਆਪਣੇ ਪੁੱਤਰ ਜਾਂ ਧੀ ਦੇ ਵਾਲ ਸੰਵਾਰਦੀ ਹੈ ਜਾਂ ਪਿਤਾ ਉਨ੍ਹਾਂ ਦੇ ਸਿਰ 'ਤੇ ਦਸਤਾਰ ਸਜਾਉਂਦਾ ਹੈ, ਤਾਂ ਇਹ ਬੱਚਿਆਂ ਦੇ ਸਿਰ 'ਤੇ ਮਾਤਾ-ਪਿਤਾ ਦੇ ਛੋਹ ਦਾ ਸ਼ੁੱਭ ਅਵਸਰ ਪ੍ਰਦਾਨ ਕਰਦਾ ਹੈ। ਚੇਤੰਨ ਮਾਤਾ-ਪਿਤਾ ਕੰਘਾਂ ਕਰਨ ਅਤੇ ਦਸਤਾਰ ਬੰਨ੍ਹਣ ਦੇ ਸਮੇਂ ਨੂੰ ਅਕਸਰ ਬੱਚਿਆਂ ਦੇ ਨਾਲ ਗੁਰਬਾਣੀ ਪਾਠ ਜਾਂ ਗੁਰੂ ਇਤਿਹਾਸ 'ਤੇ ਚਰਚਾ ਕਰਨ ਦੇ ਮੌਕੇ ਵਿੱਚ ਬਦਲ ਦਿੰਦੇ ਹਨ।

ਰੋਹਤਕ, ਹਰਿਆਣਾ ਦੇ ਜਾਟ ਬਿਰਾਦਰੀ ਨਾਲ ਸਬੰਧਤ ਮਨੋਜ ਸਿੰਘ ਦੂਹਨ ਬਹੁਤ ਹੀ ਸਫਲਤਾ ਪੂਰਵਕ ਯੁਨਾਈਟਿਡ ਸਿੱਖ ਮਿਸ਼ਨ ਚਲਾ ਰਹੇ ਹਨ। ਉਹ ਪਹਿਲਾਂ ਮਨੋਜ ਕੁਮਾਰ ਦੂਹਨ ਸਨ, ਜਾਨੀ ਆਪਣੇ-ਆਪ ਨੂੰ ਹਿੰਦੂ ਮੰਨਦੇ ਸਨ। ਲੇਕਿਨ ਹੁਣ ਮਨੋਜ ਸਿੰਘ ਆਪਣੇ ਮਿਸ਼ਨ ਤਹਿਤ ਸਾਰੀ ਜਨ-ਜਾਤੀਆਂ ਨੂੰ ਸਿੱਖ ਧਰਮ ਨਾਲ ਜੋੜ ਕੇ ਯੂਨਾਈਟ ਕਰਨ ਦਾ ਪ੍ਰਭਾਵਸ਼ਾਲੀ ਕਾਰਜ ਕਰ ਰਹੇ ਹਨ। ਉਹਨਾਂ ਦਾ ਸਿੱਖੀ ਸਰੂਪ ਪ੍ਰਤੀ ਅਲੱਗ ਨਜ਼ਰੀਆ ਪਾਠਕਾਂ ਦੇ ਲਈ ਤਾਜ਼ੀ ਹਵਾ ਦਾ ਝੋਂਕਾ ਹੋ ਸਕਦਾ ਹੈ:

"ਜੇਕਰ ਅਸੀਂ ਖਾਲਸਾ ਸਰੂਪ ਨੂੰ ਦੇਖੀਏ ਤਾਂ ਇਸ ਸਰੂਪ ਵਿੱਚ ਅਤੇ ਕਬੀਲਾਈ ਸਰੂਪ ਵਿੱਚ ਕੋਈ ਵੱਡਾ ਫਰਕ ਨਹੀਂ ਹੈ। ਬਲੋਚ, ਪਠਾਨ, ਅਫਰੀਦੀ, ਗੁੱਜਰ, ਜਾਟ, ਮੀਨਾ, ਆਦਿ ਸਾਡੇ ਪੁਰਵਜ ਜਿਸ ਸਰੂਪ ਵਿੱਚ ਸਨ, ਸਿੱਖੀ ਨੇ ਉਸ ਸਰੂਪ ਨੂੰ ਹੀ ਮਾਨਤਾ ਦੇ ਕੇ ਧਰਮ ਦਾ ਹਿੱਸਾ ਬਣਾ ਲਿਆ। ਸਿੱਖੀ ਕੋਈ ਥੋਪਿਆ ਹੋਇਆ ਧਰਮ ਨਹੀਂ ਹੈ, ਸਗੋਂ ਸਾਡੀਆਂ ਹੀ ਦੇਸੀ ਪਰੰਪਰਾਵਾਂ ਦਾ ਵਿਸਤਾਰ ਹੈ। ਸਿੱਖੀ ਸਾਡੇ ਪੁਰਖਿਆਂ ਨੂੰ ਤਬਾਹ ਨਹੀਂ ਕਰਦੀ, ਸਗੋਂ ਉਨ੍ਹਾਂ ਨੂੰ ਅਕਾਲ ਪੁਰਖ ਨਾਲ ਜੋੜ ਕੇ ਮਹਾਨ ਸ਼ਕਤੀ ਵਿੱਚ ਤਬਦੀਲ ਕਰਦੀ ਹੈ। ਬਦਕਿਸਮਤੀ ਨਾਲ ਸਿੱਖਾਂ ਦੇ ਸ਼ਹਿਰੀ ਪ੍ਰਚਾਰਕਾਂ ਨੇ ਸਾਨੂੰ ਇਹ ਤਾਂ ਦੱਸਿਆ ਹੈ ਕਿ ਕੇਸ ਮੁੱਛਾਂ ਅਤੇ ਦਾੜੀ ਰੱਖਣੀ ਕੁਦਰਤੀ ਹੈ, ਲੇਕਿਨ ਇਸ ਕੁਦਰਤੀ ਸਰੂਪ ਦੇ ਪਿੱਛੇ ਕਬਾਇਲੀ ਪਿਛੋਕੜ ਨੂੰ ਅਣਜਾਣੇ ਵਿੱਚ ਛੁਪਾ ਦਿੱਤਾ, ਜਿਸ ਕਾਰਨ ਏਸ਼ੀਆ ਦੇ ਮਜ਼ਬੂਤ ਕਬੀਲਿਆਂ ਨੂੰ ਸਿੱਖੀ ਪ੍ਰਤੀ ਉਹ ਖਿੱਚ ਪੈਦਾ ਨਹੀਂ ਹੋ ਪਾਈ ਜੋ ਪੈਦਾ ਹੋਣੀ ਚਾਹੀਦੀ ਸੀ। ਨਹੀਂ ਤਾਂ, ਕੀ ਕਾਰਨ ਹੈ ਕਿ ਇਕ ਜੀਸਸ ਦੀ ਕੁਰਬਾਨੀ ਨੇ ਈਸਾਈਅਤ ਨੂੰ ਦੁਨੀਆ ਦਾ ਸਭ ਤੋਂ ਵੱਡਾ ਧਰਮ ਬਣਾ ਦਿੱਤਾ, ਜਦੋਂ ਕਿ ਇੱਥੇ ਕੁਰਬਾਨੀ 'ਤੇ ਕੁਰਬਾਨੀ ਹੋਣ 'ਤੇ ਵੀ ਅਸੀਂ ਭਾਰਤ ਵਿੱਚ ਹੀ ਦੋ ਫੀਸਦੀ 'ਤੇ ਸਿਮਟ ਗਏ। ਇਸ ਦਾ ਕਾਰਨ ਮੈਂ ਇਹੀ ਮੰਨਦਾ ਹਾਂ ਕਿ ਸਿੱਖੀ ਦੇ ਸ਼ਹਿਰੀ ਪ੍ਰਚਾਰਕਾਂ ਨੇ ਇਸ ਦੀ ਕੇਵਲ ਉਹੀ ਵਿਆਖਿਆ ਕੀਤੀ ਜੋ ਕਿ ਵਪਾਰ ਅਨੁਕੂਲ ਸੀ, ਨਾ ਕਿ ਉਹ ਵਿਆਖਿਆ ਜੋ ਕਿ ਕਬਾਇਲੀ ਸੱਭਿਆਚਾਰ ਅਨੁਕੂਲ ਸੀ। ਮੇਰੀ ਸਮਝ ਅਨੁਸਾਰ ਸਿੱਖੀ ਕਬੀਲਿਆਂ ਨੂੰ ਤਬਾਹ ਨਹੀਂ ਕਰਦੀ, ਸਗੋਂ ਉਹਨਾਂ ਨੂੰ ਮਕਸਦ ਦਿੰਦੀ ਹੈ। ਕੀ ਮਕਸਦ ਦਿੰਦੀ ਹੈ? ਮਕਸਦ ਦਿੰਦੀ ਹੈ ਆਪਸ ਵਿੱਚ ਪਿਆਰ ਨਾਲ ਰਹਿਣ ਦਾ, ਵੰਡ ਕੇ ਖਾਣ ਦਾ, ਮਿਹਨਤ ਕਰਨ ਦਾ, ਇੱਕ ਅਕਾਲ ਪੁਰਖ ਨਾਲ ਜੁੜਨ ਦਾ, ਜੁਲਮ ਦੇ ਖਿਲਾਫ਼ ਡਟ ਕੇ ਖੜਨ ਦਾ, ਮਾਨਸ ਕੀ ਜਾਤ ਸਭ ਏਕ ਪਹਿਚਾਨਣ ਦਾ। ਇਸ ਮਕਸਦ ਦਾ ਨਾਮ ਖਾਲਸਾ ਹੈ।" *(ਸਰਦਾਰ ਮਨੋਜ ਸਿੰਘ ਦੂਹਨ, 4 ਮਾਰਚ 2022, ਫੇਸਬੁੱਕ ਪੋਸਟ)*

ਕੁਝ ਲੋਕ ਕਹਿੰਦੇ ਹਨ ਕਿ ਕੇਸਾਂ ਦੀ ਪ੍ਰਤੀਬੱਧਤਾ ਨਾ ਹੋਵੇ ਤਾਂ ਸਿੱਖੀ ਬਹੁਤ ਫੈਲ ਜਾਵੇਗੀ। ਉਨ੍ਹਾਂ ਨੂੰ ਅਹਿਸਾਸ ਹੋਣਾ ਚਾਹੀਦਾ ਹੈ, ਸਿੰਧੀਆਂ ਦੀ ਬਹੁਤ ਵੱਡੀ ਗਿਣਤੀ ਹੈ ਜੋ ਮੁਲਤ: ਪਾਕਿਸਤਾਨ ਦੇ ਸਿੰਧ ਸੂਬੇ ਤੋਂ ਹਨ। ਸਿੰਧੀ ਆਪਣੇ-ਆਪ ਨੂੰ ਗੁਰੂ ਨਾਨਕ ਜੀ ਦੇ ਪੈਰੋਕਾਰ ਮੰਨਦੇ ਹਨ ਪਰ ਉਹਨਾਂ ਨੇ ਆਪਣੇ-ਆਪ ਨੂੰ ਖਾਲਸੇ ਦੇ ਬਾਣੇ ਨਾਲ ਨਹੀਂ ਜੋੜਿਆ। ਇਸ ਦਾ ਨਤੀਜਾ ਇਹ ਹੋਇਆ ਕਿ ਉਹ ਬਾਣੀ ਨਾਲ ਵੀ ਨਾ ਜੁੜ ਸਕੇ ਅਤੇ ਸਮੇਂ ਦੇ ਪ੍ਰਭਾਵ ਵਿੱਚ ਬਹੁਤੇ ਸਿੰਧੀ ਪਰਿਵਾਰ ਬ੍ਰਾਹਮਣਵਾਦੀ ਮੁੱਖ ਧਾਰਾ ਵਿੱਚ ਸਮਾ ਚੁੱਕੇ ਹਨ।

ਗੁਰੂ ਗੋਬਿੰਦ ਸਿੰਘ ਜੀ ਨੇ ਖਾਲਸੇ ਨੂੰ ਖਬਰਦਾਰ ਕੀਤਾ ਕਿ ਖਾਲਸੇ ਦੀ ਮਹਿਮਾ ਇਸ ਦੇ ਆਪਣੇ ਵਿਲੱਖਣ ਗੁਣਾਂ ਦੇ ਕਾਰਨ ਹੈ। ਜੇਕਰ ਇਹ ਬਿਪਰਨ (ਬ੍ਰਾਹਮਣਵਾਦੀ) ਰੀਤਾਂ ਵਿੱਚ ਫਸ ਗਿਆ ਤਾਂ ਇਸ ਦਾ ਤੇਜ਼ ਵੀ ਜਾਂਦਾ ਰਹੇਗਾ:

ਜਬ ਲਗ ਖ਼ਾਲਸਾ ਰਹੇ ਨਿਆਰਾ॥ ਤਬ ਲਗ ਤੇਜ ਦੀਓ ਮੈਂ ਸਾਰਾ॥
ਜਬ ਇਹ ਗਹੈ ਬਿਪਰਨ ਦੀ ਰੀਤ॥ ਮੈਂ ਨ ਕਰੌਂ ਇਨ ਕੀ ਪ੍ਰਤੀਤ॥

(ਗੁਰੂ ਗੋਬਿੰਦ ਸਿੰਘ ਜੀ)

ਕੁਝ ਲੋਕ ਪੰਜ ਕੱਕਾਰਾ ਨੂੰ ਪੁਰਾਣੇ ਸਮੇਂ ਦਾ ਦੱਸਣ ਦੇ ਲਈ ਕਿਰਪਾਨ 'ਤੇ ਸਵਾਲ ਕਰਦੇ ਹੋਏ ਕਹਿੰਦੇ ਹਨ ਕਿ ਅਜੋਕਾ ਦੌਰ ਤਾਂ ਪਿਸਤੌਲ ਦਾ ਹੈ। ਇਹ ਲੋਕ ਇਤਿਹਾਸ ਨੂੰ ਚੰਗੀ ਤਰ੍ਹਾਂ ਨਹੀਂ ਸਮਝਦੇ। ਬਾਰੂਦ ਦੀ ਵਰਤੋਂ ਤਾਂ ਗੁਰੂ ਨਾਨਕ ਸਾਹਿਬ ਦੇ ਸਮੇਂ ਤੋਂ ਹੀ ਸ਼ੁਰੂ ਹੋ ਗਈ ਸੀ। ਗੁਰੂ ਸਾਹਿਬ ਨੇ ਖੁਦ ਲਿਖਿਆ ਹੈ ਕਿ ਬਾਬਰ ਅਤੇ ਲੋਧੀ ਸੁਲਤਾਨ ਦੇ ਵਿਚਕਾਰ ਯੁੱਧ ਵਿੱਚ ਬਾਬਰ ਦੇ ਕੋਲ ਬੰਦੂਕਾਂ ਹੋਣਾ ਉਸਦੀ ਜਿੱਤ ਦੇ ਮੁੱਖ ਕਾਰਨਾਂ ਵਿੱਚੋ ਇੱਕ ਸੀ:

ਮੁਗਲ ਪਠਾਣਾ ਭਈ ਲੜਾਈ ਰਣ ਮਹਿ ਤੇਗ ਵਗਾਈ॥
ਓਨੀ ਤੁਪਕ ਤਾਨਿ ਚਲਾਈ ਓਨੀ ਹਸਤਿ ਚਿੜਾਈ॥
ਜਿਨ ਕੀ ਚੀਰੀ ਦਰਗਹ ਪਾਟੀ ਤਿਨਾ ਮਰਣਾ ਭਾਈ॥

(ਗੁਰੂ ਗ੍ਰੰਥ ਸਾਹਿਬ, ਮਹਲਾ ੧, ਅੰਗ 418)

ਅਰਥ: ਜਦੋਂ ਮੁਗਲਾਂ ਅਤੇ ਪਠਾਣਾਂ ਦੀ ਲੜਾਈ ਹੋਈ, ਜੰਗ ਦੇ ਮੈਦਾਨ ਵਿੱਚ (ਦੋਵਾਂ ਧਿਰਾਂ ਨੇ) ਤਲਵਾਰ ਚਲਾਈ।

ਮੁਗਲਾਂ ਨੇ ਬੰਦੂਕਾਂ ਦੇ ਨਿਸ਼ਾਨੇ ਸਾਧ-ਸਾਧ ਕੇ ਗੋਲੀਆਂ ਚਲਾਈਆਂ, ਪਰ ਪਠਾਣਾਂ ਨੇ ਹਾਥੀਆਂ ਨੂੰ ਅੱਗੇ ਕੀਤਾ।

ਪਰ ਹੇ ਭਾਈ! ਜਿਨ੍ਹਾਂ ਦੀ ਚਿੱਠੀ (ਮੌਤ ਦਾ ਫ਼ਰਮਾਨ) ਦਰਗਾਹ ਵਿੱਚ ਹੀ ਪਾਟ ਗਈ, ਉਹਨਾਂ ਨੇ ਤਾਂ ਮਰਨਾ ਹੀ ਹੋਇਆ।

ਗੁਰੂ ਗੋਬਿੰਦ ਸਿੰਘ ਜੀ ਅਤੇ ਉਸ ਸਮੇਂ ਦੀ ਸਿੱਖ ਫੌਜ ਕੋਲ ਵੀ ਬੰਦੂਕਾਂ ਸਨ। ਮੰਡੀ, ਹਿਮਾਚਲ ਪ੍ਰਦੇਸ਼, ਗੁਰਦੁਆਰਾ ਵਿੱਚ ਗੁਰੂ ਗੋਬਿੰਦ ਸਿੰਘ ਜੀ ਦੀ ਬੰਦੂਕ ਅੱਜ ਵੀ ਸੁਰੱਖਿਅਤ ਪਈ ਹੈ। ਕਹਿਣ ਦਾ ਮਤਲਬ ਸਤਾਰ੍ਹਵੀਂ ਸਦੀ ਦੇ ਅੰਤ ਤੱਕ ਆਉਂਦੇ-ਆਉਂਦੇ ਬੰਦੂਕਾਂ ਦਾ ਇਸਤੇਮਾਲ ਹੋਣਾ ਆਮ ਗੱਲ ਹੋ ਚੁੱਕੀ ਸੀ ਅਤੇ ਇਹਨਾਂ ਦਾ ਤਲਵਾਰ ਦੇ ਮੁਕਾਬਲੇ ਘਾਤਕ ਹੋਣਾ ਸਭ ਨੂੰ ਪਤਾ ਸੀ। ਲੋੜ ਅਨੁਸਾਰ ਕਿਸੇ ਨੂੰ ਲੱਗਦਾ ਹੈ ਕਿ ਉਸ ਕੋਲ ਤੀਰ-ਕਮਾਨ, ਤਲਵਾਰ, ਕਟਾਰ ਜਾਂ ਬੰਦੂਕ ਹੋਣੀ ਚਾਹੀਦੀ ਹੈ, ਇਹ ਉਸ ਦੀ ਆਪਣੀ ਮਰਜ਼ੀ ਹੈ। ਖਾਲਸੇ ਦੇ ਪੰਜ ਕੱਕਾਰਾਂ ਵਿੱਚੋਂ ਗੁਰੂ ਗੋਬਿੰਦ ਸਿੰਘ ਜੀ ਨੇ ਕਿਰਪਾਨ ਹੀ ਦਿੱਤੀ ਹੈ। ਧਾਰਮਿਕ ਚਿੰਨ੍ਹ ਦਾ ਉਦੇਸ਼

ਲੋੜ ਦੀ ਪੂਰਤੀ ਦੇ ਨਾਲ-ਨਾਲ ਸਮਾਜ ਵਿੱਚ ਸਵੈ-ਮਾਣ ਅਤੇ ਸਮਾਨਤਾ ਲਿਆਉਣਾ ਵੀ ਹੈ। ਕੜਾ ਵੀ ਤਾਂ ਸੋਨੇ ਜਾਂ ਚਾਂਦੀ ਦਾ ਹੋ ਸਕਦਾ ਸੀ, ਪਰ ਲੋਹੇ ਦਾ ਹੀ ਦਿੱਤਾ ਹੈ। ਪੰਜ ਕੱਕਾਰਾਂ ਨੂੰ ਆਧੁਨਿਕ ਜਾਂ ਪੁਰਾਤਨ ਕਹਿਣਾ ਗਲਤ ਹੈ। ਇਹ ਹਰ ਸਮੇਂ ਇੱਕੋ ਜਿਹੇ ਹੀ ਰਹਿਣਗੇ।

ਅਕਸਰ ਅਜਿਹੀ ਚਰਚਾ ਵੀ ਸੁਣਨ ਨੂੰ ਮਿਲਦੀ ਹੈ ਕਿ ਪਹਿਲਾਂ ਸੱਚਾ ਸਿੱਖ ਬਣਨਾ ਹੋਵੇਗਾ, ਫਿਰ ਖਾਲਸਾ। ਕੁਝ ਚਿੰਤਕ ਇਸ ਨੂੰ ਸਿੱਖ-ਸਿੰਘ-ਖਾਲਸਾ ਦੀ ਯਾਤਰਾ ਕਹਿੰਦੇ ਹਨ। ਖਾਲਸੇ ਦੀ ਸਾਜਨਾ ਦਸਵੇਂ ਗੁਰੂ ਦੇ ਸਮੇਂ ਹੋਣ ਦੇ ਕਾਰਨ ਇਹ ਵਿਚਾਰ ਇਤਿਹਾਸਕ ਕ੍ਰਮ ਦੇ ਆਧਾਰ 'ਤੇ ਤਾਂ ਠੀਕ ਹੈ, ਪਰ ਇਸ ਨੂੰ ਸਿਧਾਂਤਕ ਕ੍ਰਮ ਕਹਿਣਾ ਠੀਕ ਨਹੀਂ ਹੈ। ਕਿਉਂਕਿ ਖਾਲਸਾ ਗੁਰੂ ਨਾਨਕ ਦੇ ਮਿਸ਼ਨ ਦੀ ਹੀ 'ਸੰਪੂਰਨਤਾ' ਹੈ। ਸੰਪੂਰਨਤਾ ਦਾ ਇਹ ਮਤਲਬ ਨਹੀਂ ਕਿ ਹੁਣ ਹਰ ਕਿਸੇ ਨੂੰ ਸ਼ੁਰੂ ਤੋਂ ਹੀ ਸ਼ੁਰੂ ਕਰਨਾ ਹੋਵੇਗਾ। ਇਹ ਸੰਪੂਰਨਤਾ ਪ੍ਰਤੀਮਾਨ (ਆਦਰਸ਼) ਦੀ ਹੈ ਜੋ ਟੀਚੇ ਦੀ ਪ੍ਰਾਪਤੀ ਵੱਲ ਆਸਾਨੀ ਨਾਲ ਲੈ ਜਾਂਦਾ ਹੈ। ਪ੍ਰਤੀਮਾਨ ਆਪਣੇ-ਆਪ ਵਿਚ ਟੀਚੇ ਦੀ ਪ੍ਰਾਪਤੀ ਨਹੀਂ ਹੈ। ਖਾਲਸਾ ਜ਼ਾਬਤੇ ਵਿੱਚ ਰਹਿਣ ਦੀ ਵਚਨਬੱਧਤਾ ਹੈ। ਪੰਜ ਕੱਕਾਰਾਂ ਦੇ ਰੂਪ ਵਿੱਚ ਇਹ ਸਥੂਲ ਦ੍ਰਿਸ਼ਟੀਗਤ ਵਚਨਬੱਧਤਾ ਹੈ। ਇਹੀ ਕਾਰਨ ਹੈ ਕਿ ਜਦੋਂ ਕੋਈ ਜ਼ਾਬਤੇ ਨੂੰ ਤੋੜਦਾ ਹੈ ਤਾਂ ਸਭ ਤੋਂ ਪਹਿਲਾਂ ਉਸ 'ਤੇ ਬਾਣੇ ਨੂੰ ਕਲੰਕਿਤ ਕਰਨ ਦਾ ਦੋਸ਼ ਲੱਗਦਾ ਹੈ।

ਇਸ ਨੂੰ ਸਮਝਣ ਲਈ ਇੱਕ ਉਦਾਹਰਣ ਵੇਖੀਏ। ਅਸੀਂ ਸਮਝਿਆ ਕਿ 'ਕੱਛਾ' ਵਿਆਹ ਤੋਂ ਬਾਹਰ ਨਰ-ਨਾਰੀ ਨਾਲ ਸਰੀਰਕ ਸੰਬੰਧ ਨਾ ਰੱਖਣ ਦੇ ਜ਼ਾਬਤੇ ਦੀ ਵਚਨਬੱਧਤਾ ਹੈ। ਪਰ ਗੁਰੂ ਗ੍ਰੰਥ ਸਾਹਿਬ ਵਿੱਚ ਪਰਾਈ ਔਰਤ ਜਾਂ ਪਰਾਏ ਧਨ ਨੂੰ ਵੇਖਣ ਨੂੰ ਹੀ ਅੱਖਾਂ ਦਾ ਸੂਤਕ (ਅਪਵਿੱਤਰਤਾ) ਕਿਹਾ ਗਿਆ ਹੈ। ਇਸ ਲਈ ਕਿਸੇ ਪਰਾਈ ਔਰਤ ਦੇ ਰੂਪ ਨੂੰ ਆਪਣੀਆਂ ਅੱਖਾਂ ਨਾਲ ਦੇਖਣ ਦੀ ਵਾਸਨਾ ਨਹੀਂ ਰੱਖਣੀ ਚਾਹੀਦੀ:

> *ਅਖੀ ਸੂਤਕੁ ਵੇਖਣਾ ਪਰ ਤ੍ਰਿਅ ਪਰ ਧਨ ਰੂਪੁ॥*
>
> (ਗੁਰੂ ਗ੍ਰੰਥ ਸਾਹਿਬ, ਮਹਲਾ ੧, ਅੰਗ 472)

> *ਪਰ ਤ੍ਰਿਅ ਰੂਪੁ ਨ ਪੇਖੈ ਨੇਤ੍ਰ॥*
>
> (ਗੁਰੂ ਗ੍ਰੰਥ ਸਾਹਿਬ, ਮਹਲਾ ੫, ਅੰਗ 274)

ਯਕੀਨਨ ਸਿੱਖ ਬਣਨ ਦੀ ਸ਼ਰਤ ਖਾਲਸੇ ਦੇ ਜ਼ਾਬਤੇ ਨਾਲੋਂ ਵੀ ਔਖੀ ਹੈ। ਜ਼ਾਬਤਾ ਜਦੋਂ ਸਹਿਜ ਆਚਰਣ ਬਣ ਜਾਵੇ, ਤਾਂ ਉਹੀ ਗੁਰਸਿੱਖ ਦੀ ਅਵਸਥਾ ਹੈ। ਤਾਂ ਰਸਤਾ ਸਿੱਖ ਤੋਂ ਖਾਲਸੇ ਦਾ ਨਹੀਂ, ਸਗੋਂ ਖਾਲਸਾ ਤੋਂ ਸਿੱਖ ਤੱਕ ਦਾ ਹੈ।

ਖਾਲਸੇ ਦੇ ਸਾਜਨਾ ਦੀ ਵਿਚਾਰ ਸਾਰੇ ਸ਼ੰਕਿਆਂ ਨੂੰ ਖਤਮ ਕਰ ਦਿੰਦੀ ਹੈ। ਸਿਧਾਂਤਕ ਪੱਧਰ 'ਤੇ ਤਾਂ ਗੁਰੂ ਦੀ ਕੋਈ ਜਾਤ-ਪਾਤ ਅਤੇ ਕੁਲ ਨਹੀਂ। ਪਰ ਜਿਹੜੇ ਪੁੱਛਦੇ ਹਨ ਕਿ ਸਿੱਖ-ਗੁਰੂ ਪਿੱਛੜੀ ਜਾਤ ਤੋਂ ਕਿਉਂ ਨਹੀਂ।

ਉਹਨਾਂ ਨੂੰ ਇਹ ਤਾਂ ਸਮਝਣਾ ਹੋਵੇਗਾ ਕਿ ਜਿੱਥੇ ਗੁਰਬਾਣੀ ਰਚੇਤਾ ਸਾਰੀਆਂ ਜਾਤਾਂ ਤੋਂ ਆਉਂਦੇ ਹਨ, ਉੱਥੇ ਪੰਜ ਪਿਆਰਿਆਂ ਦੇ ਰੂਪ ਵਿੱਚ ਸਥੂਲ ਸਰੀਰ ਵੀ ਸਾਰੀਆਂ ਜਾਤਾਂ ਅਤੇ ਲਿੰਗਾਂ ਵਿੱਚੋਂ ਆਉਂਦੇ ਹਨ। ਗੁਰੂ ਗੋਬਿੰਦ ਸਿੰਘ ਜੀ ਨੇ ਤਾਂ ਆਪ ਹੀ ਪੰਜ ਪਿਆਰਿਆਂ ਤੋਂ ਦੀਕਸ਼ਾ ਪ੍ਰਾਪਤ ਕੀਤੀ, ਜਿਨ੍ਹਾਂ ਵਿੱਚ ਪਿੱਛੜੇ ਵਰਗ ਦੇ ਵਿਅਕਤੀ ਵੀ ਸਨ। ਤਾਂ ਪਿੱਛੜੀ ਜਾਤਾਂ ਨੂੰ ਜੇਕਰ ਕਿਸੇ ਨੇ ਅਧਿਕਾਰਕ ਤੌਰ 'ਤੇ ਗੁਰੂ ਸਥਾਪਿਤ ਕੀਤਾ ਹੈ ਤਾਂ ਕੇਵਲ ਸਿੱਖ ਧਰਮ ਨੇ। ਸੋ ਆਓ, ਜੋ ਵੀ ਔਰਤ ਜਾਂ ਮਰਦ ਆਪਣਾ ਜੀਵਨ ਰੱਬੀ ਹੁਕਮ ਅਨੁਸਾਰ ਪ੍ਰਭੁਸੱਤਾ ਨਾਲ ਜੀਣਾ ਚਾਹੁੰਦਾ ਹੈ, ਖਾਲਸਾ ਸਿੱਖ ਬਣੇ ਅਤੇ ਪੂਰੇ ਅਧਿਕਾਰਾਂ ਨਾਲ ਹੋਰਨਾਂ ਨੂੰ ਵੀ ਸਿੱਖੀ ਦੀ ਦੀਕਸ਼ਾ ਦਿਓ। *ਵਾਹ ਵਾਹ! ਗੋਬਿੰਦ ਸਿੰਘ ਆਪੇ ਗੁਰ-ਚੇਲਾ।*

ਸਬਦਿ ਮਰਹੁ ਫਿਰਿ ਜੀਵਹੁ ਸਦ ਹੀ

ਸਿੱਖ ਧਰਮ ਭਾਵੇਂ ਦੁਨੀਆਂ ਦਾ ਸਭ ਤੋਂ ਨਵਾਂ ਧਰਮ ਹੋਵੇ, ਲੇਕਿਨ ਇਸਦਾ ਇਤਿਹਾਸ ਬਹੁਤ ਵਿਸ਼ਾਲ ਅਤੇ ਮਾਨਮੱਤਾ ਹੈ। ਦੂਜੇ ਧਰਮਾਂ ਵਿੱਚ ਆਉਣ ਦੇ ਲਈ ਤਾਂ ਜੰਨਤ ਜਾਂ ਸਵਰਗ ਦਾ ਲਾਲਚ ਮਿਲਦਾ ਹੈ, ਲੇਕਿਨ ਗੁਰਬਾਣੀ ਸਪੱਸ਼ਟ ਰੂਪ ਨਾਲ ਸੱਚ ਦੇ ਮਾਰਗ ਦੇ ਲਈ 'ਸਿਰੁ ਧਰਿ ਤਲੀ' ਦੀ ਸ਼ਰਤ ਰੱਖਦੀ ਹੈ। ਗੁਰੂਆਂ ਨੇ ਆਪ ਕੁਰਬਾਨੀਆਂ ਦਾ ਉਦਾਹਰਣ ਸਥਾਪਤ ਕਰਕੇ ਅਗਵਾਈ ਕੀਤੀ ਹੈ। ਸਿੱਖ ਆਪਣੇ ਗੁਰੂਆਂ ਦੇ ਦਰਸਾਏ ਆਦਰਸ਼ ਨਾਲ ਕਠਿਨ ਤੋਂ ਕਠਿਨ ਹਾਲਾਤਾਂ ਵਿੱਚ ਅਡੋਲ ਰਹਿ ਕੇ ਮੁਕਾਬਲਾ ਕਰਨਾ ਸਿੱਖਦੇ ਹਨ। ਸ਼ਹੀਦਾਂ ਨੂੰ ਯਾਦ ਕਰਨਾ ਸਿੱਖ ਮਾਨਸਿਕਤਾ ਦਾ ਅਨਿੱਖੜਵਾਂ ਪਹਿਲੂ ਹੈ।

ਗੁਰੂ ਨਾਨਕ ਸਾਹਿਬ ਤੋਂ ਪਹਿਲਾਂ ਪੰਜਾਬ ਵਿੱਚ ਮੁੱਖ ਪੰਜ ਵਿਚਾਰਧਾਰਾਵਾਂ ਸਨ—ਬ੍ਰਾਹਮਣੀ ਮਤ, ਯੋਗ ਮਤ, ਕਬਰਾਂ ਦੀ ਪੂਜਾ ਕਰਨ ਵਾਲੇ ਸਖੀ-ਸਰਵਰ, ਕੱਟੜ ਇਸਲਾਮਿਕ ਨਕਸ਼ਬੰਦੀ ਸੂਫ਼ੀ, ਅਤੇ ਉਦਾਰਚਿਤ ਇਸਲਾਮਿਕ ਸੂਫ਼ੀ। ਉਦਾਰਚਿਤ ਸੂਫ਼ੀਆਂ ਨੂੰ ਛੱਡ ਕੇ ਬਾਕੀ ਚਾਰਾਂ ਨੇ ਸਿੱਖੀ ਦਾ ਹਰ ਮੁਮਕਿਨ ਵਿਰੋਧ ਕੀਤਾ। ਭਾਵੇਂ ਇਹ ਚਾਰੇ ਇੱਕ-ਦੂਜੇ ਦੇ ਕੱਟੜ ਵਿਰੋਧੀ ਸਨ, ਲੇਕਿਨ ਸਿੱਖੀ ਦੇ ਖਿਲਾਫ਼ ਸਭ ਇਕੱਠੇ ਸਨ।

ਬਾਬਾ ਫਰੀਦ ਉਦਾਰਚਿਤ ਸੂਫ਼ੀ ਪਰੰਪਰਾ ਤੋਂ ਹੀ ਸਨ ਜਿਨ੍ਹਾਂ ਦੀ ਬਾਣੀ ਗੁਰੂ ਗ੍ਰੰਥ ਸਾਹਿਬ ਜੀ ਵਿੱਚ ਦਰਜ ਹੈ। ਸਾਈਂ ਮੀਆਂ ਮੀਰ ਅਤੇ ਪੀਰ ਬੁੱਧੂ ਸ਼ਾਹ ਜੀ ਗੁਰੂ ਕਾਲ ਦੇ ਸਮੇਂ ਦੇ ਸੂਫ਼ੀ ਹਨ ਜੋ ਗੁਰੂਆਂ ਦੇ ਨਾਲ ਖੜੇ ਹੋਏ।

ਕਸ਼ੱਤਰੀ ਰਾਜੇ ਅਤੇ ਕੱਟੜ ਇਸਲਾਮਿਕ ਮੁਗਲਾਂ ਦੀ ਸਿੱਖੀ ਦੇ ਖਿਲਾਫ਼ ਹਮੇਸ਼ਾ ਜੁਗਲਬੰਦੀ ਰਹੀ, ਜਿਸ ਨੇ ਜ਼ੁਲਮ ਦੀਆਂ ਸਾਰੀਆਂ ਹੱਦਾਂ ਪਾਰ ਕਰ ਦਿੱਤੀਆਂ। ਇਸ ਗਠਬੰਦਨ ਨੂੰ ਘੱਟ ਸ਼ਬਦਾਂ ਵਿੱਚ ਸਮਝਣ ਦੇ ਲਈ ਭੰਗਾਣੀ ਦੇ ਯੁੱਧ ਦੀ ਉਦਾਹਰਣ ਪਾਠਕਾਂ ਦੇ ਲਈ ਸਹੀ ਰਹੇਗੀ। ਹਿੰਦੂ ਕਸ਼ੱਤਰੀ ਪਹਾੜੀ ਰਾਜਿਆਂ ਨੇ 1688 ਵਿੱਚ ਗੁਰੂ ਗੋਬਿੰਦ ਸਿੰਘ ਜੀ ਦੇ ਉੱਪਰ ਜ਼ੋਰਦਾਰ ਹਮਲਾ ਕੀਤਾ, ਜਿਸ ਨੂੰ ਭੰਗਾਣੀ ਦਾ ਯੁੱਧ ਕਿਹਾ ਜਾਂਦਾ ਹੈ। ਇਹ ਗੁਰੂ ਗੋਬਿੰਦ ਸਿੰਘ ਜੀ ਦੇ ਸਮੇਂ ਦੀ ਪਹਿਲੀ ਜੰਗ ਸੀ। ਇਸ ਜੰਗ ਵਿੱਚ ਪੀਰ ਬੁੱਧੂ ਸ਼ਾਹ ਜੀ ਨੇ ਗੁਰੂ ਗੋਬਿੰਦ ਸਿੰਘ ਜੀ ਦਾ ਸਾਥ ਦਿੱਤਾ ਸੀ, ਜਿਸ ਵਿੱਚ ਪੀਰ ਜੀ ਦੇ ਦੋ ਪੁੱਤਰ ਅਤੇ ਇੱਕ ਭਰਾ ਸ਼ਹੀਦ ਹੋਏ। ਗੁਰੂ ਦਾ ਸਾਥ ਦੇਣ ਦੇ ਕਾਰਨ ਸਰਹਿੰਦ ਦੇ ਫੌਜਦਾਰ ਉਸਮਾਨ ਖਾਨ ਨੇ 1704 ਵਿੱਚ ਪੀਰ ਬੁੱਧੂ ਸ਼ਾਹ ਦਾ ਬਹੁਤ ਬੇਰਹਿਮੀ ਨਾਲ ਕਤਲ ਕਰ ਦਿੱਤਾ ਸੀ। ਬਾਬਾ ਬੰਦਾ ਸਿੰਘ ਬਹਾਦਰ ਨੇ ਉਸਮਾਨ ਖਾਨ ਨੂੰ 1709 ਵਿੱਚ ਮੌਤ ਦੇ ਘਾਟ ਉਤਾਰ ਕੇ ਉਸਨੂੰ ਉਸਦੇ ਕੀਤੇ ਦੀ ਸਜ਼ਾ ਦਿੱਤੀ।

ਪੰਜਾਬ ਦੇ ਖੱਤਰੀ ਬ੍ਰਹਮਣਵਾਦ ਦੇ ਮਜ਼ਬੂਤ ਥੰਮੂ ਸਨ। ਅਗਿਆਨਤਾ ਵੱਸ ਉਹ ਵਰਣ-ਵਿਵਸਥਾ ਦੀ ਮਲਿਨਤਾ ਵਿੱਚ ਹੀ ਮਸਤ ਸਨ। ਗੁਰੂਆਂ ਦੀ ਖੁਦ ਦੀ ਅਖੌਤੀ ਖੱਤਰੀ ਜਾਤ ਹੋਣ ਦੇ ਕਾਰਨ, ਉਨ੍ਹਾਂ ਵਿੱਚੋਂ ਵੱਡੀ ਗਿਣਤੀ ਨੇ ਬ੍ਰਹਮਣਵਾਦ ਦਾ ਤਿਆਗ ਕੀਤਾ ਅਤੇ ਸਿੱਖ ਬਣੇ। ਇਹਨਾਂ ਦੇ ਸਿੱਖ ਬਣਨ ਨਾਲ ਬ੍ਰਹਮਣਵਾਦ ਦੇ ਤੰਤੂਜਾਲ ਵਿੱਚ ਸੰਨੂ ਲੱਗ ਪਾਈ। ਜਿਹਨਾਂ ਖੱਤਰੀਆਂ ਨੇ ਖੁਦ ਨੂੰ ਸਿੱਖੀ ਦੀ ਖੁਸ਼ਬੂ ਤੋਂ ਦੂਰ ਰੱਖਿਆ, ਉਹ ਹਰ ਸਮੇਂ ਗੁਰੂਆਂ ਅਤੇ ਸਿੱਖਾਂ ਦੇ ਖਿਲਾਫ਼ ਹੀ ਭੁਗਤੇ। ਇਹ ਸਿਲਸਿਲਾ ਅੱਜ ਤੱਕ ਜਾਰੀ ਹੈ।

ਪੰਜਾਬੀ ਹਿੰਦੂਆਂ ਵਿੱਚ ਜ਼ਿਆਦਾਤਰ ਖੱਤਰੀਆਂ ਦਾ ਪ੍ਰਭਾਵ ਹੈ। ਰਾਸ਼ਟਰਵਾਦ ਦੀ ਆੜ ਵਿੱਚ ਪੰਜਾਬ ਅਤੇ ਸਿੱਖਾਂ ਦੇ ਹੱਕਾਂ ਦੇ ਖਿਲਾਫ਼ ਇਹਨਾਂ ਨੂੰ ਖੜ੍ਹਾ ਕਰ ਦਿੱਤਾ ਜਾਂਦਾ ਹੈ। ਸਿੱਖੀ ਦੇ ਪ੍ਰਤੀ ਨਫ਼ਰਤ ਦੇ ਕਾਰਨ ਪੰਜਾਬੀ ਹਿੰਦੂਆਂ ਨੇ 1951 ਅਤੇ 1961 ਦੀ ਜਨਗਣਨਾ ਵਿੱਚ ਪੰਜਾਬੀ ਦੀ ਬਜਾਏ ਆਪਣੀ ਮਾਤ ਭਾਸ਼ਾ ਹਿੰਦੀ ਦਰਜ ਕੀਤੀ। ਸ਼ਾਇਦ ਇਹ ਦੁਨੀਆ ਦੀ ਇੱਕ ਮਾਤਰ ਕੌਮ ਹੋਵੇਗੀ ਜਿਸ ਨੇ ਆਪਣੀ ਮਾਂ-ਬੋਲੀ ਦੇ ਖਿਲਾਫ਼ ਹੀ ਜਿਹਾਦ ਕੀਤਾ ਹੋਵੇ। ਸੰਘੀ ਢਾਂਚੇ ਨੂੰ ਬਚਾਉਣ ਦੇ ਲਈ ਚੱਲੇ ਪੰਜਾਬੀ ਸੂਬੇ ਦੇ ਸੰਘਰਸ਼ ਨੂੰ ਕੇਂਦਰ ਸਰਕਾਰ ਨੇ ਹਿੰਦੂ-ਸਿੱਖ ਦਾ ਮੁੱਦਾ ਬਣਾ ਦਿੱਤਾ, ਜਿਸ ਵਿੱਚ ਪੰਜਾਬੀ ਹਿੰਦੂ ਸਵੈ-ਇੱਛਕ ਮੋਹਰਾ ਬਣੇ। 1980-90 ਦੇ ਦਹਾਕੇ ਵਿੱਚ ਚੱਲੇ ਖੂਨੀ ਦੌਰ ਦਾ ਮੁੱਖ ਕਾਰਨ ਇਹ ਸੀ ਕਿ ਪੰਜਾਬ ਨੂੰ ਪੰਜਾਬੀ ਹਿੰਦੂਆਂ ਦਾ ਸਾਥ ਨਹੀਂ ਮਿਲਿਆ। ਜੋ ਲੋਕ ਗੁਰੂਆਂ ਦੇ ਅਖੌਤੀ ਖੱਤਰੀ ਜਾਤ ਤੋਂ ਹੋਣ ਦੇ ਕਾਰਨ ਸਿੱਖ ਧਰਮ ਨੂੰ ਖੱਤਰੀਆਂ ਦਾ ਧਰਮ ਸਮਝਣ ਦੀ ਭੁੱਲ ਕਰਦੇ ਹਨ, ਉਹ ਹਿੰਦੂ ਖੱਤਰੀਆਂ ਦੀ ਸਿੱਖੀ ਨੂੰ ਤਬਾਹ ਕਰਨ ਦੀਆਂ ਕੋਸ਼ਿਸ਼ਾਂ ਦੇ ਬਾਰੇ ਵਿੱਚ ਜ਼ਰੂਰ ਪੜ੍ਹਨ।

ਪੜ੍ਹੀਕ੍ਰਾਂਤੀ ਤਾਂ ਉਸੇ ਦਿਨ ਤੋਂ ਹੀ ਸ਼ੁਰੂ ਹੋ ਗਈ ਸੀ ਜਦੋਂ ਗੁਰੂ ਨਾਨਕ ਨੇ ਬ੍ਰਹਮਣ ਦੇ ਦਿੱਤੇ ਜਨੇਊ (ਯੱਗਯੋਪਵੀਤ) ਨੂੰ ਪਹਿਨਣ ਤੋਂ ਇਨਕਾਰ ਕਰ ਦਿੱਤਾ ਸੀ। ਜਿਵੇਂ-ਜਿਵੇਂ ਸਿੱਖੀ ਅਸੂਲ ਜ਼ਮੀਨੀ ਪੱਧਰ 'ਤੇ ਰੂਪਮਾਨ ਹੁੰਦੇ ਗਏ, ਪੜ੍ਹੀਕ੍ਰਾਂਤੀ ਵੀ ਕਰੂਰ ਹੁੰਦੀ ਗਈ। ਤੀਸਰੇ ਗੁਰੂ ਅਮਰਦਾਸ ਜੀ ਤੱਕ ਆਉਂਦੇ-ਆਉਂਦੇ ਤਾਂ ਸਿੱਖੀ ਬਹੁਤ ਫੈਲ ਚੁੱਕੀ ਸੀ। ਹਿੰਦੂ, ਮੁਸਲਮਾਨ ਅਤੇ ਸ਼ੂਦਰ, ਸਾਰੇ ਸਿੱਖੀ ਨੂੰ ਅਪਣਾ ਰਹੇ ਸਨ।

ਗੋਇੰਦਵਾਲ ਵਿੱਚ ਬਹੁਤ ਵੱਡਾ ਖੂਹ (ਬਾਉਲੀ) ਲਗਾਇਆ, ਜਿਸ ਤੋਂ ਬਿਨਾਂ ਕਿਸੇ ਭੇਦ-ਭਾਵ ਦੇ ਹਰ ਕੋਈ ਪਾਣੀ ਪ੍ਰਾਪਤ ਕਰਦਾ ਸੀ। ਸੰਗਤ ਵਿੱਚ ਆਉਣ ਤੋਂ ਪਹਿਲਾਂ ਸਾਂਝੀ ਪੰਗਤ ਵਿੱਚ ਬੈਠ ਕੇ ਭੋਜਨ ਕਰਨ ਨੂੰ ਲਾਜ਼ਮੀ ਕਰ ਦਿੱਤਾ। ਕੁਝ ਜਾਤ-ਅਭਿਮਾਨੀ ਲੋਕ ਇਸ ਲਾਜ਼ਮੀਤਾ ਨੂੰ ਨਾ ਮੰਨਦੇ ਹੋਏ ਚਿੜ ਕੇ ਵਾਪਸ ਚਲੇ ਜਾਂਦੇ। ਗੁਰੂ ਅਮਰਦਾਸ ਜੀ ਨੇ ਔਰਤਾਂ ਦੇ ਪਰਦਾ ਕਰਨ ਅਤੇ ਕਰੂਰਤਾ ਭਰੀ ਸਤੀ ਪ੍ਰਥਾ ਦੇ ਖਿਲਾਫ਼ ਜ਼ੋਰਦਾਰ ਆਵਾਜ਼ ਉਠਾਈ। ਉਹਨਾਂ ਨੇ ਔਰਤਾਂ ਨੂੰ ਪਰਦਾ ਕਰਕੇ ਗੁਰੂ ਦਰਬਾਰ ਵਿੱਚ ਆਉਣ ਦੀ ਸਖਤ ਮਨਾਹੀ ਕੀਤੀ ਹੋਈ ਸੀ, ਅਤੇ ਵਿਧਵਾ ਪੁਨਰ-ਵਿਆਹ ਨੂੰ ਉਤਸ਼ਾਹਿਤ ਕੀਤਾ। ਬੀਰਬਲ ਮੁਗਲ ਦਰਬਾਰ ਵਿੱਚ ਬ੍ਰਹਮਣਵਾਦੀਆਂ ਦਾ ਪ੍ਰਤੀਨਿਧ ਅਤੇ ਸਿੱਖਾਂ ਦਾ ਵਿਰੋਧੀ ਸੀ। ਅਕਬਰ ਜਦੋਂ ਲਾਹੌਰ ਗਿਆ ਤਾਂ ਉਸ ਕੋਲ ਸ਼ਿਕਾਇਤਾਂ ਭੇਜੀਆਂ ਗਈਆਂ ਕਿ ਗੁਰੂ ਅਮਰਦਾਸ ਹਿੰਦੂ ਧਰਮ ਦਾ ਅਪਮਾਨ ਕਰ ਰਹੇ ਹਨ।

ਅਕਬਰ ਨੇ ਗੁਰੂ ਸਾਹਿਬ ਨੂੰ ਦਰਬਾਰ ਵਿੱਚ ਹਾਜ਼ਰ ਹੋਣ ਦਾ ਨੋਟਿਸ ਭੇਜਿਆ। ਗੁਰੂ ਅਮਰਦਾਸ ਜੀ ਨੇ ਆਪਣੇ ਜਵਾਈ (ਗੁਰੂ) ਰਾਮ ਦਾਸ ਜੀ ਨੂੰ ਭੇਜਿਆ, ਜੋ ਬਾਅਦ ਵਿੱਚ ਚੌਥੇ ਗੁਰੂ ਬਣੇ। ਜਦੋਂ ਅਕਬਰ ਨੇ ਸ਼ਿਕਾਇਤਾਂ ਦਾ ਉੱਤਰ ਗੁਰਬਾਣੀ ਦੀ ਰੋਸ਼ਨੀ ਵਿੱਚ ਸੁਣਿਆ, ਤਾਂ ਉਹ ਸਮਝ ਗਿਆ ਕਿ ਸ਼ਿਕਾਇਤਾਂ ਈਰਖਾ ਅਤੇ ਨਫ਼ਰਤ ਕਾਰਨ ਬੇਬੁਨਿਆਦ ਸਨ। ਅਕਬਰ ਨੇ (ਗੁਰੂ) ਰਾਮ ਦਾਸ ਜੀ ਦਾ ਆਦਰ ਕੀਤਾ ਅਤੇ ਬ੍ਰਾਹਮਣ ਸ਼ਿਕਾਇਤਕਰਤਾ ਅਪਮਾਨਿਤ ਹੋਏ। ਅਕਬਰ ਜਦੋਂ ਲਾਹੌਰ ਤੋਂ ਦਿੱਲੀ ਦੇ ਲਈ ਰਵਾਨਾ ਹੋਇਆ ਤਾਂ ਰਸਤੇ ਵਿੱਚ ਗੋਇੰਦਵਾਲ ਗੁਰੂ ਅਮਰਦਾਸ ਜੀ ਨੂੰ ਮਿਲਿਆ ਅਤੇ ਪੰਗਤ ਵਿੱਚ ਬੈਠ ਕੇ ਲੰਗਰ ਛਕਿਆ। ਸਿੱਖ ਇਤਿਹਾਸ ਦੇ ਅਨੁਸਾਰ ਸੰਨ 1569 ਵਿੱਚ ਹੋਈ ਇਸ ਮੁਲਾਕਾਤ ਵਿੱਚ ਗੁਰੂ ਅਮਰਦਾਸ ਜੀ ਨੇ ਅਕਬਰ ਨੂੰ ਸਤੀ ਪ੍ਰਥਾ 'ਤੇ ਕਾਨੂੰਨੀ ਪਾਬੰਦੀ ਲਗਾਉਣ ਦੀ ਤਾਕੀਦ ਵੀ ਕੀਤੀ ਸੀ। ਨਵੇਂ ਸ਼ਹਿਰ ਅੰਮ੍ਰਿਤਸਰ ਲਈ ਜ਼ਮੀਨ ਵੀ ਅਕਬਰ ਤੋਂ ਮੁੱਲ ਦੇ ਕੇ ਖਰੀਦੀ ਗਈ।

ਅਕਬਰ ਦੁਬਾਰਾ 1598 ਵਿੱਚ ਗੋਇੰਦਵਾਲ ਆਇਆ ਤਾਂ ਪੰਜਵੇਂ ਗੁਰੂ, ਗੁਰੂ ਅਰਜਨ ਜੀ, ਨਾਲ ਮੁਲਾਕਾਤ ਹੋਈ। ਇਸ ਵਾਰ ਉਹ ਪੰਜਾਬ ਵਿੱਚ ਪਏ ਭਿਆਨਕ ਸੋਕੇ ਵਿੱਚ ਗੁਰੂ ਦੁਆਰਾ ਜਨ-ਸਧਾਰਨ ਦੀ ਸੇਵਾ ਤੋਂ ਬਹੁਤ ਪ੍ਰਭਾਵਿਤ ਸੀ। ਗੁਰੂ ਜੀ ਦੇ ਕਹਿਣ 'ਤੇ ਅਕਬਰ ਨੇ ਉਸ ਸਾਲ ਦਾ ਕਿਸਾਨਾਂ ਦਾ ਮਾਲੀਆ ਮੁਆਫ ਕੀਤਾ ਜੋ ਬਰਸਾਤ ਨਾ ਹੋਣ ਦੇ ਕਾਰਨ ਬੁਰੀ ਹਲਾਤ ਵਿੱਚ ਸਨ।

ਗੁਰੂ ਅਰਜਨ ਜੀ ਅਤੇ ਉਨ੍ਹਾਂ ਦੇ ਪਰਿਵਾਰ ਦੇ ਉੱਪਰ ਕਈ ਵਾਰ ਜਾਨ ਤੋਂ ਮਾਰਨ ਲਈ ਹਮਲੇ ਹੋ ਚੁੱਕੇ ਸਨ। ਜਿਸ ਵਿੱਚ ਉਹਨਾਂ ਦਾ ਵੱਡਾ ਭਰਾ ਪ੍ਰਿਥੀ ਚੰਦ ਵੀ ਈਰਖਾ ਦੇ ਚੱਲਦੇ ਸਾਜ਼ਿਸ਼ ਵਿੱਚ ਸ਼ਾਮਲ ਸੀ। ਦਿੱਲੀ ਦਰਬਾਰ ਵਿੱਚ ਉੱਚ ਅਧਿਕਾਰੀ ਦੀਵਾਨ ਚੰਦੂ ਲਾਲ ਖੱਤਰੀ ਦੀ ਗੁਰੂ ਅਰਜਨ ਜੀ ਪ੍ਰਤੀ ਨਿੱਜੀ ਦੁਸ਼ਮਣੀ ਵੀ ਸੀ। ਚੰਦੂ ਨੇ ਆਪਣੀ ਲੜਕੀ ਦਾ ਰਿਸ਼ਤਾ ਉਹਨਾਂ ਦੇ ਪੁੱਤਰ (ਗੁਰੂ) ਹਰਗੋਬਿੰਦ ਜੀ ਦੇ ਕੋਲ ਭੇਜਿਆ ਸੀ। ਚੰਦੂ ਦੇ ਜਾਤੀ-ਹੰਕਾਰੀ ਰਵੱਈਏ ਦੇ ਚੱਲਦੇ ਗੁਰੂ ਅਰਜਨ ਜੀ ਨੇ ਰਿਸ਼ਤਾ ਠੁਕਰਾ ਦਿੱਤਾ ਸੀ। ਚੰਦੂ ਲਾਹੌਰ ਨਿਵਾਸੀ ਸੀ। ਇਸਦਾ ਲਾਹੌਰ ਅਤੇ ਦਿੱਲੀ ਦਰਬਾਰ ਦੋਨਾਂ ਜਗ੍ਹਾ ਰਸੁਖ ਸੀ। ਚੰਦੂ ਲਾਲ ਖੱਤਰੀ ਦੇ ਕਹਿਣ 'ਤੇ ਮਸੂਲ ਅਫ਼ਸਰ ਅਤੇ ਫ਼ੌਜਦਾਰ ਸੁਲਹੀ ਖ਼ਾਨ ਨੇ ਅੰਮ੍ਰਿਤਸਰ 'ਤੇ ਹਮਲਾ ਕਰਨ ਦਾ ਮਨਸੂਬਾ ਬਣਾਇਆ। ਪਹਿਲਾਂ ਉਸ ਨੇ ਅੰਮ੍ਰਿਤਸਰ ਤੇ ਹਰਿਮੰਦਰ ਸਾਹਿਬ ਦੀ ਉਸਾਰੀ ਲਈ ਬਣੇ ਇੱਟਾਂ ਦੇ ਭੱਠੇ 'ਤੇ ਧਾਵਾ ਬੋਲਿਆ। ਇੱਥੇ ਕਿਸੇ ਕਾਰਨ ਉਸ ਦਾ ਘੋੜਾ ਭੱਠੇ ਦੀ ਅੱਗ ਵਿੱਚ ਕੁੱਦ ਗਿਆ, ਜਿਸ ਕਾਰਨ ਸੁਲਹੀ ਖਾਨ ਆਪਣੇ ਘੋੜੇ ਸਮੇਤ ਸੜ ਕੇ ਮਰ ਗਿਆ। ਇਸ ਤੋਂ ਬਾਅਦ ਸੁਲਹੀ ਖਾਨ ਦੇ ਭਰਾ ਸੁਲਬੀ ਖਾਨ ਨੇ ਹਮਲਾ ਕਰਨਾ ਚਾਹਿਆ, ਉਹ ਵੀ ਰਸਤੇ ਵਿੱਚ ਆਪਣੇ ਹੀ ਦੂਸਰੇ ਸਿਪਾਹੀਆਂ ਨਾਲ ਤਨਖਾਹ ਨੂੰ ਲੈ ਕੇ ਹੋਏ ਨਿੱਜੀ ਝਗੜੇ ਵਿੱਚ ਮਾਰਿਆ ਗਿਆ। ਇਹਨਾਂ ਸਾਜ਼ਿਸ਼ਾਂ ਦੇ ਚੱਲਦੇ ਇੱਕ ਵਾਰ ਕਿਸੇ ਬ੍ਰਾਹਮਣ ਨੇ ਬਾਲਕ (ਗੁਰੂ) ਹਰਗੋਬਿੰਦ ਜੀ ਨੂੰ ਦੋਧੇ ਨਾਲ ਜ਼ਹਿਰ ਦੇਣ ਦੀ ਕੋਸ਼ਿਸ਼ ਕੀਤੀ ਲੇਕਿਨ ਉਹ ਵੀ ਆਪ ਹੀ ਮਰ ਗਿਆ। ਗੁਰੂ ਅਰਜਨ ਜੀ ਨੇ ਆਪਣੀ ਬਾਣੀ ਵਿੱਚ ਕੁਝ ਸਾਜ਼ਿਸ਼ਾਂ ਦਾ ਜ਼ਿਕਰ ਕੀਤਾ ਹੈ:

ਸੁਲਹੀ ਤੇ ਨਾਰਾਇਣ ਰਾਖੁ॥

ਸੁਲਹੀ ਕਾ ਹਾਥੁ ਕਹੀ ਨ ਪਹੁਚੈ ਸੁਲਹੀ ਹੋਇ ਮੂਆ ਨਾਪਾਕੁ॥

(ਗੁਰੂ ਗ੍ਰੰਥ ਸਾਹਿਬ, ਮਹਲਾ ੫, ਅੰਗ 825)

ਅਰਥ: ਹੇ ਪ੍ਰਭੂ! ਸੁਲਹੀ (ਖਾਨ) ਤੋਂ ਤੁਸੀਂ ਹੀ ਬਚਾਇਆ ਹੈ। (ਪ੍ਰਭੂ ਦੀ ਮਿਹਰ ਨਾਲ) ਸੁਲਹੀ ਦਾ (ਜ਼ੁਲਮੀ) ਹੱਥ ਨਹੀਂ ਪਹੁੰਚ ਸਕਿਆ, ਸੁਲਹੀ (ਖਾਨ) ਨਾਪਾਕ ਮੌਤ ਮਰਿਆ (ਮੁਸਲਮਾਨ ਹੋ ਕੇ ਉਸਦਾ ਸਰੀਰ ਸੜ ਕੇ ਮਰਿਆ)।

ਲੇਪੁ ਨ ਲਾਗੋ ਤਿਲ ਕਾ ਮੂਲਿ॥ ਦੁਸਟੁ ਬ੍ਰਾਹਮਣੁ ਮੂਆ ਹੋਇ ਕੈ ਸੂਲ॥

(ਗੁਰੂ ਗ੍ਰੰਥ ਸਾਹਿਬ, ਮਹਲਾ ੫, ਅੰਗ 1137)

ਅਰਥ: ਹੇ ਭਾਈ! (ਪਰਮਾਤਮਾ ਦੀ ਮਿਹਰ ਨਾਲ ਬਾਲਕ ਹਰਿਗੋਬਿੰਦ 'ਤੇ) ਬਿਲਕੁਲ ਵੀ ਬੁਰਾ ਅਸਰ ਨਹੀਂ ਹੋ ਸਕਿਆ। ਦੁਸ਼ਟ ਬ੍ਰਾਹਮਣ (ਪੇਟ ਵਿੱਚ) ਦਰਦ ਉੱਠਣ ਦੇ ਕਾਰਨ ਮਰ ਗਿਆ।

ਇਹ ਸਾਜ਼ਿਸ਼ਾਂ ਹੁਣ ਤੱਕ ਸਰਕਾਰੀ ਦਰਬਾਰੀਆਂ, ਪੁਜਾਰੀਆਂ ਅਤੇ ਈਰਖਾਲੂ ਪਰਵਾਰਿਕ ਸੰਬੰਧੀਆਂ ਦੇ ਗਠਜੋੜ ਨਾਲ ਹੋ ਰਹੀਆਂ ਸਨ। ਇਹ ਗਠਜੋੜ ਅਨੇਕ ਕੋਸ਼ਿਸ਼ਾਂ ਦੇ ਬਾਵਜੁਦ ਦਿੱਲੀ ਸਲਤਨਤ ਨੂੰ ਸ਼ਾਮਲ ਕਰਨ ਵਿੱਚ ਅਸਫਲ ਰਿਹਾ ਸੀ। ਅਕਬਰ ਉਦਾਰ ਚਿੱਤ ਸੀ। ਅਕਬਰ ਨੇ ਤਾਂ ਨਵਾਂ ਧਰਮ ਦੀਨ-ਏ-ਇਲਾਹੀ ਚਲਾਇਆ ਸੀ, ਜਿਸ ਨੂੰ ਇਸਲਾਮਿਕ ਪੰਥੀ ਕਦੇ ਵੀ ਬਰਦਾਸ਼ਤ ਨਹੀਂ ਕਰ ਸਕਦੇ ਸਨ। ਅਕਬਰ ਆਪਣੇ ਪੋਤੇ ਖੁਸਰੋ ਨੂੰ ਰਾਜਗੱਦੀ ਦੇਣਾ ਚਾਹੁੰਦਾ ਸੀ; ਉਹ ਵੀ ਖੁੱਲ੍ਹੇ ਵਿਚਾਰਾਂ ਦਾ ਸੀ। ਲੇਕਿਨ ਕੱਟੜ ਇਸਲਾਮਿਕ ਤਾਕਤਾਂ ਨੇ ਸ਼ਰੀਅਤ ਲਾਗੂ ਕਰਨ ਦੇ ਇਕਰਾਰ ਦੀ ਸ਼ਰਤ 'ਤੇ ਸ਼ਹਿਜ਼ਾਦਾ ਸਲੀਮ (ਜਹਾਂਗੀਰ) ਦਾ ਸਾਥ ਦਿੱਤਾ। ਅਕਤੂਬਰ 1605 ਵਿੱਚ ਅਕਬਰ ਦੀ ਮੌਤ ਤੋਂ ਬਾਅਦ ਜਹਾਂਗੀਰ ਰਾਜਗੱਦੀ 'ਤੇ ਬੈਠਾ। ਕੱਟੜ ਇਸਲਾਮਿਕ ਨਕਸ਼ਬੰਦੀ ਸੰਪਰਦਾਏ ਦੇ ਆਗੂ ਸ਼ੇਖ ਅਹਿਮਦ ਸਰਹਿੰਦੀ ਦੇ ਚੇਲੇ ਸ਼ੇਖ ਫਰੀਦ ਬੁਖਾਰੀ ਦਾ ਖੁਸਰੋ ਦੀ ਬਗਾਵਤ ਨੂੰ ਕੁਚਲਣ ਵਿੱਚ ਅਹਿਮ ਯੋਗਦਾਨ ਸੀ। ਜਹਾਂਗੀਰ ਨੇ ਸ਼ੇਖ ਫਰੀਦ ਬੁਖਾਰੀ ਨੂੰ ਮੁਰਤਜ਼ਾ ਖਾਨ ਦਾ ਖਿਤਾਬ ਦਿੱਤਾ, ਬਾਅਦ ਵਿੱਚ ਲਾਹੌਰ ਦਾ ਗਵਰਨਰ ਵੀ ਨਿਯੁਕਤ ਕੀਤਾ।

ਇਨ੍ਹਾਂ ਰਾਜਨੀਤਿਕ ਤਬਦੀਲੀਆਂ ਦੇ ਕੁਝ ਸਮਾਂ ਪਹਿਲਾਂ ਹੀ ਗੁਰੂ ਅਰਜਨ ਜੀ ਨੇ ਉਹ ਕਦਮ ਉਠਾਇਆ ਜੋ ਨਾ ਕੇਵਲ ਸਿੱਖ ਸਮਾਜ ਦੇ ਲਈ ਅਤਿ ਮਹੱਤਵਪੂਰਨ ਸੀ, ਸਗੋਂ ਮਨੁੱਖੀ ਇਤਿਹਾਸ ਵਿੱਚ ਵੀ ਵਿਲੱਖਣ ਸੀ। ਗੁਰੂ ਅਰਜਨ ਸਾਹਿਬ ਨੇ ਆਦਿ ਗ੍ਰੰਥ ਦਾ ਸੰਕਲਨ ਮੁਕੰਮਲ ਕਰ 1 ਸਤੰਬਰ 1604 ਨੂੰ ਦਰਬਾਰ ਸਾਹਿਬ, ਅੰਮ੍ਰਿਤਸਰ ਵਿਖੇ ਸਥਾਪਿਤ ਕੀਤਾ। ਗੁਰੂ ਜੀ ਨੇ ਆਦਿ ਗ੍ਰੰਥ ਨੂੰ ਉੱਚਾ ਸਥਾਨ ਦਿੱਤਾ ਅਤੇ ਆਪ ਸੰਗਤ ਨਾਲ ਹੇਠਾਂ ਬੈਠੇ। ਇਹ ਇਤਿਹਾਸ ਵਿੱਚ ਪਹਿਲੀ ਵਾਰ ਸੀ ਕਿ ਕੋਈ ਗੁਰੂ ਜਾਂ ਪੈਗੰਬਰ ਨੇ ਨਾ ਕੇਵਲ ਆਪਣੇ ਜੀਵਨ

ਕਾਲ ਵਿੱਚ ਧਰਮ ਗ੍ਰੰਥ ਦਾ ਸੰਕਲਨ ਕੀਤਾ ਸਗੋਂ ਆਪਣੇ ਤੋਂ ਉੱਚਾ ਦਰਜਾ ਵੀ ਦਿੱਤਾ। ਸਿੱਖ ਜਗਤ ਇਸ ਦਿਨ ਨੂੰ 'ਪਹਿਲਾ ਪ੍ਰਕਾਸ਼ ਪੁਰਬ' ਦੇ ਰੂਪ ਵਿੱਚ ਹਰ ਸਾਲ ਬੜੇ ਉਤਸ਼ਾਹ ਨਾਲ ਮਨਾਉਂਦਾ ਹੈ। ਗੁਰਮੁਖੀ ਵਿੱਚ ਲਿਖੇ ਇਸ ਗ੍ਰੰਥ ਵਿੱਚ 34 ਸੰਤ-ਪੁਰਸ਼ਾਂ ਦੀ ਬਾਣੀ ਸੀ ਜਿਨ੍ਹਾਂ ਵਿੱਚ ਮੁਸਲਿਮ ਸੂਫ਼ੀ, ਅਖੌਤੀ ਨੀਵੀਂ ਜਾਤੀ ਦੇ ਸ਼ੂਦਰ, ਅਖੌਤੀ ਉੱਚ-ਜਾਤੀ ਦੇ ਬ੍ਰਾਹਮਣ ਅਤੇ ਪੰਜ ਗੁਰੂਆਂ ਦੀ ਬਾਣੀ ਸੀ ਜੋ ਅਖੌਤੀ ਖੱਤਰੀ ਜਾਤੀ ਵਿੱਚੋਂ ਸਨ। ਨੌਵੇਂ ਗੁਰੂ, ਗੁਰੂ ਤੇਗ ਬਹਾਦਰ ਜੀ, ਦੀ ਬਾਣੀ ਨੂੰ ਦਸਮੇਸ਼ ਗੁਰੂ ਨੇ ਬਾਅਦ ਵਿੱਚ ਸ਼ਾਮਿਲ ਕੀਤਾ ਜਿਸ ਨਾਲ ਗੁਰੂ ਗ੍ਰੰਥ ਸਾਹਿਬ ਵਿੱਚ ਕੁੱਲ 35 ਸੰਤ-ਪੁਰਸ਼ਾਂ ਦੀ ਬਾਣੀ ਹੋ ਗਈ।

ਇਸ ਬਹੁਪੱਖੀ ਕਦਮ ਨਾਲ ਸਿੱਖ ਸਮਾਜ ਦੇ ਕੋਲ ਹੁਣ ਆਪਣੇ ਅਲੱਗ ਧਰਮ ਸਥਾਨ ਦੇ ਨਾਲ-ਨਾਲ ਨਿਰਾਲਾ ਧਰਮ ਗ੍ਰੰਥ ਵੀ ਆ ਗਿਆ। ਯਕੀਨਨ ਪਰੋਹਿਤ ਅਤੇ ਮੌਲਵੀ ਆਪਣੇ ਗ੍ਰਾਹਕ ਨੂੰ ਨਿਰਬਾਦ ਕਿਵੇਂ ਦੇਖ ਸਕਦੇ ਸਨ। ਇੱਕ-ਦੂਜੇ ਦੇ ਵਿਰੋਧੀ ਹੋਣ ਦੇ ਬਾਵਜੂਦ ਸਿੱਖ ਲਹਿਰ ਨੂੰ ਕੁਚਲਣ ਦੇ ਲਈ ਕੱਟੜ ਬ੍ਰਾਹਮਣਵਾਦੀ ਅਤੇ ਇਸਲਾਮਿਕ ਤਾਕਤਾਂ ਨਾਲ-ਨਾਲ ਸਨ। ਨਵੇਂ ਸਿਆਸੀ ਸਮੀਕਰਨ ਨੇ ਉਹ ਮੌਕਾ ਪ੍ਰਦਾਨ ਕਰ ਦਿੱਤਾ ਜਿਸ ਦੀ ਘਾਤ ਵਿੱਚ ਕੱਟੜਪੰਥੀ ਕਈ ਦਹਾਕਿਆਂ ਤੋਂ ਬੈਠੇ ਸਨ। ਆਦਿ ਗ੍ਰੰਥ ਦੀ ਰਚਨਾ ਅਵਰੋਧ ਵਿੱਚ ਤੀਬਰਤਾ ਦਾ ਕਾਰਨ ਬਣਿਆ।

ਜਹਾਂਗੀਰ ਦੇ ਕੋਲ ਜਿਸ ਤਰ੍ਹਾਂ ਦੀਆਂ ਖਬਰਾਂ ਪਹੁੰਚਾਈਆਂ ਗਈਆਂ, ਉਸਦੇ ਆਧਾਰ 'ਤੇ ਉਸ ਨੇ ਗੁਰੂ ਅਰਜਨ ਜੀ ਨੂੰ ਸ਼ਹੀਦ ਕਰਨ ਦੇ ਕਾਰਨ ਨੂੰ ਆਪਣੀ ਡਾਇਰੀ ਵਿੱਚ ਲਿਖਿਆ ਹੈ:

"ਗੋਇੰਦਵਾਲ ਵਿੱਚ, ਜੋ ਬਿਆਸ ਨਦੀ ਉੱਤੇ ਹੈ, ਅਰਜਨ ਨਾਮ ਦਾ ਇੱਕ ਹਿੰਦੂ ਰਹਿੰਦਾ ਸੀ। ਇੱਕ ਧਾਰਮਿਕ ਰਹਿਨੁਮਾ ਹੋਣ ਦਾ ਨਾਟਕ ਕਰਦੇ ਹੋਏ ਉਸ ਨੇ ਸੰਤ ਹੋਣ ਦੇ ਆਪਣੇ ਦਾਅਵਿਆਂ ਨੂੰ ਪ੍ਰਸਾਰਿਤ ਕਰਕੇ ਕਈ ਸਰਲ ਹਿੰਦੂਆਂ ਅਤੇ ਇੱਥੋਂ ਤੱਕ ਕਿ ਕੁਝ ਅਗਿਆਨੀ, ਮੂਰਖ ਮੁਸਲਮਾਨਾਂ ਨੂੰ ਵੀ ਸ਼ਾਗਿਰਦਾਂ ਦੇ ਰੂਪ ਵਿੱਚ ਜਿੱਤ ਲਿਆ ਸੀ। ਉਹ ਉਸ ਨੂੰ ਗੁਰੂ ਕਹਿੰਦੇ ਸਨ। ਹਰ ਪਾਸਿਆਂ ਤੋਂ ਬਹੁਤ ਸਾਰੇ ਮੂਰਖ ਲੋਕਾਂ ਨੇ ਉਸ ਦਾ ਸਹਾਰਾ ਲਿਆ ਅਤੇ ਉਸ 'ਤੇ ਪੂਰਾ ਵਿਸ਼ਵਾਸ ਪ੍ਰਗਟ ਕਰਨ ਦੇ ਲਈ ਉਮੜ ਪੈਂਦੇ ਸਨ। ਤਿੰਨ ਜਾਂ ਚਾਰ ਪੀੜ੍ਹੀਆਂ ਤੋਂ ਉਹਨਾਂ ਨੇ ਇਸ ਦੁਕਾਨ ਨੂੰ ਚਲਾ ਰੱਖਿਆ ਸੀ। ਕਈ ਵਾਰ ਮੇਰੇ ਮਨ ਵਿੱਚ ਇਹ ਵਿਚਾਰ ਆਇਆ ਕਿ ਮੈਂ ਇਸ ਬੇਕਾਰ ਕੰਮ ਨੂੰ ਬੰਦ ਕਰ ਦੇਵਾਂ ਜਾਂ ਉਸ ਨੂੰ ਇਸਲਾਮ ਵਿੱਚ ਲੈ ਆਵਾਂ।

ਅੰਤ ਵਿੱਚ ਜਦੋਂ ਖੁਸਰੋ ਇਸ ਰਸਤੇ ਤੋਂ ਲੰਘਿਆ ਤਾਂ ਇਸ ਤੁੱਛ ਵਿਅਕਤੀ ਨੇ ਉਸ ਦੀ ਉਡੀਕ ਕਰਨ ਦਾ ਪ੍ਰਸਤਾਵ ਰੱਖਿਆ। ਖੁਸਰੋ ਉੱਥੇ ਹੀ ਰੁਕਿਆ ਜਿੱਥੇ ਉਹ ਸੀ, ਅਤੇ ਉਹ ਬਾਹਰ ਆ ਕੇ ਉਸਨੂੰ ਮਿਲਿਆ। ਉਸਨੇ ਖੁਸਰੋ ਨਾਲ ਕੁਝ ਖਾਸ ਤਰੀਕੇ ਨਾਲ ਵਿਵਹਾਰ ਕੀਤਾ, ਅਤੇ ਉਸਦੇ ਮੱਥੇ 'ਤੇ ਭਗਵੇਂ ਰੰਗ ਵਿੱਚ ਇੱਕ ਉਂਗਲੀ ਦਾ ਨਿਸ਼ਾਨ ਬਣਾਇਆ, ਜਿਸ ਨੂੰ ਹਿੰਦੂ ਕਸ਼ਕਾ (ਤਿਲਕ) ਕਹਿੰਦੇ ਹਨ ਅਤੇ ਉਸ ਨੂੰ ਸ਼ੁਭ ਮੰਨਿਆ ਜਾਂਦਾ ਹੈ। ਜਦੋਂ ਇਹ ਗੱਲ ਮੇਰੇ ਕੰਨਾਂ ਵਿੱਚ ਪਈ, ਮੈਂ ਉਸ ਦੀ ਮੂਰਖਤਾ

ਨੂੰ ਸਪੱਸ਼ਟ ਰੂਪ ਵਿੱਚ ਸਮਝ ਗਿਆ, ਤਾਂ ਮੈਂ ਉਸ ਨੂੰ ਪੇਸ਼ ਕਰਨ ਦਾ ਆਦੇਸ਼ ਦਿੱਤਾ ਅਤੇ ਉਸ ਦੀ ਘਰ-ਸੰਪਤੀ ਨੂੰ ਜ਼ਬਤ ਕਰ ਅਤੇ ਬੱਚਿਆਂ ਨੂੰ ਮੁਰਤਜ਼ਾ ਖਾਨ ਨੂੰ ਸੌਂਪ, ਉਸ ਨੂੰ ਮਾਰ ਦੇਣ ਦਾ ਆਦੇਸ਼ ਦਿੱਤਾ।" (ਤੌਜ਼ਕੀ ਜਹਾਂਗੀਰੀ)

ਖੁਸਰੋ ਗੁਰੂ ਦਰਬਾਰ ਵਿੱਚ ਪਹਿਲਾਂ ਵੀ ਕਈ ਵਾਰ ਜਾ ਚੁੱਕਾ ਸੀ; ਆਪਣੇ ਦਾਦਾ ਅਕਬਰ ਦੇ ਨਾਲ ਵੀ ਗਿਆ ਹੋਵੇਗਾ। ਲੇਕਿਨ ਉਸ ਦਾ ਰਸਤੇ ਵਿੱਚ ਰੁਕਣ ਨੂੰ ਬਗਾਵਤ ਦੀ ਕਹਾਣੀ ਨਾਲ ਜੋੜਨਾ ਸ਼ੇਖ ਅਹਿਮਦ ਸਰਹਿੰਦੀ ਦੀ ਪ੍ਰੇਰਨਾ ਨਾਲ ਮੁਰਤਜ਼ਾ ਖ਼ਾਨ ਦਾ ਕੰਮ ਹੀ ਸੀ। ਤਿਲਕ ਲਗਾਉਣ ਦੀ ਕਹਾਣੀ ਵੀ ਚੰਦੂ ਲਾਲ ਵਰਗੇ ਹਿੰਦੂ ਦਰਬਾਰੀਆਂ ਨੇ ਹੀ ਘੜੀ ਹੋਵੇਗੀ, ਕਿਉਂਕਿ ਮਹਿਮਾਨਾਂ ਨੂੰ ਤਿਲਕ ਲਗਾਉਣ ਦੀ ਪਰੰਪਰਾ ਗੁਰੂ ਦਰਬਾਰ ਵਿੱਚ ਕਦੇ ਨਹੀਂ ਰਹੀ। ਖੁਸਰੋ ਨੂੰ ਤਾਂ ਕੈਦ ਵਿੱਚ ਰੱਖਿਆ, ਅਤੇ 1622 ਵਿੱਚ ਮਾਰਿਆ। ਤਾਂ ਫਿਰ ਕੇਵਲ ਆਸ਼ੀਰਵਾਦ ਦੇਣ ਵਾਲੇ ਨੂੰ ਭਿਆਨਕ ਤਸੀਹੇ ਦੇ ਕੇ ਮਾਰ ਦੇਣ ਦਾ ਮੁੱਖ ਕਾਰਨ "ਸਰਲ ਹਿੰਦੂਆਂ ਅਤੇ ਇੱਥੋਂ ਤੱਕ ਕਿ ਕੁਝ ਅਗਿਆਨੀ, ਮੂਰਖ ਮੁਸਲਮਾਨਾਂ ਨੂੰ ਵੀ ਸ਼ਾਗਿਰਦਾਂ ਦੇ ਰੂਪ ਵਿੱਚ ਜਿੱਤ" ਲੈਣਾ ਹੀ ਸੀ। ਇਹ ਧਾਰਨਾ ਰਾਜਗੱਦੀ ਦੇ ਲਈ ਕੱਟੜਪੰਥੀ ਇਸਲਾਮਿਕ ਤਾਕਤਾਂ ਦੀ ਮਦਦ ਲੈਣ ਦੇ ਲਈ ਕੀਤੇ ਇਕਰਾਰ ਦੇ ਪ੍ਰਭਾਵ ਵਿੱਚ ਬਣੀ ਸੀ।

ਗੁਰੂ ਅਰਜਨ ਜੀ ਨੂੰ ਜਾਨ ਬਚਾਉਣ ਦੇ ਬਦਲੇ ਦੋ ਲੱਖ ਰੁਪਏ ਜੁਰਮਾਨੇ ਦੇ ਨਾਲ ਆਦਿ ਗ੍ਰੰਥ ਵਿੱਚੋਂ ਇਸਲਾਮਿਕ ਅਤੇ ਹਿੰਦੂ ਸੰਦਰਭਾਂ ਨੂੰ ਹਟਾਉਣ ਦਾ ਵਿਕਲਪ ਦਿੱਤਾ ਗਿਆ ਅਤੇ ਇਸਲਾਮ ਸਵੀਕਾਰ ਕਰਨ ਦੀ ਪੇਸ਼ਕਸ਼ ਕੀਤੀ ਗਈ। ਨਾ ਤਾਂ ਸਿੱਖਾਂ ਦੀ ਮਿਹਨਤ ਦੀ ਕਮਾਈ ਦੇ ਪੈਸੇ ਨੂੰ ਜੁਰਮਾਨੇ ਵਿੱਚ ਦੇਣਾ ਸਵੀਕਾਰਿਆ, ਨਾ ਹੀ ਆਦਿ ਗ੍ਰੰਥ ਵਿੱਚ ਇੱਕ ਮਾਤਰਾ ਤੱਕ ਦੀ ਤਬਦੀਲੀ ਨੂੰ ਹੀ ਸਵੀਕਾਰਿਆ। ਸ਼ਬਦ-ਗੁਰੂ ਦੇ ਸਿਧਾਂਤ ਨੂੰ ਸਥਾਪਤ ਕਰਨਾ ਹੀ ਤਾਂ ਗੁਰੂ ਨਾਨਕ ਦਾ ਉਪਦੇਸ਼ ਸੀ, ਇਸ ਨੂੰ ਰੂਪਮਾਨ ਕਰਨ ਦੇ ਲਈ ਹੀ ਤਾਂ ਉਨ੍ਹਾਂ ਨੇ ਉੱਤਰਾਧਿਕਾਰੀ ਦੀ ਪਰੰਪਰਾ ਸ਼ੁਰੂ ਕੀਤੀ। ਗੁਰੂ ਅਰਜਨ ਜੀ ਨੇ ਸ਼ਬਦ-ਗੁਰੂ ਦੇ ਸਿਧਾਂਤ ਨੂੰ ਪਦਾਸੀਨ ਕਰਨ ਦੇ ਲਈ ਆਪਣੀ ਸ਼ਹਾਦਤ ਨੂੰ ਚੁਣਿਆ। ਜਿਸ ਸ਼ਬਦ ਵਿੱਚ ਅੰਮ੍ਰਿਤ ਰੂਪੀ ਨਾਮ ਹੈ, ਉਸਦੀ ਪਵਿੱਤਰਤਾ ਨਾਲ ਕਿਸੇ ਵੀ ਤਰ੍ਹਾਂ ਦੇ ਸਮਝੌਤੇ ਨੂੰ ਸਿਰੇ ਤੋਂ ਨਕਾਰ ਦਿੱਤਾ। ਸਿੱਖੀ ਦੇ ਸਦੀਵੀ ਜੀਵਨ ਲਈ ਇਹ ਜ਼ਰੂਰੀ ਸੀ।

ਸਬਦਿ ਮਰਹੁ ਫਿਰਿ ਜੀਵਹੁ ਸਦ ਹੀ ਤਾ ਫਿਰਿ ਮਰਣੁ ਨ ਹੋਈ॥

ਅੰਮ੍ਰਿਤੁ ਨਾਮੁ ਸਦਾ ਮਨਿ ਮੀਠਾ ਸਬਦੇ ਪਾਵੈ ਕੋਈ॥

(ਗੁਰੂ ਗ੍ਰੰਥ ਸਾਹਿਬ, ਮਹਲਾ ੩, ਅੰਗ 604)

ਇਸਲਾਮ ਕਬੂਲ ਕਰਨ ਦੀ ਗੱਲ ਤਾਂ ਦੂਰ ਹੈ, ਗੁਰੂ ਅਰਜਨ ਜੀ ਨੇ ਸਿੱਖੀ ਨੂੰ ਨਵੀਂ ਦਿਸ਼ਾ ਦਿਖਾਉਣ ਦਾ ਸਹੀ ਸਮਾਂ ਜਾਣਿਆ। ਲਾਹੌਰ ਜਾਣ ਤੋਂ ਪਹਿਲਾਂ ਗਿਆਰਾਂ ਸਾਲਾਂ (ਗੁਰੂ) ਹਰਗੋਬਿੰਦ ਸਾਹਿਬ ਜੀ ਨੂੰ ਹਥਿਆਰ ਧਾਰਨ ਕਰਨ ਦਾ ਆਦੇਸ਼ ਉਹ ਖੁਦ ਦੇ ਗਏ ਸਨ। ਬਾਲਕ (ਗੁਰੂ) ਹਰਗੋਬਿੰਦ ਜੀ ਦੀ ਸ਼ਸਤਰ ਵਿੱਦਿਆ ਗੁਰੂ

ਅਰਜਨ ਜੀ ਦੀ ਦੇਖ-ਰੇਖ ਵਿੱਚ ਹੋਈ ਸੀ। ਜਿਸ ਤੋਂ ਸਾਫ ਜਾਹਿਰ ਹੈ ਕਿ ਗੁਰੂ ਅਰਜਨ ਜੀ ਨੇ ਨਾ ਸਿਰਫ਼ ਸ਼ਹਾਦਤ ਨੂੰ ਹੀ ਚੁਨਿਆ, ਸਗੋਂ ਸ਼ਹਾਦਤ ਤੋਂ ਬਾਅਦ ਸਿੱਖ ਸਮਾਜ ਦੇ ਲਈ ਨਵੀਂ ਆਸ਼ਾਵਾਦੀ ਤਬਦੀਲੀ ਦੀ ਤਿਆਰੀ ਵੀ ਕਰ ਗਏ ਸਨ।

ਜਹਾਂਗੀਰ ਦੇ ਆਦੇਸ਼ 'ਤੇ 30 ਮਈ, 1606 ਈ: ਨੂੰ ਗੁਰੂ ਅਰਜਨ ਜੀ ਨੂੰ ਲਾਹੌਰ ਵਿੱਚ ਸਖਤ ਗਰਮੀ ਦੇ ਦੌਰਾਨ 'ਯਾਸਾ' ਕਾਨੂੰਨ ਦੇ ਅਧੀਨ ਲੋਹੇ ਦੇ ਗਰਮ ਤਵੇ, ਜਿਸ ਦੇ ਹੇਠਾਂ ਅੱਗ ਬਲ ਰਹੀ ਸੀ, 'ਤੇ ਸਿਠਾ ਕੇ ਸ਼ਹੀਦ ਕੀਤਾ ਗਿਆ। 'ਯਾਸਾ' ਚੰਗੇਜ ਖ਼ਾਨ ਦਾ ਬਣਾਇਆ ਭਿਆਨਕ ਤਸੀਹਿਆਂ ਦੇ ਨਾਲ ਮੌਤ ਦੇਣ ਦਾ ਕਾਨੂੰਨ ਹੈ। ਜਿਸਦੇ ਅਨੁਸਾਰ ਧਾਰਮਿਕ ਵਿਅਕਤੀ ਦਾ ਖੁਨ ਧਰਤੀ 'ਤੇ ਗਿਰਾਏ ਬਿਨਾਂ ਉਸ ਨੂੰ ਤਸੀਹੇ ਦੇ ਕੇ ਮਾਰ ਦਿੱਤਾ ਜਾਂਦਾ ਹੈ। ਇਹ ਮੰਨਿਆ ਜਾਂਦਾ ਹੈ ਕਿ ਜੇ ਖੁਨ ਜ਼ਮੀਨ 'ਤੇ ਡਿੱਗੇਗਾ ਤਾਂ ਹੋਰ ਬਾਗੀ ਪੈਦਾ ਹੋਣਗੇ। ਗੁਰੂ ਅਰਜਨ ਜੀ ਦੇ ਸੀਸ 'ਤੇ ਗਰਮ ਰੇਤ ਪਾਈ ਗਈ, ਜਦੋਂ ਗੁਰੂ ਜੀ ਦਾ ਸਰੀਰ ਬੁਰੀ ਤਰ੍ਹਾਂ ਸੜ ਗਿਆ ਤਾਂ ਉਨ੍ਹਾਂ ਦੇ ਸਰੀਰ ਨੂੰ ਰਾਵੀ ਨਦੀ ਵਿੱਚ ਬਹਾ ਦਿੱਤਾ ਗਿਆ। ਇਹ ਮਹਾਂ ਪਾਪ ਦੀਵਾਨ ਚੰਦੂ ਲਾਲ ਖੱਤਰੀ ਦੀ ਨਿਗਰਾਨੀ ਵਿੱਚ ਹੋਇਆ।

ਭਾਈ ਗੁਰਦਾਸ ਗੁਰੂ ਅਰਜਨ ਜੀ ਦੇ ਸਮੇਂ ਦੀ ਪ੍ਰਮੁੱਖ ਸਿੱਖ ਹਸਤੀਆਂ ਵਿੱਚੋਂ ਸਨ। ਉਨ੍ਹਾਂ ਨੇ ਸ਼ਹਾਦਤ ਨੂੰ ਜਿਸ ਭਾਵਨਾ ਵਿੱਚ ਦਰਜ ਕੀਤਾ ਹੈ, ਸਿੱਖ ਸਮਾਜ ਉਸੇ ਭਾਵਨਾ ਵਿੱਚ ਇਸਨੂੰ ਯਾਦ ਕਰਦਾ ਹੈ। ਬਹੁਤ ਹੀ ਪ੍ਰਤੀਕੁਲ ਹਾਲਾਤਾਂ ਵਿੱਚ ਗੁਰੂ ਅਰਜਨ ਜੀ ਨੇ ਸ਼ਾਂਤ ਅਵਸਥਾ ਵਿੱਚ ਰਹਿ ਕੇ ਸ਼ਹਾਦਤ ਨੂੰ ਪ੍ਰਮਾਤਮਾ ਦੀ ਦਾਤ ਸਮਝਿਆ। ਸਿੱਖ ਸਮਾਜ ਇਸ ਦਿਨ ਜਿੱਥੇ ਗੁਰਬਾਣੀ ਦੀ ਕਥਾ, ਕੀਰਤਨ ਅਤੇ ਇਤਿਹਾਸ ਨਾਲ ਗੁਰੂ-ਉਪਦੇਸ਼ ਨਾਲ ਜੁੜਦੇ ਹਨ, ਉੱਥੇ ਜਗ੍ਹਾ-ਜਗ੍ਹਾ ਠੰਡੇ ਮਿੱਠੇ ਜਲ ਦੀ ਛਬੀਲ ਲਗਾ ਕੇ ਦੂਜਿਆਂ ਨੂੰ ਸਖਤ ਗਰਮੀ 'ਚ ਰਾਹਤ ਪਹੁੰਚਾਉਂਦੇ ਹਨ।

ਸਬਦੁ ਸੁਰਤਿ ਲਿਵ ਮਿਰਗ ਜਿਉ ਭੀੜ ਪਈ ਚਿਤਿ ਅਵਰੁ ਨ ਆਣੀ।
ਚਰਣ ਕਵਲ ਮਿਲਿ ਭਵਰ ਜਿਉ ਸੁਖ ਸੰਪਟ ਵਿਚਿ ਰੈਣਿ ਵਿਹਾਣੀ।

...

ਗੁਰ ਅਰਜਨ ਵਿਟਹੁ ਕੁਰਬਾਣੀ॥   *(ਭਾਈ ਗੁਰਦਾਸ: ਵਾਰ 24 ਪਉੜੀ 23)*

ਅਰਥ: (ਗੁਰੂ ਅਰਜਨ ਜੀ ਨੇ) ਆਪਣਾ ਧਿਆਨ ਸ਼ਬਦ ਵਿੱਚ ਇਵੇਂ ਲਗਾ ਲਿਆ ਜਿਵੇਂ ਬਿਪਤਾ ਵਿੱਚ ਪਏ ਹਿਰਨ ਦਾ ਧਿਆਨ ਕਿਤੇ ਹੋਰ ਨਹੀਂ ਜਾਂਦਾ।

ਜਿਵੇਂ ਭੰਵਰਾ ਫੁੱਲਾਂ ਦੀਆਂ ਪੱਤੀਆਂ ਦੀ ਸੁਗੰਧ ਵਿੱਚ ਆਪਣਾ ਜੀਵਨ ਸਮਾਪਤ ਕਰ ਦਿੰਦਾ ਹੈ, (ਗੁਰੂ ਜੀ ਨੇ ਵੀ ਅਸਹਿ ਕਸ਼ਟਾਂ ਦੇ ਬਾਵਜੂਦ) ਸਾਰੀ ਰਾਤ (ਕਰਤਾਰ ਦੀ ਯਾਦ ਦੀ ਸੁਗੰਧ ਵਿੱਚ) ਅਨੰਦ ਵਿੱਚ ਗੁਜਾਰੀ।

ਮੈਂ ਗੁਰੂ ਅਰਜਨ ਤੋਂ ਕੁਰਬਾਨ ਜਾਂਦਾ ਹਾਂ॥

"ਗੁਰੂ ਦੇ ਕੋਲ ਵਿਸ਼ੇਸ਼ ਦਾਤ ਹੈ ਜੋ ਜਿਹੜਾ ਮਰਜ਼ੀ ਸਿੱਖ ਲੈ ਸਕਦਾ ਹੈ। ਉਹ ਹੈ ਸ਼ਹਾਦਤ ਦੀ ਦਾਤ। ਜਿਨ੍ਹਾਂ ਨੂੰ ਇਹ ਦਾਤ ਮਿਲਦੀ ਹੈ, ਉਹ ਗੁਰੂ ਤਾਂ ਨਹੀਂ ਬਣਦੇ। ਲੇਕਿਨ ਗੁਰੂ ਤੋਂ ਬਾਅਦ ਸਾਡੀ ਕੌਮ ਦੇ ਸਭ ਤੋਂ ਵੱਧ ਸਤਿਕਾਰਤ ਲੋਕ ਬਣਦੇ ਨੇ।" (ਸ਼ਹੀਦ ਜਸਵੰਤ ਸਿੰਘ ਖਾਲੜਾ)

ਪਿਛਲੇ ਕੁਝ ਸਮੇਂ ਵਿੱਚ ਲੇਖਕਾਂ ਨੇ ਉਨ੍ਹਾਂ ਸੰਤ-ਪੁਰਸ਼ਾਂ ਦੀਆਂ ਸ਼ਹਾਦਤਾਂ ਨੂੰ ਉਜਾਗਰ ਕਰਨ ਦੀ ਵੀ ਕੋਸ਼ਿਸ਼ ਕੀਤੀ ਹੈ ਜਿਨ੍ਹਾਂ ਨੂੰ ਸਮਾਜ ਯਾਦ ਨਹੀਂ ਕਰਦਾ। ਜਾਤੀ-ਅਭਿਮਾਨੀਆਂ ਨੇ ਸੱਤਾਧਾਰੀਆਂ ਨਾਲ ਮਿਲ ਕੇ ਭਗਤ ਨਾਮਦੇਵ, ਭਗਤ ਕਬੀਰ ਅਤੇ ਭਗਤ ਰਵਿਦਾਸ ਜੀ ਨੂੰ ਤਸੀਹੇ ਦਿੱਤੇ ਸਨ, ਇਸ ਵਿੱਚ ਕੋਈ ਦੋ ਰਾਏ ਨਹੀਂ। ਗੁਰੂ ਗ੍ਰੰਥ ਸਾਹਿਬ ਜੀ ਵਿੱਚ ਦਰਜ ਇਹਨਾਂ ਦੀ ਆਪਣੀ ਬਾਣੀ ਤੋਂ ਇਸ ਦਾ ਪ੍ਰਤੱਖ ਪ੍ਰਮਾਣ ਮਿਲਦਾ ਹੈ। ਪਰਸਥਿਤਿਕ ਸਬੂਤ (circumstantial evidence) ਇਸ਼ਾਰਾ ਕਰਦੇ ਹਨ ਕਿ ਇਹਨਾਂ ਨੂੰ ਸ਼ਹੀਦ ਵੀ ਕੀਤਾ ਹੋ ਸਕਦਾ ਹੈ। ਪਰਸਥਿਤਿਕ ਸਬੂਤ ਜਿਉਂ ਹੀ ਇਤਿਹਾਸਕ ਤੱਥ ਸਥਾਪਤ ਹੋਣਗੇ, ਇੱਕ ਪਾਸੇ ਤਾਂ ਸ਼੍ਰੋਮਣੀ ਭਗਤਾਂ ਦੀ ਮਹਿਮਾ ਹੋਰ ਵਧੇਗੀ, ਦੂਜੇ ਪਾਸੇ ਉਹਨਾਂ ਦੇ ਸਮਕਾਲੀਨ ਪੈਰੋਕਾਰਾਂ ਦੇ ਉੱਪਰ ਗੰਭੀਰ ਸਵਾਲ ਖੜ੍ਹੇ ਹੋ ਜਾਣਗੇ। ਇਹ ਸਵਾਲ ਪੁੱਛਿਆ ਜਾਵੇਗਾ (ਜਾਣਾ ਚਾਹੀਦਾ ਹੈ) ਕਿ ਆਪਣੇ ਰਹਿਨੁਮਾ ਦੀ ਸ਼ਹਾਦਤ (ਜਾਂ ਤਸੀਹੇ) ਤੋਂ ਬਾਅਦ ਉਹਨਾਂ ਦੇ ਨਜ਼ਦੀਕੀ ਚੇਲਿਆਂ ਦਾ ਕੀ ਪ੍ਰਤੀਕਰਮ ਰਿਹਾ ਸੀ? ਭਗਤਾਂ ਤੋਂ ਬਾਅਦ ਪੈਰੋਕਾਰ ਸੰਘਰਸ਼ ਵਿੱਚ ਨਿਰੰਤਰਤਾ ਕਿਉਂ ਨਾ ਬਣਾ ਪਾਏ?

ਕੋਈ ਸ਼ਹਾਦਤ ਨੂੰ ਚਾਹੇ ਨਾ ਵੀ ਮੰਨੇ, ਸੰਤ-ਪੁਰਸ਼ਾਂ ਦੇ ਕ੍ਰਾਂਤੀਕਾਰੀ ਵਿਚਾਰਾਂ ਦੇ ਪ੍ਰਤੀਰੋਧ ਵਿੱਚ ਇਹਨਾਂ ਨੂੰ ਦਿੱਤੇ ਗਏ ਤਸੀਹਿਆਂ ਤੋਂ ਤਾਂ ਕੋਈ ਮੂੰਹ ਨਹੀਂ ਮੋੜ ਸਕਦਾ। ਇਹ ਸਵਾਲ ਤਾਂ ਬਣਿਆ ਹੀ ਰਹੇਗਾ ਕਿ ਇਹਨਾਂ ਦੀਆਂ ਕੁਰਬਾਨੀਆਂ ਪੈਰੋਕਾਰਾਂ ਦੀ ਮਾਨਸਿਕਤਾ ਦਾ ਹਿੱਸਾ ਕਿਉਂ ਨਾ ਬਣ ਸਕੀਆਂ? ਸਿੱਖਾਂ ਦੀ ਤਰ੍ਹਾ ਉਹ ਆਪਣੇ ਰਾਹਬਰਾਂ ਦੀਆਂ ਕੁਰਬਾਨੀਆਂ ਨੂੰ ਯਾਦ ਕਿਉਂ ਨਹੀਂ ਕਰਦੇ? ਇਨ੍ਹਾਂ ਪ੍ਰਸ਼ਨਾਂ ਦਾ ਚਿੰਤਨ ਹੀ ਇਸ ਪੁਸਤਕ ਦਾ ਮਜਮੂਨ ਹੈ। ਇਨ੍ਹਾਂ ਪ੍ਰਸ਼ਨਾਂ ਦੇ ਚਿੰਤਨ ਨਾਲ ਹੀ ਸ਼ੰਕਿਆਂ ਤੋਂ ਮੁਕਤੀ ਮਿਲੇਗੀ ਅਤੇ ਪਿੱਛੜੇ ਸਮਾਜ ਦੇ ਉਥਾਨ ਦਾ ਰਾਹ ਦਿਸਣ ਲੱਗੇਗਾ।

ਅੰਤਰਜਾਤੀ-ਵਿਆਹ ਸਮਾਜ-ਸੁਧਾਰ ਦਾ ਪੂਰਵਵਰਤੀ ਨਹੀਂ

ਸਿੱਖ ਇਤਿਹਾਸ ਦੇ ਅਗਲੇ ਅਧਿਆਇ ਅਤੇ ਅਹਿਮ ਮੋੜ ਦੇ ਵੱਲ ਜਾਣ ਤੋਂ ਪਹਿਲਾਂ ਅੰਤਰ-ਜਾਤੀ ਵਿਆਹ ਦੇ ਵਿਸ਼ੇ 'ਤੇ ਵਿਸ਼ਰਾਮ ਲਗਾ ਰਹੇ ਹਾਂ।

ਜੋ ਲੋਕ ਬ੍ਰਾਹਮਣਵਾਦ ਨੂੰ ਕੇਵਲ ਜਾਤੀਵਾਦ ਵਿੱਚ ਸੀਮਤ ਕਰਕੇ ਗੁੰਮਰਾਹ ਕਰਨਾ ਚਾਹੁੰਦੇ ਹਨ ਉਹ ਅਕਸਰ ਅੰਤਰ-ਜਾਤੀ ਵਿਆਹ ਨਾਲ ਜਾਤੀਵਾਦ ਨੂੰ ਤੋੜਨ ਦੀ ਵਕਾਲਤ ਕਰਦੇ ਹਨ। ਬ੍ਰਾਹਮਣਵਾਦ ਕੇਵਲ ਜਾਤੀਵਾਦ ਨਹੀਂ, ਇਸਦੇ ਚਾਰ ਸਤੰਭ ਹਨ, ਜਿਸ ਨੂੰ ਸਮਝੇ ਬਿਨਾਂ ਬ੍ਰਾਹਮਣਵਾਦ ਤੋਂ ਮੁਕਤੀ ਨਹੀਂ ਪਾਈ ਜਾ ਸਕਦੀ। 'ਬ੍ਰਾਹਮਣਵਾਦ ਦੇ ਹਨ ਚਾਰ ਥੰਮ੍' ਅਧਿਆਇ ਵਿੱਚ ਇਸ 'ਤੇ ਚਰਚਾ ਕੀਤੀ ਗਈ ਹੈ।

ਸਮਾਜ ਸੁਧਾਰ ਦੇ ਲਈ ਅੰਤਰਜਾਤੀ ਵਿਆਹ ਦਾ ਸੁਝਾਅ ਨਾ ਸਿਰਫ਼ ਸਮਾਜਿਕ ਚੇਤਨਾ ਦੇ ਪ੍ਰਤੀ ਅਗਿਆਨਤਾ ਦਰਸਾਉਂਦਾ ਹੈ, ਸਗੋਂ ਇਹ ਪਿਤਰਸੱਤਾ ਭਾਵਨਾ ਤੋਂ ਪ੍ਰੇਰਿਤ ਹੈ। ਮਰਦ-ਪ੍ਰਧਾਨ ਸਮਾਜ ਦੀ ਬਣਾਈ ਕੁਰੀਤੀਆਂ ਨੂੰ ਦੂਰ ਕਰਨ ਦੇ ਲਈ ਇੱਕ ਵਾਰ ਫਿਰ ਔਰਤ ਨੂੰ ਅੱਗੇ ਕਰ ਦਿੱਤਾ ਗਿਆ ਹੈ। ਸੰਤਾਨ ਨੂੰ ਪਿਤਾ ਦੀ ਕੁਲ ਮਿਲਦੀ ਹੈ। ਜੇਕਰ ਅਖੌਤੀ ਉੱਚ ਜਾਤੀ ਦੀ ਔਰਤ ਅਖੌਤੀ ਪੱਛੜੀ ਜਾਤੀ ਦੇ ਮਰਦ ਨਾਲ ਵਿਆਹ ਕਰਦੀ ਹੈ ਤਾਂ ਸੰਤਾਨ ਨੂੰ ਪਿਤਾ ਦੀ ਸ਼ੂਦਰ ਜਾਤੀ ਹੀ ਮਿਲੇਗੀ। ਮਹਾਰ ਜਾਤੀ ਦੇ ਬਾਬਾ ਸਾਹਿਬ ਅੰਬੇਡਕਰ ਦਾ ਦੂਸਰਾ ਵਿਆਹ ਮਰਾਠੀ ਸਾਰਸਵਤ ਬ੍ਰਾਹਮਣ ਪਰਿਵਾਰ ਦੀ ਸ਼ਾਰਦਾ ਕ੍ਰਿਸ਼ਨਰਾਓ ਕਬੀਰ (ਸਵਿਤਾ ਅੰਬੇਡਕਰ) ਨਾਲ ਹੋਇਆ ਸੀ। ਤਾਂ ਕੀ ਇਹ ਵਿਆਹ ਬ੍ਰਾਹਮਣ-ਸ਼ੂਦਰ ਦੇ ਪਾੜੇ ਨੂੰ ਘਟਾਉਣ ਵਿੱਚ ਸਹਾਈ ਹੋਇਆ? ਉਲਟਾ ਹੋਰ ਵੱਧ ਗਈ। ਅੰਬੇਡਕਰਵਾਦੀਆਂ ਦਾ ਵੱਡਾ ਵਰਗ ਅੱਜ ਵੀ ਸਵਿਤਾ ਅੰਬੇਡਕਰ ਨੂੰ ਉਸਦੀ ਬ੍ਰਾਹਮਣ ਜਾਤੀ ਤੋਂ ਹੋਣ ਕਾਰਨ ਬਾਬਾ ਸਾਹਿਬ ਅੰਬੇਡਕਰ ਦੀ ਮੌਤ ਦਾ ਦੋਸ਼ੀ ਮੰਨਦਾ ਹੈ।

ਅੰਤਰ-ਜਾਤੀ ਵਿਰੋਧ ਦੇ ਲਈ ਪਹਿਲੇ ਸਮਾਜ ਵਿੱਚ ਸਮਾਨਤਾ ਅਤੇ ਨਿਆਂ ਸਥਾਪਤ ਕਰਨਾ ਹੋਵੇਗਾ। ਸਮਾਨਤਾ 'ਤੇ ਬਣੇ ਸਮਾਜ ਵਿੱਚ ਅੰਤਰ-ਜਾਤੀ ਵਿਆਹ ਸੁਭਾਵਿਕ ਹੁੰਦੇ ਹਨ। ਸਿੱਖ ਸਮਾਜ ਦੇ ਲੋਕਾਂ ਨੇ ਦੁਨੀਆਂ ਦੇ ਹਰ ਕੋਨੇ ਵਿੱਚ ਨਾਮ ਕਮਾਇਆ ਹੈ। ਅਮਰੀਕਾ, ਕੈਨੇਡਾ ਅਤੇ ਇੰਗਲੈਂਡ ਵਰਗੇ ਦੇਸ਼ਾਂ ਵਿੱਚ ਰਾਜਨੀਤਿਕ ਖੇਤਰ ਵਿੱਚ ਵੀ ਅਗੂਹਿਣੀ ਹਨ। ਪਰ ਇਸ ਮੁਕਾਮ ਤੱਕ ਪਹੁੰਚਣ ਦੇ ਲਈ ਕੀ ਸਿੱਖ ਪੁਰਸ਼-ਮਹਿਲਾਵਾਂ ਨੂੰ ਉੱਥੇ ਦੇ ਗੋਰਿਆਂ ਜਾਂ ਕਾਲੇ ਲੋਕਾਂ ਨਾਲ ਵਿਆਹ ਕਰਵਾਉਣਾ ਪਿਆ? ਨਹੀਂ। ਪੱਛਮੀ ਦੇਸ਼ਾਂ ਵਿੱਚ ਭਾਰਤ ਦੇ ਮੁਕਾਬਲੇ ਸਮਾਨਤਾ ਭਾਵ ਕਿਤੇ ਜ਼ਿਆਦਾ ਹੈ, ਅਤੇ ਇਸੇ ਕਾਰਨ ਸਿੱਖਾਂ ਦੇ ਵਿਆਹ

ਵਿਦੇਸ਼ੀਆਂ ਨਾਲ ਵੀ ਹੁੰਦੇ ਹਨ। ਪਰ ਵਿਦੇਸ਼ੀਆਂ ਨਾਲ ਵਿਆਹ ਹੋਣ ਜਾਂ ਨਾ ਹੋਣ ਦਾ ਸਿੱਖਾਂ ਦੀ ਤਰੱਕੀ ਨਾਲ ਕੋਈ ਲੈਣਾ-ਦੇਣਾ ਨਹੀਂ ਹੈ। ਸਿੱਖਾਂ ਵਿੱਚ ਅੰਤਰ-ਜਾਤੀ ਵਿਆਹ ਸੁਭਾਵਿਕ ਰੂਪ ਵਿੱਚ ਵਧ ਰਹੇ ਹਨ। ਅਮਰੀਕਾ ਵਿੱਚ ਰੰਗ ਦੇ ਆਧਾਰ 'ਤੇ ਨਸਲਭੇਦ ਦਾ ਲੰਮਾ ਇਤਿਹਾਸ ਰਿਹਾ ਹੈ; ਅੱਜ ਵੀ ਹੈ। ਪਰ ਜਿਵੇਂ-ਜਿਵੇਂ ਲੋਕਾਂ ਵਿੱਚ ਜਾਗ੍ਰਿਤੀ ਆ ਰਹੀ ਹੈ, ਗੋਰੇ ਅਤੇ ਕਾਲੇ ਲੋਕਾਂ ਦੇ ਵਿੱਚ ਵਿਆਹ ਵੀ ਹੋ ਰਹੇ ਹਨ। ਇਸ ਲਈ ਅੰਤਰ-ਜਾਤੀ ਵਿਆਹ ਦੀ ਸਫਲਤਾ ਸਮਾਜ ਸੁਧਾਰ ਦਾ ਉਪਫਲ ਤਾਂ ਹੋ ਸਕਦਾ ਹੈ, ਪਰ ਇਹ ਪੂਰਵਵਰਤੀ ਨਹੀਂ ਹੈ।

ਕੁਝ ਲੋਕ ਕਹਿੰਦੇ ਹਨ ਕਿ ਦਸ ਗੁਰੂਆਂ ਜਾਂ ਉਨ੍ਹਾਂ ਦੀ ਸੰਤਾਨ ਵਿੱਚੋਂ ਕਿਸੇ ਨੇ ਵੀ ਪੱਛੜੀ ਜਾਤੀ ਵਿੱਚ ਵਿਆਹ ਕਿਉਂ ਨਹੀਂ ਕਰਵਾਇਆ। ਵੈਸੇ ਬ੍ਰਹਮਣ ਜਾਤੀ ਨਾਲ ਵੀ ਨਹੀਂ ਹੋਇਆ। ਇਹ ਸੰਸਾ ਉਸੇ ਤਰ੍ਹਾਂ ਹੈ ਜਿਵੇਂ ਕੋਈ 21ਵੀਂ ਸਦੀ ਦਾ ਵਾਤਾਵਰਣ ਪ੍ਰੇਮੀ ਇਹ ਆਰੋਪ ਲਗਾਏ ਕਿ ਰਾਜਪੁਤ, ਸਿੱਖ, ਮੁਗਲ ਆਦਿ ਵਿੱਚੋਂ ਕਿਸੇ ਨੇ ਵੀ ਜੰਗਲ ਦੇ ਬਾਘਾਂ ਦੀ ਰੱਖਿਆ ਨਹੀਂ ਕੀਤੀ, ਉਲਟਾ ਉਹ ਤਾਂ ਸ਼ਿਕਾਰ ਕਰਿਆ ਕਰਦੇ ਸਨ। ਯਕੀਨਨ ਇਹ ਹਾਸੋਹੀਣਾ ਹੋਵੇਗਾ। ਸੰਸਾਵਾਦੀਆਂ ਨੂੰ ਸਮਝ ਲੈਣਾ ਚਾਹੀਦਾ ਹੈ ਕਿ ਇਹ ਜ਼ਰੂਰੀ ਨਹੀਂ ਇੱਕੀਵੀਂ ਸਦੀ ਦੇ ਪ੍ਰਸ਼ਨ ਸਤਾਰਵੀਂ ਸਦੀ ਵਿੱਚ ਵੀ ਸਮਾਜ 'ਤੇ ਪ੍ਰਾਸੰਗਿਕ ਹੋਣ। ਪਰ ਜੇ ਸੰਸਾ ਖੜ੍ਹਾ ਕਰ ਹੀ ਦਿੱਤਾ ਗਿਆ ਹੈ ਤਾਂ ਨਿਮਨਲਿਖਤ ਕੁਝ ਬਿੰਦੁਆਂ 'ਤੇ ਜ਼ਰੂਰ ਧਿਆਨ ਦਿੱਤਾ ਜਾਵੇ:

1. ਪਹਿਲੀ ਦ੍ਰਿਸ਼ਟੀ ਵਿੱਚ ਅਸੀਂ ਚਰਚਾ ਕਰ ਚੁੱਕੇ ਹਾਂ ਕਿ ਇਹ ਨਿਰਾਰਥਕ ਪ੍ਰਸ਼ਨ ਹੈ ਜੋ ਬ੍ਰਹਮਣਵਾਦ ਅਤੇ ਸਮਾਜ-ਸ਼ਾਸਤਰ ਦੀ ਨਾਸਮਝੀ ਵਿੱਚੋਂ ਨਿਕਲਿਆ ਹੈ। ਕਿਉਂਕਿ ਅੰਤਰ-ਜਾਤੀ ਵਿਆਹ ਸਮਾਜ ਸੁਧਾਰ ਦਾ ਉਪਫਲ ਹੋ ਸਕਦਾ ਹੈ, ਪਰ ਇਹ ਪੂਰਵਵਰਤੀ ਬਿਲਕੁਲ ਵੀ ਨਹੀਂ ਹੈ।

2. ਅੰਤਰਜਾਤੀ ਵਿਆਹ ਦੇ ਸਭ ਤੋਂ ਵੱਡੇ ਵਿਰੋਧੀ ਉਹੀ ਚਿੰਤਕ ਹਨ ਜੋ ਸਵਿਤਾ ਅੰਬੇਡਕਰ ਨੂੰ ਬਾਬਾ ਸਾਹਿਬ ਅੰਬੇਡਕਰ ਦੀ ਮੌਤ ਦਾ ਦੋਸ਼ੀ ਉਸਦੀ ਬ੍ਰਹਮਣ ਜਾਤੀ ਦੇ ਅਧਾਰ 'ਤੇ ਲਗਾਉਂਦੇ ਹਨ। ਸਿੱਖ ਗੁਰੂਆਂ 'ਤੇ ਦੋਸ਼ ਲਗਾਉਣਾ ਇਹਨਾਂ ਦਾ ਦੋਗਲਾਪਨ ਦਿਖਾਉਂਦਾ ਹੈ। ਇਹਨਾਂ ਵਿੱਚੋਂ ਜ਼ਿਆਦਾ ਖੁਦ ਨੂੰ ਬਾਬਾ ਰਵਿਦਾਸ ਜੀ ਜਾਂ ਬਾਬਾ ਕਬੀਰ ਜੀ ਦੇ ਪੈਰੋਕਾਰ ਮੰਨਦੇ ਹਨ। ਪਰ ਇਹ ਨਹੀਂ ਦੱਸਦੇ ਕਿ ਇਨ੍ਹਾਂ ਸੰਤ-ਪੁਰਸ਼ਾਂ ਦੇ ਵਿਆਹ ਆਪਣੀ ਜਾਤੀ ਤੋਂ ਬਾਹਰ ਕਿਉਂ ਨਾ ਹੋਏ? ਚਮਾਰ ਜਾਂ ਜੁਲਾਹਾ ਜਾਤੀ ਨੇ ਭੰਗੀ, ਚੰਡਾਲ ਜਾਂ ਆਦਿਵਾਸੀ ਨਾਲ ਵਿਆਹ ਕਿਉਂ ਨਾ ਕਰਵਾਏ?

3. ਸਿੱਖ ਇਤਿਹਾਸ ਵਿੱਚ ਇੱਕ ਵਿਆਹੁਤਾ ਜੋੜੀ ਦਾ ਵਿਸ਼ੇਸ਼ ਸਥਾਨ ਹੈ। ਇਹ ਹੈ ਤੀਜੇ ਗੁਰੂ, ਗੁਰੂ ਅਮਰਦਾਸ ਜੀ, ਦੀ ਪੁੱਤਰੀ ਬੀਬੀ ਭਾਨੀ ਦਾ (ਗੁਰੂ) ਰਾਮ ਦਾਸ ਜੀ ਨਾਲ ਰਿਸ਼ਤਾ ਕਰਨਾ। ਜੋ ਬਾਅਦ ਵਿੱਚ ਚੌਥੇ ਗੁਰੂ ਬਣੇ। (ਗੁਰੂ) ਰਾਮਦਾਸ ਜੀ ਕੇਵਲ ਸੱਤ ਸਾਲ ਦੇ ਸਨ ਜਦੋਂ ਉਨ੍ਹਾਂ ਦੇ ਸਿਰ

ਤੋਂ ਮਾਤਾ-ਪਿਤਾ ਦਾ ਸਾਇਆ ਉੱਠ ਗਿਆ। ਇਹ ਅਨਾਥ ਬਾਲਕ ਆਪਣਾ ਜਨਮ ਸਥਾਨ ਲਾਹੌਰ ਛੱਡ ਕੇ ਆਪਣੀ ਨਾਨੀ ਕੋਲ ਪਿੰਡ ਬਾਸਰਕੇ (ਅੰਮ੍ਰਿਤਸਰ ਦੇ ਕੋਲ) ਰਹਿਣ ਲੱਗੇ। ਗਰੀਬੀ ਅਤੇ ਤੰਗਹਾਲੀ ਦੀ ਹਾਲਤ ਵਿੱਚ ਉਹ ਆਪਣੀ ਰੋਜ਼ੀ-ਰੋਟੀ ਦੇ ਲਈ ਗਲੀਆਂ ਵਿੱਚ ਛੋਲੇ ਵੇਚ ਕੇ ਗੁਜ਼ਾਰਾ ਕਰਦੇ। ਕੁਝ ਸਾਲ ਬਾਅਦ ਨਾਨੀ ਉਨ੍ਹਾਂ ਨੂੰ ਗੋਇੰਦਵਾਲ ਲੈ ਆਈ, ਜਿੱਥੇ ਗੁਰੂ ਅਮਰਦਾਸ ਜੀ ਦੁਆਰਾ ਨਗਰ ਨਿਰਮਾਣ ਅਤੇ ਸਾਂਝੀ ਬਾਉਲੀ (ਖੂਹ) ਦਾ ਕੰਮ ਵੀ ਜ਼ੋਰਾਂ 'ਤੇ ਚੱਲ ਰਿਹਾ ਸੀ। ਇੱਥੇ ਆ ਕੇ ਵੀ (ਗੁਰੂ) ਰਾਮਦਾਸ ਜੀ ਛੋਲੇ ਵੇਚ ਕੇ ਗੁਜ਼ਾਰਾ ਕਰਦੇ ਅਤੇ ਨਾਲ-ਨਾਲ ਗੁਰੂ ਦੀ ਸੰਗਤ ਕਰਨ ਲੱਗੇ। ਉਹ ਧਾਰਮਿਕ ਕੰਮਾਂ ਅਤੇ ਸਿੱਖ ਸੰਗਤ ਦੀ ਦ੍ਰਿੜਤਾ ਨਾਲ ਸੇਵਾ ਕਰਦੇ। ਗੁਰੂ ਅਮਰਦਾਸ ਜੀ ਨੇ ਨਿਮਰਤਾ ਅਤੇ ਸੇਵਾ ਦੇ ਦੈਵੀ ਗੁਣਾਂ ਨੂੰ ਪਛਾਣ ਕੇ ਆਪਣੀ ਬੇਟੀ ਬੀਬੀ ਭਾਨੀ ਦੇ ਰਿਸ਼ਤੇ ਲਈ ਬਹੁਤ ਹੀ ਗਰੀਬ ਅਤੇ ਅਨਾਥ (ਗੁਰੂ) ਰਾਮ ਦਾਸ ਜੀ ਨੂੰ ਚੁਣਿਆ। ਗੁਣਾਂ ਦੀ ਪਰਖ 'ਤੇ ਆਧਾਰਿਤ ਇਹ ਰਿਸ਼ਤਾ ਸਿੱਖੀ ਦੀ ਮਜ਼ਬੂਤੀ ਲਈ ਨਿਵੇਕਲਾ ਸਾਬਤ ਹੋਇਆ। ਕਿਉਂਕਿ ਅਗਲੇ ਸਾਰੇ ਗੁਰੂ ਗੁਰੂ ਰਾਮਦਾਸ ਜੀ ਦੀ ਸੋਢੀ ਕੁਲ ਵਿੱਚੋਂ ਹੀ ਹੋਏ। ਇਸ ਵਿਸ਼ੇ (ਜਾਂ ਸ਼ੰਕੇ) ਦੇ ਬਾਰੇ ਵਿੱਚ 'ਅਜਰੁ ਜਿਨਿ ਜਰਿਆ' ਅਧਿਆਇ ਵਿੱਚ ਵਿਸਤ੍ਰਿਤ ਚਰਚਾ ਕੀਤੀ ਗਈ ਹੈ। ਪਰ ਹੁਣ ਦੇ ਲਈ ਇਹ ਸਮਝਣਾ ਜ਼ਰੂਰੀ ਹੈ ਕਿ ਸਿੱਖ ਇਤਿਹਾਸ ਦਾ ਸੁਪ੍ਰਸਿੱਧ ਵਿਆਹ ਗੁਣਾਂ ਦੀ ਖੋਜ 'ਤੇ ਆਧਾਰਿਤ ਸੀ।

4. ਗੁਰੂ ਰਾਮਦਾਸ ਜੀ ਅਤੇ ਬੀਬੀ ਭਾਨੀ ਜੀ ਦਾ ਉਹ ਪਹਿਲਾ ਰਿਸ਼ਤਾ ਸੀ ਜਿਸ ਵਿੱਚ ਲੜਕੀ ਅਤੇ ਲੜਕਾ ਦੋਵੇਂ ਵਿਆਹ ਤੋਂ ਪਹਿਲਾਂ ਸਿੱਖੀ ਵਿੱਚ ਪਰਿਪੱਕ ਹੋ ਚੁੱਕੇ ਸਨ। ਗੁਰੂ ਅੰਗਦ ਜੀ ਅਤੇ ਗੁਰੂ ਅਮਰਦਾਸ ਜੀ ਦਾ ਵਿਆਹ ਸਿੱਖ ਸੰਗਤ ਵਿੱਚ ਆਉਣ ਤੋਂ ਪਹਿਲਾ ਹੀ ਹੋ ਚੁੱਕਿਆ ਸੀ। ਗੁਰੂ ਨਾਨਕ ਜੀ ਦੀ ਪਤਨੀ ਮਾਤਾ ਸੁਲੱਖਣੀ ਜੀ ਵੀ ਵਿਆਹ ਤੋਂ ਪਹਿਲਾਂ ਗੁਰੂ ਨਾਨਕ ਜੀ ਦੇ ਮੱਤ ਤੋਂ ਅਣਜਾਣ ਸਨ, ਕਿਉਂਕਿ ਉਹ ਸ਼ੁਰੂਆਤੀ ਸਮਾਂ ਸੀ। ਪੰਜਵੇਂ ਗੁਰੂ ਤੱਕ ਆਉਂਦੇ-ਆਉਂਦੇ ਸਰਬ-ਸਾਂਝਾ ਆਦਿ ਗ੍ਰੰਥ ਤਿਆਰ ਹੋਇਆ, ਜਿਸ ਵਿੱਚ ਵੱਖ-ਵੱਖ ਜਾਤੀ ਮੱਤਾਂ 'ਚੋਂ ਆਉਣ ਵਾਲੇ ਸੰਤ-ਪੁਰਸ਼ ਇਕੱਠੇ ਬੈਠੇ। ਜੋ ਲੋਕ ਸਿੱਖ ਬਣ ਰਹੇ ਸਨ, ਉਹ ਵੀ ਆਪਣੇ ਪਰਿਵਾਰਾਂ ਅਤੇ ਸਮਾਜ ਦੀਆਂ ਕੁਰੀਤੀਆ ਨੂੰ ਤਿਆਗਣ ਦੇ ਕਾਰਨ ਸੰਘਰਸ਼ ਦੇ ਰਾਹ 'ਤੇ ਸਨ। ਇਸੇ ਦੌਰਾਨ ਪੰਜਵੇਂ ਗੁਰੂ ਜੀ ਦੀ ਸ਼ਹਾਦਤ ਹੋਈ ਜਿਸ ਨੇ ਕਮਜ਼ੋਰ ਇਰਾਦੇ ਵਾਲਿਆਂ ਨੂੰ ਸਿੱਖੀ ਵਿੱਚ ਆਉਣ ਤੋਂ ਰੋਕ ਦਿੱਤਾ ਹੋਵੇਗਾ। ਮੁੱਦਾ ਏਕੰਕਾਰ ਦੇ ਹੁਕਮ ਦੀ ਰਹਿਨੁਮਾਈ ਵਿੱਚ ਮਨੁੱਖੀ ਅਧਿਕਾਰਾਂ ਦੇ ਲਈ ਧਰਮ ਸਥਾਪਤ ਕਰਨਾ ਸੀ। ਇਹਨਾਂ ਬੁਨਿਆਦੀ ਮੁੱਦਿਆਂ ਦੇ ਸੰਘਰਸ਼ ਦੇ ਵਿੱਚ ਅੰਤਰ-ਜਾਤੀ ਵਿਆਹ ਕੋਈ ਮੁੱਦਾ ਅਤੇ ਜ਼ਰੂਰਤ ਹੀ ਨਹੀਂ ਸੀ। ਮੁੱਦਾ ਸੰਗਤ-ਪੰਗਤ ਵਰਗੀਆਂ ਉਹਨਾਂ ਸੰਸਥਾਵਾਂ ਨੂੰ ਵਿਕਸਤ ਕਰਨਾ ਸੀ ਜਿਨ੍ਹਾਂ ਦੇ ਸਹਾਰੇ ਨਾ ਸਿਰਫ਼ ਸਮਾਜਿਕ ਪਰਿਵਰਤਨ, ਸਗੋਂ ਸੰਸਕ੍ਰਿਤਕ ਪਰਿਵਰਤਨ ਵੀ ਲਿਆਂਦਾ ਜਾ ਸਕੇ।

5. ਪੁਰਾਤਨ ਕਾਲ ਵਿੱਚ ਪੰਜਾਬ ਵਿੱਚ ਅਕਸਰ ਲੜਕੀ ਵਾਲੇ ਹੀ ਲੜਕੇ ਦੇ ਘਰ ਰਿਸ਼ਤਾ ਲੈ ਕੇ ਜਾਂਦੇ ਸਨ। ਸਿੱਖ ਇਤਿਹਾਸ ਵਿੱਚ ਕਈ ਹਵਾਲੇ ਹਨ ਕਿ ਸੰਗਤ ਵਿੱਚੋਂ ਕਿਸੇ ਆਮ ਸਿੱਖ ਨੇ ਆਪਣੀ ਲੜਕੀ ਦਾ ਰਿਸ਼ਤਾ ਗੁਰੂ ਜਾਂ ਗੁਰੂ-ਸੰਤਾਨ ਦੇ ਲਈ ਰੱਖਿਆ ਜਿਸ ਨੂੰ ਗੁਰੂ ਜੀ ਨੇ ਸਵੀਕਾਰ ਕੀਤਾ। ਸ਼ੰਕਾਵਾਦੀਆਂ ਨੂੰ ਕੋਈ ਅਜਿਹੀ ਉਦਾਹਰਣ ਦੇਣੀ ਚਾਹੀਦੀ ਹੈ ਕਿ ਕਿਸੇ ਪੱਛੜੀ ਜਾਤੀ ਦੀ ਲੜਕੀ ਦਾ ਰਿਸ਼ਤਾ ਆਇਆ ਹੋਵੇ ਤੇ ਗੁਰੂ ਸਾਹਿਬ ਨੇ ਇਨਕਾਰ ਕੀਤਾ ਹੋਵੇ। ਪਰ ਅਜਿਹਾ ਕੋਈ ਹਵਾਲਾ ਨਹੀਂ ਕਿ ਪੱਛੜੀ ਜਾਤੀ ਦੇ ਪਰਿਵਾਰ ਨੇ ਆਪਣੀ ਲੜਕੀ ਦਾ ਰਿਸ਼ਤਾ ਗੁਰੂ ਪਰਿਵਾਰ ਦੇ ਲਈ ਰੱਖਿਆ ਹੋਵੇ। ਹਾਂ ਜਾਂ ਨਾਂਹ ਦਾ ਮੌਕਾ ਹੀ ਨਹੀਂ ਆਇਆ। ਯਕੀਨਨ ਸੋਲ੍ਹਵੀਂ ਜਾਂ ਸਤਾਰਵੀਂ ਸਦੀ ਵਿੱਚ ਇਹ ਕੋਈ ਮੁੱਦਾ ਹੀ ਨਹੀਂ ਸੀ।

6. ਸਿੱਖ ਇਤਿਹਾਸ ਵਿੱਚ ਕੇਵਲ ਇੱਕ ਹੀ ਹਵਾਲਾ ਮਿਲਦਾ ਹੈ ਜਿੱਥੇ ਗੁਰੂ ਜੀ ਨੇ ਕਿਸੇ ਲੜਕੀ ਦਾ ਰਿਸ਼ਤਾ ਠੁਕਰਾਇਆ ਸੀ। ਉਹ ਹੈ ਦੀਵਾਨ ਚੰਦੂ ਲਾਲ 'ਖੱਤਰੀ' ਦੀ ਲੜਕੀ ਦਾ ਰਿਸ਼ਤਾ। ਦੀਵਾਨ ਚੰਦੂ ਲਾਲ ਦੇ ਸਿੱਧੇ ਸੰਬੰਧ ਦਿੱਲੀ ਅਤੇ ਲਾਹੌਰ ਦਰਬਾਰ ਨਾਲ ਸਨ। ਗੁਰੂ ਅਤੇ ਗੁਰੂ-ਪਰਿਵਾਰ ਦੇ ਵਿਆਹ ਹਮੇਸ਼ਾ ਹੀ ਸਾਧਾਰਨ ਪਰਿਵਾਰਾਂ ਵਿੱਚ ਹੋਏ। ਇਹ ਇਕਲੌਤਾ ਨਾਮੀ ਪਰਿਵਾਰ ਦਾ ਰਿਸ਼ਤਾ ਸੀ। ਇਸ ਰਿਸ਼ਤੇ ਨਾਲ ਗੁਰੂਆਂ ਦਾ ਮੁਗਾਲ ਦਰਬਾਰ ਵਿੱਚ ਵੀ ਪ੍ਰਭਾਵ ਵਧ ਸਕਦਾ ਸੀ। ਪਰ ਦਿੱਲੀ ਦੀ ਸੰਗਤ ਤੋਂ ਮਿਲੀ ਜਾਣਕਾਰੀ ਅਤੇ ਸਲਾਹ ਤੋਂ ਚੰਦੂ ਲਾਲ ਦੇ ਜਾਤ-ਹੰਕਾਰੀ ਸੁਭਾਅ ਨੂੰ ਸਿੱਖ ਲਹਿਰ ਦੇ ਖਿਲਾਫ ਪਾਇਆ ਗਿਆ। ਜਿਸ ਕਾਰਨ ਗੁਰੂ ਸਾਹਿਬ ਨੇ ਇਸ ਪ੍ਰਭਾਵਸ਼ਾਲੀ ਪਰਿਵਾਰ ਦਾ ਰਿਸ਼ਤਾ ਠੁਕਰਾ ਦਿੱਤਾ। ਚੰਦੂ ਲਾਲ ਇਸ ਅਪਮਾਨ ਦਾ ਬਦਲਾ ਲੈਣ ਦੀ ਖਾਤਿਰ ਗੁਰੂ ਸਾਹਿਬ ਦੇ ਖਿਲਾਫ ਹਰ ਸੰਭਵ ਸਾਜ਼ਿਸ਼ ਦਾ ਹਿੱਸਾ ਬਣਿਆ ਜੋ ਗੁਰੂ ਅਰਜਨ ਜੀ ਦੀ ਸ਼ਹਾਦਤ ਦੇ ਅੰਜਾਮ ਤੱਕ ਗਿਆ।

ਅੰਤਰਜਾਤੀ ਵਿਆਹ ਦੀ ਉੱਚ ਦਰ ਸਮਾਜਿਕ ਏਕੀਕਰਣ ਦੇ ਉੱਚ ਪੱਧਰ 'ਤੇ ਪਹੁੰਚਣ ਦਾ ਇੱਕ ਸੰਕੇਤ ਹੋ ਸਕਦਾ ਹੈ। ਪਰ ਇਸ ਨੂੰ ਸਫਲ ਬਣਾਉਣ ਲਈ ਅੰਤਰ-ਜਾਤੀ ਮੇਲ-ਜੋਲ ਅਤੇ ਸਮਾਨਤਾ ਭਾਵ ਦਾ ਹੋਣਾ ਜ਼ਰੂਰੀ ਹੈ। ਗੁਰੂ ਨੇ ਸਾਂਝੀ ਸੰਗਤ-ਪੰਗਤ ਦਾ ਜੋ ਪਲੇਟਫਾਰਮ ਦਿੱਤਾ ਉਹ ਸਮਾਜ-ਸੁਧਾਰ ਅਤੇ ਸੰਸਕ੍ਰਿਤਕ ਪਰਿਵਰਤਨ ਦੇ ਹਰ ਦ੍ਰਿਸ਼ਟੀਕੋਣ ਤੋਂ ਜ਼ਰੂਰੀ ਢਾਂਚਾ ਹੈ। ਇਸ ਢਾਂਚੇ ਦੇ ਮਾਧਿਅਮ ਨਾਲ ਸਮਾਜ ਸੁਧਾਰ ਦੇ ਹਰ ਪਹਿਲੂ 'ਤੇ ਕੰਮ ਕੀਤਾ ਜਾ ਸਕਦਾ ਹੈ। ਜੇਕਰ ਸਮਾਜ ਸੁਧਾਰਕਾਂ ਨੂੰ ਅੰਤਰਜਾਤੀ ਵਿਆਹ ਅਹਿਮ ਮੁੱਦਾ ਲੱਗਦਾ ਹੈ, ਤਾਂ ਉਸਦੇ ਲਈ ਵੀ ਖਾਲਸੇ ਦੀ ਸੰਰਚਨਾ ਤੋਂ ਉੱਤਮ ਕੁਝ ਨਹੀਂ।

ਇੱਕ ਪਾਸੇ, ਆਮ ਲੋਕਾਂ ਨੂੰ ਆਪਣੇ ਬੁਨਿਆਦੀ ਅਧਿਕਾਰਾਂ ਦੇ ਪ੍ਰਤੀ ਜਾਗ੍ਰਿਤ ਕਰਨ ਵਾਲੀ ਸੰਰਚਨਾ ਪ੍ਰਦਾਨ ਕਰਨ ਦੇ ਲਈ ਕੁਰਬਾਨੀਆਂ ਭਰਿਆ ਇਤਿਹਾਸ ਹੈ। ਉੱਥੇ ਦੂਸਰੇ ਪਾਸੇ ਈਰਖਾ ਨਾਲ ਭਰੇ ਕੁਝ ਲੋਕ ਸੰਰਚਨਾ-ਨਿਰਮਾਤਾ ਦੇ ਉੱਪਰ ਹੀ ਆਰੋਪ ਲਗਾ ਕੇ ਬ੍ਰਹਮਣਵਾਦੀ ਪ੍ਰਤਿਕ੍ਰਾਂਤੀ ਦਾ ਹਿੱਸਾ ਬਣ ਰਹੇ ਹਨ।

ਸਮਾਜਿਕ ਜਟਿਲਤਾ ਦੀ ਅਣਦੇਖੀ, ਇਤਿਹਾਸ ਦਾ ਸੀਮਤ ਗਿਆਨ ਅਤੇ ਬ੍ਰਾਹਮਣਵਾਦੀ ਚੁੰਗਲ ਦੇ ਅਧੀਨ ਪੈਦਾ ਹੋਏ ਸ਼ੰਕਿਆਂ ਤੋਂ ਬਿਹਤਰ ਉਮੀਦ ਨਹੀਂ ਕੀਤੀ ਜਾ ਸਕਦੀ।

ਗੁਰੂ ਅਰਜਨ ਜੀ ਦੀ ਸ਼ਹਾਦਤ ਤੋਂ ਬਾਅਦ ਜ਼ਰੂਰੀ ਸੰਰਚਨਾਵਾਂ ਦੀ ਸੁਰੱਖਿਆ ਅਤੇ ਵਿਸਤਾਰ ਲਈ ਕ੍ਰਾਂਤੀ ਦਾ ਜੋ ਸਰੂਪ ਦੇਖਣ ਨੂੰ ਮਿਲਿਆ, ਉਸਨੂੰ ਸਮਝਣਾ ਬਹੁਤ ਜ਼ਰੂਰੀ ਹੈ।

ਪਿਛਾ ਫੇਰਿ ਨ ਮੁਹਡੜਾ

ਗੁਰੂ ਅਰਜਨ ਜੀ ਦਾ ਕਤਲ ਕਰਨ ਦਾ ਮਕਸਦ ਤਾਂ ਸਿੱਖ ਲਹਿਰ ਦੀ ਹੋਂਦ ਮਿਟਾਉਣਾ ਸੀ, ਪਰ ਇਸ ਨੇ ਸਿੱਖਾਂ ਨੂੰ ਨਿਰਭਉ ਹੋ ਕੇ ਜਿਉਣਾ ਸਿਖਾਇਆ ਅਤੇ ਸ਼ਹਾਦਤ ਦੀ ਪਰੰਪਰਾ ਨੂੰ ਸਿੱਖ ਪੰਥ ਦੀ ਸਮੂਹਿਕ ਯਾਦਗਾਰ ਦਾ ਅਨਿੱਖੜਵਾਂ ਅੰਗ ਬਣਾ ਦਿੱਤਾ। 'ਜਾਸਾ' ਦਾ ਕਾਨੂੰਨ ਉਲਟਾ ਪੈ ਗਿਆ, ਅਤੇ ਸਿੱਖੀ ਹਮੇਸ਼ਾ ਦੇ ਲਈ ਬਾਗ਼ੀ ਪੈਦਾ ਕਰਨ ਵਾਲੀ ਉਪਜਾਊ ਭੂਮੀ ਬਣ ਗਈ।

ਆਗਾਹਾ ਕੂ ਤ੍ਰਾਘਿ ਪਿਛਾ ਫੇਰਿ ਨ ਮੁਹਡੜਾ॥
ਨਾਨਕ ਸਿਝਿ ਇਵੇਹਾ ਵਾਰ ਬਹੁੜਿ ਨ ਹੋਵੀ ਜਨਮੜਾ॥

(ਗੁਰੂ ਗ੍ਰੰਥ ਸਾਹਿਬ, ਮਹਲਾ ੫, ਅੰਗ 1096)

ਅਰਥ: (ਜੀਵਨ ਨੂੰ) ਅੱਗੇ ਵਧਣ ਦਾ ਉੱਦਮ ਕਰ, ਪਿੱਛੇ ਨੂੰ ਮੋਢਾ ਨਾ ਮੋੜ।
ਹੇ ਨਾਨਕ! ਇਹੀ ਵਾਰੀ ਹੈ ਸਫਲ ਹੋਣ ਦੀ, ਦੁਬਾਰਾ ਜਨਮ ਨਹੀਂ ਹੋਵੇਗਾ।

ਛੇਵੇਂ ਨਾਨਕ ਗੁਰੂ ਹਰਗੋਬਿੰਦ ਜੀ ਨੇ ਸਿੱਖਾਂ ਨੂੰ ਹਥਿਆਰਬੰਦ ਕਰਨਾ ਸ਼ੁਰੂ ਕੀਤਾ। ਪ੍ਰਭੁਸੱਤਾ ਸਭ ਦਾ ਅਧਿਕਾਰ ਹੈ ਅਤੇ ਇਸ ਦਾ ਰਾਹ ਕਿਸੇ 'ਤੇ ਨਿਰਭਰ ਹੋ ਕੇ ਨਹੀਂ, ਖੁਦ ਦੀ ਹੀ ਆਜ਼ਾਦੀ ਨਾਲ ਹੈ। ਸਾਂਝੀ ਪੰਗਤ ਵਿੱਚ ਬੈਠ ਕੇ ਲੰਗਰ ਛਕਣ ਦੀ ਰੀਤ ਨੇ ਪ੍ਰਭੁਸੱਤਾ ਨੂੰ ਸਾਂਝਾ ਉਦੇਸ਼ ਬਣਾਉਣ ਲਈ ਜਮੀਨ ਤਿਆਰ ਕਰ ਦਿੱਤੀ ਸੀ। ਗੁਰੂ ਦੀ ਸ਼ਹਾਦਤ ਨੇ ਨਿਰਾਸ਼ਾਵਾਦੀ ਹੋਣ ਦੀ ਜਗ੍ਹਾ ਪਰਿਵਰਤਨ ਦਾ ਕਾਰਨ ਅਤੇ ਸਮਾਂ ਨਿਰਧਾਰਤ ਕਰ ਦਿੱਤਾ। ਫਿਰ ਵੀ, ਇਹ ਕੋਈ ਸਧਾਰਨ ਪਰਿਵਰਤਨ ਨਹੀਂ ਸੀ। ਜਿਹਨਾਂ ਲੋਕਾਂ ਦੇ ਹੱਥ ਵਿੱਚ ਤਲਵਾਰ ਫੜਾਉਣੀ ਸੀ, ਉਹਨਾਂ ਵਿੱਚੋਂ ਬਹੁਤੇ ਉਸ ਪੱਛੜੇ ਵਰਗ ਤੋਂ ਸਨ ਜਿਹਨਾਂ ਨੇ ਖੁਦ ਹਥਿਆਰ ਉਠਾਉਣਾ ਤਾਂ ਦੂਰ ਦੀ ਗੱਲ ਹੈ, ਉਹ ਕਈ ਪੀੜ੍ਹੀਆਂ ਤੋਂ ਸ਼ਸਤਰਹੀਨ ਹੋਣ ਨੂੰ ਆਪਣੇ ਭਾਗਾ ਮੰਨ ਚੁੱਕੇ ਸਨ। ਇਸ ਪਰਿਵਰਤਨ ਨੂੰ ਤੇਜੀ, ਪਰ ਸਹਿਜਤਾ ਦੇ ਨਾਲ ਕਰਨ ਲਈ ਕਈ ਅਨੋਖੇ ਕਦਮ ਉਠਾਏ ਗਏ।

ਹੁਣ ਸੰਤ-ਸਿਪਾਹੀ ਜੀਵਨ ਦੇ ਰੂਪਾਂਤਰ ਦਾ ਸਮਾਂ ਆ ਗਿਆ ਸੀ। ਗੁਰੂ ਸਾਹਿਬ ਨੇ ਖੁਦ ਦੋ ਤਲਵਾਰਾਂ ਪਹਿਨੀਆਂ, ਨਾਮ ਦਿੱਤਾ-'ਮੀਰੀ ਅਤੇ ਪੀਰੀ'। ਮੀਰੀ ਤੋਂ ਭਾਵ ਇਮਾਨਦਾਰੀ ਨਾਲ ਸੰਸਾਰਿਕ ਸਮਰੱਥਾ ਹਾਸਿਲ ਕਰਨਾ ਹੈ ਜੋ ਚੰਗੇ ਗ੍ਰਹਿਸਥ ਜੀਵਨ ਲਈ ਚਾਹੀਦਾ ਹੈ। ਪੀਰੀ ਤੋਂ ਭਾਵ ਅਧਿਆਤਮਿਕ ਉੱਥਾਨ ਹੈ। ਮੀਰੀ-ਪੀਰੀ ਦੀਆਂ ਦੋ ਤਲਵਾਰਾਂ ਦਾ ਉਦੇਸ਼ ਇਹ ਸਥਾਪਤ ਕਰਨਾ ਸੀ ਕਿ ਸੰਸਾਰਿਕ ਅਤੇ ਅਧਿਆਤਮਿਕ

ਸਮਰੱਥਾ ਦੀ ਪ੍ਰਾਪਤੀ ਕਰਨ ਦੇ ਲਈ ਬਣੇ ਢਾਂਚੇ ਦੀ ਰੱਖਿਆ ਦੇ ਲਈ ਸ਼ਸਤਰਧਾਰੀ ਹੋ ਕੇ ਆਤਮ ਨਿਰਭਰ ਹੋਣਾ ਜ਼ਰੂਰੀ ਹੈ। ਅਧਿਆਤਮਿਕ ਉੱਥਾਨ ਦੀ ਨਿਸ਼ਾਨੀ ਰੂਹਾਨੀ ਗੁਣ ਹਨ। ਜੋ ਇਨਸਾਨ ਕਰਤਾਰ ਦੇ ਹੁਕਮ ਵਿੱਚ ਚੱਲੇਗਾ, ਉਹ ਨਿਸ਼ਚਿਤ ਰੂਪ ਵਿੱਚ ਨਿਰਭਉ ਦੇ ਗੁਣ ਨੂੰ ਧਾਰਨ ਕਰਕੇ ਅੱਤਿਆਚਾਰ ਅਤੇ ਅਸਮਾਨਤਾ ਦੇ ਖਿਲਾਫ ਖੜ੍ਹਾ ਹੋਵੇਗਾ। ਸੱਚੇ ਮਾਰਗਾ 'ਤੇ ਚੱਲਣ ਵਾਲਿਆਂ ਦਾ ਮਾਰਗਾ ਹਮੇਸ਼ਾ ਔਖਾ ਹੁੰਦਾ ਹੈ। ਜ਼ਾਲਮਾਂ ਦੇ ਵੱਲੋਂ ਪਰੇਸ਼ਾਨ ਕਰਨਾ ਜਾਂ ਹਮਲਾ ਕਰਨਾ ਆਮ ਗੱਲ ਹੁੰਦੀ ਹੈ। ਅਜਿਹੇ ਵਿੱਚ ਸੰਤ ਦਾ ਸਿਪਾਹੀ ਹੋਣਾ ਵੀ ਜ਼ਰੂਰੀ ਬਣ ਜਾਂਦਾ ਹੈ। ਸਿੱਖੀ ਵਿੱਚ ਅਧਿਆਤਮਿਕ ਉੱਥਾਨ ਦਾ ਰਸਤਾ ਬੋਧੀ ਭਿਕਸ਼ੂਆਂ ਜਾਂ ਜੋਗੀਆਂ ਦੀ ਤਰ੍ਹਾਂ ਗ੍ਰਹਿ-ਤਿਆਗਾ ਅਤੇ ਸ਼ਸਤਰ-ਤਿਆਗਾ ਦਾ ਰਸਤਾ ਨਹੀਂ ਹੈ। ਗੁਰੂ ਨਾਨਕ ਦਾ ਰਸਤਾ ਦੀਨ-ਦੁਨੀਆਂ ਜਾਂ ਸੰਤ-ਸਿਪਾਹੀ ਜਾਂ ਮੀਰੀ-ਪੀਰੀ ਦਾ ਸੁਮੇਲ ਸਿਖਾਉਂਦਾ ਹੈ। ਮੀਰੀ-ਪੀਰੀ ਦਾ ਇਹ ਸੁਮੇਲ ਹੀ ਪ੍ਰਭੁਤਾ ਦੇ ਵੱਲ ਲੈ ਕੇ ਜਾਂਦਾ ਹੈ।

ਸਿੱਖਾਂ ਨੂੰ ਆਦੇਸ਼ ਕੀਤਾ ਗਿਆ ਕਿ ਗੁਰੂ ਦਰਬਾਰ ਵਿੱਚ ਧਨ ਦੀ ਜਗ੍ਹਾ ਘੋੜੇ, ਸ਼ਸਤਰ, ਅਤੇ ਜਵਾਨੀ ਦਾ ਭੇਂਟ ਕਰਨ। ਗੁਰੂ ਖੁਦ ਸਿੱਖਾਂ ਦੇ ਘੋੜਸਵਾਰ ਜਥੇ ਦੇ ਨਾਲ ਜੰਗਲ ਵਿੱਚ ਸ਼ਿਕਾਰ ਖੇਡਣ ਜਾਂਦੇ। ਸ਼ਿਕਾਰੀ ਕੁੱਤੇ ਅਤੇ ਬਾਜ਼ ਉਨ੍ਹਾਂ ਦੇ ਨਾਲ ਹੁੰਦੇ। ਗੁਰੂ ਸਾਹਿਬ ਨੇ ਜੰਗੀ ਕਲਾ ਵਿੱਚ ਨਿਪੁੰਨ ਪਠਾਣਾਂ ਨੂੰ ਆਪਣੀ ਫੌਜ ਵਿੱਚ ਭਰਤੀ ਕੀਤਾ। ਸਾਰੇ ਵਰਗ ਮਿਲ ਕੇ ਜੰਗੀ ਅਭਿਆਸ ਕਰਦੇ ਅਤੇ ਇੱਕ-ਦੂਸਰੇ ਤੋਂ ਸਿੱਖਦੇ। ਸਿੱਖਾਂ ਦਾ ਆਪਣਾ ਮਾਰਸ਼ਲ ਆਰਟ ਵਿਕਸਿਤ ਹੋਇਆ ਜਿਸਨੂੰ ਗਤਕਾ ਕਹਿੰਦੇ ਹਨ।

ਦਰਬਾਰ ਸਾਹਿਬ ਦੇ ਠੀਕ ਸਾਹਮਣੇ ਅਕਾਲ ਬੁੰਗਾ ਬਣਾਇਆ, ਜਿਸ ਨੂੰ ਅਕਾਲ ਤਖ਼ਤ ਵੀ ਕਿਹਾ ਜਾਂਦਾ ਹੈ। ਸਿੱਖਾਂ ਦੇ ਨਿੱਜੀ ਮਸਲੇ ਸਰਕਾਰੀ ਅਦਾਲਤਾਂ ਵਿੱਚ ਨਾ ਹੋ ਕੇ, ਅਕਾਲ ਬੁੰਗਾ ਵਿੱਚ ਮਿਲ ਬੈਠ ਕੇ ਹੋਣ ਲੱਗੇ। ਰਾਜਨੀਤਿਕ ਮਸਲਿਆਂ 'ਤੇ ਗੰਭੀਰ ਚਰਚਾ ਦੇ ਲਈ ਅਕਾਲ ਬੁੰਗਾ ਨੇ ਅਨੁਕੂਲ ਵਿਵਸਥਾ ਪ੍ਰਦਾਨ ਕੀਤੀ। ਅੰਮ੍ਰਿਤਸਰ ਵਿੱਚ ਲੋਹਗੜ੍ਹ ਨਾਮ ਨਾਲ ਰੱਖਿਆਤਮਕ ਕਿਲ੍ਹਾ ਵੀ ਬਣਾਇਆ। ਗੁਰੂ ਹਰਗੋਬਿੰਦ ਸਾਹਿਬ ਨੇ ਗੁਰਬਾਣੀ ਗਾਇਨ ਦੇ ਨਾਲ-ਨਾਲ ਢਾਡੀ-ਵਾਰ ਗਾਇਨ ਨੂੰ ਵੀ ਪ੍ਰਫੁੱਲਤ ਕੀਤਾ। ਢਾਡੀ ਗੀਤਾਂ ਦੁਆਰਾ ਵੀਰ ਯੋਧਿਆਂ ਦੇ ਕਾਰਨਾਮੇ ਜੋਸ਼ੀਲੇ ਅੰਦਾਜ਼ ਨਾਲ ਗਾਏ ਜਾਂਦੇ, ਜਿਸ ਨਾਲ ਸੁਣਨ ਵਾਲੇ ਦੇ ਮਨ ਵਿੱਚ ਵੀ ਵੀਰ-ਰਸ ਭਰ ਜਾਂਦਾ। ਇਹ ਪਰੰਪਰਾ ਅੱਜ ਵੀ ਕਾਇਮ ਹੈ, ਢਾਡੀ ਜਥੇ ਸਿੱਖ ਇਤਿਹਾਸ ਦੀ ਵੀਰਤਾ ਦੀਆਂ ਘਟਨਾਵਾਂ ਨੂੰ ਬੜੇ ਜੋਸ਼ ਨਾਲ ਗੁਰਦੁਆਰਿਆਂ ਵਿੱਚ ਗਾਉਂਦੇ ਹਨ। ਭਾਈ ਨੱਥਾ ਅਤੇ ਭਾਈ ਅਬਦੁੱਲਾ ਗੁਰੂ ਹਰਗੋਬਿੰਦ ਜੀ ਦੇ ਸਮੇਂ ਦੇ ਮਸ਼ਹੂਰ ਢਾਡੀ ਗਾਇਕ ਸਨ। ਉਹਨਾਂ ਦੁਆਰਾ ਲਿਖੀ ਅਤੇ ਗਾਈ ਜਾਣ ਵਾਲੀ ਇਹ ਵਾਰ ਅੱਜ ਵੀ ਬੜੇ ਉਤਸ਼ਾਹ ਨਾਲ ਗਾਈ ਜਾਂਦੀ ਹੈ:

ਦੋ ਤਲਵਾਰਾਂ ਬੱਧੀਆਂ ਇਕ ਮੀਰੀ ਦੀ ਇਕ ਪੀਰੀ ਦੀ,
ਇਕ ਅਜ਼ਮਤ ਦੀ ਇਕ ਰਾਜ ਦੀ,
ਇਕ ਰਾਖੀ ਕਰੇ ਵਜ਼ੀਰੀ ਦੀ,

ਹਿੰਮਤ ਬਾਹਾਂ ਕੋਟ ਗੜੁ ਦਰਵਾਜ਼ਾ ਬਲਖ ਬਖੀਰ ਦੀ,

ਨਾਲ ਸਿਪਾਹੀ ਨੀਲ ਨਲ ਮਾਰ ਦੁਸ਼ਟਾਂ ਕਰੇ ਤਗੀਰ ਜੀ,

ਪੱਗ ਤੇਰੀ ਕਿ ਜਹਾਂਗੀਰ ਦੀ।

(ਭਾਈ ਨੱਥਾ ਭਾਈ ਅਬਦੁੱਲਾ)

ਭਾਈ ਗੁਰਦਾਸ ਨੇ ਸਿੱਖ ਲਹਿਰ ਵਿੱਚ ਆਏ ਇਸ ਪਰਿਵਰਤਨ ਨੂੰ ਬਹੁਤ ਖੂਬਸੁਰਤੀ ਨਾਲ ਲਿਖਿਆ ਹੈ:

ਅਰਜਨ ਕਾਇਆ ਪਲਟਿਕੈ ਮੂਰਤਿ ਹਰਿਗੋਬਿੰਦ ਸਵਾਰੀ।

ਚਲੀ ਪੀੜੀ ਸੋਢੀਆ ਰੂਪੁ ਦਿਖਾਵਣਿ ਵਾਰੋ ਵਾਰੀ।

ਦਲਭੰਜਨ ਗੁਰੁ ਸੂਰਮਾ ਵਡ ਜੋਧਾ ਬਹੁ ਪਰਉਪਕਾਰੀ।

(ਭਾਈ ਗੁਰਦਾਸ: ਵਾਰ 1 ਪਉੜੀ 48)

30 ਮਈ 1606 ਵਿੱਚ ਗੁਰੂ ਅਰਜਨ ਜੀ ਦੀ ਸ਼ਹਾਦਤ ਹੋਈ, 15 ਜੂਨ 1608 ਵਿੱਚ ਅਕਾਲ ਬੁੰਗਾ ਸਥਾਪਿਤ ਹੋਇਆ। ਇਹ ਗੁਰੂ ਹਰਗੋਬਿੰਦ ਜੀ, ਭਾਈ ਗੁਰਦਾਸ ਅਤੇ ਬਾਬਾ ਬੁੱਢਾ ਜੀ ਨੇ ਮਿਲ ਕੇ ਆਪਣੇ ਹੱਥਾਂ ਨਾਲ ਬਣਾਇਆ ਸੀ। ਅਕਾਲ ਬੁੰਗਾ 3.5 ਮੀਟਰ ਉੱਚਾ ਇੱਕ ਸਧਾਰਨ ਮੰਚ ਸੀ, ਜਿਸ 'ਤੇ ਗੁਰੂ ਖੁਦ ਦਰਬਾਰ ਲਗਾ ਕੇ ਬੈਠਦੇ ਸਨ, ਸਿੱਖਾਂ ਦੀਆਂ ਪਟੀਸ਼ਨਾਂ ਪ੍ਰਾਪਤ ਕਰਦੇ ਅਤੇ ਨਿਪਟਾਰਾ ਕਰਦੇ। ਇਹ ਮੰਚ ਦਿੱਲੀ ਦੇ ਮੁਗਲ ਬਾਦਸ਼ਾਹ ਦੇ ਤਖਤ ਤੋਂ ਉੱਚਾ, ਪਰ ਦਰਬਾਰ ਸਾਹਿਬ ਤੋਂ ਨੀਵਾਂ ਸੀ। ਇਹ ਦਰਸਾਉਂਦਾ ਹੈ ਕਿ ਬਿਨਾਂ ਕਿਸੇ ਦੁਨਿਆਵੀ ਰਾਜ ਦੀ ਗੁਲਾਮੀ ਨੂੰ ਸਵੀਕਾਰ ਕੀਤੇ ਸਿੱਖਾਂ ਨੂੰ ਮੀਰੀ (ਦੁਨਿਆਵੀ ਸ਼ਕਤੀ) ਨੂੰ ਹਾਸਿਲ ਕਰਨਾ ਹੈ, ਪਰ ਆਪਣੀ ਸ਼ਕਤੀ ਪੀਰੀ (ਸ਼ਬਦ-ਗੁਰੂ) ਦੇ ਅਧੀਨ ਹੋ ਕੇ ਹੀ ਵਿਕਸਿਤ ਕਰਨੀ ਹੈ।

ਸਿੱਖ ਸਮਾਜ ਵਿੱਚ ਤੇਜ਼ੀ ਨਾਲ ਆਈ ਇਸ ਤਬਦੀਲੀ ਤੋਂ ਵਿਰੋਧੀ ਬੇਖਬਰ ਕਿਵੇਂ ਰਹਿ ਸਕਦੇ ਸਨ। ਇੱਕ ਵਾਰ ਫਿਰ ਚੰਦੂ ਲਾਲ ਨੇ ਜਹਾਂਗੀਰ ਦੇ ਕੰਨ ਭਰੇ ਕਿ ਗੁਰੂ ਦਿੱਲੀ ਸਲਤਨਤ ਦੇ ਲਈ ਖ਼ਤਰਾ ਬਣ ਰਿਹਾ ਹੈ। ਜਹਾਂਗੀਰ ਨੇ ਗੁਰੂ ਹਰਗੋਬਿੰਦ ਜੀ ਨੂੰ ਦਿੱਲੀ ਬੁਲਾਇਆ। ਖਤਰੇ ਨੂੰ ਸਮਝਦੇ ਹੋਏ ਉਹ ਆਪਣੀ ਜਗ੍ਹਾ ਕਿਸੇ ਹੋਰ ਨੂੰ ਭੇਜ ਸਕਦੇ ਸਨ। ਪਰ ਉਹਨਾਂ ਨੇ ਖੁਦ ਹੀ ਜਾਣਾ ਬਿਹਤਰ ਸਮਝਿਆ, ਜਿਸ ਨਾਲ ਸੁਲਤਾਨ ਦੇ ਫੈਸਲੇ ਦਾ ਸਿੱਖਾਂ ਨੂੰ ਪ੍ਰਤੀਕਰਮ ਦੇਣ ਦਾ ਮੌਕਾ ਮਿਲ ਸਕੇ। ਗੁਰੂ ਸਾਹਿਬ ਨੂੰ ਪੂਰਾ ਯਕੀਨ ਸੀ ਕਿ ਪ੍ਰਤੀਕਰਮ ਦੇ ਨਤੀਜਿਆਂ ਨਾਲ ਸਿੱਖਾਂ ਵਿੱਚ ਆਤਮ-ਵਿਸ਼ਵਾਸ ਵਧੇਗਾ। ਅਜਿਹਾ ਹੀ ਹੋਇਆ।

ਜਹਾਂਗੀਰ ਨੇ ਗੁਰੂ ਹਰਗੋਬਿੰਦ ਜੀ ਨੂੰ ਗਵਾਲੀਅਰ ਦੇ ਕਿਲ੍ਹੇ ਵਿੱਚ ਕੈਦ ਕਰ ਦਿੱਤਾ। ਗਵਾਲੀਅਰ ਦਾ ਕਿਲਾ ਰਾਜਸੀ ਕੈਦੀਆਂ ਦੇ ਲਈ ਨਿਰਧਾਰਿਤ ਸੀ। ਗੁਰੂ ਸਾਹਿਬ ਦੀ ਕੈਦ ਦੀ ਖ਼ਬਰ ਸੁਣ ਕੇ ਸਿੱਖਾਂ ਵਿੱਚ ਬੇਚੈਨੀ ਵਧਣ ਲੱਗੀ। ਭਾਈ ਗੁਰਦਾਸ ਅਤੇ ਬਾਬਾ ਬੁੱਢਾ ਜੀ ਵਰਗੇ ਆਗੂਆਂ ਦੀ ਅਗਵਾਈ ਹੇਠ ਸਿੱਖਾਂ ਦੇ ਛੋਟੇ-ਛੋਟੇ ਜਥੇ ਬਣਨੇ ਸ਼ੁਰੂ ਹੋ ਗਏ। ਇਹ ਜਥੇ ਵਾਰੀ-ਵਾਰੀ ਬਿਨਾ ਕਿਸੇ ਡਰ ਦੇ ਪੰਜਾਬ ਤੋਂ ਗਵਾਲੀਅਰ ਨੂੰ ਰਵਾਨਾ

ਹੁੰਦੇ। ਕਿਲ੍ਹੇ ਦੇ ਬਾਹਰ ਸਿੱਖ ਬੈਠ ਕੇ ਗੁਰਬਾਣੀ ਗਾਇਨ ਕਰਦੇ ਅਤੇ ਦੀਵਾਰ ਨੂੰ ਹੀ ਮੱਥਾ ਟੇਕ ਕੇ ਵਾਪਸ ਆ ਜਾਂਦੇ। ਇਹ ਸਿਲਸਿਲਾ ਜਾਰੀ ਰਿਹਾ। ਕਿਲ੍ਹੇ ਦਾ ਦਰੋਗਾ ਹਰੀ ਰਾਮ ਖੁਦ ਵੀ ਗੁਰੂ ਸਾਹਿਬ ਦਾ ਮੁਰੀਦ ਹੋ ਗਿਆ ਸੀ। ਕਿਲ੍ਹੇ ਦੇ ਅੰਦਰ ਬਾਕੀ ਕੈਦੀਆਂ ਦੇ ਲਈ ਗੁਰੂ ਜੀ ਦੀ ਮੌਜੂਦਗੀ ਰਾਹਤ ਭਰੀ ਸੀ। ਜਹਾਂਗੀਰ ਨੂੰ ਸਾਰੀਆਂ ਖ਼ਬਰਾਂ ਪਹੁੰਚ ਰਹੀਆਂ ਸਨ।

ਸਿਆਸੀ ਸਮੀਕਰਣ ਵੀ ਬਦਲਣ ਲੱਗ ਗਏ ਸਨ। ਹੁਣ ਜਹਾਂਗੀਰ ਦੀ ਬਾਦਸ਼ਾਹਤ ਨੂੰ ਅੰਦਰੂਨੀ ਚੁਣੌਤੀ ਦੀ ਚਿੰਤਾ ਨਹੀਂ ਸੀ। ਰਾਜਪੁਤਾਨੇ, ਗੁਜਰਾਤ, ਕਾਠੀਆਵਾੜ ਅਤੇ ਦੱਖਣ ਦੇ ਬਾਹਰੀ ਰਾਜਸੀ ਝਮੇਲਿਆਂ ਨੇ ਜਹਾਂਗੀਰ ਨੂੰ ਉਲਝਾ ਦਿੱਤਾ ਸੀ। ਸਿੱਖਾਂ ਦੀ ਵਧਦੀ ਬੇਚੈਨੀ ਅੰਦੋਲਨ ਦਾ ਰੂਪ ਲੈ ਰਹੀ ਸੀ। ਜਹਾਂਗੀਰ ਪੰਜਾਬ ਵਿੱਚ ਨਵਾਂ ਮੋਰਚਾ ਖੋਲ੍ਹਣ ਦੀ ਸਥਿਤੀ ਵਿੱਚ ਨਹੀਂ ਸੀ। ਉਸ ਨੂੰ ਹੁਣ ਕੱਟੜ ਇਸਲਾਮਿਕ ਤਾਕਤਾਂ ਦੇ ਸਾਥ ਨਾਲੋਂ ਰਾਜਨੀਤਿਕ ਸਥਿਰਤਾ ਦੀ ਜ਼ਰੂਰਤ ਸੀ ਜਿਸ ਦੇ ਲਈ ਸਭ ਦੇ ਨਾਲ ਤਾਲਮੇਲ ਬਣਾ ਕੇ ਚੱਲਣਾ ਸੀ।

ਜਹਾਂਗੀਰ ਨੇ 1611 ਵਿੱਚ ਨੂਰ ਜਹਾਂ ਨਾਲ ਨਿਕਾਹ ਕੀਤਾ, ਜੋ ਖੁਦ ਸਾਈਂ ਮੀਆਂ ਮੀਰ ਤੋਂ ਪ੍ਰਭਾਵਿਤ ਸੀ। ਸਾਈਂ ਮੀਆਂ ਮੀਰ ਨੇ ਦਿੱਲੀ ਦਰਬਾਰ ਵਿੱਚ ਗੁਰੂ ਸਾਹਿਬ ਦੇ ਪੱਖ ਵਿੱਚ ਅਸਰਦਾਰ ਭੂਮਿਕਾ ਨਿਭਾਈ। ਇਸ ਸਭ ਦੇ ਪਿਛੋਕੜ ਵਿੱਚ ਜਹਾਂਗੀਰ ਨੇ ਗੁਰੂ ਸਾਹਿਬ ਅਤੇ ਸਿੱਖਾਂ ਦੇ ਨਾਲ ਚੰਗੇ ਸਬੰਧ ਬਣਾਉਣ ਲਈ ਕੁਝ ਅਜਿਹੇ ਫੈਸਲੇ ਉਠਾਏ ਜੋ ਅਸਾਧਾਰਨ ਅਤੇ ਇਤਿਹਾਸਕ ਸਨ। ਜਕੀਨਨ ਇਨ੍ਹਾਂ ਫੈਸਲਿਆਂ ਦੇ ਪਿੱਛੇ ਨੂਰ ਜਹਾਂ ਦੀ ਸਮਝ ਦਾ ਪ੍ਰਭਾਵ ਸੀ।

ਜਹਾਂਗੀਰ ਨੇ ਗੁਰੂ ਹਰਗੋਬਿੰਦ ਜੀ ਨੂੰ ਗਵਾਲੀਅਰ ਦੇ ਕਿਲ੍ਹੇ ਤੋਂ ਰਿਹਾਈ ਦਾ ਫਰਮਾਨ ਜਾਰੀ ਕੀਤਾ। ਪਰ ਗੁਰੂ ਸਾਹਿਬ ਨੇ ਕਿਲ੍ਹੇ ਦੇ ਸਾਰੇ ਰਾਜਸੀ ਕੈਦੀਆਂ ਨੂੰ ਛੱਡਣ ਦੀ ਸ਼ਰਤ 'ਤੇ ਹੀ ਨਿਕਲਣਾ ਮੰਜੂਰ ਕੀਤਾ, ਜਿਨ੍ਹਾਂ ਦੀ ਕੁੱਲ ਗਿਣਤੀ ਬਵੰਜਾ ਸੀ। ਜਹਾਂਗੀਰ ਨੇ ਇਹ ਵੀ ਮੰਨ ਲਿਆ। ਇਨ੍ਹਾਂ 52 ਰਾਜਸੀ ਕੈਦੀਆਂ ਵਿੱਚੋ ਜ਼ਿਆਦਾਤਰ ਰਾਜਪੁਤ ਰਜਵਾੜੇ ਸਨ। ਸਾਰੇ ਕੈਦੀਆਂ ਨੂੰ ਬੰਦੀ 'ਚੋਂ ਛੁਡਵਾ ਕੇ ਗੁਰੂ ਸਾਹਿਬ ਦੇ ਕਿਲ੍ਹੇ ਤੋਂ ਬਾਹਰ ਆਉਣ ਦਾ ਦਿਨ 1619 ਦੀ ਦੀਵਾਲੀ ਦੇ ਆਸ-ਪਾਸ ਦਾ ਸੀ। ਸਾਰਿਆਂ ਨੂੰ ਬੰਧਨ-ਮੁਕਤ ਕਰਾਉਣ ਦੇ ਗੁਣ ਲਈ ਸਿੱਖ ਆਪਣੇ ਗੁਰੂ ਨੂੰ ਯਾਦ ਕਰਦੇ ਹਨ। ਇਸ ਲਈ ਸਿੱਖ-ਜਗਤ ਵਿੱਚ ਦੀਵਾਲੀ ਨੂੰ ਬੰਦੀ-ਛੋੜ ਦਿਵਸ ਦੇ ਰੂਪ ਵਿੱਚ ਮਨਾਇਆ ਜਾਂਦਾ ਹੈ।

ਇੱਕ ਪਾਸੇ ਜਹਾਂਗੀਰ ਨੇ ਗੁਰੂ ਹਰਗੋਬਿੰਦ ਜੀ ਨੂੰ ਰਿਹਾ ਕੀਤਾ, ਉੱਥੇ ਬਾਅਦ ਵਿੱਚ ਸ਼ੇਖ ਅਹਿਮਦ ਸਰਹਿੰਦੀ ਨੂੰ ਗਵਾਲੀਅਰ ਦੇ ਕਿਲ੍ਹੇ ਵਿੱਚ ਸੰਨ 1619 ਵਿੱਚ ਹੀ ਕੈਦ ਕਰ ਦਿੱਤਾ ਗਿਆ। ਇਤਿਹਾਸਕਾਰਾਂ ਨੇ ਸ਼ੇਖ ਅਹਿਮਦ ਸਰਹਿੰਦੀ ਨੂੰ ਕੈਦ ਕਰਨ ਦੀ ਵਜਾ ਉਸਦਾ ਸ਼ੀਆ ਮੁਸਲਮਾਨਾਂ ਦੇ ਖਿਲਾਫ ਨਫ਼ਰਤੀ ਰੁਖ ਅਤੇ ਹਜ਼ਰਤ ਮੁਹੰਮਦ ਸਾਹਿਬ ਦੀ ਬਰਾਬਰੀ ਕਰਨ ਦਾ ਆਰੋਪ ਮੰਨਿਆ ਹੈ। ਪਰ ਗੁਰੂ ਹਰਗੋਬਿੰਦ ਜੀ ਦੀ ਰਿਹਾਈ ਅਤੇ ਸ਼ੇਖ ਅਹਿਮਦ ਸਰਹਿੰਦੀ ਦੀ ਕੈਦ ਦਾ ਇੱਕ ਜਗ੍ਹਾ (ਗਵਾਲੀਅਰ ਦਾ ਕਿਲ੍ਹਾ) ਅਤੇ ਲਗਭਗ ਇੱਕ ਹੀ ਸਮੇਂ ਵਿੱਚ ਹੋਣਾ ਜਹਾਂਗੀਰ ਦੀ ਬਹੁ-ਪੱਖੀ ਕੂਟਨੀਤੀ ਦਾ ਹਿੱਸਾ ਹੋ ਸਕਦਾ ਹੈ।

ਲਾਹੌਰ ਦਾ ਸੂਬੇਦਾਰ ਮੁਰਤਜ਼ਾ ਖਾਨ ਸੰਨ 1616 ਵਿੱਚ ਮਰ ਚੁੱਕਾ ਸੀ। ਜਹਾਂਗੀਰ ਨੂੰ ਇਸ ਗੱਲ ਦਾ ਅਹਿਸਾਸ ਹੋ ਗਿਆ ਸੀ ਕਿ ਉਸਨੂੰ ਖੁਸਰੋ ਦੀ ਬਗਾਵਤ ਵਿੱਚ ਗੁਰੂ ਅਰਜਨ ਦਾ ਸਾਥ ਦੇਣ ਦੀਆਂ ਜੋ ਖ਼ਬਰਾਂ ਪਹੁੰਚਾਈਆਂ ਸਨ ਉਹ ਝੂਠੀਆਂ ਸਨ ਜਿਸ ਦੀ ਪਟਕਥਾ ਦੀਵਾਨ ਚੰਦੂ ਨੇ ਲਿਖੀ ਸੀ। ਜਨ-ਸਧਾਰਨ ਦੀ ਮਾਨਸਿਕਤਾ ਵਿੱਚ ਵੀ ਚੰਦੂ ਹੀ ਮੁੱਖ ਦੋਸ਼ੀ ਸੀ। ਚੰਦੂ ਲਾਲ ਹਵਾਵਾਂ ਦਾ ਰੁਖ ਵੇਖਦੇ ਹੋਏ ਇਸਲਾਮ ਧਾਰਨ ਕਰਕੇ ਚੰਦੂ ਸ਼ਾਹ ਬਣ ਚੁੱਕਾ ਸੀ। ਪਰ ਇਸ ਸਭ ਦਾ ਕੋਈ ਅਸਰ ਨਹੀਂ ਹੋਇਆ, ਜਹਾਂਗੀਰ ਨੇ ਦੀਵਾਨ ਚੰਦੂ ਸ਼ਾਹ ਖੱਤਰੀ ਨੂੰ ਲਾਹੌਰ ਦੇ ਸਿੱਖਾਂ ਦੇ ਹਵਾਲੇ ਕਰ ਦਿੱਤਾ। ਉਹ ਚਾਹੁੰਦਾ ਤਾਂ ਉਸ ਨੂੰ ਖੁਦ ਵੀ ਗ੍ਰਿਫ਼ਤਾਰ ਕਰ ਸਕਦਾ ਸੀ ਜਾਂ ਮੌਤ ਦੀ ਸਜ਼ਾ ਦੇ ਸਕਦਾ ਸੀ, ਪਰ ਉਸ ਨੇ ਉੱਚ ਕੋਟੀ ਦੇ ਸਰਕਾਰੀ ਅਧਿਕਾਰੀ ਨੂੰ ਸਿੱਖਾਂ ਦੇ ਹਵਾਲੇ ਕਰਨਾ ਠੀਕ ਸਮਝਿਆ।

ਇਹ ਇਸ ਤਰ੍ਹਾਂ ਹੈ ਮੰਨੋ ਭਾਰਤ ਸਰਕਾਰ 1984 ਸਿੱਖ ਨਸਲਕੁਸ਼ੀ ਦੇ ਮੁੱਖ ਦੋਸ਼ੀਆਂ ਨੂੰ ਦਿੱਲੀ ਦੇ ਸਿੱਖਾਂ ਦੇ ਹਵਾਲੇ ਕਰ ਦੇਵੇ, ਜਾਂ ਗੁਜਰਾਤ 2002 ਮੁਸਲਮਾਨਾਂ ਦੀ ਹੱਤਿਆ ਦੇ ਮੁੱਖ ਦੋਸ਼ੀਆਂ ਨੂੰ ਅਹਿਮਦਾਬਾਦ ਦੇ ਮੁਸਲਿਮਾਂ ਦੇ ਹਵਾਲੇ ਕਰ ਕੇ ਉਹਨਾਂ ਨੂੰ ਸਜ਼ਾ ਦੇਣ ਦਾ ਅਧਿਕਾਰ ਦੇਵੇ। ਇਹ ਅਸੰਭਵ ਲੱਗ ਸਕਦਾ ਹੈ, ਪਰ ਜਹਾਂਗੀਰ ਨੇ ਅਜਿਹਾ ਹੀ ਕੀਤਾ।

ਲਾਹੌਰ ਦੇ ਲੋਕਾਂ ਨੇ ਚੰਦੂ ਦਾ ਮੂੰਹ ਕਾਲਾ ਕਰ ਕੇ ਉਸਨੂੰ ਸ਼ਹਿਰ ਵਿੱਚ ਘੁਮਾਇਆ। ਹਿੰਦੂ, ਮੁਸਲਮਾਨ, ਸਿੱਖ, ਹਰ ਕਿਸੇ ਨੇ ਉਸ ਦੇ ਮੂੰਹ 'ਤੇ ਥੁੱਕਿਆ। ਅੰਤ ਵਿੱਚ ਉਸ ਦੇ ਸਿਰ ਉੱਤੇ ਵੀ ਉਸੇ ਤਰ੍ਹਾਂ ਗਰਮ ਰੇਤ ਪਾਈ ਜਿਸ ਤਰ੍ਹਾਂ ਉਸਨੇ ਗੁਰੂ ਅਰਜਨ ਜੀ ਦੇ ਉੱਤੇ ਪਵਾਈ ਸੀ। ਚੰਦੂ ਸ਼ਾਹ ਖੱਤਰੀ ਬੇਇੱਜ਼ਤ ਹੋ ਕੇ ਬੁਰੀ ਮੌਤ ਮਰਿਆ।

ਗੁਰੂ ਨੇ ਸਿੱਖਾਂ ਨੂੰ ਮੀਰੀ-ਪੀਰੀ ਦੇ ਸਿਧਾਂਤ ਨੂੰ ਜ਼ਮੀਨ ਉੱਤੇ ਫਲਦਾ ਹੋਇਆ ਦਿਖਾ ਦਿੱਤਾ ਸੀ। ਸੰਗਠਿਤ ਨਿਜ ਬਲ ਦੀ ਕੂਟਨੀਤਕ ਅਹਿਮੀਅਤ ਨੂੰ ਸਿੱਖਾਂ ਨੇ ਅਨੁਭਵ ਕਰ ਲਿਆ ਸੀ। ਸ਼ਹਾਦਤ ਵਿੱਚੋਂ ਨਵਾਂ ਜੀਵਨ ਪਾਉਣ ਦੀ ਸਿੱਖਿਆ ਲੈ ਲਈ ਸੀ। ਕੁਰਬਾਨੀਆਂ ਅਤੇ ਸ਼ਹਾਦਤਾਂ ਦੇ ਪੜ੍ਹਾਅ ਤੋਂ ਸਿਖਰ ਉਥਾਨ ਨੂੰ ਹਾਸਿਲ ਕਰਨ ਦਾ ਅਜੇ ਬਹੁਤ ਲੰਮਾ ਸਫ਼ਰ ਬਾਕੀ ਸੀ।

ਸਿੱਖ ਇਤਿਹਾਸ ਦੀ ਪਹਿਲੀ ਜੰਗ ਦੀ ਵਜ੍ਹਾ ਸਿੱਖਾਂ ਦੁਆਰਾ ਸਵੈ-ਮਾਣ ਦੀ ਰਾਖੀ ਬਣਿਆ। ਸੰਨ 1628 ਵਿੱਚ ਸ਼ਾਹਜਹਾਂ ਦਿੱਲੀ ਦਰਬਾਰ ਤੇ ਬੈਠਾ। ਸੰਨ 1628 ਵਿੱਚ ਹੀ ਲਾਹੌਰ ਵਿੱਚ ਸਿੱਖਾਂ ਦੀ ਧਰਮਸ਼ਾਲਾ ਅਤੇ ਬਾਉਲੀ ਨੂੰ ਲਾਹੌਰ ਦੇ ਸੂਬੇਦਾਰ ਦੁਆਰਾ ਤੋੜ-ਫੋੜ ਕੀਤਾ ਗਿਆ। ਇਸ ਤੋਂ ਬਾਅਦ ਇੱਕ ਵਾਰ ਸਿੱਖਾਂ ਦੇ ਇੱਕ ਜੱਥੇ ਦਾ ਜੰਗਲ ਵਿੱਚ ਸ਼ਿਕਾਰ ਖੇਡਦੇ ਹੋਏ ਸ਼ਾਹੀ ਫੌਜ ਨਾਲ ਟਕਰਾਅ ਹੋ ਗਿਆ। ਇੱਕ ਬਾਜ਼ ਨੂੰ ਲੈ ਕੇ ਝੜਪ ਹੋ ਗਈ ਜਿਸ ਵਿੱਚ ਸ਼ਾਹੀ ਫੌਜ ਨੂੰ ਮੂੰਹ ਦੀ ਖਾਣੀ ਪਈ। ਸਿੱਖਾਂ ਨੇ ਸ਼ਿਕਾਰ ਵਿੱਚ ਜਿੱਤਿਆ ਹੋਇਆ ਬਾਜ਼ ਸ਼ਾਹੀ ਫੌਜ ਦੇ ਹਵਾਲੇ ਕਰਨ ਤੋਂ ਮਨ੍ਹਾ ਕਰ ਦਿੱਤਾ ਸੀ। ਸ਼ਾਹੀ ਫੌਜ ਦੇ ਲਈ ਇਹ ਬੜੀ ਨਾਮੋਸ਼ੀ ਦੀ ਗੱਲ ਸੀ ਕਿ ਆਮ ਸਿੱਖਾਂ ਦੀ ਟੁਕੜੀ ਨੇ ਉਹਨਾਂ ਦੀ ਮੰਗ ਦੇ ਅੱਗੇ ਸਿਰ ਝੁਕਾਉਣ ਤੋਂ ਮਨ੍ਹਾ ਕਰ ਦਿੱਤਾ ਸੀ। ਇਹੀ ਪਹਿਲੀ ਜੰਗ ਦਾ ਕਾਰਨ ਬਣਿਆ।

ਲਾਹੌਰ ਦੇ ਸੁਬੇਦਾਰ ਕੁਲੀਜ ਖਾਨ ਨੇ ਮਈ 1628 ਵਿੱਚ 7000 ਦੀ ਫੌਜ ਦੇ ਨਾਲ ਅੰਮ੍ਰਿਤਸਰ ਦੇ ਉੱਪਰ ਹਮਲਾ ਕਰ ਦਿੱਤਾ, ਜਿਸਦਾ ਉਦੇਸ਼ ਆਮ ਲੋਕਾਂ ਵਿੱਚ ਆਈ ਨਵ-ਜਾਗ੍ਰਿਤੀ ਨੂੰ ਕੁਚਲਣਾ ਸੀ। ਪਰ ਸਿੱਖਾਂ ਦਾ ਉਦੇਸ਼ ਆਪਣੇ ਸਵੈ-ਮਾਣ ਦੇ ਨਾਲ ਨਵੀਂ ਆਜ਼ਾਦ ਜੀਵਨ ਸ਼ੈਲੀ ਦੀ ਰੱਖਿਆ ਸੀ ਜਿਸ ਨੂੰ ਉਹ ਕਿਸੇ ਹਾਲਤ ਵਿੱਚ ਗੁਆਉਣਾ ਨਹੀਂ ਚਾਹੁੰਦੇ ਸਨ। ਗੁਰੂ ਹਰਗੋਬਿੰਦ ਸਾਹਿਬ ਜੀ ਦੀ ਅਗਵਾਈ ਵਿੱਚ ਲੜੀ ਗਈ ਇਸ ਜੰਗ ਵਿੱਚ ਸਿੱਖਾਂ ਨੇ ਆਪਣੀ ਜਾਨ ਦੀ ਬਾਜ਼ੀ ਲਗਾ ਦਿੱਤੀ। ਫੌਜਦਾਰ ਮੁਖਲਿਸ ਖਾਨ ਗੁਰੂ ਜੀ ਦੇ ਵਾਰ ਨਾਲ ਮਾਰਿਆ ਗਿਆ। ਸਿੱਖਾਂ ਦੇ ਜੋਸ਼ ਅਤੇ ਪਵਿੱਤਰ ਉਦੇਸ਼ ਦੇ ਅੱਗੇ ਤਨਖ਼ਾਹ 'ਤੇ ਰੱਖੀ ਮੁਗ਼ਲ ਸੈਨਾ ਟਿਕ ਨਾ ਸਕੀ ਅਤੇ ਸਿੱਖਾਂ ਦੀ ਵੱਡੀ ਜਿੱਤ ਹੋਈ। ਸ਼ਾਹਜਹਾਂ ਨੇ ਇਸ ਹਾਰ ਤੋਂ ਬਾਅਦ ਕੁਲੀਜ ਖਾਨ ਨੂੰ ਲਾਹੌਰ ਦੀ ਸੁਬੇਦਾਰੀ ਤੋਂ ਹਟਾ ਕੇ ਇਨਾਇਤਉੱਲਾ ਖਾਨ ਨੂੰ ਸੁਬੇਦਾਰ ਨਿਯੁਕਤ ਕੀਤਾ। ਇਸ ਜੰਗ ਵਿੱਚ ਕਈ ਪ੍ਰਮੁੱਖ ਸਿੱਖਾਂ ਨੇ ਸ਼ਹਾਦਤ ਦਾ ਜਾਮ ਪੀਤਾ ਜਿਹਨਾਂ ਵਿੱਚ ਭੱਟ ਮਥਰਾ ਅਤੇ ਭੱਟ ਕੀਰਤ ਵੀ ਸਨ ਜਿਨ੍ਹਾਂ ਦੀ ਬਾਣੀ ਗੁਰੂ ਗ੍ਰੰਥ ਸਾਹਿਬ ਵਿੱਚ ਦਰਜ ਹੈ।

ਇਸ ਤੋਂ ਬਾਅਦ ਸਤੰਬਰ 1629 ਵਿੱਚ ਚੰਦੂ ਦੇ ਪੁੱਤਰ ਕਰਮ ਚੰਦ ਅਤੇ ਰਿਸ਼ਤੇਦਾਰ ਭਗਵਾਨ ਦਾਸ ਘੇਰੜ ਨੇ ਜਲੰਧਰ ਦੇ ਫੌਜਦਾਰ ਅਬਦੁੱਲਾ ਖ਼ਾਨ ਦੇ ਨਾਲ ਮਿਲ ਕੇ ਗੁਰੂ ਹਰਗੋਬਿੰਦ ਜੀ ਦੇ ਉੱਪਰ ਹਮਲਾ ਕਰ ਦਿੱਤਾ। ਇਹ ਜੰਗ ਪੰਜਵੇਂ ਗੁਰੂ ਦੇ ਵਸਾਏ ਨਗਰ ਹਰਗੋਬਿੰਦਪੁਰ ਵਿੱਚ ਹੋਈ, ਜਦੋਂ ਗੁਰੂ ਹਰਗੋਬਿੰਦ ਜੀ ਉੱਥੇ ਠਹਿਰੇ ਹੋਏ ਸਨ। ਇਸ ਜੰਗ ਵਿੱਚ ਭਗਵਾਨ ਦਾਸ ਘੇਰੜ, ਕਰਮ ਚੰਦ ਅਤੇ ਅਬਦੁੱਲਾ ਖਾਨ ਮਾਰੇ ਗਏ।

ਜਦੋਂ ਗੁਰੂ ਹਰਗੋਬਿੰਦ ਸਾਹਿਬ ਜੀ ਬਠਿੰਡੇ ਦੇ ਨੇੜੇ ਪਿੰਡ ਮਹਿਰਾਜ ਵਿੱਚ ਸਨ ਤਾਂ ਨਵੰਬਰ 1631 ਵਿੱਚ ਮੁਗਲ ਜਰਨੈਲ ਲਾਲਾ ਬੇਗ ਅਤੇ ਕਮਰ ਬੇਗ ਨੇ ਹਮਲਾ ਕਰ ਦਿੱਤਾ। ਦੋਨੋਂ ਜਰਨੈਲ ਮਾਰੇ ਗਏ, ਅਤੇ ਸਿੱਖਾਂ ਦੀ ਨਿਰਣਾਇਕ ਜਿੱਤ ਹੋਈ।

ਅਪ੍ਰੈਲ 1635 ਵਿੱਚ ਗੁਰੂ ਸਾਹਿਬ ਕਰਤਾਰਪੁਰ (ਜਲੰਧਰ ਦੇ ਨੇੜੇ) ਵਿੱਚ ਸਨ, ਇਹ ਨਗਰ ਵੀ ਪੰਜਵੇਂ ਗੁਰੂ ਨੇ ਵਸਾਇਆ ਸੀ। ਇਸ ਵਾਰ ਸ਼ਾਹਜਹਾਂ ਦੇ ਨਿਰਦੇਸ਼ 'ਤੇ ਸੂਬਾ ਲਾਹੌਰ ਦੇ ਫ਼ੌਜਦਾਰ ਕਾਲੇ ਖ਼ਾਨ ਅਤੇ ਜਲੰਧਰ ਦੇ ਫ਼ੌਜਦਾਰ ਕੁਤਬ ਖ਼ਾਨ ਨੇ ਵੱਡੀ ਫ਼ੌਜ ਦੇ ਨਾਲ ਹਮਲਾ ਕੀਤਾ। ਪੈਂਦੇ ਖਾਨ ਵੀ ਨਾਲ ਸੀ ਜੋ ਕਿਸੇ ਸਮੇਂ ਗੁਰੂ ਹਰਗੋਬਿੰਦ ਜੀ ਦੀ ਹੀ ਫ਼ੌਜ ਵਿੱਚ ਸੀ। ਅੰਮ੍ਰਿਤਸਰ ਦੀ ਪਹਿਲੀ ਜੰਗ ਦੀ ਜਿੱਤ ਵਿੱਚ ਪੈਂਦੇ ਖਾਨ ਦਾ ਅਹਿਮ ਯੋਗਦਾਨ ਸੀ। ਉਸ ਨੂੰ ਹੰਕਾਰ ਹੋ ਗਿਆ ਕਿ ਸਿੱਖਾਂ ਦੀ ਜਿੱਤ ਉਸ ਦੀ ਬਹਾਦਰੀ ਕਰਕੇ ਹੋਈ ਹੈ। ਇਸੇ ਹੰਕਾਰ ਦੇ ਚੱਲਦੇ ਉਹ ਗੁਰੂ ਹਰਿਗੋਬਿੰਦ ਜੀ ਤੋਂ ਦੂਰ ਹੋ ਕੇ ਦੁਸ਼ਮਣਾਂ ਨਾਲ ਜਾ ਮਿਲਿਆ। ਸਿੱਖਾਂ ਨੇ ਬਹੁਤ ਹੀ ਘੱਟ ਗਿਣਤੀ ਦੇ ਬਾਵਜੂਦ ਸ਼ਾਨਦਾਰ ਜਿੱਤ ਹਾਸਿਲ ਕੀਤੀ। ਕਾਲੇ ਖਾਨ ਅਤੇ ਕੁਤਬ ਖਾਨ ਸਮੇਤ ਸਾਰੇ ਪ੍ਰਮੁੱਖ ਫੌਜਦਾਰ ਮਾਰੇ ਗਏ। ਪੈਂਦੇ ਖਾਨ ਵੀ ਗੁਰੂ ਜੀ ਦੇ ਜ਼ੋਰਦਾਰ ਵਾਰ ਕਾਰਨ ਡਿੱਗ ਗਿਆ। ਗੁਰੂ ਸਾਹਿਬ ਨੇ ਉਸਦਾ ਸਿਰ ਆਪਣੀ ਗੋਦ ਵਿੱਚ ਰੱਖਿਆ ਅਤੇ ਧੁੱਪ ਵਿੱਚ ਆਪਣੀ ਢਾਲ ਨਾਲ ਉਸਨੂੰ ਛਾਂ ਕੀਤੀ। ਪੈਂਦੇ ਖਾਨ ਨੇ ਗੁਰੂ ਜੀ ਤੋਂ ਆਪਣੀ ਗਲਤੀ ਦੀ ਮੁਆਫੀ ਮੰਗੀ ਅਤੇ ਗੁਰੂ ਦੀ ਗੋਦ ਵਿੱਚ ਪ੍ਰਾਣ ਤਿਆਗ ਦਿੱਤੇ। ਇਸ ਜੰਗ

ਵਿੱਚ ਤਕਰੀਬਨ 700 ਸਿੱਖਾਂ ਦੀ ਸ਼ਹਾਦਤ ਹੋਈ ਅਤੇ ਕਈ ਹਜ਼ਾਰ ਮੁਗ਼ਲ ਸੈਨਾ ਨੇ ਆਪਣੀ ਜਾਨ ਗਵਾਈ। ਗੁਰੂ ਹਰਗੋਬਿੰਦ ਜੀ ਦੇ ਛੋਟੇ ਪੁੱਤਰ, ਚੌਦਾਂ ਸਾਲ ਦੇ ਤਿਆਗ ਮੱਲ ਜੀ, ਨੇ ਇਸ ਯੁੱਧ ਵਿੱਚ ਆਪਣੀ ਤਲਵਾਰ (ਤੇਗ) ਨਾਲ ਕਮਾਲ ਦੇ ਜੌਹਰ ਦਿਖਾਏ। ਪਿਤਾ ਨੇ ਖ਼ੁਸ਼ ਹੋ ਕੇ ਉਨ੍ਹਾਂ ਦਾ ਨਾਂ ਤਿਆਗ ਮੱਲ ਤੋਂ ਤੇਗ ਬਹਾਦਰ ਰੱਖ ਦਿੱਤਾ ਜੋ ਅੱਗੇ ਚੱਲ ਕੇ ਸਿੱਖਾਂ ਦੇ ਨੌਵੇਂ ਗੁਰੂ ਹੋਏ।

ਇਹਨਾਂ ਸਾਰੀਆਂ ਜੰਗਾਂ ਵਿੱਚ ਸਿੱਖ ਕਦੇ ਵੀ ਹਮਲਾਵਰ ਨਹੀਂ ਹੋਏ ਅਤੇ ਨਾ ਹੀ ਕਿਸੇ ਦੀ ਜ਼ਮੀਨ 'ਤੇ ਕਬਜ਼ਾ ਕੀਤਾ। ਆਪਣੇ ਘਰ ਅਤੇ ਨਗਰ 'ਤੇ ਹੋਏ ਹਮਲੇ ਦੀ ਆਤਮ-ਰੱਖਿਆ ਦੇ ਲਈ ਜਵਾਬੀ ਕਰਵਾਈ ਕੀਤੀ। ਪੁਜਾਰੀਆਂ, ਰਜਵਾੜਿਆਂ, ਨੌਕਰਸ਼ਾਹਾਂ ਅਤੇ ਜ਼ਿਮੀਂਦਾਰਾਂ ਨੂੰ ਆਮ ਲੋਕਾਂ 'ਤੇ ਆਪਣਾ ਨਿਯੰਤਰਣ ਗੁਆਚਦਾ ਹੋਇਆ ਦਿੱਖ ਰਿਹਾ ਸੀ। ਇਹਨਾਂ ਫ਼ੌਜੀ ਹਮਲਿਆਂ ਦਾ ਕਾਰਨ ਸਮਾਜ ਵਿੱਚ ਆ ਰਹੀ ਨਵੀਂ ਜਾਗ੍ਰਿਤੀ ਨੂੰ ਹਮੇਸ਼ਾ ਦੇ ਲਈ ਕੁਚਲਣਾ ਸੀ। ਪਰ ਸੱਚੇ ਗੁਰੂ ਦੀ ਅਗਵਾਈ ਵਿੱਚ ਇਹ ਉਸ ਅਨੁਭਵ ਦਾ ਹਿੱਸਾ ਬਣ ਗਿਆ ਜਿਸ ਨਾਲ ਹੋਰ ਗੰਭੀਰ ਹਾਲਾਤਾਂ ਵਿੱਚ ਆਤਮ-ਸਨਮਾਨ ਦੀ ਰੱਖਿਆ ਕੀਤੀ ਜਾਣੀ ਸੀ। ਸੰਦੇਹਵਾਦੀਆਂ ਨੂੰ ਇਸ 'ਤੇ ਚਿੰਤਨ ਜ਼ਰੂਰ ਕਰਨਾ ਚਾਹੀਦਾ ਕਿ ਆਮ ਜਨਤਾ ਨੂੰ ਭਗਤੀ ਅਤੇ ਸ਼ਕਤੀ ਦੇ ਸੁਮੇਲ ਦਾ ਜ਼ਰੂਰੀ ਅਨੁਭਵ ਪਹਿਲਾਂ ਕਿਉਂ ਨਹੀਂ ਮਿਲ ਸਕਿਆ?

ਸਤਿਗੁਰੂ ਬਿਨਾ ਹੋਰ ਕਚੀ ਹੈ ਬਾਣੀ

ਜੇਕਰ ਹਮਲਿਆਂ ਦਾ ਕਾਰਨ ਜਨ-ਜਾਗਰਤੀ ਨੂੰ ਰੋਕਣਾ ਸੀ, ਤਾਂ ਇਹਨਾ ਦਾ ਹੋਰ ਤਿੱਖੇ ਹੋਣਾ ਵੀ ਤੈਅ ਸੀ। ਕਿਉਂਕਿ ਗੁਰੂ ਨਾਨਕ ਦੀ ਪਰਿਪੂਰਨ ਵਿਚਾਰਧਾਰਾ ਦਾ ਸੰਪੂਰਨ ਰੂਪਾਂਤਰਣ ਅਜੇ ਬਾਕੀ ਸੀ। ਗੁਰੂ ਹਰਗੋਬਿੰਦ ਸਾਹਿਬ ਜੀ ਨੇ ਆਤਮ-ਰੱਖਿਆ ਦੀ ਪਹਿਲ ਨੂੰ ਦੇਖਦੇ ਹੋਏ ਸਿੱਖ-ਕੇਂਦਰ ਨੂੰ ਅੰਮ੍ਰਿਤਸਰ ਤੋ ਬਦਲ ਕੇ ਨਵਾਂ ਨਗਰ ਕੀਰਤਪੁਰ ਕਰਨ ਦਾ ਫੈਸਲਾ ਕੀਤਾ। ਇਸਦੇ ਇੱਕ ਪਾਸੇ ਸਤਲੁਜ ਨਦੀ ਸੀ ਅਤੇ ਦੂਜੇ ਪਾਸੇ ਸ਼ਿਵਾਲਿਕ ਪਹਾੜੀਆਂ ਕੁਦਰਤੀ ਕੰਧ ਦਾ ਕੰਮ ਕਰਦੀਆਂ ਸਨ। ਇਹ ਸਥਾਨ ਕਿਸੇ ਮੁੱਖ ਮਾਰਗ ਤੋ ਹਟ ਕੇ ਸੀ, ਜਿਸ ਕਰਕੇ ਹਮਲਾਵਰ ਨੂੰ ਪਹੁੰਚਣ ਲਈ ਜਿਆਦਾ ਸੰਸਾਧਨ ਅਤੇ ਸਮਾਂ ਚਾਹੀਦਾ ਸੀ। ਗੁਰੂ ਹਰਗੋਬਿੰਦ ਜੀ ਨੇ ਆਪਣਾ ਆਖਰੀ ਸੰਸਾਰਿਕ ਜੀਵਨ ਕੀਰਤਪੁਰ ਵਿੱਚ ਹੀ ਬਿਤਾਇਆ ਅਤੇ ਉਹਨਾਂ ਨੇ ਆਪਣੇ ਤੋ ਬਾਅਦ 1644 ਵਿੱਚ ਗੁਰਗੱਦੀ ਗੁਰੂ ਹਰਿਰਾਇ ਜੀ ਨੂੰ ਦਿੱਤੀ ਜੋ ਉਹਨਾਂ ਦੇ ਵੱਡੇ ਪੁੱਤਰ ਬਾਬਾ ਗੁਰਦਿੱਤਾ ਜੀ ਦੇ ਬੇਟੇ, ਭਾਵ ਗੁਰੂ ਹਰਗੋਬਿੰਦ ਸਾਹਿਬ ਜੀ ਦੇ ਪੋਤੇ ਸਨ।

ਕੀਰਤਪੁਰ ਵਿੱਚ ਕਾਫੀ ਲੰਬਾ ਸਮਾਂ ਸ਼ਾਂਤੀ ਦਾ ਮਿਲ ਗਿਆ, ਜਿਸ ਵਿੱਚ ਸਿੱਖ ਸੰਸਥਾਵਾਂ ਨੂੰ ਹੋਰ ਮਜ਼ਬੂਤੀ ਨਾਲ ਸਥਾਪਿਤ ਕੀਤਾ ਗਿਆ। ਸ਼ਾਂਤੀ ਦਾ ਸਮਾਂ ਕਿਤੇ ਲਾਪਰਵਾਹੀ ਦਾ ਨਾ ਬਣ ਜਾਵੇ, ਇਸ ਲਈ ਗੁਰੂ ਹਰਿਰਾਇ ਜੀ ਨੇ ਨਿਸ਼ਚਿਤ ਕੀਤਾ ਕਿ 2200 ਘੋੜਸਵਾਰ ਕੀਰਤਪੁਰ ਵਿੱਚ ਹਮੇਸ਼ਾ ਤਿਆਰ ਰਹਿਣ ਅਤੇ ਜੰਗੀ ਅਭਿਆਸ ਜਾਰੀ ਰਿਹਾ। ਕੀਰਤਪੁਰ ਵਿੱਚ ਆਪਣੇ ਸਮੇਂ ਦਾ ਬਹੁਤ ਵਿਸ਼ਾਲ ਦਵਾਖਾਨਾ ਬਣਾਇਆ ਗਿਆ, ਜਿਸ ਦੀਆਂ ਦਵਾਈਆਂ ਬਿਨਾਂ ਕਿਸੇ ਭੇਦਭਾਵ ਦੇ ਅਮੀਰ-ਗਰੀਬ ਸਾਰਿਆਂ ਦੇ ਲਈ ਉਪਲੱਬਧ ਕਰਵਾਈਆਂ। ਸ਼ਾਹਜਹਾਂ ਦੇ ਪੁੱਤਰ ਦਾਰਾ ਸ਼ਿਕੋਹ ਨੂੰ ਗੰਭੀਰ ਪੇਟ ਦੇ ਰੋਗ ਤੋ ਇਸੇ ਦਵਾ ਖਾਨਾ ਤੋ ਤੰਦਰੁਸਤੀ ਮਿਲੀ ਸੀ। ਦਾਰਾ ਸ਼ਿਕੋਹ ਸੁਢੀ ਸੁਭਾਅ ਵਾਲਾ ਵਿਦਵਾਨ ਅਤੇ ਉਦਾਰ ਚਿੱਤ ਸੀ। ਉਸ ਨੇ ਗੁਰੂ ਹਰਿਰਾਇ ਜੀ ਨਾਲ ਚੰਗੇ ਸਬੰਧ ਬਣਾਏ। ਇਹ ਸਬੰਧ ਉਸ ਦੇ ਛੋਟੇ ਭਰਾ ਔਰੰਗਜ਼ੇਬ ਨੂੰ ਖ਼ਟਕਦੇ ਸਨ। ਸੰਨ 1659 ਵਿੱਚ ਔਰੰਗਜ਼ੇਬ ਨੇ ਦਾਰਾ ਸ਼ਿਕੋਹ ਨੂੰ ਹਰਾ ਕੇ ਦਿੱਲੀ ਦੇ ਤਖ਼ਤ 'ਤੇ ਕਬਜ਼ਾ ਕਰ ਲਿਆ। ਦਾਰਾ ਸ਼ਿਕੋਹ ਨੂੰ ਦਿੱਲੀ ਦੀਆਂ ਸੜਕਾਂ 'ਤੇ ਘੁਮਾਇਆ ਗਿਆ। ਜੇਲ ਵਿੱਚ ਕੈਦ ਸ਼ਾਹਜਹਾਂ ਨੂੰ ਦਾਰਾ ਸ਼ਿਕੋਹ ਦਾ ਕੱਟਿਆ ਹੋਇਆ ਸਿਰ ਥਾਲੀ ਵਿੱਚ ਰੱਖ ਕੇ ਭੇਜਿਆ।

ਇੱਕ ਵਾਰ ਫਿਰ ਸਿੱਖ ਵਿਰੋਧੀ ਤਾਕਤਾਂ ਨੂੰ ਇਕੱਠੇ ਹੋਣ ਦਾ ਮੌਕਾ ਮਿਲ ਗਿਆ। ਆਦਿ ਗ੍ਰੰਥ ਨੂੰ ਇਸਲਾਮ ਦੇ ਵਿਰੁੱਧ ਹੋਣ ਦਾ ਦੋਸ਼ ਲਗਾਇਆ ਗਿਆ। ਔਰੰਗਜ਼ੇਬ ਨੇ ਗੁਰੂ ਹਰਿਰਾਇ ਜੀ ਨੂੰ ਦਿੱਲੀ ਵਿੱਚ ਇਸ 'ਤੇ

ਸਪਸ਼ਟੀਕਰਨ ਰੱਖਣ ਦੇ ਲਈ ਬੁਲਾਇਆ। ਗੁਰੂ ਹਰਿਰਾਇ ਜੀ ਨੇ ਆਪਣੇ ਪੰਦਰਾਂ ਸਾਲ ਦੇ ਵੱਡੇ ਪੁੱਤਰ ਰਾਮ ਰਾਇ ਨੂੰ ਦਿੱਲੀ ਭੇਜਿਆ ਜੋ ਬਹੁਤ ਪ੍ਰਵੀਨ ਸਨ। ਮੁਗਲ ਦਰਬਾਰ ਵਿੱਚ ਸ਼ਿਕਾਇਤਕਰਤਾਵਾਂ ਨੇ ਸਭ ਦੇ ਸਾਹਮਣੇ ਸਵਾਲ ਪੁੱਛੇ ਜਿਹਨਾਂ ਦੇ ਰਾਮ ਰਾਇ ਨੇ ਬੜੀ ਕੁਸ਼ਲਤਾ ਨਾਲ ਜਵਾਬ ਦਿੱਤੇ। ਰਾਮ ਰਾਇ ਦੀ ਸਮਝਦਾਰੀ ਤੋਂ ਔਰੰਗਜ਼ੇਬ ਪ੍ਰਭਾਵਿਤ ਸੀ ਜਿਸ ਕਾਰਨ ਰਾਮ ਰਾਇ ਨੂੰ ਬਹੁਤ ਆਦਰ-ਸਤਿਕਾਰ ਮਿਲਿਆ। ਸਵਾਲ-ਜਵਾਬ ਦੇ ਸਿਲਸਿਲੇ ਵਿੱਚ ਗੁਰਬਾਣੀ ਦੀ ਕੁਝ ਜਾਣਕਾਰੀ ਰੱਖਣ ਵਾਲੇ ਸ਼ਿਕਾਇਤਕਰਤਾ ਨੇ ਇੱਕ ਹੋਰ ਸਵਾਲ ਕੀਤਾ ਜਿਸ ਦੇ ਜਵਾਬ ਵਿੱਚ ਰਾਮ ਰਾਇ ਫਿਸਲ ਗਿਆ। ਇਹ ਪ੍ਰਸ਼ਨ ਗੁਰੂ ਨਾਨਕ ਸਾਹਿਬ ਦੀ 'ਆਸਾ ਕੀ ਵਾਰ' ਬਾਣੀ ਦੇ ਇੱਕ ਸ਼ਲੋਕ 'ਤੇ ਆਧਾਰਿਤ ਸੀ। ਇਹ ਸ਼ਲੋਕ ਅਤੇ ਉਸਦਾ ਅਰਥ ਇਸ ਪ੍ਰਕਾਰ ਹੈ:

ਮਿਟੀ ਮੁਸਲਮਾਨ ਕੀ ਪੇੜੈ ਪਈ ਕੁਮ੍ਹਿਆਰ॥

ਘੜਿ ਭਾਂਡੇ ਇਟਾ ਕੀਆ ਜਲਦੀ ਕਰੇ ਪੁਕਾਰ॥

ਜਲਿ ਜਲਿ ਰੋਵੈ ਬਪੁੜੀ ਝੜਿ ਝੜਿ ਪਵਹਿ ਅੰਗਿਆਰ॥

ਨਾਨਕ ਜਿਨਿ ਕਰਤੈ ਕਾਰਣੁ ਕੀਆ ਸੋ ਜਾਣੈ ਕਰਤਾਰੁ॥

(ਗੁਰੂ ਗ੍ਰੰਥ ਸਾਹਿਬ, ਮਹਲਾ ੧, ਅੰਗ 466)

ਅਰਥ: (ਇਸਲਾਮ ਦਾ ਇਹ ਵਿਚਾਰ ਹੈ ਕਿ ਮਰਨ ਦੇ ਬਾਅਦ ਜਿਨ੍ਹਾਂ ਦਾ ਸਰੀਰ ਜਲਾਇਆ ਜਾਂਦਾ ਹੈ, ਉਹ ਦੋਜ਼ਖ ਦੀ ਅੱਗ ਵਿੱਚ ਸੜਦੇ ਹਨ, ਪਰ ਕਈ ਵਾਰ) ਉਸ ਜਗ੍ਹਾ ਦੀ ਮਿੱਟੀ, ਜਿੱਥੇ ਮੁਸਲਮਾਨ ਮੁਰਦੇ ਨੂੰ ਦਫ਼ਨਾਉਂਦੇ ਹਨ, ਘੁਮਿਆਰ ਦੇ ਹੱਥ ਆ ਜਾਂਦੀ ਹੈ।

(ਘੁਮਿਆਰ ਉਸ ਮਿੱਟੀ ਨੂੰ) ਘੜ ਕੇ (ਉਸਦੇ) ਭਾਂਡੇ ਅਤੇ ਇੱਟਾਂ ਬਣਾਉਂਦਾ ਹੈ। (ਅਤੇ ਭੱਠੀ ਦੀ ਅੱਗ ਵਿੱਚ ਜਾ ਕੇ ਉਹ ਮਿੱਟੀ ਮਾਨੋ) ਸੜਦੀ ਹੋਈ ਪੁਕਾਰ ਕਰਦੀ ਹੈ।

ਸੜ ਕੇ ਵਿਚਾਰੀ ਰੋਂਦੀ ਹੈ ਅਤੇ (ਜਿਸ ਨੂੰ ਸੜਨ ਤੋਂ ਬਚਾਉਣ ਦੇ ਲਈ ਦਬਾਇਆ ਗਿਆ ਸੀ) ਉਸ ਵਿੱਚੋਂ ਅੰਗਿਆਰੇ ਝੜ-ਝੜ ਕੇ ਡਿੱਗਦੇ ਹਨ।

(ਮੁਰਦਾ ਸਰੀਰ ਨੂੰ ਸਾੜਨ ਜਾਂ ਦਬਾਉਣ ਨਾਲ ਕੁਝ ਨਹੀਂ ਹੁੰਦਾ) ਹੇ ਨਾਨਕ! ਜਿਸ ਕਰਤਾਰ ਨੇ (ਜੀਵਨ-ਮਰਨ ਦਾ ਖੇਡ) ਰਚਿਆ ਹੈ, ਕੇਵਲ ਉਹ (ਅਸਲ ਭੇਦ ਨੂੰ) ਜਾਣਦਾ ਹੈ।

ਇਸ ਸ਼ਲੋਕ ਦੇ ਪ੍ਰਤੀ ਰਾਮ ਰਾਇ ਨੂੰ ਪੁੱਛਿਆ ਗਿਆ ਕਿ ਗੁਰੂ ਨਾਨਕ ਨੇ "ਮਿੱਟੀ ਮੁਸਲਮਾਨ ਕੀ..." ਕਿਉਂ ਕਿਹਾ? ਇਸ ਨਾਲ ਇਸਲਾਮ ਦੀ ਮੂਲ ਮਾਨਤਾ ਨੂੰ ਰੱਦ ਕੀਤਾ ਗਿਆ ਹੈ। ਇਸਲਾਮ ਦੇ ਅਨੁਸਾਰ, ਮੁਰਦਾ ਸਰੀਰ ਨੂੰ ਸਾੜਨਾ ਨਹੀਂ ਚਾਹੀਦਾ ਕਿਉਂਕਿ ਕਿਆਮਤ ਦੇ ਦਿਨ ਮੁਰਦੇ ਫਿਰ ਉੱਠ ਖੜ੍ਹੇ ਹੋਣਗੇ ਅਤੇ ਇਮਾਨ ਵਾਲਿਆਂ ਨੂੰ ਸਵਰਗ ਮਿਲੇਗਾ, ਜਦੋਂ ਕਿ ਕਾਫ਼ਿਰਾਂ ਨੂੰ ਦੋਜ਼ਖ ਵਿੱਚ ਜਾਣਾ ਪਏਗਾ।

ਰਾਮ ਰਾਇ ਨੂੰ ਗੁਰਮਤਿ ਦਾ ਜੀਵਨ-ਮੁਕਤ ਦਾ ਸਿਧਾਂਤ ਸਮਝਾਉਣਾ ਚਾਹੀਦਾ ਸੀ, ਭਾਵੇਂ ਉਸਦੇ ਬਦਲੇ ਮੌਤ ਹੀ ਕਿਉਂ ਨਾ ਮਿਲਦੀ। ਪੰਜਵੇਂ ਗੁਰੂ, ਗੁਰੂ ਅਰਜਨ ਜੀ, ਦੀ ਸ਼ਹੀਦੀ ਦਾ ਮੁੱਖ ਕਾਰਨ ਵੀ ਤਾਂ ਆਦਿ ਗ੍ਰੰਥ ਦੀ ਬਾਣੀ ਨਾਲ ਕੋਈ ਸਮਝੋਤਾ ਨਾ ਕਰਨਾ ਹੀ ਸੀ। ਇਸ ਸ਼ਲੋਕ ਦੀ ਆਖਰੀ ਪੰਗਤੀ ਵਿੱਚ ਬਾਬਾ ਨਾਨਕ ਜੀ ਸਾਫ਼-ਸਾਫ਼ ਕਹਿ ਰਹੇ ਹਨ ਕਿ ਮੌਤ ਦੇ ਬਾਅਦ ਦੀਆਂ ਮਾਨਤਾਵਾਂ, ਭਾਵੇਂ ਉਹ ਪੁਨਰ-ਜਨਮ ਦੀ ਹੋਵੇ ਜਾਂ ਕਿਆਮਤ ਦੀ, ਸਵਰਗ-ਨਰਕ ਦੀ ਹੋਵੇ ਜਾਂ ਬਹਿਸ਼ਤ-ਦੋਜ਼ਖ ਦੀ, ਸਭ ਕਾਲਪਨਿਕ ਹਨ। ਜਿਸ ਕਰਤਾਰ ਨੇ ਇਹ ਜਨਮ-ਮਰਨ ਦਾ ਖੇਡ ਬਣਾਇਆ ਹੈ, ਉਸ ਤੋਂ ਬਿਨਾਂ ਕੋਈ ਨਹੀਂ ਜਾਣ ਸਕਦਾ। ਅਸੀਂ 'ਜੀਵਨ ਮੁਕਤਿ ਕਹਾਵੈ' ਅਧਿਆਏ ਵਿੱਚ ਇਸ ਸਿਧਾਂਤ ਨੂੰ ਵਿਸਥਾਰ ਨਾਲ ਸਮਝਿਆ।

ਪਰ ਰਾਮ ਰਾਇ ਨੂੰ ਇੱਕ ਪਾਸੇ ਦਿੱਲੀ ਦਰਬਾਰ ਤੋਂ ਸਨਮਾਨ ਮਿਲ ਰਿਹਾ ਸੀ, ਤਾਂ ਦੂਜੇ ਪਾਸੇ ਸੱਚ ਬੋਲਣ 'ਤੇ ਮੌਤ ਦਿਖ ਰਹੀ ਸੀ। ਰਾਮ ਰਾਇ ਡੋਲ ਗਿਆ ਅਤੇ ਉਸਨੇ ਕਿਹਾ ਕਿ ਗੁਰੂ ਨਾਨਕ ਜੀ ਨੇ ਤਾਂ 'ਮਿੱਟੀ ਬੇਈਮਾਨ ਕੀ...' ਲਿਖਿਆ ਸੀ ਪਰ ਕੁਝ ਲੇਖਕਾਂ ਤੋਂ 'ਬੇਈਮਾਨ' ਦੀ ਜਗ੍ਹਾ 'ਮੁਸਲਮਾਨ' ਲਿਖਣ ਦੀ ਗਲਤੀ ਹੋ ਗਈ। ਇਸ ਉੱਤਰ ਤੋਂ ਔਰੰਗਜ਼ੇਬ ਅਤੇ ਦਰਬਾਰੀ ਸ਼ਿਕਾਇਤਕਰਤਾ ਤਾਂ ਸੰਤੁਸ਼ਟ ਹੋ ਗਏ, ਪਰ ਉਸ ਨੇ ਆਪਣਾ ਸਥਾਨ ਸਿੱਖ ਇਤਿਹਾਸ ਵਿੱਚ ਗੁਰਬਾਣੀ ਦਾ ਘੋਰ ਅਪਮਾਨ ਕਰਨ ਵਾਲਿਆਂ ਵਿੱਚ ਲਿਖਵਾ ਲਿਆ।

ਇਹ ਖਬਰ ਜਲਦੀ ਹੀ ਕੀਰਤਪੁਰ ਵਿੱਚ ਗੁਰੂ ਹਰਿਰਾਇ ਜੀ ਨੂੰ ਮਿਲ ਗਈ। ਗੁਰੂ ਜੀ ਨੇ ਬਿਨਾਂ ਕਿਸੇ ਦੇਰੀ ਦੇ ਆਪਣੇ ਪੁੱਤਰ ਰਾਮ ਰਾਇ ਦੇ ਲਈ ਸੰਦੇਸ਼ ਭੇਜ ਦਿੱਤਾ ਕਿ ਅੱਜ ਤੋਂ ਗੁਰੂ ਦਰਬਾਰ ਦੇ ਨਾਲ ਉਸਦਾ ਰਿਸ਼ਤਾ ਹਮੇਸ਼ਾ-ਹਮੇਸ਼ਾ ਦੇ ਲਈ ਖਤਮ ਹੋ ਗਿਆ ਹੈ। ਉਹ ਦਿੱਲੀ ਦਰਬਾਰ ਹੀ ਰਹੇ, ਕੀਰਤਪੁਰ ਵਾਪਸ ਨਾ ਆਏ। ਅਜਿਹਾ ਹੀ ਹੋਇਆ, ਰਾਮ ਰਾਇ ਨੂੰ ਬੇਦਖਲ ਕਰਕੇ ਗੁਰੂ ਜੀ ਨੇ ਦੁਬਾਰਾ ਕਦੇ ਮੂੰਹ ਨਹੀਂ ਲਗਾਇਆ।

ਔਰੰਗਜ਼ੇਬ ਨੂੰ ਸਿੱਖਾਂ ਵਿੱਚ ਫੁੱਟ ਪਾਉਣ ਦਾ ਮੌਕਾ ਨਜ਼ਰ ਆਇਆ। ਉਸਨੇ ਰਾਮ ਰਾਇ ਨੂੰ ਦੂਨ ਵਿੱਚ ਨਵਾਂ ਡੇਰਾ ਸਥਾਪਿਤ ਕਰਨ ਦੇ ਲਈ ਵੱਡੀ ਜਾਗੀਰ ਦਿੱਤੀ ਜਿਸ ਨਾਲ ਉਹ ਸਮਾਨੰਤਰ ਲਹਿਰ ਸ਼ੁਰੂ ਕਰ ਸਕੇ ਅਤੇ ਸਿੱਖ ਸਮਾਜ ਕਮਜ਼ੋਰ ਹੋਵੇ। ਦੂਨ ਵਿੱਚ ਇਸ ਡੇਰੇ ਦੇ ਕਾਰਨ ਇਹ ਸ਼ਹਿਰ ਦੇਹਰਾਦੂਨ ਕਹਿਲਾਇਆ।

ਭਾਰੀ ਸਰਕਾਰੀ ਸਹਾਇਤਾ ਦੇ ਬਾਵਜੂਦ ਰਾਮ ਰਾਇ ਸਿੱਖ ਲਹਿਰ ਨੂੰ ਨੁਕਸਾਨ ਪਹੁੰਚਾਉਣਾ ਤਾਂ ਦੂਰ ਦੀ ਗੱਲ ਹੈ, ਗੁਰੂ ਸਾਹਿਬ ਦੁਆਰਾ ਬੇਦਖਲ ਕਰਨ ਦੇ ਫ਼ੈਸਲੇ ਨੇ ਇੱਕ ਵਾਰ ਫਿਰ ਆਦਿ ਗ੍ਰੰਥ ਦੀ ਬਾਣੀ ਅਤੇ ਸਿਧਾਂਤਾਂ ਨਾਲ ਰੱਤੀ ਭਰ ਵੀ ਸਮਝੋਤਾ ਨਾ ਕਰਨ ਦਾ ਮੀਲ-ਪੱਥਰ ਸਥਾਪਿਤ ਕਰ ਦਿੱਤਾ। ਸਿੱਖ ਇਤਿਹਾਸ ਦਾ ਇਹ ਅਧਿਆਏ ਬਹੁਤ ਪ੍ਰਸਿੱਧ ਕਹਾਣੀਆਂ ਵਿੱਚੋਂ ਇੱਕ ਹੈ। ਸਿੱਖ ਸਮਾਜ ਵਿੱਚ 'ਰਾਮਰਈਆ' ਇੱਕ ਗਾਲੀ ਬਣ ਗਈ ਹੈ ਜੋ ਗੁਰਬਾਣੀ ਦਾ ਅਪਮਾਨ ਕਰਨ ਵਾਲੇ ਦੇ ਲਈ ਵਰਤੀ ਜਾਂਦੀ ਹੈ।

ਯਾਦ ਰਹੇ ਅਸੀਂ ਗੁਰੂ ਗ੍ਰੰਥ ਸਾਹਿਬ ਦੀ ਬਾਣੀ ਦੀ ਪਵਿੱਤਰਤਾ ਨੂੰ ਬਰਕਰਾਰ ਰੱਖਣ ਦੀ ਵਿਚਾਰ ਰਹੇ ਹਾਂ, ਜਿਸ ਵਿੱਚ ਗੁਰੂ ਨਾਨਕ ਜੀ ਅਤੇ ਉਨ੍ਹਾਂ ਦੇ ਉੱਤਰਧਿਕਾਰੀਆਂ ਦੀ ਬਾਣੀ ਦੇ ਨਾਲ-ਨਾਲ ਕੁੱਲ 35 ਸੰਤ-ਪੁਰਸ਼ਾਂ

ਦੀ ਬਾਣੀ ਹੈ। ਦੂਸਰੇ ਗ੍ਰੰਥਾਂ ਵਿੱਚ ਬਾਬਾ ਨਾਨਕ ਤੋਂ ਪਹਿਲਾਂ ਹੋਏ ਭਗਤਾਂ ਦੀ ਬਾਣੀ ਵਿੱਚ ਇਕਸਾਰਤਾ ਨਹੀਂ ਹੈ। ਵੱਖ-ਵੱਖ ਸਰੋਤਾਂ ਵਿੱਚ ਸ਼ਬਦ-ਸੰਰਚਨਾ ਵਿੱਚ ਅੰਤਰ ਹੈ ਜੋ ਭਗਤਾਂ ਦੀ ਬਾਣੀ ਦੇ ਨਾਲ ਹੋਈ ਮਿਲਾਵਟ ਦਾ ਪ੍ਰਤੱਖ ਪ੍ਰਮਾਣ ਹੈ। ਅਜਿਹੀ ਮਿਲਾਵਟ ਨਾਲ ਸ਼ਬਦ ਦਾ ਅਰਥ ਹੀ ਬਦਲ ਜਾਂਦਾ ਹੈ। ਇਹੀ ਕਾਰਨ ਹੈ ਕਿ ਗੁਰੂ ਗ੍ਰੰਥ ਸਾਹਿਬ ਤੋਂ ਬਾਹਰ ਦੀ ਬਾਣੀ ਨੂੰ 'ਕੱਚੀ ਬਾਣੀ' ਕਿਹਾ ਗਿਆ ਹੈ।

ਸਤਿਗੁਰੂ ਬਿਨਾ ਹੋਰ ਕਚੀ ਹੈ ਬਾਣੀ॥
ਬਾਣੀ ਤ ਕਚੀ ਸਤਿਗੁਰੂ ਬਾਝਹੁ ਹੋਰ ਕਚੀ ਬਾਣੀ॥

(ਗੁਰੂ ਗ੍ਰੰਥ ਸਾਹਿਬ, ਮਹਲਾ ੩, ਅੰਗ 920)

ਕੱਚੀ ਬਾਣੀ ਦੇ ਕੁਝ ਉਦਾਹਰਨ 'ਡਾ. ਧਰਮਵੀਰ ਦਾ ਆਜੀਵਕ ਧਰਮ' ਅਧਿਆਇ ਵਿੱਚ ਦਿੱਤੇ ਹਨ। ਗੁਰਬਾਣੀ ਦੀ ਪਵਿੱਤਰਤਾ ਨੂੰ ਸੁਰੱਖਿਅਤ ਰੱਖਣ ਦੇ ਲਈ ਗੁਰੂਆਂ ਨੇ ਲਾਸਾਨੀ ਕੁਰਬਾਨੀਆਂ ਦਿੱਤੀਆਂ ਹਨ। ਕੀ ਇਹ ਚਿੰਤਨ ਦਾ ਵਿਸ਼ਾ ਨਹੀਂ ਹੋਣਾ ਚਾਹੀਦਾ ਕਿ ਸਿੱਖ ਲਹਿਰ ਤੋਂ ਪਹਿਲਾਂ ਅਤੇ ਸਿੱਖਾਂ ਤੋਂ ਇਲਾਵਾ, ਬਾਣੀ ਨੂੰ ਲੈ ਕੇ ਏਨੀ ਗੰਭੀਰਤਾ ਪਹਿਲਾਂ ਕਦੇ ਦੇਖਣ ਨੂੰ ਕਿਉਂ ਨਾ ਮਿਲ ਪਾਈ?

ਬਾਲ ਬੁਧਿ ਸੁਖੁ ਰੇ

ਗੁਰੂ ਹਰਿਰਾਇ ਜੀ ਨੇ ਆਪਣੇ ਤੋਂ ਬਾਅਦ ਆਪਣੇ ਛੋਟੇ ਪੁੱਤਹ ਹਰਕ੍ਰਿਸ਼ਨ ਜੀ (1656-1664) ਨੂੰ ਗੁਰੂ ਗੱਦੀ ਦੇ ਲਈ ਚੁਣਿਆ ਜੋ ਸਭ ਤੋਂ ਛੋਟੀ ਉਮਰ ਦੇ ਗੁਰੂ ਹੋਏ। ਔਰੰਗਜ਼ੇਬ ਨੂੰ ਗੁਰੂ ਹਰਿਕ੍ਰਿਸ਼ਨ ਦੀ ਛੋਟੀ ਉਮਰ ਦਖਲਅੰਦਾਜ਼ੀ ਕਰਨ ਅਤੇ ਰਾਮ ਰਾਇ ਨੂੰ ਸਥਾਪਿਤ ਕਰਨ ਦਾ ਅਵਸਰ ਦਿਖ ਰਿਹਾ ਸੀ। ਵਿਰੋਧੀਆਂ ਦੀ ਚਾਲਬਾਜ਼ੀ ਨਿਰਸਤ ਤਾਂ ਹੋਣੀ ਹੀ ਸੀ। ਉਹ ਗੁਰੂ ਨਾਨਕ ਦੇ ਸਰੀਰਕ ਉੱਤਰਾਧਿਕਾਰੀਆਂ ਦੀ ਗੁਰਗੱਦੀ ਨੂੰ ਹਥਿਆਉਣ ਦੀ ਕੋਸ਼ਿਸ਼ ਕਰ ਰਹੇ ਸਨ। ਜਦੋਂ ਕਿ ਸਿੱਖੀ ਦੇ ਪ੍ਰਵੇਸ਼ ਦਾ ਪਹਿਲਾ ਉਪਦੇਸ਼ ਸ਼ਬਦ-ਗੁਰੂ (ਗੁਰਬਾਣੀ ਦੇ ਸੰਦੇਸ਼) ਦੀ ਟੇਕ ਰੱਖਣ ਦੇ ਅਭਿਆਸ ਨਾਲ ਸ਼ੁਰੂ ਹੁੰਦਾ ਹੈ। ਜਦੋਂ ਵੀ ਗੁਰਗੱਦੀ ਨੂੰ ਲੈ ਕੇ ਵਿਰੋਧੀਆਂ ਨੇ ਉਲਝਣ ਪਾਉਣ ਦੀ ਕੋਸ਼ਿਸ਼ ਕੀਤੀ, ਸ਼ਬਦ-ਗੁਰੂ ਦੀ ਕਸੌਟੀ ਨੇ ਸਿੱਖਾਂ ਨੂੰ ਪਰਖ ਦਾ ਮਾਪਕ ਪ੍ਰਦਾਨ ਕੀਤਾ।

ਔਰੰਗਜ਼ੇਬ ਦੀ ਤਰ੍ਹਾਂ ਸੰਦੇਹਵਾਦੀਆਂ ਦਾ ਵੀ ਗੁਰੂ ਹਰਿਕ੍ਰਿਸ਼ਨ ਜੀ ਨੂੰ ਛੋਟੀ ਉਮਰ ਵਿੱਚ ਗੁਰਗੱਦੀ ਦੇਣ 'ਤੇ ਸਵਾਲ ਉਠਾਣਾ ਮਨਪਸੰਦ ਵਿਸ਼ਾ ਰਿਹਾ ਹੈ। ਜਦੋਂ ਕਿ ਗੁਰਬਾਣੀ ਸਦਾ-ਸੁੱਖ ਹਾਸਿਲ ਕਰਨ ਦੇ ਲਈ ਬਾਲਕ ਵਰਗੇ ਵੈਰ-ਰਹਿਤ ਸਾਦਮੁਰਾਦੀ ਬੁੱਧੀ ਨੂੰ ਅਪਣਾਉਣ ਦਾ ਉਪਦੇਸ਼ ਦਿੰਦੀ ਹੈ। ਜੀਵਨ-ਕਾਲ ਦੀ ਤਿੰਨੇ ਅਵਸਥਾਵਾਂ (ਬਚਪਨ, ਜਵਾਨੀ ਅਤੇ ਬੁਢਾਪਾ) ਅਕਾਲ ਪੁਰਖ ਦੇ ਗੁਣਾਂ ਦੀ ਯਾਦ ਵਿੱਚ ਬਿਤਾਉਣੀ ਚਾਹੀਦੀ:

> *ਪਾਇਓ ਬਾਲ ਬੁਧਿ ਸੁਖੁ ਰੇ॥*
> *ਹਰਖ ਸੋਗ ਹਾਨਿ ਮਿਰਤੁ ਦੂਖ ਸੁਖ ਚਿਤਿ ਸਮਸਰਿ ਗੁਰ ਮਿਲੇ॥*
>
> *(ਗੁਰੂ ਗ੍ਰੰਥ ਸਾਹਿਬ, ਮਹਲਾ ੫, ਅੰਗ 214)*

> *ਬਾਲ ਜੁਆਨੀ ਅਰੁ ਬਿਰਧਿ ਫੁਨਿ ਤੀਨਿ ਅਵਸਥਾ ਜਾਨਿ॥*
> *ਕਹੁ ਨਾਨਕ ਹਰਿ ਭਜਨ ਬਿਨੁ ਬਿਰਥਾ ਸਭ ਹੀ ਮਾਨੁ॥*
>
> *(ਗੁਰੂ ਗ੍ਰੰਥ ਸਾਹਿਬ, ਮਹਲਾ ੯, ਅੰਗ 1428)*

ਸੰਦੇਹ ਦਾ ਨਿਵਾਰਣ ਪਰਿਣਾਮਾਂ ਤੋਂ ਖੋਜਿਆ ਜਾ ਸਕਦਾ ਹੈ। ਇਹ ਵੀ ਕਹਿ ਸਕਦੇ ਹਾਂ ਕਿ ਸੰਦੇਹ ਨੂੰ ਸਹੀ ਪ੍ਰਸ਼ਨ ਤਾਂ ਹੀ ਕਿਹਾ ਜਾ ਸਕਦਾ ਹੈ ਜੇਕਰ (ਗੁਰਗੱਦੀ ਦੇ) ਫੈਸਲੇ ਨਾਲ ਸਿੱਖ ਸੰਸਥਾਵਾਂ ਵਿੱਚ ਕਮਜ਼ੋਰੀ ਦਾ ਦੂਸ਼ਣ ਲੱਗਾ ਹੋਵੇ। ਦਸਮੇਸ਼ ਗੁਰੂ ਦੀ ਉਮਰ ਵੀ ਕੇਵਲ ਨੌ ਸਾਲ ਦੀ ਸੀ ਜਦੋਂ ਉਹ ਗੁਰੂ ਬਣੇ। ਉਨ੍ਹਾਂ ਦੇ ਛੋਟੇ

ਸਾਹਿਬਜ਼ਾਦੇ ਬਾਬਾ ਫਤਿਹ ਸਿੰਘ ਅਤੇ ਬਾਬਾ ਜ਼ੋਰਾਵਰ ਸਿੰਘ ਵੀ ਸਿਰਫ਼ ਛੇ ਅਤੇ ਨੌਂ ਸਾਲ ਦੇ ਸਨ ਜਦੋਂ ਉਨ੍ਹਾਂ ਨੇ ਸੂਬਾ ਸਰਹਿੰਦ ਵੱਲੋਂ ਦਿੱਤੇ ਗਏ ਡਰ-ਲਾਲਚ-ਤਸੀਹਿਆਂ ਨੂੰ ਕਬੂਲ ਨਾ ਕਰਦੇ ਹੋਏ ਸ਼ਹਾਦਤ ਨੂੰ ਚੁਣਿਆ। ਸਾਹਿਬਜ਼ਾਦਿਆਂ ਦੀ ਬਾਲ ਅਵਸਥਾ ਵਿੱਚ ਪ੍ਰਪੱਕਤਾ ਅਤੇ ਸੰਪੂਰਨਤਾ ਦੇ ਕਾਰਨ ਹੀ ਉਨ੍ਹਾਂ ਨੂੰ 'ਬਾਬਾ' ਕਿਹਾ ਜਾਂਦਾ ਹੈ।

ਗੁਰੂ ਨਾਨਕ ਦੇ ਦਸ ਸਵਰੂਪਾਂ ਦਾ ਬੁਨਿਆਦੀ ਲਕਸ਼ ਸ਼ਬਦ-ਗੁਰੂ ਨੂੰ ਸਮਾਜ ਵਿੱਚ ਸਥਾਪਿਤ ਕਰਨਾ ਅਤੇ ਉਪਦੇਸ਼ ਦਾ ਪ੍ਰਤਕਸ਼ੀਕਰਨ ਕਰਨਾ ਸੀ। ਮਨੁੱਖ ਦੀ ਬਾਲ-ਅਵਸਥਾ ਜਿਸ ਵਿੱਚ ਉਹ ਸਭ ਤੋਂ ਵੱਧ ਸਵਾਲ ਪੁੱਛਦਾ ਹੈ ਅਤੇ ਪੁੱਛਣਾ ਸਿੱਖਦਾ ਹੈ, ਪ੍ਰਤਕਸ਼ੀਕਰਨ ਤੋਂ ਬਾਹਰ ਕਿਵੇਂ ਰਹਿ ਸਕਦੀ ਸੀ? ਇਹਨਾਂ ਸਥਾਪਿਤ ਮਾਨਦੰਡਾਂ ਦੀ ਰਹਿਨੁਮਾਈ ਵਿੱਚ ਗੁਰਸਿੱਖ ਪਰਿਵਾਰਾਂ ਵਿੱਚ ਬੱਚਿਆਂ ਨੂੰ ਛੋਟੀ ਉਮਰ ਤੋਂ ਹੀ ਸਿੱਖ ਇਤਿਹਾਸ ਅਤੇ ਸੰਸਕਾਰਾਂ ਨਾਲ ਜੋੜਿਆ ਜਾਂਦਾ ਹੈ। ਗੁਰਦੁਆਰਿਆਂ ਵਿੱਚ ਸੇਵਾ ਦਾ ਮਾਹੌਲ ਸੰਸਕਾਰਾਂ ਨੂੰ ਮਜ਼ਬੂਤ ਕਰਨ ਵਿੱਚ ਸਹਾਈ ਹੁੰਦਾ ਹੈ।

ਆਮੇਰ ਦਾ ਰਾਜਪੂਤ ਰਾਜਾ ਜੈ ਸਿੰਘ ਔਰੰਗਜ਼ੇਬ ਦੇ ਦਰਬਾਰ ਵਿੱਚ ਪ੍ਰਮੁੱਖ ਸੈਨਾਪਤੀ ਸੀ ਜੋ ਗੁਰੂ ਘਰ ਦਾ ਸ਼ਰਧਾਲੂ ਵੀ ਸੀ। ਉਸ ਨੇ ਗੁਰੂ ਹਰਿਕ੍ਰਿਸ਼ਨ ਜੀ ਨੂੰ ਦਿੱਲੀ ਆਉਣ ਦਾ ਸੱਦਾ ਦਿੱਤਾ। ਦਿੱਲੀ ਦੀ ਸਿੱਖ ਸੰਗਤ ਵਿੱਚ ਵੀ ਗੁਰੂ ਦਰਸ਼ਨ ਦੀ ਪ੍ਰਬਲ ਇੱਛਾ ਸੀ। ਔਰੰਗਜ਼ੇਬ ਦੀ ਨੀਅਤ ਦੇ ਬਾਰੇ ਸਾਰਿਆਂ ਨੂੰ ਪਤਾ ਸੀ, ਇਸ ਦੇ ਬਾਵਜੂਦ ਗੁਰੂ ਜੀ ਨੇ ਦਿੱਲੀ ਆਉਣ ਦਾ ਸੱਦਾ ਸਵੀਕਾਰ ਕਰ ਲਿਆ। ਗੁਰੂ ਸਾਹਿਬ ਰਾਜਾ ਜੈ ਸਿੰਘ ਦੇ ਬੰਗਲੇ ਵਿੱਚ ਠਹਿਰੇ ਜਿੱਥੇ ਰੋਜ਼ਾਨਾ ਗੁਰਬਾਣੀ ਵਿਚਾਰ ਅਤੇ ਕੀਰਤਨ ਦੇ ਦੀਵਾਨ ਲੱਗਦੇ। ਇਸ ਸਥਾਨ 'ਤੇ ਅੱਜ ਗੁਰਦੁਆਰਾ ਬੰਗਲਾ ਸਾਹਿਬ ਸੁਸ਼ੋਭਿਤ ਹੈ ਜੋ ਕਿ ਪ੍ਰਮੁੱਖ ਇਤਿਹਾਸਕ ਗੁਰਦੁਆਰਿਆਂ ਵਿੱਚੋਂ ਇੱਕ ਹੈ।

ਔਰੰਗਜ਼ੇਬ ਨੇ ਕਈ ਵਾਰ ਮਿਰਜ਼ਾ ਰਾਜਾ ਜੈ ਸਿੰਘ ਰਾਹੀਂ ਸੰਦੇਸ਼ ਭੇਜੇ ਕਿ ਉਹ ਗੁਰੂ ਨੂੰ ਦਰਬਾਰ ਵਿੱਚ ਮਿਲਣਾ ਚਾਹੁੰਦਾ ਹੈ। ਪਰ ਗੁਰੂ ਹਰਿਕ੍ਰਿਸ਼ਨ ਜੀ ਨੇ ਜੈ ਸਿੰਘ ਨੂੰ ਸਪੱਸ਼ਟ ਸ਼ਬਦਾਂ ਵਿੱਚ ਕਹਿ ਦਿੱਤਾ ਕਿ ਉਹ ਦਿੱਲੀ ਦੀ ਸੰਗਤ ਨੂੰ ਮਿਲਣ ਆਏ ਹਨ ਔਰੰਗਜ਼ੇਬ ਨੂੰ ਨਹੀਂ। ਇੱਕ ਪਾਸੇ ਉਹ ਰਾਮ ਰਾਏ ਨੂੰ ਹੱਲਾਸ਼ੇਰੀ ਦੇ ਰਿਹਾ ਸੀ, ਤਾਂ ਦੂਜੇ ਪਾਸੇ ਉਹ ਉਹਨਾ ਨੂੰ ਵੀ ਮਿਲਣਾ ਚਾਹੁੰਦਾ ਸੀ। ਇਹ ਉਸਦੀ ਖੋਟੀ ਨੀਅਤ ਨੂੰ ਦਰਸਾਉਂਦਾ ਸੀ। ਇਸ ਪਰਸਥਿਤੀ ਵਿੱਚ ਔਰੰਗਜ਼ੇਬ ਨਾਲ ਮੁਲਾਕਾਤ ਇੱਕ ਕੂਟਨੀਤਕ ਕਮਜ਼ੋਰੀ ਹੁੰਦੀ। ਬਾਦਸ਼ਾਹ ਨੂੰ ਪਹਿਲਾਂ ਮੁਲਾਕਾਤ ਦਾ ਸਹੀ ਮਾਹੌਲ ਬਣਾਉਣਾ ਚਾਹੀਦਾ ਸੀ। ਗੁਰੂ ਸਾਹਿਬ ਨੇ ਔਰੰਗਜ਼ੇਬ ਨੂੰ ਮਿਲਣ ਤੋਂ ਸਾਫ਼ ਇਨਕਾਰ ਕਰ ਦਿੱਤਾ। ਗੁਰੂ ਸਾਹਿਬ ਦਾ ਦਿੱਲੀ ਵਿੱਚ ਹੁੰਦੇ ਹੋਏ ਅਤੇ ਉਹ ਵੀ ਮੁਗਲ ਦਰਬਾਰ ਦੇ ਸੈਨਾਪਤੀ ਦੇ ਘਰ ਰਹਿੰਦੇ ਹੋਏ ਦੇ ਬੇਬਾਕ ਜਵਾਬ ਤੋਂ ਸਾਰੇ ਹੈਰਾਨ ਸਨ।

ਜਿੱਥੇ ਔਰੰਗਜ਼ੇਬ ਨੂੰ ਇਹ ਅਪਮਾਨ ਲੱਗ ਰਿਹਾ ਸੀ, ਉੱਥੇ ਰਾਜਾ ਜੈ ਸਿੰਘ ਲਈ ਵੀ ਸਥਿਤੀ ਸੰਭਾਲਣੀ ਮੁਸ਼ਕਿਲ ਹੋ ਰਹੀ ਸੀ। ਕੂਟਨੀਤੀ ਅਤੇ ਸਾਦਮੁਰਾਦੀ ਬਾਲ ਬੁੱਧ ਵਿਚਕਾਰ ਤਕਰਾਰ ਚੱਲ ਹੀ ਰਿਹਾ ਸੀ ਕਿ

ਦਿੱਲੀ ਵਿੱਚ ਚੇਚਕ ਅਤੇ ਹੈਜ਼ੇ ਦੀ ਭਿਆਨਕ ਮਹਾਂਮਾਰੀ ਫੈਲ ਗਈ। ਗਲੀਆਂ ਵਿੱਚ ਲਾਸ਼ਾਂ ਦੇ ਢੇਰ ਲੱਗਣ ਲੱਗੇ। ਅਜਿਹੇ ਵਿੱਚ ਗੁਰੂ ਅਤੇ ਸਿੱਖਾਂ ਨੇ ਉਹੀ ਕੀਤਾ ਜੋ ਉਨ੍ਹਾਂ ਦੇ ਸੁਭਾਅ ਵਿੱਚ ਸੀ—ਆਪਣੀ ਜਾਨ ਦੀ ਪਰਵਾਹ ਕੀਤੇ ਬਿਨਾਂ ਦੁਖੀਆਂ ਰੋਗੀਆਂ ਦੀ ਸੇਵਾ-ਸੰਭਾਲ ਵਿੱਚ ਦਿਨ-ਰਾਤ ਇੱਕ ਕਰ ਦਿੱਤਾ। ਚੇਚਕ ਦੀ ਬੀਮਾਰੀ ਨੂੰ ਲੈ ਕੇ ਲੋਕਾਂ ਵਿੱਚ ਵੱਡੇ ਪੱਧਰ 'ਤੇ ਦੇਵੀ ਮਾਂ ਦੇ ਪ੍ਰਕੋਪ ਦਾ ਅੰਧਵਿਸ਼ਵਾਸ ਹੋਇਆ ਕਰਦਾ ਸੀ। ਗੁਰੂ ਸਾਹਿਬ ਨੇ ਉਨ੍ਹਾਂ ਨੂੰ ਅੰਧਵਿਸ਼ਵਾਸ ਤੋਂ ਬਚ ਕੇ ਦਵਾ-ਦਾਰੂ ਨਾਲ ਇਲਾਜ ਕਰਨ ਦੇ ਵੱਲ ਪ੍ਰੇਰਿਤ ਕੀਤਾ। ਕੀਰਤਪੁਰ ਦੇ ਦਵਾਖਾਨੇ ਤੋਂ ਦਵਾਈਆਂ ਮੰਗਵਾਈਆਂ ਗਈਆਂ। ਲਾਸ਼ਾਂ ਨੂੰ ਮਰਨ ਵਾਲੇ ਦੀ ਮਤ ਅਨੁਸਾਰ ਜਲਾਇਆ ਜਾਂ ਦਫ਼ਨਾਇਆ ਗਿਆ। ਰਾਜਾ ਜੈ ਸਿੰਘ ਦੇ ਬੰਗਲੇ ਦੇ ਖੂਹ ਤੋਂ ਸਾਫ਼ ਪਾਣੀ ਦਾ ਪ੍ਰਬੰਧ ਕੀਤਾ ਗਿਆ ਅਤੇ ਲੋੜਵੰਦਾਂ ਤੱਕ ਪਹੁੰਚਾਇਆ ਗਿਆ। ਇਹ ਖੂਹ ਅੱਜ ਵੀ ਗੁਰਦੁਆਰਾ ਬੰਗਲਾ ਸਾਹਿਬ ਵਿੱਚ ਹੈ ਜਿਸਦਾ ਪਾਣੀ ਸੰਗਤ ਪ੍ਰਸ਼ਾਦ ਵਜੋਂ ਗ੍ਰਹਿਣ ਕਰਦੀ ਹੈ।

ਦਿਨ-ਰਾਤ ਮਰੀਜ਼ਾਂ ਦੇ ਵਿੱਚ ਰਹਿਣ ਦੇ ਕਾਰਨ ਗੁਰੂ ਹਰਿਕ੍ਰਿਸ਼ਨ ਜੀ ਨੂੰ ਆਪ ਨੂੰ ਵੀ ਚੇਚਕ ਦੀ ਬਿਮਾਰੀ ਨੇ ਆ ਘੇਰਿਆ। ਇਹ ਜਾਣਦੇ ਹੋਏ ਕਿ ਉਨ੍ਹਾਂ ਦਾ ਅੰਤ ਸਮਾਂ ਨੇੜੇ ਹੈ, ਉਨ੍ਹਾਂ ਨੇ ਆਪਣੇ ਦਾਦਾ ਸਮਾਨ ਗੁਰੂ ਹਰਿ ਗੋਬਿੰਦ ਜੀ ਦੇ ਛੋਟੇ ਪੁੱਤਰ ਤੇਗ ਬਹਾਦਰ ਜੀ ਨੂੰ ਗੁਰਗੱਦੀ ਸੌਂਪ ਦਿੱਤੀ।

ਸਾਲ 2020-2021 ਵਿੱਚ ਵੀ ਕੋਰੋਨਾ ਮਹਾਮਾਰੀ ਦੇ ਸਮੇਂ ਵੀ ਸੰਨ 1664 ਦਾ ਇਤਿਹਾਸ ਦੁਹਰਾਇਆ ਗਿਆ। ਸਿੱਖਾਂ ਨੇ ਆਪਣੀ ਜਾਨ ਦੀ ਪਰਵਾਹ ਕੀਤੇ ਬਿਨਾਂ ਅਤੇ ਬਿਨਾਂ ਕਿਸੇ ਭੇਦਭਾਵ ਦੇ ਹਰ ਸੰਭਵ ਮਦਦ ਕੀਤੀ ਅਤੇ ਸੇਵਾ ਦਾ ਨਵਾਂ ਮਾਪਦੰਡ ਸਥਾਪਿਤ ਕੀਤਾ। ਗੁਰਦੁਆਰਾ ਬੰਗਲਾ ਸਾਹਿਬ ਇਨ੍ਹਾਂ ਸੇਵਾ ਕਾਰਜਾਂ ਦੇ ਕੇਂਦਰ ਵਿੱਚ ਰਿਹਾ।

ਗੁਰੂ ਹਰਿ ਕ੍ਰਿਸ਼ਨ ਲਗਭਗ ਪੰਜ ਸਾਲ ਦੀ ਉਮਰ ਵਿੱਚ ਗੁਰਗੱਦੀ 'ਤੇ ਬਿਰਾਜਮਾਨ ਹੋਏ ਅਤੇ ਅੱਠ ਸਾਲ ਦੀ ਉਮਰ ਵਿੱਚ ਸੰਸਾਰਕ ਜੀਵਨ ਤਿਆਗ ਗਏ। ਇਸ ਥੋੜ੍ਹੇ ਜਿਹੇ ਜੀਵਨ ਕਾਲ ਦੇ ਬਾਵਜੂਦ ਉਨ੍ਹਾਂ ਨੇ ਸਿੱਖ ਸਮਾਜ 'ਤੇ ਡੂੰਘਾ ਪ੍ਰਭਾਵ ਛੱਡਿਆ। ਜਿੱਥੇ ਇੱਕ ਪਾਸੇ ਉਨ੍ਹਾਂ ਨੇ ਕੂਟਨੀਤਕ ਚਾਲਬਾਜ਼ੀਆਂ ਤੋਂ ਸੁਚੇਤ ਰਹਿਣ ਦੀ ਪ੍ਰੇਰਨਾ ਦਿੱਤੀ, ਉੱਥੇ ਸਿੱਖ ਸਮਾਜ ਦੇ ਲਈ ਸੇਵਾ ਦੀ ਨਵੀਂ ਮਿਸਾਲ ਸਥਾਪਿਤ ਕੀਤੀ।

ਭੈ ਕਾਹੂ ਕਉ ਦੇਤ ਨਹਿ ਨਹਿ ਭੈ ਮਾਨਤ ਆਨ

ਗੁਰੂ ਤੇਗ ਬਹਾਦਰ ਜੀ ਨੇ ਗੁਰਗੱਦੀ ਸੰਭਾਲਦਿਆਂ ਹੀ 1665 ਵਿੱਚ ਕੀਰਤਪੁਰ ਨੇੜੇ ਇਕ ਹੋਰ ਨਵਾਂ ਨਗਰ 'ਚੱਕ-ਨਾਨਕੀ' ਦੀ ਸਥਾਪਨਾ ਕੀਤੀ। ਇਹ ਉਹਨਾਂ ਨੇ ਆਪਣੀ ਮਾਤਾ ਨਾਨਕੀ ਜੀ ਦੇ ਨਾਮ ਅਤੇ ਆਪਣੇ ਪਿਤਾ ਗੁਰੂ ਹਰਿ ਗੋਬਿੰਦ ਦੀ ਜਨਮ ਤਾਰੀਖ਼ ਨੂੰ ਕੀਤਾ। ਚੱਕ-ਨਾਨਕੀ ਬਾਅਦ ਵਿੱਚ 'ਆਨੰਦਪੁਰ' ਦੇ ਨਾਂ ਨਾਲ ਮਸ਼ਹੂਰ ਹੋਇਆ। ਉਪਰੰਤ ਪੰਜਾਬ ਦਾ ਦੌਰਾ ਕੀਤਾ ਅਤੇ ਫਿਰ ਪੂਰਬ ਦੇਸ਼ ਵੱਲ ਲੰਬਾ ਪ੍ਰਚਾਰਕ ਦੌਰਾ ਸ਼ੁਰੂ ਕੀਤਾ ਜੋ ਸੰਨ 1666 ਤੋਂ 1671 ਤੱਕ ਚੱਲਿਆ। ਆਪਣੀ ਯਾਤਰਾ ਦੌਰਾਨ ਉਨ੍ਹਾਂ ਨੇ ਲੋਕਾਂ ਨੂੰ ਜਿੱਥੇ ਤੰਬਾਕੂ ਵਰਗੇ ਹਾਨੀਕਾਰਕ ਨਸ਼ਿਆਂ ਨੂੰ ਤਿਆਗਣ ਦਾ ਉਪਦੇਸ਼ ਦਿੱਤਾ, ਉੱਥੇ ਗੁਰਬਾਣੀ ਨਾਲ ਜੁੜ ਕੇ ਡਰ ਤੋਂ ਮੁਕਤ ਹੋਣ ਦਾ ਵੀ ਉਪਦੇਸ਼ ਦਿੱਤਾ।

ਇਸ ਦੌਰਾਨ ਔਰੰਗਜ਼ੇਬ ਨੇ ਤੇਗ ਬਹਾਦਰ ਜੀ ਨੂੰ ਕੁਝ ਦਿਨਾਂ ਲਈ ਗ੍ਰਿਫ਼ਤਾਰ ਕਰ ਲਿਆ ਸੀ। ਉਨ੍ਹਾਂ ਦੀ ਵੱਧਦੀ ਲੋਕਪ੍ਰਿਯਤਾ ਨੂੰ ਦੇਖਦੇ ਹੋਏ, ਉਨ੍ਹਾਂ 'ਤੇ ਸ਼ਾਂਤੀ ਭੰਗ ਕਰਨ ਦਾ ਦੋਸ਼ ਲਗਾਇਆ ਗਿਆ। ਸਿੱਖ ਆਪਣੇ ਗੁਰੂ ਨੂੰ ਸੱਚੇ ਪਾਤਸ਼ਾਹ ਕਹਿ ਕੇ ਸੰਬੋਧਨ ਕਰਦੇ ਸੀ। ਇਹ ਔਰੰਗਜ਼ੇਬ ਨੂੰ 'ਸੱਚਾ' ਬਾਦਸ਼ਾਹ ਨਾ ਹੋਣ ਦੀ ਚੁਣੌਤੀ ਨਜ਼ਰ ਆਉਂਦਾ ਸੀ। ਮਿਰਜ਼ਾ ਰਾਜਾ ਜੈ ਸਿੰਘ ਦੇ ਪੁੱਤਰ ਰਾਜਾ ਰਾਮ ਸਿੰਘ ਦੀ ਬੇਨਤੀ 'ਤੇ ਉਨ੍ਹਾਂ ਨੂੰ ਰਿਹਾ ਕੀਤਾ ਗਿਆ ਅਤੇ ਉਹ ਫਿਰ ਆਪਣੇ ਨਿਰਧਾਰਿਤ ਸਫ਼ਰ 'ਤੇ ਪੂਰਬ ਵੱਲ ਚੱਲ ਪਏ। ਇਸ ਦੌਰਾਨ ਉਹ ਮਥੁਰਾ, ਆਗਰਾ, ਇਲਾਹਾਬਾਦ, ਵਾਰਾਣਸੀ, ਗਜਾ, ਪਟਨਾ, ਢਾਕਾ (ਬੰਗਾਲ), ਧੁਬਰੀ (ਅਸਾਮ) ਤੱਕ ਗਏ।

ਇਸ ਯਾਤਰਾ ਵਿੱਚ ਉਹ ਆਪਣੇ ਪਰਿਵਾਰ ਅਤੇ ਪ੍ਰਮੁੱਖ ਸਿੱਖਾਂ ਦੇ ਨਾਲ ਗਏ ਸਨ। ਜਦੋਂ ਉਹ ਪਟਨਾ ਪਹੁੰਚੇ ਤਾਂ ਉਨ੍ਹਾਂ ਦਾ ਪਰਿਵਾਰ ਇੱਥੇ ਰੁਕ ਗਿਆ ਕਿਉਂਕਿ ਉਨ੍ਹਾਂ ਦੀ ਪਤਨੀ ਮਾਤਾ ਗੁਜਰੀ ਜੀ ਗਰਭਵਤੀ ਸਨ। ਪਰ ਗੁਰੂ ਜੀ ਆਪਣੇ ਨਿਰਧਾਰਿਤ ਦੌਰੇ 'ਤੇ ਬੰਗਾਲ ਅਤੇ ਅਸਾਮ ਦੇ ਲਈ ਅੱਗੇ ਚੱਲ ਪਏ। ਪਟਨਾ ਸ਼ਹਿਰ ਗੁਰੂ-ਪਰਿਵਾਰ ਦੇ ਲਈ ਸੁਰੱਖਿਅਤ ਸਥਾਨ ਸੀ। ਇੱਥੋਂ ਦੇ ਨਵਾਬ ਰਹੀਮ ਬਖ਼ਸ਼ ਤੇ ਕਰੀਮ ਬਖ਼ਸ਼ ਅਤੇ ਸ਼ਹਿਰ ਦਾ ਇੱਜ਼ਤਦਾਰ ਪਰਿਵਾਰ ਫ਼ਤਹਿ ਚੰਦ ਮੈਨੀ ਗੁਰੂ ਸਾਹਿਬ ਦੇ ਸ਼ਰਧਾਲੂ ਸਨ। ਮਾਤਾ ਗੁਜਰੀ ਜੀ ਦੀ ਕੁੱਖ ਤੋਂ ਗੋਬਿੰਦ ਰਾਏ (ਸਿੰਘ) ਜੀ ਦਾ ਜਨਮ 22 ਦਸੰਬਰ 1666 ਨੂੰ ਪਟਨਾ ਵਿਖੇ ਹੋਇਆ।

ਆਸਾਮ ਵਿੱਚ ਉਸ ਸਮੇਂ ਮੁਗਲਾਂ ਅਤੇ ਅਹੋਮ ਕਬੀਲੇ ਦੇ ਵਿੱਚ ਕੁਝ ਸਾਲਾਂ ਤੋਂ ਜੰਗ ਚੱਲ ਰਹੀ ਸੀ। ਔਰੰਗਜ਼ੇਬ ਨੇ ਰਾਜਾ ਰਾਮ ਸਿੰਘ ਨੂੰ ਇਸ ਮੁਹਿੰਮ ਦੀ ਅਗਵਾਈ ਦੇ ਲਈ ਭੇਜਿਆ। ਗੁਰੂ ਤੇਗ ਬਹਾਦਰ ਜੀ ਦੋਹਾਂ ਧਿਰਾਂ

ਦੇ ਲਈ ਸਤਿਕਾਰਯੋਗ ਸਨ। ਉਹਨਾਂ ਨੇ ਰਾਜਾ ਰਾਮ ਸਿੰਘ ਅਤੇ ਅਹੋਮ ਕਬੀਲੇ ਦੇ ਨੇਤਾ ਚੱਕਰਧਵਜ ਅਤੇ ਲਚਿਤ ਬੋਰਫੁਕਨ ਵਿਚਕਾਰ ਸਰਹੱਦਾਂ ਨੂੰ ਲੈ ਕੇ ਸੰਧੀ ਕਰਵਾਈ। ਇਸ ਜੰਗਬੰਦੀ ਅਤੇ ਸ਼ਾਂਤੀ ਪ੍ਰਸਤਾਵ ਤੋਂ ਦੋਵਾਂ ਪਾਸਿਆਂ ਦੀਆਂ ਫੌਜਾਂ ਬਹੁਤ ਖੁਸ਼ ਸਨ। ਇਸ ਸ਼ਾਂਤੀ ਪ੍ਰਸਤਾਵ ਦੀ ਯਾਦ ਵਿੱਚ ਧੁਬਰੀ ਵਿੱਚ ਇਕ ਗੁਰਦੁਆਰਾ ਸਥਿਤ ਹੈ।

ਸੰਨ 1670 ਦੇ ਅੰਤ ਵਿੱਚ ਗੁਰੂ ਤੇਗ ਬਹਾਦਰ ਜੀ ਪਟਨਾ ਵਾਪਸ ਪਹੁੰਚੇ। ਯਾਨੀ ਜਦੋਂ ਉਨ੍ਹਾਂ ਨੇ ਆਪਣੇ ਪੁੱਤਰ ਨੂੰ ਪਹਿਲੀ ਵਾਰ ਦੇਖਿਆ ਤਾਂ ਬਾਲਕ ਗੋਬਿੰਦ ਹਾਏ ਦੀ ਉਮਰ ਲਗਭਗ ਚਾਰ ਸਾਲ ਦੀ ਹੋ ਚੁੱਕੀ ਸੀ। ਇਸ ਤੋਂ ਬਾਅਦ ਉਹ ਵਾਪਸ ਪੰਜਾਬ ਆ ਗਏ ਅਤੇ ਆਨੰਦਪੁਰ ਦੇ ਵਿਕਾਸ ਵਿੱਚ ਜੁਟ ਗਏ। ਆਨੰਦਪੁਰ ਪਹੁੰਚਣ ਤੋਂ ਥੋੜੀ ਦੇਰ ਬਾਅਦ ਉਹਨਾਂ ਨੇ ਆਪਣੇ ਪਰਿਵਾਰ ਨੂੰ ਵੀ ਪਟਨਾ ਤੋਂ ਵਾਪਸ ਬੁਲਾ ਲਿਆ।

ਪਰ ਜਦੋਂ ਔਰੰਗਜ਼ੇਬ ਨੂੰ ਸੰਧੀ ਬਾਰੇ ਪਤਾ ਲੱਗਾ ਤਾਂ ਉਸਨੇ ਰਾਮ ਸਿੰਘ ਨੂੰ ਤਾੜਨਾ ਭਰਿਆ ਸੁਨੇਹਾ ਭੇਜਿਆ ਕਿ ਉਸਨੂੰ ਅਸਾਮੀਆਂ ਨਾਲ ਲੜਨ ਦੇ ਲਈ ਭੇਜਿਆ ਗਿਆ ਸੀ, ਉਹਨਾਂ ਨਾਲ ਦੋਸਤੀ ਕਰਨ ਦੇ ਲਈ ਨਹੀਂ। ਬੰਗਾਲ ਦੇ ਸੁਬੇਦਾਰ ਸ਼ਾਇਸਤਾ ਖਾਨ ਅਤੇ ਕੁਝ ਪ੍ਰਮੁੱਖ ਜਰਨੈਲਾਂ ਦੇ ਨਾਲ ਵੱਡੀ ਫੌਜ ਨਾਲ ਮੁੜ ਹਮਲਾ ਕੀਤਾ। ਸਰਾਏਘਾਟ ਦੀ ਇਤਿਹਾਸਕ ਜੰਗ ਵਿੱਚ ਅਹੋਮੀਆਂ ਦੀ ਨਿਰਣਾਇਕ ਜਿੱਤ ਹੋਈ। ਨੌਸੈਨਾਪਤੀ ਮੁੰਨਵਰ ਖਾਨ ਦੀ ਮੌਤ ਸਮੇਤ ਮੁਗਲਾਂ ਨੂੰ ਭਾਰੀ ਨੁਕਸਾਨ ਹੋਇਆ। ਔਰੰਗਜ਼ੇਬ ਇਸ ਹਾਰ ਦੇ ਲਈ ਰਾਜਾ ਰਾਮ ਸਿੰਘ ਨਾਲ ਬਹੁਤ ਨਾਰਾਜ਼ ਸੀ, ਜਿਸ ਕਾਰਨ ਉਸ ਦਾ ਦਰਜਾ ਘਟਾ ਕੇ ਉਸ ਨੂੰ ਦੱਖਣ ਦੀ ਮੁਹਿੰਮ ਵਿੱਚ ਭੇਜ ਦਿੱਤਾ। ਜਦੋਂ ਕਿ ਇਸ ਹਾਰ ਅਤੇ ਨੁਕਸਾਨ ਦੇ ਲਈ ਔਰੰਗਜ਼ੇਬ ਦੀ ਪਸਾਰਵਾਦੀ ਅਭਿਲਾਸ਼ਾ ਜ਼ਿੰਮੇਵਾਰ ਸੀ ਜੋ ਅਹੋਮੀਆਂ ਦੇ ਸਵੈ-ਮਾਣ ਦੇ ਜਜ਼ਬੇ ਅੱਗੇ ਹਾਰ ਗਈ। ਔਰੰਗਜ਼ੇਬ ਨੂੰ ਗੁਰੂ ਤੇਗ ਬਹਾਦਰ ਜੀ ਦੁਆਰਾ ਜੰਗ ਸੰਧੀ, ਜੋ ਉਸ ਦੀ ਇੱਛਾ ਅਨੁਸਾਰ ਨਹੀਂ ਸੀ, ਦੀ ਭੂਮਿਕਾ ਦੇ ਬਾਰੇ ਵਿੱਚ ਵੀ ਸੂਚਨਾ ਮਿਲੀ ਹੋਵੇਗੀ। ਇਸ ਘਟਨਾ ਦੇ ਪਿਛੋਕੜ ਨੇ ਵਿਰੋਧੀ ਦਰਬਾਰੀਆਂ ਨੂੰ ਗੁਰੂ ਸਾਹਿਬ ਵਿਰੁੱਧ ਝੂਠੀਆਂ ਖ਼ਬਰਾਂ ਅਤੇ ਇਲਜ਼ਾਮ ਫੈਲਾਉਣ ਦਾ ਮੌਕਾ ਵੀ ਦਿੱਤਾ। ਗੁਰੂ ਤੇਗ ਬਹਾਦਰ ਜੀ ਉੱਤੇ ਕਈ ਬੇਬੁਨਿਆਦ ਅਤੇ ਘਟੀਆ ਇਲਜ਼ਾਮ ਲਗਾ ਕੇ ਮੁਗਲ ਦਰਬਾਰ ਵਿੱਚ ਖਬਰ ਭੇਜੀ ਗਈ।

ਔਰੰਗਜ਼ੇਬ ਨੇ ਸੱਤਾ ਦੇ ਲਈ ਆਪਣੇ ਭਰਾਵਾਂ ਦਾ ਬੇਰਹਿਮੀ ਨਾਲ ਕਤਲ ਕੀਤਾ ਸੀ ਅਤੇ ਆਪਣੇ ਪਿਤਾ ਸ਼ਾਹਜਹਾਂ ਨੂੰ ਤੰਗਹਾਲੀ ਵਿੱਚ ਆਗਰਾ ਦੇ ਕਿਲ੍ਹੇ ਵਿੱਚ ਕੈਦ ਕਰਕੇ ਰੱਖਿਆ ਸੀ। ਇਸ ਬੇਰਹਿਮੀ ਦੇ ਚੱਲਦੇ ਇਸਲਾਮਿਕ ਜਗਤ ਵਿੱਚ ਉਸ ਦਾ ਨਾਂ ਬਹੁਤ ਖਰਾਬ ਹੋਇਆ। ਮੱਕਾ ਸ਼ਰੀਫ਼ ਨੇ ਤਾਂ ਸ਼ਾਹਜਹਾਂ ਦੇ ਜਿਉਂਦੇ ਸੱਤਾ ਹਥਿਆਉਣ ਨੂੰ ਗ਼ੈਰ-ਇਸਲਾਮਿਕ ਕਰਾਰ ਕਰ ਦਿੱਤਾ ਸੀ ਅਤੇ ਔਰੰਗਜ਼ੇਬ ਨੂੰ ਹਿੰਦੁਸਤਾਨ ਦੇ ਜਾਇਜ਼ ਸ਼ਾਸਕ ਵਜੋਂ ਮਾਨਤਾ ਦੇਣ ਤੋਂ ਇਨਕਾਰ ਕਰ ਦਿੱਤਾ। ਸ਼ਾਹਜਹਾਂ ਦੀ ਕੈਦ ਵਿੱਚ 1666 ਵਿੱਚ ਮੌਤ ਹੋਈ। ਹੁਣ ਔਰੰਗਜ਼ੇਬ ਇਹ ਸਾਬਤ ਕਰਨਾ ਚਾਹੁੰਦਾ ਸੀ ਕਿ ਉਸਦਾ ਸੱਤਾ ਵਿੱਚ ਆਉਣਾ ਇਸਲਾਮ ਲਈ ਇੱਕ ਵਰਦਾਨ ਹੈ, ਉਸਦੀ ਬੇਰਹਿਮੀ ਇੱਕ ਵੱਡੇ ਉਦੇਸ਼ ਦੀ ਪ੍ਰਾਪਤੀ ਦੇ ਲਈ ਸੀ। ਔਰੰਗਜ਼ੇਬ ਵੀ ਉਸੇ ਕੱਟੜ ਨਕਸ਼ਬੰਦੀ ਸੰਪਰਦਾਏ ਦਾ

ਮੁਰੀਦ ਸੀ, ਜਿਸ ਨੇ ਗੁਰੂ ਅਰਜਨ ਜੀ ਦੀ ਸ਼ਹਾਦਤ ਵਿੱਚ ਪੱਖ ਜੁਟਾਅ ਕੀਤਾ ਸੀ। ਔਰੰਗਜ਼ੇਬ ਆਪਣੇ-ਆਪ ਨੂੰ ਸ਼ਰੀਅਤ ਦਾ ਰਖਵਾਲਾ ਸਥਾਪਿਤ ਕਰਨਾ ਚਾਹੁੰਦਾ ਸੀ। ਇਸ ਵਿੱਚ ਕੋਈ ਸ਼ੱਕ ਨਹੀਂ ਕਿ ਮੁਸਲਮਾਨਾਂ ਦਾ ਇੱਕ ਵੱਡਾ ਵਰਗ ਅੱਜ ਵੀ ਔਰੰਗਜ਼ੇਬ ਨੂੰ ਮਹਾਨ ਨਾਇਕ ਦੇ ਰੂਪ ਵਿੱਚ ਯਾਦ ਕਰਦਾ ਹੈ।

ਹੌਲੀ-ਹੌਲੀ ਔਰੰਗਜ਼ੇਬ ਦੀਆਂ ਨੀਤੀਆਂ ਸ਼ਰੀਅਤ ਕਾਨੂੰਨ ਨੂੰ ਸਖ਼ਤੀ ਨਾਲ ਲਾਗੂ ਕਰਨ ਵੱਲ ਤਬਦੀਲ ਹੋ ਗਈਆਂ। ਨਵੇਂ ਮੰਦਰਾਂ ਦੀ ਉਸਾਰੀ ਦੀ ਮਨਾਹੀ ਅਤੇ ਪੁਰਾਣੇ ਮੰਦਰਾਂ ਦੀ ਮੁਰੰਮਤ ਮਨਾ ਹੋ ਗਈ। ਔਰੰਗਜ਼ੇਬ ਨੇ ਕਈ ਮੰਦਰਾਂ ਨੂੰ ਢਾਹ ਦਿੱਤਾ, ਉੱਥੇ ਹੀ ਆਪਣੇ ਰਾਜ ਦੇ ਸਮਰਥਕ ਰਾਜਪੂਤਾਂ ਨੂੰ ਖ਼ੁਸ਼ ਕਰਨ ਦੇ ਲਈ ਕਈ ਮੰਦਰਾਂ ਨੂੰ ਅਨੁਦਾਨ ਵੀ ਦਿੱਤਾ। ਜਿਸ ਤਰ੍ਹਾਂ ਰਾਮ ਰਾਇ ਨੂੰ ਦੇਹਰਾਦੂਨ ਵਿੱਚ ਧਰਮ ਅਸਥਾਨ ਦੇ ਲਈ ਜਗੀਰ ਦੇਣਾ ਕੋਈ ਸਿੱਖਾਂ ਦੇ ਪ੍ਰਤੀ ਉਦਾਰ ਨੀਤੀ ਦਾ ਹਿੱਸਾ ਨਹੀਂ ਸੀ ਅਤੇ ਇਹ ਸਿੱਖਾਂ ਨੂੰ ਉਲਝਾਉਣ ਦੀ ਚਾਲਬਾਜੀ ਸੀ, ਜਿਸ ਵਿੱਚ ਉਹ ਅਸਫਲ ਰਿਹਾ। ਪਰ ਰਾਜਪੂਤ 'ਆਪਣੇ' ਮੰਦਰਾਂ ਦੇ ਪ੍ਰਤੀ ਉਦਾਰ ਨੀਤੀ ਤੋਂ ਖ਼ੁਸ਼ ਸਨ, ਉਨ੍ਹਾਂ ਨੂੰ 'ਦੂਜਿਆਂ' ਦੇ ਮੰਦਰ ਟੁੱਟਣ ਨਾਲ ਕੋਈ ਲੈਣਾ-ਦੇਣਾ ਨਹੀਂ ਸੀ। ਕੁਝ ਮੰਦਰਾਂ ਨੂੰ ਢਾਹੁਣ ਦਾ ਕਾਰਨ ਉਨ੍ਹਾਂ ਵਿੱਚ ਕੀਤੇ ਗਏ ਕੁਕਰਮਾਂ ਨੂੰ ਦੱਸਿਆ ਜਾਂਦਾ ਹੈ। ਕੁਕਰਮਾਂ ਨੂੰ ਬਹਾਨਾ ਕਿਹਾ ਜਾ ਸਕਦਾ ਹੈ, ਨਹੀਂ ਤਾਂ ਕੁਕਰਮ ਦੀ ਸਜ਼ਾ ਪੁਜਾਰੀਆਂ ਨੂੰ ਮਿਲਣੀ ਚਾਹੀਦੀ ਸੀ, ਮੰਦਰ ਨੂੰ ਹੀ ਢਾਹੁਣਾ ਕੋਈ ਇਨਸਾਫ਼ ਨਹੀਂ। ਔਰੰਗਜ਼ੇਬ ਦੇ ਦਰਬਾਰ ਅਤੇ ਫੌਜ ਵਿੱਚ ਹਮੇਸ਼ਾ ਰਾਜਪੂਤ ਰਾਜਵਾੜ੍ਹਿਆਂ ਦਾ ਇੱਕ ਵੱਡਾ ਹਿੱਸਾ ਰਿਹਾ, ਪਰ ਉਨ੍ਹਾਂ ਨੂੰ ਆਪਣੀ ਭਲਾਈ ਆਪਣੇ ਅਹੁਦੇ ਨੂੰ ਬਚਾਈ ਰੱਖਣ ਵਿੱਚ ਹੀ ਨਜ਼ਰ ਆਈ। ਮੁਗਲ ਦਰਬਾਰ ਨਾਲ ਆਪਣੇ ਸਬੰਧਾਂ ਨੂੰ ਗੂੜ੍ਹਾ ਕਰਨ ਲਈ, ਉਹ ਖੁਦ ਆਪਣੀਆਂ ਧੀਆਂ-ਭੈਣਾਂ ਦਾ ਮੁਸਲਿਮ ਸ਼ਾਸਕਾਂ ਨਾਲ ਨਿਕਾਹ ਕਰਵਾ ਰਹੇ ਸਨ।

ਅਕਬਰ ਦੁਆਰਾ ਖਤਮ ਕਰ ਦਿੱਤਾ ਗਿਆ ਗੈਰ-ਮੁਸਲਿਮਾਂ 'ਤੇ ਲੱਗਣ ਵਾਲਾ ਜਜ਼ੀਆ (ਕਰ) 1679 ਵਿੱਚ ਦੁਬਾਰਾ ਲਾਗੂ ਕਰ ਦਿੱਤਾ ਗਿਆ। ਇਸ ਨੂੰ ਲਗਾਉਣ ਦਾ ਕਾਰਨ ਰਾਜ ਦੀ ਵਿਗੜਦੀ ਆਰਥਿਕ ਹਾਲਤ ਤਾਂ ਜ਼ਰੂਰ ਸੀ, ਪਰ ਸ਼ਰੀਅਤ ਦਾ ਅਨੁਸਰਣ ਵੀ ਸੀ:

ਅਹਿਲੇ ਕਿਤਾਬ ਵਿੱਚ ਜੋ ਲੋਕ ਨਾ ਤਾਂ (ਦਿਲ ਤੋਂ) ਅੱਲ੍ਹਾ ਹੀ 'ਤੇ ਈਮਾਨ ਰੱਖਦੇ ਹਨ ਅਤੇ ਨਾ ਅੰਤਲੇ ਦਿਨ 'ਤੇ ਅਤੇ ਨਾ ਅੱਲ੍ਹਾ ਅਤੇ ਉਸ ਦੇ ਰਸੂਲ ਦੀ ਹਰਾਮ ਦੀ ਹੋਈ ਚੀਜ਼ਾਂ ਨੂੰ ਹਰਾਮ ਸਮਝਦੇ ਹਨ ਅਤੇ ਨਾ ਸੱਚੇ ਦੀਨ ਹੀ ਨੂੰ ਇਖ਼ਤਿਆਰ ਕਰਦੇ ਹਨ, ਉਨ੍ਹਾਂ ਲੋਕਾਂ ਨਾਲ ਲੜਦੇ ਜਾਓ ਇੱਥੋਂ ਤੱਕ ਕਿ ਉਹ ਲੋਕ ਅਧੀਨ ਹੋ ਕੇ ਆਪਣੀ ਮਰਜ਼ੀ ਨਾਲ ਜਜ਼ੀਆ ਦੇਣ। (ਕੁਰਾਨ, ਅਤ:-ਤੌਬਾ 9-29)

ਧਿਆਨ ਰਹੇ ਔਰਤਾਂ, ਬੱਚਿਆਂ, ਬਜ਼ੁਰਗਾਂ, ਅਪਾਹਜਾਂ, ਬੇਰੁਜ਼ਗਾਰਾਂ, ਬਿਮਾਰਾਂ ਅਤੇ ਸੁਦਹੀਨਾ ਦੇ ਨਾਲ-ਨਾਲ ਬ੍ਰਹਮਣਾਂ ਨੂੰ ਜਜ਼ੀਆ ਤੋਂ ਛੋਟ ਦਿੱਤੀ ਗਈ ਸੀ। ਬ੍ਰਹਮਣਾਂ ਨੂੰ ਜਜ਼ੀਆ ਤੋਂ ਛੋਟ ਵੀ ਕੋਈ ਉਦਾਰਤਾ ਦਾ ਹਿੱਸਾ ਨਹੀਂ, ਸਗੋਂ ਉਨ੍ਹਾਂ ਦੀ ਚੁੱਪ ਦੀ ਕੀਮਤ ਸੀ। 100% ਮੰਦਰਾਂ ਦੇ ਪੁਜਾਰੀ ਤਾਂ ਭਾਵੇਂ ਬ੍ਰਹਮਣ ਹੀ ਸਨ, ਪਰ ਬ੍ਰਹਮਣ ਕੁੱਲ ਆਬਾਦੀ ਦਾ ਕਦੇ 5% ਵੀ ਨਹੀਂ ਸਨ। ਜਾਚਕ ਬ੍ਰਹਮਣ ਤਾਂ ਵੈਸੇ ਹੀ ਬੇਰੁਜ਼ਗਾਰ ਵਾਂਗ ਸਨ,

ਜਿਨ੍ਹਾਂ ਦੀ ਆਮਦਨ ਯਜਮਾਨਾਂ (ਦੀ ਲੁੱਟ) 'ਤੇ ਨਿਰਭਰ ਸੀ। ਅਜਿਹੀ ਸਥਿਤੀ ਵਿੱਚ ਬ੍ਰਹਮਣਾਂ ਨੂੰ ਜਜ਼ੀਆ ਛੋਟ ਤੋਂ ਕਰ ਵਸੂਲੀ 'ਤੇ ਕੋਈ ਖਾਸ ਅਸਰ ਨਹੀਂ ਸੀ। ਅਤੇ ਇਹ ਬ੍ਰਹਮਣ ਧਰਮ ਦੇ ਅਨੁਕੂਲ ਵੀ ਸੀ:

ਸ੍ਰਿਯਮਾਣੋ(ਅ)ਪਯਾਦਦੀਤ ਨ ਰਾਜਾ ਸ਼੍ਰੋਤ੍ਰਿਯਾਤ ਕਰਮ।
ਨ ਚ ਕ੍ਸ਼ੁਧਾ(ਅ)ਸਜ ਸੰਸੀਦੇਤ੍ਰਸ਼੍ਰੋਤ੍ਰਿਯੋ ਵਿਸ਼੍ਯੇ ਵਸਨ੍।।

(ਮਨੁਸਮ੍ਰਿਤੀ, 7-133)

ਅਰਥ: ਰਾਜਾ ਮਰ ਵੀ ਰਿਹਾ ਹੋਵੇ, ਤਾਂ ਵੀ ਖੇਤਰੀ ਬ੍ਰਹਮਣਾਂ 'ਤੇ ਕਰ ਨਹੀਂ ਲਗਾਏਗਾ। ਅਤੇ ਉਸਦੇ ਰਾਜ ਵਿੱਚ ਰਹਿਣ ਵਾਲੇ ਕੋਈ ਵੀ ਖੇਤਰੀ ਬ੍ਰਹਮਣ ਭੁੱਖ ਨਾਲ ਪੀੜਤ ਨਾ ਹੋਣ।

ਔਰੰਗਜ਼ੇਬ ਦੇ ਸੰਨ 1695 ਦੇ ਸ਼ਾਹੀ ਹੁਕਮ ਦੇ ਅਨੁਸਾਰ ਰਾਜਪੂਤਾਂ ਨੂੰ ਛੱਡ ਕੇ ਸਾਰੇ ਗੈਰ-ਮੁਸਲਮਾਨਾਂ ਦੇ ਲਈ ਹਾਥੀ, ਘੋੜਿਆਂ ਦੀ ਸਵਾਰੀ ਦੇ ਨਾਲ ਸ਼ਸਤਰ ਧਾਰਨ ਕਰਨ ਦੀ ਮਨਾਹੀ ਸੀ। ਇਸ ਫ਼ਰਮਾਨ ਤੋਂ ਰਾਜਪੂਤ ਖੁਸ਼ ਸਨ। ਧਰਮ ਸ਼ਾਸਤਰਾਂ ਦੇ ਅਨੁਸਾਰ ਵੀ ਸ਼ੂਦਰਾਂ ਨੂੰ ਘੋੜੇ, ਸ਼ਸਤਰ ਦੀ ਮਨਾਹੀ ਹੈ।

ਅਸੀਂ ਸਮਝ ਸਕਦੇ ਹਾਂ ਕਿ ਸ਼ਾਹੀ ਫ਼ਰਮਾਨ ਲੋਕ-ਵਿਰੋਧੀ ਹੋਣ ਦੇ ਬਾਵਜੂਦ ਧਰਮ ਵਿਰੋਧੀ ਨਹੀਂ ਸਨ। ਕਿਤੇ ਮੁਸਲਮਾਨਾਂ ਨੂੰ ਛੋਟ, ਕਿਤੇ ਰਾਜਪੂਤਾਂ ਨੂੰ ਛੋਟ, ਤਾਂ ਕਿਤੇ ਬ੍ਰਹਮਣਾਂ ਨੂੰ ਛੋਟ ਮਿਲੀ ਹੋਈ ਸੀ। ਜਿੱਥੇ ਇਸਲਾਮ ਦੇ ਅਨੁਸਾਰ ਕਾਫ਼ਰਾਂ ਦੇ ਨਾਲ ਵਿਤਕਰਾ ਧਰਮ ਦਾ ਹਿੱਸਾ ਸੀ, ਉੱਥੇ ਸਨਾਤਨ ਧਰਮ ਵੀ ਜਾਤ ਦੇ ਆਧਾਰ 'ਤੇ ਵਿਤਕਰੇ 'ਤੇ ਹੀ ਖੜ੍ਹਾ ਸੀ। ਜਾਤ-ਪਾਤ ਵਿੱਚ ਵੰਡੇ ਹਿੰਦੂਆਂ ਵਿੱਚ ਕਦੀ ਏਕਤਾ ਦਾ ਭਾਵ ਆ ਹੀ ਨਹੀਂ ਸਕਦਾ ਸੀ। ਜਿਹੜੇ ਲੋਕ ਕਾਫ਼ਿਰ ਵੀ ਸਨ ਅਤੇ ਸ਼ੂਦਰ ਵੀ, ਉਹ ਤਾਂ ਕਿਸੇ ਕਿਸਮ ਦੀ ਛੋਟ ਦੇ ਹੱਕਦਾਰ ਨਹੀਂ ਸਨ। ਲੋਕ ਇੱਕ-ਦੂਜੇ ਨੂੰ ਕੁੱਟ ਖਾਂਦੇ ਦੇਖਦੇ ਹੋਏ ਹੀ ਖੁਸ਼ ਸਨ।

ਆਰਥਿਕ, ਰਾਜਨੀਤਿਕ ਅਤੇ ਇਸਲਾਮਿਕ ਨੀਤੀਆਂ ਦੇ ਇਸ ਮਿਸ਼ਰਨ ਵਿਚਕਾਰ, ਸੰਨ 1671 ਵਿੱਚ ਕਸ਼ਮੀਰ ਦਾ ਗਵਰਨਰ ਇਫ਼ਤਿਖਾਰ ਖਾਨ ਨਿਯੁਕਤ ਹੋਇਆ, ਜਿਸ ਨੇ ਯੋਜਨਾਬੱਧ ਤਰੀਕੇ ਨਾਲ ਕਸ਼ਮੀਰੀ ਪੰਡਤਾਂ ਨੂੰ ਤਸੀਹੇ ਦੇਣਾ ਸ਼ੁਰੂ ਕਰ ਦਿੱਤਾ। ਔਰੰਗਜ਼ੇਬ ਸਮਝਦਾ ਸੀ ਕਿ ਜੇਕਰ ਕਸ਼ਮੀਰੀ ਪੰਡਤਾਂ ਦਾ ਵੱਡਾ ਹਿੱਸਾ ਆਪਣਾ ਧਰਮ ਪਰਿਵਰਤਨ ਕਰਕੇ ਇਸਲਾਮ ਵਿੱਚ ਆ ਜਾਵੇ ਤਾਂ ਇਸ ਦਾ ਅਸਰ ਪੂਰੇ ਭਾਰਤ 'ਤੇ ਪਵੇਗਾ। ਕਿਉਂਕਿ ਕਸ਼ਮੀਰੀ ਪੰਡਤ ਆਪਣੀ ਸ਼ਾਸਤਰੀ ਵਿੱਦਿਆ ਦੇ ਲਈ ਮਸ਼ਹੂਰ ਸਨ ਅਤੇ ਪੂਰੇ ਉੱਤਰ ਭਾਰਤ ਵਿੱਚ ਪ੍ਰਭਾਵ ਰੱਖਦੇ ਸਨ।

ਬ੍ਰਹਮਣਾਂ ਦੁਆਰਾ ਸਤਾਏ 'ਨੀਵੀਂ' ਜਾਤ ਵਾਲਿਆਂ ਦੀ ਵੱਡੀ ਆਬਾਦੀ ਨੇ ਇਸਲਾਮ ਪਹਿਲਾਂ ਹੀ ਅਪਣਾ ਲਿਆ ਸੀ। ਕਸ਼ਮੀਰ ਵਿੱਚ ਗੁਰੂ ਨਾਨਕ ਜੀ ਤੋਂ ਲੈ ਕੇ ਗੁਰੂ ਤੇਗ ਬਹਾਦਰ ਜੀ ਦੇ ਵੀ ਦੌਰੇ ਹੁੰਦੇ ਰਹੇ, ਜਿਸ ਕਾਰਨ ਸਿੱਖੀ ਵੀ ਬਹੁਤ ਪ੍ਰਫੁੱਲਤ ਹੋ ਰਹੀ ਸੀ। ਮੁਸਲਮਾਨ, ਸ਼ੂਦਰ, ਬ੍ਰਹਮਣ ਅਤੇ ਸਮਾਜ ਦੇ ਹਰ ਵਰਗ

ਦੇ ਲੋਕ ਸਿੱਖੀ ਵਿੱਚ ਸ਼ਾਮਲ ਹੋ ਰਹੇ ਸਨ। 1620 ਵਿੱਚ ਕਸ਼ਮੀਰ ਵਿੱਚ ਗਿਲਟੀ ਬੁਖਾਰ ਦੀ ਬਿਮਾਰੀ ਭਿਆਨਕ ਰੂਪ ਵਿੱਚ ਫੈਲ ਗਈ ਸੀ। ਗੁਰੂ ਹਰਿ ਗੋਬਿੰਦ ਜੀ ਨੇ ਕਸ਼ਮੀਰ ਵਿੱਚ ਰਹਿ ਕੇ ਇਸ ਮਾੜੇ ਸਮੇਂ ਵਿੱਚ ਕਸ਼ਮੀਰੀਆਂ ਦੀ ਹਰ ਸੰਭਵ ਮਦਦ ਕੀਤੀ ਸੀ। 1674 ਵਿੱਚ ਗੁਰੂ ਤੇਗ ਬਹਾਦਰ ਜੀ ਨੇ ਵੀ ਕਸ਼ਮੀਰ ਦਾ ਦੌਰਾ ਕੀਤਾ ਸੀ ਅਤੇ ਮੌਜੂਦਾ ਹਾਲਾਤ ਤੋਂ ਉਹ ਚੰਗੀ ਤਰ੍ਹਾਂ ਜਾਣੂ ਸਨ।

ਜਦੋਂ ਸ਼ਿਵਾਜੀ ਮਰਾਠਾ, ਜੋ ਪਹਿਲਾਂ ਜਾਗੀਰਦਾਰ ਦੇ ਰੂਪ ਵਿੱਚ ਸਥਾਪਿਤ ਸਨ, ਨੇ ਆਪਣੇ-ਆਪ ਨੂੰ ਰਾਜਾ ਘੋਸ਼ਿਤ ਕਰਨਾ ਚਾਹਿਆ, ਤਾਂ ਬ੍ਰਹਮਣਾਂ ਨੇ ਸ਼ਿਵਾਜੀ ਦਾ ਅਖੌਤੀ ਸ਼ੂਦਰ ਹੋਣ ਦੇ ਕਾਰਨ ਤਾਜਪੋਸ਼ੀ ਕਰਨ ਤੋਂ ਸਾਫ਼-ਸਾਫ਼ ਇਨਕਾਰ ਕਰ ਦਿੱਤਾ। ਕਿਉਂਕਿ ਰਾਜ ਉੱਤੇ ਬੈਠਣ ਦਾ ਹੱਕਦਾਰ ਕੇਵਲ ਕਸ਼ੱਤਰੀ ਦਾ ਸੀ। ਸ਼ਿਵਾਜੀ ਦੁਆਰਾ ਭਾਰੀ ਕੀਮਤ ਦੇ ਕੇ ਵਾਰਾਨਸੀ ਤੋਂ ਗਾਗਾ ਭੱਟ ਨਾਂ ਦੇ ਬ੍ਰਹਮਣ ਨੂੰ ਮਨਾਇਆ ਗਿਆ। ਉਸਨੇ ਸ਼ਿਵਾਜੀ ਨੂੰ 1674 ਵਿੱਚ ਆਪਣੇ ਪੈਰ ਦੇ ਅੰਗੂਠੇ ਨਾਲ ਰਾਜ-ਤਿਲਕ ਲਗਾਇਆ। ਇਹ ਘਟਨਾ ਨਾ ਸਿਰਫ਼ ਇਹ ਦਰਸਾਉਂਦੀ ਹੈ ਕਿ ਬ੍ਰਹਮਣਾਂ ਤੋਂ ਮਾਨਤਾ ਪ੍ਰਾਪਤ ਕਰਨਾ ਕਿੰਨਾ ਜ਼ਰੂਰੀ ਸੀ, ਬ੍ਰਹਮਣ-ਕਸ਼ੱਤਰੀ ਦਾ ਇੱਕ-ਦੂਜੇ ਦੀ ਸਰਵਉੱਚਤਾ ਨੂੰ ਸੁਰੱਖਿਅਤ ਰੱਖਣ ਵਿੱਚ ਸਹਾਇਕ ਹੋਣਾ ਵੀ ਦੱਸਦੀ ਹੈ।

ਕਸ਼ਮੀਰ ਵਿੱਚ ਬ੍ਰਹਮਣ-ਕਸ਼ੱਤਰੀ ਜੋੜੀ ਦੀ ਜੁਗਲਬੰਦੀ ਨਹੀਂ ਸੀ। ਇੱਥੇ ਰਾਜਪੂਤ ਰਜਵਾੜੇ ਨਹੀਂ ਸਨ ਜਿਨ੍ਹਾਂ ਨੂੰ ਸੱਤਾ ਵਿੱਚ ਬਣੇ ਰਹਿਣ ਦੇ ਲਈ ਬ੍ਰਹਮਣਾਂ ਤੋਂ ਵਰਦਾਨ ਦੀ ਲੋੜ ਸੀ। ਇਸ ਕਾਰਨ ਇੱਥੇ ਦੇ ਬ੍ਰਹਮਣਾਂ ਨੂੰ ਸੱਤਾ ਦੁਆਰਾ ਸਰਵਉੱਚ ਸਥਾਪਤ ਕਰਨ ਦੀ ਕੋਈ ਲੋੜ ਵੀ ਨਹੀਂ ਸੀ। ਕਸ਼ਮੀਰੀ ਪੰਡਤਾਂ ਦੀ ਸ਼ਾਸਤਰੀ ਪ੍ਰਸਿੱਧੀ ਦੇ ਬਾਵਜੂਦ ਉਨ੍ਹਾਂ ਦਾ ਸਾਥ ਦੇਣ ਦੀ ਨਾ ਤਾਂ ਕਿਸੇ ਵਿੱਚ ਹਿੰਮਤ ਸੀ, ਨਾ ਸੁਆਰਥ, ਅਤੇ ਨਾ ਹੀ ਹਮਦਰਦੀ। ਇੱਕ-ਦੂਜੇ ਦੇ ਲਈ ਨਿਰਸਵਾਰਥ ਖੜ੍ਹੇ ਹੋਣ ਦੇ ਲਈ ਕਿਸੇ ਦੇ ਕੋਲ ਪ੍ਰੇਰਣਾ ਨਹੀਂ ਸੀ ਕਿਉਂਕਿ ਮਨੁੱਖੀ ਅਧਿਕਾਰ ਕਿਸੇ ਦੇ ਧਰਮ ਦਾ ਹਿੱਸਾ ਨਹੀਂ ਸੀ।

ਪੰਡਿਤ ਕ੍ਰਿਪਾ ਰਾਮ ਦੀ ਅਗਵਾਈ ਵਿੱਚ ਕਸ਼ਮੀਰੀ ਪੰਡਤਾਂ ਦਾ ਸਮੂਹ ਮਦਦ ਦੀ ਉਮੀਦ ਲੈ ਕੇ ਕਿਸੇ ਰਾਜਪੂਤ ਰਜਵਾੜੇ ਦੇ ਕੋਲ ਨਹੀਂ ਗਿਆ। ਉਹ ਫ਼ਰਿਆਦੀ ਬਣ ਕੇ ਗੁਰੂ ਤੇਗ ਬਹਾਦਰ ਜੀ ਦੇ ਕੋਲ ਆਨੰਦਪੁਰ ਪਹੁੰਚੇ। ਉੱਤਰੀ ਭਾਰਤ ਵਿੱਚ ਢੇਰੋਂ ਮਤ ਅਤੇ ਉਨ੍ਹਾਂ ਦੇ ਪੈਰੋਕਾਰ ਸਨ। ਕਸ਼ਮੀਰੀ ਪੰਡਿਤ ਉਨ੍ਹਾਂ ਕੋਲ ਵੀ ਨਹੀਂ ਗਏ। ਕਿਉਂ? ਸੰਦੇਹਵਾਦੀ ਇਸ ਬਾਰੇ ਵੀ ਚਿੰਤਨ ਕਰ ਸਕਦੇ ਹਨ। ਕੁਝ ਸਾਲ ਪਹਿਲਾਂ ਔਰੰਗਜ਼ੇਬ ਨੇ ਸਤਨਾਮੀ ਵਿਦਰੋਹ ਨੂੰ ਬੇਰਹਿਮੀ ਨਾਲ ਕੁਚਲ ਦਿੱਤਾ ਸੀ।

ਨਿਰਵਾਨ ਰਾਜਪੂਤ ਵੰਸ਼ ਵਿੱਚੋਂ ਜੋਗੀਦਾਸ ਅਤੇ ਵੀਰਭਾਨ ਸਤਨਾਮੀ ਸੰਪਰਦਾਏ ਦੇ ਸੰਸਥਾਪਕ ਦੇ ਭਾਈ ਹੋਏ ਹਨ। ਇਹਨਾਂ ਨੇ ਔਰੰਗਜ਼ੇਬ ਦੇ ਤਾਨਾਸ਼ਾਹੀ ਸ਼ਾਸਨ ਦੇ ਵਿਰੁੱਧ ਇੱਕ ਜ਼ਬਰਦਸਤ ਬਗਾਵਤ ਦੀ ਅਗਵਾਈ ਕੀਤੀ। ਉਨ੍ਹਾਂ ਨੇ ਔਰੰਗਜ਼ੇਬ ਦੀ ਸਾਧਨ ਸੰਪੰਨ ਸੈਨਾ ਨਾਲ ਲੜਨ ਦੇ ਲਈ ਗੁਮੀਣਾਂ ਅਤੇ ਮਜਦੂਰਾਂ ਨੂੰ ਲਾਮਬੰਦ ਕੀਤਾ। ਸਤਨਾਮੀ ਸਾਧ ਮੁਗਲਾਂ ਨੂੰ ਪਿੱਛੇ ਹਟਾਉਣ ਵਿੱਚ ਵੀ ਸਫਲ ਰਹੇ ਅਤੇ ਨਾਰਨੌਲ (ਹਰਿਆਣਾ) ਉੱਤੇ ਕਬਜ਼ਾ ਕਰ ਲਿਆ। ਇਹਨਾਂ ਨੂੰ ਖੁਦ ਦੀ ਸਾਧਨਾ ਦੇ ਕਾਰਨ ਰੱਬੀ ਵਰਦਾਨ ਦੇ ਹੋਣ ਦਾ ਵਿਸ਼ਵਾਸ

ਹੋ ਗਿਆ ਸੀ। ਇਹਨਾਂ ਨੂੰ ਲੱਗਾ ਕਿ ਇਹਨਾਂ 'ਤੇ ਮੁਗਲ ਸੈਨਾ ਦੇ ਹਥਿਆਰ ਕੰਮ ਨਹੀਂ ਕਰਨਗੇ। ਅੰਧ ਵਿਸ਼ਵਾਸ ਤੋਂ ਬਣੇ ਇਸ ਆਤਮ-ਵਿਸ਼ਵਾਸ ਕਾਰਨ ਸਤਨਾਮੀ ਸਾਧੂਆਂ ਨੇ ਦਿੱਲੀ 'ਤੇ ਹਮਲਾ ਕਰ ਦਿੱਤਾ। ਪਰ ਮਾਰਚ 1672 ਵਿੱਚ 10000 ਮੁਗਲ ਸੈਨਾ ਦੁਆਰਾ ਸਤਨਾਮੀ ਵਿਦਰੋਹ ਨੂੰ ਕੁਚਲ ਦਿੱਤਾ ਗਿਆ, ਜਿਸ ਵਿੱਚ ਲਗਭਗ 2000 ਸਤਨਾਮੀ ਮਾਰੇ ਗਏ। ਇਸ ਤੋਂ ਬਾਅਦ ਬਚ ਚੁੱਕੇ ਸਤਨਾਮੀ ਆਪਣੇ ਜੀਵਨ ਰੱਖਿਆ ਦੇ ਲਈ ਦੇਸ਼ ਦੇ ਵੱਖ-ਵੱਖ ਸੂਬਿਆਂ ਵਿੱਚ ਭੱਜ ਗਏ।

ਗੁਰਬਾਣੀ ਵਾਰ-ਵਾਰ ਏਕੰਕਾਰ ਦੇ ਸਰਵ ਵਿਆਪਕ ਹੁਕਮ ਨੂੰ ਸਮਝਾਉਂਦੀ ਹੈ ਜੋ ਸਾਰਿਆਂ ਦੇ ਲਈ ਇੱਕੋ ਜਿਹਾ ਹੈ। ਮਨੁੱਖ ਦੁਆਰਾ ਕਿਸੇ ਦੇ ਮੌਲਿਕ ਅਧਿਕਾਰਾਂ ਨੂੰ ਕੁਚਲਣਾ ਹੁਕਮ ਦੇ ਪ੍ਰਤੀਕੂਲ ਹੈ। ਜਿੱਥੇ ਬ੍ਰਾਹਮਣਾਂ ਵੱਲੋਂ ਜਾਤ-ਪਾਤ ਦਾ ਵਿਕਰਾਲ ਭੇਦਭਾਵ ਪ੍ਰਭੂ ਦੇ ਹੁਕਮ ਦੇ ਵਿਰੁੱਧ ਹੈ, ਉੱਥੇ ਕਿਸੇ ਦਾ ਜਬਰਦਸਤੀ (ਜਾਂ ਉਕਸਾਉਣ) ਨਾਲ ਧਰਮ ਪਰਿਵਰਤਨ ਵੀ ਹੁਕਮ ਦੇ ਵਿਰੁੱਧ ਹੈ। ਜਿੱਥੇ ਗੁਰੂ ਨਾਨਕ ਸਾਹਿਬ ਦੁਆਰਾ ਜਨੇਊ ਪਹਿਨਣ ਤੋਂ ਇਨਕਾਰ ਕਰਨਾ ਹੁਕਮ ਦੇ ਅਨੁਕੂਲ ਸੀ, ਉੱਥੇ ਨੌਵੇਂ ਨਾਨਕ, ਗੁਰੂ ਤੇਗ ਬਹਾਦਰ ਜੀ, ਦੁਆਰਾ ਜਬਰਨ ਜਨੇਊ ਉਤਾਰਨ ਦੇ ਵਿਰੁੱਧ ਖੜ੍ਹੇ ਹੋ ਜਾਣਾ ਵੀ ਹੁਕਮ ਦੀ ਪਾਲਣਾ ਸੀ। ਕਸ਼ਮੀਰੀ ਪੰਡਤਾਂ ਨੂੰ ਰਾਜਪੂਤ, ਸਤਨਾਮੀ, ਯੋਗੀ, ਸੂਫੀ, ਆਦਿ ਤੋਂ ਉਮੀਦ ਨਹੀਂ ਸੀ। ਉਹ ਸਭ ਗੁਰੂ ਨਾਨਕ ਦੇ ਘਰ ਆਏ।

ਗੁਰੂ ਤੇਗ ਬਹਾਦਰ ਜੀ ਨੇ ਖੁਦ ਨੂੰ ਕੁਰਬਾਨ ਕਰਨ ਦਾ ਫੈਸਲਾ ਕਰ ਲਿਆ। ਇਹ ਕੁਰਬਾਨੀ ਆਪਣੇ ਲਈ ਨਹੀਂ, ਸਗੋਂ ਵਿਰੋਧੀ ਵਿਚਾਰਧਾਰਾ ਦੀ ਅਭਿਵਿਅਕਤੀ ਦੀ ਆਜ਼ਾਦੀ ਦੇ ਲਈ ਸੀ। ਅਸੀਂ ਵਾਰ-ਵਾਰ ਦੁਹਰਾ ਰਹੇ ਹਾਂ ਕਿ ਸਿੱਖ ਧਰਮ ਕੇਵਲ ਵਿਚਾਰਧਾਰਾ ਦਾ ਨਾਮ ਨਹੀਂ ਹੈ, ਬਲਕਿ ਗੁਰਬਾਣੀ ਦੇ ਅਨੁਕੂਲ ਪ੍ਰਤੱਖੀਕਰਨ ਸਿੱਖੀ ਦਾ ਅਨਿੱਖੜਵਾਂ ਅੰਗ ਹੈ, ਜੋ ਗੁਰੂ ਨਾਨਕ ਦੇ ਦਸ ਸਰੂਪਾਂ ਨੇ ਕਰਕੇ ਦਿਖਾਇਆ।

ਗੁਰੂ ਤੇਗ ਬਹਾਦਰ ਜੀ ਨੇ ਔਰੰਗਜ਼ੇਬ ਨੂੰ ਚੁਣੌਤੀ ਦਿੰਦੇ ਹੋਏ ਸੁਨੇਹਾ ਭਿਜਵਾਇਆ ਕਿ ਜੇਕਰ ਉਹ ਉਨ੍ਹਾਂ ਨੂੰ ਇਸਲਾਮ ਕਬੂਲ ਕਰਵਾ ਸਕਦਾ ਹੈ ਤਾਂ ਸਾਰੇ ਕਸ਼ਮੀਰੀ ਪੰਡਿਤ ਵੀ ਇਸਲਾਮ ਕਬੂਲ ਕਰ ਲੈਣਗੇ। ਔਰੰਗਜ਼ੇਬ ਨੂੰ ਇਹ ਚੁਣੌਤੀ ਆਸਾਨ ਲੱਗੀ। ਔਰੰਗਜ਼ੇਬ ਦੇ ਲਈ ਹੋਰ ਆਸਾਨ ਹੋ ਜਾਵੇ, ਇਸ ਲਈ ਗੁਰੂ ਤੇਗ ਬਹਾਦਰ ਜੀ ਆਨੰਦਪੁਰ ਦਾ ਸੁਰੱਖਿਅਤ ਸਥਾਨ ਛੱਡ ਕੇ ਆਪ ਦਿੱਲੀ ਲਈ ਰਵਾਨਾ ਹੋ ਗਏ। ਗੁਰੂ ਤੇਗ ਬਹਾਦਰ ਜੀ ਨੇ ਆਪਣੀ ਅੰਤਿਮ ਪਦ ਯਾਤਰਾ ਨੂੰ ਲੋਕਾਂ ਨੂੰ ਨਿਡਰ ਹੋ ਕੇ ਬੇਇਨਸਾਫੀ ਦੇ ਵਿਰੁੱਧ ਲੜਨ ਲਈ ਪ੍ਰੇਰਿਤ ਕਰਨ ਦੇ ਮਕਸਦ ਨਾਲ ਵੱਖ-ਵੱਖ ਥਾਵਾਂ 'ਤੇ ਰੁਕ ਕੇ ਪੂਰੀ ਕੀਤੀ। ਜੋ ਨਾ ਕਿਸੇ ਨੂੰ ਡਰ ਦੇਵੇ ਅਤੇ ਨਾ ਕਿਸੇ ਦਾ ਡਰ ਸਵੀਕਾਰ ਕਰੇ, ਉਸੇ ਨੂੰ ਆਤਮਕ ਜੀਵਨ ਦੀ ਸੂਝ ਵਾਲਾ ਗਿਆਨਵਾਨ ਕਿਹਾ ਜਾ ਸਕਦਾ ਹੈ:

ਭੈ ਕਾਹੂ ਕਉ ਦੇਤ ਨਹਿ ਨਹਿ ਭੈ ਮਾਨਤ ਆਨ॥
ਕਹੁ ਨਾਨਕ ਸੁਨਿ ਰੇ ਮਨਾ ਗਿਆਨੀ ਤਾਹਿ ਬਖਾਨਿ॥

(ਗੁਰੂ ਗ੍ਰੰਥ ਸਾਹਿਬ, ਮਹਲਾ ੯, ਅੰਗ 1427)

ਉਨ੍ਹਾਂ ਨੂੰ ਉਨ੍ਹਾਂ ਦੇ ਸਾਥੀ ਸਿੱਖਾਂ ਸਮੇਤ ਆਗਰਾ ਤੋਂ ਗ੍ਰਿਫਤਾਰ ਕਰਕੇ ਦਿੱਲੀ ਲਿਆਂਦਾ ਗਿਆ। ਗੁਰੂ ਜੀ ਦੇ ਅੱਗੇ ਤਿੰਨ ਸ਼ਰਤਾਂ ਰੱਖੀਆਂ ਗਈਆਂ: ਇਸਲਾਮ ਕਬੁਲ ਕਰੋ, ਕੋਈ ਚਮਤਕਾਰ ਕਰਕੇ ਦਿਖਾਓ, ਜਾਂ ਭਿਆਨਕ ਮੌਤ ਕਬੁਲ ਕਰੋ। ਬਿਨਾਂ ਸ਼ੱਕ ਗੁਰੂ ਸਾਹਿਬ ਨੇ ਮੌਤ ਨੂੰ ਪ੍ਰਵਾਨ ਕੀਤਾ।

ਉਨ੍ਹਾਂ ਨੂੰ ਹਰ ਤਰ੍ਹਾਂ ਦਾ ਡਰ, ਲਾਲਚ ਅਤੇ ਤਸੀਹੇ ਦਿੱਤੇ ਗਏ। ਗੁਰੂ ਜੀ ਨੂੰ ਇੱਕ ਤੰਗ ਪਿੰਜਰੇ ਵਿੱਚ ਕੈਦ ਕਰਕੇ ਰੱਖਿਆ ਗਿਆ। ਗੁਰੂ ਜੀ ਦੇ ਨਾਲ ਗ੍ਰਿਫਤਾਰ ਕੀਤੇ ਗਏ ਤਿੰਨ ਸਿੱਖਾਂ ਨੂੰ ਵੀ ਇਸਲਾਮ ਜਾਂ ਮੌਤ ਵਿੱਚੋਂ ਇੱਕ ਦੀ ਚੋਣ ਕਰਨ ਦਾ ਮੌਕਾ ਦਿੱਤਾ ਗਿਆ। ਪਰ ਔਰੰਗਜ਼ੇਬ ਉਹਨਾਂ ਨੂੰ ਵੀ ਇਸਲਾਮ ਕਬੁਲ ਕਰਵਾਉਣ ਵਿੱਚ ਕਾਮਜਾਬ ਨਾ ਹੋ ਸਕਿਆ। ਤਿੰਨਾਂ ਨੂੰ ਗੁਰੂ ਸਾਹਿਬ ਦੀ ਅੱਖਾਂ ਦੇ ਸਾਹਮਣੇ ਭਿਆਨਕ ਤਸੀਹੇ ਦੇ ਕੇ ਇਹ ਸੋਚ ਕੇ ਸ਼ਹੀਦ ਕਰ ਦਿੱਤਾ ਗਿਆ ਕਿ ਬੇਰਹਿਮੀ ਨਾਲ ਹੋਏ ਕਤਲ ਤੋਂ ਸ਼ਾਇਦ ਗੁਰੂ ਵਿੱਚ ਕਿਸੇ ਕਿਸਮ ਦਾ ਡਰ ਆ ਜਾਵੇ। ਪਰ ਸੱਤਾ ਦੇ ਹੰਕਾਰੀ ਨੂੰ ਇੱਥੇ ਵੀ ਸਫਲਤਾ ਨਹੀਂ ਮਿਲੀ। ਗੁਰੂ ਸਾਹਿਬ ਤਾਂ ਆਪ ਸ਼ਹੀਦੀ ਪ੍ਰਾਪਤ ਕਰਨ ਦੇ ਮਕਸਦ ਨਾਲ ਆਨੰਦਪੁਰ ਤੋਂ ਨਿਕਲੇ ਸਨ।

ਭਾਈ ਮਤੀ ਦਾਸ ਜੀ ਦੇ ਸਰੀਰ ਨੂੰ ਆਰੇ ਨਾਲ ਦੋ ਹਿੱਸਿਆਂ ਵਿੱਚ ਪਾੜ ਦਿੱਤਾ ਗਿਆ, ਭਾਈ ਦਿਆਲ ਦਾਸ ਜੀ ਨੂੰ ਉਬਲਦੇ ਤੇਲ ਦੀ ਕੜਾਹੀ ਵਿੱਚ ਸੁੱਟ ਦਿੱਤਾ ਗਿਆ, ਅਤੇ ਭਾਈ ਸਤੀ ਦਾਸ ਜੀ ਨੂੰ ਰੂੰ ਵਿੱਚ ਬੰਨ੍ਹ ਕੇ ਅੱਗ ਲਾ ਦਿੱਤੀ ਗਈ। ਇੱਥੋ ਤੱਕ ਕਿ ਤਿੰਨਾਂ ਵਿੱਚੋਂ ਇੱਕ ਸਿੱਖ ਨੇ ਵੀ ਆਪਣੀ ਜਾਨ ਬਚਾਉਣ ਦੇ ਬਦਲੇ ਗੁਰੂ ਨੂੰ ਪਿੱਠ ਨਹੀਂ ਦਿਖਾਈ। ਭਗਤ ਕਬੀਰ ਜੀ ਕਹਿੰਦੇ ਹਨ:

ਕਰਵਤੁ ਭਲਾ ਨ ਕਰਵਟ ਤੇਰੀ॥

(ਗੁਰੂ ਗ੍ਰੰਥ ਸਾਹਿਬ, ਭਗਤ ਕਬੀਰ, ਅੰਗ 484)

ਭਾਵ ਮੈਨੂੰ ਆਪਣੇ ਸਰੀਰ ਦੇ ਉੱਤੇ ਆਰਾ (ਕਰਵਤ) ਚਲਾਉਣਾ ਸਵੀਕਾਰ ਹੈ, ਪਰ ਸੱਚੇ ਮਾਰਗ ਤੋਂ ਮੂੰਹ ਮੋੜਨਾ (ਕਰਵਟ) ਕਦੇ ਵੀ ਪ੍ਰਵਾਨ ਨਹੀਂ। ਭਗਤ ਕਬੀਰ ਜੀ ਦੇ ਸ਼ਬਦਾਂ ਨੂੰ ਗੁਰਸਿੱਖਾਂ ਨੇ ਰੂਪਮਾਨ ਕਰਕੇ ਦਿਖਾਇਆ। ਭਾਈ ਮਤੀ ਦਾਸ ਜੀ ਦੇ ਸਰੀਰ ਨੂੰ ਆਰੇ ਨਾਲ ਹੀ ਚੀਰਿਆ ਗਿਆ। ਜਦੋ ਉਹਨਾਂ ਤੋਂ ਉਹਨਾਂ ਦੀ ਆਖਰੀ ਇੱਛਾ ਬਾਰੇ ਪੁੱਛਿਆ ਗਿਆ, ਤਾਂ ਉਹਨਾ ਕਿਹਾ, "ਮੇਰਾ ਮੂੰਹ ਗੁਰੂ ਜੀ ਦੇ ਪਿੰਜਰੇ ਵੱਲ ਕਰ ਦਿੱਤਾ ਜਾਵੇ।"

ਇਸ ਸਭ ਦੇ ਬਾਅਦ ਵੀ ਜਦੋ ਗੁਰੂ ਜੀ ਦੇ ਇਰਾਦਿਆਂ ਵਿੱਚ ਕੋਈ ਤਬਦੀਲੀ ਨਾ ਆਈ ਤਾਂ 11 ਨਵੰਬਰ 1675 ਨੂੰ ਚਾਂਦਨੀ ਚੌਕ ਵਿਖੇ ਉਨ੍ਹਾਂ ਦਾ ਸਿਰ ਧੜ ਤੋਂ ਅਲੱਗ ਕਰਕੇ ਸ਼ਹੀਦ ਕਰ ਦਿੱਤਾ ਗਿਆ। ਇਹ ਸ਼ਾਹੀ ਹੁਕਮ ਸੀ ਕਿ ਗੁਰੂ ਜੀ ਦਾ ਸੀਸ ਅਤੇ ਧੜ ਦੇ ਟੁਕੜੇ ਕਰਕੇ ਲਾਲ ਕਿਲੇ ਦੇ ਸਾਰੇ ਦਰਵਾਜ਼ਿਆਂ 'ਤੇ ਟੰਗ ਦਿੱਤੇ ਜਾਣ। ਜਿਸ ਨੂੰ ਦੇਖ ਕੇ ਲੋਕ ਦਿੱਲੀ-ਦਰਬਾਰ ਦੇ ਖਿਲਾਫ ਬਗਾਵਤ ਕਰਨ ਦਾ ਨਤੀਜਾ ਜਾਣ ਸਕਣ। ਪਰ ਅਜਿਹਾ ਨਹੀਂ ਹੋ ਸਕਿਆ। ਉਸੇ ਸ਼ਾਮ ਭਾਈ ਲੱਖੀ ਸ਼ਾਹ ਵੰਜਾਰਾ, ਜੋ ਦਿੱਲੀ ਦੇ ਪ੍ਰਸਿੱਧ ਵਪਾਰੀ ਅਤੇ ਪਿਆਰਾ ਸਿੱਖ ਸੀ, ਨੇ ਰੂੰ ਨਾਲ ਭਰੀਆਂ ਬੈਲ ਗੱਡੀਆਂ ਦਾ ਲੰਬਾ ਕਾਫਲਾ ਚਾਂਦਨੀ ਚੌਕ ਤੋਂ ਲੰਘਾਇਆ। ਬੈਲ ਗੱਡੀਆਂ

'ਚੋਂ ਕਾਫੀ ਧੂੜ੍ਹ ਉੱਡੀ, ਜਿਸ ਕਾਰਨ ਪਹਿਰੇ 'ਤੇ ਖੜ੍ਹੇ ਸਿਪਾਹੀ ਚਕਮਾ ਖਾ ਗਏ। ਭਾਈ ਲੱਖੀ ਸ਼ਾਹ ਨੇ ਬੜੀ ਹੁਸ਼ਿਆਰੀ ਨਾਲ ਗੁਰੂ ਸਾਹਿਬ ਦਾ ਧੜ ਕਿਸੇ ਇੱਕ ਬੈਲ ਗੱਡੀ ਵਿੱਚ ਰੱਖਿਆ ਅਤੇ ਆਪਣੇ ਘਰ ਰਾਇਸੀਨਾ ਪਿੰਡ ਵਿੱਚ ਲੈ ਆਇਆ।

ਗੁਰੂ ਦੇ ਸੀਸ ਨੂੰ ਭਾਈ ਜੈਤਾ ਜੀ ਨੇ ਉਠਾਇਆ ਅਤੇ ਘੋੜੇ 'ਤੇ ਬੜੀ ਫੁਰਤੀ ਨਾਲ ਬਿਨਾਂ ਰੁਕੇ ਆਨੰਦਪੁਰ ਦੇ ਵੱਲ ਨਿਕਲ ਪਏ।

ਲੱਖੀ ਸ਼ਾਹ ਨੇ ਧੜ ਨੂੰ ਆਪਣੇ ਘਰ ਦੇ ਅੰਦਰ ਰੱਖਿਆ ਅਤੇ ਆਪਣੇ ਹੀ ਘਰ ਨੂੰ ਅੱਗ ਲਗਾ ਦਿੱਤੀ। ਆਂਢ-ਗੁਆਂਢ ਦੇ ਸਾਰੇ ਲੋਕਾਂ ਨੇ ਸੋਚਿਆ ਕਿ ਸ਼ਾਇਦ ਲੱਖੀ ਸ਼ਾਹ ਦੇ ਘਰ ਨੂੰ ਕਿਸੇ ਦੁਰਘਟਨਾ ਕਾਰਨ ਅੱਗ ਲੱਗ ਗਈ, ਜਦਕਿ ਉਸਦਾ ਉਦੇਸ਼ ਗੁਰੂ ਸਾਹਿਬ ਦੇ ਸਰੀਰ ਨੂੰ ਅਗਨ ਭੇਟ ਕਰਨਾ ਸੀ। ਅੱਜ ਇਸ ਸਥਾਨ 'ਤੇ ਗੁਰਦੁਆਰਾ ਰਕਾਬ ਗੰਜ ਹੈ।

ਦੂਜੇ ਪਾਸੇ ਭਾਈ ਜੈਤਾ ਜੀ ਕੀਰਤਪੁਰ ਪਹੁੰਚੇ ਤਾਂ ਨੌਂ ਸਾਲਾ ਦੇ ਗੁਰੂ ਗੋਬਿੰਦ ਰਾਏ ਨੇ ਉਨ੍ਹਾਂ ਨੂੰ ਆਪਣੇ ਸੀਨੇ ਨਾਲ ਲਗਾ ਲਿਆ ਅਤੇ ਕਿਹਾ, "ਰੰਘਰੇਟਾ ਗੁਰੂ ਕਾ ਬੇਟਾ"। ਭਾਈ ਜੈਤਾ ਜੀ ਅਖੌਤੀ ਨੀਵੀਂ ਜਾਤ ਵਿੱਚੋਂ ਆਉਂਦੇ ਸਨ। ਭਾਈ ਜੈਤਾ ਜੀ ਨੇ ਵੀ ਸੰਨ 1699 ਦੀ ਵਿਸਾਖੀ ਵਾਲੇ ਦਿਨ ਖੰਡੇ ਦੀ ਪਹੁਲ ਲਈ ਸੀ ਅਤੇ ਭਾਈ ਜੀਵਨ ਸਿੰਘ ਨਾਮ ਮਿਲਿਆ। ਭਾਈ ਜੀਵਨ ਸਿੰਘ ਰਣਜੀਤ-ਨਗਾੜਾ ਵਜਾਉਣ ਵਾਲੇ ਪਹਿਲੇ ਸਿੱਖ ਸੀ, ਅਤੇ ਗੁਰੂ ਗੋਬਿੰਦ ਸਿੰਘ ਜੀ ਦੇ ਦੋ ਵੱਡੇ ਬੇਟਿਆਂ (ਸਾਹਿਬਜ਼ਾਦਿਆਂ) ਦੀ ਯੁੱਧ ਕਲਾ ਦੇ ਸਿੱਖਿਅਕ ਵੀ ਸਨ। ਉਹ 23 ਦਸੰਬਰ 1704 ਨੂੰ ਚਮਕੌਰ ਦੀ ਇਤਿਹਾਸਕ ਜੰਗ ਵਿੱਚ ਸ਼ਹੀਦ ਹੋਏ। ਇਸ ਜੰਗ ਵਿੱਚ ਦੋ ਵੱਡੇ ਸਾਹਿਬਜ਼ਾਦੇ ਵੀ ਸ਼ਹੀਦ ਹੋਏ ਸਨ। ਭਾਈ ਜੀਵਨ ਸਿੰਘ ਦੀ ਸ਼ਹੀਦੀ ਦੀ ਯਾਦ ਵਿੱਚ ਚਮਕੌਰ ਵਿੱਚ ਗੁਰਦੁਆਰਾ ਸ਼ਹੀਦ ਬੁਰਜ ਸਾਹਿਬ ਸੁਸ਼ੋਭਿਤ ਹੈ, ਇਸ ਕਾਰਨ ਅੱਜ ਵੀ ਮਜ਼ਬੀ ਸਿੱਖ ਆਪਣੇ-ਆਪ ਨੂੰ ਰੰਘਰੇਟੇ ਸਿੱਖ ਅਖਵਾਉਣ ਵਿੱਚ ਮਾਣ ਮਹਿਸੂਸ ਕਰਦੇ ਹਨ।

ਮਾਤਾ ਗੁਜਰੀ, ਗੁਰੂ ਗੋਬਿੰਦ ਰਾਏ, ਬਾਕੀ ਪਰਿਵਾਰਕ ਮੈਂਬਰਾਂ ਅਤੇ ਸਿੱਖਾਂ ਦਾ ਸਮੂਹ ਗੁਰਬਾਣੀ ਦਾ ਪਾਠ ਕਰਦੇ ਹੋਏ, ਗੁਰੂ ਤੇਗ ਬਹਾਦਰ ਜੀ ਦੇ ਸੀਸ ਨੂੰ ਪਾਲਕੀ ਵਿੱਚ ਕੀਰਤਪੁਰ ਤੋਂ ਆਨੰਦਪੁਰ ਲਿਆਏ। ਅਤੇ ਇੱਥੇ ਉਨ੍ਹਾਂ ਦੇ ਸੀਸ ਦਾ ਅੰਤਿਮ ਸਸਕਾਰ ਕੀਤਾ ਗਿਆ। ਇਸ ਤਰ੍ਹਾਂ ਗੁਰੂ ਤੇਗ ਬਹਾਦਰ ਜੀ ਦੇ ਸੀਸ ਅਤੇ ਧੜ ਦੇ ਅੰਤਿਮ ਸਸਕਾਰ ਦੇ ਵਿੱਚ ਲਗਭਗ ਚਾਰ ਦਿਨ ਅਤੇ 200 ਮੀਲ ਦੀ ਦੂਰੀ ਸੀ।

ਔਰੰਗਜ਼ੇਬ ਆਪਣੇ ਮਕਸਦ ਵਿੱਚ ਪੂਰੀ ਤਰ੍ਹਾਂ ਨਾਕਾਮ ਸਾਬਤ ਹੋਇਆ। ਉਸ ਦਾ ਵਿਸ਼ਾਲ ਸਾਮਰਾਜ ਅਤੇ ਬੇਅੰਤ ਫੌਜੀ ਸ਼ਕਤੀ ਗੁਰੂ ਸਾਹਿਬ ਨੂੰ ਝੁਕਾ ਨਾ ਸਕੀ। ਤਾਂ ਕੀ ਉਸਨੇ ਹਾਰ ਮੰਨ ਲਈ ਸੀ? ਨਹੀਂ। ਸ਼ਹਾਦਤ ਦਾ ਮਕਸਦ ਅੱਤਿਆਚਾਰੀ ਨੂੰ ਸੁਧਾਰਨ ਦਾ ਨਹੀਂ ਸੀ। ਸ਼ਹਾਦਤ ਦਾ ਮਕਸਦ ਜਨ-ਸਧਾਰਨ ਨੂੰ ਅੱਤਿਆਚਾਰ ਦੇ

ਖਿਲਾਫ ਪ੍ਰਭੁਸੱਤਾ ਹਾਸਿਲ ਕਰਨ ਦੇ ਲਈ ਜਾਗਰੂਕ ਕਰਨਾ ਸੀ। ਇਸ ਮਕਸਦ ਦੇ ਸੰਦਰਭ ਵਿੱਚ ਗੁਰੂ ਤੇਗ ਬਹਾਦਰ ਜੀ ਦੀ ਸ਼ਹਾਦਤ ਨੇ ਸਿੱਖ ਸਮਾਜ ਨੂੰ ਬੇਮਿਸਾਲ ਪ੍ਰੇਰਨਾ ਦਿੱਤੀ। ਸਿੱਖਾਂ ਨੂੰ ਨਾ ਸਿਰਫ਼ ਆਪਣੇ ਹੱਕਾਂ ਦੇ ਲਈ, ਸਗੋਂ ਦੂਜਿਆਂ ਦੇ ਹੱਕਾਂ ਦੀ ਉਲੰਘਣਾ ਦੇ ਵਿਰੁੱਧ ਵੀ ਬਰਾਬਰ ਖੜ੍ਹੇ ਹੋਣਾ ਸਿਖਾਇਆ।

ਜਦੋਂ ਪੂਰੇ ਭਾਰਤ ਵਿੱਚ ਮੁਸਲਮਾਨਾਂ ਦੇ ਵਿਰੁੱਧ ਨਫ਼ਰਤ ਦਾ ਮਾਹੌਲ ਬਣਾ ਦਿੱਤਾ ਗਿਆ ਸੀ, ਅਜਿਹੇ ਵਿੱਚ ਸੱਤਾਧਾਰੀ ਦੀ ਪਰਵਾਹ ਕੀਤੇ ਬਿਨਾਂ ਸਿੱਖਾਂ ਦੁਆਰਾ ਰੋਹਿੰਗਿਆ ਸ਼ਰਨਾਰਥੀਆਂ (ਸਾਲ 2017) ਅਤੇ ਕਸ਼ਮੀਰੀ ਵਿਦਿਆਰਥੀਆਂ (ਸਾਲ 2019) ਦੀ ਹਰ ਮੁਮਕਿਨ ਮਦਦ ਕਰਨ ਦੇ ਜਜ਼ਬੇ ਦੀ ਸਿੱਖਿਆ ਗੁਰੂ ਤੇਗ ਬਹਾਦਰ ਜੀ ਦੀ ਸ਼ਹਾਦਤ ਤੋਂ ਹੀ ਮਿਲਦੀ ਹੈ।

ਕਿੰਗ ਮਾਰਟਿਨ ਲੂਥਰ ਦਾ ਮਸ਼ਹੂਰ ਕਥਨ ਹੈ, "ਕਿਸੇ ਵੀ ਥਾਂ 'ਤੇ ਹੋ ਰਹੀ ਬੇਇਨਸਾਫ਼ੀ ਹਰ ਜਗ੍ਹਾ 'ਤੇ ਨਿਆਂ ਦੇ ਲਈ ਖ਼ਤਰਾ ਹੈ।" ਗੁਰੂ ਤੇਗ ਬਹਾਦਰ ਜੀ ਨੇ ਆਪਣੀ ਸ਼ਹਾਦਤ ਦੇ ਕੇ ਮਨੁੱਖੀ ਅਧਿਕਾਰਾਂ ਨੂੰ ਸਿੱਖ ਧਰਮਾਚਾਰ ਦਾ ਅਨਿੱਖੜਵਾਂ ਅੰਗ ਬਣਾ ਦਿੱਤਾ। ਗੁਰੂ ਗੋਬਿੰਦ ਸਿੰਘ ਜੀ ਦੇ ਸਮਕਾਲੀ ਕਵੀ ਸੈਨਾਪਤੀ ਨੇ ਇਸੇ ਕਾਰਨ ਗੁਰੂ ਤੇਗ ਬਹਾਦਰ ਜੀ ਨੂੰ "ਸ੍ਰਿਸ਼ਟੀ ਦੀ ਚਾਦਰ" ਕਿਹਾ ਹੈ।

"ਗੁਰੂ ਤੇਗ ਬਹਾਦਰ ਦੀ ਸ਼ਹਾਦਤ ਮਨੁੱਖੀ ਅਧਿਕਾਰਾਂ ਦੀ ਰਾਖੀ ਲਈ ਵਿਸ਼ਵ ਦੀ ਪਹਿਲੀ ਸ਼ਹਾਦਤ ਸੀ।" (ਨੋਏਲ ਕੁਇੰਟਨ ਕਿੰਗ, ਕੈਲੀਫੋਰਨੀਆ ਯੂਨੀਵਰਸਿਟੀ)

ਸੂਰਾ ਸੋ ਪਹਿਚਾਨੀਐ ਜੁ ਲਰੈ ਦੀਨ ਕੇ ਹੇਤ

ਜਿਵੇਂ ਪੰਜਵੇਂ ਗੁਰੂ ਦੀ ਸ਼ਹਾਦਤ ਤੋਂ ਬਾਅਦ ਛੇਵੇਂ ਗੁਰੂ ਨੇ ਸਿੱਖਾਂ ਨੂੰ ਨਵੀਂ ਦਿਸ਼ਾ ਪ੍ਰਦਾਨ ਕੀਤੀ ਸੀ, ਹੁਣ ਨੌਵੇਂ ਗੁਰੂ ਦੀ ਸ਼ਹਾਦਤ ਨੇ ਗੁਰੂ ਨਾਨਕ ਵਿਚਾਰਧਾਰਾ ਦੇ ਸੰਪੂਰਨ ਰੁਪਾਂਤਰਨ ਦੇ ਲਈ ਜ਼ਮੀਨ ਤਿਆਰ ਕਰ ਦਿੱਤੀ ਸੀ। ਸ਼ਹੀਦ ਮਾਤਾ-ਪਿਤਾ ਦੇ ਪੁੱਤਰ ਅਤੇ ਚਾਰ ਸ਼ਹੀਦਾਂ ਦੇ ਪਿਤਾ, ਸਰਬੰਸਦਾਨੀ ਗੁਰੂ ਗੋਬਿੰਦ ਸਿੰਘ ਜੀ ਨੇ ਕੇਵਲ 42 ਸਾਲਾਂ ਦੇ ਸਰੀਰਕ ਜੀਵਨ ਕਾਲ ਵਿੱਚ ਕਈ ਯੁੱਗਾਂ ਦੇ ਕੰਮਾਂ ਨੂੰ ਸਮੇਟ ਦਿੱਤਾ।

ਕਰਤਾਰ ਕੀ ਸੌਗੰਦ ਹੈ, ਨਾਨਕ ਕੀ ਕਸਮ ਹੈ।
ਜਿਤਨੀ ਭੀ ਹੋ ਗੋਬਿੰਦ ਕੀ ਤੱਰੀਫ਼ ਵੁਹ ਕਮ ਹੈ।
ਹਰਚੰਦ ਮੇਰੇ ਹਾਥ ਮੇਂ ਪੁਰ ਜ਼ੋਰ ਕਲਮ ਹੈ।
ਸਤਿਗੁਰ ਕੇ ਲਿਖੂੰ, ਵਸਫ਼, ਕਹਾਂ ਤਾਬੇ-ਰਕਮ ਹੈ।
ਇਕ ਆਂਖ ਸੇ ਕਜਾ, ਬੁਲਬੁਲਾ ਕੁਲ ਬਹਰ ਕੋ ਦੇਖੇ!
ਸਾਹਿਲ ਕੋ, ਯਾ ਮੰਝਧਾਰ ਕੋ, ਯਾ ਲਹਰ ਕੋ ਦੇਖੇ!
(ਗੰਜ-ਏ- ਸ਼ਹੀਦਾਂ, ਅੱਲ੍ਹਾ ਯਾਰ ਖਾਂ ਜੋਗੀ)

ਗੁਰੂ ਗੋਬਿੰਦ ਰਾਏ ਜੀ ਨੇ ਆਨੰਦਪੁਰ ਨੂੰ ਧਾਰਮਿਕ, ਆਰਥਿਕ ਅਤੇ ਰਾਜਨੀਤਿਕ ਪੱਖ ਤੋਂ ਇਸ ਤਰ੍ਹਾਂ ਵਿਕਸਤ ਕੀਤਾ ਜਿਸ ਨਾਲ ਜਨ-ਸਧਾਰਨ ਨੂੰ ਆਜ਼ਾਦੀ ਦਾ ਮਤਲਬ ਸਮਝ ਆ ਸਕੇ। ਜਗ੍ਹਾ-ਜਗ੍ਹਾ ਲੰਗਰ, ਗੁਰਬਾਣੀ ਕੀਰਤਨ ਅਤੇ ਵਿਚਾਰ ਦੇ ਰੋਜ਼ਾਨਾ ਦੀਵਾਨ, ਗੁਰਮੁਖੀ ਅਤੇ ਹੋਰ ਭਾਸ਼ਾਵਾਂ ਦੀ ਪਾਠਸ਼ਾਲਾ, ਘੋੜ-ਸਵਾਰੀ, ਸ਼ਸਤਰ ਵਿੱਦਿਆ, ਹਥਿਆਰਾਂ ਦੇ ਕਾਰਖਾਨੇ, ਖੇਤੀ, ਦਵਾਖਾਨੇ ਆਦਿ ਆਨੰਦਪੁਰ ਨੂੰ ਆਤਮਨਿਰਭਰ ਅਤੇ ਸੰਪੂਰਨ ਸ਼ਹਿਰ ਬਣਾਉਂਦੇ ਸਨ। ਸਿੱਖ ਇੱਥੇ ਦੂਰ-ਦੂਰ ਤੋਂ ਆਉਂਦੇ ਸਨ, ਕੋਈ ਕੁਝ ਦਿਨਾਂ ਦੇ ਲਈ ਅਤੇ ਕੋਈ ਹਮੇਸ਼ਾ ਦੇ ਲਈ ਇੱਥੇ ਦਾ ਹੋ ਜਾਂਦਾ ਸੀ।

ਸਿੱਖ ਘੋੜੇ 'ਤੇ ਸਵਾਰ ਹੋ ਕੇ ਆਸ-ਪਾਸ ਦੇ ਜੰਗਲ ਵਿੱਚ ਜਾ ਕੇ ਸ਼ਿਕਾਰ ਕਰਦੇ, ਜੋ ਯੁੱਧ ਕੌਸ਼ਲ ਦੇ ਲਈ ਜ਼ਰੂਰੀ ਤਿਆਰੀ ਸੀ। ਗੁਰੂ ਗੋਬਿੰਦ ਰਾਏ ਜੀ ਨੇ ਸਿੱਖ ਫੌਜ ਵਿੱਚ ਜੋਸ਼ ਭਰਨ ਦੇ ਲਈ ਇੱਕ ਨਗਾੜੇ ਦਾ ਨਿਰਮਾਣ ਕਰਵਾਇਆ, ਜਿਸ ਨੂੰ 'ਰਣਜੀਤ ਨਗਾੜਾ' ਦਾ ਨਾਂ ਦਿੱਤਾ ਗਿਆ। ਨਗਾੜੇ ਦੀ ਗੂੰਜ ਨੇ ਜਿੱਥੇ ਸਿੱਖਾਂ ਵਿੱਚ ਨਵਾਂ ਜੋਸ਼ ਭਰ ਦਿੱਤਾ, ਉੱਥੇ ਰਾਜਪੂਤ ਪਹਾੜੀ ਰਾਜੇ ਈਰਖਾ ਦੀ ਅੱਗ ਵਿੱਚ ਜਲਣ ਲੱਗੇ। ਸ਼ੂਦਰਾਂ ਦੇ ਹੱਥਾਂ ਵਿੱਚ ਸ਼ਸਤਰ, ਘੋੜ ਸਵਾਰੀ, ਸ਼ਿਕਾਰ ਖੇਲਣਾ, ਰਣਜੀਤ ਨਗਾੜਾ, ਇਹ ਸਭ ਜਾਤ ਹੰਕਾਰੀ ਰਾਜਿਆਂ

ਨੇ ਆਪਣੇ ਧਰਮ 'ਤੇ ਸੱਟ ਸਮਝੀ। ਸ਼ੂਦਰਾਂ ਨੂੰ ਇਹ ਸਭ ਕਰਨ ਅਤੇ ਇਸ ਤਰ੍ਹਾਂ ਆਜ਼ਾਦੀ ਨਾਲ ਰਹਿਣ ਦਾ ਅਧਿਕਾਰ ਨਹੀਂ ਸੀ।

ਅਸੀਂ ਜਾਣਿਆ ਸੀ ਸੰਨ 1695 ਤੱਕ ਆਉਂਦੇ-ਆਉਂਦੇ ਔਰੰਗਜ਼ੇਬ ਨੇ ਸ਼ਾਹੀ ਹੁਕਮ ਜਾਰੀ ਕਰ ਦਿੱਤਾ ਸੀ ਜਿਸਦੇ ਅਨੁਸਾਰ ਰਾਜਪੁਤਾਂ ਤੋਂ ਸਿਵਾਏ ਸਾਰੇ ਗੈਰ-ਮੁਸਲਮਾਨਾਂ ਦੇ ਲਈ ਹਾਥੀ-ਘੋੜ੍ਹਿਆਂ ਦੀ ਸਵਾਰੀ ਦੇ ਨਾਲ ਸ਼ਸਤਰ ਧਾਰਨ ਕਰਨ ਦੀ ਮਨਾਹੀ ਸੀ। ਪਰ ਅਜੇ ਤਾਂ 1680-85 ਦਾ ਜ਼ਿਕਰ ਹੋ ਰਿਹਾ ਹੈ। ਅਤੇ 1699 ਵਿੱਚ ਖਾਲਸਾ ਪ੍ਰਗਟ ਹੋਇਆ ਜਦੋਂ ਹਰ ਨਰ-ਨਾਰੀ ਵਾਸਤੇ ਕਿਰਪਾਨ ਧਾਰਨ ਕਰਨਾ ਧਰਮ ਦਾ ਅੰਗ ਬਣ ਗਿਆ।

ਇਸੇ ਦੌਰਾਨ ਸਿਰਮੌਰ ਰਿਆਸਤ ਦੇ ਰਾਜਾ ਮੇਦਿਨੀ ਪ੍ਰਕਾਸ਼ ਦੇ ਸੱਦੇ 'ਤੇ ਗੁਰੂ ਗੋਬਿੰਦ ਰਾਏ ਜੀ ਨਾਹਨ ਆਏ। ਨਾਹਨ ਤੋਂ ਕੁਝ ਦੂਰੀ 'ਤੇ ਯਮੁਨਾ ਦੇ ਕੰਢੇ 'ਤੇ ਪਾਉਂਟਾ ਨਾਂ ਦਾ ਨਵਾਂ ਨਗਰ ਵਸਾਇਆ। ਅਗਲੇ ਕੁਝ ਸਾਲ ਗੁਰੂ ਸਾਹਿਬ ਇੱਥੇ ਰਹੇ। ਗੁਰੂ ਸਾਹਿਬ ਨੇ ਪਹਾੜੀ ਰਾਜਿਆਂ ਨੂੰ ਮੁਗਲਾਂ ਦੇ ਖਿਲਾਫ ਏਕਤਾ ਕਰਵਾਉਣ ਦੇ ਕਈ ਜਤਨ ਕੀਤੇ। ਪਰ ਬਹੁਤੇ ਹਿੰਦੂ ਪਹਾੜੀ ਰਾਜੇ ਗੁਰੂ ਅਤੇ ਸਿੱਖਾਂ ਦੀ ਵਧਦੀ ਸ਼ਕਤੀ ਨੂੰ ਖਤਮ ਕਰਨ ਦਾ ਬਹਾਨਾ ਅਤੇ ਮੌਕਾ ਲੱਭ ਰਹੇ ਸਨ। ਵਰਣ-ਵਿਵਸਥਾ ਨੂੰ ਬਚਾਉਣ ਦੇ ਲਈ ਪੰਮਾ ਪ੍ਰੋਹਿਤ ਨੇ ਵੀ ਰਾਜਿਆਂ ਨੂੰ ਗੁਰੂ ਸਾਹਿਬ ਦੇ ਖਿਲਾਫ ਭੜਕਾਉਣ ਦੀ ਕੋਈ ਕਸਰ ਨਹੀਂ ਛੱਡੀ।

ਸਤੰਬਰ 1686 ਵਿੱਚ ਸ਼ਿਵਾਲਿਕ ਪਹਾੜੀਆਂ ਦੇ ਹਿੰਦੂ ਰਾਜਿਆਂ ਨੇ ਮਿਲ ਕੇ ਹਮਲਾ ਕਰ ਦਿੱਤਾ। ਪਾਉਂਟਾ ਤੋਂ ਕੁਝ ਦੂਰੀ 'ਤੇ ਭੰਗਾਣੀ ਦੇ ਮੈਦਾਨ ਵਿੱਚ ਇਹ ਲੜਾਈ ਹੋਈ। ਇਸ ਯੁੱਧ ਦੀ ਅਗਵਾਈ ਬਿਲਾਸਪੁਰ ਦਾ ਰਾਜਾ ਭੀਮ ਚੰਦ ਕਰ ਰਿਹਾ ਸੀ। ਉਸਦਾ ਸਾਥ ਦਿੱਤਾ ਗਡਵਾਲ ਦੇ ਰਾਜਾ ਫਤਿਹ ਸ਼ਾਹ, ਕਟੋਚ ਦੇ ਕ੍ਰਿਪਾਲ ਚੰਦ, ਗੁਲੇਰ ਦੇ ਗੋਪਾਲਾ, ਹਿੰਡੂਰ ਦੇ ਹਰੀ ਚੰਦ ਅਤੇ ਜਸਵਾਲ ਦੇ ਕੇਸਰੀ ਚੰਦ ਨੇ।

ਇੱਕ ਪਾਸੇ ਹੰਕਾਰ ਅਤੇ ਈਰਖਾ ਨਾਲ ਭਰੇ ਪਹਾੜੀ ਰਾਜੇ ਵਰਣ-ਆਸ਼ਰਮ ਦੀ ਰਾਖੀ ਦੇ ਲਈ ਲੜ ਰਹੇ ਸਨ, ਤਾਂ ਦੂਜੇ ਪਾਸੇ ਸਿੱਖ ਆਪਣੀ ਆਜ਼ਾਦ ਹਸਤੀ ਅਤੇ ਸਵੈ-ਮਾਣ ਦੀ ਰਾਖੀ ਲਈ ਮਰ ਮਿਟਣ ਦੇ ਲਈ ਤਿਆਰ ਸਨ। ਇੱਕ ਪਾਸੇ ਅਨੁਭਵੀ ਪਰ ਭਾੜੇ ਦੇ ਸਿਪਾਹੀ, ਦੂਜੇ ਪਾਸੇ ਅਨੁਭਵਹੀਨ ਪਰ ਬੇਗਰਜ਼ ਸਿੱਖ। ਇਸੇ ਜੰਗ ਵਿੱਚ ਸਢੋਰਾ ਦੇ ਪੀਰ ਬੁੱਧੂ ਸ਼ਾਹ ਨੇ ਗੁਰੂ ਗੋਬਿੰਦ ਸਿੰਘ ਜੀ ਦਾ ਸਾਥ ਦਿੱਤਾ ਜਿਸ ਵਿੱਚ ਉਨ੍ਹਾਂ ਦੇ ਦੋ ਪੁੱਤਰ ਵੀ ਸ਼ਹੀਦ ਹੋਏ। ਹਰੀ ਚੰਦ ਹਿੰਡੂਰੀਆ ਦੇ ਮਾਰੇ ਜਾਣ ਤੋਂ ਬਾਅਦ ਸਾਰੇ ਪਹਾੜੀ ਰਾਜੇ ਆਪਣੀ ਜਾਨ ਬਚਾਉਂਦੇ ਹੋਏ ਵਾਪਸ ਭੱਜ ਗਏ। ਇਹ ਕ੍ਰਾਂਤੀ ਦੇ ਖਿਲਾਫ ਸਪੱਸ਼ਟ ਤੌਰ 'ਤੇ ਪ੍ਰਤੀਕ੍ਰਾਂਤੀ ਦੇ ਲਈ ਜੰਗ ਸੀ, ਜਿਸ ਵਿੱਚ ਸਿੱਖਾਂ ਦੀ ਨਿਰਣਾਇਕ ਜਿੱਤ ਹੋਈ।

ਪਹਾੜੀ ਰਾਜਿਆਂ ਨੇ ਵਾਰ-ਵਾਰ ਆਨੰਦਪੁਰ ਉੱਤੇ ਹਮਲਾ ਕਰਕੇ ਗੁਰੂ ਸਾਹਿਬ ਨੂੰ ਨੁਕਸਾਨ ਪਹੁੰਚਾਉਣ ਦੀ ਹਰ ਸੰਭਵ ਕੋਸ਼ਿਸ਼ ਕੀਤੀ। ਹਰ ਵਾਰ ਮੂੰਹ ਦੀ ਖਾਧੀ ਪਰ ਵਾਰ-ਵਾਰ ਹੁੰਦੀ ਹਾਰ ਤੋਂ ਉਹਨਾਂ ਨੇ ਕੋਈ ਸਬਕ ਨਹੀਂ ਸਿੱਖਿਆ। ਖਾਲਸਾ ਸਾਜਨਾ ਦੇ ਬਾਅਦ ਤਾਂ ਮੰਨੋ ਉਹਨਾਂ ਦੇ ਕਲੇਜੇ 'ਤੇ ਸੱਪ ਹੀ ਲੇਟ ਗਿਆ ਹੋਵੇ। ਹੁਣ

ਉਹਨਾਂ ਨੇ ਮੁਗਲ ਦਰਬਾਰ ਵਿੱਚ ਔਰੰਗਜ਼ੇਬ ਨੂੰ ਭੜਕਾ ਕੇ ਆਪਣਾ ਮਕਸਦ ਪੂਰਾ ਕਰਨ ਦੇ ਲਈ ਕਪਟ ਦੀਆਂ ਸਾਰੀਆਂ ਹੱਦਾਂ ਪਾਰ ਕਰ ਦਿੱਤੀਆਂ।

ਪ੍ਰਸਿੱਧ ਆਰੀਆ ਸਮਾਜੀ ਨੇਤਾ ਲਾਲਾ ਦੌਲਤ ਰਾਏ ਨੇ 'ਸਾਹਿਬੇ ਕਮਾਲ ਗੁਰੂ ਗੋਬਿੰਦ ਸਿੰਘ' ਸਿਰਲੇਖ ਨਾਲ 1901 ਵਿੱਚ ਪੁਸਤਕ ਲਿਖੀ ਜੋ ਬਹੁਤ ਪੜ੍ਹੀ ਗਈ। ਉਹ ਗੁਰੂ ਜੀ ਦੀ ਉਸਤਤਿ ਵਿੱਚ ਲਿਖਦਾ ਹੈ:

"ਜੇ ਅੱਖਾਂ 'ਤੇ ਕੱਟੜਤਾ ਦੀ ਪੱਟੀ ਨਾ ਬੰਨ੍ਹੀ ਹੋਵੇ ਅਤੇ ਹਿਰਦਾ ਪੱਖਪਾਤ ਤੋਂ ਮੁਕਤ ਹੋਵੇ ਤਾਂ ਗੁਰੂ ਗੋਬਿੰਦ ਸਿੰਘ ਜੀ ਮਾਰੇ ਧਰਮਾਂ ਦੇ ਪੈਗੰਬਰਾਂ ਅਤੇ ਸਾਰੇ ਧਰਮਾਂ ਦੇ ਪ੍ਰਚਾਰਕਾਂ ਦੇ ਸਰਤਾਜ ਪ੍ਰਤੀਤ ਹੁੰਦੇ ਹਨ।"

ਪਰ ਲਾਲਾ ਦੌਲਤ ਰਾਏ ਦਾ ਲੇਖਣ ਮੁਸਲਿਮ ਵਿਰੋਧੀ ਨਫ਼ਰਤ ਨਾਲ ਭਰਿਆ ਹੋਇਆ ਹੈ। ਕਿਤਾਬ ਦਾ ਸ਼ਾਇਦ ਹੀ ਕੋਈ ਅਜਿਹਾ ਪੰਨਾ ਹੋਵੇ ਜਿਸ ਵਿੱਚ ਉਸ ਦੀ ਮੁਸਲਿਮ ਵਿਰੋਧੀ ਮਾਨਸਿਕਤਾ ਨਾ ਝਲਕਦੀ ਹੋਵੇ। ਉਹ ਗੁਰੂ ਜੀ ਨੂੰ "ਹਿੰਦੂਆਂ ਦੇ ਧਾਰਮਿਕ ਸੁਧਾਰ" ਕਰਨ ਵਾਲਾ ਅਤੇ "ਰਾਸ਼ਟਰੀ ਭਾਵਨਾ" ਦੇ ਤੰਗ ਘੇਰੇ ਵਿੱਚ ਹੀ ਪੇਸ਼ ਕਰਦਾ ਹੈ। ਇਸ ਸਭ ਦੇ ਬਾਵਜੂਦ ਉਹ ਪਹਾੜੀ ਰਾਜਿਆਂ ਦੀ ਭੂਮਿਕਾ ਦੇ ਬਾਰੇ ਵਿੱਚ ਸਹੀ ਮੁੱਲਾਂਕਣ ਕਰਦੇ ਹੋਏ ਲਿਖਦਾ ਹੈ:

"ਬ੍ਰਾਹਮਣਾਂ ਨੇ ਵਰਣ-ਜਾਤ ਦੀਆਂ ਹੱਦਾਂ ਮਿਟਦੀ ਅਤੇ ਜਨੇਊ ਨੂੰ ਅਲੋਪ ਹੁੰਦਾ ਦੇਖ ਕੇ ਹੱਲਾ-ਗੁੱਲਾ ਮਚਾਇਆ ਕਿ ਇਰਦ-ਗਿਰਦ ਦੇ ਪਹਾੜੀ ਰਾਜਿਆਂ ਦਾ ਧਰਮ ਹੀ ਲੁੱਟ ਗਿਆ ਹੈ, ਨਸ਼ਟ ਅਤੇ ਬਰਬਾਦ ਹੋ ਗਿਆ ਹੈ। ਇਹ ਕਹਿ ਕੇ ਉਹਨਾਂ ਨੇ ਪਹਾੜੀ ਰਾਜਿਆਂ ਨੂੰ ਗੁਰੂ ਜੀ ਦੇ ਵਿਰੁੱਧ ਭੜਕਾਇਆ। ਪਹਾੜੀ ਰਾਜੇ ਇੱਕ ਤਾਂ ਇਸ ਕਾਰਨ ਗੁਰੂ ਜੀ 'ਤੇ ਕ੍ਰੋਪਿਤ ਸਨ ਕਿ ਨੀਵੀਂ ਜਾਤ ਵਾਲਿਆਂ ਨੂੰ ਉੱਚਾ ਚੁੱਕ ਕੇ ਉਨ੍ਹਾਂ ਦੇ ਬਰਾਬਰ ਖੜ੍ਹੇ ਕਰੀ ਜਾ ਰਹੇ ਹਨ ਅਤੇ ਦੂਜਾ, ਈਰਖਾ ਦੀ ਅੱਗ ਨਾਲ ਸੜਦੇ ਰਹਿਣ ਦੇ ਕਾਰਨ ਉਨ੍ਹਾਂ ਦੇ ਦਿਲਾਂ ਵਿੱਚ ਇਹ ਇੱਕ ਵੱਡਾ ਡਰ ਸੀ ਕਿ ਗੁਰੂ ਜੀ ਦੀ ਵਧ ਰਹੀ ਸ਼ਕਤੀ ਉਨ੍ਹਾਂ ਨੂੰ ਜੜ੍ਹ ਤੋਂ ਹੀ ਨਾ ਉਖਾੜ ਸੁੱਟੇ। ਕੁਝ ਪਹਾੜੀ ਰਾਜਿਆਂ ਦੀ ਗੁਰੂ ਜੀ ਨਾਲ ਦੁਸ਼ਮਣੀ ਪਹਿਲਾਂ ਤੋਂ ਹੀ ਬਣ ਚੁੱਕੀ ਸੀ। ਹੁਣ ਬ੍ਰਾਹਮਣਾਂ ਨੇ ਪਹਾੜੀ ਰਾਜਿਆਂ ਨੂੰ ਉਭਾਰਿਆ ਅਤੇ ਭੜਕਾਇਆ ਕਿ ਗੁਰੂ ਜੀ ਹਿੰਦੂ ਧਰਮ ਦੇ ਦੁਸ਼ਮਣ ਹਨ, ਸਾਨੂੰ ਸਾਰਿਆਂ ਨੂੰ ਮਿਲ ਕੇ ਉਨ੍ਹਾਂ ਦੇ ਅਜਿਹਾ ਨੱਕ ਵਿੱਚ ਦਮ ਕਰਨਾ ਚਾਹੀਦਾ ਕਿ ਉਹਨਾਂ ਨੂੰ ਕਿਤੇ ਵੀ ਸੁੱਖ ਦਾ ਸਾਹ ਨਾ ਮਿਲ ਸਕੇ। ....

ਰਾਜਪੂਤ ਕਸ਼ੱਤਰੀਵਾਦ ਦੇ ਜ਼ੁਬਾਨੀ ਦਾਅਵੇਦਾਰ ਅਤੇ ਭਾਰਤ ਦੇ ਮੂਰਖ ਅਤੇ ਅਸਭਿਅਕ ਪਹਾੜੀ ਰਾਜੇ ਗੁਰੂ ਗੋਬਿੰਦ ਸਿੰਘ ਦੇ ਵਿਰੋਧੀ ਬਣ ਗਏ। ....

ਉਹਨਾਂ ਨੇ ਆਪਣਾ ਅਸਤਿੱਤਵ ਮਿਟਦਾ ਜਾਣ ਕੇ ਗੁਰੂ ਜੀ ਦਾ ਅਸਤਿੱਤਵ ਮਿਟਾਉਣ ਦਾ ਫੈਸਲਾ ਕੀਤਾ ਅਤੇ ਕਮਰ ਕੱਸ ਲਈ। ਉਨ੍ਹਾਂ ਨੇ ਸਲਾਹ ਕੀਤੀ ਕਿ ਗੁਰੂ ਜੀ ਦੇ ਵਿਰੁੱਧ ਔਰੰਗਜ਼ੇਬ ਨੂੰ ਭੜਕਾਇਆ ਅਤੇ ਉਤੇਜਿਤ ਕੀਤਾ ਜਾਵੇ ਅਤੇ ਗੁਰੂ ਜੀ 'ਤੇ ਸਾਂਝੀ ਸੈਨਿਕ ਸ਼ਕਤੀ ਨਾਲ ਆਕਰਮਣ ਕੀਤਾ ਜਾਵੇ।"

ਇਸ ਪਿਛੋਕੜ ਵਿੱਚ ਔਰੰਗਜ਼ੇਬ ਦੇ ਹੁਕਮ ਨਾਲ ਮਈ 1704 ਵਿੱਚ ਆਨੰਦਪੁਰ ਦੀ ਆਖ਼ਰੀ ਜੰਗ ਸ਼ੁਰੂ ਹੋਈ ਜਿਸ ਦੀ ਕਮਾਨ ਸਰਹਿੰਦ ਦੇ ਨਵਾਬ ਵਜ਼ੀਰ ਖ਼ਾਨ ਨੇ ਸੰਭਾਲੀ। ਲਾਹੌਰ ਤੋਂ ਜ਼ਬਰਦਸਤ ਖ਼ਾਨ ਦੇ ਨਾਲ-ਨਾਲ ਦਿੱਲੀ ਅਤੇ ਕਸ਼ਮੀਰ ਦੀ ਫ਼ੌਜੀ ਟੁਕੜੀਆਂ ਵੀ ਜੰਗ ਵਿੱਚ ਸ਼ਾਮਲ ਹੋਈਆਂ। ਪਹਾੜੀ ਰਾਜਿਆਂ ਦੇ ਵੱਲੋਂ ਬਿਲਾਸਪੁਰ ਦੇ ਅਮੀਰ ਚੰਦ, ਕਾਂਗੜਾ ਦੇ ਘੁਮੰਡ ਚੰਦ, ਜਸਵਾਲ ਦੇ ਬੀਰ ਸਿੰਘ ਅਤੇ ਕੁੱਲੂ, ਕੈਂਥਲ, ਮੰਡੀ, ਜੰਮੂ, ਨੂਰਪੁਰ, ਚੰਬਾ, ਗੁਲੇਰ, ਗੜਵਾਲ, ਬੁਸ਼ਹਿਰ, ਬਿਜਰਵਾਲ ਅਤੇ ਡਢਵਾਲ ਦੀਆਂ ਫ਼ੌਜਾਂ ਸਨ। ਇਸ ਤੋਂ ਇਲਾਵਾ ਗੁੱਜਰ ਅਤੇ ਰੰਗੜ ਵੀ ਲੁੱਟ-ਖੋਹ ਦੇ ਇਰਾਦੇ ਨਾਲ ਜੰਗ ਵਿੱਚ ਮੁਗਲਾਂ ਦੇ ਨਾਲ ਹੋ ਗਏ।

ਏਨੀ ਵੱਡੀ ਫ਼ੌਜ ਦੇ ਹੋਣ ਦੇ ਬਾਵਦ ਵੀ ਉਹ ਸਿੱਖਾਂ ਦੇ ਜੋਸ਼ ਅੱਗੇ ਟਿਕ ਨਾ ਸਕੇ। ਤਕਰੀਬਨ ਇੱਕ ਮਹੀਨਾ ਇੜਪ ਚੱਲਦੀ ਰਹੀ ਜਿਸ ਵਿੱਚ ਦੁਸ਼ਮਣ ਫ਼ੌਜ ਦਾ ਬਹੁਤ ਨੁਕਸਾਨ ਹੋਇਆ। ਵਜ਼ੀਰ ਖਾਨ ਪਿੱਛੇ ਹਟ ਗਿਆ ਅਤੇ ਆਨੰਦਪੁਰ ਨੂੰ ਚਾਰੇ ਪਾਸਿਓਂ ਘੇਰਾ ਪਾ ਕੇ ਬੈਠ ਗਿਆ। ਇਸ ਘੇਰੇ ਨੂੰ ਛੇ ਮਹੀਨਿਆਂ ਤੋਂ ਵੀ ਜ਼ਿਆਦਾ ਸਮਾਂ ਹੋ ਗਿਆ ਸੀ। ਇਸ ਦੌਰਾਨ ਦੁਸ਼ਮਣ ਨੇ ਕਈ ਵਾਰ ਕਿਲ੍ਹੇ 'ਤੇ ਹਮਲਾ ਕੀਤਾ, ਪਰ ਹਰ ਵਾਰ ਭਾਰੀ ਨੁਕਸਾਨ ਉਠਾਉਣਾ ਪਿਆ। ਕਈ ਵਾਰ ਗੁਰੂ ਸਾਹਿਬ ਨੂੰ ਜਾਨ ਬਚਾਉਣ ਦੇ ਬਦਲੇ ਈਨ ਸਵੀਕਾਰ ਕਰਨ ਦੀ ਪੇਸ਼ਕਸ਼ ਕੀਤੀ, ਜੋ ਹਰ ਵਾਰ ਠੁਕਰਾ ਦਿੱਤੀ ਗਈ।

ਯੁੱਧ ਸ਼ੁਰੂ ਹੋਣ ਤੋਂ ਪਹਿਲਾਂ ਹੀ ਗੁਰੂ ਸਾਹਿਬ ਨੇ ਔਰਤਾਂ ਅਤੇ ਬੱਚਿਆਂ ਨੂੰ ਆਨੰਦਪੁਰ ਤੋਂ ਸੁਰੱਖਿਅਤ ਬਾਹਰ ਕੱਢ ਦਿੱਤਾ ਸੀ। ਸਿਰਫ਼ ਗੁਰੂ ਸਾਹਿਬ ਦਾ ਆਪਣਾ ਪਰਿਵਾਰ ਹੀ ਕਿਲ੍ਹੇ ਵਿੱਚ ਸੀ। ਕਿਲ੍ਹੇ ਦੇ ਅੰਦਰ ਰਸਦ-ਪਾਣੀ ਦੀ ਭਾਰੀ ਕਮੀ ਆ ਚੁੱਕੀ ਸੀ। ਇਥੋਂ ਤੱਕ ਕਿ ਰੁੱਖਾਂ ਦੇ ਪੱਤੇ ਪਾਣੀ ਵਿੱਚ ਉਬਾਲ-ਉਬਾਲ ਕੇ ਪੀਣ ਦੀ ਨੌਬਤ ਆ ਚੁੱਕੀ ਸੀ। ਜੇਕਰ ਕਿਲ੍ਹੇ ਦੇ ਅੰਦਰ ਦੇ ਇਹ ਹਾਲਾਤ ਸਨ ਤਾਂ ਬਾਹਰ ਦੁਸ਼ਮਣ ਫ਼ੌਜ ਵੀ ਪਰੇਸ਼ਾਨ ਸੀ। ਮਹੀਨਿਆਂ ਦੇ ਲੰਬੇ ਘੇਰੇ ਅਤੇ ਜੰਗ ਨੂੰ ਜਾਰੀ ਰੱਖਣ ਦੇ ਲਈ ਬਹੁਤ ਜ਼ਿਆਦਾ ਖਰਚਾ ਹੋ ਰਿਹਾ ਸੀ। ਮੁਗਲਾਂ ਅਤੇ ਪਹਾੜੀ ਫ਼ੌਜਾਂ ਨੂੰ ਪਹਿਲਾਂ ਗਰਮੀ, ਫਿਰ ਬਰਸਾਤ ਅਤੇ ਹੁਣ ਕੜਾਕੇ ਦੀ ਠੰਡ ਦਾ ਸਾਹਮਣਾ ਕਰਨਾ ਪੈ ਰਿਹਾ ਸੀ। ਉਹ ਸਾਰੇ ਇਸ ਜੰਗ ਤੋਂ ਪਿੱਛਾ ਛੁਡਾਉਣਾ ਚਾਹੁੰਦੇ ਸਨ।

ਇਸ ਦੌਰਾਨ ਔਰੰਗਜ਼ੇਬ ਦਾ ਕੁਰਾਨ 'ਤੇ ਦਸਤਖਤ ਵਾਲਾ ਖ਼ਤ ਆਇਆ। ਇਸ ਦੇ ਨਾਲ ਪਹਾੜੀ ਰਾਜਿਆਂ ਨੇ ਗਾਂ ਦੀ ਸਹੁੰ ਦੇ ਨਾਲ ਵੀ ਪੱਤਰ ਭੇਜਿਆ। ਕੁਰਾਨ ਅਤੇ ਗਊ ਦੀ ਸਹੁੰ ਦੇ ਨਾਲ ਪੱਤਰ ਵਿੱਚ ਲਿਖਿਆ ਸੀ ਕਿ ਸ਼ਾਹੀ ਮਾਣ ਦੇ ਲਈ ਗੁਰੂ ਗੋਬਿੰਦ ਸਿੰਘ ਅਤੇ ਉਨਾਂ ਦੇ ਸਿੱਖ ਜੇਕਰ ਆਨੰਦਪੁਰ ਛੱਡ ਦਿੰਦੇ ਹਨ ਤਾਂ ਉਨਾਂ ਨੂੰ ਕੋਈ ਨਹੀਂ ਰੋਕੇਗਾ। ਆਨੰਦਪੁਰ ਨੂੰ ਛੱਡ ਕੇ ਜਿੱਥੇ ਵੀ ਉਹ ਚਾਹੁਣ ਜਾ ਸਕਦੇ ਹਨ, ਉਨਾਂ ਦੇ ਜਾਣ ਲਈ ਸੁਰੱਖਿਅਤ ਰਸਤਾ ਛੱਡ ਦਿੱਤਾ ਜਾਵੇਗਾ। ਗੁਰੂ ਸਾਹਿਬ ਸਮਝਦੇ ਸਨ ਕਿ ਇਹ ਇੱਕ ਧੋਖਾ ਹੈ, ਪਰ ਬਹੁਤੇ ਸਿੱਖਾਂ ਦੀ ਰਾਏ ਇਸ ਨੂੰ ਅਜ਼ਮਾਉਣ ਦੀ ਸੀ। ਗੁਰੂ ਸਾਹਿਬ ਨੇ ਯੁੱਧ-ਬੰਦੀ ਦੀ ਪੇਸ਼ਕਸ਼ ਨੂੰ ਸਵੀਕਾਰ ਕੀਤਾ।

20-21 ਦਸੰਬਰ 1704 ਦੀ ਰਾਤ ਸੀ ਜਦੋਂ ਗੁਰੂ ਸਾਹਿਬ ਅਤੇ ਸਿੱਖਾਂ ਨੇ ਆਨੰਦਪੁਰ ਦਾ ਕਿਲਾ ਖਾਲੀ ਕਰ ਦਿੱਤਾ। ਅਜੇ ਕੁਝ ਹੀ ਦੁਰੀ 'ਤੇ ਪਹੁੰਚੇ ਸੀ ਕਿ ਕੁਰਾਨ ਅਤੇ ਗਾਂ ਦੀਆਂ ਸਾਰੀਆਂ ਕਸਮਾਂ ਤੋੜ ਕੇ ਦੁਸ਼ਮਣ ਫ਼ੌਜ

ਨੇ ਪਿੱਛਿਓਂ ਜ਼ੋਰਦਾਰ ਹਮਲਾ ਕਰ ਦਿੱਤਾ। ਅੱਗੋ ਸਰਸਾ ਨਦੀ ਹੜ੍ਹਾਂ ਦੇ ਪਾਣੀ ਕਾਰਨ ਉਛਾਲ ਵਿੱਚ ਸੀ। ਇੱਥੇ ਹੀ ਗੁਰੂ ਸਾਹਿਬ ਦਾ ਪਰਿਵਾਰ ਇੱਕ-ਦੂਸਰੇ ਤੋਂ ਵਿਛੜ ਗਿਆ ਅਤੇ ਕਈ ਬਹਾਦਰ ਸਿੱਖ ਲੜਦੇ-ਲੜਦੇ ਸ਼ਹੀਦ ਹੋ ਗਏ। ਗੁਰੂ ਸਾਹਿਬ ਦੇ ਮਹਿਲ (ਪਤਨੀ) ਦਿੱਲੀ ਦੇ ਵੱਲ ਨਿਕਲ ਗਏ, ਉਹਨਾਂ ਦੀ ਮਾਤਾ ਗੁਜਰ ਕੌਰ ਜੀ ਦੋ ਛੋਟੇ ਪੁੱਤਰਾਂ ਦੇ ਨਾਲ ਗੰਗੂ ਬ੍ਰਾਹਮਣ ਰਸੋਈਏ ਦੇ ਘਰ ਚਲੇ ਗਏ, ਗੁਰੂ ਗੋਬਿੰਦ ਸਿੰਘ ਜੀ ਆਪਣੇ ਦੇ ਵੱਡੇ ਪੁੱਤਰਾਂ ਦੇ ਨਾਲ ਚਮਕੌਰ ਦੇ ਵੱਲ ਨਿਕਲ ਗਏ।

ਚਮਕੌਰ ਵਿਖੇ ਗੁਰੂ ਸਾਹਿਬ ਨੇ ਉੱਚੇ ਸਥਾਨ 'ਤੇ ਬਣੀ ਇੱਕ ਕੱਚੀ ਗੜ੍ਹੀ (ਛੋਟਾ ਕਿਲ੍ਹਾ) ਵਿੱਚ ਮੋਰਚਾ ਸੰਭਾਲਿਆ ਅਤੇ ਇੱਕ ਹੋਰ ਜੰਗ ਦੇ ਲਈ ਤਿਆਰ ਹੋ ਗਏ। ਇਹ ਮਨੁੱਖੀ ਇਤਿਹਾਸ ਦੀ ਇੱਕ ਬੇਮਿਸਾਲ ਜੰਗ ਹੋਣ ਵਾਲੀ ਸੀ। ਗੜ੍ਹੀ ਦੇ ਅੰਦਰ ਗੁਰੂ ਗੋਬਿੰਦ ਸਿੰਘ ਜੀ, ਉਨ੍ਹਾਂ ਦੇ ਦੋ ਸਾਹਿਬਜ਼ਾਦੇ ਅਤੇ ਚਾਲੀ ਸਿੱਖ। ਕਿਲ੍ਹੇ ਨੂੰ ਘੇਰਾ ਪਾਈ ਬੈਠੀ ਪਹਾੜੀ ਰਾਜਿਆਂ ਅਤੇ ਮੁਗਲਾਂ ਦੀ ਲੱਖਾਂ ਦੀ ਫੌਜ। ਸਵੇਰ ਹੁੰਦੇ ਹੀ ਜੰਗ ਸ਼ੁਰੂ ਹੋ ਗਈ। ਜੋ ਵੀ ਕਿਲ੍ਹੇ ਦੇ ਨੇੜੇ ਆਇਆ, ਸਿੰਘਾਂ ਨੇ ਉਸ ਨੂੰ ਤੀਰਾਂ ਨਾਲ ਉੱਥੇ ਹੀ ਵਿੰਨ੍ਹ ਦਿੱਤਾ। ਜਦੋਂ ਕਿਲ੍ਹੇ ਦੇ ਅੰਦਰ ਤੀਰ ਘੱਟ ਹੋਣ ਲੱਗੇ, ਉਦੋਂ ਪੰਜ-ਪੰਜ ਦੇ ਜਥੇ ਵਿੱਚ ਸਿੱਖ ਕਿਲ੍ਹੇ ਵਿੱਚੋਂ ਬਾਹਰ ਨਿਕਲਦੇ ਅਤੇ ਦੁਸ਼ਮਣ ਉੱਤੇ ਟੁੱਟ ਪੈਂਦੇ। ਕਈਆਂ ਨੂੰ ਮਾਰ ਕੇ ਸ਼ਹੀਦ ਹੋ ਜਾਂਦੇ। ਫਿਰ ਅਗਲਾ ਪੰਜ ਸਿੱਖਾਂ ਦਾ ਜਥਾ ਸ਼ਹਾਦਤ ਦੇ ਲਈ ਤਿਆਰ ਹੋ ਜਾਂਦਾ। ਚਮਕੌਰ ਦੇ ਯੁੱਧ ਨੇ "ਸਵਾ ਲਾਖ ਸੇ ਏਕ ਲੜਾਉਂ, ਤਬੈ ਗੋਬਿੰਦ ਸਿੰਘ ਨਾਮ ਕਹਾਉਂ" ਦਾ ਮੁਹਾਵਰਾ ਸੱਚ ਕਰ ਦਿਖਾਇਆ।

ਅਠਾਰਾਂ ਸਾਲਾਂ ਦੇ ਸਾਹਿਬਜ਼ਾਦਾ ਅਜੀਤ ਸਿੰਘ ਨੇ ਵੀ ਜੰਗ ਵਿੱਚ ਜਾਣ ਦੀ ਆਗਿਆ ਮੰਗੀ। ਗੁਰੂ ਗੋਬਿੰਦ ਸਿੰਘ ਜੀ ਨੇ ਖੁਦ ਆਪਣੇ ਹੱਥਾਂ ਨਾਲ ਉਹਨਾਂ ਦੇ ਸਰੀਰ 'ਤੇ ਸ਼ਸਤਰ ਸਜਾਏ ਅਤੇ ਪੰਜਾਂ ਦੇ ਜਥੇ ਵਿੱਚ ਭੇਜਿਆ। ਕਿਲ੍ਹੇ ਦੀ ਦੀਵਾਰ ਤੋਂ ਗੁਰੂ ਸਾਹਿਬ ਨੇ ਆਪਣੇ ਸਾਹਿਬਜ਼ਾਦੇ ਨੂੰ ਸ਼ਹੀਦ ਹੁੰਦੇ ਦੇਖਿਆ ਅਤੇ ਅਕਾਲ ਪੁਰਖ ਦਾ ਸ਼ੁਕਰ ਮਨਾਇਆ। ਫਿਰ ਚੌਦਾਂ ਸਾਲ ਦੇ ਸਾਹਿਬਜ਼ਾਦਾ ਜੁਝਾਰ ਸਿੰਘ ਨੇ ਆਗਿਆ ਲਈ। ਦੂਸਰੇ ਸਿੱਖ ਨਹੀਂ ਚਾਹੁੰਦੇ ਸਨ ਕਿ ਗੁਰੂ ਸਾਹਿਬ ਉਨ੍ਹਾਂ ਨੂੰ ਜੰਗ ਦੇ ਮੈਦਾਨ ਵਿੱਚ ਭੇਜਣ, ਪਰ ਗੁਰੂ ਸਾਹਿਬ ਨੇ ਕਿਹਾ, ਨਾ ਤਾਂ ਉਹ ਉਸ ਨੂੰ ਸ਼ਹੀਦੀ ਤੋਂ ਵਾਂਝਾ ਕਰ ਸਕਦੇ ਹਨ ਜੇਕਰ ਇਹ ਉਸ ਦੀ ਆਪਣੀ ਮਰਜ਼ੀ ਹੈ, ਅਤੇ ਨਾ ਹੀ ਉਹ ਆਪਣੇ ਪੁੱਤਰਾਂ ਅਤੇ ਸਿੱਖਾਂ ਵਿੱਚ ਕੋਈ ਭੇਦ ਰੱਖਦੇ ਹਨ। ਸਾਹਿਬਜ਼ਾਦਾ ਜੁਝਾਰ ਸਿੰਘ ਨੇ ਵੀ ਕਿਲ੍ਹੇ ਤੋਂ ਨਿਕਲਦਿਆਂ ਹੀ ਜ਼ਬਰਦਸਤ ਜੰਗ ਮਚਾਈ ਅਤੇ ਫਿਰ ਸ਼ਹਾਦਤ ਪ੍ਰਾਪਤ ਕਰ ਲਈ। ਗੁਰੂ ਸਾਹਿਬ ਨੇ ਉੱਚੀ ਆਵਾਜ਼ ਵਿੱਚ ਜੈਕਾਰਾ ਬੋਲਿਆ ਅਤੇ ਇੱਕ ਵਾਰ ਫਿਰ ਅਕਾਲ ਪੁਰਖ ਦਾ ਸ਼ੁਕਰ ਮਨਾਇਆ। ਅੱਲ੍ਹਾ ਯਾਰ ਖਾਂ ਚਮਕੌਰ ਨੂੰ ਭਾਰਤ ਦਾ ਇੱਕ ਮਾਤਰ ਤੀਰਥ ਦੱਸਦਿਆਂ ਲਿਖਦਾ ਹੈ:

ਬੱਸ ਏਕ ਹਿੰਦ ਮੇਂ ਤੀਰਥ ਹੈ ਯਾਤਰਾ ਕੇ ਲੀਯੇ।
ਕਟਾਏ ਬਾਪ ਨੇ ਬੱਚੇ ਜਹਾਂ ਖੁਦਾ ਕੇ ਲੀਯੇ।

(ਗੰਜ-ਏ-ਸ਼ਹੀਦਾਂ, ਅੱਲ੍ਹਾ ਯਾਰ ਖਾਂ ਜੋਗੀ)

ਦੁਸ਼ਮਣ ਕਿਸੇ ਵੀ ਕੀਮਤ 'ਤੇ ਗੁਰੂ ਗੋਬਿੰਦ ਸਿੰਘ ਜੀ ਨੂੰ ਫੜਨਾ ਜਾਂ ਮਾਰਨਾ ਚਾਹੁੰਦਾ ਸੀ। ਪਰ, ਗਿਣਤੀ ਦੇ ਸਿੱਖਾਂ ਨੇ ਸਾਰਾ ਦਿਨ ਦੁਸ਼ਮਣ ਫ਼ੌਜ ਨੂੰ ਕਿਲ੍ਹੇ ਦੇ ਕੋਲ ਫਟਕਣ ਨਹੀਂ ਦਿੱਤਾ। ਹੁਣ ਰਾਤ ਹੋ ਚੁੱਕੀ ਸੀ। ਗੁਰੂ ਗੋਬਿੰਦ ਸਿੰਘ ਜੀ ਨੇ ਬਚੇ ਹੋਏ ਸਿੱਖਾਂ ਨੂੰ ਅਗਲੀ ਸਵੇਰ ਖ਼ੁਦ ਜੰਗ ਦੇ ਮੈਦਾਨ ਵਿੱਚ ਜਾ ਕੇ ਸ਼ਹਾਦਤ ਦੇਣ ਦੇ ਆਪਣੇ ਫੈਸਲੇ ਬਾਰੇ ਦੱਸਿਆ। ਪਰ ਇਹ ਦੁਸ਼ਮਣ ਦੇ ਮਕਸਦ ਦੀ ਪ੍ਰਾਪਤੀ ਹੁੰਦੀ। ਰਾਤ ਨੂੰ ਸਿੱਖਾਂ ਨੇ ਪੰਜਾਂ ਦਾ ਇੱਕ ਹੋਰ ਜਥਾ ਬਣਾਇਆ। ਅਤੇ ਪੰਜ ਪਿਆਰਿਆਂ ਦੇ ਰੂਪ ਵਿੱਚ ਗੁਰੂ ਗੋਬਿੰਦ ਸਿੰਘ ਜੀ ਨੂੰ ਹੁਕਮ ਕਰ ਦਿੱਤਾ ਕਿ ਉਹਨਾਂ ਨੂੰ ਰਾਤ ਨੂੰ ਕਿਸੇ ਤਰ੍ਹਾਂ ਕਿਲ੍ਹੇ ਵਿੱਚੋਂ ਨਿਕਲ ਕੇ ਕਿਸੇ ਸੁਰੱਖਿਅਤ ਸਥਾਨ 'ਤੇ ਪਹੁੰਚਣਾ ਹੋਵੇਗਾ। ਗੁਰੂ ਖ਼ੁਦ ਪੰਜ ਪਿਆਰਿਆਂ ਦਾ ਹੁਕਮ ਨਹੀਂ ਮੋੜ ਸਕਦੇ ਸਨ। ਦੁਸ਼ਮਣ ਹਨੇਰੇ ਵਿੱਚ ਚਕਮਾ ਖਾ ਗਿਆ ਅਤੇ ਗੁਰੂ ਗੋਬਿੰਦ ਸਿੰਘ ਜੀ ਅਤੇ ਕੁਝ ਸਿੱਖ ਅਲੱਗ-ਅਲੱਗ ਦਿਸ਼ਾਵਾਂ ਵਿੱਚ ਨਿਕਲ ਗਏ। ਸਵੇਰ ਨੂੰ ਬਾਕੀ ਬਚੇ ਹੋਏ ਸਿੱਖਾਂ ਨੇ ਡਟ ਕੇ ਯੁੱਧ ਕੀਤਾ ਅਤੇ ਸ਼ਹਾਦਤ ਪਾਈ। ਭਾਈ ਸੰਗਤ ਸਿੰਘ ਜੀ ਨੇ ਗੁਰੂ ਜੀ ਦੇ ਕੱਪੜੇ ਅਤੇ ਕਲਗੀ ਲਗਾਈ ਹੋਈ ਸੀ, ਜਿਸ ਨਾਲ ਕੁਝ ਦੇਰ ਦੁਸ਼ਮਣ ਐਸੇ ਭੁਲੇਖੇ 'ਚ ਰਿਹਾ ਕਿ ਉਹਨਾਂ ਨੇ ਗੁਰੂ ਨੂੰ ਮਾਰ ਦਿੱਤਾ ਹੈ। ਪਰ ਗੁਰੂ ਗੋਬਿੰਦ ਸਿੰਘ ਜੀ ਅਗਲੇ ਕੁਝ ਹੀ ਦਿਨਾਂ ਵਿੱਚ ਦੀਨਾ ਕਾਂਗੜ (ਮਾਲਵਾ) ਵੱਲ ਸੁਰੱਖਿਅਤ ਸਥਾਨ 'ਤੇ ਪਹੁੰਚ ਗਏ ਸਨ। ਦੁਸ਼ਮਣ ਆਪਣੇ ਮਕਸਦ ਵਿੱਚ ਪੂਰੀ ਤਰ੍ਹਾਂ ਅਸਫਲ ਰਿਹਾ।

ਪੰਜਾਬ ਵਿੱਚ ਚੱਪੇ-ਚੱਪੇ 'ਤੇ ਗਸ਼ਤ ਫ਼ੌਜਾਂ ਦਾ ਪਹਿਰਾ ਸੀ। ਇਤਿਹਾਸਕਾਰਾਂ ਨੇ ਚਮਕੌਰ ਵਿੱਚ ਅਤੇ ਆਸ-ਪਾਸ ਦੇ ਸ਼ਹਿਰਾਂ ਵਿੱਚ ਸਖ਼ਤ ਪਹਿਰੇ ਦੇ ਲਈ ਦਸ ਲੱਖ ਦੁਸ਼ਮਣ ਫ਼ੌਜ ਦਾ ਜ਼ਿਕਰ ਕੀਤਾ ਹੈ। ਅਜਿਹੀ ਸਥਿਤੀ ਵਿੱਚ ਗੁਰੂ ਜੀ ਨੂੰ ਪਹਿਰੇ ਤੋਂ ਬਾਹਰ ਕੱਢਣ ਦੇ ਕੰਮ ਵਿੱਚ ਸਭ ਤੋਂ ਅਹਿਮ ਭੂਮਿਕਾ ਨਿਭਾਈ ਭਾਈ ਗਾਨੀ ਖਾਂ ਅਤੇ ਨਬੀ ਖਾਂ ਨੇ। ਗਾਨੀ ਖਾਂ ਅਤੇ ਨਬੀ ਖਾਂ ਦੋ ਪਠਾਨ ਭਰਾ ਸਨ ਅਤੇ ਘੋੜਿਆਂ ਦੇ ਵਪਾਰੀ ਸਨ। ਉਹ ਆਨੰਦਪੁਰ ਵਿੱਚ ਵੀ ਆਪਣੇ ਘੋੜੇ ਵੇਚਦੇ ਸਨ ਅਤੇ ਗੁਰੂ ਸਾਹਿਬ ਦੇ ਮੁਰੀਦ ਸਨ। ਉਹਨਾਂ ਨੇ ਗੁਰੂ ਗੋਬਿੰਦ ਸਿੰਘ ਜੀ ਨੂੰ ਚਾਰ ਪਾਈ 'ਤੇ ਬਿਠਾ ਕੇ ਪਹਿਰੇ ਤੋਂ ਬਾਹਰ ਕੱਢ ਦਿੱਤਾ। ਗੁਰੂ ਜੀ ਨੀਲੇ ਕੱਪੜੇ ਅਤੇ ਸੂਫੀ ਪਹਿਰਾਵੇ ਵਿੱਚ ਸਨ। ਰਸਤੇ ਵਿੱਚ ਜੋ ਵੀ ਮਿਲਦਾ, ਗਾਨੀ ਖਾਂ ਨਬੀ ਖਾਂ ਆਖਦੇ ਕਿ ਇਹ ਸਾਡੇ 'ਉੱਚੇ ਦੇ ਪੀਰ' ਹਨ। ਉਹਨਾਂ ਦੀ ਬਹਾਦਰੀ ਅਤੇ ਵਫ਼ਾਦਾਰੀ ਦੀ ਯਾਦ ਵਿੱਚ ਮਾਛੀਵਾੜਾ (ਲੁਧਿਆਣਾ) ਵਿੱਚ ਗੁਰਦੁਆਰਾ ਗਾਨੀ ਖਾਂ ਨਬੀ ਖਾਂ ਸੁਸ਼ੋਭਿਤ ਹੈ।

ਗਾਨੀ ਖਾਂ ਅਤੇ ਨਬੀ ਖਾਂ ਦੇ ਬਿਲਕੁਲ ਉਲਟ ਇਨਸਾਨੀਅਤ ਨੂੰ ਸ਼ਰਮਸਾਰ ਕਰਨ ਵਾਲਾ ਘਿਨਾਉਣਾ ਕੰਮ ਕੀਤਾ ਗੰਗੂ ਬ੍ਰਾਹਮਣ ਨੇ। ਗੰਗੂ ਕਈ ਸਾਲਾਂ ਤੋਂ ਆਨੰਦਪੁਰ ਵਿੱਚ ਗੁਰੂ ਪਰਿਵਾਰ ਦੇ ਰਸੋਈਘਰ ਵਿੱਚ ਕੰਮ ਕਰਦਾ ਰਿਹਾ ਸੀ। ਪਰ ਕੁਝ ਮੋਹਰਾਂ ਦੇ ਲਾਲਚ ਵਿੱਚ ਅਤੇ ਸਰਕਾਰ ਦੇ ਡਰ ਅਧੀਨ ਉਸਨੇ ਮਾਤਾ ਗੁਜਰ ਕੌਰ ਜੀ ਅਤੇ ਛੋਟੇ ਸਾਹਿਬਜ਼ਾਦਿਆਂ ਨੂੰ ਨੇੜੇ ਦੇ ਮੋਰਿੰਡਾ ਕੋਤਵਾਲ ਦੇ ਹਵਾਲੇ ਕਰ ਦਿੱਤਾ। ਗੰਗੂ ਨੂੰ ਇਨਾਮ ਵਿੱਚ ਮੋਹਰਾਂ ਤਾਂ ਮਿਲ ਗਈਆਂ, ਪਰ ਉਸ ਨੇ ਆਪਣਾ ਨਾਮ ਸਿੱਖ ਇਤਿਹਾਸ ਵਿੱਚ ਨਾ ਭੁੱਲਣ ਵਾਲੇ ਅਪਰਾਧੀਆਂ ਦੀ ਸੂਚੀ ਵਿੱਚ ਲਿਖਵਾ ਲਿਆ।

ਇਕਾਸੀ ਸਾਲ ਦੀ ਦਾਦੀ ਮਾਤਾ ਅਤੇ ਛੇ ਅਤੇ ਨੌ ਸਾਲ ਦੇ ਬੱਚਿਆਂ ਨੂੰ ਮੋਰਿੰਡਾ ਤੋ ਸਰਹਿੰਦ ਭੇਜ ਦਿੱਤਾ ਗਿਆ। ਗੁਰੂ ਗੋਬਿੰਦ ਸਿੰਘ ਜੀ ਨੂੰ ਫੜਨ ਜਾਂ ਮਾਰਨ ਵਿੱਚ ਤਾਂ ਵਜ਼ੀਰ ਖਾਨ ਸਫਲ ਹੋ ਨਾ ਸਕਿਆ, ਉਹਨਾਂ ਦੀ ਮਾਤਾ ਅਤੇ ਮਾਸੂਮ ਬੱਚਿਆਂ ਦੀ ਗ੍ਰਿਫਤਾਰੀ ਨਾਲ ਹੀ ਉਸਨੂੰ ਸੰਤੁਸ਼ਟ ਹੋਣਾ ਪਿਆ। ਕੜਕਦੀ ਠੰਡ ਵਿੱਚ ਤਿੰਨਾਂ ਨੂੰ ਇੱਕ ਉੱਚੀ ਮੀਨਾਰ ਵਿੱਚ ਰੱਖਿਆ ਗਿਆ, ਜਿਸ ਨੂੰ ਠੰਡਾ ਬੁਰਜ ਕਹਿੰਦੇ ਹਨ। ਅਗਲੀ ਸਵੇਰ ਨੂੰ ਦੋਵੇਂ ਸਾਹਿਬਜ਼ਾਦਿਆਂ ਦੀ ਵਜ਼ੀਰ ਖਾਨ ਦੇ ਦਰਬਾਰ ਵਿੱਚ ਪੇਸ਼ੀ ਹੋਈ। ਛੋਟੇ ਬੱਚਿਆਂ ਦੀ ਹਾਜ਼ਿਰ ਜਵਾਬੀ ਅਤੇ ਨਿਡਰਤਾ ਤੋ ਸਭ ਪ੍ਰਭਾਵਿਤ ਸਨ। ਉਨ੍ਹਾਂ ਨੂੰ ਦੀਨ ਕਬੂਲ ਕਰਨ ਲਈ ਨਾ ਸਿਰਫ਼ ਡਰ ਅਤੇ ਲਾਲਚ ਦਿੱਤੇ ਗਏ, ਸਗੋਂ ਤਸੀਹੇ ਵੀ ਦਿੱਤੇ ਗਏ। ਪਰ ਦੋਵਾਂ ਨੇ ਸਪੱਸ਼ਟ ਕਹਿ ਦਿੱਤਾ ਕਿ ਸਿੱਖੀ ਉਨ੍ਹਾਂ ਨੂੰ ਜਾਨ ਤੋ ਪਿਆਰੀ ਹੈ।

ਵਜ਼ੀਰ ਖਾਨ ਨੇ ਬੱਚਿਆਂ ਨੂੰ ਮਲੇਰਕੋਟਲਾ ਦੇ ਨਵਾਬ ਸ਼ੇਰ ਮੁਹੰਮਦ ਖਾਨ ਦੇ ਹਵਾਲੇ ਸੌਂਪਣਾ ਚਾਹਿਆ। ਸ਼ੇਰ ਮੁਹੰਮਦ ਖਾਨ ਦਾ ਭਰਾ ਕੁਝ ਦਿਨ ਪਹਿਲਾਂ ਚਮਕੌਰ ਦੇ ਯੁੱਧ ਵਿੱਚ ਗੁਰੂ ਗੋਬਿੰਦ ਸਿੰਘ ਜੀ ਦੇ ਤੀਰ ਨਾਲ ਮਾਰਿਆ ਗਿਆ ਸੀ। ਵਜ਼ੀਰ ਖਾਨ ਨੇ ਬੱਚਿਆਂ ਨੂੰ ਮਾਰ ਕੇ ਆਪਣੇ ਭਰਾ ਦਾ ਬਦਲਾ ਲੈਣ ਲਈ ਕਿਹਾ। ਪਰ ਮਲੇਰਕੋਟਲਾ ਨਵਾਬ ਨੇ ਨਾ ਸਿਰਫ਼ ਅਜਿਹਾ ਕਰਨ ਤੋ ਮਨ੍ਹਾ ਕੀਤਾ ਸਗੋਂ ਵਜ਼ੀਰ ਖ਼ਾਨ ਨੂੰ ਵੀ ਇਸ ਅਪਰਾਧ ਤੋ ਮਨ੍ਹਾ ਕੀਤਾ ਅਤੇ ਬੱਚਿਆਂ ਨੂੰ ਛੱਡਣ ਲਈ ਕਿਹਾ।

ਇੱਥੇ ਇੱਕ ਵਾਰ ਫਿਰ ਉਲਟ ਵਿਹਾਰ ਦਾ ਘਿਨਾਉਣਾ ਨਮੂਨਾ ਦੇਖਣ ਨੂੰ ਮਿਲਿਆ। ਵਜ਼ੀਰ ਖਾਨ ਦਾ ਦਿਲ ਇਕ ਵਾਰ ਬੱਚਿਆਂ ਦੀ ਮਾਸੂਮੀਅਤ ਦੇ ਸਾਹਮਣੇ ਪਿਘਲ ਰਿਹਾ ਸੀ। ਉਦੋਂ ਉਸ ਦੇ ਦਰਬਾਰ ਵਿੱਚ ਦੀਵਾਨ ਸੁੱਚਾ ਨੰਦ ਦੇ ਕੌੜੇ ਬੋਲਾਂ ਨੇ ਮਾਹੌਲ ਨੂੰ ਭੜਕਾਉਣ ਦਾ ਕੰਮ ਕੀਤਾ। ਉਸਨੇ ਕਿਹਾ, "ਸੱਪ ਦੇ ਬੱਚੇ ਸੱਪ ਹੀ ਹੁੰਦੇ ਹਨ। ਇਹਨਾਂ ਦੇ ਸਿਰਾਂ ਨੂੰ ਹੁਣੇ ਕੁਚਲ ਦਿਓ ਨਹੀਂ ਤਾਂ ਇਹ ਵੱਡੇ ਹੋ ਕੇ ਆਪਣੇ ਪਿਤਾ ਦੇ ਕਦਮਾਂ 'ਤੇ ਹੀ ਚੱਲਣਗੇ।" ਸ਼ੇਰ ਮੁਹੰਮਦ ਖ਼ਾਨ ਨੇ ਦੇਖਿਆ ਕਿ ਉਸ ਦੀ ਅਪੀਲ ਦਾ ਕੋਈ ਅਸਰ ਨਹੀਂ ਹੋ ਰਿਹਾ ਸੀ। ਉਹ ਉਸ ਪਾਪ ਦਾ ਹਿੱਸਾ ਨਹੀਂ ਬਣਨਾ ਚਾਹੁੰਦਾ ਸੀ ਅਤੇ ਸਭਾ ਦਾ ਬਾਈਕਾਟ ਕਰਕੇ ਉੱਠ ਕੇ ਚਲਾ ਗਿਆ।

ਦੋ ਦਿਨ ਲਗਾਤਾਰ ਸਭਾ ਚੱਲੀ। ਸਾਹਿਬਜ਼ਾਦਿਆਂ ਨੂੰ ਲਗਾਤਾਰ ਡਰ, ਲਾਲਚ ਅਤੇ ਸਖ਼ਤ ਤਸੀਹੇ ਦਿੱਤੇ ਗਏ, ਪਰ ਉਹ ਸਿਦਕ ਤੋ ਨਹੀਂ ਡੋਲੇ। ਵਜ਼ੀਰ ਖਾਨ ਨੇ ਹਾਰ ਕੇ ਕਾਜ਼ੀ ਨੂੰ ਫਤਵਾ ਸੁਣਾਉਣ ਲਈ ਕਿਹਾ। ਕਾਜ਼ੀ ਨੇ ਦੋਹਾਂ ਨੂੰ ਦੀਵਾਰ ਵਿੱਚ ਜਿੰਦਾ ਚਿਣ ਦੇਣ ਦਾ ਫਤਵਾ ਸੁਣਾਇਆ। ਅਜਿਹਾ ਹੀ ਹੋਇਆ। 26 ਦਸੰਬਰ 1704 ਨੂੰ ਦੋ ਮਾਸੂਮਾਂ ਨੂੰ ਦੀਵਾਰ ਵਿੱਚ ਚਿਣ ਦਿੱਤਾ ਗਿਆ। ਕੁਝ ਦੇਰ ਬਾਅਦ ਦੀਵਾਰ ਤੋੜ ਕੇ ਜਦੋਂ ਦੇਖਿਆ ਕਿ ਅਜੇ ਵੀ ਸਾਹ ਚੱਲ ਰਹੇ ਹਨ ਤਾਂ ਉਹਨਾਂ ਦਾ ਸਿਰ ਕਲਮ ਕਰ ਦਿੱਤਾ ਗਿਆ। ਬਾਬਾ ਫਤਹਿ ਸਿੰਘ (ਛੇ ਸਾਲ) ਅਤੇ ਬਾਬਾ ਜ਼ੋਰਾਵਰ ਸਿੰਘ (ਨੌ ਸਾਲ) ਪੰਥ ਦੀ ਨੀਂਹ ਆਪਣੇ ਖੂਨ ਨਾਲ ਸਿੰਜ ਕੇ ਬਹੁਤ ਮਜ਼ਬੂਤ ਕਰ ਗਏ। ਮਾਤਾ ਗੁਜਰ ਕੌਰ ਜੀ ਨੂੰ ਵੀ ਉੱਚੇ ਮੀਨਾਰ ਤੋ ਸੁੱਟ ਕੇ ਸ਼ਹੀਦ ਕਰ ਦਿੱਤਾ ਗਿਆ।

ਹਮ ਜਾਨ ਦੇ ਕੇ ਔਰੋਂ ਕੀ ਜਾਨੇਂ ਬਚਾ ਚਲੇ।
ਸਿੱਖੀ ਕੀ ਨੀਂਵ ਹਮ ਹੈਂ ਸਰੋਂ ਪਰ ਉਠਾ ਚਲੇ।
ਗੁਰਿਆਈ ਕਾ ਹੈਂ ਕਿੱਸਾ ਜਹਾਂ ਮੇਂ ਬਨਾ ਚਲੇ।
ਸਿੰਘੋਂ ਕੀ ਸਲਤਨਤ ਕਾ ਹੈਂ ਪੌਦਾ ਲਗਾ ਚਲੇ।
(ਸ਼ਹੀਦਾਨ-ਏ-ਵਫ਼ਾ, ਅੱਲ੍ਹਾ ਯਾਰ ਖਾਂ ਜੋਗੀ)

ਇਸ ਘਟਨਾ ਨੇ ਪੂਰੇ ਪੰਜਾਬ ਵਿੱਚ ਰੋਸ ਦੀ ਲਹਿਰ ਭਰ ਦਿੱਤੀ ਅਤੇ ਪੰਜਾਬ ਦੀ ਨਵੀਂ ਤਕਦੀਰ ਲਿਖ ਦਿੱਤੀ। ਹਰ ਸਿੱਖ ਦੇ ਦਿਲ ਵਿੱਚ ਪਾਪੀਆਂ ਨੂੰ ਸਜ਼ਾ ਦੇਣ ਦਾ ਜਨੂੰਨ ਉਬਾਲੇ ਖਾਣ ਲੱਗਾ। ਇਸ ਘਟਨਾ ਨੇ ਨਾ ਸਿਰਫ ਤਤਕਾਲੀਨ ਹਾਲਾਤਾਂ ਨੂੰ ਬਦਲ ਕੇ ਰੱਖ ਦਿੱਤਾ ਬਲਕਿ ਇਹ ਸਿੱਖ ਮਾਨਸਿਕਤਾ ਦਾ ਹਮੇਸ਼ਾ ਦੇ ਲਈ ਹਿੱਸਾ ਬਣ ਗਿਆ।

ਔਰੰਗਜ਼ੇਬ ਦੇ 1707 ਵਿੱਚ ਦੇਹਾਂਤ ਤੋ ਬਾਅਦ ਉਸਦੇ ਪੁੱਤਰਾਂ ਵਿੱਚ ਗੱਦੀ ਦੇ ਲਈ ਜੰਗ ਛਿੜ ਗਈ। ਗੁਰੂ ਗੋਬਿੰਦ ਸਿੰਘ ਜੀ ਨੇ ਬਹਾਦਰ ਸ਼ਾਹ ਨੂੰ ਪੰਜਾਬ ਵਿੱਚ ਜ਼ਾਲਮਾਂ ਨੂੰ ਸਜ਼ਾ ਦੇਣ ਦੇ ਵਾਅਦੇ 'ਤੇ ਉਸ ਦਾ ਸਮਰਥਨ ਕੀਤਾ। ਪਰ ਗੱਦੀ 'ਤੇ ਬੈਠਣ ਤੋ ਬਾਅਦ ਉਹ ਆਪਣੇ ਵਾਅਦੇ ਤੋ ਟਾਲ-ਮਟੋਲ ਕਰਨ ਲੱਗਾ। ਹਾਲਾਂਕਿ, ਉਹ ਕਾਫੀ ਸਮਾਂ ਗੁਰੂ ਜੀ ਦੇ ਨਾਲ ਰਿਹਾ ਅਤੇ ਦੱਖਣ ਵਿੱਚ ਗੁਰੂ ਜੀ ਨੂੰ ਆਪਣੇ ਨਾਲ ਲੈ ਗਿਆ। ਗੁਰੂ ਜੀ ਨੇ ਉਸ ਨੂੰ ਪੂਰਾ ਮੌਕਾ ਦਿੱਤਾ, ਪਰ ਬਹਾਦਰ ਸ਼ਾਹ ਵਜ਼ੀਰ ਖਾਨ ਵਰਗੇ ਮਜ਼ਬੂਤ ਸੂਬੇਦਾਰ ਨੂੰ ਛੇੜਨਾ ਨਹੀਂ ਚਾਹੁੰਦਾ ਸੀ। ਫਿਰ ਗੁਰੂ ਗੋਬਿੰਦ ਸਿੰਘ ਜੀ ਨੇ ਬਹਾਦਰ ਸ਼ਾਹ ਦਾ ਸਾਥ ਛੱਡ ਦਿੱਤਾ ਅਤੇ ਉਸ ਨੂੰ ਦੱਸ ਦਿੱਤਾ ਕਿ ਹੁਣ ਖਾਲਸਾ ਖੁਦ ਹੀ ਨਿਆਂ ਸਥਾਪਿਤ ਕਰੇਗਾ। ਇਸ ਤੋ ਬਾਅਦ ਗੁਰੂ ਜੀ ਨੰਦੇੜ ਵਿੱਚ ਹੀ ਰੁਕ ਗਏ।

ਨਾਂਦੇੜ ਤੋ ਹੀ ਬਾਬਾ ਬੰਦਾ ਸਿੰਘ ਬਹਾਦਰ ਦੀ ਅਗਵਾਈ ਵਿੱਚ ਗੁਰੂ ਜੀ ਨੇ ਸਿੱਖਾਂ ਦਾ ਜਥਾ ਪੰਜਾਬ ਦੇ ਲਈ ਰਵਾਨਾ ਕਰ ਦਿੱਤਾ। ਪੰਜਾਬ ਦੇ ਪ੍ਰਮੁੱਖ ਸਿੱਖਾਂ ਦੇ ਨਾਮ ਸੰਦੇਸ਼ ਵੀ ਨਾਲ ਹੀ ਭੇਜੇ ਜਿਸ ਵਿੱਚ ਬੰਦਾ ਸਿੰਘ ਬਹਾਦਰ ਦਾ ਸਾਥ ਦੇਣ ਲਈ ਕਿਹਾ।

ਇਸੇ ਦੌਰਾਨ ਵਜ਼ੀਰ ਖਾਨ ਨੇ ਸ਼ਰਧਾਲੂਆਂ ਦੇ ਭੇਸ ਵਿੱਚ ਦੋ ਪਠਾਣਾਂ ਦੁਆਰਾ ਗੁਰੂ ਜੀ ਉੱਪਰ ਕਾਇਰਾਨਾ ਹਮਲਾ ਕਰਵਾ ਦਿੱਤਾ ਜਿਸ ਵਿੱਚ ਗੁਰੂ ਜੀ ਨੂੰ ਗਹਿਰੇ ਜਖ਼ਮ ਲੱਗੇ। ਹਮਲੇ ਤੋ ਕੁਝ ਦਿਨਾਂ ਬਾਅਦ ਗੁਰੂ ਜੀ ਨੇ ਆਪਣਾ ਅੰਤਿਮ ਸਮਾਂ ਨਜ਼ਦੀਕ ਜਾਣਿਆ। ਸਸ਼ਕਤ ਖਾਲਸਾ ਦੇ ਰੂਪ ਵਿੱਚ ਗੁਰੂ ਨਾਨਕ ਦਾ ਸਿੱਖ ਮਿਸ਼ਨ ਸੰਪੂਰਨ ਹੋ ਚੁੱਕਾ ਸੀ। ਗੁਰੂ ਗੋਬਿੰਦ ਸਿੰਘ ਜੀ ਨੇ ਹੁਣ ਆਪਣੇ ਤੋ ਬਾਅਦ ਦੇਹਧਾਰੀ ਗੁਰਗੱਦੀ ਦੀ ਪਰੰਪਰਾ ਨੂੰ ਸਮਾਪਤ ਕਰ ਦਿੱਤਾ। ਸਿੱਖਾਂ ਨੂੰ ਗ੍ਰੰਥ ਸਾਹਿਬ ਨੂੰ ਸਦੀਵੀ ਗੁਰੂ ਮੰਨਣ ਦਾ ਆਦੇਸ਼ ਦਿੱਤਾ।

ਗੁਰਬਾਣੀ ਦੀ ਰੋਸ਼ਨੀ ਵਿੱਚ ਜਿਉਣ ਵਾਲਾ ਗੁਰੂ ਨਾਨਕ ਦਾ ਸਿੱਖ ਹੈ, ਚਾਹੇ ਉਹ ਕਿਸੇ ਵੀ ਜਾਤੀ, ਨਸਲ ਜਾਂ ਲਿੰਗ ਤੋ ਹੋਵੇ। ਉੱਥੇ ਸਿੱਖ ਪਰਿਵਾਰ ਵਿੱਚ ਪੈਦਾ ਹੋਇਆ, ਪਰ ਗੁਰਬਾਣੀ ਵਿਚਾਰ ਤੋ ਟੁੱਟਿਆ ਹੋਇਆ ਸਿੱਖ

ਨਹੀਂ ਕਹਿਲਾ ਸਕਦਾ। ਗੁਰੂ ਗ੍ਰੰਥ ਸਾਹਿਬ ਦੇ ਵਿਚਾਰ ਨੂੰ ਸਮਰਪਿਤ ਹੋਣ ਦੇ ਆਖਰੀ ਉਪਦੇਸ਼ ਦੇ ਨਾਲ 7 ਅਕਤੂਬਰ 1708 ਨੂੰ ਨਾਂਦੇੜ ਵਿੱਚ ਗੁਰੂ ਗੋਬਿੰਦ ਸਿੰਘ ਜੀ ਦੇ ਸਰੀਰ ਨੇ ਸੰਸਾਰ ਨੂੰ ਛੱਡ ਦਿੱਤਾ।

ਪੰਜਾਬ ਵਿੱਚ ਬਾਬਾ ਬੰਦਾ ਸਿੰਘ ਬਹਾਦਰ ਦੀ ਅਗਵਾਈ ਵਿੱਚ ਭਾਰੀ ਸੰਖਿਆ ਵਿੱਚ ਸਿੱਖ ਇਕੱਠੇ ਹੋਣ ਲੱਗੇ। ਬਾਬਾ ਬੰਦਾ ਸਿੰਘ ਨੇ ਆਪਣੀ ਜਿੱਤ ਦਾ ਸਿਲਸਿਲਾ ਸੋਨੀਪਤ, ਸਮਾਣਾ, ਮੁਸਤਫਾਬਾਦ ਅਤੇ ਸਢੋਰਾ ਤੋਂ ਕੀਤਾ। ਹਰ ਕਿਸੇ ਦੇ ਦਿਲ-ਦਿਮਾਗ ਵਿੱਚ ਸਰਹਿੰਦ ਦੀ ਖ਼ੂਨੀ ਦੀਵਾਰ ਦਾ ਕ੍ਰਿਆਨਕ ਦ੍ਰਿਸ਼ ਨਿਰੰਤਰ ਚੱਲ ਰਿਹਾ ਸੀ। ਇਨ੍ਹਾਂ ਸ਼ਹਿਰਾਂ ਵਿੱਚ ਰਹਿਣ ਵਾਲੇ ਸਿੱਖਾਂ ਦੇ ਦੁਸ਼ਮਣਾਂ ਨੂੰ ਲੱਭ-ਲੱਭ ਕੇ ਮਾਰਿਆ। ਉਹ ਜੱਲਾਦ ਜਿਸ ਨੇ ਛੋਟੇ ਸਾਹਿਬਜ਼ਾਦਿਆਂ ਨੂੰ ਦੀਵਾਰ ਵਿੱਚ ਚਿਣਿਆ ਸੀ ਅਤੇ ਉਹ ਜਿਸ ਨੇ ਨੌਵੇਂ ਗੁਰੂ ਦੇ ਉੱਪਰ ਤਲਵਾਰ ਚਲਾਈ ਸੀ, ਸਾਰਿਆਂ ਨੂੰ ਮੌਤ ਦੀ ਸਜ਼ਾ ਦਿੱਤੀ ਗਈ। ਪੀਰ ਬੁੱਧੂ ਸ਼ਾਹ ਨੂੰ ਸ਼ਹੀਦ ਕਰਨ ਵਾਲੇ ਉਸਮਾਨ ਖਾਨ ਨੂੰ ਵੀ ਮੌਤ ਦੇ ਘਾਟ ਉਤਾਰਿਆ ਗਿਆ। ਇਸ ਤੋਂ ਬਾਅਦ ਪੰਜਾਬ ਦੀ ਧਰਤੀ 'ਤੇ ਇਤਿਹਾਸਕ ਜੰਗ ਹੋਈ ਜਿਸ ਨੇ ਮੁਗਲ ਸਲਤਨਤ ਦੀਆਂ ਜੜ੍ਹਾਂ ਹਮੇਸ਼ਾ ਦੇ ਲਈ ਹਿਲਾ ਕੇ ਰੱਖ ਦਿੱਤੀਆਂ। 12 ਮਈ 1710 ਨੂੰ ਸਿੱਖਾਂ ਨੇ ਵਜ਼ੀਰ ਖਾਨ ਨੂੰ ਮਾਰ ਕੇ ਸਰਹਿੰਦ 'ਤੇ ਜਿੱਤ ਹਾਸਿਲ ਕੀਤੀ। ਸੁੱਚਾਨੰਦ ਅਤੇ ਗੰਗੂ ਬ੍ਰਾਹਮਣ ਨੂੰ ਵੀ ਆਪਣੇ ਕੀਤੇ ਦੀ ਸਜ਼ਾ ਮੌਤ ਮਿਲੀ।

ਖ਼ਾਲਸਾ ਰਾਜ ਦੇ ਸਿੱਕਿਆਂ ਉੱਪਰ ਕਿਸੇ ਵਿਜੇਤਾ ਜਾਂ ਸ਼ਾਸਕ ਦਾ ਨਾਮ ਨਹੀਂ, ਸਗੋਂ ਗੁਰੂਆਂ ਦਾ ਦਿੱਤਾ ਰਾਜ ਦਾ ਉਦੇਸ਼ ਹੁੰਦਾ ਸੀ। ਸਿੱਖ ਰਾਜ ਦੀ ਪਹਿਲੀ ਮੋਹਰ 'ਤੇ ਬਾਬਾ ਬੰਦਾ ਸਿੰਘ ਬਹਾਦਰ ਨੇ ਫ਼ਾਰਸੀ ਵਿੱਚ ਇਹ ਉਤਕੀਰਣ ਕਰਵਾਇਆ:

ਦੇਗੋ ਤੇਗੋ ਫ਼ਤਹਿ ਨੁਸਰਤ ਬੇਦਰੰਗ
ਯਾਫ਼ਤ ਅਜ਼ ਨਾਨਕ ਗੁਰੂ ਗੋਬਿੰਦ ਸਿੰਘ

ਅਨੁਵਾਦ: ਆਹਾਰ ਇਖ਼ਤਿਆਰ ਦੀ ਜਿੱਤ (ਅਤੇ) ਮਦਦ (ਨਿਆਂ) ਬਿਨਾਂ ਵਿਲੰਬ ਦੇ ਇਹ ਕਿਰਪਾ ਹੈ ਨਾਨਕ ਗੁਰੂ ਗੋਬਿੰਦ ਸਿੰਘ ਦੀ।

ਛੇਵੇਂ ਗੁਰੂ ਜਾਂ ਦਸਵੇਂ ਗੁਰੂ ਦੇ ਸਮੇਂ ਜਿੰਨੇ ਵੀ ਛੋਟੇ-ਵੱਡੇ ਯੁੱਧ ਹੋਏ, ਉਸ ਵਿੱਚ ਹਮੇਸ਼ਾ ਦੁਸ਼ਮਣ ਹਮਲਾਵਰ ਰਹੇ ਸਨ ਜਦੋਂ ਕਿ ਸਿੱਖਾਂ ਨੇ ਰੱਖਿਆਤਮਕ ਮਨੋਭਾਵ ਨਾਲ ਯੁੱਧ ਕੀਤਾ। ਇਹ ਪਹਿਲੀ ਵਾਰ ਸੀ ਕਿ ਸਿੱਖ ਹਮਲਾਵਰ ਬਣ ਕੇ ਜੰਗ ਦੇ ਮੈਦਾਨ ਵਿੱਚ ਕੁੱਦੇ। ਰੱਖਿਆਤਮਕ ਅਤੇ ਹਮਲਾਵਰ ਦੋਵੇਂ ਮਨੋਭਾਵ ਹੱਕਾਂ, ਨਿਆਂ ਅਤੇ ਸਵੈ-ਮਾਣ ਦੀ ਰੱਖਿਆ ਲਈ ਸਨ। ਪਰ ਕੌਮ ਦੀ ਸਮਪ੍ਰਭੁਤਾ ਦੇ ਸਥਾਈਪੁਣੇ ਦੇ ਲਈ ਰੱਖਿਆਤਮਕ ਤੋਂ ਹਮਲਾਵਰ ਹੋਣ ਦਾ ਵਰਤਾਉ ਬਹੁਤ ਜ਼ਰੂਰੀ ਸੀ। ਇਹ ਵਰਤਾਉ ਗੁਰੂ ਨੇ ਆਪਣੇ ਪਰਿਵਾਰ ਨੂੰ ਕੌਮ ਉੱਤੇ ਕੁਰਬਾਨ ਕਰ ਕੇ ਲਿਆਂਦਾ ਹੈ।

ਗਗਨ ਦਮਾਮਾ ਬਾਜਿਓ ਪਰਿਓ ਨੀਸਾਨੈ ਘਾਉ॥

ਖੇਤੁ ਜੁ ਮਾਂਡਿਓ ਸੂਰਮਾ ਅਬ ਜੂਝਨ ਕੋ ਦਾਉ॥੧॥

ਸੂਰਾ ਸੋ ਪਹਿਚਾਨੀਐ ਜੁ ਲਰੈ ਦੀਨ ਕੇ ਹੇਤ॥

ਪੁਰਜਾ ਪੁਰਜਾ ਕਟਿ ਮਰੈ ਕਬਹੂ ਨ ਛਾਡੈ ਖੇਤੁ॥੨॥

(ਗੁਰੂ ਗ੍ਰੰਥ ਸਾਹਿਬ, ਭਗਤ ਕਬੀਰ, ਅੰਗ 1105)

ਅਰਥ: ਗਗਨ ਰੂਪੀ ਬੁੱਧੀ ਵਿੱਚ ਨਿਸ਼ਾਨੇ ਉੱਤੇ ਚੋਟ ਵੱਜਣ ਨਾਲ ਧੌਂਸਾ ਵੱਜ ਗਿਆ ਹੈ (ਤੜਫ ਜਾਗ ਉੱਠੀ ਹੈ)। ਜੀਵਨ ਰੂਪੀ ਖੇਤ ਨੂੰ ਸੂਰਮੇ ਨੇ ਸੰਭਾਲ ਲਿਆ ਹੈ, ਕਿਉਂਕਿ ਉਹ ਸਮਝ ਗਿਆ ਹੈ ਕਿ ਇਹੀ ਇੱਕ ਮੌਕਾ ਹੈ ਜੂਝਣ ਦਾ।

ਸੂਰਮਾ ਕਹਿੰਦੇ ਹੀ ਉਸਨੂੰ ਹਨ ਜੋ ਮਜ਼ਲੂਮ ਦੇ ਹਿੱਤ ਦੇ ਲਈ ਲੜੇ।

ਉਹ ਪੁਰਜਾ-ਪੁਰਜਾ ਹੋ ਕੇ ਚਾਹੇ ਕੱਟ ਮਰੇ, ਪਰ ਆਖਰੀ ਸਾਹ ਤੱਕ ਉਹ ਰਣ-ਭੂਮੀ ਨਹੀਂ ਛੱਡਦਾ।

ਗੁਰੂਆਂ ਨੇ ਇੰਨੇ ਸਖ਼ਤ ਤਸੀਹੇ ਕਿਉਂ ਝੱਲੇ? ਕਿਉਂ ਨ ਸੱਤਾ ਨਾਲ ਸਮਝੌਤਾ ਕਰਨਾ ਸਵੀਕਾਰ ਕੀਤਾ? ਕਿਸ ਲਈ ਅਜਰ ਨੂੰ ਜਰਿਆ?

ਉਹਨਾਂ ਨੇ ਇਨਸਾਨ ਦੇ ਆਜ਼ਾਦ ਜੀਵਨ ਦੇ ਲਈ, ਸਮਾਨਤਾ ਅਤੇ ਨਿਆਂ ਸਥਾਪਤ ਕਰਨ ਦੇ ਲਈ ਇਹ ਸਭ ਕੀਤਾ; ਮੇਰੇ ਲਈ, ਤੁਹਾਡੇ ਲਈ ਕੀਤਾ। ਸਿੱਖ ਕੌਮੀਅਤ ਦੇ ਗਗਨ ਵਿੱਚ ਦਮਾਮਾ ਗੁਰੂਆਂ ਨੇ ਖ਼ੁਦ ਦੀ ਅਤੇ ਆਪਣੇ ਪਰਿਵਾਰ ਦੀ ਕੁਰਬਾਨੀ ਦੇ ਕੇ ਵਜਾਇਆ ਹੈ। ਹਰ ਸਿੱਖ ਨੂੰ ਆਪਣੇ ਗੁਰੂ 'ਤੇ ਮਾਣ ਹੈ ਕਿਉਂਕਿ ਇਹ ਉਸਦਾ ਆਪਣਾ ਇਤਿਹਾਸ ਹੈ। ਜਿਵੇਂ ਹੀ ਕੋਈ ਸਿੱਖ ਬਣਦਾ ਹੈ, ਉਸੇ ਸਮੇਂ ਇਹ ਸਾਰਾ ਇਤਿਹਾਸ ਉਸ ਦੇ ਆਪਣੇ ਪੁਰਖਿਆਂ ਦਾ ਹੋ ਜਾਂਦਾ ਹੈ। ਕੌਣ ਨਹੀਂ ਚਾਹੇਗਾ ਇਸ ਇਤਿਹਾਸ ਨੂੰ ਆਪਣਾ ਬਣਾਉਣਾ? ਸਿੱਖੀ ਸਭ ਦੇ ਲਈ ਹੈ। ਸਿੱਖ ਬਣੋ, ਸਰਬ ਸਾਂਝੀ ਗੁਰਬਾਣੀ ਦੀ ਸ਼ਰਨ ਵਿੱਚ ਆਓ। ਆਪਣੀ ਵਿਰਾਸਤ ਸੰਭਾਲੋ।

ਅਜਰੁ ਜਿਨਿ ਜਰਿਆ

ਗੁਰੂ ਨਾਨਕ ਨੇ ਜੋ ਧਰਮ ਦਾ ਰਾਜ ਸਥਾਪਿਤ ਕੀਤਾ ਹੈ, ਉਸਦਾ ਸ਼ਕਤੀਸ਼ਾਲੀ ਕਿੱਲਾ ਸੱਚ ਦੀ ਮਜ਼ਬੂਤ ਨੀਂਹ 'ਤੇ ਖੜ੍ਹਾ ਹੈ:

ਨਾਨਕਿ ਰਾਜੁ ਚਲਾਇਆ ਸਚੁ ਕੋਟੁ ਸਤਾਣੀ ਨੀਵ ਦੈ॥

(ਗੁਰੂ ਗ੍ਰੰਥ ਸਾਹਿਬ, ਬਲਵੰਡ ਸਤਾ, ਅੰਗ 966)

ਇਹ ਨੀਂਹ ਪੱਕੀ ਇਸ ਲਈ ਹੈ ਕਿਉਂਕਿ ਗੁਰੂ ਨਾਨਕ ਦੇ ਦਸ ਸਰੂਪਾਂ ਨੇ ਸੱਚ ਨੂੰ ਸਥਾਪਿਤ ਕਰਨ ਦੇ ਲਈ ਖੁਦ ਅਜਰ ਨੂੰ ਜਰਿਆ ਹੈ।

ਗੁਰ ਗਮ ਪ੍ਰਮਾਣਿ ਅਜਰੁ ਜਰਿਓ ਸਰਿ ਸੰਤੋਖ ਸਮਾਇਯਉ॥
ਗੁਰ ਅਰਜੁਨ ਕਲੵਚਰੈ ਤੈ ਸਹਜਿ ਜੋਗੁ ਨਿਜੁ ਪਾਇਯਉ॥

(ਗੁਰੂ ਗ੍ਰੰਥ ਸਾਹਿਬ, ਭਟ ਕਲੵ, ਅੰਗ 1408)

ਅਰਥ: ਗੁਰੂ ਪਦਵੀ (ਦੇ ਹੱਕਦਾਰ) ਦਾ ਸਬੂਤ ਇਹੀ ਹੈ ਕਿ ਅਜਰ (ਅਸਹਿ) ਨੂੰ ਜਰ ਕੇ ਸੰਤੋਖ ਦੇ ਸਰੋਵਰ ਵਿੱਚ ਲੀਨ ਹੋ ਗਏ ਹਨ।

ਭਟ ਕਲੵ ਕਹਿੰਦਾ ਹੈ, "ਹੇ ਗੁਰੂ ਅਰਜੁਨ! ਤੁਸੀਂ ਆਤਮਿਕ ਅਡੋਲਤਾ ਵਿੱਚ ਟਿਕ ਕੇ (ਅਕਾਲ ਪੁਰਖ ਨਾਲ) ਮਿਲਾਪ ਪ੍ਰਾਪਤ ਕਰ ਲਿਆ ਹੈ।"

'ਅਜਰ' ਵਿਕਾਰਾਂ ਦੇ ਪ੍ਰਕੋਪ ਦੀ ਉਹ ਅਸਹਿਣਸ਼ੀਲ ਅਵਸਥਾ ਹੈ ਜਿਸ ਤੋਂ ਬਚ ਨਿਕਲਣਾ ਮਨੁੱਖ ਦੇ ਲਈ ਬਹੁਤ ਔਖਾ ਹੈ। ਕਾਮ, ਕ੍ਰੋਧ, ਲੋਭ, ਮੋਹ, ਅਹੰਕਾਰ ਕਈ ਰੂਪਾਂ ਨਾਲ ਜੀਵਨ ਵਿੱਚ ਪ੍ਰਭਾਵ ਪਾਉਂਦੇ ਹਨ, ਜੋ ਮਨੁੱਖ ਦੀ ਅਧਿਆਤਮਿਕ ਉੱਚਤਾ ਦੀ ਸੀਮਾ ਤੈਅ ਕਰ ਦਿੰਦੇ ਹਨ। ਜ਼ਿਆਦਾਤਰ ਲੋਕ ਤਾਂ ਧੰਨ, ਸੰਪੱਤੀ, ਆਹੁਦੇ ਜਾਂ ਕਾਮੁਕ ਪਰਤਾਵੇ ਨਾਲ ਹੀ ਆਪਣੀ ਜ਼ਮੀਰ ਵੇਚ ਦਿੰਦੇ ਹਨ। ਜੇ ਕੋਈ ਇਹਨਾਂ ਦੇ ਪ੍ਰਭਾਵ ਤੋਂ ਮੁਕਤ ਹੋ ਵੀ ਜਾਂਦਾ ਹੈ, ਸੰਤਾਨ ਦੇ ਮੋਹ ਦੇ ਚੱਲਦੇ ਜਾਂ ਫਿਰ ਸੰਸਾਰ ਵਿੱਚ ਆਪਣਾ ਨਾਮ ਬਣਾਉਣ ਦੇ ਚੱਕਰ ਵਿੱਚ ਸਮਝੌਤਾ ਕਰ ਲੈਂਦਾ ਹੈ। ਕੋਈ ਸੱਤਾਧਾਰੀਆਂ ਦੁਆਰਾ ਸਰੀਰਕ ਤੇ ਮਾਨਸਿਕ ਤਸੀਹੇ ਨਾ ਝੱਲ ਸਕਣ ਦੇ ਕਾਰਨ ਸਮਝੌਤਾ ਕਰ ਲੈਂਦਾ ਹੈ। ਕੋਈ ਇਸ ਅਵਸਥਾ ਤੋਂ ਉੱਪਰ ਉੱਠ ਜਾਵੇ, ਪਰ ਆਪਣੀ ਸੰਤਾਨ ਜਾਂ ਸਕੇ ਸੰਬੰਧੀਆਂ ਦੇ ਉੱਪਰ ਤਸੀਹੇ ਸਹਿ ਨਹੀਂ ਕਰ ਪਾਉਂਦਾ ਜਿਸ ਕਾਰਨ ਆਪਣੇ ਅਸੂਲਾਂ ਤੋਂ ਮਜ਼ਬੂਰਨ

ਪਿੱਛੇ ਹਟ ਜਾਂਦਾ ਹੈ। ਇਨਸਾਨ ਨਿਰਭਉ ਅਤੇ ਨਿਰਵੈਰ ਦੇ ਰੂਹਾਨੀ ਗੁਣਾਂ ਨੂੰ ਜਿਸ ਗਹਿਰਾਈ ਨਾਲ ਆਪਣੇ ਜੀਵਨ ਵਿੱਚ ਉਤਾਰੇਗਾ, ਉਸ ਦੇ ਅਜਰ ਨੂੰ ਜਰਨ ਦੀ ਸੀਮਾ ਉਸ ਤੋਂ ਤੈਅ ਹੋਵੇਗੀ।

ਸਿੱਖ ਨੇ ਆਪਣੇ ਗੁਰੂ ਕੋਲੋਂ ਅਤਿ ਕਠੋਰ ਪ੍ਰਸਥਿਤੀਆਂ ਨਾਲ ਟਕਰਾ ਕੇ ਉਭਰਨਾ ਸਿੱਖਿਆ ਹੈ। ਕਿਉਂਕਿ ਗੁਰੂ ਪਦਵੀ 'ਤੇ ਬੈਠਣ ਵਾਲੇ ਗੁਰੂਆਂ ਨੇ ਬਹੁਤ ਭਿਆਨਕ ਹਲਾਤਾਂ ਨੂੰ ਆਪਣੇ ਅਤੇ ਆਪਣੇ ਪਰਿਵਾਰ 'ਤੇ ਝੱਲ ਕੇ ਉਦਾਹਰਨ ਸਥਾਪਤ ਕਰਕੇ ਅਗਵਾਈ ਕੀਤੀ ਹੈ। ਅਜਿਹੇ ਵਿੱਚ ਜਦੋਂ ਕੋਈ ਸਿੱਖ ਕਦਰਾਂ-ਕੀਮਤਾਂ ਤੋਂ ਅਚੇਤ ਇਤਿਹਾਸਕਾਰ ਜਾਂ ਲੇਖਕ ਇਹ ਸਵਾਲ ਰੱਖ ਦਿੰਦਾ ਹੈ ਕਿ ਚੌਥੇ ਗੁਰੂ ਦੇ ਬਾਅਦ ਸਾਰੇ ਗੁਰੂ ਇੱਕ ਹੀ ਪਰਿਵਾਰ ਤੋਂ ਕਿਉਂ? ਇਹ ਪ੍ਰਸ਼ਨ ਸਿੱਖ ਦੇ ਲਈ ਪਾਠਕ੍ਰਮ ਤੋਂ ਬਾਹਰ ਦਾ ਬਣ ਜਾਂਦਾ ਹੈ। ਸਿੱਖ ਦੇ ਸਥਾਪਤ ਮਾਪਦੰਡ ਤੋਂ ਬਹੁਤ ਨੀਵਾਂ ਪ੍ਰਤੀਤ ਹੋ ਦਿਖਦਾ ਹੈ। ਇਸ ਦਾ ਉੱਤਰ ਦੱਸਣ ਵਿੱਚ ਸਿੱਖ ਨੂੰ ਆਪਣੇ ਗੁਰੂ ਪ੍ਰਤੀ ਆਸਥਾ ਵਿੱਚ ਠੇਸ ਲੱਗਦੀ ਹੈ। ਉਹ ਚੁੱਪ ਰਹਿਣਾ ਹੀ ਬਿਹਤਰ ਸਮਝਦਾ ਹੈ। ਪਰ ਸਿੱਖਾਂ ਦੀ ਚੁੱਪੀ ਸੰਦੇਹਵਾਦੀਆਂ ਨੂੰ ਬੜ੍ਹਾਵਾ ਦਿੰਦੀ ਹੈ।

ਗੁਰੂ ਦੀ ਅਧਿਆਤਮਿਕ ਉੱਚਤਾ ਅਸੀਮ ਹੈ ਕਿਉਂਕਿ ਗੁਰੂਆਂ ਨੇ ਤਾਂ ਅਜਰ ਨੂੰ ਜਰ ਕੇ ਦਿਖਾਇਆ ਹੈ। ਪਰ ਅਧਿਆਤਮਿਕ ਖਾਲੀਪਣ ਤੋਂ ਪੈਦਾ ਹੋਣ ਵਾਲੇ ਸ਼ੰਕਿਆਂ ਦਾ ਉੱਤਰ ਇਤਿਹਾਸਕ ਅਤੇ ਪਰੰਪਰਾਗਤ ਪਿਛੋਕੜ ਤੋਂ ਵੀ ਦਿੱਤਾ ਜਾ ਸਕਦਾ ਹੈ।

ਪੁਰਾਤਨ ਜਨਮ-ਸਾਖੀਆਂ ਵਿੱਚ ਬੀਬੀ ਭਾਨੀ ਦੀ ਇੱਕ ਲੋਕਪ੍ਰਿਯ ਕਹਾਣੀ ਹੈ। ਬੀਬੀ ਭਾਨੀ ਗੁਰੂ ਅਮਰਦਾਸ ਜੀ ਦੀ ਪੁੱਤਰੀ, ਗੁਰੂ ਰਾਮਦਾਸ ਜੀ ਦੀ ਪਤਨੀ, ਗੁਰੂ ਅਰਜਨ ਸਾਹਿਬ ਜੀ ਦੀ ਮਾਂ, ਗੁਰੂ ਹਰ ਗੋਬਿੰਦ ਜੀ ਦੀ ਦਾਦੀ ਅਤੇ ਅਗਲੇ ਗੁਰੂਆਂ ਦੀ ਪੁਰਵਜ ਸਨ। ਸਿੱਖੀ ਨੂੰ ਪ੍ਰਫੁੱਲਤ ਕਰਨ ਵਿੱਚ ਬੀਬੀ ਭਾਨੀ ਦੇ ਵਡਮੁੱਲੇ ਯੋਗਦਾਨ ਦੇ ਕਾਰਨ ਉਨ੍ਹਾਂ ਦਾ ਨਾਂ ਸਿੱਖ ਇਤਿਹਾਸ ਦੀਆਂ ਮਹਾਨ ਔਰਤਾਂ ਵਿੱਚ ਗਿਣਿਆ ਜਾਂਦਾ ਹੈ। ਗੁਰੂ ਅਮਰਦਾਸ ਜੀ ਸਭ ਤੋਂ ਬਿਰਧ ਅਵਸਥਾ ਦੇ ਗੁਰੂ ਸਨ ਜਿਹਨਾਂ ਦੀ ਉਮਰ 95 ਸਾਲ ਦੀ ਰਹੀ। ਬੀਬੀ ਭਾਨੀ ਆਪਣੇ ਬਿਰਧ ਪਿਤਾ-ਗੁਰੂ ਦੀ ਪੂਰੀ ਸ਼ਰਧਾ ਨਾਲ ਸੇਵਾ ਕਰਨ ਵਿੱਚ ਸਮਰਪਿਤ ਰਹਿੰਦੇ ਸੀ।

ਕਹਾਣੀ ਦੇ ਅਨੁਸਾਰ ਇੱਕ ਸਵੇਰ ਜਦੋਂ ਤੀਸਰੇ ਗੁਰੂ, ਗੁਰੂ ਅਮਰਦਾਸ ਜੀ, ਧਿਆਨ ਵਿੱਚ ਲੀਨ ਸਨ, ਉਹਨਾਂ ਦੀ ਪੁੱਤਰੀ ਬੀਬੀ ਭਾਨੀ ਨੇ ਦੇਖਿਆ ਕਿ ਜਿਸ ਲੱਕੜੀ ਦੇ ਪੀੜ੍ਹੇ ਉੱਤੇ ਗੁਰੂ ਜੀ ਬੈਠੇ ਸਨ, ਉਸਦਾ ਪੈਰ ਟੁੱਟਣ ਵਾਲਾ ਸੀ। ਬੀਬੀ ਜੀ ਨੇ ਪਿਤਾ-ਗੁਰੂ ਦੇ ਧਿਆਨ ਵਿੱਚ ਵਿਘਨ ਨਾ ਪੈ ਜਾਣ ਦੇ ਇਰਾਦੇ ਨਾਲ ਤੁਰੰਤ ਪੀੜ੍ਹੇ ਦੇ ਲੜਖੜਾਉਂਦੇ ਪੈਰ ਨੂੰ ਆਪਣੇ ਹੱਥਾਂ ਨਾਲ ਪੂਰੀ ਤਾਕਤ ਨਾਲ ਸਹਾਰਾ ਦਿੱਤਾ। ਲੱਕੜੀ ਦੇ ਨੁਕੀਲੇ ਛਿੱਲ ਚੁਭਣ ਕਾਰਨ ਉਹਨਾਂ ਦੇ ਹੱਥ ਵਿੱਚ ਪੀੜ ਅਤੇ ਜ਼ਖਮ ਹੋ ਗਿਆ ਅਤੇ ਖੂਨ ਵਹਿਣ ਲੱਗਾ। ਪਰ ਉਹਨਾਂ ਨੇ ਪਿਤਾ-ਗੁਰੂ ਦੇ ਧਿਆਨ ਤੋਂ ਉੱਠਣ ਦਾ ਇੰਤਜ਼ਾਰ ਕਰਨਾ ਹੀ ਬਿਹਤਰ ਸਮਝਿਆ। ਜਿਵੇਂ ਹੀ ਗੁਰੂ ਧਿਆਨ ਤੋਂ ਉੱਠੇ, ਉਨ੍ਹਾਂ ਨੂੰ ਪਤਾ ਲੱਗਿਆ ਕਿ ਚੌਕੀ ਦੇ ਟੁੱਟੇ ਹੋਏ ਪੈਰ ਨੂੰ ਸਹਾਰਾ ਦੇਣ ਵਿੱਚ ਲੱਗੀ ਸੱਟ

ਤੋਂ ਬੀਬੀ ਭਾਨੀ ਦੇ ਹੱਥ ਵਿੱਚ ਖੂਨ ਵਹਿ ਰਿਹਾ ਸੀ। ਇਹ ਦ੍ਰਿਸ਼ ਦੇਖ ਕੇ ਉਹਨਾਂ ਨੇ ਕਿਹਾ ਕਿ ਆਉਣ ਵਾਲਾ ਸਮਾਂ ਗੁਰਗੱਦੀ 'ਤੇ ਬੈਠਣ ਵਾਲੇ ਦੇ ਲਈ ਇਸੇ ਤਰ੍ਹਾਂ ਖੂਨ ਨਾਲ ਭਿੱਜਿਆ ਹੋਇਆ ਭਿਆਨਕ ਹੋਣ ਵਾਲਾ ਹੈ। ਜਿਸ ਤਰ੍ਹਾਂ ਤੁਸੀਂ ਖੂਨ ਅਤੇ ਸਰੀਰਕ ਪੀੜਾ ਨੂੰ ਸਹਿਆ, ਉਸੇ ਤਰ੍ਹਾਂ ਆਉਣ ਵਾਲਾ ਸਮਾਂ ਗੁਰੂ ਪਦਵੀ ਤੋਂ ਮੰਗ ਕਰਦਾ ਹੈ। ਬੀਬੀ ਭਾਨੀ ਨੇ ਕਿਹਾ ਜੇਕਰ ਅਜਿਹਾ ਹੈ ਤਾਂ ਇਸ ਨੂੰ ਸਹਿਣ ਦੀ ਜ਼ਿੰਮੇਵਾਰੀ ਮੇਰੀ 'ਸੋਢੀ' ਕੁਲ ਨੂੰ ਹੀ ਦੇ ਦਿਓ। ਗੁਰੂ ਅਮਰਦਾਸ ਜੀ ਨੇ ਬੀਬੀ ਭਾਨੀ ਨੂੰ ਇਹੀ ਵਰਦਾਨ ਦਿੱਤਾ।

ਗੁਰੂ ਅਮਰ ਦਾਸ ਜੀ, ਜੋ ਖ਼ੁਦ 'ਭੱਲਾ' ਕੁਲ ਤੋਂ ਸਨ, ਦੀ ਚਾਰ ਸੰਤਾਨ ਸਨ: ਦੋ ਧੀਆਂ ਅਤੇ ਦੋ ਪੁੱਤਰ। ਉਹਨਾਂ ਆਪਣੇ ਬਾਅਦ ਗੁਰਗੱਦੀ ਸਭ ਤੋਂ ਛੋਟੀ ਸੰਤਾਨ ਬੀਬੀ ਭਾਨੀ ਦੇ ਪਤੀ ਗੁਰੂ ਰਾਮ ਦਾਸ ਜੀ ਨੂੰ ਯੋਗ ਜਾਣ ਕੇ ਦਿੱਤੀ ਜੋ 'ਸੋਢੀ' ਕੁਲ ਤੋਂ ਸਨ। ਉਸ ਤੋਂ ਬਾਅਦ ਸਾਰੇ ਗੁਰੂ ਇਸੇ ਕੁਲ ਤੋਂ ਹੋਏ।

ਸਿਰਫ਼ ਸ਼ਰਧਾ-ਭਾਵ ਨੂੰ ਧਿਆਨ ਵਿੱਚ ਰੱਖ ਕੇ ਲਿਖੀ ਗਈ ਇਹ ਕਹਾਣੀ ਇਤਿਹਾਸ ਤੋਂ ਜ਼ਿਆਦਾ ਮਿੱਥਕ ਪ੍ਰਤੀਤ ਲਗ ਸਕਦੀ ਹੈ। ਪਰ ਇਸ ਪਰੰਪਰਾਗਤ ਕਹਾਣੀ ਦੇ ਜੇਕਰ ਇਤਿਹਾਸਕ ਤੱਤ ਵਾਪਿਸ ਕੀਤੇ ਜਾਣ ਤਾਂ ਇਹ ਆਸਾਨੀ ਨਾਲ ਕਿਹਾ ਜਾ ਸਕਦਾ ਹੈ ਕਿ:

(ੳ) ਸਿੱਖ ਲਹਿਰ ਦੇ ਖਿਲਾਫ ਚੱਲ ਰਹੀਆਂ ਸਾਜ਼ਿਸ਼ਾਂ ਅਤੇ ਅਕਬਰ ਨੂੰ ਸ਼ਿਕਾਇਤਾਂ ਦੇ ਮੱਦੇਨਜ਼ਰ ਗੁਰੂ ਅਮਰਦਾਸ ਜੀ, ਨੇੜਲੇ ਸਿੱਖਾਂ ਅਤੇ ਪਰਿਵਾਰ ਵਿੱਚ ਇਸ ਨੂੰ ਲੈ ਕੇ ਗੰਭੀਰ ਵਿਚਾਰ ਚੱਲ ਰਹੇ ਸਨ। ਗੁਰੂ ਅਮਰਦਾਸ ਜੀ ਨੇ ਸਾਰਿਆਂ ਨੂੰ ਸੁਚੇਤ ਕਰ ਦਿੱਤਾ ਸੀ ਕਿ ਆਉਣ ਵਾਲਾ ਸਮਾਂ ਬਹੁਤ ਕਠਿਨ ਹੋਵੇਗਾ ਅਤੇ ਕੁਰਬਾਨੀਆਂ ਦੀ ਮੰਗ ਕਰੇਗਾ।

(ਅ) ਚੌਥੇ ਗੁਰੂ ਦੇ ਬਾਅਦ ਜਦੋਂ ਤੱਕ ਗੁਰਗੱਦੀ ਪਰੰਪਰਾ ਚੱਲੇਗੀ, ਇਹ ਗੁਰੂ ਰਾਮ ਦਾਸ ਜੀ ਦੇ 'ਸੋਢੀ' ਕੁਲ ਵਿੱਚ ਹੀ ਰਹੇਗੀ। ਇਸ ਦਾ ਨਿਰਦੇਸ਼ ਖੁਦ ਗੁਰੂ ਅਮਰ ਦਾਸ ਜੀ ਹੀ ਕਰ ਗਏ ਸਨ। ਉਸ ਸਮੇਂ ਦੇ ਸਧਾਰਨ ਸਿੱਖਾਂ ਨੂੰ ਵੀ ਇਸ ਨਿਰਦੇਸ਼ ਦੇ ਬਾਰੇ ਵਿੱਚ ਜਾਣਕਾਰੀ ਸੀ।

ਤਾਂ ਹੀ ਤਾਂ ਸਮਕਾਲੀ ਸਿੱਖ ਵਿਦਵਾਨ ਭਾਈ ਗੁਰਦਾਸ ਜੀ ਨੇ ਪੰਜਵੇਂ ਗੁਰੂ ਅਰਜਨ ਜੀ ਨੂੰ ਗੁਰਗੱਦੀ ਮਿਲਣ ਦੇ ਸੰਦਰਭ ਵਿੱਚ ਇਹ ਲਿਖਿਆ:

ਫਿਰਿ ਆਈ ਘਰਿ ਅਰਜਨੇ ਪੂਤ ਸੰਸਾਰੀ ਗੁਰੂ ਕਹਾਵੈ।
ਜਾਣਿ ਨ ਦੇਸਾਂ ਸੋਢੀਓ ਹੋਰਸਿ ਅਜਰੁ ਨ ਜਰਿਆ ਜਾਵੈ।
ਘਰ ਹੀ ਕੀ ਵਥੁ ਘਰੇ ਰਹਾਵੈ॥

(ਭਾਈ ਗੁਰਦਾਸ: ਵਾਰ 1 ਪਉੜੀ 47)

ਅਰਥ: (ਗੁਰੂ ਰਾਮ ਦਾਸ ਜੀ ਦੇ ਬਾਅਦ) ਫਿਰ ਗੁਰਗੱਦੀ ਅਰਜਨ ਦੇ ਘਰ ਆਈ, ਸੰਸਾਰੀ ਗੁਰੂ-ਪੁੱਤਰ ਹੁਣ ਗੁਰੂ ਕਹਿਲਾਇਆ।

ਸੋਢੀ ਕੁਲ ਤੋਂ ਹੁਣ (ਗੁਰਗੱਦੀ) ਬਾਹਰ ਨਹੀਂ ਜਾਵੇਗੀ, ਅਜਰ (ਅਸਹਿ) ਨੂੰ ਕੋਈ ਹੋਰ ਨਹੀਂ ਜਰ (ਸਹਿ) ਸਕਦਾ।

(ਸਿੱਖਾਂ ਦੇ) ਘਰ ਦੀ ਵਸਤੁ (ਸਿੱਖਾਂ ਦੇ) ਘਰ ਵਿੱਚ ਹੀ ਰਹੇਗੀ।

ਪਾਠਕ ਆਸਾਨੀ ਨਾਲ ਸਮਝ ਸਕਦੇ ਹਨ ਕਿ ਭਾਈ ਗੁਰਦਾਸ ਨੇ ਬੜੀ ਸਪੱਸ਼ਟਤਾ ਨਾਲ "ਹੋਰਸ ਅਜਰ ਨ ਜਰਿਆ ਜਾਵੈ" ਨੂੰ 'ਕਾਰਨ' ਦੱਸਿਆ ਹੈ, ਅਤੇ "ਘਰ ਹੀ ਕੀ ਵਥੁ ਘਰੇ ਰਹਾਵੈ" ਨੂੰ ਇਸ ਫੈਸਲੇ ਦਾ 'ਲਾਭ' ਦੱਸਿਆ ਹੈ। "ਘਰ ਹੀ ਕੀ ਵਥੁ ਘਰੇ ਰਹਾਵੈ" ਨੂੰ ਵੀ ਗਹਿਰਾਈ ਨਾਲ ਸਮਝਣਾ ਹੋਵੇਗਾ। ਸਿੱਖ ਦੇ ਲਈ ਚਾਹੇ 'ਕਾਰਨ' ਅਹਿਮ ਹੈ, ਪਰ ਸ਼ੰਕਾ ਖੜ੍ਹਾ ਕਰਨ ਵਾਲਿਆਂ ਦੇ ਲਈ 'ਲਾਭ' ਨੂੰ ਸਮਝਣਾ ਆਸਾਨ ਹੋ ਸਕਦਾ ਹੈ।

ਅਸੀਂ ਇਸ ਨੁਕਤੇ 'ਤੇ ਵਿਚਾਰ ਕਰ ਚੁੱਕੇ ਹਾਂ ਕਿ ਨਵੇਂ ਨਗਰ ਨਿਰਮਾਣ ਸਿੱਖੀ ਅਸੂਲਾਂ ਦੇ ਰੂਪਾਂਤਰ ਦੇ ਲਈ ਅਹਿਮ ਥੰਮ੍ਹ ਸਨ। ਇਸ ਦੀ ਸ਼ੁਰੂਆਤ ਗੁਰੂ ਨਾਨਕ ਸਾਹਿਬ ਨੇ ਰਾਵੀ ਦਰਿਆ ਦੇ ਕੰਢੇ ਕਰਤਾਰਪੁਰ ਵਸਾ ਕੇ ਕਰ ਦਿੱਤੀ ਸੀ। ਅਤੇ ਆਪਣੇ ਜੀਵਨ ਦੇ ਲਗਭਗ ਆਖਰੀ ਅਠਾਰਾਂ ਸਾਲ ਇੱਥੇ ਸੰਗਤ-ਪੰਗਤ ਦੀਆਂ ਸੰਸਥਾਵਾਂ ਨੂੰ ਪ੍ਰਫੁੱਲਤ ਕਰਨ ਵਿੱਚ ਬਿਤਾਏ। ਪਰ ਗੁਰੂ ਨਾਨਕ ਸਾਹਿਬ ਦੇ ਬਾਅਦ ਕਰਤਾਰਪੁਰ ਸਿੱਖੀ ਦਾ ਕੇਂਦਰ ਰਹਿਣਾ ਤਾਂ ਦੂਰ ਦੀ ਗੱਲ ਹੈ, ਉਲਟਾ ਸਿੱਖੀ ਦੇ ਖਿਲਾਫ ਪ੍ਰਤੀਕ੍ਰਾਂਤੀ ਦਾ ਅੱਡਾ ਬਣ ਗਿਆ। ਇਸ ਦਾ ਕਾਰਨ ਇਹ ਸੀ ਕਿ ਗੁਰੂ ਨਾਨਕ ਸਾਹਿਬ ਦੇ ਵੱਡੇ ਪੁੱਤਰ ਨੇ ਅਲੱਗ ਹੀ ਉਦਾਸੀ ਸੰਪ੍ਰਦਾ ਸ਼ੁਰੂ ਕਰ ਲਈ।

ਗੁਰੂ ਨਾਨਕ ਸਾਹਿਬ ਦੇ ਦੋ ਪੁੱਤਰ ਸਨ— ਸਿਰੀ ਚੰਦ ਅਤੇ ਲਖਮੀ ਦਾਸ। ਛੋਟਾ ਲਖਮੀ ਦਾਸ ਸੰਸਾਰੀ ਸੀ, ਪਰ ਵੱਡਾ ਪੁੱਤਰ ਬ੍ਰਹਮਚਾਰੀ ਰਿਹਾ ਜੋ ਗੁਰਮਤਿ ਦੇ ਠੀਕ ਉਲਟ ਸੀ। ਦੋਵਾਂ ਨੂੰ ਗੁਰੂ-ਪੁੱਤਰ ਹੋਣ ਦੇ ਕਾਰਨ ਜੋ ਸੰਗਤ ਤੋਂ ਸਤਿਕਾਰ ਮਿਲਦਾ ਸੀ ਉਹ ਉਸੇ ਦੇ ਹੰਕਾਰ ਵਿੱਚ ਰਹੇ ਅਤੇ ਗੁਰੂ ਅੰਗਦ ਜੀ ਨੂੰ ਗੁਰਗੱਦੀ ਦੇਣ ਨੂੰ 'ਜਰ' ਨਾ ਸਕੇ। ਗੁਰੂ ਅੰਗਦ ਜੀ ਨੇ ਕਰਤਾਰਪੁਰ ਨੂੰ ਛੱਡ ਕੇ ਸਿੱਖੀ ਦਾ ਨਵਾਂ ਕੇਂਦਰ ਖਡੂਰ ਬਣਾਇਆ। ਕਰਤਾਰਪੁਰ "ਘਰ ਹੀ ਕੀ ਵਥੁ" (ਸਿੱਖ ਘਰ ਦੀ ਵਸਤੁ) ਸੀ, ਪਰ ਸਿੱਖੀ ਦੇ ਘਰ ਵਿੱਚ ਨਾ ਰਹਿ ਪਾਈ।

ਪਾਠਕਾਂ ਨੂੰ ਸੋਲ਼ਵੀਂ ਸਦੀ ਦੀ ਕਾਨੂੰਨ ਵਿਵਸਥਾ ਨੂੰ ਵੀ ਸਮਝਣਾ ਹੋਵੇਗਾ। ਉਸ ਸਮੇਂ ਅੱਜ ਦੀ ਤਰ੍ਹਾਂ ਟਰੱਸਟ ਜਾਂ ਸੰਗਠਨ ਬਣਾਉਣ ਦਾ ਕੋਈ ਪ੍ਰਬੰਧ ਨਹੀਂ ਸੀ। ਸੰਪਤੀ ਕਿਸੇ ਟਰੱਸਟ ਦੇ ਨਾਮ ਨਾਲ ਨਹੀਂ ਲਈ ਜਾ ਸਕਦੀ ਸੀ। ਅਤੇ ਪਿਤਾ ਦੀ ਸੰਪਤੀ ਉੱਤੇ ਪੁੱਤਰ ਦਾ ਹੀ ਕਾਨੂੰਨਨ ਅਧਿਕਾਰ ਸੀ, ਨਾ ਕਿ ਅਧਿਆਤਮਿਕ ਗੱਦੀ ਦੇ ਉੱਤਰਾਧਿਕਾਰੀ ਦਾ। ਬਹੁਤ ਸਾਰੀ ਅਣਜਾਣ ਸੰਗਤ ਗੁਰੂ ਨਾਨਕ ਜੀ ਦੁਆਰਾ ਵਸਾਏ ਕਰਤਾਰਪੁਰ ਵਿੱਚ ਆਉਂਦੀ ਰਹੀ ਅਤੇ ਉਦਾਸੀ ਸੰਪ੍ਰਦਾਇ ਨੂੰ ਪ੍ਰਾਣ ਵਾਯੂ ਮਿਲਦੀ ਰਹੀ। ਗੁਰੂ ਗ੍ਰੰਥ ਸਾਹਿਬ ਵਿੱਚ ਦਰਜ ਹੈ ਗੁਰੂ ਨਾਨਕ ਜੀ ਦੇ ਪੁੱਤਰਾਂ ਨੇ ਹੰਕਾਰ (ਆਕੀ) ਵਿੱਚ ਆ ਕੇ ਆਪਣੇ ਪਿਤਾ ਦਾ ਕਹਿਣਾ (ਕਉਲ) ਨਹੀਂ ਮੰਨਿਆ:

ਪੁਤ੍ਰੀ ਕਉਲੁ ਨ ਪਾਲਿਓ ਕਰਿ ਪੀਰਹੁ ਕੰਨੁ ਮੁਰਟੀਐ॥
ਦਿਲਿ ਖੋਟੈ ਆਕੀ ਫਿਰਨ੍ਹਿ ਬੰਨੁ ਭਾਰੁ ਉਚਾਇਨ੍ਹਿ ਛਟੀਐ॥

(ਗੁਰੂ ਗ੍ਰੰਥ ਸਾਹਿਬ, ਬਲਵੰਡ ਸਤਾ, ਅੰਗ 967)

ਗੁਰੂ ਅਮਰਦਾਸ ਜੀ ਦੇ ਸਮੇਂ ਤੱਕ ਸਿੱਖ ਲਹਿਰ ਬਹੁਤ ਮਜ਼ਬੂਤੀ ਨਾਲ ਸਮਾਜ ਦੇ ਹਰ ਵਰਗ ਨੂੰ ਪ੍ਰਭਾਵਿਤ ਕਰ ਰਹੀ ਸੀ। ਸਿੱਖਾਂ ਦੇ ਵਾਧੇ ਅਨੁਸਾਰ ਇਹ ਜ਼ਰੂਰੀ ਹੋ ਗਿਆ ਸੀ ਕਿ ਇੱਕ ਵੱਡਾ ਨਗਰ ਵਸਾਇਆ ਜਾਵੇ। ਇਸ ਇਰਾਦੇ ਨਾਲ ਗੁਰੂ ਅਮਰ ਦਾਸ ਜੀ ਨੇ ਅੰਮ੍ਰਿਤਸਰ ਸ਼ਹਿਰ ਦੇ ਲਈ ਜ਼ਮੀਨ ਲੈਣ ਦਾ ਫੈਸਲਾ ਕੀਤਾ। ਇਹ ਜ਼ਮੀਨ ਉਨ੍ਹਾਂ ਨੇ ਆਪਣੇ ਨਾਮ ਨਾਲ ਜਾਂ ਆਪਣੇ ਦੋ ਪੁੱਤਰਾਂ ਵਿੱਚੋਂ ਕਿਸੇ ਦੇ ਨਾਂ 'ਤੇ ਨਹੀਂ ਲਈ, ਸਗੋਂ ਆਪਣੇ ਜਵਾਈ (ਗੁਰੂ) ਰਾਮ ਦਾਸ ਜੀ ਦੇ ਨਾਂ 'ਤੇ ਲਈ। ਇਸ ਤੋਂ ਇਹ ਸਪੱਸ਼ਟ ਹੁੰਦਾ ਹੈ ਕਿ ਅੰਮ੍ਰਿਤਸਰ ਲਈ ਜ਼ਮੀਨ ਖਰੀਦਣ ਸਮੇਂ ਗੁਰੂ ਅਮਰਦਾਸ ਜੀ ਨੇ ਫੈਸਲਾ ਕਰ ਲਿਆ ਸੀ ਕਿ ਉਨ੍ਹਾਂ ਤੋਂ ਬਾਅਦ ਗੁਰਗੱਦੀ ਉਨ੍ਹਾਂ ਦੇ ਜਵਾਈ (ਗੁਰੂ) ਰਾਮ ਦਾਸ ਜੀ ਨੂੰ ਮਿਲੇਗੀ ਅਤੇ ਉਨ੍ਹਾਂ ਤੋਂ ਬਾਅਦ ਇਹ ਉਨ੍ਹਾਂ ਦੇ ਪਰਿਵਾਰ ਕੋਲ ਰਹੇਗੀ ਜਿਸ ਨਾਲ ਸਿੱਖਾਂ ਦੇ "ਘਰ ਹੀ ਕੀ ਵਥੁ ਘਰੇ ਰਹਾਵੈ"।

ਜੇਕਰ ਗੁਰੂ ਰਾਮਦਾਸ ਜੀ ਤੋਂ ਬਾਅਦ ਗੁਰੂਗੱਦੀ ਕਿਸੇ ਦੂਸਰੇ ਪਰਿਵਾਰ ਨੂੰ ਮਿਲਦੀ ਤਾਂ ਅੰਮ੍ਰਿਤਸਰ ਦੇ ਉੱਪਰ ਯਕੀਨਨ ਗੁਰੂ ਰਾਮਦਾਸ ਜੀ ਦੇ ਵੱਡੇ ਪੁੱਤਰ ਪ੍ਰਿਥੀ ਚੰਦ ਦਾ ਕਬਜ਼ਾ ਹੀ ਹੁੰਦਾ, ਜਿਵੇਂ ਕਰਤਾਰਪੁਰ ਦੇ ਉੱਪਰ ਸਿਰੀ ਚੰਦ ਦਾ ਸੀ। ਇਸ ਦੇ ਬਾਵਜੂਦ ਪ੍ਰਿਥੀ ਚੰਦ ਨੇ ਸਰਕਾਰੀ ਅਧਿਕਾਰੀਆਂ ਦੇ ਨਾਲ ਮਿਲ ਕੇ ਗੁਰੂ ਅਰਜਨ ਜੀ ਨੂੰ ਨੀਵਾਂ ਦਿਖਾਉਣ ਦੀ ਹਰ ਮੁਮਕਿਨ ਕੋਸ਼ਿਸ਼ ਕੀਤੀ। ਪਰ ਜੇਕਰ ਗੁਰਗੱਦੀ ਗੁਰੂ ਅਰਜਨ ਜੀ ਕੋਲ ਨਾ ਹੁੰਦੀ ਤਾਂ ਵਿਰੋਧੀ ਪ੍ਰਿਥੀ ਚੰਦ ਦੀ ਸਹਾਇਤਾ ਨਾਲ ਸਿੱਖ ਧਰਮ 'ਤੇ ਹਮਲਾ ਕਰਨ ਦੇ ਲਈ ਅੰਮ੍ਰਿਤਸਰ ਨੂੰ ਹੀ ਪ੍ਰਮੁੱਖ ਮੰਚ ਬਣਾ ਦਿੰਦੇ। ਪਰ ਅਜਿਹਾ ਨਾ ਹੋ ਸਕਿਆ, ਅੰਮ੍ਰਿਤਸਰ ਚੌਥੇ ਗੁਰੂ ਤੋਂ ਲੈ ਕੇ ਛੇਵੇਂ ਗੁਰੂ ਤੱਕ ਸਿੱਖ ਧਰਮ ਦੀ ਤਰੱਕੀ ਵਿੱਚ ਅਹਿਮ ਯੋਗਦਾਨ ਪਾਉਂਦਾ ਰਿਹਾ।

ਛੇਵੇਂ ਗੁਰੂ ਹਰਗੋਬਿੰਦ ਸਾਹਿਬ ਜੀ ਨੇ ਨਵੀਆਂ ਜੰਗੀ ਚੁਣੌਤੀਆਂ ਦਾ ਸਾਹਮਣਾ ਕਰਨ ਦੇ ਲਈ ਪਹਾੜਾਂ ਦੇ ਨੇੜੇ ਨਵਾਂ ਕੇਂਦਰ ਸਥਾਪਤ ਕਰਨ ਦੇ ਇਰਾਦੇ ਨਾਲ ਨਵਾਂ ਨਗਰ ਕੀਰਤਪੁਰ ਵਸਾਇਆ। ਨੌਵੇਂ ਗੁਰੂ ਨੇ ਇਸ ਦੇ ਨੇੜੇ ਅਨੰਦਪੁਰ ਵਸਾਇਆ ਜਿਸ ਵਿੱਚ ਗੁਰੂ ਗੋਬਿੰਦ ਸਿੰਘ ਜੀ ਨੇ ਪੰਜ ਕਿਲ੍ਹੇ ਬਣਵਾਏ। ਇਸ ਤਰ੍ਹਾਂ ਛੇਵੇਂ ਗੁਰੂ ਤੋਂ ਲੈ ਕੇ ਦਸਵੇਂ ਗੁਰੂ ਤੱਕ ਕੀਰਤਪੁਰ ਅਤੇ ਅਨੰਦਪੁਰ ਸਿੱਖ ਧਰਮ ਨੂੰ ਨਿਰੰਤਰਤਾ ਪ੍ਰਦਾਨ ਕਰਦੇ ਰਹੇ।

ਵਿਰੋਧੀ ਇਨ੍ਹਾਂ ਕੇਂਦਰਾਂ ਦੀ ਅਹਿਮੀਅਤ ਨੂੰ ਭਲੀ-ਭਾਂਤ ਸਮਝਦੇ ਸਨ ਅਤੇ ਇਨ੍ਹਾਂ 'ਤੇ ਨਜ਼ਰ ਬਣਾਏ ਹੋਏ ਸਨ। ਇਹ ਇਸ ਗੱਲ ਤੋਂ ਅੰਦਾਜ਼ਾ ਲਗਾਇਆ ਜਾ ਸਕਦਾ ਹੈ ਕਿ ਛੇਵੇਂ ਗੁਰੂ ਦੇ ਅੰਮ੍ਰਿਤਸਰ ਨੂੰ ਛੱਡ ਜਾਣ ਤੋਂ ਤੁਰੰਤ ਬਾਅਦ ਸਰਕਾਰੀ ਮਦਦ ਨਾਲ ਦਰਬਾਰ ਸਾਹਿਬ, ਅੰਮ੍ਰਿਤਸਰ ਵਿੱਚ ਪ੍ਰਿਥੀ ਚੰਦ ਦੀ ਔਲਾਦ ਨੂੰ ਬਿਠਾਇਆ ਗਿਆ ਅਤੇ ਸਿੱਖੀ ਵਿੱਚ ਘੁਸਪੈਠ ਦੀ ਕੋਸ਼ਿਸ਼ ਕੀਤੀ ਗਈ। ਸਿੱਖ ਇਤਿਹਾਸ ਵਿੱਚ ਪ੍ਰਿਥੀ ਚੰਦ ਦੀ ਔਲਾਦ

ਨੂੰ 'ਮੀਣੇ' ਕਿਹਾ ਜਾਂਦਾ ਹੈ, ਜਿਸਦਾ ਮਤਲਬ ਹੈ ਕਪਟੀ ਜਾਂ ਫਰੇਬੀ। ਕਬਜ਼ਾ ਇਸ ਕਦਰ ਸੀ ਕਿ ਜਦੋਂ ਗੁਰੂ ਤੇਗ ਬਹਾਦਰ ਜੀ ਅੰਮ੍ਰਿਤਸਰ ਗਏ ਤਾਂ ਉਨ੍ਹਾਂ ਦੇ ਲਈ ਦਰਬਾਰ ਸਾਹਿਬ ਦੇ ਦਰਵਾਜ਼ੇ ਬੰਦ ਕਰ ਦਿੱਤੇ ਗਏ। ਗੁਰੂ ਜੀ ਦਰਬਾਰ ਸਾਹਿਬ ਦੇ ਦਰਸ਼ਨ ਕੀਤੇ ਬਿਨਾਂ ਹੀ ਉਥੋਂ ਚਲੇ ਗਏ। ਨਾਲ ਆਏ ਸ਼ਸਤਰਧਾਰੀ ਸਿੱਖਾਂ ਨੇ ਉੱਥੇ ਦੇ ਪੁਜਾਰੀ ਬਣ ਬੈਠੇ ਲੋਕਾਂ ਉੱਪਰ ਸ਼ਕਤੀ ਨਾਲ ਨਿਯੰਤਰਣ ਕਰਨ ਦੀ ਆਗਿਆ ਲੈਣੀ ਚਾਹੀ। ਪਰ ਗੁਰੂ ਤੇਗ ਬਹਾਦਰ ਜੀ ਨੇ ਵੱਡੇ ਮਕਸਦ ਦੀ ਪ੍ਰਾਪਤੀ ਦੇ ਲਈ ਉਨ੍ਹਾਂ ਦੇ ਨਾਲ ਬਹਿਸ ਜਾਂ ਝੜਪ ਵਿੱਚ ਸਮਾਂ ਬਰਬਾਦ ਕਰਨ ਤੋਂ ਮਨ੍ਹਾ ਕਰ ਦਿੱਤਾ।

ਇਸੇ ਤਰ੍ਹਾਂ ਜਦੋਂ ਔਰੰਗਜ਼ੇਬ ਨੇ ਸੱਤਵੇਂ ਗੁਰੂ ਦੇ ਵੱਡੇ ਪੁੱਤਰ ਰਾਮ ਰਾਇ ਨੂੰ ਸਥਾਪਤ ਕਰਨ ਦੀ ਕੋਸ਼ਿਸ਼ ਕੀਤੀ ਤਾਂ ਉਹ ਉਸਨੂੰ ਕੀਰਤਪੁਰ ਵਿੱਚ ਨਹੀਂ ਕਰ ਸਕਿਆ। ਉਸ ਨੂੰ ਦੇਹਰਾਦੂਨ ਵਿੱਚ ਜਾਗੀਰ ਦਿੱਤੀ ਜੋ ਸਿੱਖ ਲਹਿਰ ਨੂੰ ਨੁਕਸਾਨ ਨਾ ਪਹੁੰਚਾ ਸਕਿਆ। ਦਸਵੇਂ ਗੁਰੂ ਗੋਬਿੰਦ ਸਿੰਘ ਜੀ ਨੂੰ ਆਨੰਦਪੁਰ ਤੋਂ ਕੱਢਣ ਦੇ ਲਈ ਹਿੰਦੂ ਪਹਾੜੀ ਰਾਜਿਆਂ ਨੇ ਮੁਗਲਾਂ ਦੇ ਨਾਲ ਮਿਲ ਕੇ ਕਈ ਹਮਲੇ ਕੀਤੇ। ਆਨੰਦਪੁਰ ਦੀ ਆਖ਼ਰੀ ਜੰਗ ਸੰਨ 1704 ਵਿੱਚ ਹੋਈ, ਜਿਸ ਉਪਰੰਤ ਗੁਰੂ ਗੋਬਿੰਦ ਸਿੰਘ ਜੀ ਨੇ ਆਨੰਦਪੁਰ ਨੂੰ ਛੱਡਿਆ।

ਇਸ ਗੱਲ ਤੋਂ ਕੋਈ ਇਨਕਾਰ ਨਹੀਂ ਕਰ ਸਕਦਾ ਕਿ ਸੰਨ 1574 ਤੋਂ ਲਗਪਗ 1635 ਤੱਕ ਅੰਮ੍ਰਿਤਸਰ ਸਿੱਖੀ ਦਾ ਕੇਂਦਰ ਰਿਹਾ। ਅਤੇ ਉਸ ਦੇ ਬਾਅਦ ਸੰਨ 1704 ਤੱਕ ਕੀਰਤਪੁਰ ਅਤੇ ਆਨੰਦਪੁਰ ਸਿੱਖ ਵਿਕਾਸ ਦੇ ਅਨਿੱਖੜਵੇਂ ਅੰਗ ਬਣ ਕੇ ਉਭਰੇ। ਇਹ ਨਿਰੰਤਰਤਾ, ਜੋ ਬਹੁਤ ਜ਼ਰੂਰੀ ਸੀ, ਇਸ ਲਈ ਆਈ ਕਿਉਂਕਿ ਗੁਰੂ ਰਾਮਦਾਸ ਜੀ ਦੇ ਬਾਅਦ ਗੁਰਗੱਦੀ ਉਨ੍ਹਾਂ ਦੇ 'ਸੋਢੀ' ਕੁਲ ਵਿੱਚ ਰਹੀ।

ਪਾਠਕ ਦੇ ਮਨ ਵਿੱਚ ਜੇਕਰ ਇਹ ਪ੍ਰਸ਼ਨ ਹੈ ਕਿ ਗੁਰੂ ਨਾਨਕ ਸਾਹਿਬ ਨੇ ਆਪਣੇ ਪੁੱਤਰਾਂ ਨੂੰ ਗੁਰਗੱਦੀ ਕਿਉਂ ਨਹੀਂ ਦਿੱਤੀ? ਇਸ ਦਾ ਇਹੀ ਜਵਾਬ ਹੈ ਕਿ ਗੁਰੂ ਨੇ ਆਪਣੇ ਪੁੱਤਰਾਂ ਨੂੰ ਇਸ ਦੇ ਲਾਇਕ ਨਹੀਂ ਸਮਝਿਆ। ਅਜਿਹਾ ਪਹਿਲੀ ਵਾਰ ਹੋ ਰਿਹਾ ਸੀ, ਸਿੱਖਾਂ ਵਿੱਚ ਕਿਸੇ ਤਰ੍ਹਾਂ ਦਾ ਕੋਈ ਭੁਲੇਖਾ ਨਾ ਰਹੇ, ਇਸ ਲਈ ਗੁਰੂ ਨਾਨਕ ਸਾਹਿਬ ਨੇ ਖੁਦ ਦੂਜੇ ਗੁਰੂ ਦਾ ਨਾਮ 'ਅੰਗਦ' ਰੱਖਿਆ। ਉਨ੍ਹਾਂ ਦਾ ਪਹਿਲਾ ਨਾਂ ਭਾਈ ਲਹਿਣਾ ਸੀ। ਭਾਈ ਲਹਿਣਾ ਨੂੰ ਗੁਰਗੱਦੀ ਦਿੰਦੇ ਹੋਏ ਗੁਰੂ ਨਾਨਕ ਨੇ ਸਾਰੇ ਸਿੱਖਾਂ ਨੂੰ ਸਮਝਾਇਆ ਕਿ ਉਹ ਪੂਰਨ ਰੂਪ ਵਿੱਚ ਉਹਨਾਂ ਦੀ ਵਿਚਾਰਧਾਰਾ ਵਿੱਚ ਸਮਾ ਗਏ ਹਨ ਅਤੇ ਉਨ੍ਹਾਂ ਦਾ ਅੰਗ (ਅੰਗਦ) ਹੋ ਗਏ ਹਨ। ਗੁਰੂ ਨਾਨਕ ਨੇ ਸਾਰੇ ਸਿੱਖਾਂ ਦੇ ਸਾਹਮਣੇ ਗੁਰੂ ਅੰਗਦ ਜੀ ਦੇ ਅੱਗੇ ਸੀਸ ਝੁਕਾਇਆ।

> *ਲਹਣੇ ਧਰਿਓਨੁ ਛਤੁ ਸਿਰਿ ਅਸਮਾਨਿ ਕਿਆੜਾ ਛਿਕਿਓਨੁ॥*
> *ਜੋਤਿ ਸਮਾਣੀ ਜੋਤਿ ਮਾਹਿ ਆਪੁ ਆਪੈ ਸੇਤੀ ਮਿਕਿਓਨੁ॥*
> *ਸਿਖਾਂ ਪੁਤ੍ਰਾਂ ਘੋਖਿ ਕੈ ਸਭ ਉਮਤਿ ਵੇਖਹੁ ਜਿ ਕਿਓਨੁ॥*
> *ਜਾਂ ਸੁਧੋਸੁ ਤਾਂ ਲਹਣਾ ਟਿਕਿਓਨੁ॥*

(ਗੁਰੂ ਗ੍ਰੰਥ ਸਾਹਿਬ, ਬਲਵੰਡ ਸਤਾ, ਅੰਗ 967)

ਅਰਥ: (ਗੁਰੂ ਨਾਨਕ ਨੇ) ਬਾਬਾ ਲਹਿਣਾ ਜੀ ਦੇ ਸਿਰ ਉੱਤੇ (ਗੁਰਗੱਦੀ ਦਾ) ਛਤਰ ਰੱਖਿਆ ਅਤੇ (ਉਹਨਾਂ ਦੀ) ਸ਼ੋਭਾ ਅਸਮਾਨ ਤੱਕ ਪਹੁੰਚੀ।

(ਗੁਰੂ ਨਾਨਕ ਦੇ ਸ਼ਬਦ ਗਿਆਨ ਰੂਪੀ) ਜੋਤ (ਬਾਬਾ ਲਹਿਣਾ) ਵਿੱਚ ਸਮਾ ਕੇ ਮਿਲ ਗਈ; ਬਾਬਾ ਲਹਿਣਾ ਨੇ ਆਪਣੇ-ਆਪ ਨੂੰ (ਗੁਰੂ ਨਾਨਕ) ਦੇ ਨਾਲ ਇਕ-ਮਿਕ ਕਰ ਲਿਆ।

ਹੇ ਸਾਰੀ ਸੰਗਤ! ਦੇਖੋ, ਜੋ ਉਹਨਾਂ (ਗੁਰੂ ਨਾਨਕ) ਨੇ ਕੀਤਾ, ਆਪਣੇ ਸਿੱਖਾਂ ਅਤੇ ਪੁੱਤਰਾਂ ਦੀ ਪਰਖ ਕੀਤੀ।

ਜਦੋਂ ਉਹਨਾਂ ਨੇ ਸੁਧਾਈ ਕੀਤੀ ਤਾਂ ਉਦੋਂ ਉਹਨਾਂ ਨੇ (ਆਪਣੀ ਜਗ੍ਹਾ ਦੇ ਵਾਸਤੇ ਬਾਬਾ) ਲਹਿਣਾ (ਜੀ ਨੂੰ) ਚੁਣਿਆ।

ਤੀਜੇ ਅਤੇ ਚੌਥੇ ਗੁਰੂ ਦੇ ਚੋਣ ਸਮੇਂ ਵੀ ਗੁਰੂ-ਪੁੱਤਰਾਂ ਨੂੰ ਗੁਰੂ ਨਾਨਕ ਦੀ ਵਿਚਾਰਧਾਰਾ ਵਿੱਚ ਸੰਪੂਰਨ ਨਾ ਜਾਣਿਆ ਗਿਆ। ਉੱਤਰਾਧਿਕਾਰੀ ਦੀ ਚੋਣ ਦੀ ਕਸੌਟੀ ਹਮੇਸ਼ਾਂ ਗੁਰੂ ਨਾਨਕ ਦੀ ਨਿਰੋਲ ਵਿਚਾਰਧਾਰਾ (ਜੋਤ) ਵਿੱਚ ਸਮਾ ਕੇ ਅਨੁਕੂਲ ਸਮਾਜਿਕ ਰੂਪਾਂਤਰ ਪ੍ਰਦਾਨ ਕਰਨ ਦੀ ਹੀ ਰਹੀ।

ਜੇਕਰ ਇਸ ਦੇ ਬਾਅਦ ਇਹ ਪ੍ਰਸ਼ਨ ਮਨ ਵਿੱਚ ਆਉਂਦਾ ਹੈ ਕਿ ਗੁਰੂ ਅਮਰਦਾਸ ਜੀ ਨੂੰ ਕਿਵੇਂ ਪਤਾ ਕਿ ਗੁਰੂ ਰਾਮ ਦਾਸ ਜੀ ਦੀ ਕੁਲ ਵਿੱਚੋਂ ਕੋਈ ਨਾ ਕੋਈ ਗੁਰੂ ਪਦਵੀ ਦੇ ਲਾਇਕ ਜ਼ਰੂਰ ਪੈਦਾ ਹੋਵੇਗਾ? ਉਲਟਾ ਇਹ ਪ੍ਰਸ਼ਨ ਤਾਂ ਗੁਰੂ ਦੀ ਰੂਹਾਨੀ ਸੰਪੂਰਨਤਾ ਤੋਂ ਵਿਸਮਾਦੀ ਹੋਣ ਨੂੰ ਮਜਬੂਰ ਕਰ ਦਿੰਦਾ ਹੈ। ਕਿਉਂਕਿ ਰੂਹਾਨੀਅਤ ਨਾਲ ਜੁੜੇ ਸਵਾਲਾਂ ਦੇ ਪਿੱਛੇ ਦੀ ਵਜ੍ਹਾ ਜ਼ਰੂਰੀ ਨਹੀਂ ਕਿ ਫੈਸਲਾ ਲਏ ਜਾਣ ਦੇ ਸਮੇਂ ਵਿੱਚ ਖੋਜੀ ਜਾਵੇ। ਕੁਝ ਸਵਾਲਾਂ ਦੇ ਜਵਾਬ ਫੈਸਲੇ ਦੇ ਆਗਾਮੀ ਵਿਸ਼੍ਰੋਧ ਨਤੀਜਿਆਂ ਨਾਲ ਹੀ ਮਿਲਦੇ ਹਨ। ਨਤੀਜਿਆਂ ਵਿੱਚ ਕਿਸੇ ਤਰ੍ਹਾਂ ਦੀ ਕੋਈ ਕਸਰ ਨਹੀਂ ਰਹੀ। ਨਤੀਜਿਆਂ ਦੇ ਰੂਪ ਵਿੱਚ ਨਿਰਭਉ ਅਤੇ ਨਿਰਵੈਰ ਦੀ ਚਰਮ ਅਵਸਥਾ ਨਾਲ ਜੋ ਬੇਮਿਸਾਲ ਕੁਰਬਾਨੀਆਂ ਅਤੇ ਸ਼ਹਾਦਤਾਂ ਦਾ ਇਤਿਹਾਸ ਮਾਨਵੀ ਸਭਿਅਤਾ ਨੂੰ ਮਿਲਿਆ, ਉਸ ਨੇ ਅਜਰ ਨੂੰ ਜਰਨ ਦੇ ਨਵੇਂ ਵਿਲੱਖਣ ਮਾਪਦੰਡਾਂ ਨੂੰ ਸਥਾਪਤ ਕਰ ਦਿੱਤਾ। ਇਹ ਮਾਪਦੰਡ ਹਰ ਸਿੱਖ ਦੀ ਮਾਨਸਿਕਤਾ ਦਾ ਅਨਿੱਖੜਵਾਂ ਅੰਗ ਹਨ ਅਤੇ ਇਹੀ ਸਿੱਖ ਨੂੰ ਹਰ ਪਰਸਥਿਤੀ ਤੋਂ ਉਭਰਨਾ ਸਿਖਾਉਂਦੇ ਹਨ।

ਕਹੁ ਨਾਨਕ ਅਜਰੁ ਜਿਨਿ ਜਰਿਆ ਤਿਸ ਹੀ ਕਉ ਬਨਿ ਆਵਤ॥
(ਗੁਰੂ ਗ੍ਰੰਥ ਸਾਹਿਬ, ਮਹਲਾ ੫, ਅੰਗ 1205)

ਪੁਰਜਾ ਪੁਰਜਾ ਕਟਿ ਮਰੈ ਕਬਹੂ ਨ ਛਾਡੈ ਖੇਤੁ

ਦਸਾਂ ਗੁਰੂਆਂ ਨੇ ਅਜਰ ਨੂੰ ਜਰ ਕੇ ਗੁਰਬਾਣੀ ਅਨੁਸਾਰ ਸਚਿਆਰ ਜੀਵਨ ਜੀਆ ਕੇ ਦਿਖਾਇਆ ਹੈ। ਸਿੱਖ ਦੇ ਮਨ-ਮਸਤਕ ਵਿੱਚ ਹੁਣ ਪ੍ਰਭੁਤਾ ਦੇ ਲਈ ਦਮਾਮਾ ਵੱਜ ਉੱਠਿਆ ਸੀ। ਜਦੋਂ ਵੀ ਸਿੱਖਾਂ ਦੇ ਉੱਪਰ ਮੁਸੀਬਤਾਂ ਆਈਆਂ ਤਾਂ ਉਹਨਾਂ ਦੇ ਜ਼ਿਹਨ ਵਿੱਚ ਵਸੀ ਹੋਈ ਗੁਰੂਆਂ ਅਤੇ ਗੁਰੂ ਪਰਿਵਾਰ ਦੀਆਂ ਬੇਮਿਸਾਲ ਸ਼ਹਾਦਤਾਂ ਨੇ ਜ਼ੁਲਮ ਦਾ ਟਾਕਰਾ ਕਰਨ ਦਾ ਮਾਰਗ ਦਰਸ਼ਨ ਕੀਤਾ। ਹੁਣ ਪ੍ਰਭੂਸੱਤਾ ਅਤੇ ਆਤਮ-ਸਨਮਾਨ ਦੀ ਰੱਖਿਆ ਦੇ ਲਈ ਸਿੱਖ ਪੁਰਜਾ-ਪੁਰਜਾ ਕਟਾਉਣ ਲਈ ਤਿਆਰ ਹੋ ਚੁੱਕਿਆ ਸੀ/ਹੈ। ਜਿਸ ਕਾਰਨ, ਗੁਰੂਆਂ ਦੇ ਬਾਅਦ ਵੀ ਸਿੱਖਾਂ ਨੇ ਇਤਿਹਾਸ ਬਣਾਇਆ ਅਤੇ ਬਣਾ ਰਹੇ ਹਨ।

ਅਠਾਰਵੀਂ ਸਦੀ ਵਿੱਚ ਹਜ਼ਾਰਾਂ ਸਿੱਖਾਂ ਨੂੰ ਭਿਆਨਕ ਤਸੀਹੇ ਦੇ ਕੇ ਸ਼ਹੀਦ ਕੀਤਾ ਗਿਆ। ਖਾਸ ਕਰਕੇ 1716 ਤੋਂ 1768 ਤੱਕ ਦਾ ਸਮਾਂ। ਇਹ ਪਹਿਲਾ ਸਿੱਖ ਰਾਜ ਸਮਾਪਤ ਹੋਣ ਤੋਂ ਲੈ ਕੇ ਦੁਬਾਰਾ ਸਿੱਖਾਂ ਦੇ ਕੋਲ ਤਾਕਤ ਆਉਣ ਦਾ ਸਮਾਂ ਸੀ। ਇਸ ਦੌਰਾਨ ਸਿੱਖਾਂ ਦੇ ਸਿਰਾਂ ਦੇ ਮੁੱਲ ਰੱਖੇ ਗਏ। ਬਾਬਾ ਬੰਦਾ ਸਿੰਘ ਬਹਾਦਰ ਅਤੇ ਭਾਈ ਮਨੀ ਸਿੰਘ ਦੇ ਸਰੀਰ ਦਾ ਬੰਦ-ਬੰਦ ਕੱਟਿਆ ਗਿਆ। ਭਾਈ ਤਾਰੂ ਸਿੰਘ ਦਾ ਸੀਸ ਉਤਾਰਿਆ ਗਿਆ। ਭਾਈ ਸੁਬੇਗ ਸਿੰਘ ਭਾਈ ਸ਼ਾਬੇਗ ਸਿੰਘ (ਪਿਉ-ਪੁੱਤਰ) ਨੂੰ ਚਰਖੜੀ 'ਤੇ ਚੜ੍ਹਾ ਕੇ ਸ਼ਹੀਦ ਕੀਤਾ ਗਿਆ। ਮਾਤਾਵਾਂ ਦੇ ਗਲਾਂ ਵਿੱਚ ਉਹਨਾਂ ਦੇ ਬੱਚਿਆਂ ਦੇ ਸਿਰਾਂ ਦੇ ਹਾਰ ਪਾਏ ਗਏ। ਬਾਬਾ ਦੀਪ ਸਿੰਘ ਅਤੇ ਭਾਈ ਬੋਤਾ ਸਿੰਘ ਭਾਈ ਗਰਜਾ ਸਿੰਘ ਦੀ ਸ਼ਹਾਦਤ ਸਿੱਖ ਇਤਿਹਾਸ ਦੇ ਅਹਿਮ ਅਧਿਆਏ ਵਿੱਚੋਂ ਕੁਝ ਹਨ। 1849 ਵਿੱਚ ਪੰਜਾਬ 'ਤੇ ਅੰਗਰੇਜ਼ਾਂ ਦਾ ਅਧਿਕਾਰ ਹੋ ਗਿਆ। ਅੰਗਰੇਜ਼ਾਂ ਦੇ ਸਥਾਪਤ ਕੀਤੇ ਮਹੰਤਾਂ ਤੋਂ ਗੁਰਦੁਆਰੇ ਆਜ਼ਾਦ ਕਰਵਾਉਣ ਦੇ ਸੰਘਰਸ਼ ਵਿੱਚ ਕਈ ਕੁਰਬਾਨੀਆਂ ਹੋਈਆਂ। ਇਸ ਦੇ ਨਾਲ-ਨਾਲ ਦੇਸ਼ ਦੀ ਅਜ਼ਾਦੀ ਵਿੱਚ ਗਦਰ ਲਹਿਰ ਅਤੇ ਬੱਬਰ ਅਕਾਲੀ ਲਹਿਰ ਪ੍ਰਮੁੱਖ ਧਾਰਾਵਾਂ ਰਹੀਆਂ ਜਿਨ੍ਹਾਂ ਨੇ ਫਾਂਸੀ ਦੇ ਤਖਤੇ ਨੂੰ ਚੁੰਮਿਆ। 1947 ਦੀ ਦਰਦਨਾਕ ਵੰਡ ਦੇ ਬਾਅਦ ਅਜੇ ਕੌਮ ਸੰਭਲੀ ਵੀ ਨਹੀਂ ਸੀ ਕਿ ਪੰਜਾਬੀ ਸੂਬਾ, ਪੰਜਾਬੀ ਭਾਸ਼ਾ, ਪੰਜਾਬ ਦੀ ਨਦੀਆਂ ਅਤੇ ਸੰਘੀ ਅਧਿਕਾਰਾਂ ਨੂੰ ਲੈ ਕੇ ਨਵੇਂ ਸੰਘਰਸ਼ ਸ਼ੁਰੂ ਹੋ ਗਏ ਜਿਸ ਵਿੱਚ ਹਜ਼ਾਰਾਂ ਸਿੱਖਾਂ ਨੂੰ ਮਾਰਿਆ ਗਿਆ ਅਤੇ ਕਈ ਸ਼ਹੀਦ ਹੋਏ।

ਸਿੱਖਾਂ ਨੇ ਆਪਣੇ ਨਾਲ ਹੋਈ ਨਸਲਕੁਸ਼ੀ ਦਾ ਨਿਰਦਿਸ਼ਟ ਸ਼ਬਦ 'ਘੱਲੂਘਾਰਾ' ਦਿੱਤਾ ਹੈ, ਜਿਵੇਂ ਯਹੂਦੀ ਆਪਣੀ ਨਸਲਕੁਸ਼ੀ ਨੂੰ 'ਹੋਲੋਕਾਸਟ' ਕਹਿੰਦੇ ਹਨ। ਘੱਲੂਘਾਰਾ ਉਹਨਾਂ ਸਮੂਹਿਕ ਹੱਤਿਆਵਾਂ ਦੇ ਸੰਦਰਭ ਵਿੱਚ ਇਸਤੇਮਾਲ ਕੀਤਾ ਜਾਂਦਾ ਹੈ ਜਦੋਂ ਦੁਸ਼ਮਣ ਨੇ ਯੁੱਧ ਦੇ ਸਾਰੇ ਨਿਜਮਾਂ ਨੂੰ ਤਿਆਗ ਕੇ ਸਿੱਖਾਂ ਦੀ ਨਸਲ

ਨੂੰ ਸਮਾਪਤ ਕਰਨ ਦੇ ਇਰਾਦੇ ਨਾਲ ਬੱਚੇ, ਬੁੱਢੇ, ਔਰਤਾਂ, ਸਭ ਦੀਆਂ ਵੱਡੇ ਪੈਮਾਨੇ ਵਿੱਚ ਹੱਤਿਆਵਾਂ ਕੀਤੀਆਂ ਹੋਣ, ਅਤੇ ਇਹ ਹੱਤਿਆਵਾਂ ਕੁਝ ਹੀ ਦਿਨਾਂ ਵਿੱਚ ਹੋਈਆਂ ਹੋਣ। ਇਹ ਯੁੱਧ ਵਿੱਚ ਹੋਈਆਂ ਕੁਰਬਾਨੀਆਂ ਨਾਲੋਂ ਅਲੱਗ ਹੈ। ਸਿੱਖ ਇਤਿਹਾਸ ਵਿੱਚ ਤਿੰਨ ਘੱਲੂਘਾਰੇ ਹੋਏ, ਜਿਨ੍ਹਾਂ ਦਾ ਸੰਖੇਪ ਵੇਰਵਾ ਇਸ ਪ੍ਰਕਾਰ ਹੈ:

ਛੋਟਾ ਘੱਲੂਘਾਰਾ

ਲਾਹੌਰ ਦੇ ਦੀਵਾਨ ਲਖਪਤ ਰਾਏ ਦੇ ਅਹੰਕਾਰੀ ਜਾਗੀਰਦਾਰ ਭਰਾ ਜਸਪਤ ਰਾਏ ਦੀ ਸਿੱਖਾਂ ਦੇ ਨਾਲ ਹੋਈ ਇੱਕ ਝੜਪ ਵਿੱਚ ਮੌਤ ਹੋ ਗਈ ਸੀ। ਜਸਪਤ ਰਾਏ ਦਾ ਸਿਰ ਨਿਭਾਉ ਸਿੰਘ ਰੰਘਰੇਟਾ ਨੇ ਧੜ ਨਾਲੋਂ ਅਲੱਗ ਕਰ ਦਿੱਤਾ ਸੀ। ਲਖਪਤ ਰਾਏ ਨੇ ਆਪਣੇ ਭਰਾ ਦੀ ਮੌਤ ਦਾ ਬਦਲਾ ਲੈਣ ਦੇ ਲਈ ਪੂਰੀ ਸਿੱਖ ਕੌਮ ਨੂੰ ਸਮਾਪਤ ਕਰਨ ਦੀ ਕਸਮ ਖਾਧੀ। ਉਸਨੇ ਲਾਹੌਰ ਦੇ ਸੁਬੇਦਾਰ ਯਹਿਜਾ ਖਾਨ ਦੇ ਸਾਹਮਣੇ ਆਪਣੀ ਪਗੜੀ ਉਤਾਰ ਕੇ ਇਸ ਤਰ੍ਹਾਂ ਪ੍ਰਣ ਲਿਆ- "ਨਾਨਕ ਖੱਤਰੀ ਨੇ ਜੋ ਧਰਮ ਚਲਾਇਆ ਸੀ, ਮੈਂ ਲਖਪਤ ਰਾਏ ਖੱਤਰੀ ਇਹ ਪ੍ਰਣ ਕਰਦਾ ਹਾਂ ਕਿ ਮੈਂ ਉਸ ਧਰਮ ਦਾ ਸਰਵਨਾਸ਼ ਕਰ ਦਿਆਂਗਾ। ਉਦੋਂ ਤੱਕ ਮੈਂ ਆਪਣੇ ਸਿਰ 'ਤੇ ਇਹ ਪੱਗ ਨਹੀਂ ਰੱਖਾਂਗਾ।"

ਲਖਪਤ ਰਾਏ ਨੇ ਮਾਰਚ 1746 ਵਿੱਚ ਲਾਹੌਰ ਵਿੱਚ ਰਹਿਣ ਵਾਲੇ ਸਿੱਖਾਂ ਦਾ ਬੇਰਹਿਮੀ ਨਾਲ ਕਤਲ ਕਰਨਾ ਸ਼ੁਰੂ ਕਰ ਦਿੱਤਾ। ਲਾਹੌਰ ਵਿੱਚ ਇਸ ਸਥਾਨ ਨੂੰ ਸ਼ਹੀਦ ਗੰਜ ਕਿਹਾ ਜਾਂਦਾ ਹੈ। ਲਖਪਤ ਰਾਏ ਨੂੰ 'ਗੁਰੂ' ਸ਼ਬਦ ਤੋਂ ਇੰਨੀ ਨਫ਼ਰਤ ਹੋ ਗਈ ਸੀ ਕਿ ਉਸ ਨੇ 'ਗੁਰੂ' ਦੇ ਨਾਲ-ਨਾਲ 'ਗੁੜ' ਬੋਲਣ 'ਤੇ ਵੀ ਪਾਬੰਦੀ ਲਗਾ ਦਿੱਤੀ। ਵਿਗੜਦੇ ਹਾਲਤਾਂ ਨੂੰ ਦੇਖਦੇ ਹੋਏ ਸਿੱਖਾਂ ਨੇ ਲਾਹੌਰ ਤੋਂ ਦੂਰ ਕਾਹਨੂੰਵਾਨ (ਗੁਰਦਾਸਪੁਰ) ਦੇ ਜੰਗਲਾਂ ਵਿੱਚ ਪਨਾਹ ਲਈ। ਲਖਪਤ ਰਾਏ ਨੂੰ ਖ਼ਬਰ ਮਿਲੀ ਕਿ ਪੰਦਰਾਂ ਹਜ਼ਾਰ ਤੋਂ ਜ਼ਿਆਦਾ ਸਿੱਖ ਪਰਿਵਾਰਾਂ ਸਮੇਤ ਜੰਗਲ ਵਿੱਚ ਪਨਾਹ ਲਈ ਬੈਠੇ ਹਨ। ਲਖਪਤ ਰਾਏ ਅਤੇ ਯਹਿਜਾ ਖਾਨ ਨੇ 1 ਮਈ 1746 ਨੂੰ ਪੰਜਾਹ ਹਜ਼ਾਰ ਦੀ ਸੈਨਾ ਦੇ ਨਾਲ ਕਾਹਨੂੰਵਾਨ ਦੇ ਜੰਗਲ ਨੂੰ ਘੇਰ ਕੇ ਅੱਗ ਲਗਾ ਦਿੱਤੀ। ਖਾਲਸਾ ਫੌਜਾਂ ਨੂੰ ਨਾ ਸਿਰਫ ਦੁਸ਼ਮਣ ਨਾਲ ਲੜਨਾ ਸੀ, ਸਗੋਂ ਪਰਿਵਾਰਾਂ ਦੀ ਜਾਨ ਵੀ ਬਚਾਉਣੀ ਸੀ। ਸਰਦਾਰ ਜੱਸਾ ਸਿੰਘ ਆਹਲੂਵਾਲੀਆ ਦੀ ਅਗਵਾਈ ਵਿੱਚ ਸਿੱਖਾਂ ਨੇ ਜ਼ਬਰਦਸਤ ਮੁਕਾਬਲਾ ਕੀਤਾ ਜਿਸ ਵਿੱਚ ਲਖਪਤ ਰਾਏ ਦਾ ਪੁੱਤਰ ਹਰਭਜਨ ਰਾਏ ਅਤੇ ਯਹਿਜਾ ਖਾਨ ਦਾ ਪੁੱਤਰ ਨਾਹਰ ਖਾਨ ਮਾਰੇ ਗਏ। ਪਰ ਇੱਥੇ ਸੱਤ ਹਜ਼ਾਰ ਤੋਂ ਜ਼ਿਆਦਾ ਸਿੱਖ ਮਾਰੇ ਗਏ। ਲਾਹੌਰ ਅਤੇ ਕਾਹਨੂੰਵਾਨ ਨੂੰ ਨਾਲ ਮਿਲਾ ਕੇ ਦਸ ਹਜ਼ਾਰ ਤੋਂ ਜ਼ਿਆਦਾ ਸਿੱਖ ਜਵਾਨ, ਬੱਚੇ, ਬੁੱਢੇ ਅਤੇ ਔਰਤਾਂ ਨੂੰ ਮੌਤ ਦੇ ਘਾਟ ਉਤਾਰ ਦਿੱਤਾ ਗਿਆ ਸੀ। ਇਸ ਨੂੰ ਛੋਟਾ ਘੱਲੂਘਾਰਾ ਕਿਹਾ ਜਾਂਦਾ ਹੈ।

ਲਾਹੌਰ ਵਿੱਚ ਸੱਤਾ ਪਰਿਵਰਤਨ ਹੋਣ ਦੇ ਬਾਅਦ ਮੀਰ ਮੰਨੂੰ ਲਾਹੌਰ ਦਾ ਸੁਬੇਦਾਰ ਬਣਿਆ। ਉਸ ਨੇ ਕੌੜਾ ਮੱਲ ਨੂੰ ਦੀਵਾਨ ਨਿਯੁਕਤ ਕੀਤਾ ਜੋ ਸਿੱਖਾਂ ਦਾ ਹਮਦਰਦ ਸੀ। ਅਫ਼ਗਾਨੀ ਹਮਲਿਆਂ ਨੂੰ ਦੇਖਦੇ ਹੋਏ ਕੌੜਾ ਮੱਲ ਨੇ ਮੀਰ ਮੰਨੂੰ ਨੂੰ ਸਿੱਖਾਂ ਦੇ ਨਾਲ ਸ਼ਾਂਤੀ ਸਥਾਪਤ ਕਰਨ ਨੂੰ ਮਨਾਇਆ। ਸ਼ਾਂਤੀ ਪ੍ਰਸਤਾਵ (ਜੋ ਕੁਝ ਦੇਰ ਤੱਕ ਹੀ

ਚੱਲਿਆ) ਦੇ ਤਹਿਤ ਲਖਪਤ ਰਾਏ ਨੂੰ ਦਲ ਖਾਲਸਾ ਦੇ ਹਵਾਲੇ ਕਰ ਦਿੱਤਾ ਗਿਆ। ਸਿੱਖਾਂ ਦੇ ਸਰਵਨਾਸ਼ ਦਾ ਸੰਕਲਪ ਦਿਲ ਵਿੱਚ ਲਏ ਲਖਪਤ ਰਾਏ 1748 ਵਿੱਚ ਸਿੱਖਾਂ ਦੇ ਹੱਥੋਂ ਹੀ ਬਹੁਤ ਬੁਰੀ ਮੌਤ ਮਰਿਆ।

ਵੱਡਾ ਘੱਲੂਘਾਰਾ

ਅਹਿਮਦ ਸ਼ਾਹ ਅਬਦਾਲੀ ਸਿੱਖਾਂ ਤੋਂ ਬਹੁਤ ਤੰਗ ਆ ਚੁੱਕਾ ਸੀ। ਉਹ ਜਦੋਂ ਵੀ ਭਾਰਤ 'ਤੇ ਹਮਲਾ ਕਰਕੇ ਅਫ਼ਗਾਨਿਸਤਾਨ ਪਰਤ ਰਿਹਾ ਹੁੰਦਾ, ਸਿੱਖ ਫੌਜ ਉਸ ਦੇ ਕਾਫਲੇ 'ਤੇ ਧਾਵਾ ਬੋਲ ਕੇ ਉਸ ਦਾ ਲੁੱਟਿਆ ਹੋਇਆ ਖਜ਼ਾਨਾ ਲੁੱਟ ਲੈਂਦੀ ਅਤੇ ਗੁਲਾਮ ਔਰਤਾਂ ਨੂੰ ਛੁਡਵਾ ਦਿੰਦੀ। ਜਨਵਰੀ 1757 ਵਿੱਚ ਅਹਿਮਦ ਸ਼ਾਹ ਅਬਦਾਲੀ ਨੇ ਭਾਰਤ ਉੱਤੇ ਆਪਣੇ ਚੌਥੇ ਹਮਲੇ ਤੋਂ ਪਰਤਦੇ ਹੋਏ ਦਰਬਾਰ ਸਾਹਿਬ, ਅੰਮ੍ਰਿਤਸਰ ਨੂੰ ਢਾਹ ਕੇ ਸਰੋਵਰ ਨੂੰ ਭਰ ਦਿੱਤਾ ਸੀ। ਇਸ ਦੇ ਬਾਅਦ ਖਾਲਸਾ ਫੌਜ ਨੇ ਬਾਬਾ ਦੀਪ ਸਿੰਘ ਦੀ ਅਗਵਾਈ ਵਿੱਚ ਅੰਮ੍ਰਿਤਸਰ ਅਤੇ ਗੁਰਦੁਆਰੇ ਨੂੰ ਆਜ਼ਾਦ ਕਰਵਾਉਣ ਲਈ ਇਤਿਹਾਸਕ ਜੰਗ ਲੜੀ, ਜਿਸ ਵਿੱਚ ਅਫਗਾਨਾਂ ਨੂੰ ਹਾਰ ਦਾ ਸਾਹਮਣਾ ਕਰਨਾ ਪਿਆ। ਇਸੇ ਜੰਗ ਵਿੱਚ ਪੰਝੋਤਰ ਸਾਲ ਦੇ ਬਾਬਾ ਦੀਪ ਸਿੰਘ ਲੜਦੇ-ਲੜਦੇ ਸ਼ਹੀਦ ਹੋਏ।

ਜਨਵਰੀ 1761 ਵਿੱਚ ਪਾਨੀਪਤ ਦੀ ਲੜਾਈ ਵਿੱਚ ਮਰਾਠਿਆਂ ਨੂੰ ਨਿਰਣਾਇਕ ਹਾਰ ਦੇਣ ਤੋਂ ਬਾਅਦ ਅਬਦਾਲੀ ਦੇ ਹੌਸਲੇ ਬੁਲੰਦ ਹੋ ਗਏ ਸਨ। ਹੁਣ ਉਸਦਾ ਇੱਕ ਮਾਤਰ ਨਿਸ਼ਾਨਾ ਸਿੱਖ ਸਨ। ਪਰ ਸਿੱਖਾਂ ਦਾ ਕੋਈ ਇੱਕ ਨਿਸ਼ਚਿਤ ਠਿਕਾਣਾ ਨਹੀਂ ਸੀ ਜਿੱਥੇ ਉਹ ਹਮਲਾ ਕਰ ਕੇ ਜਿੱਤ ਦਾ ਜਸ਼ਨ ਮਨਾ ਸਕਦਾ ਸੀ। 3 ਫਰਵਰੀ 1762 ਨੂੰ ਉਹ ਲਾਹੌਰ ਵਿੱਚ ਸੀ ਜਦੋਂ ਉਸ ਨੂੰ ਖ਼ਬਰ ਮਿਲੀ ਕਿ ਚਾਲੀ ਹਜ਼ਾਰ ਤੋਂ ਜਿਆਦਾ ਸਿੱਖ ਆਪਣੇ ਪਰਿਵਾਰਾਂ ਦੇ ਨਾਲ ਕੁੱਪ ਰਹੀੜਾ (ਮਲੇਰਕੋਟਲਾ) ਵਿੱਚ ਡੇਰਾ ਲਗਾਏ ਬੈਠੇ ਹਨ। ਉਹ 48 ਘੰਟਿਆਂ ਤੋਂ ਵੀ ਘੱਟ ਸਮੇਂ ਵਿੱਚ ਬੜੀ ਫੁਰਤੀ ਨਾਲ 240 ਕਿਲੋਮੀਟਰ ਦੀ ਦੂਰੀ ਅਤੇ ਦੋ ਨਦੀਆਂ ਨੂੰ ਪਾਰ ਕਰਕੇ ਅਤੇ 5 ਫਰਵਰੀ 1762 ਦੀ ਸਵੇਰ ਤੱਕ ਕੁੱਪ ਰਹੀੜਾ ਪਹੁੰਚ ਗਿਆ। ਅਫਗਾਨ ਫੌਜ ਦੀ ਇਸ ਫੁਰਤੀ ਨੇ ਸਿੱਖਾਂ ਨੂੰ ਅਚਰਜ ਵਿੱਚ ਪਾ ਦਿੱਤਾ। ਸਰਹਿੰਦ ਦਾ ਫ਼ੌਜਦਾਰ, ਜੈਨ ਖ਼ਾਨ, ਵੀ ਆਪਣੀ ਫ਼ੌਜ ਲੈ ਕੇ ਅਬਦਾਲੀ ਦੇ ਨਾਲ ਪਹੁੰਚ ਗਿਆ ਸੀ। ਸਿੱਖ ਆਪਣੇ ਪਰਿਵਾਰ ਅਤੇ ਸਮਾਨ ਨੂੰ ਸੁਰੱਖਿਆ ਘੇਰੇ ਵਿੱਚ ਲੈ ਕੇ ਲੜਦੇ ਹੋਏ ਬਰਨਾਲੇ ਦੇ ਮਾਰੂਥਲ ਦੇ ਵੱਲ ਵਧਣ ਲੱਗੇ। ਲੜਦੇ ਹੋਏ ਕਈ ਵਾਰ ਸੁਰੱਖਿਆ ਘੇਰਾ ਟੁੱਟਿਆ, ਫਿਰ ਸੰਭਲ ਕੇ ਘੇਰਾ ਬਣਾਇਆ ਗਿਆ। ਇਸ ਦੌਰਾਨ ਕਈ ਔਰਤਾਂ, ਬੱਚੇ ਅਤੇ ਬੁੱਢਿਆਂ ਨੂੰ ਮਾਰ ਦਿੱਤਾ ਗਿਆ। ਪਾਣੀ ਦੀ ਕਮੀ ਦੇ ਚੱਲਦੇ ਅਫਗਾਨਾਂ ਨੂੰ ਵਾਪਸ ਮੁੜਨਾ ਪਿਆ। ਦੋ ਦਿਨ ਦੇ ਅੰਦਰ ਪੰਝੀ ਤੋਂ ਤੀਹ ਹਜ਼ਾਰ ਸਿੰਘ-ਸਿੰਘਣੀਆਂ ਦਾ ਕਤਲੇਆਮ ਹੋ ਚੁੱਕਾ ਸੀ। ਜਿੰਦਾ ਬਚੇ ਹੋਏ ਸਿੱਖਾਂ ਵਿੱਚੋਂ ਕੋਈ ਅਜਿਹਾ ਨਹੀਂ ਸੀ ਜਿਸਦੇ ਗਹਿਰੇ ਜਖਮ ਨਾ ਲੱਗੇ ਹੋਣ। ਅਬਦਾਲੀ ਲਾਹੌਰ ਵਾਪਸ ਜਾਂਦਾ ਹੋਇਆ ਦਰਬਾਰ ਸਾਹਿਬ, ਅੰਮ੍ਰਿਤਸਰ ਨੂੰ ਬਾਰੂਦ ਨਾਲ ਦੁਬਾਰਾ ਤਬਾਹ ਕਰ ਗਿਆ। ਇਸ ਕਤਲੇਆਮ ਨੂੰ ਵੱਡਾ ਘੱਲੂਘਾਰਾ ਕਿਹਾ ਜਾਂਦਾ ਹੈ।

ਸਿੱਖਾਂ ਦਾ ਵੱਡੇ ਪੈਮਾਨੇ ਵਿੱਚ ਕਤਲੇਆਮ ਕਰਕੇ ਅਹਿਮਦ ਸ਼ਾਹ ਅਬਦਾਲੀ ਸੰਤੁਸ਼ਟ ਸੀ ਕਿ ਸਿੱਖ ਦੁਬਾਰਾ ਕਦੇ ਸਿਰ ਨਹੀਂ ਉਠਾਲ ਪਾਉਣਗੇ। ਪਰ ਜਿਸ ਤਰ੍ਹਾਂ ਅਬਦਾਲੀ ਨੇ ਅਚਾਨਕ ਹਮਲਾ ਕਰਕੇ ਸਿੱਖਾਂ ਨੂੰ ਅਚਰਜ ਵਿੱਚ ਪਾ ਦਿੱਤਾ ਸੀ, ਸਿੱਖਾਂ ਨੇ ਵੀ ਇਸ ਘੱਲੂਘਾਰੇ ਦੇ ਕੇਵਲ ਤਿੰਨ ਮਹੀਨੇ ਬਾਅਦ ਹੀ ਅਬਦਾਲੀ ਨੂੰ ਹੈਰਾਨ-ਪਰੇਸ਼ਾਨ ਕਰ ਦਿੱਤਾ। ਖਾਲਸਾ ਫੌਜ ਨੇ ਮਈ 1762 ਵਿੱਚ ਸਰਹਿੰਦ ਦੇ ਫੌਜਦਾਰ ਜੈਨ ਖਾਨ ਦੇ ਉੱਪਰ ਹਮਲਾ ਕਰ ਦਿੱਤਾ ਅਤੇ ਫਿਰ ਹਰਨੌਲਗੜ੍ਹ ਦੀ ਲੜਾਈ ਵਿੱਚ ਅਫਗਾਨਾਂ 'ਤੇ ਨਿਰਣਾਇਕ ਜਿੱਤ ਹਾਸਿਲ ਕੀਤੀ। ਦਲ ਖਾਲਸਾ ਨੇ ਜੈਨ ਖਾਨ ਤੋਂ ਅਬਦਾਲੀ ਦੀ ਮਦਦ ਕਰਨ ਦੇ ਦੰਡ ਦੇ ਰੂਪ ਵਿੱਚ 50,000 ਰੁਪਏ ਵਸੂਲ ਕੀਤੇ। ਉਸੇ ਸਾਲ ਦੀ ਦੀਵਾਲੀ ਦੇ ਦਿਨ ਖਾਲਸੇ ਦਰਬਾਰ ਸਾਹਿਬ ਅੰਮ੍ਰਿਤਸਰ ਵਿੱਚ ਇਕੱਠੇ ਹੋਏ ਅਤੇ ਅਗਲੀ ਰਣਨੀਤੀ ਉੱਪਰ ਸਹਿਮਤੀ ਬਣਾਈ ਅਤੇ ਦੁਬਾਰਾ ਦਰਬਾਰ ਸਾਹਿਬ ਦੀ ਉਸਾਰੀ ਕੀਤੀ ਗਈ। ਸਿੱਖਾਂ ਨੇ ਜੈਨ ਖਾਨ ਸਰਹਿੰਦੀ ਅਤੇ ਅਫਗਾਨ ਸੈਨਾ ਦੇ ਕਈ ਹੋਰ ਪ੍ਰਮੁੱਖ ਅਧਿਕਾਰੀਆਂ ਨੂੰ 1764 ਵਿੱਚ ਮਾਰ ਸੁੱਟਿਆ। ਫਿਰ ਸਤਲੁਜ ਦਰਿਆ ਨਦੀ ਤੋਂ ਜਮੁਨਾ ਦੇ ਵਿਚਕਾਰ ਸਿੱਖ ਮਿਸਲਾਂ ਨੇ ਆਪਣਾ ਰਾਜ ਸਥਾਪਿਤ ਕੀਤਾ ਜੋ ਅੱਗੇ ਚੱਲ ਕੇ ਹੋਰ ਫੈਲਦਾ ਗਿਆ।

ਸਿੱਖਾਂ ਦੇ ਸਰਵਨਾਸ਼ ਦਾ ਸੁਪਨਾ ਦੇਖਣ ਵਾਲੇ ਅਹਿਮਦ ਸ਼ਾਹ ਅਬਦਾਲੀ ਨੇ ਜਨਵਰੀ 1767 ਵਿੱਚ ਸਰਦਾਰ ਲਹਿਣਾ ਸਿੰਘ ਢਿੱਲੋਂ ਨੂੰ ਲਾਹੌਰ ਦੀ ਸੂਬੇਦਾਰੀ ਦੀ ਪੇਸ਼ਕਸ਼ ਕੀਤੀ ਅਤੇ ਉਸ ਨੂੰ ਕਾਬਲ ਦੇ ਸੁੱਕੇ ਮੇਵੇ ਭੇਜੇ। ਪਰ ਲਹਿਣਾ ਸਿੰਘ ਨੇ ਦਲ ਖਾਲਸਾ ਦੀ ਸਹਿਮਤੀ ਨਾਲ ਮੇਵਿਆਂ ਸਮੇਤ ਪ੍ਰਸਤਾਵ ਨੂੰ ਠੁਕਰਾ ਦਿੱਤਾ। ਅਬਦਾਲੀ ਨੂੰ ਸੰਦੇਸ਼ ਭਿਜਵਾ ਦਿੱਤਾ ਕਿ ਖਾਲਸਾ ਸੰਗਠਨ ਕਿਸੇ ਆਕ੍ਰਮਣਕਾਰੀ ਦੀ ਅਧੀਨਗੀ ਨਹੀਂ ਕਬੂਲੇਗਾ ਅਤੇ ਉਹ ਆਪਣਾ ਰਾਜ ਖੁਦ ਹਾਸਿਲ ਕਰਨ ਦੇ ਕਾਬਿਲ ਹੈ। ਇਸ ਸਮੇਂ ਦੇ ਦੌਰਾਨ ਦਲ ਖਾਲਸਾ ਦੀ ਅਗਵਾਈ ਸੁਲਤਾਨ ਉਲ-ਕੌਮ ਜੱਸਾ ਸਿੰਘ ਆਹਲੂਵਾਲੀਆ ਕਰ ਰਹੇ ਸਨ, ਜਿਨ੍ਹਾਂ ਦਾ ਨਾਮ ਮਹਾਨ ਸਿੱਖ ਜਰਨੈਲਾਂ ਵਿੱਚ ਲਿਆ ਜਾਂਦਾ ਹੈ।

ਤੀਜਾ ਘੱਲੂਘਾਰਾ

ਪੰਜਾਬ ਦੇ ਰਾਜਨੀਤਿਕ ਮੁੱਦਿਆਂ 'ਤੇ ਚੱਲ ਰਹੇ ਸੰਘਰਸ਼ ਨੂੰ ਸਿੱਖ ਅਲਗਾਵਵਾਦ ਦਾ ਨਾਮ 1947 ਤੋਂ ਹੀ ਦੇ ਦਿੱਤਾ ਗਿਆ ਸੀ। ਪੰਜਾਬੀ ਹਿੰਦੂ ਇੱਛੁਕਤਾ ਨਾਲ ਆਪਣੀ ਹੀ ਮਾਤ-ਭਾਸ਼ਾ ਪੰਜਾਬੀ, ਨਦੀਆਂ ਅਤੇ ਪੰਜਾਬ ਦੇ ਸੰਘੀ ਅਧਿਕਾਰਾਂ ਦੇ ਵੈਰੀ ਬਣ ਗਏ। ਪੂਰੇ ਦੇਸ਼ ਵਿੱਚ ਭਾਸ਼ਾ ਦੇ ਆਧਾਰ 'ਤੇ ਰਾਜ ਬਣ ਰਹੇ ਸਨ, ਪਰ ਪੰਡਿਤ ਨਹਿਰੂ ਨੇ ਪੰਜਾਬੀ ਭਾਸ਼ਾ ਦੇ ਆਧਾਰ 'ਤੇ ਰਾਜ ਬਣਾਉਣ ਤੋਂ ਸਾਫ ਮਨ੍ਹਾ ਕਰ ਦਿੱਤਾ। 'ਪੰਜਾਬੀ ਸੂਬਾ ਜ਼ਿੰਦਾਬਾਦ' ਦਾ ਨਾਅਰਾ ਲਗਾਉਣ 'ਤੇ ਹੀ ਪਾਬੰਦੀ ਲਗਾ ਦਿੱਤੀ ਗਈ ਅਤੇ ਹਜ਼ਾਰਾਂ ਅੰਦੋਲਨਕਾਰੀ ਸਿੱਖਾਂ ਨੂੰ ਗ੍ਰਿਫਤਾਰ ਕਰ ਲਿਆ ਗਿਆ। 1965 ਦੀ ਭਾਰਤ-ਪਾਕਿ ਜੰਗ ਦੇ ਕਾਰਨ ਪੈਦਾ ਹੋਈ ਸਥਿਤੀ ਦੀ ਮਜਬੂਰੀ ਵਿੱਚ 1966 ਵਿੱਚ ਇੰਦਰਾ ਗਾਂਧੀ ਨੇ ਪੰਜਾਬ ਰਾਜ ਦਾ ਗਠਨ ਕੀਤਾ। ਪਰ ਚੰਡੀਗੜ੍ਹ ਸਮੇਤ ਕਈ ਪੰਜਾਬੀ ਬੋਲਣ ਵਾਲੇ ਇਲਾਕੇ ਹਰਿਆਣਾ, ਹਿਮਾਚਲ ਅਤੇ ਰਾਜਸਥਾਨ ਨੂੰ ਦੇ ਦਿੱਤੇ ਗਏ। ਸੰਵਿਧਾਨ ਅਤੇ ਰਿਪੇਰੀਅਨ ਕਾਨੂੰਨ

ਦੇ ਵਿਰੋਧ ਪੰਜਾਬ ਦੀਆਂ ਨਦੀਆਂ ਦੇ ਪਾਣੀ ਦਾ ਨਿਯੰਤਰਣ ਵੀ ਪੰਜਾਬ ਨੂੰ ਨਹੀਂ ਦਿੱਤਾ ਗਿਆ। ਇਸ ਤਰ੍ਹਾਂ ਲੂਲਾ-ਲੰਗੜਾ ਰਾਜ ਬਣਾਇਆ ਗਿਆ।

ਐਮਰਜੈਂਸੀ 1975 ਵਿੱਚ ਇੰਦਰਾ ਗਾਂਧੀ ਦਾ ਸਭ ਤੋਂ ਤਿੱਖਾ ਵਿਰੋਧ ਪੰਜਾਬ ਤੋਂ ਹੋਇਆ; ਠੀਕ ਉਸੇ ਤਰ੍ਹਾਂ ਜਿਵੇਂ 2020 ਵਿੱਚ ਖੇਤੀਬਾੜੀ ਕਾਨੂੰਨਾਂ ਦੇ ਵਿਰੋਧ ਵਿੱਚ ਵੀ ਪੰਜਾਬ ਮੋਹਰੀ ਰਿਹਾ ਸੀ। ਇਸ ਵਿਰੋਧ ਦੇ ਚੱਲਦੇ ਇੰਦਰਾ ਗਾਂਧੀ ਨੂੰ ਸਿੱਖਾਂ ਦੇ ਪ੍ਰਤੀ ਬਹੁਤ ਕੜਵਾਹਟ ਸੀ।

1980 ਵਿੱਚ ਇੰਦਰਾ ਗਾਂਧੀ ਦੁਬਾਰਾ ਪ੍ਰਧਾਨ ਮੰਤਰੀ ਬਣੀ। ਗਰੀਬੀ ਹਟਾਓ ਦੇ ਖੋਖਲੇ ਨਾਅਰੇ ਅਤੇ ਵਿਗੜਦੀ ਅਰਥਵਿਵਸਥਾ ਦੀ ਪੋਲ ਖੁੱਲ ਚੁੱਕੀ ਸੀ। ਇੰਦਰਾ ਗਾਂਧੀ ਨੂੰ 1985 ਵਿੱਚ ਹੋਣ ਵਾਲੀਆਂ ਚੋਣਾਂ ਵਿੱਚ ਜਿੱਤ ਦੇ ਲਈ ਵੱਡਾ ਮੁੱਦਾ ਚਾਹੀਦਾ ਸੀ। ਇਸਦੇ ਲਈ ਸਿੱਖਾਂ ਦੇ ਖਿਲਾਫ ਨਫ਼ਰਤ ਦੇ ਤੇਲ ਵਿੱਚ ਰਾਸ਼ਟਰਵਾਦ ਦਾ ਦੀਵਾ ਜਗਾਇਆ ਗਿਆ। ਇੰਦਰਾ ਗਾਂਧੀ ਨੇ ਰਾਜਨੀਤਿਕ ਮਸਲੇ ਨੂੰ ਕਾਨੂੰਨ ਵਿਵਸਥਾ ਦਾ ਮਸਲਾ ਬਣਾ ਦਿੱਤਾ। ਮਤਲਬ ਜਿਹਨਾਂ ਮੁੱਦਿਆਂ ਦਾ ਰਾਜਨੀਤਿਕ ਹੱਲ ਕੱਢਣਾ ਚਾਹੀਦਾ ਸੀ, ਉਨ੍ਹਾਂ ਨੂੰ ਵਿਗੜਦੀ ਕਾਨੂੰਨ ਵਿਵਸਥਾ ਦਾ ਰੂਪ ਦੇ ਕੇ ਦਮਨ ਦੀ ਸਹਿਮਤੀ ਬਣਾ ਲਈ। ਸਿੱਖਾਂ ਦੇ ਖਿਲਾਫ ਬਹੁਤ ਨਫ਼ਰਤ ਘੋਲੀ ਗਈ। ਸਿੱਖਾਂ ਦੇ ਖਿਲਾਫ ਇਸ ਨਫ਼ਰਤ ਦੇ ਖੇਡ ਵਿੱਚ ਦੇਸ਼ ਦੇ ਬਹੁਤਾਤ ਹਿੱਸਿਆਂ ਨੇ ਬ੍ਰਾਹਮਣਵਾਦੀ ਤਾਕਤਾਂ ਦਾ ਸਾਥ ਦਿੱਤਾ; ਉਹ ਚਾਹੇ ਖੁਦ ਨੂੰ ਲਿਬਰਲ, ਮੁਸਲਿਮ, ਈਸਾਈ ਜਾਂ ਦਲਿਤ ਚਿੰਤਕ ਕਹਿਣ। ਭਾਰਤ ਵਿੱਚ ਕਮਿਊਨਿਸਟ ਰੂਸ ਦੇ ਪ੍ਰਭਾਵ ਦੇ ਕਾਰਨ ਵਾਮਪੰਥੀ ਦਲਾਂ ਨੇ ਵਧ-ਚੜ੍ਹ ਕੇ ਸਾਥ ਦਿੱਤਾ। ਇਹ ਲੋਕ ਇਸ ਗੱਲ ਤੋਂ ਪੂਰੀ ਤਰ੍ਹਾਂ ਨਿਸ਼ਚਿੰਤ ਸਨ ਕਿ ਬ੍ਰਾਹਮਣਵਾਦੀ ਸੋਚ ਦੇ ਅਧੀਨ ਸਿੱਖਾਂ ਨੂੰ ਲੈ ਕੇ ਜੋ ਪ੍ਰਯੋਗ ਹੋ ਰਿਹਾ ਹੈ, ਕਦੇ ਉਹ ਵੀ ਇਸ ਦਾ ਸ਼ਿਕਾਰ ਬਣ ਸਕਦੇ ਹਨ।

ਪੰਜਾਬ ਵਿੱਚ ਸਿੱਖ-ਵਿਰੋਧੀ ਡੇਰਿਆਂ ਨੂੰ ਖੜਾ ਕੀਤਾ ਗਿਆ। ਨਿਰੰਕਾਰੀ ਡੇਰੇ ਦਾ ਉਭਾਰ ਇਸੇ ਪਿਛੋਕੜ ਵਿੱਚ ਹੋਇਆ, ਜਿਹਨਾਂ ਨੇ ਪੰਜਾਬ ਵਿੱਚ ਖੁੱਲ ਕੇ ਗੁਰੂਆਂ ਦੇ ਖਿਲਾਫ ਪ੍ਰਚਾਰ ਕਰਨਾ ਸ਼ੁਰੂ ਕਰ ਦਿੱਤਾ। 1978 ਵਿੱਚ ਵਿਸਾਖੀ ਦੇ ਦਿਨ ਅੰਮ੍ਰਿਤਸਰ ਵਿੱਚ ਨਿਰੰਕਾਰੀਆਂ ਨੇ ਤੇਰਾਂ ਸਿੱਖਾਂ ਨੂੰ ਉਸ ਸਮੇਂ ਗੋਲੀ ਮਾਰ ਦਿੱਤੀ ਜਦੋਂ ਉਹ ਸ਼ਾਂਤਮਈ ਵਿਰੋਧ ਪ੍ਰਦਰਸ਼ਨ ਕਰ ਰਹੇ ਸਨ। ਨਿਰੰਕਾਰੀ ਪ੍ਰਮੁੱਖ ਨੂੰ ਮੌਕੇ 'ਤੇ ਫੜਨ ਦੀ ਬਜਾਏ ਸਰਕਾਰ ਨੇ ਸੁਰੱਖਿਅਤ ਪੰਜਾਬ ਤੋਂ ਬਾਹਰ ਕੱਢ ਦਿੱਤਾ। 1947 ਤੋਂ ਚੱਲ ਰਿਹਾ ਸ਼ਾਂਤਮਈ ਸੰਘਰਸ਼ ਇਸ ਘਟਨਾ ਦੇ ਬਾਅਦ ਹਿੰਸਕ ਹੋ ਗਿਆ, ਜਿਸਦੀ ਜ਼ਿੰਮੇਵਾਰ ਸਰਕਾਰ ਖੁਦ ਸੀ।

ਸਿੱਖਾਂ ਨੂੰ ਰਾਸ਼ਟਰ ਦੇ ਖਲਨਾਇਕ ਪੇਸ਼ ਕਰਨ ਦੇ ਬਾਅਦ ਸਿੱਖਾਂ ਦੇ ਕਤਲੇਆਮ ਤੋਂ ਬਹੁਸੰਖਿਅਕ ਨੂੰ ਪੀੜਾ-ਆਨੰਦ ਦੇਣਾ ਬਾਕੀ ਸੀ ਜਿਸ ਨਾਲ ਬਹੁਮਤ ਦੇ ਨਾਲ-ਨਾਲ ਬ੍ਰਾਹਮਣਵਾਦ ਨੂੰ ਬਲ ਵੀ ਮਿਲ ਸਕੇ। ਅਹਿਮਦ ਸ਼ਾਹ ਅਬਦਾਲੀ ਦੀ ਤਰ੍ਹਾਂ ਇੰਦਰਾ ਗਾਂਧੀ ਨੇ 3 ਜੂਨ 1984 ਨੂੰ ਦਰਬਾਰ ਸਾਹਿਬ 'ਤੇ ਫੌਜ ਨਾਲ ਆਕ੍ਰਮਣ ਕਰ ਦਿੱਤਾ, ਜਿੱਥੇ ਆਨੰਦਪੁਰ ਸਾਹਿਬ ਪ੍ਰਸਤਾਵ ਦੀ ਮੰਗਾਂ ਨੂੰ ਲੈ ਕੇ ਮੋਰਚਾ ਲਗਾਇਆ ਹੋਇਆ

ਸੀ। ਬਹਾਨਾ ਬਣਾਇਆ ਗਿਆ ਕਿ 'ਆਤੰਕਵਾਦੀ' ਜਿਹਨਾਂ ਦੀ ਅਗਵਾਈ ਸੰਤ ਜਰਨੈਲ ਸਿੰਘ ਭਿੰਡਰਾਂਵਾਲੇ ਕਰ ਰਹੇ ਸਨ, ਨੂੰ ਕੱਢਣ ਦੇ ਲਈ ਕੀਤਾ ਗਿਆ ਸੀ। ਇਹ ਬੜੀ ਹੈਰਾਨੀ ਦੀ ਗੱਲ ਸੀ ਕਿ ਜਿਸ ਨੂੰ ਸਭ ਤੋਂ ਖਤਰਨਾਕ ਆਤੰਕਵਾਦੀ ਕਿਹਾ ਜਾ ਰਿਹਾ ਸੀ ਉਸਦੇ ਖਿਲਾਫ ਕਿਸੇ ਵੀ ਪੁਲਿਸ ਥਾਣੇ ਵਿੱਚ ਇੱਕ ਵੀ ਐਫ.ਆਈ.ਆਰ. ਦਰਜ ਨਹੀਂ ਸੀ। ਅਤੇ ਹਮਲੇ ਤੋਂ ਪਹਿਲਾਂ ਪ੍ਰੈੱਸ ਵਾਲੇ 'ਆਤੰਕਵਾਦੀ' ਨਾਲ ਭੇਟ ਵਾਰਤਾ ਕਰ ਰਹੇ ਸਨ।

ਮੁੱਠੀ ਭਰ ਸਿੱਖ ਜਵਾਨਾਂ ਨੇ ਆਖਰੀ ਗੋਲੀ ਅਤੇ ਆਖਰੀ ਸਾਹ ਤੱਕ ਹਮਲਾਵਰ ਫੌਜ ਦਾ ਮੁਕਾਬਲਾ ਕੀਤਾ ਅਤੇ ਸ਼ਹੀਦੀ ਪਾ ਗਏ। ਇਸ ਮੁਕਾਬਲੇ ਨੇ ਚਮਕੌਰ ਦੀ ਜੰਗ ਦੀ ਯਾਦ ਤਾਜ਼ਾ ਕਰ ਦਿੱਤੀ ਸੀ। ਪਰ ਹਮਲੇ ਦਾ ਦਿਨ 3 ਜੂਨ 1984 ਚੁਣਿਆ ਗਿਆ ਸੀ ਜੋ ਪੰਜਵੇਂ ਗੁਰੂ ਦਾ ਸ਼ਹੀਦੀ ਦਿਵਸ ਸੀ। ਇਸ ਦਿਨ 'ਤੇ ਹਮਲੇ ਤੋਂ ਬੇਖ਼ਬਰ ਵੱਡੀ ਸੰਖਿਆ ਵਿੱਚ ਸਿੱਖ ਸੰਗਤ ਗੁਰਦੁਆਰੇ ਨਤਮਸਤਕ ਹੋਣ ਦੇ ਲਈ ਪਹੁੰਚੀ ਸੀ। ਆਮ ਲੋਕ ਅੰਦਰ ਤਾਂ ਆ ਸਕਦੇ ਸਨ ਪਰ ਬਾਹਰ ਜਾਣ ਦਾ ਕੋਈ ਪ੍ਰਬੰਧ ਨਹੀਂ ਸੀ। ਫੌਜ ਦੂਸਰੇ ਦੇਸ਼ 'ਤੇ ਹਮਲਾ ਕਰਨ ਦੇ ਲਈ ਤਿਆਰ ਕੀਤੀ ਜਾਂਦੀ ਹੈ, ਅਤੇ ਇਸੇ ਤਰ੍ਹਾਂ ਹੀ ਹਮਲਾ ਕੀਤਾ ਗਿਆ ਸੀ। ਵੱਡੀ ਸੰਖਿਆ ਵਿੱਚ ਬੱਚੇ, ਬੁੱਢੇ, ਔਰਤਾਂ ਅਤੇ ਜਵਾਨ ਮਾਰੇ ਗਏ। ਮਰਨ ਵਾਲਿਆਂ ਦੀ ਗਿਣਤੀ ਘੱਟੋ-ਘੱਟ ਪੰਜ ਹਜ਼ਾਰ ਸੀ।

ਸਿੱਖਾਂ ਦੇ ਦਿਲ 'ਤੇ ਹੋਏ ਇਸ ਹਮਲੇ ਨੇ ਪੂਰੇ ਸਿੱਖ ਜਗਤ 'ਚ ਰੋਸ ਦੀ ਲਹਿਰ ਭਰ ਦਿੱਤੀ। ਰਾਜਨੀਤੀ ਤੋਂ ਦੂਰ ਸਧਾਰਨ ਸਿੱਖ ਦਾ ਹਿਰਦਾ ਵੀ ਛੱਲਨੀ ਹੋ ਗਿਆ। ਇੰਦਰਾ ਗਾਂਧੀ ਨੂੰ ਉਸਦੇ ਕੀਤੇ ਦੀ ਸਜ਼ਾ ਓਸੇ ਦੀ ਸੁਰੱਖਿਆ ਵਿੱਚ ਤੈਨਾਤ ਸ਼ਹੀਦ ਭਾਈ ਸਤਵੰਤ ਸਿੰਘ ਅਤੇ ਸ਼ਹੀਦ ਭਾਈ ਬੇਅੰਤ ਸਿੰਘ ਨੇ 31 ਅਕਤੂਬਰ 1984 ਨੂੰ ਗੋਲੀ ਮਾਰਕੇ ਦਿੱਤੀ। ਉਸੇ ਦਿਨ ਸ਼ਾਮ ਨੂੰ ਇੰਦਰਾ ਦੇ ਪੁੱਤਰ ਰਾਜੀਵ ਗਾਂਧੀ ਨੂੰ ਪ੍ਰਧਾਨ ਮੰਤਰੀ ਬਣਾਇਆ ਗਿਆ। 1 ਨਵੰਬਰ ਤੋਂ 3 ਨਵੰਬਰ 1984 ਨੂੰ ਬੜੇ ਹੀ ਯੋਜਨਾਬੱਧ ਢੰਗ ਨਾਲ ਰਾਜਧਾਨੀ ਦਿੱਲੀ ਸਮੇਤ ਭਾਰਤ ਦੇ ਕਈ ਸ਼ਹਿਰਾਂ ਵਿੱਚ ਸਿੱਖਾਂ ਦਾ ਕਤਲੇਆਮ ਕੀਤਾ ਗਿਆ ਅਤੇ ਔਰਤਾਂ ਨਾਲ ਬਲਾਤਕਾਰ ਕੀਤਾ ਗਿਆ।

ਭਾਰਤ ਦੇ ਕਈ ਸ਼ਹਿਰਾਂ ਵਿੱਚ ਇੱਕ ਹੀ ਸਮੇਂ ਅਤੇ ਇੱਕ ਹੀ ਤਰੀਕੇ ਨਾਲ ਹੋਏ ਕਤਲੇਆਮ ਤੋਂ ਸਾਫ ਹੋ ਜਾਂਦਾ ਹੈ ਕਿ ਇਹ ਇੱਕ ਰਾਤ ਵਿੱਚ ਕੀਤੀ ਗਈ ਤਿਆਰੀ ਕਦਾਚਿਤ ਨਹੀਂ ਸੀ। ਇੱਕ ਤਰ੍ਹਾਂ ਦੀਆਂ ਲਾਠੀਆਂ, ਅੱਗ ਲਗਾਉਣ ਦੇ ਲਈ ਤੇਲ ਅਤੇ ਰਸਾਇਨਕ ਪਾਊਡਰ, ਹੋਰ ਜਲਣਸ਼ੀਲ ਪਦਾਰਥ ਅਤੇ ਪੀਪੇ, ਸਿੱਖਾਂ ਦੇ ਘਰਾਂ ਨੂੰ ਨਿਸ਼ਾਨਬੰਦ ਕਰਦੀ ਵੋਟਰ ਲਿਸਟ, ਨਰਭਕਸ਼ੀ ਭੀੜਾਂ ਦਾ ਸਾਥ ਦੇਣ ਦੇ ਲਈ ਜੇਲ੍ਹਾਂ ਵਿੱਚ ਬੰਦ ਕੈਦੀਆਂ ਨੂੰ ਛੱਡਣਾ, ਨਗਰਪਾਲਿਕਾ ਦੀਆਂ ਗੱਡੀਆਂ ਨਾਲ ਲਾਸ਼ਾਂ ਨੂੰ ਚੁੱਕ ਕੇ ਸਾੜ ਕੇ ਗਾਇਬ ਕਰ ਦੇਣਾ ਆਦਿ ਦਾ ਇੱਕ ਦਿਨ ਵਿੱਚ ਹੀ ਪ੍ਰਬੰਧ ਨਹੀਂ ਹੋ ਸਕਦਾ। ਬਲਕਿ ਕਿਸੇ ਹੋਰ ਦਿਨ ਦੇ ਲਈ ਇਸ ਤੋਂ ਵੀ ਵੱਡੇ ਪੈਮਾਨੇ ਵਿੱਚ ਕਤਲੇਆਮ ਦੀ ਪਹਿਲਾਂ ਤੋਂ ਬਣੀ ਯੋਜਨਾ ਦੇ ਵੱਲ ਇਸ਼ਾਰਾ ਕਰਦਾ ਹੈ। ਹੋ ਸਕਦਾ ਇੰਦਰਾ ਗਾਂਧੀ ਨੇ ਗੁਰੂ ਨਾਨਕ ਜਯੰਤੀ ਦੇ ਦਿਨ ਨੂੰ ਚੁਣਿਆ ਹੋਵੇ ਜੋ 1984 ਵਿੱਚ 8 ਨਵੰਬਰ ਨੂੰ ਸੀ। ਮੀਡੀਆ ਦੀ ਸਹਾਇਤਾ ਨਾਲ ਸਿੱਖਾਂ ਦੇ ਖਿਲਾਫ ਨਫ਼ਰਤ ਦਾ ਬਹਾਨਾ ਬਣਾਉਣਾ ਕੋਈ ਮੁਸ਼ਕਿਲ ਨਹੀਂ ਸੀ। ਇੰਦਰਾ ਗਾਂਧੀ ਦੀ ਮੌਤ

ਦੇ ਕਾਰਨ ਕਤਲੇਆਮ ਨੂੰ ਪਹਿਲੇ ਕਰਨਾ ਪਿਆ। ਪੂਰੇ ਭਾਰਤ ਵਿੱਚ ਮਰਨ ਵਾਲਿਆਂ ਦੀ ਗਿਣਤੀ ਘੱਟ-ਘੱਟ ਤੀਹ ਹਜ਼ਾਰ ਸੀ।

ਇਸ ਤੋਂ ਪਹਿਲਾਂ ਮਹਾਤਮਾ ਗਾਂਧੀ ਦੀ ਵੀ ਹੱਤਿਆ ਹੋਈ ਸੀ ਅਤੇ ਬਾਅਦ ਵਿੱਚ ਰਾਜੀਵ ਗਾਂਧੀ ਦੀ ਵੀ ਹੱਤਿਆ ਹੋਈ। ਪਰ ਹੱਤਿਆ ਕਰਨ ਵਾਲੇ ਦੇ ਧਰਮ ਜਾਂ ਜਾਤੀ ਦੇ ਲੋਕਾਂ ਨੂੰ ਨਿਸ਼ਾਨਾ ਨਹੀਂ ਬਣਾਇਆ ਗਿਆ, ਜੋ ਸਧਾਰਨ ਅਤੇ ਵਿਹਾਰਕ ਹੈ। ਪਰ ਇੰਦਰਾ ਗਾਂਧੀ ਦੀ ਮੌਤ ਦਾ ਬਦਲਾ ਪੂਰੀ ਕੌਮ ਤੋਂ ਲਿਆ ਗਿਆ। ਦਸੰਬਰ 1984 ਵਿੱਚ ਹੋਏ ਚੁਣਾਵਾਂ ਵਿੱਚ ਜਨਤਾ ਵਲੋਂ ਰਾਜੀਵ ਗਾਂਧੀ ਨੂੰ ਇਤਿਹਾਸਕ ਬਹੁਮਤ ਦੇ ਕੇ ਪੁਰਸਕ੍ਰਿਤ ਕੀਤਾ ਗਿਆ। ਇਹ ਨਾ ਸਿਰਫ਼ ਬ੍ਰਾਹਮਣਵਾਦੀ ਮਾਨਸਿਕਤਾ ਵਿੱਚ ਸਿੱਖਾਂ ਦੇ ਖਿਲਾਫ ਨਰਸੰਹਾਰ ਦੇ ਸਹਜਾਤ ਆਵੇਗ ਨੂੰ ਦਰਸਾਉਂਦਾ ਹੈ, ਬਲਕਿ ਬ੍ਰਾਹਮਣਵਾਦ ਕਿਸ ਤਰ੍ਹਾਂ ਬਾਕੀ ਸਮਾਜ ਨੂੰ ਆਪਣੇ ਝੱਲ ਵਿੱਚ ਲੈ ਲੈਂਦਾ ਹੈ, ਇਹ ਵੀ ਸਮਝਣ ਵਾਲੀ ਗੱਲ ਹੈ। ਸਮਾਜ ਨੂੰ ਨਫ਼ਰਤ ਤੋਂ ਮੁਕਤ ਕਰਾਉਣ ਵਿੱਚ ਅਖੌਤੀ ਚਿੰਤਕ ਪੂਰੀ ਤਰ੍ਹਾਂ ਨਾਲ ਨਾਕਾਮ ਰਹੇ ਹਨ।

ਜੂਨ 1984 ਅਤੇ ਨਵੰਬਰ 1984 ਦੇ ਕਤਲੇਆਮ ਨੂੰ ਮਿਲਾ ਕੇ ਤੀਜਾ ਘੱਲੂਘਾਰਾ ਕਿਹਾ ਜਾਂਦਾ ਹੈ।

ਜਿਸ ਤਰ੍ਹਾਂ ਪਹਿਲੇ ਦੋ ਘੱਲੂਘਾਰਿਆਂ ਦੇ ਬਾਅਦ ਸਿੱਖ ਪਹਿਲਾਂ ਨਾਲੋਂ ਜ਼ਿਆਦਾ ਮਜ਼ਬੂਤ ਹੋ ਕੇ ਨਿਕਲੇ। ਤੀਜੇ ਘੱਲੂਘਾਰੇ ਦੇ ਬਾਅਦ ਵੀ ਸਿੱਖ ਪਹਿਲਾਂ ਨਾਲੋਂ ਕਿਤੇ ਵੱਧ ਮਜ਼ਬੂਤ ਹੋ ਕੇ ਉਭਰੇ ਹਨ। ਅਠਾਰਵੀਂ ਸਦੀ ਵਿੱਚ ਸਿੱਖਾਂ ਨੇ ਜੰਗਲਾਂ ਅਤੇ ਮਾਰੂਥਲਾਂ ਵਿੱਚ ਸ਼ਰਨ ਲਈ ਸੀ, 1984 ਦੇ ਬਾਅਦ ਭਾਰੀ ਗਿਣਤੀ ਵਿੱਚ ਸਿੱਖਾਂ ਨੇ ਵਿਦੇਸ਼ਾਂ ਵਿੱਚ ਪਰਵਾਸ ਕੀਤਾ। ਵਿਦੇਸ਼ਾਂ ਵਿੱਚ ਵਸੇ ਸਿੱਖ ਅੱਜ ਕੌਮ ਦੀ ਵੱਡੀ ਤਾਕਤ ਹਨ। 29 ਅਪ੍ਰੈਲ 1986 ਨੂੰ ਅਕਾਲ ਤਖ਼ਤ ਵਿੱਚ ਸਰਬੱਤ ਖ਼ਾਲਸਾ ਦਾ ਲੱਖਾਂ ਦਾ ਇਕੱਠ ਹੋਇਆ, ਜਿਸ ਵਿੱਚ ਸਵਤੰਤਰ ਦੇਸ਼ ਖ਼ਾਲਿਸਤਾਨ ਦੀ ਪ੍ਰਾਪਤੀ ਦੇ ਲਕਸ਼ ਦੀ ਘੋਸ਼ਣਾ ਕੀਤੀ ਗਈ। ਇਸ ਤਰ੍ਹਾਂ 'ਪੰਜਾਬੀ ਸੂਬਾ ਜ਼ਿੰਦਾਬਾਦ' ਦੇ ਦਮਨ ਨੇ 'ਖ਼ਾਲਿਸਤਾਨ ਜ਼ਿੰਦਾਬਾਦ' ਨੂੰ ਜਨਮ ਦਿੱਤਾ।

ਕੁਝ ਚਿੰਤਕਾਂ ਨੇ ਇਹ ਵੀ ਸ਼ੰਕਾ ਫੈਲਾਇਆ ਹੋਇਆ ਹੈ ਕਿ ਸਿੱਖ ਧਰਮ ਖੱਤਰੀਆਂ ਦਾ ਧਰਮ ਹੈ। ਇਨ੍ਹਾਂ ਲੋਕਾਂ ਨੂੰ ਹਿੰਦੂ ਪਹਾੜੀ ਰਾਜੇ, ਲਖਪਤ ਰਾਇ, ਆਰੀਆ ਸਮਾਜ ਜਾਂ 1947 ਦੇ ਬਾਅਦ ਪੰਜਾਬੀ ਹਿੰਦੂ ਖੱਤਰੀਆਂ ਦੀ ਭੂਮਿਕਾ ਪੜ੍ਹ ਲੈਣੀ ਚਾਹੀਦੀ ਹੈ। ਸਿੱਖ ਧਰਮ ਤੋਂ ਬਾਹਰ ਰਹਿ ਗਏ ਖੱਤਰੀਆਂ ਵਿੱਚ ਕੌਂੜਾ ਮੱਲਾ ਵਰਗੇ ਸੱਚੇ ਮਿੱਤਰਾਂ ਦਾ ਉਦਾਹਰਨ ਅਪਵਾਦ ਹੈ। ਉਥੇ ਬ੍ਰਾਹਮਣਵਾਦੀਆਂ ਦੁਆਰਾ ਫੈਲਾਇਆ ਭਰਮ ਵੀ ਨਹੀਂ ਰਹਿਣਾ ਚਾਹੀਦਾ ਕਿ ਸਿੱਖ ਧਰਮ ਹਿੰਦੂ ਧਰਮ ਦੀ ਸ਼ਸਤਰਧਾਰੀ ਭੁਜਾ ਹੈ ਜੋ ਇਸਲਾਮ ਨਾਲ ਲੜਨ ਦੇ ਲਈ ਬਣਾਈ ਗਈ ਸੀ। ਭਾਰਤੀ ਮੁੱਖ ਧਾਰਾ ਮੀਡੀਆ ਜਹਾਂਗੀਰ, ਔਰੰਗਜ਼ੇਬ, ਵਜ਼ੀਰ ਖਾਨ, ਜਕਰੀਆ ਖਾਨ, ਅਬਦਾਲੀ ਆਦਿ ਦੇ ਨਾਵਾਂ ਨੂੰ ਛਾਂਟ ਕੇ ਸਿੱਖ ਇਤਿਹਾਸ ਪੇਸ਼ ਕਰਦਾ ਹੈ। ਪਰ ਜਨ-ਸਧਾਰਨ ਸਿੱਖ ਜਾਣਦਾ ਹੈ ਕਿ ਚੰਦੂ, ਗੰਗੂ, ਸੁੱਚਾਨੰਦ, ਹਿੰਦੂ ਪਹਾੜੀ ਰਾਜੇ, ਪੰਮਾ ਪ੍ਰੋਹਿਤ, ਲਖਪਤ ਰਾਇ, ਆਦਿ ਨਾਵਾਂ ਤੋਂ ਬਗੈਰ ਸਿੱਖ ਇਤਿਹਾਸ ਅਧੂਰਾ ਹੈ।

"ਹਿੰਦੂਤਵਵਾਦੀ ਸੰਗਠਨਾਂ ਨੇ ਲਗਾਤਾਰ 'ਸਿੱਖ-ਮੁਗਲ ਟਕਰਾਅ' ਨੂੰ ਹਥਿਆਰ ਬਣਾ ਸਿੱਖਾਂ ਨੂੰ ਮੁਸਲਮਾਨਾਂ ਦੇ ਖਿਲਾਫ ਕਰਨ ਦੀ ਕੋਸ਼ਿਸ਼ ਕੀਤੀ ਹੈ।

ਹਾਲਾਂਕਿ, ਅਕਾਲ ਤਖ਼ਤ ਅਤੇ ਐਸ.ਜੀ.ਪੀ.ਸੀ. ਵਰਗੀਆਂ ਸਿੱਖ ਸੰਸਥਾਵਾਂ, ਸਿੱਖ ਇਤਿਹਾਸਕਾਰਾਂ ਅਤੇ ਧਾਰਮਿਕ ਵਿਦਵਾਨਾਂ ਦੇ ਨਾਲ-ਨਾਲ ਕਈ ਆਮ ਸਿੱਖਾਂ ਨੇ ਲਗਾਤਾਰ ਇਸ ਬਿਰਤਾਂਤ ਦਾ ਵਿਰੋਧ ਕੀਤਾ ਹੈ ਕਿ ਮੁਗਲਾਂ ਦੇ ਨਾਲ ਸੰਘਰਸ਼ ਇਸਲਾਮ ਦੇ ਖਿਲਾਫ ਸੰਘਰਸ਼ ਨਹੀਂ ਸੀ, ਸਗੋਂ ਅੱਤਿਆਚਾਰ ਦੇ ਖਿਲਾਫ ਸੀ।

ਇਸ ਲਈ ਸਵਤੰਤਰ ਭਾਰਤ ਦੇ ਸੰਦਰਭ ਵਿੱਚ, ਸਿੱਖਾਂ ਦੁਆਰਾ ਮੁਗਲਾਂ ਦੀ ਤੁਲਨਾ ਭਾਰਤੀ ਮੁਸਲਮਾਨਾਂ ਦੇ ਬਜਾਏ ਇੰਦਰਾ ਗਾਂਧੀ, ਰਾਜੀਵ ਗਾਂਧੀ ਅਤੇ ਨਰਿੰਦਰ ਮੋਦੀ ਦੇ ਨਾਲ ਕਰਨ ਦੀ ਜ਼ਿਆਦਾ ਸੰਭਾਵਨਾ ਹੈ। (ਆਦਿਤਿਆ ਮੇਨਨ, ਦ ਕੁਇੰਟ, 16 ਦਸੰਬਰ, 2020)

ਘੱਲੂਘਾਰਿਆਂ ਦੇ ਇਤਿਹਾਸ ਨੂੰ ਪੜ੍ਹ ਕੇ ਕਿਸੇ ਨੂੰ ਲੱਗ ਸਕਦਾ ਹੈ ਕਿ ਸਿੱਖ ਧਰਮ ਦੇ ਮੰਨਣ ਵਾਲਿਆਂ ਨੂੰ ਇੰਨੇ ਤਸੀਹੇ ਕਿਉਂ ਝੱਲਣੇ ਪਏ? ਇਸ ਦਾ ਜਵਾਬ ਗੁਰੂ ਨਾਨਕ ਜੀ ਦੁਆਰਾ ਰੱਖੀ ਸ਼ਰਤ ਹੈ:

ਜਉ ਤਉ ਪ੍ਰੇਮ ਖੇਲਣ ਕਾ ਚਾਉ॥ ਸਿਰੁ ਧਰਿ ਤਲੀ ਗਲੀ ਮੇਰੀ ਆਉ॥
ਇਤੁ ਮਾਰਗਿ ਪੈਰੁ ਧਰੀਜੈ॥ ਸਿਰੁ ਦੀਜੈ ਕਾਣਿ ਨ ਕੀਜੈ॥

(ਗੁਰੂ ਗ੍ਰੰਥ ਸਾਹਿਬ, ਮਹਲਾ ੧, ਅੰਗ 1412)

ਹੱਕ ਸੱਚ ਦਾ ਮਾਰਗ ਹਮੇਸ਼ਾ ਔਖਾ ਹੀ ਰਹੇਗਾ। ਜਿਸ ਨੇ ਇਸ ਰਸਤੇ ਨਾਲ ਪ੍ਰੇਮ ਪਾ ਲਿਆ ਹੋਵੇ, ਉਹ ਜੀ ਜਾਣ ਸਕਦਾ ਹੈ। ਇਹ ਪ੍ਰੇਮ ਹੀ ਸਿੱਖਾਂ ਨੂੰ ਰਾਖ ਤੋਂ ਦੁਬਾਰਾ ਖੜ੍ਹਾ ਕਰ ਦਿੰਦਾ ਹੈ। ਮਰਘਟ ਦੀ ਸ਼ਾਂਤੀ ਨਾਲ ਜਿਸ ਨੇ ਸਮਝੌਤਾ ਕਰ ਲਿਆ ਹੋਵੇ, ਉਹਨਾਂ ਨੂੰ ਸਮਝਾਉਣਾ ਮੁਸ਼ਕਿਲ ਹੈ।

ਬੋਧੀਆਂ ਦਾ ਵੀ ਭਾਰਤ ਵਿੱਚ ਨਰਸੰਹਾਰ ਹੋਇਆ, ਪਰ ਉਨ੍ਹਾਂ ਨੂੰ ਖਦੇੜ ਦਿੱਤਾ ਗਿਆ। ਦੁਬਾਰਾ ਉੱਠ ਖੜ੍ਹੇ ਹੋਣ ਦੇ ਲਈ ਉਨ੍ਹਾਂ ਦੇ ਕੋਲ ਵਿਚਾਰ ਅਤੇ ਸੰਰਚਨਾ ਨਹੀਂ ਸੀ। ਬ੍ਰਾਹਮਣਵਾਦ ਦੇ ਪ੍ਰਤੀ ਜਾਗਰੂਕਤਾ (ਬਲਕਿ ਬ੍ਰਾਹਮਣਾਂ ਦੇ ਪ੍ਰਤੀ ਨਫ਼ਰਤ) ਦੇ ਚੱਲਦੇ ਕੁਝ ਦਾ ਰੁਝਾਨ ਨਵ-ਬੋਧ, ਆਦਿ ਧਰਮ, ਈਸਾਈ, ਆਦਿ ਦੇ ਵੱਲ ਚਲਿਆ ਜਾਂਦਾ ਹੈ। ਪਰ ਬ੍ਰਾਹਮਣਵਾਦੀ ਤਾਕਤਾਂ ਇਹਨਾਂ ਨੂੰ ਖੇਤਰੀ ਇਲਾਕੇ ਦੀਆਂ ਦੂਸਰੀਆਂ ਪੀੜਤ ਕੌਮਾਂ ਦੇ ਨਾਲ ਹੀ ਭਿੜਾ ਦਿੰਦਿਆਂ ਹਨ। ਪ੍ਰੇਮ ਦੀ ਦਿਸ਼ਾ ਹੁੰਦੀ ਹੈ, ਪਰ ਨਫ਼ਰਤ ਦਿਸ਼ਾਹੀਣ ਹੁੰਦੀ ਹੈ। ਉਨ੍ਹਾਂ ਦਾ ਵਿਭਾਜਨਕਾਰੀ ਪ੍ਰਣਾਲੀ ਦਾ ਹਿੱਸਾ ਬਣ ਜਾਣਾ ਬ੍ਰਾਹਮਣਵਾਦੀ ਤਾਕਤਾਂ ਨੂੰ ਹੀ ਮਜ਼ਬੂਤੀ ਦਿੰਦਾ ਹੈ। ਕੁਝ ਦਲਿਤ ਚਿੰਤਕ ਇਸ ਨੂੰ ਹੀ ਦਲਿਤ ਚੇਤਨਾ ਕਹਿਣ ਲੱਗ ਪਏ ਹਨ। ਇਸ ਨੂੰ ਸਮਝਣ ਦੇ ਲਈ 'ਉਹਨਾਂ ਦਾ ਪੱਖ' ਵਿਸਥਾਰ ਨਾਲ ਜਾਣਨਾ ਜ਼ਰੂਰੀ ਹੈ।

ਭਾਗ 4 - ਅਤੇ ਉਹਨਾਂ ਦਾ ਪੱਖ

ਬ੍ਰਾਹਮਣਵਾਦ ਦੇ ਹਨ ਚਾਰ ਥੰਮ੍ਹ

ਬ੍ਰਾਹਮਣਵਾਦ ਨੂੰ ਕਿਸੇ ਇੱਕ ਵਿਚਾਰਧਾਰਾ ਅਧੀਨ ਪਰਿਭਾਸ਼ਿਤ ਨਹੀਂ ਕੀਤਾ ਜਾ ਸਕਦਾ। ਸਗੋਂ ਇਹ ਵਿਰੋਧੀ ਵਿਚਾਰਧਾਰਾਵਾਂ ਦਾ ਮਕੜ-ਜਾਲ ਹੈ। ਵਿਰੋਧਤਾਈਆਂ ਬ੍ਰਾਹਮਣਵਾਦ ਨੂੰ ਕਮਜ਼ੋਰ ਨਹੀਂ ਕਰਦੀਆਂ, ਸਗੋਂ ਇਸਦੇ ਅਸਤਿਤਵ ਨੂੰ ਕਾਇਮ ਰੱਖਣ ਅਤੇ ਆਪਣੇ ਟੀਚੇ ਨੂੰ ਸਰ ਕਰਨ ਵਿੱਚ ਮਦਦ ਕਰਦੀਆਂ ਹਨ। ਕਿਉਂਕਿ ਬ੍ਰਾਹਮਣਵਾਦ ਦੀ ਜੜੂ ਕੋਈ ਇੱਕ ਵਿਚਾਰਧਾਰਾ ਨਹੀਂ ਹੈ, ਸਗੋਂ ਇਹ ਟੀਚਾ ਹੈ ਜਿਸ ਲਈ ਵਿਚਾਰਧਾਰਾ ਵਿੱਚ ਕਿਸੇ ਵੀ ਹੱਦ ਤੱਕ ਲਚਕਤਾ ਲਿਆਂਦੀ ਜਾ ਸਕਦੀ ਹੈ। ਇਸ ਲਈ ਬ੍ਰਾਹਮਣਵਾਦ ਨੂੰ ਇਸਦੇ ਸਥਿਰ ਟੀਚੇ ਦੁਆਰਾ ਪਰਿਭਾਸ਼ਿਤ ਕੀਤਾ ਜਾ ਸਕਦਾ ਹੈ ਜੋ ਕਿ ਇਸ ਪ੍ਰਕਾਰ ਹੈ:

"ਰਾਜਨੀਤਿਕ, ਆਰਥਿਕ ਅਤੇ ਧਾਰਮਿਕ ਅਧਿਕਾਰਾਂ ਉੱਤੇ ਜਨਮ ਦੁਆਰਾ ਨਿਰਧਾਰਤ ਅਖੌਤੀ ਸਵਰਨ ਜਾਤੀ ਘੱਟਗਿਣਤੀ ਦੇ ਆਰੀਅਨ ਮੂਲ ਦੇ ਮਰਦਾਂ ਦਾ ਦਬਦਬਾ ਸਦਾ ਬਣਿਆ ਰਹੇ"

ਜੇਕਰ ਅਸੀਂ ਇਸ ਟੀਚੇ ਦੇ ਆਧਾਰ 'ਤੇ ਬ੍ਰਾਹਮਣਵਾਦ ਨੂੰ ਸਮਝਣ ਦੀ ਕੋਸ਼ਿਸ਼ ਕਰੀਏ ਤਾਂ ਹੀ ਇਸ ਬੁਝਾਰਤ ਦੀਆਂ ਖਿੱਲਰੀਆਂ ਕੜੀਆਂ ਇੱਕ-ਦੂਜੇ ਨਾਲ ਮੇਲ ਖਾਂਦੀਆਂ ਨਜ਼ਰ ਆਉਣਗੀਆਂ। ਬ੍ਰਾਹਮਣਵਾਦ ਦਾ ਟੀਚਾ ਪ੍ਰਾਪਤ ਕਰਨ ਲਈ ਭਰਮਜਾਲ ਚਾਰ ਥੰਮ੍ਹਾਂ ਉੱਤੇ ਆਧਾਰਿਤ ਹੈ। ਇਨ੍ਹਾਂ ਨੂੰ ਸਮਝੇ ਬਿਨਾਂ ਨਾ ਤਾਂ ਬ੍ਰਾਹਮਣਵਾਦ ਨੂੰ ਸਮਝਿਆ ਜਾ ਸਕਦਾ ਹੈ ਅਤੇ ਨਾ ਹੀ ਇਨ੍ਹਾਂ ਤੋਂ ਛੁਟਕਾਰਾ ਪਾਏ ਬਿਨਾਂ ਬ੍ਰਾਹਮਣਵਾਦ ਤੋਂ ਬਚਿਆ ਜਾ ਸਕਦਾ ਹੈ। ਇਹ ਚਾਰ ਥੰਮ੍ਹ ਹਨ:

1. ਜਨਮ ਆਧਾਰਿਤ ਜਾਤੀ ਅਸਮਾਨਤਾ,
2. ਮਿਥਿਹਾਸ-ਆਧਾਰਿਤ ਧਾਰਮਿਕ ਵਿਸ਼ਵਾਸ,
3. ਅਣਮਨੁੱਖੀ ਰਾਸ਼ਟਰਵਾਦ, ਅਤੇ
4. ਦੂਜਿਆਂ ਪ੍ਰਤੀ ਨਿਰੰਤਰ ਅਸਹਿਣਸ਼ੀਲਤਾ (ਪ੍ਰਤੀਕ੍ਰਾਂਤੀ)।

ਸਭ ਤੋਂ ਪਹਿਲਾਂ, ਮੈਂ ਇਹਨਾਂ ਚਾਰ ਥੰਮ੍ਹਾਂ ਦਾ ਵਿਸਤ੍ਰਿਤ ਵੇਰਵਾ ਆਪਣੀ ਕਿਤਾਬ "ਸਿੱਖ ਦੀ ਇਕੋ ਵੈਰੀ, ਬ੍ਰਾਹਮਣਵਾਦ" (ਪੰਜਾਬੀ) ਅਤੇ "ਸੋਲ ਐਨੀਮੀ ਆਫ਼ ਏ ਸਿੱਖ, ਬ੍ਰਾਹਮਨਿਜ਼ਮ" (ਅੰਗਰੇਜ਼ੀ) ਵਿੱਚ ਦਿੱਤਾ ਸੀ। ਜੋ ਇਨ੍ਹਾਂ ਚਾਰ ਥੰਮ੍ਹਾਂ ਦੇ ਪ੍ਰਭਾਵ ਤੋਂ ਮੁਕਤ ਹੈ, ਉਹੀ ਬ੍ਰਾਹਮਣਵਾਦ ਤੋਂ ਮੁਕਤ ਕਿਹਾ ਜਾ ਸਕਦਾ ਹੈ। ਇਸ ਲਈ ਇਹਨਾਂ ਚਾਰ ਥੰਮ੍ਹਾਂ ਦੇ ਉਦੇਸ਼ ਅਤੇ ਕਾਰਜ ਪ੍ਰਣਾਲੀ ਦਾ ਗਿਆਨ ਹੋਣਾ ਬਹੁਤ ਜ਼ਰੂਰੀ ਹੈ:

1. ਜਨਮ ਅਧਾਰਤ ਜਾਤੀ ਅਸਮਾਨਤਾ

ਵਰਣ-ਵਿਵਸਥਾ ਬ੍ਰਾਹਮਣਵਾਦ ਦਾ ਮੂਲ ਆਧਾਰ ਹੈ ਜੋ ਹਰ ਬ੍ਰਾਹਮਣੀ ਗ੍ਰੰਥ—ਵੇਦ, ਪੁਰਾਣ, ਗੀਤਾ, ਸ਼ਾਸਤਰ, ਸਮ੍ਰਿਤੀ—ਦੁਆਰਾ ਮਜ਼ਬੂਤੀ ਨਾਲ ਸਥਾਪਿਤ ਕੀਤੀ ਗਈ ਹੈ। ਸਭ ਤੋਂ ਪਹਿਲਾਂ ਵਰਣ-ਵਿਵਸਥਾ ਦਾ ਆਧਾਰ ਰਿਗਵੇਦ ਦੇ ਦਸਮ ਮੰਡਲ ਦਾ ਪੁਰਸ਼ਸੁਕਤ ਮੰਨਿਆ ਜਾਂਦਾ ਹੈ, ਜਿਸ ਵਿੱਚ ਚਤੁਰਵਰਣ ਦੀ ਉਤਪਤੀ ਦਾ ਵਰਣਨ ਕੀਤਾ ਗਿਆ ਹੈ:

ਬ੍ਰਾਹਮਣੋऽਸ੍ਯ ਮੁਖਮਾਸੀਦ ਬਾਹੁ ਰਾਜਨਯ: ਕ੍ਰਿਤਹ:।
ਉਰੁ ਤਦਸ੍ਯ ਯਦੈਸ਼੍ਯ: ਪਦ੍ਭਯਾਂ ਸ਼ੁਦ੍ਰੋऽਅਜਾਯਤ।। (ਰਿਗਵੇਦ 10-90-11)

ਅਰਥ: ਵਿਰਾਟ ਪੁਰਸ਼ (ਪਰਮਾਤਮਾ) ਦੇ ਮੂੰਹ ਤੋਂ ਬ੍ਰਾਹਮਣ, ਅਤੇ ਬਾਹਾਂ ਤੋਂ ਛੱਤਰੀ ਪੈਦਾ ਹੋਏ।

ਵੈਸ਼ ਪੱਟਾਂ ਤੋਂ, ਅਤੇ ਸ਼ੁਦਰ ਪੈਰਾਂ ਤੋਂ ਪੈਦਾ ਹੋਏ ਹਨ।

ਜਾਤੀ ਆਧਾਰਿਤ ਅਸਮਾਨਤਾ ਨੂੰ ਧਾਰਮਿਕ ਤੌਰ 'ਤੇ ਸਥਾਪਿਤ ਕਰਨ ਦਾ ਮੁੱਖ ਉਦੇਸ਼ ਭਾਰਤ ਦੇ ਦਲਿਤਾਂ, ਆਦਿਵਾਸੀਆਂ ਅਤੇ ਹੋਰ ਘੱਟ ਗਿਣਤੀਆਂ ਨੂੰ ਬਰਾਬਰ ਦੇ ਮੌਕਿਆਂ ਅਤੇ ਅਧਿਕਾਰਾਂ ਤੋਂ ਵਾਂਝਾ ਕਰਨਾ ਹੈ, ਤਾਂ ਜੋ ਸਾਰੇ ਅਧਿਕਾਰ ਆਸਾਨੀ ਨਾਲ ਉੱਚ ਜਾਤੀਆਂ ਦੇ ਹਵਾਲੇ ਕੀਤੇ ਜਾ ਸਕਣ।

ਵਰਣ-ਵਿਵਸਥਾ ਬ੍ਰਾਹਮਣਵਾਦ ਦਾ ਸਭ ਤੋਂ ਵੱਧ ਪ੍ਰਤੱਖ ਰੂਪ ਹੋਣ ਕਾਰਨ ਬਹੁਤੇ ਚਿੰਤਕ ਇਸ ਤੱਕ ਹੀ ਸੀਮਤ ਰਹਿ ਜਾਂਦੇ ਹਨ। ਇਸ ਅਗਿਆਨਤਾ ਕਾਰਨ ਇੱਕ ਪਾਸੇ ਉਹ ਜਾਤ-ਪਾਤ ਦਾ ਵਿਰੋਧ ਕਰਦੇ ਹਨ, ਪਰ ਦੂਜੇ ਪਾਸੇ ਕਿਸੇ ਹੋਰ ਥੰਮੂ ਦੇ ਪ੍ਰਭਾਵ ਹੇਠ ਬ੍ਰਾਹਮਣਵਾਦ ਦੇ ਜਾਲ ਵਿੱਚ ਫਸ ਜਾਂਦੇ ਹਨ।

ਕੁਝ ਲੋਕ "ਬ੍ਰਾਹਮਣਵਾਦ" ਸ਼ਬਦ 'ਤੇ ਇਤਰਾਜ਼ ਕਰਦੇ ਹਨ ਕਿ ਇਹ "ਬ੍ਰਾਹਮਣ" ਲੋਕਾਂ ਦੇ ਵਿਰੁੱਧ ਜਾਂਦਾ ਹੈ। ਉਹਨਾ ਦਾ ਕਹਿਣਾ ਹੈ ਕਿ "ਬ੍ਰਾਹਮਣਵਾਦ" ਦੀ ਬਜਾਏ "ਜਾਤੀਵਾਦ" ਸ਼ਬਦ ਵਰਤਿਆ ਜਾਣਾ ਚਾਹੀਦਾ ਹੈ। ਕਿਉਂਕਿ ਜਾਤੀਵਾਦ ਜਾਂ ਨਸਲਵਾਦ ਦੁਨੀਆਂ ਦੇ ਹੋਰਨਾਂ ਦੇਸ਼ਾਂ ਵਿੱਚ ਵੀ ਹੁੰਦਾ ਹੈ। ਇੱਥੇ ਜਾਤੀ ਵਿਤਕਰੇ ਨੂੰ ਮਿਲੇ ਧਾਰਮਿਕ ਅਧਿਕਾਰ ਨੂੰ ਨਜ਼ਰਅੰਦਾਜ਼ ਨਹੀਂ ਕੀਤਾ ਜਾ ਸਕਦਾ। ਅਤੇ ਬ੍ਰਾਹਮਣਵਾਦ ਸਿਰਫ ਵਰਣ-ਵਿਵਸਥਾ 'ਤੇ ਹੀ ਆਧਾਰਿਤ ਨਹੀਂ ਹੈ, ਇਸਦੇ ਚਾਰ ਥੰਮੂ ਹਨ। "ਬ੍ਰਾਹਮਣਵਾਦ" ਤੋਂ ਇਲਾਵਾ ਜੇ ਕੋਈ ਹੋਰ ਸ਼ਬਦ ਹੈ ਜੋ ਇਹਨਾਂ ਚਾਰ ਥੰਮੂਆਂ ਦੀ ਸਮੂਹਿਕ ਭਾਵਨਾ ਨੂੰ ਪ੍ਰਗਟ ਕਰਦਾ ਹੋਵੇ, ਤਾਂ ਦੱਸੋ।

2. ਮਿਥਿਹਾਸ-ਆਧਾਰਿਤ ਧਾਰਮਿਕ ਵਿਸ਼ਵਾਸ

ਮਿਥਿਹਾਸ-ਆਧਾਰਿਤ ਵਿਸ਼ਵਾਸ ਦਾ ਮੁੱਖ ਉਦੇਸ਼ ਅਧਿਆਤਮਿਕ ਤੌਰ 'ਤੇ ਕਮਜ਼ੋਰ ਸਮਾਜ ਦੀ ਸਿਰਜਨਾ ਕਰਨ ਹੈ ਜਿਸ ਨੂੰ ਗ਼ੁਲਾਮ ਬਣਾਉਣਾ ਆਸਾਨ ਹੋਵੇ। ਕੁਦਰਤੀ ਸਿਧਾਂਤਾਂ ਦੇ ਵਿਰੁੱਧ ਮਨਘੜਤ ਮਿਥਿਹਾਸਕ

ਕਹਾਣੀਆਂ ਨਾਲ ਬਹੁਤ ਸਾਰੇ ਗ੍ਰੰਥ ਭਰ ਦਿੱਤੇ ਹਨ ਅਤੇ ਇਹਨਾਂ ਨੂੰ ਹੀ ਧਰਮ ਦਾ ਅਨਿੱਖੜਵਾਂ ਅੰਗ ਬਣਾ ਦਿੱਤਾ ਗਿਆ ਹੈ। ਰੱਬੀ ਹੁਕਮ ਤੋਂ ਕੋਹਾਂ ਦੂਰ, ਚਮਤਕਾਰਾਂ ਅਤੇ ਪੁਨਰ-ਜਨਮ ਦੀਆਂ ਕਹਾਣੀਆਂ ਵਿੱਚ ਵਿਸ਼ਵਾਸ ਬਣ ਜਾਣਾ ਬ੍ਰਾਹਮਣਵਾਦ ਦੇ ਡੂੰਘੇ ਪ੍ਰਭਾਵ ਨੂੰ ਦਰਸਾਉਂਦਾ ਹੈ। ਚਮਤਕਾਰਾਂ ਵਿੱਚ ਵਿਸ਼ਵਾਸ ਨਾ ਸਿਰਫ਼ ਮਨੁੱਖ ਨੂੰ ਅਧਿਆਤਮਿਕ ਤੌਰ 'ਤੇ ਕਮਜ਼ੋਰ ਕਰਦਾ ਹੈ, ਸਗੋਂ ਉਸਨੂੰ ਬੌਧਿਕ ਤੌਰ 'ਤੇ ਵੀ ਇੰਨਾ ਖੋਖਲਾ ਕਰ ਦਿੰਦਾ ਹੈ ਕਿ ਉਹ ਸਵਾਲ ਪੁੱਛਣ ਦੀ ਸਮਰੱਥਾ ਗੁਆ ਬੈਠਦਾ ਹੈ।

ਅਖੌਤੀ ਸੰਤ ਜਾਂ ਡੇਰੇ ਇਸ ਸੋਚ ਨੂੰ ਪ੍ਰਫੁੱਲਤ ਕਰਨ ਲਈ ਅਨੁਕੂਲ ਧਾਰਮਿਕ ਅਤੇ ਸਿਆਸੀ ਮਾਹੌਲ ਸਿਰਜਣ ਵਿੱਚ ਸਹਾਈ ਹੁੰਦੇ ਹਨ। ਡੇਰੇ, ਚਾਹੇ ਗੈਰ-ਹਿੰਦੂ (ਈਸਾਈ, ਸਿੱਖ, ਜਾਂ ਮੁਸਲਮਾਨ) ਹੋਣ, ਆਪਣੇ ਮੂਲ ਧਰਮ ਵਿੱਚ ਬ੍ਰਾਹਮਣਵਾਦ ਦੀ ਘੁਸਪੈਠ ਦਾ ਕਾਰਨ ਬਣਦੇ ਹਨ। ਇਹੀ ਕਾਰਨ ਹੈ ਕਿ ਡੇਰੇਦਾਰਾਂ 'ਤੇ ਗੰਭੀਰ ਦੋਸ਼ਾਂ ਦੇ ਬਾਵਜੂਦ ਉਨ੍ਹਾਂ ਨੂੰ ਦੰਡ ਰਹਿਤ ਵਿਵਸਥਾ ਦੀ ਸਹੂਲਤ ਦਿੱਤੀ ਜਾਂਦੀ ਹੈ। ਇਸ ਵਿਸ਼ੇ 'ਤੇ ਵਿਸਤ੍ਰਿਤ ਚਰਚਾ "ਰੌਣਕੀ ਰਾਮ ਦੇ 'ਰੋਸ਼ਨ' ਡੇਰੇ" ਵਿੱਚ ਕੀਤੀ ਗਈ ਹੈ।

3. ਅਣਮਨੁੱਖੀ ਰਾਸ਼ਟਰਵਾਦ

ਆਪਣੇ ਵਤਨ ਜਾਂ ਜਨਮ-ਸਥਾਨ ਲਈ ਪਿਆਰ ਇੱਕ ਬਹੁਤ ਹੀ ਕੁਦਰਤੀ ਭਾਵਨਾ ਹੈ। ਪਰ ਜਦੋਂ ਉਦੇਸ਼ ਇਮਾਨਦਾਰੀ ਅਤੇ ਜ਼ਿੰਮੇਵਾਰੀ ਤੋਂ ਮੂੰਹ ਮੋੜ ਕੇ ਸੱਤਾ ਹਥਿਆਉਣ ਦਾ ਹੀ ਹੋਵੇ, ਤਾਂ ਉਸ ਨੂੰ ਅਣਮਨੁੱਖੀ ਰਾਸ਼ਟਰਵਾਦ ਕਿਹਾ ਜਾਂਦਾ ਹੈ। ਇਸ ਦਾ ਮੁੱਖ ਉਦੇਸ਼ ਸਾਮ, ਦਾਮ, ਦੰਡ ਅਤੇ ਭੇਦ ਦੀ ਰਣਨੀਤੀ ਨਾਲ ਸੱਤਾ ਵਿਚ ਬਣੇ ਰਹਿਣਾ ਅਤੇ ਦੇਸ਼ ਦੀਆਂ ਹੱਦਾਂ ਨੂੰ ਬ੍ਰਾਹਮਣਵਾਦ ਦੀ ਤਾਕਤ ਵਧਾਉਣ ਦਾ ਸਾਧਨ ਬਣਾਉਣਾ ਹੈ। ਇਹੀ ਮਕਸਦ ਛੱਤਰੀ-ਬ੍ਰਾਹਮਣ ਜਾਂ ਰਾਜਾ-ਪੁਜਾਰੀ ਦਾ ਇੱਕ-ਦੂਜੇ ਨੂੰ ਸਥਾਪਤ ਕਰਨ ਲਈ ਜੁਗਲਬੰਦੀ ਬਣਾਉਂਦਾ ਹੈ।

ਰਾਸ਼ਟਰਵਾਦ ਦੀ ਭਾਵਨਾ ਮਨੁੱਖ ਦੁਆਰਾ ਬਣਾਈਆਂ ਸੀਮਾਵਾਂ ਨੂੰ ਰੱਬ ਦੁਆਰਾ ਬਣਾਈ ਮਨੁੱਖਤਾ ਨਾਲੋਂ ਵੱਡੀ ਬਣਾ ਦਿੰਦੀ ਹੈ। ਪ੍ਰਾਚੀਨ ਕਾਲ ਵਿੱਚ ਆਰੀਆਵਰਤ ਗੰਗਾ-ਜਮੁਨਾ ਦੀਆਂ ਸੀਮਾਵਾਂ ਤੱਕ ਸੀਮਤ ਸੀ। ਇਨ੍ਹਾਂ ਸੀਮਾਵਾਂ ਤੋਂ ਬਾਹਰਲੇ ਦੇਸ਼ (ਜਿਵੇਂ ਕਿ ਪੰਜਾਬ, ਕਲਿੰਗ, ਕੋਂਕਣ, ਪੁਰਬੀ ਬੰਗਾਲ ਆਦਿ) ਅਤੇ ਇੱਥੇ ਰਹਿਣ ਵਾਲੇ ਲੋਕਾਂ ਨੂੰ ਅਪਵਿੱਤਰ ਕਰਾਰ ਦਿੱਤਾ ਗਿਆ ਸੀ। ਮੌਜੂਦਾ ਸਮੇਂ ਵਿੱਚ ਗੁਆਂਢੀ ਮੁਲਕਾਂ ਦੀਆਂ ਸਰਹੱਦਾਂ ਸਮੇਤ ਅਖੰਡ-ਭਾਰਤ ਦਾ ਸੁਪਨਾ ਦਿਖਾਇਆ ਜਾ ਰਿਹਾ ਹੈ।

ਰਾਸ਼ਟਰਵਾਦ ਦਾ ਉਹੀ ਵਰਨਣ ਕੀਤਾ ਜਾਂਦਾ ਹੈ ਜੋ ਬ੍ਰਾਹਮਣਵਾਦ ਦੇ ਅਨੁਕੂਲ ਹੋਵੇ। ਮਿਸਾਲ ਵਜੋਂ 'ਭਾਰਤ ਮਾਤਾ ਕੀ ਜੈ' ਦੇ ਨਾਅਰੇ ਨੂੰ ਰਾਸ਼ਟਰ ਦਾ ਨਾਅਰਾ ਬਣਾ ਦਿੱਤਾ ਗਿਆ ਹੈ। ਸਿੱਖ ਧਰਮ ਜਾਂ ਇਸਲਾਮ ਅਨੁਸਾਰ ਕਾਲਪਨਿਕ ਦੇਵੀ-ਦੇਵਤਿਆਂ ਨੂੰ ਮੱਥਾ ਨਹੀਂ ਟੇਕਿਆ ਜਾਂਦਾ। ਪਰ ਬ੍ਰਾਹਮਣ ਧਰਮ ਨੂੰ ਕੋਈ ਫ਼ਰਕ ਨਹੀਂ ਪੈਂਦਾ; ਜਿੱਥੇ 33 ਕਰੋੜ ਦੇਵੀ-ਦੇਵਤੇ ਹਨ, ਉੱਥੇ ਇੱਕ ਹੋਰ ਭਾਰਤ ਮਾਤਾ ਵੀ ਹੋ ਜਾਵੇ।

ਗਊ ਪੂਜਾ ਵੀ ਬ੍ਰਹਮਣ ਧਰਮ ਦਾ ਹੀ ਹਿੱਸਾ ਹੈ। ਪਰ ਗਊਸ਼ਾਲਾ ਲਈ ਟੈਕਸ ਦੀ ਵਸੂਲੀ ਹਰ ਕਿਸੇ ਤੋਂ ਕੀਤੀ ਜਾਂਦੀ ਹੈ। ਜਦੋਂ ਸਿੱਖ ਆਪਣੇ ਧਰਮ ਅਨੁਸਾਰ ਲੰਗਰ ਦਾ ਪ੍ਰਬੰਧ ਕਰਦੇ ਹਨ ਤਾਂ ਉਹ ਖਰਚਾ ਆਪਣੇ ਨਿੱਜੀ ਸਾਧਨਾਂ ਤੋਂ ਕਰਦੇ ਹਨ। ਸਰਕਾਰ ਤੋਂ ਕੋਈ ਮਦਦ ਨਹੀਂ ਮਿਲਦੀ ਅਤੇ ਨਾ ਹੀ ਸਿੱਖਾਂ ਦੀ ਅਜਿਹੀ ਕੋਈ ਮੰਗ ਹੈ। ਉਲਟਾ ਲੰਗਰ ਸਮੱਗਰੀ 'ਤੇ ਜੀ.ਐੱਸ.ਟੀ ਟੈਕਸ ਲਗਾਇਆ ਜਾਂਦਾ ਹੈ। ਪਰ ਗਊ ਨੂੰ ਮਾਂ ਮੰਨਣ ਵਾਲਿਆਂ ਨੇ ਆਪਣੇ ਧਰਮ ਦੀ ਪਾਲਣਾ ਨੂੰ ਹੀ ਰਾਸ਼ਟਰਵਾਦ ਦਾ ਹਿੱਸਾ ਬਣਾ ਲਿਆ ਹੈ, ਜਿਸ ਕਰਕੇ ਸਾਰਿਆਂ ਨੂੰ ਉਨ੍ਹਾਂ ਦੇ ਧਰਮ ਦੀ ਪਾਲਣਾ ਕਰਨੀ ਪਵੇ। ਜਿਹੜਾ ਭਾਰਤ ਮਾਤਾ ਦਾ ਨਾਅਰਾ ਨਹੀਂ ਲਾਉਂਦਾ ਜਾਂ ਗਾਂ ਲਈ ਟੈਕਸ ਦੇਣ ਦੇ ਵਿਰੁੱਧ ਬੋਲੇ, ਉਹ ਦੇਸ਼ਧ੍ਰੋਹੀ। ਪਰ ਦੇਸ਼ ਦੇ ਹਜ਼ਾਰਾਂ ਕਰੋੜਾਂ ਰੁਪਏ ਲੁੱਟਣ ਵਾਲੇ ਸਰਮਾਏਦਾਰ, ਜੋ ਲਗਭਗ ਸਾਰੇ ਹੀ ਉੱਚ ਜਾਤੀ ਤੋਂ ਹੁੰਦੇ ਹਨ, ਨੂੰ ਕਦੇ ਵੀ ਦੇਸ਼ਧ੍ਰੋਹੀ ਨਹੀਂ ਕਿਹਾ ਜਾਂਦਾ। ਚਾਹੇ ਉਨ੍ਹਾਂ ਕਾਰਨ ਹੀ ਦੇਸ਼ ਦੇ ਕਰੋੜਾਂ ਗਰੀਬ-ਦਲਿਤ-ਕਿਸਾਨ ਭੁੱਖਮਰੀ ਦੀ ਹਾਲਤ 'ਚ ਹਨ। ਇਸੇ ਲਈ ਤਾਂ ਇਸਨੂੰ ਅਣਮਨੁੱਖੀ ਰਾਸ਼ਟਰਵਾਦ ਕਿਹਾ ਹੈ। ਭ੍ਰਿਸ਼ਟ ਸਿਸਟਮ ਨੂੰ ਕਾਇਮ ਰੱਖਣ ਲਈ ਇਹ ਸਰਮਾਏਦਾਰ ਪੂੰਜੀ ਦਾ ਸਰੋਤ ਹਨ। ਪੂੰਜੀਵਾਦ ਦਾ ਚਾਹੇ ਪੂਰੀ ਦੁਨੀਆ ਦੀ ਰਾਜਨੀਤੀ 'ਤੇ ਦਬਦਬਾ ਹੈ, ਪਰ ਭਾਰਤ ਵਿਚ ਇਸ ਨੂੰ ਬ੍ਰਹਮਣਵਾਦੀ ਰਾਸ਼ਟਰਵਾਦ ਦੀ ਵੱਧ ਸੁਰੱਖਿਆ ਮਿਲੀ ਹੋਈ ਹੈ ਜੋ ਇਸਨੂੰ ਹੋਰ ਘਾਤਕ ਬਣਾਉਂਦਾ ਹੈ।

ਸੰਖੇਪ ਵਿੱਚ, ਬ੍ਰਹਮਣਵਾਦ ਹੀ ਰਾਸ਼ਟਰਵਾਦ ਨੂੰ ਪਰਿਭਾਸ਼ਿਤ ਕਰਦਾ ਹੈ, ਅਤੇ ਇਸ ਰਾਸ਼ਟਰਵਾਦ ਦੀ ਰਾਜਨੀਤਿਕ ਸ਼ਕਤੀ ਨਾਲ, ਬ੍ਰਹਮਣਵਾਦ ਪੂਰੇ ਦੇਸ਼ ਦੇ ਸੱਭਿਆਚਾਰ ਵਜੋਂ ਸਥਾਪਿਤ ਕੀਤਾ ਜਾਂਦਾ ਹੈ। ਦੇਸ਼ ਵਿੱਚ ਘੱਟ ਗਿਣਤੀਆਂ ਅਤੇ ਦਲਿਤਾਂ ਦੇ ਮਨੁੱਖੀ ਅਧਿਕਾਰਾਂ ਦੀ ਘੋਰ ਉਲੰਘਣਾ ਹੋ ਰਹੀ ਹੈ। ਪਰ ਦੂਜੇ ਵਿਕਸਤ ਅਤੇ ਲੋਕਤੰਤਰੀ ਦੇਸ਼ ਇਸ ਬਾਰੇ ਚੁੱਪ ਹਨ। ਇਹ ਚੁੱਪੀ ਨੂੰ ਇਨ੍ਹਾਂ ਦੇਸ਼ਾਂ ਲਈ ਭਾਰਤ ਦੀਆਂ ਅਖੰਡ ਸਰਹੱਦਾਂ ਦੇ ਵਿਸ਼ਾਲ ਬਾਜ਼ਾਰ ਦੇ ਦਰਵਾਜ਼ੇ ਖੋਲ੍ਹ ਕੇ ਖਰੀਦੀ ਜਾਂਦੀ ਹੈ। ਮਨੁੱਖੀ ਅਧਿਕਾਰਾਂ ਦੇ ਮੁਕਾਬਲੇ ਵਪਾਰਕ ਲਾਭ ਨੂੰ ਪਹਿਲ ਮਿਲਦੀ ਹੈ।

ਬ੍ਰਹਮਣਵਾਦ ਦੇ ਭਰਮ-ਜਾਲ ਕਾਰਨ ਬਹੁਜਨ ਇੱਕ ਪਾਸੇ ਜਾਤੀਵਾਦ ਦਾ ਵਿਰੋਧ ਕਰਦੇ ਹਨ ਪਰ ਦੂਜੇ ਪਾਸੇ ਭਾਰਤ ਦੀ ਅਖੰਡਤਾ ਦੀ ਸਹੁੰ ਖਾ ਕੇ ਆਪਣੇ-ਆਪ ਨੂੰ ਸਭ ਤੋਂ ਵੱਡਾ ਰਾਸ਼ਟਰਵਾਦੀ ਸਾਬਤ ਕਰਨ ਵਿੱਚ ਪਿੱਛੇ ਨਹੀਂ ਹਟਦੇ। ਉਹ ਇਹ ਸਮਝਣ ਵਿੱਚ ਅਸਫਲ ਰਹਿੰਦੇ ਹਨ ਕਿ ਰਾਸ਼ਟਰਵਾਦ ਦਾ ਨਿਯੰਤਰਿਤ ਬਿਰਤਾਂਤ ਬ੍ਰਹਮਣਵਾਦੀ ਦਮਨਕਾਰੀ ਪ੍ਰਣਾਲੀ ਨੂੰ ਮਜ਼ਬੂਤ ਕਰਦਾ ਹੈ। ਹਿੰਦੀ-ਹਿੰਦੂ-ਹਿੰਦੁਸਤਾਨ ਦਾ ਅੰਤਰਿਕ ਭਾਵ ਨਿਯੰਤਰਿਤ-ਬ੍ਰਹਮਣਵਾਦ-ਹਕੂਮਤ ਹੈ।

ਭਾਰਤ ਰਾਜਾਂ ਦਾ ਸੰਘ ਹੈ। ਇਹ ਦੇਸ਼ ਤਿੰਨ ਵੱਡੇ ਇਕਰਾਰ ਦੇ ਆਧਾਰ 'ਤੇ ਬਣਿਆ ਹੈ: ਸੰਘੀ ਢਾਂਚਾ ਭਾਵ ਰਾਜਾਂ ਦੇ ਵੱਧ ਅਧਿਕਾਰ; ਬਰਾਬਰ ਦਾ ਨਿਆਂ 'ਤੇ ਮੌਕੇ; ਅਤੇ ਧਰਮ ਨਿਰਪੱਖਤਾ। ਪਰ ਇਨ੍ਹਾਂ ਵਾਅਦਿਆਂ ਨੂੰ ਨਿਭਾਉਣ ਦਾ ਮਤਲਬ ਬ੍ਰਹਮਣਵਾਦ ਦੇ ਥੰਮ੍ਹਾਂ 'ਤੇ ਸਿੱਧਾ ਹਮਲਾ ਹੈ। ਇਹ ਇਕਰਾਰ ਸਿਰਫ਼ ਸੱਤਾ

ਹਥਿਆਉਣ ਲਈ ਕੀਤੇ ਗਏ ਸਨ। ਨਤੀਜਾ, ਭਾਰਤ ਵਿੱਚ ਸੰਘੀ ਢਾਂਚੇ ਦੀ ਬਜਾਏ ਕੇਂਦਰੀਕਰਨ; ਬਰਾਬਰੀ ਦੀ ਥਾਂ ਪੱਖਪਾਤ 'ਤੇ ਅੱਤ ਦੀ ਅਸਮਾਨਤਾ; ਧਰਮ-ਨਿਰਪੱਖਤਾ ਦੀ ਥਾਂ ਬ੍ਰਾਹਮਣਵਾਦੀ ਰਾਸ਼ਟਰਵਾਦ ਵਿੱਚ ਸਮਾਏ ਜਾਣਾ ਦੇਖਣ ਨੂੰ ਮਿਲ ਰਿਹਾ ਹੈ। ਹਰ ਨਵਾਂ ਦਿਨ ਇਨ੍ਹਾਂ ਵਾਅਦਿਆਂ ਦੇ ਟੁੱਟਣ ਦੀ ਨਵੀਂ ਕਹਾਣੀ ਲਿਖ ਰਿਹਾ ਹੈ। ਅਤੇ ਇਹ ਸਭ ਕੁਝ ਸੰਵਿਧਾਨ ਦੇ ਨਾਂ 'ਤੇ ਹੋ ਰਿਹਾ ਹੈ। ਇਹ ਕਹਿਣਾ ਗਲਤ ਨਹੀਂ ਹੋਵੇਗਾ ਕਿ ਇਤਿਹਾਸ ਵਿੱਚ ਇੰਨੀ ਵੱਡੀ ਸਰਹੱਦ ਤੇ ਰਾਸ਼ਟਰੀ ਤਾਕਤ ਕਦੇ ਵੀ ਬ੍ਰਾਹਮਣਵਾਦੀ ਤਾਕਤਾਂ ਕੋਲ ਨਹੀਂ ਸੀ ਜੋ 1947 ਤੋਂ ਬਾਅਦ ਆਈ ਹੈ।

4. ਦੂਜਿਆਂ ਪ੍ਰਤੀ ਨਿਰੰਤਰ ਅਸਹਿਣਸ਼ੀਲਤਾ (ਪ੍ਰਤੀਕ੍ਰਾਂਤੀ)

ਇੱਕ ਝੂਠ ਨੂੰ ਛੁਪਾਉਣ ਲਈ ਸੌ ਝੂਠ ਬੋਲਣੇ ਪੈਂਦੇ ਹਨ। ਪਰ ਬ੍ਰਾਹਮਣਵਾਦ ਦੀ ਬੁਨਿਆਦ ਜਾਤੀਵਾਦ, ਮਿੱਥ ਅਤੇ ਅਣਮਨੁੱਖੀ ਅਸਮਾਨਤਾ ਹੈ। ਇਸ ਲਈ ਬ੍ਰਾਹਮਣਵਾਦ ਦੀ ਹੋਂਦ ਲਈ ਦੂਜੇ ਧਰਮਾਂ ਅਤੇ ਵਿਚਾਰਾਂ ਨੂੰ ਦਬਾਉਣ ਅਤੇ ਨਫ਼ਰਤ ਦਾ ਮਾਹੌਲ ਬਣਾਈ ਰੱਖਣਾ ਜ਼ਰੂਰੀ ਹੋ ਜਾਂਦਾ ਹੈ। ਬ੍ਰਾਹਮਣਵਾਦ ਦੇ ਇਸ ਚੌਥੇ ਥੰਮ੍ਹ ਦਾ ਮੁੱਖ ਉਦੇਸ਼ ਲਗਾਤਾਰ ਦਖਲਅੰਦਾਜ਼ੀ ਕਰਕੇ ਦੂਜੀਆਂ ਵਿਚਾਰਧਾਰਾਵਾਂ ਨੂੰ ਨਿਘਾਰ ਦੇਣਾ ਹੈ।

ਜੇਕਰ ਆਮ ਲੋਕਾਂ ਵਿੱਚ ਵਿਗਿਆਨਕ-ਪ੍ਰਵਿਰਤੀ ਵਧਦੀ ਹੈ ਤਾਂ ਬ੍ਰਾਹਮਣਵਾਦ ਦੀ ਮਿੱਥ-ਆਧਾਰਿਤ ਆਸਥਾ ਕਮਜ਼ੋਰ ਹੋ ਜਾਂਦੀ ਹੈ। ਜੇਕਰ ਸਮਾਜ ਵਿੱਚ ਬਰਾਬਰੀ ਅਤੇ ਮਨੁੱਖੀ ਅਧਿਕਾਰਾਂ ਪ੍ਰਤੀ ਜਾਗਰੂਕਤਾ ਪੈਦਾ ਹੋਵੇ ਤਾਂ ਜਾਤੀਵਾਦ ਅਤੇ ਰਾਸ਼ਟਰਵਾਦ ਦੇ ਸੰਕਲਪ ਨੂੰ ਚੁਣੌਤੀ ਮਿਲਦੀ ਹੈ। ਇਸੇ ਲਈ ਬ੍ਰਾਹਮਣਵਾਦ ਵੀ ਆਪਣੀ ਹੋਂਦ ਲਈ ਲੜ ਰਿਹਾ ਹੈ, ਜਿਸ ਕਾਰਨ ਪ੍ਰਤੀਕ੍ਰਾਂਤੀ (ਵਿਰੋਧੀ ਇਨਕਲਾਬ) ਇਸ ਦਾ ਸਥਾਈ ਅਤੇ ਮਹੱਤਵਪੂਰਨ ਥੰਮ੍ਹ ਹੈ।

ਅਨੁਸੂਚਿਤ ਜਾਤੀਆਂ, ਅਨੁਸੂਚਿਤ ਜਨਜਾਤੀਆਂ ਅਤੇ ਹੋਰ ਪੱਛੜੀਆਂ ਸ਼੍ਰੇਣੀਆਂ ਦੇ ਰਿਜ਼ਰਵੇਸ਼ਨ ਦਾ ਲਗਾਤਾਰ ਵਿਰੋਧ ਇਸੇ ਪ੍ਰਤੀਕ੍ਰਾਂਤੀ ਦਾ ਹਿੱਸਾ ਹੈ। ਅਖੌਤੀ ਯੋਗਤਾ (ਮੈਰਿਟ) ਨੂੰ ਆਧਾਰ ਬਣਾਕੇ ਰਿਜ਼ਰਵੇਸ਼ਨ ਦਾ ਵਿਰੋਧ ਕੀਤਾ ਜਾਂਦਾ ਹੈ। ਪਰ ਸਿਆਸਤਦਾਨਾਂ ਦੀ ਮਦਦ ਨਾਲ ਅਯੋਗ ਭ੍ਰਿਸ਼ਟ ਸਰਮਾਏਦਾਰ ਦੇਸ਼ ਦੇ ਵਸੀਲਿਆਂ ਦੀ ਲੁੱਟ ਕਰਦੇ ਹਨ, ਜਿਸ ਦਾ ਕਦੇ ਵਿਰੋਧ ਨਹੀਂ ਕੀਤਾ ਜਾਂਦਾ। ਹੋਵੇ ਵੀ ਕਿਉਂ? ਉੱਚ ਜਾਤੀ ਦੇ ਪੂੰਜੀਪਤੀਆਂ ਦੁਆਰਾ ਚਲਾਇਆ ਜਾਂਦਾ ਮੀਡੀਆ ਰਿਜ਼ਰਵੇਸ਼ਨ ਦੇ ਵਿਰੋਧ ਦੀ ਪ੍ਰਚਾਰ ਪ੍ਰਣਾਲੀ ਵਿੱਚ ਮਹੱਤਵਪੂਰਨ ਭੂਮਿਕਾ ਨਿਭਾਉਂਦਾ ਹੈ।

ਦੂਜੇ ਧਰਮਾਂ ਪ੍ਰਤੀ ਅਸਹਿਣਸ਼ੀਲਤਾ ਦੋ ਤਰ੍ਹਾਂ ਨਾਲ ਸਾਮ੍ਹਣੇ ਆਉਂਦੀ ਹੈ। ਭਾਰਤ ਤੋਂ ਬਾਹਰ ਪੈਦਾ ਹੋਏ ਇਸਲਾਮ ਅਤੇ ਈਸਾਈ ਧਰਮ ਨੂੰ ਵਿਦੇਸ਼ੀ ਜਾਂ ਗੌਰ-ਭਾਰਤੀ ਵਜੋਂ ਰੱਦ ਕਰ ਦਿੱਤਾ ਜਾਂਦਾ ਹੈ। ਇਸ ਦੇ ਨਾਲ ਹੀ ਭਾਰਤੀ ਉਪ ਮਹਾਂਦੀਪ ਵਿੱਚ ਪੈਦਾ ਹੋਏ ਜੈਨ, ਬੁੱਧ ਜਾਂ ਸਿੱਖ ਧਰਮ ਨੂੰ ਹਿੰਦੂ ਧਰਮ ਦਾ ਹਿੱਸਾ ਦੱਸ ਕੇ ਬ੍ਰਾਹਮਣਵਾਦ ਵਿੱਚ ਨਿਗਲਣ ਦੇ ਜਤਨ ਕੀਤੇ ਜਾਂਦੇ ਹਨ। ਇਹ ਆਪਣੇ ਆਪ ਵਿੱਚ ਦੋਗਲਾਪਨ ਹੈ ਕਿ ਜਿਹੜੇ ਲੋਕ ਖੁਦ

ਆਰੀਅਨ ਮੂਲ ਦੇ ਹਨ, ਉਹ ਮੂਲ ਨਿਵਾਸੀਆਂ ਨੂੰ ਉਨ੍ਹਾਂ ਦੇ ਧਰਮ ਦੇ ਆਧਾਰ 'ਤੇ ਦੇਸੀ-ਪਰਦੇਸੀ ਕਰਾਰ ਦਿੰਦੇ ਹਨ।

ਦੂਜੇ ਧਰਮਾਂ ਦੇ ਅੰਦਰੂਨੀ ਮਾਮਲਿਆਂ ਵਿੱਚ ਲਗਾਤਾਰ ਦਖਲਅੰਦਾਜ਼ੀ ਕੀਤੀ ਜਾਂਦੀ ਹੈ। ਸਾਲ 2003 ਵਿੱਚ, ਸ਼੍ਰੋਮਣੀ ਗੁਰਦੁਆਰਾ ਪ੍ਰਬੰਧਕ ਕਮੇਟੀ ਨੇ ਸਰਬਸੰਮਤੀ ਨਾਲ ਨਾਨਕਸ਼ਾਹੀ ਕੈਲੰਡਰ ਨੂੰ ਲਾਗੂ ਕੀਤਾ, ਜੋ ਸੂਰਜ-ਸਿਧਾਂਤ ਦੇ ਆਧਾਰ 'ਤੇ ਗੁਰਪੁਰਬਾਂ ਦੀ ਤਾਰੀਖ਼ ਨਿਸ਼ਚਿਤ ਕਰਦਾ ਸੀ। ਸਿੱਖਾਂ ਦਾ ਅੰਦਰੂਨੀ ਮਸਲਾ ਹੋਣ ਦੇ ਬਾਵਜੁਦ ਉਸ ਸਮੇਂ ਦੇ ਆਰ.ਐੱਸ.ਐੱਸ. ਚੀਫ਼ ਕੇ.ਐੱਸ. ਸੁਦਰਸ਼ਨ ਨੇ ਬਿਆਨ ਦਿੱਤਾ ਕਿ ਨਾਨਕਸ਼ਾਹੀ ਕੈਲੰਡਰ ਉਨ੍ਹਾਂ ਨੂੰ ਕਦੇ ਪ੍ਰਵਾਨ ਨਹੀਂ ਹੋਵੇਗਾ (ਦਿ ਟ੍ਰਿਬਿਊਨ, 30 ਜਨਵਰੀ, 2003)। ਸਿੱਖਾਂ ਅੰਦਰ ਬੈਠੇ ਅਖੌਤੀ ਸੰਤਾਂ ਅਤੇ ਡੇਰੇਦਾਰਾਂ ਨੇ ਪੁਰਾਤਨ ਮਰਿਆਦਾ ਬਹਾਲ ਕਰਨ ਦੇ ਨਾਂ 'ਤੇ ਨਾਨਕਸ਼ਾਹੀ ਕੈਲੰਡਰ ਦਾ ਵਿਰੋਧ ਕਰਨਾ ਸ਼ੁਰੂ ਕਰ ਦਿੱਤਾ। ਗੁਰਦੁਆਰਾ ਪ੍ਰਬੰਧਕ ਕਮੇਟੀਆਂ ਵਿੱਚ ਚੋਣਾਂ ਦੀ ਵਿਵਸਥਾ ਨੇ ਸਰਕਾਰ ਲਈ ਆਪਣੀ ਪਸੰਦ ਦੇ ਪ੍ਰਬੰਧਕ ਨਿਯੁਕਤ ਕਰਕੇ ਦਖਲਅੰਦਾਜ਼ੀ ਦੇ ਮੌਕੇ ਖੋਲ੍ਹ ਦਿੱਤੇ ਹੋਏ ਹਨ। ਨਾਨਕਸ਼ਾਹੀ ਕੈਲੰਡਰ ਦੇ ਹੱਕ ਵਿੱਚ ਬੋਲਣ ਵਾਲੇ ਪ੍ਰਬੰਧਕਾਂ ਨੂੰ ਇੱਕ-ਇੱਕ ਕਰਕੇ ਹਟਾ ਦਿੱਤਾ ਗਿਆ। ਕੁਝ ਸਾਲਾਂ ਬਾਅਦ ਫਿਰ ਬਿਕਰਮੀ ਕੈਲੰਡਰ ਲਾਗੂ ਹੋ ਗਿਆ ਪਰ ਨਾਮ ਨਾਨਕਸ਼ਾਹੀ ਕੈਲੰਡਰ ਹੀ ਰਿਹਾ। ਆਰ.ਐੱਸ.ਐੱਸ. ਚੰਗੀ ਤਰ੍ਹਾਂ ਸਮਝਦੀ ਹੈ ਕਿ ਨਾਨਕਸ਼ਾਹੀ ਕੈਲੰਡਰ ਸਿੱਖਾਂ ਨੂੰ ਹਿੰਦੂ ਧਰਮ ਦਾ ਹਿੱਸਾ ਬਣਾਉਣ ਦੇ ਬਿਰਤਾਂਤ ਦੇ ਵਿਰੁੱਧ ਜਾਂਦਾ ਹੈ।

ਬ੍ਰਹਮਣਵਾਦ ਇਨ੍ਹਾਂ ਚਾਰ ਥੰਮ੍ਹਾਂ ਨਾਲ ਹਰ ਧਰਮ, ਜਾਤੀ ਅਤੇ ਰਾਜ ਉੱਤੇ ਪਕੜ ਬਣਾਈ ਰੱਖਦਾ ਹੈ। ਭਾਰਤ ਦਾ ਕੋਈ ਵੀ ਸਮਾਜ ਇਸ ਤੋਂ ਅਛੂਤਾ ਨਹੀਂ ਹੈ। ਦਲਿਤ ਸਮਾਜ ਦੇ ਇੱਕ ਵੱਡੇ ਵਰਗ ਨੂੰ ਇਸ ਗੱਲ ਤੋਂ ਹੀ ਖ਼ੁਸ਼ ਕਰ ਦਿੱਤਾ ਹੈ ਕਿ ਰਾਮਾਇਣ ਲਿਖਣ ਵਾਲੇ ਰਿਸ਼ੀ ਵਾਲਮੀਕਿ ਇੱਕ ਪੱਛੜੀ ਜਾਤੀ ਤੋਂ ਸਨ। ਵਿਸ਼ਵਨਾਥ ਐੱਸ. ਨਰਵਾਣੇ ਦੇ ਅਨੁਸਾਰ, ਮਹਾਂਰਿਸ਼ੀ ਵਾਲਮੀਕਿ ਦਾ ਨਾਮ ਅਗਨੀ ਸ਼ਰਮਾ ਸੀ ਜੋ ਪ੍ਰਚੇਤਾ ਨਾਮ ਦੇ ਭ੍ਰਿਗੁ ਗੋਤਰ ਦੇ ਬ੍ਰਹਮਣ ਦਾ ਪੁੱਤਰ ਸੀ। ਜੇ ਉਹ ਦਲਿਤ ਵੀ ਸੀ ਤਾਂ ਇਸ ਵਿੱਚ ਮਾਣ ਵਾਲੀ ਗੱਲ ਕੀ ਹੈ? ਗੱਲ ਇਹ ਹੋਣੀ ਚਾਹੀਦੀ ਹੈ ਕਿ ਕੀ ਰਾਮਾਇਣ ਦਲਿਤਾਂ ਦੇ ਉੱਥਾਨ ਵਿਚ ਮਦਦਗਾਰ ਹੈ? ਮਿਥਿਹਾਸ-ਆਧਾਰਿਤ ਆਸਥਾ ਦੇ ਥੰਮ੍ਹ ਤੋਂ ਜੇੜ੍ਹੇ ਦਲਿਤ ਸਮਾਜ ਦੇ ਲੋਕ ਮੁਕਤ ਹੋ ਜਾਂਦੇ ਹਨ ਉਨ੍ਹਾਂ ਨੂੰ ਰਾਸ਼ਟਰਵਾਦ ਦੇ ਥੰਮ੍ਹ ਹੇਠ ਇਹ ਕਹਿ ਕੇ ਫਸਾ ਦਿੱਤਾ ਜਾਂਦਾ ਹੈ ਕਿ ਭਾਰਤ ਦਾ ਸੰਵਿਧਾਨ ਬਾਬਾ ਸਾਹਿਬ ਅੰਬੇਡਕਰ ਦੁਆਰਾ ਲਿਖਿਆ ਗਿਆ ਹੈ। ਇਸ ਤਰ੍ਹਾਂ ਦਲਿਤ ਸਮਾਜ ਦੀ ਉੱਨਤੀ ਮਿਥਿਹਾਸ ਅਤੇ ਰਾਸ਼ਟਰਵਾਦ ਦੇ ਭਰਮਜਾਲ ਵਿੱਚਕਾਰ ਅਟਕਾ ਦਿੱਤੀ ਗਈ ਹੈ।

ਬਾਬਾ ਸਾਹਿਬ ਅੰਬੇਡਕਰ ਸੰਵਿਧਾਨ ਡਰਾਫਟ ਕਮੇਟੀ ਦੇ ਚੇਅਰਮੈਨ ਜ਼ਰੂਰ ਸਨ। ਚੇਅਰਮੈਨ ਨੂੰ ਰਚਨਾਕਾਰ ਕਹਿਣਾ ਗਲਤ ਹੈ। ਸੰਵਿਧਾਨ ਨੂੰ ਅਪਣਾਉਣ ਤੋਂ ਸਿਰਫ਼ ਤਿੰਨ ਸਾਲ ਬਾਅਦ, 1953 ਵਿੱਚ, ਉਨ੍ਹਾਂ ਰਾਜ ਸਭਾ ਵਿੱਚ ਇਸਨੂੰ ਜਨਤਕ ਤੌਰ 'ਤੇ ਰੱਦ ਕਰਦੇ ਹੋਏ ਕਿਹਾ:

"ਜਨਾਬ, ਮੇਰੇ ਦੋਸਤ ਮੈਨੂੰ ਕਹਿੰਦੇ ਹਨ ਕਿ ਮੈਂ ਸੰਵਿਧਾਨ ਬਣਾਇਆ ਹੈ। ਪਰ ਮੈਂ ਇਹ ਕਹਿਣ ਲਈ ਤਿਆਰ ਹਾਂ ਕਿ ਮੈਂ ਇਸਨੂੰ ਸਾੜਨ ਵਾਲਾ ਪਹਿਲਾ ਵਿਅਕਤੀ ਹੋਵਾਂਗਾ। ਮੈਨੂੰ ਇਹ ਨਹੀਂ ਚਾਹੀਦਾ ਇਹ ਕਿਸੇ ਲਈ ਵੀ ਠੀਕ ਨਹੀਂ ਹੈ।" (ਬੀ. ਆਰ. ਅੰਬੇਡਕਰ)

1953 ਵਿੱਚ ਇੱਕ ਇੰਟਰਵਿਊ ਵਿੱਚ ਬੀਬੀਸੀ ਨੂੰ ਦਿੱਤੇ ਇੱਕ ਬਿਆਨ ਵਿੱਚ, ਉਨ੍ਹਾਂ ਕਿਹਾ:

"(ਭਾਰਤ ਵਿੱਚ) ਲੋਕਤੰਤਰ ਕੰਮ ਨਹੀਂ ਕਰੇਗਾ, ਇਸਦਾ ਸਪਾਰਨ ਕਾਰਨ ਇਹ ਹੈ ਕਿ ਸਾਨੂੰ ਉਹ ਸਮਾਜਿਕ ਢਾਂਚਾ ਮਿਲਿਆ ਹੈ ਜੋ ਸੰਸਦੀ ਲੋਕਤੰਤਰ ਨਾਲ ਪੂਰੀ ਤਰ੍ਹਾਂ ਅਸੰਗਤ ਹੈ।"

ਬੜੇ ਅਫਸੋਸ ਦੀ ਗੱਲ ਹੈ ਕਿ ਦਲਿਤ ਸਮਾਜ ਨੂੰ ਰਾਸ਼ਟਰਵਾਦ ਦੇ ਚੁੰਗਲ ਵਿੱਚ ਫਸਾਉਣ ਵਿੱਚ 'ਅੰਬੇਦਕਰਵਾਦੀ' ਆਗੂ ਅਤੇ ਚਿੰਤਕ ਹੀ ਪ੍ਰਮੁੱਖ ਭੂਮਿਕਾ ਨਿਭਾ ਰਹੇ ਹਨ। ਇਹ ਜਾਂ ਤਾਂ ਬ੍ਰਹਮਣਵਾਦ ਨੂੰ ਸਮਝਣ ਵਿੱਚ ਅਗਿਆਨਤਾ ਕਾਰਨ ਹੈ ਜਾਂ ਨਿੱਜੀ ਹਿੱਤਾਂ ਕਾਰਨ ਜਾਣਬੁੱਝ ਕੇ ਕੀਤਾ ਜਾ ਰਿਹਾ ਹੈ।

ਦਿੱਲੀ ਦੀ ਜਾਮਾ ਮਸਜਿਦ ਵਿੱਚ ਸੀ.ਏ.ਏ. ਵਿਰੋਧ ਪ੍ਰਦਰਸ਼ਨ ਦੌਰਾਨ ਭੀਮ ਆਰਮੀ ਦੇ ਮੁਖੀ ਚੰਦਰਸ਼ੇਖਰ ਆਜ਼ਾਦ ਰਾਵਣ ਦੀ ਇੱਕ ਪ੍ਰਭਾਵਸ਼ਾਲੀ ਤਸਵੀਰ ਪ੍ਰਕਾਸ਼ਿਤ ਹੋਈ, ਜਿਸ ਵਿਚ ਉਹ ਮੁਸਲਿਮ ਭਾਈਚਾਰੇ ਦੇ ਲੋਕਾਂ ਵਿਚ ਘਿਰੇ ਹੋਏ ਹਨ ਅਤੇ ਹੱਥ ਵਿਚ ਬਾਬਾ ਸਾਹਿਬ ਦੀ ਤਸਵੀਰ ਨਾਲ 'ਭਾਰਤ ਦਾ ਸੰਵਿਧਾਨ' ਕਿਤਾਬ ਲਹਿਰਾ ਰਹੇ ਹਨ। ਕੁਝ ਅਖਬਾਰਾਂ ਨੇ ਇਸ ਸਿਰਲੇਖ ਨਾਲ ਇਹ ਖਬਰ ਪ੍ਰਕਾਸ਼ਿਤ ਕੀਤੀ, "ਸੰਵਿਧਾਨ ਹੱਥ ਵਿੱਚ, ਭੀਮ ਆਰਮੀ ਦੇ ਮੁਖੀ ਆਜ਼ਾਦ ਦਿੱਲੀ ਦੀ ਜਾਮਾ ਮਸਜਿਦ ਵਿੱਚ ਪਰਤੇ" (ਹਿੰਦੁਸਤਾਨ ਟਾਈਮਜ਼, 17 ਜਨਵਰੀ, 2020)। ਜੇਕਰ ਬਾਬਾ ਸਾਹਿਬ ਦੁਆਰਾ ਲਿਖੀ ਗਈ ਕਿਸੇ ਕਿਤਾਬ ਨੂੰ ਹੀ ਲਹਿਰਾਇਆ ਜਾਣਾ ਸੀ, ਤਾਂ ਕਿੰਨਾ ਚੰਗਾ ਹੁੰਦਾ ਕਿ 'ਜਾਤ ਦਾ ਵਿਨਾਸ਼' ਜਾਂ ਉਨ੍ਹਾਂ ਦੁਆਰਾ ਲਿਖੀ ਕਿਸੇ ਹੋਰ ਕਿਤਾਬ ਨਾਲ ਤਸਵੀਰ ਮਸ਼ਹੂਰ ਹੁੰਦੀ। ਲੋਕਾਂ ਨੂੰ ਬਾਬਾ ਸਾਹਿਬ ਅੰਬੇਡਕਰ ਨੂੰ ਪੜ੍ਹਨ ਦੀ ਪ੍ਰੇਰਨਾ ਮਿਲਦੀ।

ਮਈ 2020 ਵਿੱਚ, ਜਦੋਂ ਮਿਨੀਪੋਲਿਸ ਵਿੱਚ ਇੱਕ ਗੋਰੇ ਪੁਲਿਸ ਅਧਿਕਾਰੀ ਦੁਆਰਾ ਅਫਰੀਕੀ-ਅਮਰੀਕੀ ਨਾਗਰਿਕ ਜਾਰਜ ਫਲਾਇਡ ਦੀ ਹੱਤਿਆ ਕਰ ਦਿੱਤੀ ਗਈ ਸੀ, ਤਾਂ ਦੇਸ਼ ਭਰ ਵਿੱਚ ਭਾਰੀ ਵਿਰੋਧ ਪ੍ਰਦਰਸ਼ਨ ਹੋਏ। ਪ੍ਰਦਰਸ਼ਨਕਾਰੀ ਅਮਰੀਕੀ ਸੰਵਿਧਾਨ ਨੂੰ ਨਹੀਂ ਲਹਿਰਾ ਰਹੇ ਸਨ, ਸਗੋਂ ਸਪੱਸ਼ਟ ਸੰਦੇਸ਼ ਦੇ ਰਹੇ ਸਨ-"ਬਲੈਕ ਲਾਈਵਜ਼ ਮੈਟਰ" (ਕਾਲਿਆਂ ਦਾ ਜੀਵਨ ਮਾਇਨੇ ਰੱਖਦਾ ਹੈ)। ਭਾਰਤ ਵਿੱਚ ਦਲਿਤਾਂ, ਆਦਿਵਾਸੀਆਂ ਅਤੇ ਘੱਟ ਗਿਣਤੀਆਂ ਨੂੰ ਬੇਰਹਿਮੀ ਨਾਲ ਕੁੱਟਣ ਦੀਆਂ ਘਟਨਾਵਾਂ ਇੱਕ ਆਮ ਖ਼ਬਰ ਬਣ ਗਈ ਹੈ। ਮਨੁੱਖੀ ਅਧਿਕਾਰ ਸੰਗਠਨ ਦੀ 2019 ਦੀ ਰਿਪੋਰਟ ਦੇ ਅਨੁਸਾਰ, ਭਾਰਤ ਵਿੱਚ ਰੋਜ਼ਾਨਾ ਪੰਜ ਹਿਰਾਸਤੀ ਮੌਤਾਂ ਹੁੰਦੀਆਂ ਹਨ। (ਦਿ ਹਿੰਦੂ, 27 ਜੂਨ 2020)

ਭਾਰਤ ਦੇ ਮੁਸਲਮਾਨਾਂ ਨੂੰ ਆਪਣੇ-ਆਪ ਨੂੰ ਰਾਸ਼ਟਰਵਾਦੀ ਸਾਬਤ ਕਰਨ ਦੀ ਦੌੜ ਵਿੱਚ ਹੀ ਲੱਗਾ ਰੱਖਿਆ ਹੈ। ਉਨ੍ਹਾਂ ਅੰਦਰ ਹੀਣ ਭਾਵਨਾ ਇਸ ਹੱਦ ਤੱਕ ਪਹੁੰਚ ਚੁੱਕੀ ਹੈ ਕਿ ਭਾਰਤ ਵਿੱਚ ਮੁਸਲਮਾਨਾਂ 'ਤੇ ਹੋ ਰਹੇ ਅੱਤਿਆਚਾਰਾਂ 'ਤੇ ਜੇਕਰ ਪਾਕਿਸਤਾਨ ਜਾਂ ਹੋਰ ਮੁਸਲਿਮ ਦੇਸ਼ਾਂ ਦੇ ਕਿਸੇ ਵੀ ਸਿਆਸੀ ਨੇਤਾ ਦਾ ਕੋਈ ਬਿਆਨ ਆਉਂਦਾ ਹੈ ਤਾਂ ਹਿੰਦੂਤਵਵਾਦੀਆਂ ਤੋਂ ਵੀ ਪਹਿਲਾਂ ਭਾਰਤੀ ਮੁਸਲਿਮ ਨੇਤਾ ਉਨ੍ਹਾਂ ਦੇ ਬਿਆਨ ਦਾ ਖੰਡਨ ਕਰਨ 'ਚ ਅੱਗੇ ਰਹਿੰਦੇ ਹਨ। ਇਸ ਡਰੋਂ ਕਿ ਉਨ੍ਹਾਂ ਨੂੰ ਵਿਦੇਸ਼ੀ ਤਾਕਤਾਂ ਨਾਲ ਜੁੜਿਆ 'ਦੇਸ਼ਧ੍ਰੋਹੀ' ਕਰਾਰ ਨਾ ਦਿੱਤਾ ਜਾਵੇ। ਭਾਰਤੀ ਮੁਸਲਮਾਨਾਂ ਨੂੰ ਰਾਸ਼ਟਰਵਾਦੀ ਸਾਬਤ ਕਰਨ ਲਈ ਪਾਕਿਸਤਾਨ ਨੂੰ ਗਾਲ੍ਹਾਂ ਕੱਢਣੀਆਂ ਲਾਜ਼ਮੀ ਕਰ ਦਿੱਤੀਆਂ ਗਈਆਂ ਹਨ। ਪਰ ਉਨ੍ਹਾਂ ਨੂੰ ਦੇਸ਼ਧ੍ਰੋਹੀ ਸਾਬਤ ਕਰਨ ਲਈ ਬ੍ਰਾਹਮਣਵਾਦੀਆਂ ਲਈ ਇਹ ਹੀ ਕਾਫੀ ਹੈ ਕਿ ਉਹ ਮੁਸਲਮਾਨ ਹਨ। ਕਿਉਂਕਿ ਇਹ ਬ੍ਰਾਹਮਣਵਾਦ ਦੇ ਅਸਹਿਣਸ਼ੀਲਤਾ ਦੇ ਥੰਮ੍ਹ ਨੂੰ ਲਾਗੂ ਕਰਨ ਦੀ ਵਿਧੀ ਹੈ ਜਿਸ ਵਿੱਚ ਮੁਸਲਮਾਨ ਸਮਾਜ ਨੂੰ ਉਲਝਾ ਦਿੱਤਾ ਹੈ।

ਮੁਸਲਿਮ ਸਮਾਜ ਨੂੰ ਰੱਖਿਆਤਮਕ ਦੱਬ ਸੁਭਾਅ ਤਿਆਗ ਕੇ ਅਣਮਨੁੱਖੀ ਰਾਸ਼ਟਰਵਾਦ ਨੂੰ ਸਿੱਧੇ ਤੌਰ 'ਤੇ ਰੱਦ ਕਰਨਾ ਚਾਹੀਦਾ ਹੈ। ਪਰ ਉਨ੍ਹਾਂ ਨੂੰ ਇਸਲਾਮ ਤੋਂ ਅਜਿਹੀ ਕੋਈ ਪ੍ਰੇਰਨਾ ਨਹੀਂ ਮਿਲ ਪਾ ਰਹੀ ਹੈ। ਮੁਸਲਿਮ ਸਮਾਜ ਖ਼ੁਦ ਔਰੰਗਜ਼ੇਬ ਵਰਗੇ ਸ਼ਾਸਕਾਂ ਤੋਂ ਪ੍ਰਭਾਵਿਤ ਹੈ ਜਿਨ੍ਹਾਂ ਦੀ ਵਿਸ਼ੇਸ਼ਤਾ ਇਸਲਾਮ ਦਾ ਪ੍ਰਸਾਰ ਸੀ; 'ਸਰਬੱਤ ਦਾ ਭਲਾ' ਕਦੇ ਵੀ ਪਸੰਦ ਦਾ ਪੈਮਾਨਾ ਨਹੀਂ ਰਿਹਾ।

ਸੰਵਿਧਾਨ ਦੇ ਅਨੁਛੇਦ 25(2)(ਬੀ) ਦੀ ਵਿਆਖਿਆ ਵਿੱਚ ਲਿਖਿਆ ਹੈ- "ਹਿੰਦੂਆਂ ਦੇ ਸੰਦਰਭ ਨੂੰ ਸਿੱਖ, ਜੈਨ ਜਾਂ ਬੁੱਧ ਧਰਮ ਨੂੰ ਮੰਨਣ ਵਾਲੇ ਵਿਅਕਤੀਆਂ ਦੇ ਸੰਦਰਭ ਸਮੇਤ ਮੰਨਿਆ ਜਾਵੇਗਾ, ਅਤੇ ਹਿੰਦੂ ਧਾਰਮਿਕ ਸੰਸਥਾਵਾਂ ਦੇ ਸੰਦਰਭ ਨੂੰ ਉਸੇ ਅਨੁਸਾਰ ਸਮਝਿਆ ਜਾਵੇਗਾ।" ਇਹ ਧਾਰਾ ਸਿੱਖ, ਜੈਨ ਅਤੇ ਬੁੱਧ ਧਰਮ ਨੂੰ ਹਿੰਦੂ ਧਰਮ ਦਾ ਹਿੱਸਾ ਬਣਾਉਂਦੀ ਹੈ। ਜਦਕਿ ਸਿੱਖੀ ਇੱਕ ਵੱਖਰਾ ਅਤੇ ਸੁਤੰਤਰ ਧਰਮ ਹੈ। ਸਿੱਖਾਂ ਨੇ ਕਈ ਵਾਰ ਇਸ ਧਾਰਾ ਵਿੱਚ ਸੋਧ ਦੀ ਜ਼ੋਰਦਾਰ ਮੰਗ ਕੀਤੀ ਹੈ। ਯਾਦ ਰਹੇ ਕਿ ਸਿੱਖਾਂ ਦੇ ਨੁਮਾਇੰਦਿਆਂ ਅਤੇ ਸੰਵਿਧਾਨ ਸਭਾ ਦੇ ਮੈਂਬਰਾਂ, ਸਰਦਾਰ ਹੁਕਮ ਸਿੰਘ ਅਤੇ ਭੁਪਿੰਦਰ ਸਿੰਘ ਮਾਨ, ਨੇ ਭਾਰਤੀ ਸੰਵਿਧਾਨ 'ਤੇ ਦਸਤਖਤ ਕਰਨ ਤੋਂ ਵੀ ਇਨਕਾਰ ਕਰ ਦਿੱਤਾ ਸੀ। ਕਿਉਂਕਿ ਉਨ੍ਹਾਂ ਨੇ ਪਾਇਆ ਕਿ ਸੰਵਿਧਾਨ ਸਿੱਖਾਂ ਨੂੰ ਦਿੱਤੇ ਹੱਕਾਂ ਅਤੇ ਵਾਅਦਿਆਂ ਦੀ ਗਾਰੰਟੀ ਨਹੀਂ ਕਰਦਾ। ਪਰ 'ਸੰਵਿਧਾਨ ਰਚਨਾਕਾਰ' ਡਾ: ਅੰਬੇਡਕਰ ਦੀ ਪ੍ਰੇਰਨਾ ਨਾਲ ਬਣੇ ਨਵ-ਬੋਧ ਇਸ ਦਾ ਵਿਰੋਧ ਕਿਵੇਂ ਕਰ ਸਕਣਗੇ?

ਪਾਠਕ ਦੇ ਮਨ ਵਿੱਚ ਸਵਾਲ ਪੈਦਾ ਹੋ ਸਕਦਾ ਹੈ ਕਿ ਜਿਨ੍ਹਾਂ ਥੰਮ੍ਹਾਂ ਦਾ ਵਰਣਨ ਕੀਤਾ ਗਿਆ ਹੈ, ਉਨ੍ਹਾਂ ਵਿੱਚੋਂ ਕੁਝ ਤਾਂ ਦੂਜੇ ਮੱਤਾਂ ਵਿੱਚ ਵੀ ਦੇਖੇ ਜਾ ਸਕਦੇ ਹਨ। ਹਾਂ, ਇਹ ਸਹੀ ਹੈ। ਇਹੀ ਸਮਝਣ ਵਾਲੀ ਗੱਲ ਹੈ ਕਿ ਬ੍ਰਾਹਮਣਵਾਦ ਇੱਕ ਜਾਂ ਦੋ ਨਹੀਂ, ਸਗੋਂ ਚਾਰ ਥੰਮ੍ਹਾਂ ਵਾਲੀ ਸਮੂਹਿਕ ਭਾਵਨਾ ਪ੍ਰਗਟ ਕਰਦਾ ਹੈ, ਇਹ ਕਿਸੇ ਹੋਰ ਵਿੱਚ ਨਹੀਂ ਹੈ।

ਈਸਾਈ ਧਰਮ ਵਿੱਚ ਵੀ ਮਿਥਿਹਾਸ-ਆਧਾਰਿਤ ਵਿਸ਼ਵਾਸ ਪ੍ਰਮੁੱਖ ਹੈ। ਜਦੋਂ ਕਿ ਇਸਲਾਮ ਇਤਿਹਾਸ ਅਤੇ ਮਿਥਿਹਾਸ ਦੋਵਾਂ ਦਾ ਮਿਸ਼ਰਣ ਹੈ। ਇਸਲਾਮ ਵੀ ਈਸਾਈਅਤ ਵਾਂਗ ਆਦਮ ਅਤੇ ਹੱਵਾਹ ਦੀ ਮਿੱਥ ਨਾਲ ਹੋਈ ਸ਼ੁਰੂਆਤ ਮੰਨਦਾ ਹੈ, ਅਤੇ ਕਿਆਮਤ ਦੇ ਦਿਨ ਦੇ ਨਾਲ-ਨਾਲ ਦੋਜ਼ਕ-ਬਹਿਸ਼ਤ ਵਿੱਚ ਵਿਸ਼ਵਾਸ ਇਸ ਦੇ ਮੂਲ ਸਿਧਾਂਤ ਹਨ। ਦੂਸਰਿਆਂ ਪ੍ਰਤੀ ਅਸਹਿਣਸ਼ੀਲਤਾ ਵੀ ਈਸਾਈ ਅਤੇ ਇਸਲਾਮ ਦੋਵਾਂ ਵਿੱਚ ਹੈ। ਪਰ ਜਨਮ-ਜਾਤ ਆਧਾਰਿਤ ਅਸਮਾਨਤਾ ਅਤੇ ਰਾਸ਼ਟਰਵਾਦ ਦੇ ਥੰਮੂ ਈਸਾਈਅਤ ਅਤੇ ਇਸਲਾਮ ਵਿੱਚ ਨਹੀਂ ਹਨ। ਬਾਈਬਲ ਅਤੇ ਕੁਰਾਨ ਵਿੱਚ ਦਾਸ-ਪ੍ਰਥਾ ਨੂੰ ਮਨਜ਼ੂਰੀ ਮਿਲਦੀ ਹੈ ਜੋ ਕਿ ਜਨਮ ਆਧਾਰਿਤ ਨਸਲਵਾਦ ਨਾਲੋਂ ਦੂਜਿਆਂ ਪ੍ਰਤੀ ਅਸਹਿਣਸ਼ੀਲਤਾ ਦਾ ਹਿੱਸਾ ਹੈ।

ਕਮਿਊਨਿਸਟ ਜਾਂ ਖੱਬੇਪੱਖੀ ਵੀ ਦੂਸਰੀ ਵਿਚਾਰਧਾਰਾਵਾਂ ਪ੍ਰਤੀ ਅਸਹਿਣਸ਼ੀਲਤਾ ਰੱਖਦੀ ਹੈ, ਖਾਸ ਕਰਕੇ ਧਰਮ ਅਤੇ ਰੱਬ ਨੂੰ ਮੰਨਣ ਵਾਲਿਆਂ ਵਾਸਤੇ। ਜਰਮਨੀ ਦੇ ਕਾਰਲ ਮਾਰਕਸ ਨੂੰ ਕਮਿਊਨਿਸਟ ਵਿਚਾਰਧਾਰਾ ਦਾ ਪਿਤਾਮਾ ਕਿਹਾ ਜਾਂਦਾ ਹੈ। ਉਸਦਾ ਮਸ਼ਹੂਰ ਕਥਨ ਹੈ, "ਧਰਮ ਲੋਕਾਂ ਦੀ ਅਫੀਮ ਹੈ।" ਉਸ ਦਾ ਮੰਨਣਾ ਸੀ ਕਿ ਜਿਸ ਤਰ੍ਹਾਂ ਅਫੀਮ ਨਾਲ ਲੋਕ ਆਪਣਾ ਦਰਦ ਭੁੱਲ ਜਾਂਦੇ ਹਨ, ਉਸੇ ਤਰ੍ਹਾਂ ਹਾਕਮ ਲੋਕਾਂ ਤੇ ਹੁੰਦੇ ਜ਼ੁਲਮ ਨੂੰ ਭੁਲਾਉਣ ਲਈ ਧਰਮ ਦੀ ਵਰਤੋਂ ਕਰਦੇ ਹਨ। ਇਸ ਲਈ ਚਰਚ ਅਤੇ ਰਾਜ ਵੱਖਰੇ ਹੋਣੇ ਚਾਹੀਦੇ ਹਨ। ਮਾਰਕਸਵਾਦ ਦੇ ਧਰਮ ਵਿਰੁੱਧ ਦੋਸ਼ ਹਰ ਪੁਜਾਰੀ ਪ੍ਰਧਾਨ ਸਮਾਜ ਲਈ ਸੱਚ ਹਨ। ਭਾਰਤ ਵਿੱਚ ਬ੍ਰਹਮਣੀ ਪ੍ਰਣਾਲੀ ਵਿੱਚ ਸੌ ਫੀਸਦੀ ਸਹੀ ਹੈ। ਪਰ ਧਰਮ ਬਾਰੇ ਮਾਰਕਸਵਾਦ ਦੀ ਟਿੱਪਣੀ ਸਿੱਖੀ ਤੇ ਸੱਚ ਸਾਬਤ ਨਹੀਂ ਹੁੰਦੀ। ਸਿੱਖ ਧਰਮ ਤਾਂ ਆਪਣੇ-ਆਪ ਵਿੱਚ ਬਰਾਬਰੀ ਅਤੇ ਨਿਆਂ ਲਈ ਖੜ੍ਹਾ ਹੈ।

ਕਮਿਊਨਿਸਟਾਂ ਨੂੰ ਰੂਸ, ਚੀਨ, ਵੀਅਤਨਾਮ, ਕਿਊਬਾ, ਕੋਰੀਆ ਵਰਗੇ ਦੁਨੀਆ ਦੇ ਕਈ ਦੇਸ਼ਾਂ 'ਤੇ ਰਾਜ ਕਰਨ ਦਾ ਮੌਕਾ ਮਿਲਿਆ ਹੈ। ਪਰ ਅੱਜ ਤੱਕ ਉਹ ਉਸ ਸਮਾਜਵਾਦੀ ਵਿਵਸਥਾ ਨੂੰ ਸਥਾਪਿਤ ਨਹੀਂ ਕਰ ਸਕੇ ਜਿਸ ਦਾ ਉਨ੍ਹਾਂ ਨੇ ਉਦੇਸ਼ ਰੱਖਿਆ ਸੀ, ਉਲਟਾ ਉਨ੍ਹਾਂ ਨੇ ਕਰੂਰਤਾ ਦੀਆਂ ਨਵੀਆਂ ਹੱਦਾਂ ਬਣਾਈਆਂ ਹਨ।

ਆਪਣੇ ਜੀਵਨ ਵਿੱਚ ਸਦਗੁਣਾਂ ਦਾ ਪੋਸ਼ਣ ਕਰਨਾ ਇੱਕ ਸਿੱਖ ਨੂੰ ਉਸਦੇ ਧਰਮ (ਗੁਰੂ) ਦੁਆਰਾ ਦਿੱਤਾ ਗਿਆ ਇੱਕ ਲਾਜ਼ਮੀ ਕਰਮ ਹੈ, ਜਦੋਂ ਕਿ ਧਰਮ ਤੋਂ ਇਨਕਾਰੀ ਹੋਣ ਕਾਰਨ ਖੱਬੇਪੱਖੀਆਂ ਵਿੱਚ ਅਜਿਹੀ ਕੋਈ ਪ੍ਰੇਰਣਾ ਜਾਂ ਲੋੜ ਨਹੀਂ ਹੈ। ਸਿੱਖ ਧਰਮ ਵਿੱਚ ਸਮਾਨਤਾ ਅਤੇ ਉਦਾਰਵਾਦ ਦੇ ਗੁਣਾਂ ਕਾਰਨ ਹੀ ਖੱਬੇ ਪੱਖੀ ਵਿਚਾਰਧਾਰਾ ਨੂੰ ਪੰਜਾਬ ਵਿੱਚ ਥਾਂ ਬਣਾਉਣ ਲਈ ਜ਼ਮੀਨ ਮਿਲੀ ਹੈ। ਪਰ ਸਿੱਖਾਂ ਨਾਲ ਮਿਲ ਕੇ ਸਮਾਨਤਾ ਦੇ ਸਾਂਝੇ ਉਦੇਸ਼ ਨੂੰ ਪ੍ਰਾਪਤ ਕਰਨ ਦੀ ਬਜਾਏ ਉਹ ਆਪਣੇ ਉਦੇਸ਼ ਨੂੰ ਤਿਆਗਣ ਨੂੰ ਤਰਜੀਹ ਦੇਣਗੇ। ਭਾਵੇਂ ਇਸਦੇ ਲਈ ਕੱਟੜ ਸੱਜੇਪੱਖੀ ਬ੍ਰਹਮਣਵਾਦੀ ਤਾਕਤਾਂ ਨਾਲ ਹੱਥ ਮਿਲਾਉਣਾ ਪਵੇ। ਅੱਸੀ-ਨੱਬੇ ਦੇ ਦਹਾਕੇ (1980-90) ਵਿੱਚ ਖੱਬੇਪੱਖੀਆਂ ਨੇ ਪੰਜਾਬ ਵਿੱਚ ਸਿੱਖਾਂ ਵਿਰੁੱਧ ਬੇਹਿਸਾਬ ਤਸ਼ੱਦਦ ਅਤੇ ਝੂਠੇ ਕੇਸਾਂ ਵਿੱਚ ਸਰਕਾਰ ਦਾ ਸਾਥ ਦਿੱਤਾ। ਜਿਸ ਤਰ੍ਹਾਂ ਖੱਬੇਪੱਖੀ ਕਾਰਕੁੰਨ ਕਸ਼ਮੀਰ ਜਾਂ ਮੁਸਲਮਾਨਾਂ ਦੇ ਹੱਕਾਂ ਲਈ ਖੜ੍ਹੇ ਦਿਖਾਈ ਦਿੰਦੇ ਹਨ, ਪੰਜਾਬ ਜਾਂ ਸਿੱਖਾਂ ਲਈ ਨਹੀਂ।

ਸਮਾਜਿਕ ਨਿਆਂ ਦੇ ਸਵੈ-ਘੋਸ਼ਿਤ ਖੱਬੇ-ਪੱਖੀ ਵੀ ਬ੍ਰਹਮਣਵਾਦ ਵਾਂਗ ਸਿੱਖ ਧਰਮ ਨੂੰ ਆਪਣੀ ਹੋਂਦ ਲਈ ਖ਼ਤਰਾ ਮੰਨਦੇ ਹਨ। ਸਿੱਖ ਧਰਮ ਸਰਵ-ਵਿਆਪੀ ਹੁਕਮ ਦੀ ਛਾਂ ਹੇਠ ਸਮਾਜਿਕ ਨਿਆਂ ਦੀ ਗੱਲ ਕਰਦਾ ਹੈ। ਇਹ ਵਿਚਾਰ ਕਮਿਊਨਿਜ਼ਮ ਨੂੰ ਢਾਹ ਦਿੰਦਾ ਹੈ, ਜੋ ਧਰਮ ਦੇ ਇਨਕਾਰੀ ਹੋਣ 'ਤੇ ਖੜ੍ਹਾ ਹੈ।

ਬ੍ਰਹਮਣਵਾਦ ਦੇ ਸਭ ਤੋਂ ਨੇੜੇ ਕੋਈ ਵਿਚਰਧਾਰਾ ਹੈ ਤਾਂ ਉਹ ਫਾਸੀਵਾਦ ਜਾਂ ਨਾਜ਼ੀਵਾਦ ਹੈ। ਨਾਜ਼ੀਵਾਦ ਵੀ ਆਰੀਅਨ ਮੂਲ ਜਾਤੀ ਨੂੰ ਜਨਮ ਦੇ ਆਧਾਰ 'ਤੇ ਉੱਤਮ ਮੰਨਦਾ ਹੈ। ਵਿਰੋਧੀਆਂ ਨਾਲ ਨਜਿੱਠਣ ਲਈ ਅਣਮਨੁੱਖੀ ਰਾਸ਼ਟਰਵਾਦ ਵੀ ਫਾਸੀਵਾਦ ਦਾ ਮੁੱਖ ਥੰਮ੍ਹ ਹੈ। ਅਤੇ ਦੂਜੇ ਧਰਮਾਂ ਅਤੇ ਵਿਚਾਰਾਂ ਪ੍ਰਤੀ ਅਸਹਿਣਸ਼ੀਲਤਾ ਵੀ ਜ਼ੋਰਦਾਰ ਢੰਗ ਨਾਲ ਦੇਖੀ ਜਾ ਸਕਦੀ ਹੈ। ਪਰ ਫਾਸੀਵਾਦ ਕੋਲ ਮਿਥਿਹਾਸ-ਆਧਾਰਿਤ ਆਸਥਾ ਜਾਂ ਧਰਮ ਨਹੀਂ ਹੈ।

ਬੁੱਧ ਧੰਮ ਵਿੱਚ ਇਹਨਾਂ ਚਾਰਾਂ ਵਿੱਚੋਂ ਕਿਹੜੇ ਥੰਮ੍ਹ ਹਨ, ਇਹ ਇਸ ਗੱਲ ਤੇ ਨਿਰਭਰ ਕਰਦਾ ਹੈ ਕਿ ਤੁਸੀਂ ਕਿਹੜੇ ਗ੍ਰੰਥਾਂ ਨੂੰ ਅਧਾਰ ਮੰਨ ਰਹੇ ਹੋ। ਪਰ ਇਹ ਜ਼ਰੂਰ ਕਿਹਾ ਜਾ ਸਕਦਾ ਹੈ ਕਿ ਧੰਮ ਕੋਲ ਕੋਈ ਵੀ ਮਜ਼ਬੂਤ ਵਿਚਰਧਾਰਾ ਨਹੀਂ ਹੈ ਜੋ ਇਨ੍ਹਾਂ ਚਾਰ ਥੰਮ੍ਹਾਂ ਦਾ ਮੁਕਾਬਲਾ ਕਰ ਸਕੇ। ਇਹ ਕਾਰਨ ਰਿਹਾ ਭਾਰਤ ਵਿੱਚ ਬੁੱਧ ਦਾ ਬ੍ਰਹਮਣਵਾਦ ਦੇ ਹੱਥੋਂ ਬੁਰੀ ਤਰ੍ਹਾਂ ਪੱਛੜ ਜਾਣ ਦਾ। ਸਗੋਂ ਇਹ ਬੁੱਧ ਹੀ ਸੀ ਜਿਸ ਨੇ ਬ੍ਰਹਮਣਵਾਦ ਨੂੰ ਅੱਪਗਰੇਡ ਹੋਣ ਲਈ ਜ਼ਮੀਨ ਤਿਆਰ ਕਰ ਕੇ ਦਿੱਤੀ ਜਿਸ ਨੇ ਇਨ੍ਹਾਂ ਚਾਰ ਥੰਮ੍ਹਾਂ ਨੂੰ ਤੀਬਰਤਾ ਦਿੱਤੀ। ਸਮਰਾਟ ਅਸ਼ੋਕ ਮੌਰਿਆ ਪਹਿਲਾ ਵੱਡਾ ਸ਼ਾਸਕ ਸੀ ਜਿਸਨੇ ਰਾਜ ਦੀ ਸ਼ਕਤੀ ਦੀ ਮਦਦ ਨਾਲ ਦੇਸ਼-ਵਿਦੇਸ਼ ਵਿੱਚ ਬੁੱਧ ਧਰਮ ਦਾ ਪ੍ਰਚਾਰ ਕੀਤਾ। ਇੰਨੇ ਸੰਗਠਿਤ ਅਤੇ ਵੱਡੇ ਪੱਧਰ 'ਤੇ ਅਜਿਹਾ ਪਹਿਲਾਂ ਕਦੇ ਨਹੀਂ ਸੀ ਹੋਇਆ। ਇਹ ਕਹਿਣਾ ਗਲਤ ਨਹੀਂ ਹੋਵੇਗਾ ਕਿ ਬੁੱਧ ਧੰਮ ਦਾ ਵਿਸਤਾਰ ਹੀ ਰਾਜ-ਸੱਤਾ ਦੀ ਮਦਦ ਨਾਲ ਹੋਇਆ। ਜਿਵੇਂ ਹੀ ਮੌਰੀਆ ਰਾਜਵੰਸ਼ ਦਾ ਅੰਤ ਹੋਇਆ ਅਤੇ ਬ੍ਰਹਮਣ ਪੁਸ਼ਿਆਮਿਤਰ ਸੁੰਗ ਸੱਤਾ ਵਿੱਚ ਆਇਆ, ਬ੍ਰਹਮਣਵਾਦ ਨੂੰ ਰਾਜ ਸ਼ਕਤੀ ਦੁਆਰਾ ਧਰਮ ਦੇ ਪ੍ਰਸਾਰ ਦਾ ਤਿਆਰ-ਬਰ-ਤਿਆਰ ਮਾਡਲ ਮਿਲ ਗਿਆ। ਇਸੇ ਰਾਜ ਸ਼ਕਤੀ ਦੀ ਮਦਦ ਨਾਲ ਨਾ ਸਿਰਫ ਬ੍ਰਹਮਣਵਾਦ ਦਾ ਵਿਸਥਾਰ ਕੀਤਾ ਗਿਆ, ਸਗੋਂ ਬੁੱਧ ਨੂੰ ਵੀ ਬੜੀ ਬੇਰਹਿਮੀ ਨਾਲ ਭਾਰਤ ਤੋਂ ਖਦੇੜ ਦਿੱਤਾ ਗਿਆ।

ਦੂਜੇ ਪਾਸੇ, ਸਿੱਖ ਧਰਮ ਦਾ ਜਨਮ ਅਤੇ ਪਸਾਰ ਰਾਜ ਸ਼ਕਤੀ ਦੁਆਰਾ ਕੁਚਲਣ ਦੀਆਂ ਕੋਸ਼ਿਸ਼ਾਂ ਦੇ ਵਿਚਕਾਰ ਵਿਪਰੀਤ ਹਾਲਤਾਂ ਵਿੱਚ ਹੋਇਆ। ਜਦੋਂ ਸਿੱਖ ਸੱਤਾ ਵਿਚ ਆਏ ਤਾਂ ਉਨ੍ਹਾਂ ਨੇ ਸਿੱਖ ਧਰਮ ਨੂੰ ਰਾਜ ਧਰਮ ਨਹੀਂ ਬਣਾਇਆ, ਸਗੋਂ ਸਹੀ ਮਾਇਨੇ ਵਿੱਚ ਧਰਮ ਨਿਰਪੱਖ ਰਾਜ ਦੀ ਸਥਾਪਨਾ ਕੀਤੀ। ਮਹਾਰਾਜਾ ਰਣਜੀਤ ਸਿੰਘ ਨੇ ਗੁਰਦੁਆਰਿਆਂ, ਮੰਦਰਾਂ ਅਤੇ ਮਸਜਿਦਾਂ ਨੂੰ ਬਰਾਬਰ ਗਰਾਂਟਾਂ ਜਾਰੀ ਕੀਤੀਆਂ।

ਗੁਰਬਾਣੀ ਵਰਣ-ਵਿਵਸਥਾ ਸਮੇਤ ਹਰ ਅਸਮਾਨਤਾ ਨੂੰ ਏਕੰਕਾਰ ਦੇ ਹੁਕਮ ਦੇ ਵਿਰੁੱਧ ਜਾਣ ਕੇ ਵਾਰ-ਵਾਰ ਰੱਦ ਕਰਦੀ ਹੈ। ਸਿੱਖਾਂ ਦੀਆਂ ਸਾਰੀਆਂ ਧਾਰਮਿਕ ਵਿਵਸਥਾਵਾਂ ਦੀ ਸੰਰਚਨਾ ਇਸ ਤਰ੍ਹਾਂ ਹੈ ਕਿ ਉਹ ਅਸਮਾਨਤਾ

ਦਾ ਵਿਰੋਧ ਕਰਦਿਆਂ ਹਨ, ਜਿਵੇਂ- ਲੰਗਰ, ਸਰੋਵਰ, ਗੁਰਦੁਆਰੇ ਵਿੱਚ ਸੇਵਾ, ਖੰਡੇ ਕੀ ਪਾਹੁਲ ਦੀ ਰਸਮ, ਆਦਿ, ਸਾਰੀਆਂ ਪਰੰਪਰਾਵਾਂ ਅਸਮਾਨਤਾ ਦੇ ਵਿਰੁੱਧ ਖੜੀਆਂ ਹਨ।

ਗੁਰੂ ਸਾਹਿਬ ਬਾਰੇ ਵੀ ਭਾਵੇਂ ਬਹੁਤ ਸਾਰੀਆਂ ਮਿੱਥਕ ਕਥਾਵਾਂ ਮਿਲਦੀਆਂ ਹਨ, ਪਰ ਸਿੱਖ ਸਮਾਜ ਕੋਲ ਦਸ ਗੁਰੂਆਂ ਦਾ ਲੰਮਾ ਬੇਮਿਸਾਲ ਇਤਿਹਾਸ ਹੈ ਜੋ ਮਿੱਥਾਂ ਨੂੰ ਹਾਵੀ ਨਹੀਂ ਹੋਣ ਦਿੰਦਾ। ਸਿੱਖਾਂ ਦੀ ਮਾਨਸਿਕਤਾ ਵਿੱਚ ਗੁਰੂ ਸਾਹਿਬਾਨ ਵੱਲੋਂ ਦਿੱਤੀਆਂ ਕੁਰਬਾਨੀਆਂ ਸਦਾ ਹੀ ਛਾਈਆਂ ਰਹਿੰਦੀਆਂ ਹਨ, ਜਿਸ ਦੇ ਮੁਕਾਬਲੇ ਕੋਈ ਵੀ ਮਿੱਥਕ ਉੱਚਾ ਮੁਕਾਮ ਹਾਸਲ ਨਹੀਂ ਕਰ ਸਕਦੀ। ਮਿਥਿਹਾਸ-ਆਧਾਰਿਤ ਬ੍ਰਾਹਮਣੀ ਧਰਮ ਨੇ ਰੱਬੀ ਸਿਧਾਂਤ ਦੇ ਉਲਟ ਗੈਰ-ਕੁਦਰਤੀ ਕਰਾਮਾਤਾਂ ਨੂੰ ਦੈਵੀ ਸ਼ਕਤੀ ਅਤੇ ਅਵਤਾਰਾਂ ਦਾ ਮਿਆਰ ਸਥਾਪਤ ਕੀਤਾ ਹੋਇਆ ਸੀ। ਪਰ ਦਸ ਗੁਰੂ ਸਾਹਿਬਾਨ ਨੇ ਹੁਕਮ ਅਧੀਨ ਅਜਰ ਨੂੰ ਜਰ ਕੇ ਸਚਿਆਰ ਜੀਵਨ ਨੂੰ ਸੰਤ-ਪੁਰਸ਼ਾਂ ਦੀ ਪਛਾਣ ਸਥਾਪਤ ਕੀਤਾ।

ਗੁਰਬਾਣੀ ਵਿੱਚ ਰਾਸ਼ਟਰਵਾਦ ਵਰਗਾ ਕੋਈ ਸੰਕਲਪ ਨਹੀਂ ਹੈ। ਗੁਰਬਾਣੀ ਸਮੁੱਚੀ ਮਨੁੱਖਤਾ ਦੇ ਭਲੇ ਦੀ ਕਾਮਨਾ ਕਰਦੀ ਹੈ ਅਤੇ ਸਰਬ-ਸਾਂਝਾ ਉਪਦੇਸ਼ ਦਿੰਦੀ ਹੈ। ਚਾਹੇ ਪ੍ਰਚਾਰ ਪ੍ਰਣਾਲੀ ਰਾਹੀਂ ਰਾਸ਼ਟਰਵਾਦ ਦਾ ਬਹੁਤ ਜ਼ੋਰਦਾਰ ਢੰਗ ਨਾਲ ਪ੍ਰਚਾਰ ਕੀਤਾ ਜਾਂਦਾ ਹੈ ਅਤੇ ਗੁਆਂਢੀ ਮੁਲਕਾਂ ਵਿਰੁੱਧ ਲਗਾਤਾਰ ਨਫ਼ਰਤ ਦਾ ਮਾਹੌਲ ਸਿਰਜਿਆ ਜਾਂਦਾ ਹੈ। ਪਰ ਸਿੱਖਾਂ ਦੇ ਮਹੱਤਵਪੂਰਨ ਇਤਿਹਾਸਕ ਗੁਰਦੁਆਰੇ ਪਾਕਿਸਤਾਨ ਵਿੱਚ ਹਨ, ਜਿਸ ਕਾਰਨ ਸਿੱਖ ਰੋਜ਼ਾਨਾ ਅਮਨ-ਸ਼ਾਂਤੀ ਦੇ ਨਾਲ-ਨਾਲ ਦੋਵਾਂ ਦੇਸ਼ਾਂ ਦੀਆਂ ਸਰਹੱਦਾਂ ਖੁੱਲ੍ਹਣ ਦੀ ਅਰਦਾਸ ਕਰਦੇ ਹਨ।

ਦੂਜਿਆਂ ਪ੍ਰਤੀ ਅਸਹਿਣਸ਼ੀਲਤਾ ਦੀ ਸਿੱਖੀ ਕਦਰਾਂ-ਕੀਮਤਾਂ ਵਿੱਚ ਕੋਈ ਥਾਂ ਨਹੀਂ ਹੈ। ਸਗੋਂ ਗੁਰੂ ਤੇਗ ਬਹਾਦਰ ਜੀ ਦੀ ਸ਼ਹਾਦਤ ਨੇ ਮਨੁੱਖੀ ਅਧਿਕਾਰਾਂ ਦੀ ਰਾਖੀ ਨੂੰ ਸਿੱਖੀ ਦੀ ਧਾਰਮਿਕਤਾ ਵਜੋਂ ਸਥਾਪਤ ਕੀਤਾ। ਗੁਰੂ ਗ੍ਰੰਥ ਸਾਹਿਬ ਜੀ ਵਿੱਚ ਵੱਖ-ਵੱਖ ਧਰਮਾਂ ਅਤੇ ਜਨਜਾਤੀਆਂ ਦੇ ਸੰਤ ਪੁਰਸ਼ਾਂ ਦੀ ਬਾਣੀ ਸ਼ਾਮਲ ਹੋਣ ਕਾਰਨ ਉਦਾਰਤਾ ਸਿੱਖਾਂ ਦਾ ਇੱਕ ਅਹਿਮ ਗੁਣ ਹੈ।

ਬ੍ਰਾਹਮਣਵਾਦ ਆਪਣੇ ਚਾਰ ਥੰਮ੍ਹਾਂ ਰਾਹੀਂ ਸਿੱਖ ਧਰਮ ਨੂੰ ਵੀ ਨਿਗਲਣ ਦੀ ਲਗਾਤਾਰ ਕੋਸ਼ਿਸ਼ ਕਰਦਾ ਹੈ, ਜੋ ਸਿੱਖ ਸਮਾਜ ਵਿੱਚ ਬ੍ਰਾਹਮਣਵਾਦੀ ਲਾਗ ਦਾ ਕਾਰਨ ਬਣਦਾ ਹੈ। ਪਰ ਸਿੱਖ ਧਰਮ ਹੀ ਇੱਕ ਅਜਿਹਾ ਧਰਮ ਹੈ ਜਿਸ ਦੀਆਂ ਮੂਲ ਕਦਰਾਂ-ਕੀਮਤਾਂ ਵਿੱਚ ਇਹਨਾਂ ਚਾਰਾਂ ਵਿੱਚੋਂ ਕੋਈ ਵੀ ਥੰਮ੍ਹ ਨਹੀਂ ਹੈ। ਇਸ ਦੀ ਬਜਾਏ, ਚਾਰਾਂ ਖਿਲਾਫ ਪ੍ਰਭਾਵਸ਼ਾਲੀ ਢੰਗ ਨਾਲ ਮੁਕਾਬਲਾ ਕਰਨ ਲਈ ਸੰਰਚਨਾ ਮੌਜੂਦ ਹੈ। ਬ੍ਰਾਹਮਣੀ ਤਾਕਤਾਂ ਸਿੱਖ ਧਰਮ ਤੋਂ ਮਿਲੀ ਚੁਣੌਤੀ ਨੂੰ ਸਮਝਦੀਆਂ ਹਨ, ਇਸੇ ਲਈ ਸਿੱਖ ਧਰਮ ਨੂੰ ਨਿਗਲਣ ਦੀਆਂ ਕੋਸ਼ਿਸ਼ਾਂ ਵੀ ਉਨੀ ਜ਼ੋਰਾਂ 'ਤੇ ਹਨ।

ਗੁਰਬਾਣੀ ਦੀ ਵਿਚਾਰ ਨਾਲੋ ਟੁੱਟ ਕੇ ਸਿੱਖ ਦਾ ਬ੍ਰਾਹਮਣਵਾਦੀ ਪ੍ਰਭਾਵ ਕਬੂਲਣਾ ਸੁਭਾਵਿਕ ਹੈ। ਪਰ ਗੁਰੂ ਗ੍ਰੰਥ ਸਾਹਿਬ ਜੀ ਦੀ ਬਾਣੀ ਨਾਲ ਜੁੜਿਆ ਸਿੱਖ ਇਸ ਪ੍ਰਭਾਵ ਤੋਂ ਸਹਿਜੇ ਹੀ ਬਚ ਜਾਂਦਾ ਹੈ। ਜਿੰਨਾ ਸਿੱਖ ਗੁਰਬਾਣੀ-ਵਿਚਾਰ ਅਤੇ ਸੰਗਤ-ਪੰਗਤ ਨਾਲ ਜੁੜਿਆ ਰਹੇਗਾ, ਉਨਾ ਹੀ ਉਹ ਬ੍ਰਾਹਮਣਵਾਦੀ ਲਾਗ ਤੋਂ ਬਚਿਆ ਰਹੇਗਾ। ਬ੍ਰਾਹਮਣਵਾਦ ਦੇ ਚਾਰ ਥੰਮ੍ਹਾਂ ਦੇ ਪ੍ਰਭਾਵ ਤੋਂ ਮੁਕਤ ਹੋ ਕੇ ਹੀ ਬ੍ਰਾਹਮਣਵਾਦ ਤੋਂ ਬਚਿਆ ਜਾ ਸਕਦਾ ਹੈ। ਸਿਰਫ਼ ਸਿੱਖ ਧਰਮ ਦੀਆਂ ਕਦਰਾਂ-ਕੀਮਤਾਂ ਹੀ ਸਮਾਜ ਨੂੰ ਬ੍ਰਾਹਮਣਵਾਦ ਤੋਂ ਮੁਕਤ ਕਰਵਾ ਸਕਦੀਆਂ ਹਨ।

ਡਾ. ਅੰਬੇਦਕਰ ਐਂਡ ਹਿਜ਼ ਨਵਯਾਨ ਧੰਮ

ਡਾ: ਭੀਮ ਰਾਓ ਰਾਮਜੀ ਅੰਬੇਡਕਰ ਜੀ ਦੀ ਮੌਤ 6 ਦਸੰਬਰ 1956 ਨੂੰ ਹੋਈ ਸੀ। ਇਸ ਤੋਂ ਦੋ ਮਹੀਨੇ ਪਹਿਲਾਂ 14 ਅਕਤੂਬਰ 1956 ਨੂੰ ਅਸ਼ੋਕ ਵਿਜੇਦਸ਼ਮੀ ਵਾਲੇ ਦਿਨ ਉਨ੍ਹਾਂ ਨੇ ਨਾਗਪੁਰ 'ਚ ਹਜ਼ਾਰਾਂ ਸਮਰਥਕਾਂ ਸਮੇਤ ਬੁੱਧ ਧੰਮ 'ਚ ਦੀਖਿਆ ਲਈ। ਬੁੱਧ ਐਂਡ ਹਿਜ਼ ਧੰਮ (Buddha & His Dhamma) ਉਨ੍ਹਾਂ ਦੇ ਜੀਵਨ ਦੀ ਆਖਰੀ ਰਚਨਾ ਹੈ ਜੋ ਉਨ੍ਹਾਂ ਦੀ ਮੌਤ ਤੋਂ ਬਾਅਦ ਹੀ ਪ੍ਰਕਾਸ਼ਿਤ ਹੋਈ ਸੀ। ਇਹ ਪੁਸਤਕ ਅੰਬੇਡਕਰ ਸਮਰਥਕਾਂ ਲਈ ਬੁੱਧ ਧਰਮ ਦੇ ਗਿਆਨ ਦਾ ਪਹਿਲਾ ਸਰੋਤ ਹੈ, ਅਤੇ ਸ਼ਾਇਦ ਬਾਬਾ ਸਾਹਿਬ ਅੰਬੇਡਕਰ ਦਾ ਵੀ ਇਹੋ ਮਨੋਰਥ ਸੀ। ਇਸੇ ਲਈ ਬਾਬਾ ਸਾਹਿਬ ਨੇ ਪੁਸਤਕ ਦੇ ਮੁਖਬੰਧ ਵਿੱਚ ਇਸ ਤਰ੍ਹਾਂ ਲਿਖਿਆ ਹੈ:

"ਬੁੱਧ ਧਰਮ ਦੀ ਹੌਲੀ ਤਰੱਕੀ ਇਸ ਤੱਥ ਦੇ ਕਾਰਨ ਹੈ ਕਿ ਇਸਦਾ ਸਾਹਿਤ ਇੰਨਾ ਵਿਸ਼ਾਲ ਹੈ ਕਿ ਕੋਈ ਵੀ ਇਸਨੂੰ ਪੂਰੀ ਤਰ੍ਹਾਂ ਨਹੀਂ ਪੜ੍ਹ ਸਕਦਾ। ਕਿ ਇਸ ਵਿਚ ਬਾਈਬਲ ਵਰਗੀ ਕੋਈ ਚੀਜ਼ ਨਹੀਂ ਹੈ, ਜਿਵੇਂ ਕਿ ਈਸਾਈਆਂ ਕੋਲ ਹੈ, ਇਸਦੀ ਸਭ ਤੋਂ ਵੱਡੀ ਰੁਕਾਵਟ ਹੈ। ਇਸ ਲੇਖ ਦੇ ਪ੍ਰਕਾਸ਼ਿਤ ਹੋਣ ਤੋਂ ਬਾਅਦ, ਮੈਨੂੰ ਅਜਿਹੀ ਕਿਤਾਬ ਲਿਖਣ ਲਈ ਲਿਖਤੀ ਅਤੇ ਜ਼ੁਬਾਨੀ ਬਹੁਤ ਸਾਰੇ ਕਾਲ ਆਏ। ਇਹਨਾਂ ਕਾਲਾਂ ਦੇ ਜਵਾਬ ਵਿੱਚ ਹੀ ਮੈਂ ਇਹ ਕੰਮ ਹੱਥ 'ਚ ਲਿਆ ਹੈ।" (ਬੁੱਧ ਐਂਡ ਹਿਜ਼ ਧੰਮ, ਮੁਖਬੰਧ, 6 ਅਪ੍ਰੈਲ 1956, ਐਲੇਨੋਰ ਜ਼ੈਲੀਅਟ ਦੁਆਰਾ ਪ੍ਰਦਾਨ ਕੀਤਾ ਗਿਆ ਪਾਠ)

ਅੰਬੇਡਕਰਵਾਦੀਆਂ ਵੱਲੋਂ ਬੁੱਧ ਧਰਮ ਅਪਣਾਉਣ ਦਾ ਕਾਰਨ ਬ੍ਰਾਹਮਣੀ ਧਰਮ ਨੂੰ ਛੱਡਣ ਦੀ ਜਾਗ ਅਤੇ ਬਾਬਾ ਸਾਹਿਬ ਅੰਬੇਡਕਰ ਤੋਂ ਪ੍ਰਭਾਵਿਤ ਹੋਣਾ ਹੁੰਦਾ ਹੈ, ਨਾ ਕੇ ਭਗਵਾਨ ਬੁੱਧ ਦੇ ਪੈਰੋਕਾਰ ਬਣਨਾ। 'ਬੁੱਧ ਐਂਡ ਹਿਜ਼ ਧੰਮ' ਪੁਸਤਕ ਦੇ ਲੇਖਕ ਦਾ ਨਾਂ ਅਗਰ ਡਾ: ਭੀਮ ਰਾਓ ਰਾਮਜੀ ਅੰਬੇਡਕਰ ਤੋਂ ਇਲਾਵਾ ਕੋਈ ਹੋਰ ਹੋਵੇ ਤਾਂ ਸ਼ਾਇਦ ਹੀ ਕੋਈ ਇਸ ਨੂੰ ਪੜ੍ਹ ਕੇ ਬੁੱਧ ਧਰਮ ਵੱਲ ਆਕਰਸ਼ਿਤ ਹੋਵੇ। ਇਸਦੇ ਲਿਖਣ ਦਾ ਮਕਸਦ (ਬਾਬਾ ਸਾਹਿਬ ਦੇ ਨਾਮ ਤੇ) ਪਹਿਲਾਂ ਤੋਂ ਹੀ ਬੁੱਧ ਅਪਣਾ ਚੁੱਕੇ ਉਨ੍ਹਾਂ ਨਵ-ਉਪਾਸਕਾਂ ਲਈ ਇੱਕ ਧਾਰਮਿਕ ਗਰੰਥ ਦੀ ਪੂਰਤੀ ਦਾ ਰਿਹਾ ਹੋਵੇਗਾ। ਕੀ ਕੋਈ ਅਜਿਹਾ ਨਵ-ਬੋਧੀ ਹੈ ਜਿਸ ਨੇ ਪਹਿਲਾਂ 'ਬੁੱਧ ਐਂਡ ਹਿਜ਼ ਧੰਮ' ਪੜ੍ਹੀ ਹੋਵੇ ਅਤੇ ਉਪਰੰਤ ਉਪਾਸਕ ਬਣਿਆ ਹੋਵੇ?

ਇਹ ਕਿਤਾਬ ਭਿਕਸ਼ੂਆਂ ਦੀ ਉਸ ਉਦਾਸੀਨ ਦੁਨੀਆਂ ਵਿੱਚ ਲੈ ਜਾਂਦੀ ਹੈ ਜਿਸ ਜੀਵਨ ਸ਼ੈਲੀ ਦਾ ਨਾ ਤਾਂ ਇੱਕੀਵੀਂ ਸਦੀ ਵਿੱਚ ਕੋਈ ਅਰਥ ਹੈ ਅਤੇ ਨਾ ਹੀ ਕੋਈ ਦਲਿਤ ਇਸਨੂੰ ਅਪਣਾਉਣਾ ਚਾਹੇਗਾ। ਬਾਬਾ ਸਾਹਿਬ ਅੰਬੇਡਕਰ ਵੀ ਆਪ ਭਿਕਸ਼ੂ ਨਹੀਂ ਸਨ ਬਣੇ, ਤਾਂ ਫਿਰ ਅੰਬੇਡਕਰਵਾਦੀ ਉਸ 'ਸਿਖਰ' 'ਤੇ ਪਹੁੰਚਣ ਦੀ ਇੱਛਾ

ਕਿਵੇਂ ਰੱਖ ਸਕਦੇ ਹਨ? ਦੇਸ਼ ਦੇ ਕਰੋੜਾਂ ਦਲਿਤ ਜੋ ਪਹਿਲਾਂ ਹੀ ਭਿਕਸ਼ੂਆਂ ਵਾਂਗ ਬੜੀ ਮੁਸ਼ਕਲ ਨਾਲ ਦਿਨ ਵਿੱਚ ਸਿਰਫ਼ ਇੱਕ ਵਾਰ ਰੋਟੀ ਖਾ ਪਾਂਦੇ ਹਨ, ਉਹ ਭੁੱਖਮਰੀ ਦੇ ਇਸ ਅਸਹਿ ਦੁੱਖ ਤੋਂ ਛੁਟਕਾਰਾ ਪਾਉਣਾ ਚਾਹੁੰਦੇ ਹਨ। ਜਦੋਂ ਕਿ ਸਾਰੇ ਦੁੱਖਾਂ ਤੋਂ ਛੁਟਕਾਰਾ ਪਾਉਣ ਲਈ ਬੁੱਧ ਧਰਮ ਦਾ ਸਿਖਰ ਭਿਕਸ਼ੂ ਬਣਨਾ ਹੀ ਹੈ।

ਬਾਬਾ ਸਾਹਿਬ ਇਸ ਲਈ ਬੜੀ ਈਮਾਨਦਾਰੀ ਨਾਲ ਬੁੱਧ ਧਰਮ ਦੇ ਭਵਿੱਖ (ਵਾਸਤਵਿਕਤਾ) ਲਈ ਬੁਨਿਆਦੀ ਸਿਧਾਂਤਾਂ ਵਿੱਚ ਤਬਦੀਲੀ (ਅਸਥਿਰਤਾ) ਦੀ ਵਕਾਲਤ ਕਰਦੇ ਹਨ:

"ਇੱਕ ਚੌਥੀ ਸਮੱਸਿਆ ਭਿਕਸ਼ੂ ਨੂੰ ਲੈਕੇ ਹੀ ਹੈ। ਭਗਵਾਨ ਬੁੱਧ ਨੇ ਭਿਕਸ਼ੂ ਦੀ ਰਚਨਾ ਕਿਸ ਮਕਸਦ ਲਈ ਕੀਤੀ ਸੀ? ਕੀ ਉਨ੍ਹਾਂ ਦਾ ਉਦੇਸ਼ ਇੱਕ ਆਦਰਸ਼ ਮਨੁੱਖ ਦੀ ਸਿਰਜਨਾ ਸੀ? ਜਾਂ ਕੀ ਉਨ੍ਹਾਂ ਦਾ ਉਦੇਸ਼ ਇੱਕ ਐਸਾ ਸਮਾਜ ਸੇਵਕ ਪੈਦਾ ਕਰਨਾ ਸੀ ਜੋ ਆਪਣਾ ਜੀਵਨ ਲੋਕਾਂ ਦੀ ਸੇਵਾ ਲਈ ਸਮਰਪਿਤ ਕਰੇ ਅਤੇ ਉਹਨਾਂ ਦਾ ਮਿੱਤਰ, ਮਾਰਗਦਰਸ਼ਕ ਅਤੇ ਦਾਰਸ਼ਨਿਕ ਬਣੇ? ਇਹ ਬਹੁਤ ਮਹੱਤਵਪੂਰਨ ਸਵਾਲ ਹੈ। ਇਸ ਉੱਤੇ ਬੁੱਧ ਧਰਮ ਦਾ ਭਵਿੱਖ ਤੱਕ ਨਿਰਭਰ ਕਰਦਾ ਹੈ। ਜੇਕਰ ਭਿਕਸ਼ੂ ਇੱਕ ਸੰਪੂਰਨ ਮਨੁੱਖ ਹੀ ਬਣਿਆ ਰਹਿੰਦਾ ਹੈ, ਤਾਂ ਉਸ ਦਾ ਧੰਮ ਪ੍ਰਚਾਰ ਦੇ ਕਾਰਜ ਵਿੱਚ ਕੋਈ ਲਾਭ ਨਹੀਂ, ਕਿਉਂਕਿ ਉਹ ਇੱਕ ਸੰਪੂਰਨ ਮਨੁੱਖ ਹੋਣ ਦੇ ਬਾਵਜੂਦ ਇੱਕ ਸੁਆਰਥੀ ਵਿਅਕਤੀ ਹੀ ਹੈ। ਦੂਜੇ ਪਾਸੇ, ਜੇਕਰ ਉਹ ਸਮਾਜ ਸੇਵੀ ਹੈ ਤਾਂ ਉਹ ਬੋਧ ਧੰਮ ਲਈ ਆਸ ਦੀ ਕਿਰਨ ਸਾਬਤ ਹੋ ਸਕਦਾ ਹੈ। ਇਸ ਸਵਾਲ ਦਾ ਫ਼ੈਸਲਾ ਸਿਧਾਂਤਕ ਸਥਿਰਤਾ ਦੇ ਹਿੱਤ ਵਿੱਚ ਉਨ੍ਹਾਂ ਨਹੀਂ ਬਲਕਿ ਬੋਧ ਧੰਮ ਦੇ ਭਵਿੱਖ ਦੇ ਹਿੱਤ ਵਿੱਚ ਕੀਤਾ ਜਾਣਾ ਚਾਹੀਦਾ ਹੈ।" (ਬੁੱਧ ਐਂਡ ਹਿਜ਼ ਧੰਮ, ਭੂਮਿਕਾ)

ਉਪਰੋਕਤ ਹਵਾਲੇ ਦੀ ਆਖਰੀ ਲਾਈਨ ਬਾਬਾ ਸਾਹਿਬ ਨੇ ਅੰਗਰੇਜ਼ੀ ਵਿੱਚ ਇਸ ਤਰ੍ਹਾਂ ਲਿਖੀ ਹੈ:

"This question must be decided not so much in the interest of doctrinal consistency but in the interest of the future of Buddhism."

ਬਾਬਾ ਸਾਹਿਬ ਨੇ ਜਿਸ ਈਮਾਨਦਾਰੀ ਨਾਲ ਆਪਣੇ ਵਿਚਾਰ ਪ੍ਰਗਟ ਕੀਤੇ ਹਨ, ਦੂਜੀਆਂ ਭਾਸ਼ਾਵਾਂ ਵਿੱਚ ਅਨੁਵਾਦ ਕਰਦੇ ਸਮੇਂ ਇਸ ਦਾ ਧਿਆਨ ਰੱਖਣਾ ਅਨੁਵਾਦਕ ਦਾ ਪਹਿਲਾ ਧਰਮ ਹੋਣਾ ਚਾਹੀਦਾ ਹੈ। ਪਰ 'ਡਾ. ਬਾਬਾ ਸਾਹਿਬ ਅੰਬੇਡਕਰ ਇੰਟਰਨੈਸ਼ਨਲ ਐਸੋਸੀਏਸ਼ਨ ਫਾਰ ਐਜੁਕੇਸ਼ਨ, ਜਾਪਾਨ, ਡਿਜੀਟਲ ਪਬਲੀਕੇਸ਼ਨ' ਵੱਲੋਂ ਛਾਪੇ ਗਏ ਹਿੰਦੀ ਅਨੁਵਾਦ ਵਿੱਚ ਗੰਭੀਰ ਗਲਤੀਆਂ ਹਨ। ਇਸ ਸੰਸਥਾ ਨੇ ਉਪਰੋਕਤ ਪੰਗਤੀ ਦਾ ਜੋ ਤਰਜਮਾ ਕੀਤਾ ਹੈ, ਉਸ ਨੂੰ ਗਲਤੀ ਨਹੀਂ, ਪਾਠਕਾਂ ਨਾਲ ਧੋਖਾ ਕਹਿਣਾ ਚਾਹੀਦਾ ਹੈ। ਉਨ੍ਹਾਂ ਇਸਦਾ ਅਨੁਵਾਦ ਇਸ ਤਰ੍ਹਾਂ ਕੀਤਾ:

"ਇਸ ਪ੍ਰਸ਼ਨ ਪਰ ਗੰਭੀਰਤਾ ਪੂਰਵਕ ਵਿਚਾਰ ਕੀਆ ਹੀ ਜਾਨਾ ਚਾਹੀਏ: ਸੈੱਧਾਂਤਿਕ ਸੰਗਤਿ ਬੈਠਾਨੇ ਕੇ ਲੀਏ ਹੀ ਨਹੀਂ, ਭਾਵੀ ਬੌੱਧ-ਧੰਮ ਕੇ ਹਿਤਾਹਿਤ ਕੀ ਦ੍ਰਿਸ਼ਟੀ ਸੇ ਭੀ।"

("ਇਸ ਸਵਾਲ ਨੂੰ ਗੰਭੀਰਤਾ ਨਾਲ ਵਿਚਾਰਿਆ ਹੀ ਜਾਣਾ ਚਾਹੀਦਾ ਹੈ: ਸਿਧਾਂਤਕ ਸੰਗਤੀ ਬੈਠਾਉਣ ਦੇ ਲਈ ਹੀ ਨਹੀਂ, ਸਗੋਂ ਬੋਧ-ਧੰਮ ਦੇ ਭਵਿੱਖ ਦੇ ਹਿੱਤ ਦੀ ਦ੍ਰਿਸ਼ਟੀ ਤੋਂ ਵੀ।")

ਬਾਬਾ ਸਾਹਿਬ ਤਾਂ "ਬੋਧ ਧੰਮ ਦੇ ਭਵਿੱਖ ਦੇ ਹਿੱਤ" ਨੂੰ ਪਹਿਲ ਦਿੰਦੇ ਹਨ ਪਰ ਅਨੁਵਾਦਕ ਬੜੀ ਚਲਾਕੀ ਨਾਲ "ਸਿਧਾਂਤਕ ਸੰਗਤੀ ਬੈਠਾਉਣ" ਨਾਲ ਇਸ ਨੂੰ ਸਮਤੋਲ ਕਰਦਾ ਹੈ। ਸ਼ਾਇਦ ਉਹ ਅਭਿਲਾਸ਼ੀ ਨੂੰ ਜਲਦੀ ਤੋਂ ਜਲਦੀ ਬੋਧੀ ਬਣਾ ਦੇਣਾ ਚਾਹੁੰਦਾ ਹੈ, ਇਸ ਤੋਂ ਪਹਿਲਾਂ ਕਿ ਖੋਜਕਰਤਾ ਦੀ ਦੁਚਿੱਤੀ ਵਿੱਚ ਪਈ ਚੇਤਨਾ ਬੁੱਧ ਤੇ ਸਵਾਲ ਕਰ ਸਕੇ।

ਬਾਬਾ ਸਾਹਿਬ ਬੁੱਧ ਨੂੰ ਆਧੁਨਿਕ ਸਮੇਂ ਲਈ ਢਾਲਣ ਦੀ ਗੱਲ ਕਰ ਰਹੇ ਹਨ। ਇਸ ਲਈ ਇਸਨੂੰ ਇੱਕ ਨਵਾਂ ਨਾਮ ਦਿੱਤਾ ਗਿਆ: ਨਵਯਾਨ ਧੰਮ। ਅਤੇ ਉਨ੍ਹਾਂ ਦੀ ਇਹ ਪੁਸਤਕ ਨਵਯਾਨ ਧੰਮ ਨੂੰ ਸਮਝਣ ਦਾ ਪਹਿਲਾ ਸਰੋਤ ਮੰਨੀ ਜਾਂਦੀ ਹੈ। ਹੁਣ ਨਵ-ਬੋਧੀ ਨੂੰ ਕਹਾਣੀ ਵਿੱਚੋਂ ਸਬਕ ਨੂੰ ਉਸੇ ਤਰ੍ਹਾਂ ਛਾਂਟਣਾ ਪਵੇਗਾ ਜਿਵੇਂ ਸਕੂਲੀ ਬੱਚਾ ਪੰਚਤੰਤਰ ਦੀਆਂ ਕਹਾਣੀਆਂ ਵਿੱਚੋਂ *ਮੌਰਲ ਓਫ਼ ਦਿ ਸਟੋਰੀ* (Moral of the Story) ਕੱਢਦਾ ਹੈ। ਕਿਉਂਕਿ ਨਵਯਾਨ ਲਈ 'ਬੁੱਧ ਐਂਡ ਹਿਜ਼ ਧੰਮ' ਵਿੱਚ ਬੋਧ ਕਾਲ ਦੀਆਂ ਉਹੀ ਕਹਾਣੀਆਂ ਹਨ, ਜਿਨ੍ਹਾਂ ਵਿੱਚ ਗੌਤਮ ਬੁੱਧ ਨੇ ਖੁਦ ਇੱਕ ਭਿਕਸ਼ੂ ਦਾ ਜੀਵਨ ਚੁਣਿਆ ਸੀ, ਉਪਾਸਕ ਦਾ ਨਹੀਂ। ਪਰ ਨਵ-ਬੋਧੀ ਭਿਕਸ਼ੂ ਜੀਵਨ ਦੀ ਚੋਣ ਨਹੀਂ ਕਰਦੇ। ਜੇਕਰ ਕਹਾਣੀ ਦੇ ਅਨੁਸਾਰ ਅਪਣੇ ਜੀਵਨ ਨੂੰ ਨਹੀਂ ਢਾਲਣਾ, ਤਾਂ ਨਵ-ਬੋਧੀ ਲਈ ਸਿਰਫ ਮੌਰਲ ਹੀ ਬਚਦਾ ਹੈ।

> "ਇੱਕ ਭਿਕਸ਼ੂ ਦੇ ਤੌਰ 'ਤੇ ਭਗਵਾਨ (ਬੁੱਧ) ਕੋਲ ਕਦੇ ਵੀ ਤਿੰਨ ਤੋਂ ਵੱਧ ਕੱਪੜੇ ਨਹੀਂ ਸਨ। ਉਹ ਦਿਨ ਵਿੱਚ ਇੱਕ ਵਾਰ ਦੇ ਭੋਜਨ 'ਤੇ ਰਹਿੰਦੇ ਸੀ, ਅਤੇ ਉਹ ਆਪਣੇ ਭੋਜਨ ਲਈ ਹਰ ਰੋਜ਼ ਸਵੇਰੇ ਘਰ-ਘਰ ਜਾ ਕੇ ਭੀਖ ਮੰਗਦੇ ਸੀ।"
>
> (ਬੁੱਧ ਐਂਡ ਹਿਜ਼ ਧੰਮ, ਖੰਡ ਸੱਤਵਾਂ, ਭਾਗ 1.2)

> "ਬੁੱਧ ਦੀ ਪ੍ਰਚਾਰ ਯੋਜਨਾ ਵਿੱਚ ਰੂਪਾਂਤਰ ਦੇ ਦੋ ਅਰਥ ਹਨ।
> ਭਿਕਸ਼ੂਆਂ ਦੇ ਆਦੇਸ਼ ਵਿੱਚ ਰੂਪਾਂਤਰਨ, ਜਿਸਨੂੰ ਸੰਘ ਕਿਹਾ ਜਾਂਦਾ ਹੈ।
> ਦੂਸਰਾ, ਇਸਦਾ ਅਰਥ ਹੈ ਇੱਕ ਗ੍ਰਿਹਸਥੀ ਦਾ ਉਪਾਸਕ ਦੇ ਰੂਪ ਵਿੱਚ ਰੂਪਾਂਤਰਨ, ਜਾਂ ਬੁੱਧ ਦੇ ਧੰਮ ਦੇ ਅਨੁਯਾਈ।
> ਚਾਰ ਬਿੰਦੂਆਂ ਨੂੰ ਛੱਡ ਕੇ, ਇੱਕ ਭਿਕਸ਼ੂ ਅਤੇ ਇੱਕ ਆਮ ਆਦਮੀ ਦੇ ਜੀਵਨ ਢੰਗ ਵਿੱਚ ਕੋਈ ਅੰਤਰ ਨਹੀਂ ਹੈ।"
>
> (ਬੁੱਧ ਐਂਡ ਹਿਜ਼ ਧੰਮ, ਖੰਡ ਦੂਜਾ, ਭਾਗ 1.3)

ਭਿਕਸ਼ੂ ਅਤੇ ਉਪਾਸਕ ਦੇ ਸ਼੍ਰੇਣੀਆਂ ਹਨ, ਇਹ ਸਮਝਣ ਲਈ ਕਾਫ਼ੀ ਹੈ ਕਿ ਦੋਵਾਂ ਵਿੱਚ ਕੋਈ ਅੰਤਰ ਹੈ ਜਾਂ ਨਹੀਂ। ਧੰਮ ਵਿੱਚ ਕਿਸ ਦਾ ਦਰਜਾ ਉੱਚਾ ਹੋਵੇਗਾ? ਬਾਬਾ ਸਾਹਿਬ ਦੀ ਕਿਤਾਬ ਅਜਿਹੀਆਂ ਉਦਾਹਰਣਾਂ ਨਾਲ

ਭਰੀ ਹੋਈ ਹੈ ਜਦੋਂ ਉਪਾਸਕ ਭਗਵਾਨ ਬੁੱਧ ਅਤੇ ਉਨ੍ਹਾਂ ਦੇ ਭਿਕਸ਼ੂਆਂ ਦੀ ਮੰਡਲੀ ਨੂੰ ਆਪਣੇ ਗ੍ਰਹਿ 'ਤੇ ਖਾਣਾ ਖਵਾਕੇ ਵਡਭਾਗੀ ਮਹਿਸੂਸ ਕਰਦੇ ਹਨ। ਜਿਵੇਂ ਬ੍ਰਾਹਮਣ ਨੂੰ ਦਾਵਤ ਦੇ ਕੇ ਜਜਮਾਨ ਧੰਨ ਹੋ ਜਾਂਦਾ ਹੈ। ਇਹ ਕਹਿਣਾ ਗਲਤ ਨਹੀਂ ਹੋਵੇਗਾ ਕਿ ਉਪਾਸਕ ਲਈ ਧੰਮ ਉਪਦੇਸ਼ ਪ੍ਰਾਪਤ ਕਰਨ ਦਾ ਸਭ ਤੋਂ ਵਧੀਆ ਤਰੀਕਾ ਹੀ ਇਹ ਹੈ ਕਿ ਭਿਕਸ਼ੂ ਨੂੰ ਘਰ ਭੋਜਨ ਲਈ ਬੁਲਾਓ:

ਭਿਕਸ਼ੂ ਨੂੰ ਗ੍ਰਹਿਸਥੀ ਨਾਲ ਬੰਨ੍ਹਣ ਵਾਲੀ ਇੱਕੋ ਡੋਰੀ ਭਿਕਸ਼ਾ ਹੀ ਸੀ।
ਭਿਕਸ਼ੂ ਭਿਕਸ਼ਾ 'ਤੇ ਨਿਰਭਰ ਕਰਦੇ ਸਨ, ਅਤੇ ਇਹ ਭਿਕਸ਼ਾ ਦੇਣ ਵਾਲੇ ਗ੍ਰਹਿਸਥੀ ਲੋਕ ਸਨ।
(ਬੁੱਧ ਐਂਡ ਹਿਜ਼ ਧੰਮ, ਖੰਡ ਪੰਜਵਾਂ, ਭਾਗ 4.1)

ਸਿਆਰਥ ਗੌਤਮ ਨੇ ਲਗਭਗ ਛੇ ਸਾਲ ਤੱਕ ਸਰੀਰ ਨੂੰ ਕਠੋਰ ਕਸ਼ਟ ਦੇਣ ਵਾਲੀ ਕਈ ਤਰੀਕਿਆਂ ਨਾਲ ਤਪੱਸਿਆ ਕੀਤੀ। ਪਰ ਜਦੋਂ ਉਹ ਸਮਝ ਗਏ ਕਿ ਸਵੈ-ਦਮਨ ਦਾ ਮਾਰਗ ਪੂਰਨ ਗਿਆਨ ਅਤੇ ਮੁਕਤੀ ਦਾ ਮਾਰਗ ਨਹੀਂ ਹੈ, ਤਾਂ ਉਨ੍ਹਾਂ ਇਸ ਨੂੰ ਤਿਆਗ ਦਿੱਤਾ। ਉਨ੍ਹਾਂ ਦੇ ਨਾਲ ਪੰਜ ਸੰਨਿਆਸੀ (ਪਰਿਵਰਾਜਕ) ਵੀ ਸਨ। ਕਠੋਰ ਤਪੱਸਿਆ ਦਾ ਤਿਆਗ ਕਰਨ ਕਾਰਨ ਪੰਜੇ ਉਨ੍ਹਾਂ ਨਾਲ ਨਾਰਾਜ਼ ਹੋ ਗਏ ਅਤੇ ਨਫ਼ਰਤ ਵਿਚ ਗੌਤਮ ਨੂੰ ਛੱਡ ਦਿੱਤਾ। ਇਸ ਤੋਂ ਬਾਅਦ ਗੌਤਮ ਉਰੁਵੇਲਾ ਤੋਂ ਚਲਕੇ ਗਾਜਾ ਪਹੁੰਚੇ। ਉੱਥੇ ਉਹ ਇੱਕ ਪੀਪਲ ਦੇ ਦਰੱਖਤ ਹੇਠਾਂ ਪਦਮਾਸਨ ਲਗਾਕੇ ਬੈਠ ਗਏ, ਇਸ ਦ੍ਰਿੜ ਨਿਸ਼ਚੇ ਨਾਲ ਕਿ ਉਹ ਬੋਧੀ ਪ੍ਰਾਪਤ ਕਰਕੇ ਹੀ ਰਹਿਣਗੇ। ਚਾਰ ਹਫ਼ਤਿਆਂ ਦੇ ਧਿਆਨ ਤੋਂ ਬਾਅਦ, ਹਨੇਰਾ ਦੂਰ ਹੋ ਗਿਆ, ਪ੍ਰਕਾਸ਼ ਦਾ ਉਦੇ ਹੋਇਆ, ਅਗਿਆਨਤਾ ਦਾ ਨਾਸ਼ ਹੋਇਆ ਅਤੇ ਉਨ੍ਹਾਂ ਇੱਕ ਨਵਾਂ ਮਾਰਗ ਦੇਖਿਆ। ਉਦੋਂ ਤੋਂ ਹੀ ਸਿਆਰਥ ਗੌਤਮ ਨੂੰ 'ਬੁੱਧ' ਕਿਹਾ ਜਾਣ ਲੱਗਾ। ਗਿਆਨ ਪ੍ਰਾਪਤੀ ਤੋਂ ਬਾਅਦ ਬੁੱਧ ਨੇ ਪਹਿਲਾ ਉਪਦੇਸ਼ ਸਾਰਨਾਥ ਵਿਖੇ ਉਨ੍ਹਾਂ ਪੰਜ ਸੰਨਿਆਸੀਆਂ ਨੂੰ ਹੀ ਦਿੱਤਾ ਜਿਨ੍ਹਾਂ ਨੇ ਗੁੱਸੇ ਵਿੱਚ ਸਿਆਰਥ ਨੂੰ ਉਰੁਵੇਲਾ ਵਿੱਚ ਛੱਡ ਦਿੱਤਾ ਸੀ। ਸਾਰਨਾਥ ਵਿੱਚ ਹੋਈ ਇਸ ਵਾਰਤਾਲਾਪ ਦੇ ਕੁਝ ਅੰਸ਼ ਇਸ ਪ੍ਰਕਾਰ ਹਨ:

ਬੰਦਨਾ ਦੇ ਆਦਾਨ-ਪ੍ਰਦਾਨ ਤੋਂ ਬਾਅਦ, ਪੰਜ ਪਰਿਵਰਾਜਕਾਂ ਨੇ ਬੁੱਧ ਨੂੰ ਪੁੱਛਿਆ ਕਿ ਕੀ ਉਹ ਅਜੇ ਵੀ ਤਪੱਸਿਆ ਵਿੱਚ ਵਿਸ਼ਵਾਸ ਕਰਦੇ ਹਨ। ਬੁੱਧ ਨੇ ਨਾਂਹ ਵਿੱਚ ਜਵਾਬ ਦਿੱਤਾ।.....

ਉਹ ਮੱਧ ਮਾਰਗ (ਮੱਜੀਮਾ ਪਾਟੀਪਦਾ) ਵਿੱਚ ਵਿਸ਼ਵਾਸੀ ਸੀ, ਵਿੱਚ ਦਾ ਮਾਰਗ, ਜੋ ਨਾ ਤਾਂ ਭੋਗ ਦਾ ਮਾਰਗ ਹੈ ਅਤੇ ਨਾ ਹੀ ਆਤਮ-ਦਮਨ ਦਾ ਮਾਰਗ ਹੈ।.....ਤਦ ਪਰਿਵਰਾਜਕਾਂ ਨੇ ਉਨ੍ਹਾਂ ਨੂੰ ਪੁੱਛਿਆ, "ਜੇ ਤੁਹਾਡੇ ਧੰਮ ਦੀ ਨੀਂਹ ਦੁਖ ਦੇ ਹੋਂਦ ਦੀ ਪਛਾਣ ਹੈ ਅਤੇ ਦੁਖ ਨੂੰ ਦੂਰ ਕਰਨ ਦੀ ਪਛਾਣ ਹੈ, ਤਾਂ ਸਾਨੂੰ ਦੱਸੋ, ਤੁਹਾਡਾ ਧੰਮ ਦੁੱਖਾਂ ਨੂੰ ਕਿਵੇਂ ਦੂਰ ਕਰਦਾ ਹੈ!"

ਫਿਰ ਬੁੱਧ ਨੇ ਉਨ੍ਹਾਂ ਨੂੰ ਕਿਹਾ ਕਿ ਉਨ੍ਹਾਂ ਦੇ ਧੰਮ ਅਨੁਸਾਰ ਜੇਕਰ ਹਰ ਵਿਅਕਤੀ (1) ਪਵਿੱਤਰਤਾ ਦਾ ਮਾਰਗ; (2) ਸੱਚਾਈ ਦਾ ਮਾਰਗ; ਅਤੇ (3) ਸਦਾਚਾਰ ਦੇ ਮਾਰਗ, 'ਤੇ ਚੱਲਦਾ ਹੈ ਇਹ ਸਾਰੇ ਦੁੱਖਾਂ ਦਾ ਅੰਤ ਕਰੇਗਾ।.....

"ਅਤੇ ਫਿਰ, ਮਨੁੱਖਾਂ ਨੂੰ ਦੂਸਰਿਆਂ ਨੂੰ ਗ਼ੁਲਾਮ ਬਣਾਉਣ ਜਾਂ ਉਨ੍ਹਾਂ ਤੇ ਹਾਵੀ ਹੋਣ ਵਿਚ ਕੋਈ ਇਤਰਾਜ਼ ਕਿਉਂ ਨਹੀਂ ਹੈ? ਇਨਸਾਨਾਂ ਨੂੰ ਦੂਜਿਆਂ ਦੀ ਜ਼ਿੰਦਗੀ ਨੂੰ ਦੁੱਖੀ ਬਣਾਉਣ ਵਿਚ ਕੋਈ ਇਤਰਾਜ਼ ਕਿਉਂ ਨਹੀਂ ਹੈ? ਕੀ ਇਹ ਇਸ ਲਈ ਨਹੀਂ ਹੈ ਕਿ ਮਨੁੱਖ ਇੱਕ-ਦੂਜੇ ਨਾਲ ਆਪਣੇ ਆਚਰਨ ਵਿੱਚ ਸੱਚੇ ਨਹੀਂ ਹਨ?" ਅਤੇ ਉਨ੍ਹਾਂ (ਪਰਿਵਰਾਜਕਾਂ) ਨੇ ਹਾਂ ਵਿੱਚ ਜਵਾਬ ਦਿੱਤਾ।

"ਕਿ ਅੱਸ਼ਟਾਂਗ ਮਾਰਗ ਦਾ ਅਭਿਆਸ: ਸਹੀ ਦ੍ਰਿਸ਼ਟੀਕੋਣ ਦਾ ਮਾਰਗ, ਸਹੀ ਉਦੇਸ਼, ਸਹੀ ਬੋਲ, ਸਹੀ ਉਪ-ਜੀਵਿਕਾ, ਸਹੀ ਸਾਧਨ, ਸਹੀ ਸੂਰਤ, ਸਹੀ ਲਗਨ ਅਤੇ ਸਹੀ ਚਿੰਤਨ; ਸੰਖੇਪ ਵਿੱਚ, ਸੱਚਾਈ ਦਾ ਮਾਰਗ ਜੇਕਰ ਸਭ ਦੁਆਰਾ ਅਪਣਾਇਆ ਜਾਵੇ, ਤਾਂ ਉਹ ਹਰ ਅਨਿਆਂ ਅਤੇ ਅਣਮਨੁੱਖੀਤਾ ਨੂੰ ਦੂਰ ਨਹੀਂ ਕਰੇਗਾ ਜੋ ਮਨੁੱਖ ਦੂਜੇ ਮਨੁੱਖ ਨਾਲ ਕਰਦਾ ਹੈ?" ਅਤੇ ਉਨ੍ਹਾਂ ਨੇ ਕਿਹਾ, "ਹਾਂ।"

.....

"ਤੁਸੀਂ ਮੇਰੇ ਧੰਮ ਨੂੰ ਨਿਰਾਸ਼ਾਵਾਦੀ ਕਹਿ ਸਕਦੇ ਹੋ, ਕਿਉਂਕਿ ਇਹ ਮਨੁੱਖਤਾ ਦਾ ਧਿਆਨ ਦੁੱਖਾਂ ਦੀ ਹੋਂਦ ਵੱਲ ਖਿੱਚਦਾ ਹੈ। ਮੈਂ ਤੁਹਾਨੂੰ ਦੱਸਦਾ ਹਾਂ ਕਿ ਮੇਰੇ ਧੰਮ ਦਾ ਅਜਿਹਾ ਦ੍ਰਿਸ਼ਟੀਕੋਣ ਗਲਤ ਹੋਵੇਗਾ।"

"ਇਸ ਵਿੱਚ ਕੋਈ ਸ਼ੱਕ ਨਹੀਂ ਕਿ ਮੇਰਾ ਧੰਮ ਦੁੱਖਾਂ ਦੀ ਹੋਂਦ ਨੂੰ ਸਵੀਕਾਰ ਕਰਦਾ ਹੈ, ਪਰ ਇਹ ਨਾ ਭੁੱਲੋ ਕਿ ਇਹ ਦੁੱਖਾਂ ਨੂੰ ਦੂਰ ਕਰਨ 'ਤੇ ਬਰਾਬਰ ਜ਼ੋਰ ਦਿੰਦਾ ਹੈ"......

ਬੁੱਧ ਨੇ ਸੂਤਰ "ਏਹੀ ਭਿੱਖਵੇ" (ਭਿਕਸੂਓ ਆਓ) ਦਾ ਉਚਾਰਨ ਕਰਕੇ ਉਨ੍ਹਾਂ ਨੂੰ ਆਪਣੇ ਆਦੇਸ਼ ਵਿੱਚ ਸਵੀਕਾਰ ਕੀਤਾ। ਉਹ ਪੰਚਵਰਗੀਆ ਭਿਖਸੂ ਵਜੋਂ ਜਾਣੇ ਜਾਂਦੇ ਸਨ। (ਬੁੱਧ ਐਂਡ ਹਿਜ਼ ਧੰਮ, ਖੰਡ ਦੂਜਾ, ਭਾਗ 2)

ਕੀ ਜ਼ਾਲਮ ਦੂਸਰਿਆਂ ਦੇ ਜੀਵਨ ਨੂੰ ਦੁੱਖੀ ਅਤੇ ਗ਼ੁਲਾਮ ਬਣਾਉਣ ਦੀ ਪ੍ਰਵਿਰਤੀ ਨੂੰ ਦੂਰ ਕਰਨ ਲਈ ਅੱਸ਼ਟਾਂਗ ਮਾਰਗ ਦਾ ਅਭਿਆਸ ਕਰੇਗਾ? ਇਹ ਤਾਂ ਹੀ ਸੰਭਵ ਹੈ ਜੇਕਰ ਪੀੜਤ ਦੇ ਤੁਰਨ ਦੀ ਗਤੀ ਅੱਤਿਆਚਾਰੀ ਦੇ ਦੌੜਨ ਦੀ ਗਤੀ ਨਾਲੋਂ ਤੇਜ਼ ਹੋ ਜਾਵੇ। ਜਿਵੇਂ ਕਿ ਅੰਗੁਲੀਮਾਲਾ ਦੌੜਦੇ ਹੋਏ ਵੀ ਹੌਲੀ ਚੱਲ ਰਹੇ ਭਗਵਾਨ ਬੁੱਧ ਨੂੰ ਨਹੀਂ ਫੜ ਸਕਿਆ ਸੀ, ਅਤੇ ਉਨ੍ਹਾਂ ਦੇ ਪੈਰਾਂ 'ਤੇ ਡਿੱਗ ਕੇ ਧੰਮ-ਦੀਕਸ਼ਾ ਦੀ ਮੰਗ ਕੀਤੀ। ਜੇਕਰ ਪੀੜਤ ਕੋਲ ਇਹ ਹੁਨਰ ਨਹੀਂ ਹੈ ਅਤੇ ਜ਼ਾਲਮ ਨੇ ਤਸੀਹੇ ਦੇਣ ਨੂੰ ਆਪਣਾ ਧਰਮ ਮੰਨ ਲਿਆ ਹੋਵੇ, ਤਾਂ ਅੱਸ਼ਟਾਂਗ ਮਾਰਗ ਦਾ ਰਸਤਾ ਕੇਵਲ ਪੀੜਤ ਲਈ ਹੀ ਰਹਿ ਜਾਂਦਾ ਹੈ।

ਨਿਰਾਸ਼ਾਵਾਦੀ ਹੋਣ ਦੀ ਆਲੋਚਨਾ ਦਾ ਕਾਰਨ ਦੁੱਖ ਦੀ ਹੋਂਦ ਨੂੰ ਸਵੀਕਾਰ ਕਰਨਾ ਨਹੀਂ ਹੈ, ਜਿਵੇਂ ਕਿ ਬੁੱਧ ਉੱਪਰ ਦੱਸ ਰਹੇ ਹਨ। ਨਾ ਹੀ ਪਵਿੱਤਰਤਾ, ਸੱਚਾਈ ਅਤੇ ਸਦਾਚਾਰ ਦੇ ਮਾਰਗ ਦਾ ਪ੍ਰਚਾਰ ਆਲੋਚਨਾ ਦਾ ਕਾਰਨ ਹੈ। ਜੇਕਰ ਆਲੋਚਨਾ ਨੂੰ ਉਪਦੇਸ਼ ਦੇ ਅੰਤਰੀਵ ਮਨੋਰਥ ਦੇ ਆਧਾਰ 'ਤੇ ਹੀ ਰੱਦ ਕਰਨਾ ਹੈ ਤਾਂ ਇਸ ਦੀ ਤੁਲਨਾ ਪੰਚਤੰਤਰ ਦੀਆਂ ਕਹਾਣੀਆਂ ਨਾਲ ਕਰਨਾ ਗਲਤ ਨਹੀਂ ਹੈ। ਕਿਉਂਕਿ ਮੌਰਲ ਔਫ ਦਿ ਸਟੋਰੀ ਤਾਂ

ਪੰਚਤੰਤਰ ਦੀਆਂ ਕਹਾਣੀਆਂ ਤੋਂ ਵੀ ਬਹੁਤ ਵਧੀਆ ਮਿਲ ਜਾਂਦਾ ਹੈ। ਨਿਰਾਸ਼ਾਵਾਦੀ ਜਾਂ ਉਦਾਸੀਨ ਹੋਣ ਦੀ ਆਲੋਚਨਾ ਤੋਂ ਭਾਵ ਉਪਦੇਸ਼ ਨੂੰ ਕਮਾਉਣ ਦੀ ਉਹ ਜੀਵਨ ਸ਼ੈਲੀ ਤੋਂ ਹੈ ਜਿਸ ਨੂੰ 'ਮੱਧ ਮਾਰਗ' ਕਿਹਾ ਜਾ ਰਿਹਾ ਹੈ। ਭਿਕਸ਼ੂਆਂ ਲਈ ਗ੍ਰਹਿ-ਤਿਆਗ ਅਤੇ ਬ੍ਰਹਮਚਾਰੀ ਲਾਜ਼ਮੀ ਹੈ। ਉਸਨੂੰ ਸਿਰਫ਼ ਤਿੰਨ ਕੱਪੜਿਆਂ ਵਿੱਚ ਰਹਿਣਾ ਹੈ, ਭੋਜਨ ਮੰਗਣ ਲਈ ਉਸਨੇ ਹੱਥ ਵਿੱਚ ਇੱਕ ਕਟੋਰਾ ਅਤੇ ਸਿਰ ਮੁੰਨਣ ਲਈ ਇੱਕ ਉੱਸਤਰਾ ਰੱਖਣਾ ਹੈ। ਹੋਰ ਵੀ ਬਹੁਤ ਕੁਝ ਹੈ ਮੱਧ ਮਾਰਗ ਵਾਸਤੇ, ਜਿਵੇਂ ਕਿ:

ਇੱਕ ਭਿਕਸ਼ੂ ਗਰੀਬੀ ਦਾ ਪ੍ਰਣ ਲੈਂਦਾ ਹੈ। ਉਸਨੂੰ ਆਪਣੇ ਭੋਜਨ ਲਈ ਭੀਖ ਮੰਗਣੀ ਚਾਹੀਦੀ ਹੈ। ਉਸਨੂੰ ਭਿਕਸ਼ਾ 'ਤੇ ਰਹਿਣਾ ਚਾਹੀਦਾ ਹੈ। ਉਸ ਨੂੰ ਦਿਨ ਵਿਚ ਇਕ ਵਾਰ ਹੀ ਖਾ ਕੇ ਆਪਣਾ ਭਰਨ-ਪੋਸ਼ਣ ਕਰਨਾ ਚਾਹੀਦਾ ਹੈ। ਜਿੱਥੇ ਸੰਘ ਲਈ ਕੋਈ ਵਿਹਾਰ ਨਾ ਬਣਿਆ ਹੋਵੇ, ਉਸ ਨੂੰ ਇੱਕ ਰੁੱਖ ਹੇਠਾਂ ਰਹਿਣਾ ਚਾਹੀਦਾ ਹੈ। (ਬੁੱਧ ਐਂਡ ਹਿਜ਼ ਧੰਮ, ਖੰਡ ਪੰਜਵਾਂ, ਭਾਗ 1.3)

ਸਿੱਖੀ ਵੀ ਮੱਧ ਮਾਰਗ ਦਾ ਉਪਦੇਸ਼ ਦਿੰਦੀ ਹੈ, ਪਰ ਪਰਿਭਾਸ਼ਾ ਵਿੱਚ ਜ਼ਮੀਨ-ਅਸਮਾਨ ਦਾ ਅੰਤਰ ਹੈ। ਸਿੱਖ ਧਰਮ ਵਿੱਚ ਉਪਾਸਕ ਅਤੇ ਸੰਨਿਆਸੀ (ਭਿਕਸ਼ੂ) ਵਰਗੀ ਕੋਈ ਵੰਡ ਨਹੀਂ ਹੈ, ਸਿੱਖ ਅਤੇ ਗੁਰੂ ਵਿੱਚ ਕੋਈ ਪੁਜਾਰੀ ਨਹੀਂ ਹੈ। ਗੁਰਬਾਣੀ ਅਨੁਸਾਰ ਸੱਚੇ ਸ਼ਬਦ (ਸਤਿਗੁਰੂ) ਦੀ ਵਿਚਾਰ ਕਰਨ ਨਾਲ ਸਹੀ ਜੀਵਨ ਸ਼ੈਲੀ (ਜੁਗਤ) ਮਿਲ ਜਾਂਦੀ, ਜਿਸ ਗਿਆਨ ਦੁਆਰਾ ਹੱਸਦਿਆਂ, ਖੇਡਦਿਆਂ, ਪਹਿਨਦਿਆਂ, ਖਾਂਦਿਆਂ, ਦੁਨਿਆ ਦੇ ਸਾਰੇ ਕੰਮ ਕਰਦੇ ਹੋਏ ਵਿਕਾਰਾਂ ਤੋਂ ਜੀਵਨ-ਮੁਕਤ ਰਹਿ ਸਕਦੇ ਹਾਂ:

ਨਾਨਕ ਸਤਿਗੁਰਿ ਭੇਟਿਐ ਪੂਰੀ ਹੋਵੈ ਜੁਗਤਿ॥
ਹਸੰਦਿਆ ਖੇਲੰਦਿਆ ਪੈਨੰਦਿਆ ਖਾਵੰਦਿਆ ਵਿਚੇ ਹੋਵੈ ਮੁਕਤਿ॥

(ਗੁਰੂ ਗ੍ਰੰਥ ਸਾਹਿਬ, ਮਹਲਾ ੫, ਅੰਗ 522)

ਬੁੱਧ ਧੰਮ ਦੇ ਪਤਨ ਦਾ ਕਾਰਨ ਦੱਸਦੇ ਹੋਏ ਬਾਬਾ ਸਾਹਿਬ ਨੇ ਲਿਖਿਆ:

ਸੰਘ-ਦੀਕਸ਼ਾ ਨਾਲ ਦੋਨੋ ਸੰਘ ਅਤੇ ਨਾਲ ਹੀ ਧੰਮ ਵਿਚ ਵੀ ਸ਼ਾਮਲ ਹੋ ਜਾਂਦੇ ਸੀ।

ਪਰ ਉਹਨਾਂ ਲਈ ਕੋਈ ਵੱਖਰੀ ਧੰਮ-ਦੀਕਸ਼ਾ ਨਹੀਂ ਸੀ ਜੋ ਧੰਮ ਵਿੱਚ ਸ਼ੁਰੂਆਤ ਕਰਨਾ ਚਾਹੁੰਦੇ ਸਨ, ਪਰ ਸੰਘ ਦੇ ਮੈਂਬਰ (ਭਿਕਸ਼ੂ) ਨਹੀਂ ਬਣਨਾ ਚਾਹੁੰਦੇ ਸਨ, ਜਿਸਦਾ ਇੱਕ ਪਰਿਣਾਮ ਗ੍ਰਹਿਸਥੀ ਤੋਂ ਗ੍ਰਹਿ-ਤਿਆਗੀ ਹੋਣਾ ਸੀ।

ਇਹ ਇੱਕ ਗੰਭੀਰ ਚੁਕ ਸੀ। ਇਹ ਉਨ੍ਹਾਂ ਕਾਰਨਾ ਵਿੱਚੋਂ ਇੱਕ ਸੀ ਜੋ ਆਖਰਕਾਰ: ਭਾਰਤ ਵਿੱਚ ਬੁੱਧ ਧਰਮ ਦੇ ਪਤਨ ਦਾ ਕਾਰਨ ਬਣਿਆ।

ਦੀਕਸ਼ਾ-ਰੀਤ ਦੀ ਇਸ ਘਾਟ ਨੇ ਜਨ-ਸਧਾਰਨ ਨੂੰ ਇੱਕ ਧਰਮ ਤੋਂ ਦੂਜੇ ਧਰਮ ਵਿੱਚ ਘੁੰਮਣ ਲਈ ਸੁਤੰਤਰ ਛੱਡ ਦਿੱਤਾ ਅਤੇ ਇਸ ਤੋਂ ਵੀ ਬਦਤਰ, ਇੱਕ ਸਮੇਂ ਵਿੱਚ ਉਹ [ਦੂਜੇ ਧਰਮਾਂ ਦਾ ਵੀ] ਪਾਲਨ ਕਰਦੇ। (ਬੁੱਧ ਐਂਡ ਹਿਜ਼ ਧੰਮ, ਖੰਡ ਪੰਜਵਾਂ, ਭਾਗ 4.1)

ਸ਼ਾਇਦ ਭਗਵਾਨ ਬੁੱਧ ਦੀ ਇਸੇ ਗੰਭੀਰ ਚੁਕ (grave omission) ਨੂੰ ਸੁਧਾਰਨ ਦੇ ਇਰਾਦੇ ਨਾਲ, ਬਾਬਾ ਸਾਹਿਬ ਨੇ 1956 ਵਿੱਚ ਨਾਗਪੁਰ ਵਿੱਚ ਉਪਾਸਕਾਂ ਲਈ ਧੰਮ-ਦੀਕਸ਼ਾ ਸਮਾਗਮ ਕਰਵਾਇਆ। ਪਰ:

ਜਿਵੇਂ ਕਿ ਧੰਨ ਭਗਵਾਨ (ਬੁੱਧ) ਨੇ ਕਿਹਾ, ਸੰਘ ਸਮੁੰਦਰ ਵਰਗਾ ਸੀ, ਅਤੇ ਭਿਕਸ਼ੂ ਸਮੁੰਦਰ ਵਿੱਚ ਡਿੱਗਣ ਵਾਲੀਆਂ ਨਦੀਆਂ ਵਾਂਗ ਸਨ। (ਬੁੱਧ ਐਂਡ ਹਿਜ਼ ਧੰਮ, ਖੰਡ ਪੰਜਵਾਂ, ਭਾਗ 1.2)

ਨਵਯਾਨ ਬੁੱਧ ਵਿੱਚ ਉਸ ਸਾਗਰ ਅਤੇ ਉਸ ਵਿੱਚ ਡਿੱਗਣ ਵਾਲੀਆਂ ਨਦੀਆਂ ਦਾ ਪਤਾ ਨਹੀਂ ਉਪਾਸਕ ਕਿਵੇਂ ਸਥਾਨ ਲੈ ਸਕਣਗੇ। ਕੀ ਇੰਨੇ ਮੂਲ ਸਿਧਾਂਤਾਂ ਨੂੰ ਬਦਲਣ ਦੇ ਬਾਵਜੂਦ ਵੀ ਇਸ ਨੂੰ ਭਗਵਾਨ ਬੁੱਧ ਦਾ ਧੰਮ ਕਿਹਾ ਜਾ ਸਕਦਾ ਹੈ? ਉਹ ਵੀ ਜਦੋਂ ਬਾਬਾ ਸਾਹਿਬ ਖੁਦ ਮੰਨਦੇ ਸਨ ਕਿ ਭਗਵਾਨ ਬੁੱਧ ਨੇ ਭਿਕਸ਼ੂ ਅਤੇ ਉਪਾਸਕ ਵਿੱਚ ਫਰਕ ਇਸ ਲਈ ਰੱਖਿਆ ਕਿਉਂਕਿ ਇਸ ਤੋਂ ਬਿਨਾਂ ਸੱਚ 'ਤੇ ਆਧਾਰਿਤ ਆਦਰਸ਼ ਸਮਾਜ ਦੀ ਉਸਾਰੀ ਨਹੀਂ ਹੋ ਸਕਦੀ ਸੀ। ਮਸ਼ਾਲ-ਵਾਹਕ (torch-bearer) ਦੀ ਅਣਹੋਂਦ ਵਿੱਚ ਧੰਮ ਵਿੱਚ ਸਥਿਰਤਾ ਕਿਵੇਂ ਰਹਿ ਸਕੇਗੀ?:

ਧੰਨ ਭਗਵਾਨ ਨੇ ਅਜਿਹਾ ਭੇਦ ਕਿਉਂ ਰੱਖਿਆ? ਇਸਦੇ ਲਈ ਕੋਈ ਚੰਗਾ ਕਾਰਨ ਜ਼ਰੂਰ ਹੋਣਾ ਚਾਹੀਦਾ ਹੈ। ਕਿਉਂਕਿ ਧੰਨ ਭਗਵਾਨ ਅਜਿਹਾ ਕੁਝ ਨਹੀਂ ਕਰਨਗੇ ਜਦੋਂ ਤੱਕ ਕਿ ਇਸਦਾ ਕੋਈ ਚੰਗਾ ਕਾਰਨ ਨਾ ਹੋਵੇ।.....

ਇਸ ਵਿੱਚ ਕੋਈ ਸ਼ੱਕ ਨਹੀਂ ਕਿ ਧੰਨ ਭਗਵਾਨ ਆਪਣੇ ਧੰਮ ਰਾਹੀਂ ਧਰਤੀ ਉੱਤੇ ਸੱਚ ਦੇ ਰਾਜ ਦੀ ਨੀਂਹ ਰੱਖਣਾ ਚਾਹੁੰਦੇ ਸਨ। ਇਸ ਲਈ ਉਨ੍ਹਾਂ ਬਿਨਾਂ ਕਿਸੇ ਭੇਦਭਾਵ ਦੇ, ਭਿਕਸ਼ੂਆਂ ਅਤੇ ਆਮ ਲੋਕਾਂ ਨੂੰ ਵੀ ਆਪਣੇ ਧੰਮ ਦਾ ਉਪਦੇਸ਼ ਦਿੱਤਾ।

ਪਰ ਧੰਨ ਭਗਵਾਨ ਇਹ ਵੀ ਜਾਣਦੇ ਸਨ ਕਿ ਸਿਰਫ਼ ਆਮ ਲੋਕਾਂ ਨੂੰ ਧੰਮ ਦਾ ਪ੍ਰਚਾਰ ਕਰਨ ਨਾਲ ਹੀ ਸੱਚ 'ਤੇ ਆਧਾਰਿਤ ਆਦਰਸ਼ ਸਮਾਜ ਦੀ ਸਿਰਜਣਾ ਨਹੀਂ ਹੋਵੇਗੀ।

ਇੱਕ ਆਦਰਸ਼ ਵਿਵਹਾਰਕ ਹੋਣਾ ਚਾਹੀਦਾ ਹੈ, ਅਤੇ ਇਸਨੂੰ ਵਿਵਹਾਰਕ ਦਿਖਾਇਆ ਜਾਣਾ ਚਾਹੀਦਾ ਹੈ। ਤਦ ਅਤੇ ਕੇਵਲ ਤਦ ਹੀ ਲੋਕ ਇਸ ਵੱਲ ਉੱਦਮ ਕਰਦੇ ਹਨ ਅਤੇ ਇਸ ਨੂੰ ਮਹਿਸੂਸ ਕਰਨ ਦੀ ਕੋਸ਼ਿਸ਼ ਕਰਦੇ ਹਨ।

ਇਸ ਉੱਦਮ ਨੂੰ ਸਿਰਜਣ ਲਈ ਇੱਕ ਆਦਰਸ਼ ਦੇ ਆਧਾਰ 'ਤੇ ਕੰਮ ਕਰਨ ਵਾਲੇ ਸਮਾਜ ਦੀ ਤਸਵੀਰ ਹੋਣੀ ਜ਼ਰੂਰੀ ਸੀ, ਅਤੇ ਇਸ ਤਰ੍ਹਾਂ ਆਮ ਆਦਮੀ ਨੂੰ ਇਹ ਸਿੱਧ ਕਰਨਾ ਸੀ ਕਿ ਆਦਰਸ਼ ਅਵਿਵਹਾਰਕ ਨਹੀਂ ਹੈ ਸਗੋਂ ਇਸ ਤਰ੍ਹਾਂ ਸੀ ਅਤੇ ਸਾਕਾਰ ਕਰਨ ਯੋਗ ਸੀ।

ਸੰਘ ਸਮਾਜ ਦਾ ਇੱਕ ਨਮੂਨਾ ਹੈ ਜੋ ਧੰਨ ਭਗਵਾਨ ਦੁਆਰਾ ਪ੍ਰਚਾਰੇ ਗਏ ਧੰਮ ਨੂੰ ਸਾਕਾਰ ਕਰਦਾ ਹੈ।

ਇਹੀ ਕਾਰਨ ਹੈ ਕਿ ਭਗਵਾਨ ਨੇ ਭਿਕਸ਼ੂ ਅਤੇ ਉਪਾਸਕ ਵਿਚ ਇਹ ਭੇਦ ਬਣਾਇਆ। ਭਿਕਸ਼ੂ ਬੁੱਧ ਦੇ ਆਦਰਸ਼ ਸਮਾਜ ਦਾ ਮਸ਼ਾਲ-ਵਾਹਕ ਸੀ, ਅਤੇ ਉਪਾਸਕ ਨੂੰ ਜਿਨ੍ਹਾਂ ਹੋ ਸਕੇ ਭਿਕਸ਼ੂ ਦਾ ਅਨੁਸਰਣ ਕਰਨਾ ਸੀ। (ਬੁੱਧ ਐਂਡ ਹਿਜ਼ ਧੰਮ, ਖੰਡ ਪੰਜਵਾਂ, ਭਾਗ 2.4)

ਉਪਾਸਕ ਅਤੇ ਭਿਕਸ਼ੂ ਵਿਚਕਾਰ ਅੰਤਰ ਬੁੱਧ ਧੰਮ ਦਾ ਮੂਲ ਹੈ। ਨਵਯਾਨ ਧੰਮ ਕਦੇ ਵੀ ਇਸ ਵਿਰੋਧਾਭਾਸ ਤੋਂ ਮੁਕਤ ਨਹੀਂ ਹੋ ਪਾਵੇਗਾ। ਗੁਰੂ ਨਾਨਕ ਇਸ ਮੁੱਦੇ ਦੀ ਗੰਭੀਰਤਾ ਤੋਂ ਸੁਚੇਤ ਸਨ। ਗੁਰੂ ਗੋਬਿੰਦ ਸਿੰਘ ਜੀ ਨੇ 1699 ਦੀ ਵਿਸਾਖੀ ਵਾਲੇ ਦਿਨ ਖਾਲਸਾ ਸਾਜਿਆ। ਸਿੱਖ ਧਰਮ ਵਿੱਚ, ਦੀਖਿਆ ਦੀ ਰੀਤ ਨੂੰ 'ਖੰਡੇ ਦੀ ਪਾਹੁਲ' ਜਾਂ 'ਅੰਮ੍ਰਿਤ-ਛਕਣਾ' ਕਿਹਾ ਜਾਂਦਾ ਹੈ। ਦਸਵੇਂ ਨਾਨਕ ਨੇ ਸਾਰੇ ਅਧਿਕਾਰ ਗ੍ਰਿਹਸਥੀ ਸਿੱਖਾਂ (ਉਪਾਸਕਾਂ) ਨੂੰ ਸੌਂਪ ਦਿੱਤੇ। ਸਿੱਖ ਸੰਗਤ ਦੀਖਿਆ ਲਈ ਆਪਣੇ ਵਿੱਚੋਂ ਹੀ ਪੰਜ ਪਿਆਰੇ ਚੁਣਦੀ ਹੈ ਅਤੇ ਦੂਜਿਆਂ ਨੂੰ ਅੰਮ੍ਰਿਤ (ਦੀਖਿਆ) ਛਕਾਉਂਦੀ ਹੈ। ਇਹਨਾ ਪੰਜਾਂ ਨੇ ਖੰਡੇ ਦੀ ਪਾਹੁਲ ਪਹਿਲਾਂ ਲਈ ਹੋਵੇ ਅਤੇ ਸਿੱਖੀ ਜੀਵਨ ਬਤੀਤ ਕਰ ਰਹੇ ਹੋਣ। 'ਪੰਜ' ਜਨ-ਸਧਾਰਨ ਕੋਲ ਦੀਖਿਆ ਦਾ ਅਧਿਕਾਰ ਹੋਣ ਦੇ ਨਾਲ ਕਿਸੇ ਇੱਕ ਜਾਤ, ਨਸਲ, ਲਿੰਗ ਜਾਂ ਵਿਅਕਤੀ-ਵਿਸ਼ੇਸ਼ ਕੋਲ ਅਧਿਕਾਰ ਨਾ ਰਿਹਾ ਜੋ ਪੁਜਾਰੀ ਨੂੰ ਸਥਾਪਿਤ ਹੋਣ ਤੋਂ ਰੋਕਦਾ ਹੈ। ਅਤੇ ਉਪਾਸਕ-ਭਿਕਸ਼ੂ ਵਰਗਾ ਕੋਈ ਭੇਦ ਪੈਦਾ ਨਹੀਂ ਹੋਣ ਦਿੰਦਾ।

ਹਾਕਮ ਜਮਾਤ ਤੋਂ ਮਦਦ ਨਾ ਮਿਲਣ ਨੇ ਵੀ ਧੰਮ ਦੇ ਪਤਨ ਵਿੱਚ ਅਹਿਮ ਭੂਮਿਕਾ ਨਿਭਾਈ। ਬੁੱਧ ਧਰਮ ਦਾ ਪ੍ਰਚਾਰ ਵੀ ਰਾਜ ਸ਼ਕਤੀ ਦੀ ਮਦਦ ਨਾਲ ਹੋਇਆ ਅਤੇ ਇਸ ਦਾ ਪਤਨ ਵੀ:

"ਸੰਘ ਦੀ ਹੋਂਦ ਲਈ ਰਾਜ ਦੀ ਸਰਪ੍ਰਸਤੀ ਵੀ ਮਹੱਤਵਪੂਰਨ ਸੀ, ਕਿਉਂਕਿ ਬਹੁਤ ਸਾਰੇ ਬੋਧੀ ਦੇਸ਼ਾਂ ਵਿੱਚ, ਭਿਕਸ਼ੂ ਭੀਖ ਮੰਗਦੇ ਹਨ, ਭੋਜਨ ਪੈਦਾ ਨਹੀਂ ਕਰਦੇ, ਅਤੇ ਯੁੱਧ ਵਿੱਚ ਸ਼ਾਮਲ ਨਹੀਂ ਹੁੰਦੇ ਹਨ। ਜਦੋਂ ਗੈਰ-ਬੋਧੀ ਸ਼ਕਤੀਆਂ ਦੁਆਰਾ ਕਿਸੇ ਖੇਤਰ ਨੂੰ ਜਿੱਤ ਲਿਆ ਗਿਆ ਸੀ, ਜਾਂ ਕੁਝ ਸ਼ਾਸਕਾਂ ਦੁਆਰਾ ਬੁੱਧ ਧਰਮ ਨੂੰ ਘੱਟ ਸਰਪ੍ਰਸਤੀ ਦਿੱਤੀ ਗਈ, ਤਾਂ ਸੰਘ ਵਿੱਚ ਲਾਜ਼ਮੀ ਤੌਰ 'ਤੇ ਨਿਘਾਰ ਆਇਆ ਅਤੇ ਆਮ ਲੋਕਾਂ ਨੇ ਆਪਣੇ ਲੋਕ ਰੀਤੀ-ਰਿਵਾਜਾਂ ਨੂੰ ਦੂਜੇ ਧਰਮਾਂ ਵਿੱਚ ਪ੍ਰਮੁੱਖਤਾ ਨਾਲ ਮਿਲਾ ਦਿੱਤਾ ਸੀ।" (ਅਖਿਲੇਸ਼ ਪਿਲਾਲਮਾਰੀ, ਦਿ ਡਿਪਲੋਮੈਟ, 29 ਅਕਤੂਬਰ, 2017)

ਬਾਬਾ ਸਾਹਿਬ ਨੇ ਉਪਾਸਕ ਲਈ ਧੰਮ-ਦੀਖਿਆ ਦੀ ਘਾਟ ਨੂੰ ਬੁੱਧ ਧਰਮ ਦੇ ਪਤਨ ਦਾ ਕਾਰਨ ਮੰਨਿਆ। ਪਰ ਬ੍ਰਹਮਣਵਾਦ ਦਾ ਇੱਕ ਹੋਰ ਮਹੱਤਵਪੂਰਨ ਪੁਰਵਵਰਤੀ ਵਿਚਾਰ ਹੈ ਜਿਸਨੂੰ ਬਾਬਾ ਸਾਹਿਬ ਨੇ ਸ਼ੂਦਰਾਂ ਲਈ ਇੱਕ ਗੰਭੀਰ ਸਮੱਸਿਆ ਮੰਨ ਕੇ ਉਹਨਾਂ ਦੀ ਗੁਲਾਮੀ ਦਾ ਕਾਰਨ ਮੰਨਿਆ। ਇਸ ਦਾ ਹੱਲ ਲੱਭਣਾ ਤਾਂ ਦੂਰ, ਭਗਵਾਨ ਬੁੱਧ ਦੀ ਵਿਚਾਰਧਾਰਾ ਨੇ ਬ੍ਰਹਮਣਵਾਦ ਦੀਆਂ ਜੜ੍ਹਾਂ ਹੋਰ ਮਜ਼ਬੂਤ ਕਰ ਦਿੱਤੀਆਂ। ਬ੍ਰਹਮਣਵਾਦ ਦੇ ਇਸ ਪੁਰਵਵਰਤੀ ਵਿਚਾਰ ਬਾਰੇ ਬਾਬਾ ਸਾਹਿਬ ਨੇ ਇਸ ਤਰ੍ਹਾਂ ਬਿਆਨ ਕੀਤਾ:

"ਸ਼ਸਤਰ ਧਾਰਨ ਕਰਨ ਦਾ ਅਧਿਕਾਰ ਆਜ਼ਾਦੀ ਪ੍ਰਾਪਤ ਕਰਨ ਦਾ ਆਖਰੀ ਸਾਧਨ ਹੈ ਜੋ ਮਨੁੱਖ ਕੋਲ ਹੈ। ਪਰ ਸ਼ੂਦਰਾਂ ਨੂੰ ਸ਼ਸਤਰ ਧਾਰਨ ਕਰਨ ਦੇ ਅਧਿਕਾਰ ਤੋਂ ਵੰਚਿਤ ਕਰ ਦਿੱਤਾ ਗਿਆ।" *(ਬੁੱਧ ਐਂਡ ਹਿਜ਼ ਧੰਮ, ਖੰਡ ਪਹਿਲਾ, ਭਾਗ 5.3)*

ਇਸ ਗੰਭੀਰ ਸਮੱਸਿਆ ਦੇ ਵਿਰੁੱਧ ਭਗਵਾਨ ਬੁੱਧ ਨੇ ਜੋ ਉਪਦੇਸ਼ ਦਿੱਤਾ ਉਹਨੂੰ ਬਾਬਾ ਸਾਹਿਬ ਨੇ ਇਸ ਤਰਾਂ ਕਲਮਬੰਦ ਕੀਤਾ:

"ਜਿੱਥੋਂ ਤੱਕ ਸ਼ਰੀਰਕ ਸੱਚਾਈ ਦਾ ਸਬੰਧ ਹੈ, ਇੱਕ ਆਦਮੀ (i) ਆਪਣੇ-ਆਪ ਨੂੰ ਸਾਰੇ ਕਤਲਾਂ ਤੋਂ ਦੂਰ ਰੱਖਦਾ ਹੈ ਅਤੇ ਕੁਝ ਵੀ ਮਾਰਨ ਤੋਂ ਪਰਹੇਜ਼ ਕਰਦਾ ਹੈ; ਗਦਾ ਅਤੇ ਤਲਵਾਰ ਨੂੰ ਛੱਡ ਕੇ, ਉਹ ਬੇਗੁਨਾਹੀ ਅਤੇ ਦਇਆ ਦਾ ਜੀਵਨ ਬਤੀਤ ਕਰਦਾ ਹੈ, ਹਰ ਜੀਵ ਲਈ ਦਿਆਲਤਾ ਅਤੇ ਰਹਿਮ ਨਾਲ ਭਰਪੂਰ ਹੈ।" *(ਬੁੱਧ ਐਂਡ ਹਿਜ਼ ਧੰਮ, ਖੰਡ ਚੌਥਾ, ਭਾਗ 3.1)*

ਆਤਮ-ਸਮਰਪਣ ਵਾਲੀ ਬੁੱਧ ਦੀ ਅਹਿੰਸਾ ਦੀ ਆਲੋਚਨਾ ਦਾ ਜਵਾਬ ਬਾਬਾ ਸਾਹਿਬ ਅੰਬੇਡਕਰ ਨੇ ਇਸ ਤਰ੍ਹਾਂ ਦੇਣ ਦੀ ਕੋਸ਼ਿਸ਼ ਕੀਤੀ ਹੈ:

"ਇਨ੍ਹਾਂ ਉਦਾਹਰਣਾਂ ਦੀ ਸਹੀ ਸਮਝ ਤੋਂ ਪਤਾ ਚਲਦਾ ਹੈ ਕਿ ਧੰਨ ਭਗਵਾਨ ਦੁਆਰਾ ਸਿਖਾਈ ਗਈ ਅਹਿੰਸਾ ਮੌਲਿਕ ਸੀ। ਪਰ ਇਹ ਨਿਰਪੇਖ ਨਹੀਂ ਸੀ।" *(ਬੁੱਧ ਐਂਡ ਹਿਜ਼ ਧੰਮ, ਖੰਡ ਛੇਵਾਂ, ਭਾਗ 3.3)*

ਜੇ ਸਮਾਜ ਲਈ ਬਣਾਏ ਗਏ ਮਾਡਲ (ਸੰਘ) ਨੂੰ "ਆਦਰਸ਼ ਵਿਵਹਾਰਕ" ਵਜੋਂ ਪ੍ਰਚਾਰਿਆ ਜਾ ਰਿਹਾ ਹੈ, ਤਾਂ ਜਨ-ਸਧਾਰਨ ਮੌਲਿਕ ਅਤੇ ਨਿਰਪੇਖ ਵਿਚ ਅੰਤਰ ਕਿਵੇਂ ਕਰ ਸਕਦੇ ਹਨ?

ਗੁਰੂ ਸਾਹਿਬਾਨ ਨੇ ਨਾ ਸਿਰਫ਼ ਸਾਰੇ ਵਰਗਾਂ ਦੇ ਨਰ-ਨਾਰੀ ਨੂੰ ਸ਼ਸਤਰ ਧਾਰਨ ਦਾ ਅਧਿਕਾਰ ਦਿੱਤਾ, ਸਗੋਂ ਕਿਰਪਾਨ (ਕ੍ਰਿਪਾ+ਆਨ) ਨੂੰ ਪੰਜ ਕੱਕਾਰਾਂ ਵਿੱਚ ਸ਼ਾਮਲ ਕਰਕੇ ਇਸ ਨੂੰ ਲਾਜ਼ਮੀ ਕਰ ਦਿੱਤਾ। ਸਿੱਖਾਂ ਨੂੰ ਹਦਾਇਤ ਕੀਤੀ ਕਿ ਕਿਰਪਾਨ ਅੱਤਿਆਚਾਰ ਲਈ ਨਹੀਂ, ਸਗੋਂ ਮਜ਼ਲੂਮਾਂ 'ਤੇ ਹੁੰਦੇ ਜ਼ੁਲਮਾਂ ਨੂੰ ਰੋਕਣ ਲਈ ਹੈ। ਕਿਰਪਾਨ ਸਮਾਨਤਾ ਦੇ ਅਧਿਕਾਰਾਂ ਦੀ ਰਾਖੀ ਕਰਨ ਦੀ ਦਇਆ (ਕ੍ਰਿਪਾ) ਲਈ ਉੱਠੇ ਜਾਂ ਆਤਮ-ਸਨਮਾਨ (ਆਨ) ਦੀ ਰੱਖਿਆ ਲਈ।

ਸੂਰਾ ਸੋ ਪਹਿਚਾਨੀਐ ਜੁ ਲਰੈ ਦੀਨ ਕੇ ਹੇਤ॥
ਪੁਰਜਾ ਪੁਰਜਾ ਕਟਿ ਮਰੈ ਕਬਹੂ ਨ ਛਾਡੈ ਖੇਤੁ॥

(ਗੁਰੂ ਗ੍ਰੰਥ ਸਾਹਿਬ, ਭਗਤ ਕਬੀਰ, ਅੰਗ 1105)

ਬੁੱਧ ਨੇ ਲੋਕਾਂ ਦੇ ਹੱਥਾਂ ਵਿੱਚ ਤਲਵਾਰ ਦੇਣਾ ਤਾਂ ਦੂਰ, ਖੇਤ ਵਾਹੁਣ ਵਾਲਾ ਹਲ ਵੀ ਨਹੀਂ ਰਹਿਣ ਦਿੱਤਾ। ਜੋ ਕੋਈ ਵੀ ਭਗਵਾਨ ਬੁੱਧ ਦੇ ਸੰਘ ਵਿੱਚ ਸ਼ਾਮਲ ਹੋਇਆ, ਸਾਰਿਆਂ ਨੇ ਆਪਣੀ ਅਜੀਵਿਕਾ ਦਾ ਤਿਆਗ ਕਰ ਕੇ ਹੱਥ ਵਿੱਚ ਭਿਖਿਆ ਦਾ ਕਟੋਰਾ ਪਕੜ ਲਿਆ। ਬਾਬਾ ਸਾਹਿਬ ਨੇ ਕਿਤਾਬ ਵਿੱਚ ਅਜਿਹੀਆਂ ਕਈ ਉਦਾਹਰਣਾਂ ਦਿੱਤੀਆਂ ਹਨ। ਜਿਵੇਂ:

ਰਾਜਗ੍ਰਿਹ ਦੇ ਨੇੜੇ ਗਾਰਿਯਕੂਟ ਪਹਾੜ ਦੇ ਪਿੱਛੇ ਇੱਕ ਪਿੰਡ ਵਿੱਚ ਸੱਤਰ ਬ੍ਰਾਹਮਣ ਪਰਿਵਾਰ ਰਹਿੰਦੇ ਸਨ। ਉਹ ਪਿਛਲੀਆਂ ਤੀਹ ਪੀੜ੍ਹੀਆਂ ਤੋਂ ਪਸ਼ੂ ਪਾਲਣ ਦੀ ਅਜੀਵਿਕਾ ਕਰ ਰਹੇ ਸਨ। ਭਗਵਾਨ ਬੁੱਧ ਉਨ੍ਹਾਂ ਦੇ ਪਿੰਡ ਆਏ ਅਤੇ ਉਨ੍ਹਾਂ ਨੂੰ ਧੰਮ ਦਾ ਉਪਦੇਸ਼ ਦਿੱਤਾ। ਜਿਸ ਤੋਂ ਪ੍ਰਭਾਵਿਤ ਹੋ ਕੇ ਹਰ ਕਿਸੇ ਨੇ ਆਪਣੀ ਅਜੀਵਿਕਾ 'ਤੇ ਪਰਿਵਾਰ ਛੱਡ ਦਿੱਤਾ ਅਤੇ ਤਥਾਗਤ ਨਾਲ ਵਿਹਾਰ ਲਈ ਰਵਾਨਾ ਹੋ ਗਏ। ਰਸਤੇ ਵਿਚ ਜਦੋਂ ਉਨ੍ਹਾਂ ਨੂੰ ਆਪਣੀ ਪਤਨੀਆਂ ਅਤੇ ਪਰਿਵਾਰ ਦੀ ਯਾਦ ਆਈ ਤਾਂ ਤਥਾਗਤ ਨੇ ਕਾਮ-ਵਾਸਨਾ ਤੋਂ ਬਚਣ ਦਾ ਉਪਦੇਸ਼ ਦਿੱਤਾ ਅਤੇ ਫਿਰ ਉਹ ਬ੍ਰਾਹਮਣ ਬਿਨਾਂ ਕਿਸੇ ਦੁਵਿਧਾ ਦੇ ਵਿਹਾਰ ਵੱਲ ਚਲ ਪਏ। (ਬੁੱਧ ਔਂਡ ਹਿਜ਼ ਧੰਮ, ਖੰਡ ਦੂਜਾ, ਭਾਗ 5.1 ਦਾ ਸੰਖੇਪ ਵਰਣਨ)

ਰਾਜਗ੍ਰਿਹ ਵਿੱਚ ਸੁਨੀਤ ਨਾਮ ਦਾ ਭੰਗੀ ਰਹਿੰਦਾ ਸੀ। ਉਹ ਗ੍ਰਹਿਸਥੀਆਂ ਵੱਲੋਂ ਸੜਕ 'ਤੇ ਸੁੱਟੇ ਕੂੜੇ ਨੂੰ ਸਾਫ਼ ਕਰਕੇ ਆਪਣਾ ਗੁਜ਼ਾਰਾ ਚਲਾਉਂਦਾ ਸੀ। ਭਗਵਾਨ ਬੁੱਧ ਇੱਕ ਵਾਰੀ ਆਪਣੇ ਭਿਕਸ਼ੂਆਂ ਦੀ ਮੰਡਲੀ ਦੇ ਨਾਲ ਉਸੇ ਰਸਤੇ ਤੋਂ ਲੰਘ ਰਹੇ ਸਨ ਜਿੱਥੇ ਸੁਨੀਤ ਸਫਾਈ ਕਰ ਰਿਹਾ ਸੀ। ਤਥਾਗਤ ਨੇ ਸੁਨੀਤ ਨੂੰ ਸੰਘ ਵਿੱਚ ਸ਼ਾਮਲ ਹੋਣ ਲਈ ਕਿਹਾ। ਸੁਨੀਤ ਨੇ ਬੜੀ ਖੁਸ਼ੀ ਨਾਲ ਝਾੜੂ ਦਾ ਤਿਆਗ ਕਰਕੇ ਭਿਖਿਆ ਦਾ ਕਟੋਰਾ ਫੜ ਲਿਆ। (ਬੁੱਧ ਔਂਡ ਹਿਜ਼ ਧੰਮ, ਖੰਡ ਦੂਜਾ, ਭਾਗ 6.2 ਦਾ ਸੰਖੇਪ ਵਰਣਨ)

ਇੱਕ ਵਾਰ ਦੋਣ ਨਾਮ ਦਾ ਬ੍ਰਾਹਮਣ ਭਗਵਾਨ ਬੁੱਧ ਕੋਲ ਆਇਆ। ਉਸ ਨੂੰ ਉਪਦੇਸ਼ ਕਰਦਿਆਂ ਸਮਝਾਇਆ:

"ਅਤੇ ਧੰਮ ਕੀ ਹੈ, ਦੋਣ? ਹਲ ਵਾਹੁਣ ਵਾਲੇ ਦੇ ਰੂਪ ਵਿੱਚ ਕਦੇ ਨਹੀਂ, ਨਾ ਵਪਾਰੀ ਦੇ ਰੂਪ ਵਿੱਚ, ਨਾ ਚਰਵਾਹੇ ਦੇ ਰੂਪ ਵਿੱਚ, ਨਾ ਹੀ ਰਾਜੇ ਦੇ ਆਦਮੀ ਦੇ ਰੂਪ ਵਿੱਚ, ਨਾ ਹੀ ਕਿਸੇ ਕਾਰੀਗਰੀ ਤੋਂ (ਆਪਣੀ ਰੋਜ਼ੀ-ਰੋਟੀ ਕਮਾਉਣ ਲਈ), ਬਲਕਿ ਕੇਵਲ ਭਿਖਿਆ ਤੋਂ, ਭਿਖਾਰੀ ਦੇ ਕਟੋਰੇ ਦਾ ਤਿਰਸਕਾਰ ਨਹੀਂ ਕਰਦੇ।

ਅਤੇ ਉਹ ਤਾਲੀਮ ਲਈ ਅਧਿਆਪਕ ਨੂੰ ਦਕਸ਼ਿਨਾ ਸੌਂਪਦਾ ਹੈ, ਆਪਣੀ ਦਾੜ੍ਹੀ ਮੁਨਾਉਂਦਾ ਹੈ, ਪੀਲੇ ਕੱਪੜੇ ਪਹਿਨਦਾ ਹੈ, ਅਤੇ ਗ੍ਰਹਿ ਤੋਂ ਗ੍ਰਹਿ-ਤਿਆਗ ਦੇ ਜੀਵਨ ਵੱਲ ਚਲੇ ਜਾਂਦਾ ਹੈ।" (ਬੁੱਧ ਔਂਡ ਹਿਜ਼ ਧੰਮ, ਖੰਡ ਛੇਵਾਂ, ਭਾਗ 2.7)

ਪਸ਼ੂ ਪਾਲਣ, ਹਲ ਅਤੇ ਝਾੜੂ ਨੂੰ ਤਿਆਗ ਕੇ, ਸਾਰਿਆਂ ਨੂੰ ਭੀਖ ਦਾ ਕਟੋਰਾ ਸੌਂਪ ਦਿੱਤਾ ਗਿਆ। ਇਸ ਤਰ੍ਹਾਂ ਬ੍ਰਾਹਮਣ ਅਤੇ ਭੰਗੀ ਵਿਚਕਾਰ ਸਮਾਨਤਾ ਸਥਾਪਿਤ ਹੋਈ। ਕੀ ਸਮਾਜ, ਖਾਸ ਕਰਕੇ ਦਲਿਤ ਵਰਗ ਅਜਿਹੀ ਸਮਾਨਤਾ ਚਾਹੁੰਦਾ ਹੈ?

ਇਸ ਦੇ ਬਿਲਕੁਲ ਉਲਟ ਗੁਰੂ ਨਾਨਕ ਸਾਹਿਬ ਜੀ ਨੇ ਗ੍ਰਹਿਸਥੀਆਂ ਨੂੰ ਅਜਿਹੇ ਲੋਕਾਂ ਤੋਂ ਸਾਵਧਾਨ ਰਹਿਣ ਲਈ ਕਿਹਾ ਜੋ ਖੁਦ ਤਾਂ ਕਿਸੇ ਗ੍ਰਹਿਸਥੀ ਦੇ ਘਰ ਭੀਖ ਮੰਗ ਕੇ ਖਾਂਦੇ ਹਨ, ਇਸ ਦੇ ਬਾਵਜੂਦ ਉਹ ਆਪਣੇ-ਆਪ ਨੂੰ ਧਾਰਮਿਕ ਗੁਰੂ ਅਖਵਾਉਂਦੇ ਹਨ। ਅਜਿਹੇ ਲੋਕਾਂ ਨੂੰ 'ਮਖੱਟੂ' ਕਹਿ ਕੇ ਸੰਬੋਧਨ ਕੀਤਾ, ਜਿਸਦਾ ਅਰਥ ਹੈ ਸਮਾਜ ਲਈ ਬੋਝ:

ਗਿਆਨ ਵਿਹੂਨਾ ਗਾਵੈ ਗੀਤ॥ ਭੁਖੇ ਮੁਲਾਂ ਘਰੇ ਮਸੀਤਿ॥

ਮਖਟੂ ਹੋਇ ਕੈ ਕੰਨ ਪੜਾਏ॥ ਫਕਰੁ ਕਰੇ ਹੋਰੁ ਜਾਤਿ ਗਵਾਏ॥

ਗੁਰੁ ਪੀਰੁ ਸਦਾਏ ਮੰਗਣ ਜਾਇ॥ ਤਾ ਕੈ ਮੂਲਿ ਨ ਲਗੀਐ ਪਾਇ॥

ਘਾਲਿ ਖਾਇ ਕਿਛੁ ਹਥਹੁ ਦੇਇ॥ ਨਾਨਕ ਰਾਹੁ ਪਛਾਣਹਿ ਸੇਇ॥

(ਗੁਰੂ ਗ੍ਰੰਥ ਸਾਹਿਬ, ਮਹਲਾ ੧, ਅੰਗ 1245)

ਅਰਥ: (ਧਰਮ ਦੇ ਠੇਕੇਦਾਰਾਂ ਦੀ ਹਾਲਤ ਇਹ ਹੈ ਕਿ) ਉਹ ਗਿਆਨ ਵਿਹੂਣੇ ਭਜਨ ਗਾਉਂਦੇ ਹਨ। ਜਿਵੇਂ ਕਿਸੇ ਮੁੱਲਾ ਨੇ ਆਪਣੀ ਭੁੱਖ ਮਿਟਾਉਣ ਲਈ (ਰੋਜੀ ਦੀ ਖ਼ਾਤਰ) ਆਪਣੇ ਘਰ ਵਿੱਚ ਮਸਜਿਦ ਖੋਲ੍ਹੀ ਹੋਈ ਹੋਵੇ।

ਇਹ ਜੋ ਮਖੱਟੂ (ਜੋਗੀ ਬਣ ਕੇ) ਆਪਣੇ ਕੰਨ ਪੜਵਾ ਲੈਂਦੇ ਹਨ। ਇਕ ਤਾਂ (ਦਰ-ਦਰ ਭਟਕਣ ਵਾਲੇ) ਉਹ ਫ਼ਕੀਰ ਬਣ ਜਾਂਦੇ ਹਨ, ਤੇ ਦੂਜਾ ਉਹ (ਅਣਖ ਵਾਲਾ) ਸੁਭਾਉ ਗਵਾ ਬੈਠਦੇ ਹਨ।

(ਵੈਸੇ ਤਾਂ ਉਹ ਆਪਣੇ-ਆਪ ਨੂੰ) ਗੁਰੂ-ਪੀਰ ਅਖਵਾਉਂਦੇ ਹਨ (ਪਰ ਘਰ-ਘਰ) ਜਾ ਕੇ ਭੀਖ ਮੰਗਦੇ ਹਨ। (ਸਾਵਧਾਨ ਗ੍ਰਿਹਸਥ ਵਾਲੋ) ਅਜਿਹੇ ਬੰਦਿਆਂ ਦੇ ਪੈਰੀਂ ਬਿਲਕੁਲ ਨਹੀਂ ਪੈਣਾ ਚਾਹੀਦਾ।

ਜੋ ਲੋਕ ਮੇਹਨਤ ਨਾਲ ਕਮਾ ਕੇ ਖਾਂਦੇ ਹਨ ਅਤੇ ਉਸ ਕਮਾਈ ਵਿਚੋਂ ਕੁਝ (ਲੋੜਵੰਦਾਂ ਨੂੰ ਵੀ) ਦਿੰਦੇ ਹਨ। ਹੇ ਨਾਨਕ! ਅਜਿਹੇ ਲੋਕ ਹੀ ਜੀਵਨ ਦਾ ਸਹੀ ਮਾਰਗ ਪਛਾਣਦੇ ਹਨ।

ਧਰਮ ਦੀ ਚੋਣ ਹਰ ਕਿਸੇ ਦਾ ਨਿੱਜੀ ਫੈਸਲਾ ਹੈ। ਹਰ ਕਿਸੇ ਨੂੰ ਆਪਣੀ ਮਰਜੀ ਦਾ ਧਰਮ ਚੁਣਨ ਦਾ ਹੱਕ ਹੈ। ਪਰ ਜੋ ਵੀ ਧਰਮ ਅਪਣਾਓ, ਟੀਚਾ ਇਸ ਦੇ ਸਿਖਰ 'ਤੇ ਪਹੁੰਚਣਾ ਹੋਣਾ ਚਾਹੀਦਾ ਹੈ। ਸਨਾਤਨ ਧਰਮ ਅਪਣਾਓ ਜੇਕਰ ਤੁਸੀਂ ਜਾਚਕ ਬ੍ਰਹਮਣ ਬਣ ਕੇ ਜਜਮਾਨਾਂ ਦੇ ਗੁਰੂ ਬਣਨ ਦੀ ਇੱਛਾ ਰੱਖਦੇ ਹੋਵੋ। ਬੁੱਧ ਧੰਮ ਤਾਂ ਹੀ ਅਪਣਾਓ ਜੇਕਰ ਤੁਸੀਂ ਗ੍ਰਿਹ-ਤਿਆਗੀ ਭਿਕਸ਼ੂ ਦੀ ਪਰਮ-ਅਵਸਥਾ ਦੇ ਚਾਹਵਾਨ ਹੋ। ਸਿੱਖ ਧਰਮ ਅਪਣਾਓ ਜੇਕਰ ਤੁਸੀਂ ਗ੍ਰਹਿਸਥੀ ਜੀਵਨ ਬਤੀਤ ਕਰਦੇ ਹੋਏ ਨਾਮ ਜਪੋ, ਕਿਰਤ ਕਰੋ, ਵੰਡ ਛਕੋ ਦੇ ਸਿਧਾਂਤਾਂ 'ਤੇ ਪੰਚ ਕੱਕਾਰੀ ਖਾਲਸਾ ਬਣਨਾ ਚਾਹੁੰਦੇ ਹੋ। ਨਹੀਂ ਤਾਂ, ਜਜਮਾਨ ਜਾਂ ਉਪਾਸਕ ਹੋਣ ਦੇ ਨਾਤੇ, ਤੁਸੀਂ ਹਮੇਸ਼ਾਂ ਹੀਣ ਭਾਵਨਾ ਤੋਂ ਪੀੜਤ ਰਹੋਗੇ।

ਬੁੱਧ ਨੂੰ ਪਛਾੜਨ ਵਾਲੇ ਬ੍ਰਹਮਣਵਾਦ ਨਾਲ ਲਈ ਹੈ ਨਾਨਕ ਨੇ ਟੱਕਰ

"ਤੁਹਾਨੂੰ ਉਹੀ ਸਟੈਂਡ ਲੈਣਾ ਚਾਹੀਦਾ ਹੈ ਜੋ ਬੁੱਧ ਨੇ ਲਿਆ ਸੀ। ਤੁਹਾਨੂੰ ਉਹੀ ਸਟੈਂਡ ਲੈਣਾ ਚਾਹੀਦਾ ਹੈ ਜੋ ਗੁਰੂ ਨਾਨਕ ਨੇ ਲਿਆ ਸੀ। ਤੁਹਾਨੂੰ ਸ਼ਾਸਤਰਾਂ ਨੂੰ ਸਿਰਫ਼ ਰੱਦ ਹੀ ਨਹੀਂ ਕਰਨਾ ਚਾਹੀਦਾ, ਬਲਕਿ ਉਨ੍ਹਾਂ ਦੀ ਸਮਰੱਥਾ ਨੂੰ ਵੀ ਨਕਾਰਨਾ ਚਾਹੀਦਾ ਹੈ, ਜਿਵੇਂ ਬੁੱਧ ਤੇ ਨਾਨਕ ਨੇ ਕੀਤਾ। ਤੁਹਾਡੇ ਵਿੱਚ ਹਿੰਦੂਆਂ ਨੂੰ ਦੱਸਣ ਦੀ ਹਿੰਮਤ ਹੋਣੀ ਚਾਹੀਦੀ ਹੈ ਕਿ ਖੋਟ ਉਨ੍ਹਾਂ ਦੇ ਮਜ਼੍ਹਬ ਵਿੱਚ ਹੈ-ਉਹ ਮਜ਼੍ਹਬ ਜਿਸਨੇ ਜਾਤ ਦੀ ਪਵਿੱਤਰਤਾ ਦਾ ਵਿਚਾਰ ਉਨ੍ਹਾਂ ਵਿੱਚ ਪੈਦਾ ਕੀਤਾ ਹੈ। ਕੀ ਤੁਸੀਂ ਇਹ ਹਿੰਮਤ ਦਿਖਾਉਗੇ?"
(ਜਾਤ ਦਾ ਵਿਨਾਸ਼, 1936)

ਬਾਬਾ ਸਾਹਿਬ ਅੰਬੇਡਕਰ ਦਾ ਇਹ ਬੇਬਾਕ ਬਿਆਨ ਇਸ ਤੱਥ 'ਤੇ ਤਾਂ ਖਰਾ ਉਤਰਦਾ ਹੈ ਕਿ ਬੁੱਧ ਅਤੇ ਗੁਰੂ ਨਾਨਕ ਦੋਵਾਂ ਨੇ ਬ੍ਰਹਮਣਵਾਦ ਨਾਲ ਟੱਕਰ ਲਈ। ਪਰ ਇਹ ਬਾਬਾ ਸਾਹਿਬ ਦੀ ਵੱਡੀ ਸਿਧਾਂਤਕ ਗਲਤੀ ਵੱਲ ਵੀ ਇਸ਼ਾਰਾ ਕਰਦਾ ਹੈ। ਉਹ ਇਹ, ਕਿ ਬਾਬਾ ਸਾਹਿਬ ਗੌਤਮ ਬੁੱਧ ਅਤੇ ਗੁਰੂ ਨਾਨਕ ਦੇ ਸਮੇਂ ਦੇ ਬ੍ਰਹਮਣਵਾਦ ਵਿੱਚ ਫਰਕ ਨਹੀਂ ਕਰ ਪਾ ਰਹੇ। ਦੋਹਾਂ ਸਮਿਆਂ ਦੇ ਬ੍ਰਹਮਣਵਾਦ ਵਿੱਚ ਅੰਤਰ ਹੈ। ਗੁਰੂ ਨਾਨਕ ਨੇ ਉਸ ਬ੍ਰਹਮਣਵਾਦ ਨਾਲ ਟੱਕਰ ਲਈ ਜਿਸਨੇ ਬੁੱਧ ਨੂੰ ਸ਼ਿਕਸਤ ਦਿੱਤੀ। ਅੱਲਾਮਾ ਇਕਬਾਲ ਨੇ ਵੀ ਆਪਣੀ ਇਕ ਕਵਿਤਾ ਵਿੱਚ ਗੌਤਮ ਅਤੇ ਨਾਨਕ ਦਾ ਇਕੱਠੇ ਜ਼ਿਕਰ ਕੀਤਾ ਹੈ। ਪਰ ਉਹਨਾ ਇਹ ਫਰਕ ਬਾਖੁਬੀ ਪੇਸ਼ ਕੀਤਾ ਕਿ ਮਰਦ-ਏ-ਕਾਮਿਲ (ਗੁਰੂ ਨਾਨਕ) ਨੇ ਉਸ ਬ੍ਰਹਮਣਵਾਦ ਦੇ ਨਾਲ ਟੱਕਰ ਲਈ ਜਿਸ ਨੇ ਬੁੱਧ ਨੂੰ ਭਾਰਤ ਤੋਂ ਮਹਿਫ਼ਿਲ-ਏ-ਅਗਿਆਰ (ਵਿਦੇਸ਼) ਤੱਕ ਸੀਮਿਤ ਕਰ ਦਿੱਤਾ:

ਆਹ! ਸ਼ੂਦਰ ਕੇ ਲਿਏ ਹਿੰਦੋਸਤਾਨ ਗਮ ਖਾਨਾ ਹੈ,
ਦਰਦ-ਏ-ਇਨਸਾਨੀ ਸੇ ਇਸ ਬਸਤੀ ਕਾ ਦਿਲ ਬੇਗਾਨਾ ਹੈ,
ਬ੍ਰਹਮਣ ਸਰਸ਼ਾਰ ਹੈ ਅਬ ਤਕ ਮੈ-ਏ-ਪਿੰਦਾਰ ਮੇਂ,
ਸ਼ਮਾ-ਏ-ਗੌਤਮ ਜਲ ਰਹੀ ਹੈ ਮਹਿਫ਼ਿਲ-ਏ-ਅਗਿਆਰ ਮੇਂ,
ਬੁੱਤਕਦਾ ਫਿਰ ਬਾਦ ਮੁਦੱਤ ਕੇ ਮਗਰ ਰੌਸ਼ਨ ਹੂਆ,
ਨੂਰ-ਏ-ਇਬਰਾਹਿਮ ਸੇ ਅਜ਼ਰ ਕਾ ਘਰ ਰੌਸ਼ਨ ਹੂਆ,
ਫਿਰ ਉੱਠੀ ਆਖ਼ਿਰ ਸਦਾ ਤੌਹੀਦ ਕੀ ਪੰਜਾਬ ਸੇ,
ਹਿੰਦ ਕੋ ਏਕ ਮਰਦ-ਏ-ਕਾਮਿਲ ਨੇ ਜਗਾਯਾ ਖ਼ਵਾਬ ਸੇ

(ਨਾਨਕ, ਅੱਲਾਮਾ ਇਕਬਾਲ)

ਬੁੱਧ ਧੰਮ ਦੀ ਸ਼ੁਰੂਆਤ ਦੇ ਸਮੇਂ ਭਾਰਤ ਵਿੱਚ ਬ੍ਰਹਮਣਵਾਦ ਦੀ ਕੋਈ ਪ੍ਰਭਾਵੀ ਹੋਂਦ ਨਹੀਂ ਸੀ। ਸਗੋਂ ਇਸ ਤੋਂ ਵੀ ਵੱਧ ਪ੍ਰਵਾਨਿਤ ਵਿਚਾਰਧਾਰਾਵਾਂ ਸਮਾਜ ਵਿੱਚ ਮੌਜੂਦ ਸਨ। ਡਾ: ਅੰਬੇਡਕਰ ਨੇ ਖ਼ੁਦ ਇਸ ਨੂੰ ਇਸ ਤਰ੍ਹਾਂ ਪੇਸ਼ ਕੀਤਾ ਹੈ:

"ਜਿਸ ਸਮੇਂ ਗੌਤਮ ਨੇ ਪ੍ਰਵੱਰਜਯ ਲਿਆ ਸੀ, ਉਸ ਸਮੇਂ ਦੇਸ਼ ਵਿੱਚ ਬੜੀ ਬੌਧਿਕ ਹਲਚਲ ਸੀ। ਬ੍ਰਹਮਣਵਾਦੀ ਫ਼ਲਸਫ਼ੇ ਤੋਂ ਇਲਾਵਾ, ਬਾਹਠ ਵੱਖ-ਵੱਖ ਫ਼ਲਸਫ਼ਿਆਂ ਦੇ ਸਕੂਲ ਸਨ, ਸਾਰੇ ਬ੍ਰਹਮਣਵਾਦੀ ਫ਼ਲਸਫ਼ੇ ਦੇ ਵਿਰੋਧੀ ਸਨ। ਉਨ੍ਹਾਂ ਵਿੱਚੋਂ ਘੱਟ-ਘੱਟ ਛੇ ਧਿਆਨ ਦੇਣ ਯੋਗ ਸਨ।" (ਬੁੱਧ ਐਂਡ ਹਿਜ਼ ਧੰਮ, ਖੰਡ ਪਹਿਲਾ, ਭਾਗ 6.1)

ਇਨ੍ਹਾਂ ਛੇਆਂ ਦੇ ਨਾਂ ਇਸ ਤਰ੍ਹਾਂ ਲਿਖੇ ਹਨ:

ਪੂਰਨ ਕਾਸ਼ਯਪ ਦਾ ਆਕਿਰਿਆਵਾਦ ਮਤ,

ਮੱਖਲੀ ਗੋਸਾਲ ਦਾ ਨਿਅਤੀਵਾਦ,

ਅਜਿਤ ਕੇਸਕੰਬਲ ਦਾ ਉੱਛੇਦਵਾਦ,

ਪਕੁਧ ਕੱਚਾਯਨ ਦਾ ਅੰਯੋਨਯਵਾਦ,

ਸੰਜੇ ਬੇਲਾਪੁੱਟਾ ਦਾ ਵਿੱਕਸ਼ੇਪਵਾਦ, ਅਤੇ

ਨਿਗੰਠਨਾਥ ਪੁਤ (ਮਹਾਂਵੀਰ) ਦਾ ਚਤੁਰਜਸੰਵਰਵਾਦ।

ਬੁੱਧ ਦਾ ਬ੍ਰਹਮਣਵਾਦ 'ਤੇ ਹਮਲਾ ਅਸਥਾਈ ਸੀ, ਪਰ ਹੋਰ ਸਮਕਾਲੀ ਵਿਚਾਰਧਾਰਾਵਾਂ 'ਤੇ ਸਥਾਈ ਸੱਟ ਮਾਰੀ। ਬ੍ਰਹਮਣਵਾਦ 'ਤੇ ਜੋ ਪ੍ਰਭਾਵ ਰਿਹਾ, ਉਹ ਨਵੇਂ ਹਾਲਤਾਂ ਅਨੁਸਾਰ ਬ੍ਰਹਮਣਵਾਦ ਵਿੱਚ ਆਈ ਤਬਦੀਲੀਆਂ ਦੇ ਰੂਪ ਵਿੱਚ ਸੀ। ਇਸ ਰੂਪਾਂਤਰ ਨੇ ਬ੍ਰਹਮਣਵਾਦ ਨੂੰ ਸਥਾਈ ਤੌਰ 'ਤੇ ਪਹਿਲਾਂ ਨਾਲੋਂ ਕਿਤੇ ਵੱਧ ਭਰਮਪੂਰਣ ਅਤੇ ਕਰੂਰ ਬਣਾ ਦਿੱਤਾ। ਬੁੱਧ ਨੇ ਰਾਜ-ਸੱਤਾ ਦੇ ਸਹਾਰੇ ਦੂਜੀਆਂ ਵਿਚਾਰਧਾਰਾਵਾਂ ਨੂੰ ਤਬਾਹ ਕਰਕੇ ਬ੍ਰਹਮਣਵਾਦ ਦਾ ਕੰਮ ਆਸਾਨ ਕਰ ਦਿੱਤਾ। ਸੱਤਾ ਬਦਲਣ ਦੀ ਦੇਰ ਸੀ ਕਿ ਬ੍ਰਹਮਣਵਾਦ ਪਹਿਲਾਂ ਨਾਲੋਂ ਵੱਧ ਮਜ਼ਬੂਤ ਹੋਕੇ ਉੱਭਰਿਆ। ਇਸ ਤਰ੍ਹਾਂ ਬੁੱਧ ਨੇ ਬ੍ਰਹਮਣਵਾਦ ਨੂੰ ਭਾਰਤ ਵਿੱਚ ਸਥਾਈ ਪਕੜ ਬਣਾਉਣ ਲਈ ਜ਼ਮੀਨ ਪ੍ਰਦਾਨ ਕੀਤੀ। ਡਾ. ਅੰਬੇਡਕਰ ਰੂਪਾਂਤਰ ਦਾ ਵਰਨਣ ਤਾਂ ਕਰਦੇ ਹਨ, ਪਰ ਇਸਦੀ ਗੰਭੀਰਤਾ ਨੂੰ ਸਮਝਣ ਦੀ ਬਜਾਏ, ਇਸਨੂੰ "ਬੁੱਧ ਦੇ ਤਰਕਾਂ ਦੀ ਤਾਕਤ" ਦੇ ਰੂਪ ਵਿੱਚ ਪੇਸ਼ ਕਰ ਰਹੇ ਹਨ:

"ਬੁੱਧ ਦੁਆਰਾ ਕੀਤੇ ਗਏ ਹਮਲੇ ਦੇ ਨਤੀਜੇ ਵਜੋਂ ਹਿੰਦੂ ਧਰਮ ਨੂੰ ਆਪਣੇ ਸਿਧਾਂਤਾਂ ਵਿੱਚ ਕਈ ਬਦਲਾਵ ਕਰਨੇ ਪਏ। ਇਸ ਨੇ ਹਿੰਸਾ ਨੂੰ ਤਿਆਗ ਦਿੱਤਾ। ਇਹ ਵੇਦਾਂ ਦੀ ਅਚੂਕਤਾ ਦੇ ਸਿਧਾਂਤ ਨੂੰ ਤਿਆਗਣ ਲਈ ਤਿਆਰ ਸੀ। ਚਤੁਰਵਰਣ ਦੇ ਮਾਮਲੇ 'ਤੇ ਕੋਈ ਵੀ ਪੱਖ ਝੁਕਣ ਨੂੰ ਤਿਆਰ ਨਹੀਂ ਸੀ। ਬੁੱਧ ਚਤੁਰਵਰਣ ਦੇ ਸਿਧਾਂਤ ਦਾ ਵਿਰੋਧ ਛੱਡਣ ਲਈ ਤਿਆਰ ਨਹੀਂ ਸੀ। ਇਹੀ ਕਾਰਨ ਹੈ ਕਿ ਬ੍ਰਹਮਣਵਾਦ ਵਿੱਚ ਜੈਨ ਧਰਮ ਦੇ ਮੁਕਾਬਲੇ ਬੁੱਧ ਧਰਮ ਪ੍ਰਤੀ ਐਨੀ ਜ਼ਿਆਦਾ ਨਫ਼ਰਤ

ਅਤੇ ਵਿਰੋਧ ਹੈ। ਹਿੰਦੂ ਧਰਮ ਨੂੰ ਚਤੁਰਵਰਣ ਦੇ ਵਿਰੁੱਧ ਬੁੱਧ ਦੇ ਤਰਕਾਂ ਦੀ ਤਾਕਤ ਨੂੰ ਪਛਾਣਨਾ ਪਿਆ। ਪਰ ਇਸਦੇ ਤਰਕ ਦੇ ਅੱਗੇ ਝੁਕਣ ਦੀ ਬਜਾਏ ਹਿੰਦੂ ਧਰਮ ਨੇ ਚਤੁਰਵਰਣ ਲਈ ਨਵੀਂ ਦਾਰਸ਼ਨਿਕ ਜਾਇਜ਼ਤਾ ਵਿਕਸਿਤ ਕੀਤੀ। ਇਹ ਨਵੀਂ ਦਾਰਸ਼ਨਿਕ ਜਾਇਜ਼ਤਾ ਭਗਵਦ ਗੀਤਾ ਵਿੱਚ ਪਾਈ ਗਈ।" (ਬੁੱਧ ਐਂਡ ਦਿ ਫਯੂਚਰ ਆਫ਼ ਹਿਜ਼ ਰਿਲਿਜਨ, 1950)

ਸੰਜੇ ਸ਼ਰਮਨ ਚਾਹੇ ਇਸ ਨੂੰ ਈਸ਼ਵਰਵਾਦ ਬਨਮ ਅਨੀਸ਼ਵਰਵਾਦ ਦੇ ਮਹੱਤਵਹੀਨ ਨਜ਼ਰੀਏ ਤੋਂ ਦੇਖਦੇ ਹਨ, ਲੇਕਿਨ ਰਾਜ ਸ਼ਕਤੀ ਦਾ ਬ੍ਰਾਹਮਣਵਾਦ ਵੱਲ ਝੁਕਾਅ ਦੇ ਸਿਧਾਂਤਕ ਕਾਰਨਾਂ ਦੀ ਵਿਆਖਿਆ ਬਾਖੂਬੀ ਕਰਦੇ ਹਨ:

"ਬੁੱਧ ਧਰਮ ਜਾਂ ਬੁੱਧ ਦੀਆਂ ਸਿੱਖਿਆਵਾਂ ਮੂਲ ਰੂਪ ਵਿੱਚ ਅਨਾਤਮਾ ਅਤੇ ਅਨੀਸ਼ਵਰਵਾਦ 'ਤੇ ਆਧਾਰਿਤ ਸਨ। ਇਸ ਦੇ ਉਲਟ, ਬ੍ਰਾਹਮਣਾਂ ਦਾ ਈਸ਼ਵਰਵਾਦੀ ਧਰਮ ਪਰਮਾਤਮਾ ਅਤੇ ਆਤਮਾ ਸਮੇਤ ਪੁਨਰ-ਜਨਮ ਦੇ ਸਿਧਾਂਤ 'ਤੇ ਖੜ੍ਹਾ ਸੀ।...

ਹੌਲੀ-ਹੌਲੀ ਇਹ ਤੈਅ ਹੋ ਗਿਆ ਕਿ ਰਾਜ ਸ਼ਕਤੀ ਨੂੰ ਮਜ਼ਬੂਤ ਕਰਨ ਜਾਂ ਫੈਲਾਉਣ ਲਈ ਸ਼੍ਰਮਣ ਧਰਮ (ਬੋਧੀ, ਜੈਨ ਅਤੇ ਆਜੀਵਕ) ਦੇ ਆਚਾਰੀਆ ਅਤੇ ਗੁਰੂਆਂ ਤੋਂ ਕੋਈ ਲਾਭ ਨਹੀਂ ਹੋਣ ਵਾਲਾ। ਇਸ ਦੇ ਨਾਲ ਹੀ ਉਸ ਨੇ ਇਹ ਵੀ ਸਮਝ ਲਿਆ ਕਿ ਬ੍ਰਾਹਮਣਾਂ ਦੀ ਇਸ ਹੋਰ ਪਰਲੋਕਵਾਦੀ ਕਰਮਕਾਂਡੀ ਤਕਨੀਕ ਜਨਤਾ ਨੂੰ ਵਧੇਰੇ ਪ੍ਰਭਾਵਿਤ ਕਰਨ ਲੱਗ ਪਈ ਹੈ, ਤਾਂ ਉਸ ਸਮੇਂ ਦੇ ਹਾਕਮਾਂ ਨੇ ਬ੍ਰਾਹਮਣ ਗੁਰੂਆਂ ਨੂੰ ਮੌਕਾ ਦਿੱਤਾ ਕਿ ਉਹ ਜਨਤਾ ਵਿੱਚ ਈਸ਼ਵਰ, ਆਤਮਾ, ਪੁਨਰ-ਜਨਮ ਆਦਿ ਦਾ ਡਰ ਫੈਲਾਕੇ ਰਾਜ ਅਤੇ ਰਾਜਸੱਤਾ ਨੂੰ ਵੱਧ ਵੈਧਤਾ ਦਿੰਦੇ ਹੋਏ ਰਾਜਿਆਂ ਦੀ ਮਦਦ ਕਰਨ।...

ਇਸਦੇ ਜਵਾਬ ਵਿੱਚ ਬੋਧੀਆਂ, ਜੈਨੀਆਂ ਅਤੇ ਆਜੀਵਕਾਂ ਕੋਲ ਕੋਈ ਤਰੀਕਾ ਨਹੀਂ ਸੀ। ਅੰਧਵਿਸ਼ਵਾਸ ਵਿਰੁੱਧ ਲਏ ਗਏ ਉਸ ਦੇ ਪੁਰਾਣੇ ਫੈਸਲੇ ਉੱਭਰਦੀ ਹੋਈ ਨਵੇਂ ਸ਼ਾਸਕਾਂ ਦੇ ਦੌਰ ਵਿੱਚ ਉਨ੍ਹਾਂ ਉੱਤੇ ਹੀ ਭਾਰੀ ਪੈ ਗਏ ਅਤੇ ਅੰਧ-ਵਿਸ਼ਵਾਸ ਨੂੰ ਗੁਰੂਮੰਤਰ ਮੰਨ ਚੁੱਕੇ ਬ੍ਰਾਹਮਣਵਾਦ ਦੀ ਜਿੱਤ ਸ਼ੁਰੂ ਹੋ ਗਈ।...

ਇੰਨਾ ਹੀ ਨਹੀਂ ਈਸ਼ਵਰ ਨੂੰ ਵੀ ਇੱਕ ਸਮਰਾਟ ਵਾਂਗ ਦਰਸਾਇਆ ਗਿਆ। ਇਹ ਗੱਲਾਂ ਰਾਜਿਆਂ ਨੂੰ ਬਹੁਤ ਪਸੰਦ ਆਈਆਂ। ਇਸ ਤੋਂ ਖ਼ੁਸ਼ ਹੋ ਕੇ ਉਨ੍ਹਾਂ ਬ੍ਰਾਹਮਣਾਂ ਨੂੰ ਰਾਜਗੁਰੂ ਵਜੋਂ ਪ੍ਰਚਾਰਿਆ ਅਤੇ ਵਰਤਿਆ। ਇਸ ਤਰ੍ਹਾਂ 'ਰਾਜਾ, ਈਸ਼ਵਰ ਅਤੇ ਬ੍ਰਾਹਮਣ' ਦਾ ਇਹ ਗੱਠਜੋੜ ਆਪਣੇ ਅੰਧ-ਵਿਸ਼ਵਾਸ ਦੇ ਬ੍ਰਹਮਾਸਤਰ ਦੀ ਵਰਤੋਂ ਕਰਕੇ ਬੁੱਧ, ਜੈਨ ਅਤੇ ਆਜੀਵਕ ਧਰਮ ਤੋਂ ਜਿੱਤ ਗਿਆ।...

ਪਰ ਇਸ ਹਾਰ ਦੀ ਯਾਦ ਉਨ੍ਹਾਂ ਦੇ ਮਨ ਵਿੱਚ ਸਦਾ ਜਿਉਂਦੀ ਰਹੀ। ਉਹ ਸਮਝ ਗਏ ਕਿ ਅੰਧਵਿਸ਼ਵਾਸ ਤੋਂ ਬਿਨਾਂ ਜਨਤਾ ਅਤੇ ਰਾਜਸੱਤਾ ਨੂੰ ਪ੍ਰਭਾਵਿਤ ਕਰਨਾ ਮੁਸ਼ਕਲ ਹੈ।

ਇਸ ਲਈ ਉਨ੍ਹਾਂ ਦੂਜੇ ਦੇਸ਼ਾਂ ਵਿੱਚ ਭਾਰਤ ਵਿੱਚ (ਜਿਨ੍ਹਾਂ ਖੇਤਰਾਂ ਵਿੱਚ ਵੀ ਉਨ੍ਹਾਂ ਦਾ ਵੀ ਪ੍ਰਭਾਵ ਸੀ) ਬ੍ਰਾਹਮਣਾਂ ਦੀ ਸਫਲਤਾ ਨੂੰ ਦੁਹਰਾਉਂਦੇ ਹੋਏ ਖ਼ੁਦ ਆਪਣੇ ਫ਼ਲਸਫ਼ੇ ਵਿੱਚ ਅੰਧ-ਵਿਸ਼ਵਾਸ ਪਰਲੋਕ

ਅਤੇ ਪੁਨਰ-ਜਨਮ ਦੀ ਕਾਢ ਕੱਢੀ।...” (ਸੰਜੇ ਸ਼ਰਮਨ ਜੋਠੇ, ਬੋਧ ਧਰਮ ਕੇ ਪਤਨ ਕੇ ਕਾਰਨ ਔਰ ਭਵਿੱਸ਼ਅ ਕੀ ਦਿਸ਼ਾ, 15 ਮਈ 2022, ਫੇਸਬੁੱਕ ਪੋਸਟ)

ਬ੍ਰਾਹਮਣਵਾਦ ਦੇ ਰਾਜ-ਸੱਤਾ ਨਾਲ ਗਠਜੋੜ ਨੂੰ ਰਾਸ਼ਟਰਵਾਦ ਦੇ ਨਾਂ 'ਤੇ ਵੇਚਿਆ ਜਾਂਦਾ ਹੈ। ਸਵਾਲ ਪੈਦਾ ਹੁੰਦਾ ਹੈ ਕਿ ਕੀ ਬੁੱਧ ਧਰਮ (ਈਸ਼ਵਰਵਾਦ ਜਾਂ ਅਨੀਸ਼ਵਰਵਾਦ) ਕੋਲ ਅਣਮਨੁੱਖੀ ਰਾਸ਼ਟਰਵਾਦ ਨਾਲ ਲੜਨ ਲਈ ਕੋਈ ਮਜ਼ਬੂਤ ਹਥਿਆਰ ਹੈ? ਕੀ ਬੁੱਧ ਧਰਮ ਵੀ ਸਿੱਖ ਧਰਮ ਵਾਂਗ ਰਾਸ਼ਟਰਵਾਦ ਨੂੰ ਖੁੱਲ੍ਹੇਆਮ ਰੱਦ ਕਰ ਸਕਦਾ ਹੈ ਅਤੇ ਜਨ-ਸਾਧਾਰਨ ਵਿੱਚੋਂ ਬਾਗੀ ਪੈਦਾ ਕਰ ਸਕਦਾ ਹੈ? ਅਜਿਹਾ ਕਰਦਿਆਂ ਕਿਤੇ ਬਾਬਾ ਸਾਹਿਬ ਅੰਬੇਡਕਰ ਦੇ ਸੰਵਿਧਾਨ ਦੇ ਵਿਰੁੱਧ ਜਾਣ ਦੇ ਗੁਨਾਹ ਦੀ ਭਾਵਨਾ ਤਾਂ ਨਹੀਂ ਆ ਖੜੀ ਹੋਵੇਗੀ?

"ਮੈਂ ਇੱਕ ਹਿੰਦੂ ਪੈਦਾ ਹੋਇਆ ਸੀ ਕਿਉਂਕਿ ਇਸ ਉੱਤੇ ਮੇਰਾ ਕੋਈ ਨਿਯੰਤਰਨ ਨਹੀਂ ਸੀ ਪਰ ਮੈਂ ਹਿੰਦੂ ਨਹੀਂ ਮਰਾਂਗਾ।"

ਇਹ ਮਸ਼ਹੂਰ ਕਥਨ ਡਾ: ਬੀ. ਆਰ. ਅੰਬੇਡਕਰ ਨੇ 1935 ਵਿੱਚ ਜਨਤਕ ਤੌਰ 'ਤੇ ਦਿੱਤਾ ਸੀ। ਪਰ ਉਨ੍ਹਾਂ ਨੇ ਬੁੱਧ ਧੰਮ ਦੀ ਦੀਖਿਆ 14 ਅਕਤੂਬਰ 1956 ਨੂੰ ਜਾ ਕੇ ਲਈ। ਹਿੰਦੂ ਧਰਮ ਛੱਡਣ ਦੇ ਐਲਾਨ ਅਤੇ ਧੰਮ ਦੀਖਿਆ ਵਿੱਚ 21 ਸਾਲ ਦਾ ਅੰਤਰ ਹੈ। ਇਹ ਵਿਲੰਬ ਕਿਸੇ ਸਿਧਾਂਤਕ ਖੋਜ ਕਾਰਨ ਹੋਈ ਸੀ ਜਾਂ ਸਿਧਾਂਤ ਅਤੇ ਹਾਲਾਤ ਵਿਚਕਾਰ ਤਾਲਮੇਲ ਬੈਠਾਉਣ ਦੇ ਕਾਰਨ? ਇਸ ਦਾ ਜਵਾਬ ਇਸ ਤੱਥ ਤੋਂ ਵੀ ਲੱਭਿਆ ਜਾ ਸਕਦਾ ਹੈ ਕਿ ਧਰਮ ਦੀ ਚੋਣ ਕਰਨ ਵਿੱਚ ਡਾ: ਅੰਬੇਡਕਰ ਦੀ ਨਿੱਜੀ ਸੁਤੰਤਰ ਸੋਚ ਸੀ ਜਾਂ ਇਸ ਵਿੱਚ ਦੂਜਿਆਂ ਦੀ ਸਲਾਹ ਜਾਂ ਪ੍ਰਭਾਵ ਸੀ?

ਧਨੰਜੈ ਕੀਰ ਨੇ 'ਡਾ. ਅੰਬੇਡਕਰ-ਲਾਈਫ਼ ਐਂਡ ਮਿਸ਼ਨ' ਨਾਂ ਦੀ ਜੀਵਨੀ ਲਿਖੀ ਹੈ, ਜਿਸ ਦਾ ਪਹਿਲਾ ਐਡੀਸ਼ਨ ਮਈ 1954 ਵਿੱਚ ਹੀ ਛਪ ਗਿਆ ਸੀ। ਲੇਖਕ ਨੇ ਮੁਖਬੰਧ ਵਿੱਚ ਲਿਖਿਆ ਹੈ ਕਿ ਉਸਨੇ ਡਾ: ਅੰਬੇਡਕਰ ਨਾਲ ਮੁਲਾਕਾਤ ਕਰਕੇ ਕੁਝ ਘਟਨਾਵਾਂ ਦੇ ਸੰਬੰਧ ਵਿੱਚ ਕੁਝ ਨੁਕਤੇ ਸਾਫ਼ ਕੀਤੇ ਸਨ। ਵਿਸ਼ੇ ਨੂੰ ਸਮਝਣ ਲਈ ਇਸ ਪੁਸਤਕ ਵਿੱਚੋਂ ਕੁਝ ਪ੍ਰਮਾਣ ਧਿਆਨ ਦੇਣ ਯੋਗ ਹਨ:

ਅਗਲੇ ਦਿਨ ਅੰਬੇਡਕਰ ਵੀ ਸਿੱਖ ਮਿਸ਼ਨ ਕਾਨਫਰੰਸ ਵਿੱਚ ਸ਼ਾਮਲ ਹੋਣ ਲਈ ਅੰਮ੍ਰਿਤਸਰ ਲਈ ਰਵਾਨਾ ਹੋਏ, ਜਿਸਦੀ ਬੈਠਕ 13 ਅਤੇ 14 ਅਪ੍ਰੈਲ (1936) ਨੂੰ ਹੋਣੀ ਸੀ। ਮਿਸ਼ਨ ਕਾਨਫਰੰਸ ਵਿੱਚ ਪੰਜਾਬ, ਕੇਰਲਾ, ਯੂ.ਪੀ. ਅਤੇ ਸੀ.ਪੀ. ਦੇ ਸਿੱਖਾਂ ਅਤੇ ਦਲਿਤ ਜਮਾਤਾਂ ਦੀ ਵੱਡੀ ਭੀੜ ਨੇ ਭਾਗ ਲਿਆ...

ਕਾਨਫਰੰਸ ਨੂੰ ਸੰਬੋਧਨ ਕਰਦੇ ਹੋਏ, ਅੰਬੇਡਕਰ ਨੇ ਸਿੱਖਾਂ ਵਿੱਚ ਬਰਾਬਰੀ ਦੇ ਸਿਧਾਂਤਾਂ ਨੂੰ ਆਪਣੀ ਮਨਜ਼ੂਰੀ ਜ਼ਾਹਰ ਕੀਤੀ ਅਤੇ ਕਿਹਾ ਕਿ ਉਹਨਾ ਅਜੇ ਤਕ ਆਪਣਾ ਮਨ ਨਹੀਂ ਬਣਾਇਆ ਹੈ, ਹਾਲਾਂਕਿ ਉਹਨਾ ਹਿੰਦੂ ਧਰਮ ਨੂੰ ਰੱਦ ਕਰਨ ਦਾ ਫੈਸਲਾ ਕਰ ਲਿਆ ਹੈ...

ਸਿੱਖ ਕਾਨਫਰੰਸ ਵਿੱਚ ਅੰਬੇਡਕਰ ਦੀ ਭਾਗੀਦਾਰੀ ਨੇ ਜਾਤ-ਪਾਤ-ਤੋੜਕ ਮੰਡਲ ਦੇ ਸੰਦੇਹ ਨੂੰ ਹੋਰ ਵਧਾ ਦਿੱਤਾ।...

ਇਸ ਸਮੇਂ ਗਾਂਧੀ ਕੈਂਪ ਵੀ ਅੰਬੇਡਕਰ ਦੀਆਂ ਗਤੀਵਿਧੀਆਂ ਤੋਂ ਪ੍ਰੇਸ਼ਾਨ ਸੀ। ਇਸ ਲਈ ਅੰਬੇਡਕਰ ਨੂੰ ਸੇਠ ਵਾਲਚੰਦ ਹੀਰਾਚੰਦ ਨੇ ਗਾਂਧੀ ਨੂੰ ਮਿਲਣ ਦੇ ਲਈ ਰਾਜੀ ਕੀਤਾ। ਵਾਲਚੰਦ ਦੇ ਨਾਲ, ਅੰਬੇਡਕਰ ਨੇ ਵਰਧਾ ਵਿੱਚ ਅਤੇ ਫੇਰ ਸੇਗਾਂਵ ਵਿੱਚ ਗਾਂਧੀ ਨਾਲ ਮੁਲਾਕਾਤ ਕੀਤੀ, ਪਰ ਉਹ ਸਮੱਸਿਆ ਦੇ ਹੱਲ ਤੇ ਸਹਿਮਤ ਨਾ ਹੋ ਸਕੇ।...

ਅੰਬੇਡਕਰ ਪੁਨਾ ਵਿੱਚ ਅਛੂਤ ਨੌਜਵਾਨ ਕਾਨਫਰੰਸ ਤੋਂ ਸੰਤੁਸ਼ਟ ਨਹੀਂ ਸਨ। ਧਰਮ ਪਰਿਵਰਤਨ ਪ੍ਰਵਿਰਤੀ ਦੇ ਪ੍ਰਤੀ ਆਪਣੇ ਲੋਕਾਂ ਦੇ ਵਾਸਤਵਿਕ ਸਮਰਥਨ ਦਾ ਅਨੁਮਾਨ ਲਗਾਉਣ ਲਈ, ਉਹਨਾ ਮਹਾਰ ਸਮੁਦਾਏ ਦੀ ਇੱਕ ਕਾਨਫਰੰਸ ਕਰਨ ਦਾ ਫੈਸਲਾ ਕੀਤਾ, ਜਿੱਥੋਂ ਉਹ ਆਏ ਸਨ। ਇਸੇ ਅਨੁਸਾਰ ਕਾਨਫਰੰਸ 30 ਅਤੇ 31 ਮਈ 1936 ਨੂੰ ਦਾਦਰ, ਬੰਬੇ ਵਿੱਚ ਇੱਕ ਵਿਸ਼ੇਸ਼ ਤੌਰ ਤੇ ਬਣਾਏ ਪੰਡਾਲ ਵਿੱਚ ਹੋਈ। ਉਨ੍ਹਾਂ ਲੋਕਾਂ ਵਿੱਚ ਜੋ ਵਿਸ਼ੇਸ਼ ਸੱਦੇ ਨਾਲ ਮੌਜੂਦ ਸਨ, ਉਨ੍ਹਾਂ ਵਿੱਚ ਇਕ ਯੂਰਪੀਅਨ ਮਿਸ਼ਨਰੀ ਸਟੈਨਲੀ ਜੋਨਜ਼ ਅਤੇ ਬੀ.ਜੇ. ਜਾਧਵ ਸੀ। ਮੰਚ ਤੇ ਕਈ ਸਿੱਖ ਅਤੇ ਮੁਸਲਿਮ ਆਗੂ ਅਤੇ ਪੁਜਾਰੀ ਸੀ ਜੋ ਧਰਮ ਪਰਿਵਰਤਨ ਦੇ ਮਾਮਲੇ ਵਿੱਚ ਕਿਸੇ ਵੀ ਸਿੱਧੇ ਜਾਂ ਅਸਿੱਧੇ ਸਿਗਨਲ ਨੂੰ ਫੜਨ ਲਈ ਉਤਸੁਕ ਸਨ।...

ਇਸ ਤੋਂ ਕੁਝ ਦਿਨ ਪਹਿਲਾਂ, ਅੰਬੇਡਕਰ ਨੇ ਆਪਣੇ ਬੇਟੇ ਅਤੇ ਭਤੀਜੇ ਨੂੰ ਅੰਮ੍ਰਿਤਸਰ ਦੇ ਗੁਰਦੁਆਰਾ ਮੰਦਰ (ਹਰਿਮੰਦਰ) ਵਿੱਚ ਭੇਜ ਕੇ ਸਿੱਖ ਧਰਮ ਪ੍ਰਤੀ ਅਨੋਖਾ ਇਸ਼ਾਰਾ ਕੀਤਾ ਸੀ। ਇਹ ਨੌਜਵਾਨ ਲਗਭਗ ਡੇਢ ਮਹੀਨੇ ਤੱਕ ਸਿੱਖਾਂ ਦੇ ਨਿੱਘ ਭਰੇ ਪ੍ਰਾਹੁਣਚਾਰੀ ਵਿੱਚ ਰਹੇ, ਜਿਨ੍ਹਾਂ ਨੇ ਉਨ੍ਹਾਂ ਨੂੰ ਗਰਮਜੋਸ਼ੀ ਨਾਲ ਸਵੀਕਾਰ ਕੀਤਾ।....

ਇਸ ਦੌਰਾਨ, ਅੰਬੇਡਕਰ ਨੇ ਧਰਮ ਪਰਿਵਰਤਨ ਲਈ ਸਹੀ ਧਰਮ ਚੁਨਣ ਦੇ ਮਾਮਲੇ ਵਿੱਚ ਵੱਖ-ਵੱਖ ਪ੍ਰਾਂਤਾਂ ਤੋਂ ਆਪਣੇ ਸਾਥੀਆਂ ਨਾਲ ਸਲਾਹ-ਮਸ਼ਵਰਾ ਕੀਤਾ। ਉਹਨਾ ਨੇ ਹੁਣ ਸਿੱਖ ਧਰਮ ਅਪਣਾਉਣ ਦਾ ਫੈਸਲਾ ਕਰ ਲਿਆ ਸੀ। ਉਹਨਾ ਦੇ ਦੋਸਤਾਂ ਅਤੇ ਸਾਥੀਆਂ ਨੇ ਮਹਿਸੂਸ ਕੀਤਾ ਕਿ ਅੰਬੇਡਕਰ ਨੂੰ ਸਿੱਖ ਧਰਮ ਵਿੱਚ ਪਰਿਵਰਤਨ ਲਈ ਹਿੰਦੂ ਸਭਾ ਦੇ ਨੇਤਾਵਾਂ ਦਾ ਸਮਰਥਨ ਲੈਣਾ ਚਾਹੀਦਾ ਹੈ; ਕਿਉਂਕਿ, ਹਿੰਦੂ ਸਭਾ ਦੇ ਆਗੂਆਂ ਦਾ ਮੰਨਣਾ ਸੀ ਕਿ ਸਿੱਖ ਧਰਮ ਕੋਈ ਵਿਦੇਸ਼ੀ ਧਰਮ ਨਹੀਂ ਹੈ। ਇਹ ਹਿੰਦੂ ਧਰਮ ਦੀ ਸੰਤਾਨ ਸੀ ਅਤੇ ਇਸ ਲਈ ਸਿੱਖਾਂ ਅਤੇ ਹਿੰਦੂਆਂ ਨੇ ਅੰਤਰ-ਜਾਤੀ ਵਿਆਹ ਕੀਤੇ, ਅਤੇ ਸਿੱਖਾਂ ਨੂੰ ਹਿੰਦੂ ਮਹਾਂਸਭਾ ਦੇ ਮੈਂਬਰ ਬਣਨ ਦੀ ਅਨੁਮਤੀ ਦਿੱਤੀ ਗਈ ਸੀ।

ਇਸ ਅਨੁਸਾਰ, ਹਿੰਦੂ ਮਹਾਂਸਭਾ ਦੇ ਬੁਲਾਰੇ ਡਾ: ਮੂੰਜੇ ਨੂੰ ਬੰਬਈ ਬੁਲਾਇਆ ਗਿਆ ਸੀ। ਦੋ ਹੋਰ ਦੋਸਤਾਂ ਦੀ ਮੌਜੂਦਗੀ ਵਿੱਚ, ਅੰਬੇਡਕਰ ਨੇ 18 ਜੂਨ 1936 ਨੂੰ ਸ਼ਾਮ 7.30 ਵਜੇ ਰਾਜਗੀਰਹਾ ਵਿਖੇ

ਡਾ: ਮੂੰਜੇ ਨਾਲ ਗੱਲ ਕੀਤੀ। ਅੰਬੇਡਕਰ ਨੇ ਸਾਰੇ ਮੁੱਦਿਆਂ ਨੂੰ ਸਾਫ਼ ਕਰ ਦਿੱਤਾ ਅਤੇ ਡਾਕਟਰ ਮੂੰਜੇ ਨਾਲ ਖੁੱਲ੍ਹ ਕੇ ਗੱਲਬਾਤ ਕੀਤੀ। ਅਗਲੇ ਦਿਨ ਅੰਬੇਡਕਰ ਦੇ ਵਿਚਾਰਾਂ ਨੂੰ ਇੱਕ ਬਿਆਨ ਵਿੱਚ ਸਮੇਟ ਦਿੱਤਾ ਗਿਆ ਅਤੇ ਡਾ. ਮੂੰਜੇ ਨੂੰ ਦੇ ਦਿੱਤਾ ਗਿਆ, ਜਿਨ੍ਹਾਂ ਨੇ ਇਸ ਦੀ ਨਿੱਜੀ ਤੌਰ 'ਤੇ ਪ੍ਰਵਾਨਗੀ ਦਿੱਤੀ। ਡਾ: ਐਮ.ਆਰ. ਜਯਕਰ ਅਤੇ ਡਾ: ਐਨ.ਡੀ. ਸਾਵਰਕਰ ਦੇ ਨਾਲ ਇਸ ਮੁੱਦੇ 'ਤੇ ਚਰਚਾ ਕਰਨ ਤੋਂ ਬਾਅਦ, ਡਾ: ਮੂੰਜੇ ਨੇ ਅਛੂਤ ਹਿੰਦੂਆਂ ਦੇ ਸਿੱਖ ਧਰਮ ਵਿੱਚ ਪਰਿਵਰਤਨ ਲਈ ਹਿੰਦੂ ਨੇਤਾਵਾਂ ਦੀ ਸਵੀਕਾਰਤਾ ਨੂੰ ਸੁਰੱਖਿਅਤ ਕਰਨ ਲਈ 22 ਜੂਨ ਨੂੰ ਬੰਬਈ ਛੱਡ ਦਿੱਤਾ। ਉਨ੍ਹਾਂ ਨੇ ਅੰਬੇਡਕਰ ਦੇ ਬਿਆਨ ਦੇ ਮਜ਼ਮੂਨ ਦੀ ਕਾਪੀ ਵੱਖ-ਵੱਖ ਹਿੰਦੂ ਨੇਤਾਵਾਂ ਨੂੰ ਉਨ੍ਹਾਂ ਦੀ ਪ੍ਰਵਾਨਗੀ ਲਈ ਭੇਜੀ। ਲਿਖਤੀ ਰੂਪ ਵਿੱਚ ਆਪਣੀ ਪ੍ਰਵਾਨਗੀ ਭੇਜਣ ਵਾਲਿਆਂ ਵਿੱਚ ਡਾ: ਐਮ.ਆਰ. ਜਯਕਰ, ਸੇਠ ਜੁਗਲ ਕਿਸ਼ੋਰ ਬਿਰਲਾ, ਸਰ ਸੀ. ਵਿਜੇਰਾਘਵਾਚਾਰੀਆ ਅਤੇ ਰਾਜਾ ਨਰਿੰਦਰ ਨਾਥ ਸ਼ਾਮਲ ਸੀ। 30 ਜੂਨ ਨੂੰ ਡਾ: ਮੂੰਜੇ ਨੇ ਐਮ.ਸੀ. ਰਾਜਾ, ਹਰੀਜਨ ਨੇਤਾ, ਜਿਸ ਨੇ 1932 ਵਿੱਚ ਉਨ੍ਹਾਂ ਨਾਲ ਸਮਝੌਤਾ ਕੀਤਾ, ਨੂੰ ਲਿਖਿਆ। ਰਾਜਾ, ਜਿਸ ਨੇ ਸੋਚਿਆ ਕਿ ਇਹ ਅੰਬੇਡਕਰ ਨੂੰ ਹਟਾਉਣ ਦਾ ਸੁਨਹਿਰੀ ਮੌਕਾ ਸੀ, ਨੇ ਗਾਂਧੀ, ਰਾਜਾਜੀ ਅਤੇ ਮਾਲਵੀਆ ਨੂੰ ਪੱਤਰ ਲਿਖਿਆ 'ਤੇ ਇਸ ਮਾਮਲੇ ਵਿੱਚ ਉਨ੍ਹਾਂ ਦੀ ਸਲਾਹ ਮੰਗੀ।

ਇਸ ਸਮੇ 'ਤੇ, ਪੰਡਤ ਗੋਵਿੰਦ ਵੱਲਭ ਪੰਤ ਨੇ ਕਾਂਗਰਸੀਆਂ ਦੀਆਂ ਭਾਵਨਾਵਾਂ ਨੂੰ ਹਵਾ ਦਿੰਦੇ ਹੋਏ ਕਿਹਾ ਕਿ ਹਰੀਜਨਾਂ ਕੋਲ ਇਹ ਦੋਵੇਂ ਤਰ੍ਹਾਂ ਨਾਲ ਨਹੀਂ ਹੋ ਸਕਦਾ। ਜਾਂ ਤਾਂ ਉਹ ਹਿੰਦੂ ਹਨ ਅਤੇ ਪੂਨਾ ਪੈਕਟ ਦੇ ਤਹਿਤ ਵਿਸ਼ੇਸ਼ ਅਧਿਕਾਰ ਪ੍ਰਾਪਤ ਕਰ ਲੈਣ ਜਾਂ ਉਹ ਹਿੰਦੂ ਨਾ ਰਹਿਣ ਅਤੇ ਉਨ੍ਹਾਂ ਨੂੰ ਜ਼ਬਤ ਕਰ ਲਿਆ ਜਾਵੇ।....

ਹੁਣ ਤੱਕ ਗਾਂਧੀ, ਮਾਲਵੀਆ ਅਤੇ ਰਾਜਗੋਪਾਲਾਚਾਰੀ ਨੇ ਅੰਬੇਡਕਰ ਅਤੇ ਡਾ. ਮੂੰਜੇ ਦੇ ਕਦਮ ਦਾ ਵਿਰੋਧ ਕਰਨ ਦਾ ਐਲਾਨ ਕਰਦੇ ਹੋਏ ਰਾਜਾ ਨੂੰ ਜਵਾਬ ਦੇ ਦਿੱਤਾ ਸੀ। ਡਾ: ਮੂੰਜੇ ਨੇ ਰਾਜੇ ਨੂੰ ਨੇਕਨੀਅਤ ਨਾਲ ਚਿੱਠੀ ਲਿਖੀ ਸੀ। ਪਰ ਗਾਂਧੀ ਨੇ ਰਾਜੇ ਦੁਆਰਾ ਇਸ ਕਦਮ ਦਾ ਜਨਤਕ ਤੌਰ 'ਤੇ ਖੁਲਾਸਾ ਕਰਨ ਦੀ ਅਪੀਲ ਕੀਤੀ।... ਰਾਜਾ ਦੁਆਰਾ ਗੁਪਤ ਪੱਤਰ-ਵਿਹਾਰ ਨੂੰ ਪ੍ਰਕਾਸ਼ਿਤ ਕਰਨ ਵਿੱਚ ਗਾਂਧੀ ਦਾ ਇਰਾਦਾ ਸਹੀ ਨਹੀਂ ਸੀ। ਗਾਂਧੀ ਰਾਜਾ ਦੇ ਅਸੰਤੁਸ਼ਟ ਦਿਮਾਗ ਦਾ ਇੱਕ ਸੰਦ ਵਜੋਂ ਵਰਤ ਕੇ ਮੁਸਲਮਾਨਾਂ, ਈਸਾਈਆਂ ਅਤੇ ਸਰਕਾਰ ਨੂੰ ਅੰਬੇਡਕਰ ਵਿਰੋਧ ਭੜਕਾਉਣ ਅਤੇ ਉਹਨਾ ਨੂੰ ਹਟਾਉਣ ਲਈ ਕਰ ਰਹੇ ਸੀ। ਤਾਂ ਰਾਜਾ ਨੇ ਡਾ: ਮੂੰਜੇ ਦੀ ਆਗਿਆ ਤੋਂ ਬਿਨਾਂ ਹੀ ਪ੍ਰੈਸ ਨੂੰ ਸਾਰਾ ਪੱਤਰ ਜਾਰੀ ਕਰ ਦਿੱਤਾ।...

ਵਿਸਤਾਰ ਵਿੱਚ ਦੱਸਦੇ ਹੋਏ ਕਿ ਉਹਨਾ ਸਿੱਖ ਧਰਮ ਨੂੰ ਕਿਉਂ ਚੁਣਿਆ, ਅੰਬੇਡਕਰ ਨੇ ਅੱਗੇ ਕਿਹਾ: "ਦੂਜਾ ਸਵਾਲ ਹੈ, ਕਿ ਇਹਨਾਂ ਵਿਕਲਪਿਕ ਧਰਮਾਂ ਨੂੰ ਵਿਸ਼ੁੱਧ ਰੂਪ ਨਾਲ ਹਿੰਦੂਆਂ ਦੇ ਨਜ਼ਰੀਏ ਤੋਂ ਦੇਖਣਾ, ਕਿਹੜਾ ਸਭ ਤੋਂ ਵਧੀਆ ਹੈ- ਇਸਲਾਮ, ਈਸਾਈ ਜਾਂ ਸਿੱਖ ਧਰਮ? ਸਪੱਸ਼ਟ ਹੈ ਕਿ

ਸਿੱਖ ਧਰਮ ਸਭ ਤੋਂ ਉੱਤਮ ਹੈ। ਜੇਕਰ ਦਲਿਤ ਵਰਗ (Depressed Classes) ਇਸਲਾਮ ਜਾਂ ਈਸਾਈ ਧਰਮ ਵਿੱਚ ਸ਼ਾਮਲ ਹੋ ਜਾਂਦੇ ਹਨ, ਤਾਂ ਉਹ ਨਾ ਸਿਰਫ਼ ਹਿੰਦੂ ਧਰਮ ਤੋਂ ਬਾਹਰ ਹੋ ਜਾਂਦੇ ਹਨ, ਸਗੋਂ ਉਹ ਹਿੰਦੂ ਸੱਭਿਆਚਾਰ ਤੋਂ ਵੀ ਬਾਹਰ ਚਲੇ ਜਾਂਦੇ ਹਨ। ਦੂਜੇ ਪਾਸੇ, ਜੇਕਰ ਉਹ ਸਿੱਖ ਬਣ ਜਾਂਦੇ ਹਨ ਤਾਂ ਉਹ ਹਿੰਦੂ ਸੰਸਕ੍ਰਿਤੀ ਦੇ ਅੰਦਰ ਹੀ ਰਹਿੰਦੇ ਹਨ। ਇਹ ਕਿਸੀ ਵੀ ਤਰਾਂ ਹਿੰਦੂਆਂ ਲਈ ਕੋਈ ਛੋਟਾ ਫਾਇਦਾ ਨਹੀਂ ਹੈ।"

"ਧਰਮ ਪਰਿਵਰਤਨ ਦੇ ਨਤੀਜੇ ਪੂਰੇ ਦੇਸ਼ ਲਈ ਕੀ ਹੋਣਗੇ," ਉਹਨਾ ਅੱਗੇ ਕਿਹਾ, "ਇਹ ਧਿਆਨ ਵਿੱਚ ਰੱਖਣ ਯੋਗ ਹੈ। ਇਸਲਾਮ ਜਾਂ ਈਸਾਈ ਧਰਮ ਅਪਣਾਉਣ ਨਾਲ ਦਲਿਤ ਵਰਗਾਂ ਦਾ ਅਰਾਸ਼ਟਰੀਕਰਨ ਹੋ ਜਾਵੇਗਾ। ਜੇਕਰ ਉਹ ਇਸਲਾਮ ਵਿੱਚ ਚਲੇ ਗਏ, ਤਾਂ ਮੁਸਲਮਾਨਾਂ ਦੀ ਗਿਣਤੀ ਦੁੱਗਣੀ ਹੋ ਜਾਵੇਗੀ; ਅਤੇ ਮੁਸਲਿਮ ਦਬਦਬੇ ਦਾ ਖ਼ਤਰਾ ਵੀ ਵਾਸਤਵਿਕ ਹੋ ਜਾਂਦਾ ਹੈ। ਜੇਕਰ ਉਹ ਈਸਾਈ ਧਰਮ ਵੱਲ ਜਾਣ ਤਾਂ ਈਸਾਈਆਂ ਦੀ ਗਿਣਤੀ ਪੰਜ ਤੋਂ ਛੇ ਕਰੋੜ ਹੋ ਜਾਂਦੀ ਹੈ। ਇਸ ਨਾਲ ਦੇਸ਼ 'ਤੇ ਬ੍ਰਿਟੇਨ ਦੀ ਪਕੜ ਮਜਬੂਤ ਕਰਨ ਵਿੱਚ ਮਦਦ ਮਿਲੇਗੀ। ਦੂਜੇ ਪਾਸੇ, ਜੇਕਰ ਉਹ ਸਿੱਖ ਧਰਮ ਨੂੰ ਅਪਣਾਉਂਦੇ ਹਨ, ਤਾਂ ਉਹ ਨਾ ਸਿਰਫ਼ ਦੇਸ਼ ਦੀ ਕਿਸਮਤ ਨੂੰ ਨੁਕਸਾਨ ਨਹੀਂ ਪਹੁੰਚਾਉਣਗੇ, ਸਗੋਂ ਦੇਸ਼ ਦੀ ਕਿਸਮਤ ਵਿੱਚ ਮਦਦ ਕਰਨਗੇ। ਉਨ੍ਹਾਂ ਦਾ ਅਰਾਸ਼ਟਰੀਕਰਨ ਨਹੀਂ ਕੀਤਾ ਜਾਵੇਗਾ। ਇਸ ਦੇ ਉਲਟ, ਉਹ ਦੇਸ਼ ਦੀ ਰਾਜਸੀ ਤਰੱਕੀ ਵਿੱਚ ਸਹਾਈ ਹੋਣਗੇ। ਇਸ ਲਈ ਇਹ ਦੇਸ਼ ਦੇ ਹਿੱਤ ਵਿੱਚ ਹੈ ਕਿ ਜੇਕਰ ਦਲਿਤ ਵਰਗ ਨੇ ਆਪਣਾ ਧਰਮ ਬਦਲਣਾ ਹੈ ਤਾਂ ਉਨ੍ਹਾਂ ਨੂੰ ਸਿੱਖ ਧਰਮ ਵੱਲ ਜਾਣਾ ਚਾਹੀਦਾ ਹੈ।"...

ਆਪਣੇ ਬਿਆਨ ਨੂੰ ਸਮਾਪਤ ਕਰਦੇ ਹੋਏ, ਅੰਬੇਡਕਰ ਨੇ ਇੱਕ ਖਾਸ ਭਾਵਨਾ ਨਾਲ ਕਿਹਾ: "ਸਿੱਖ ਧਰਮ ਵਿੱਚ ਧਰਮ ਪਰਿਵਰਤਨ ਦੇ ਕਦਮ ਨੂੰ ਸ਼ੰਕਰਾਚਾਰੀਆ ਡਾ. ਕੁਰਤਕੋਟੀ ਸਮੇਤ ਕਈ ਪ੍ਰਮੁੱਖ ਹਿੰਦੂਆਂ ਦੁਆਰਾ ਪ੍ਰਵਾਨਗੀ ਦਿੱਤੀ ਗਈ ਹੈ। ਦਰਅਸਲ, ਇਹ ਪਹਿਲ ਉਨ੍ਹਾਂ ਨੇ ਕੀਤੀ ਅਤੇ ਮੇਰੇ 'ਤੇ ਦਬਾਅ ਪਾਇਆ। ਜੇ ਮੈਂ ਇਸ ਨੂੰ ਇੱਕ ਵਿਕਲਪ ਮੰਨਣ ਦੀ ਹੱਦ ਤੱਕ ਗਿਆ ਹਾਂ, ਤਾਂ ਇਹ ਇਸ ਲਈ ਹੈ ਕਿਉਂਕਿ ਮੈਂ ਹਿੰਦੂਆਂ ਦੇ ਭਾਗ ਲਈ ਨਿਸ਼ਚਿਤ ਮਾਤਰਾ ਵਿੱਚ ਜ਼ਿੰਮੇਵਾਰੀ ਮਹਿਸੂਸ ਕੀਤੀ ਹੈ।"

ਗਾਂਧੀ ਅਤੇ ਹੋਰਾਂ ਦੁਆਰਾ ਸਪਾਂਸਰ ਕੀਤੇ ਗਏ ਵਿਰੋਧ ਦੇ ਬਾਵਜੂਦ, ਅੰਬੇਡਕਰ ਨੇ ਧਰਮ ਪਰਿਵਰਤਨ ਅੰਦੋਲਨ ਦੇ ਸਬੰਧ ਵਿੱਚ ਇੱਕ ਹੋਰ ਕਦਮ ਚੁੱਕਿਆ। ਉਹਨਾ ਸਿੱਖ ਧਰਮ ਦਾ ਅਧਿਐਨ ਕਰਨ ਲਈ 18 ਸਤੰਬਰ 1936 ਨੂੰ ਅੰਮ੍ਰਿਤਸਰ ਵਿੱਚ ਸਿੱਖ ਮਿਸ਼ਨ ਵਿੱਚ ਪੈਰੋਕਾਰਾਂ ਦੇ ਇੱਕ ਸਮੂਹ ਨੂੰ ਨਿਯੁਕਤ ਕੀਤਾ। ਉਹ ਤੇਰਾਂ ਬੰਦਿਆਂ ਦਾ ਇੱਕ ਸਮੂਹ ਸੀ, ਜਿਨ੍ਹਾਂ ਵਿੱਚੋਂ ਕੋਈ ਵੀ ਵਿਦਵਾਨ ਜਾਂ ਪਹਿਲੇ ਦਰਜੇ ਦਾ ਅੰਬੇਡਕਰਵਾਦੀ ਨਹੀਂ ਸੀ। ਉਹਨਾਂ ਵਿੱਚੋਂ ਇੱਕ ਨੂੰ ਲਿਖੇ ਪੱਤਰ ਵਿੱਚ, ਅੰਮ੍ਰਿਤਸਰ ਪਹੁੰਚਣ ਤੋਂ ਤੁਰਤ ਬਾਅਦ, ਅੰਬੇਡਕਰ ਨੇ ਉਹਨਾਂ ਨੂੰ ਉਤਸ਼ਾਹਿਤ ਕੀਤਾ, ਉਹਨਾਂ ਨੂੰ ਧਰਮ ਪਰਿਵਰਤਨ ਅੰਦੋਲਨ

ਦਾ ਆਗੂ ਬਣਨ ਲਈ ਵਧਾਈ ਦਿੱਤੀ, ਅਤੇ ਉਹਨਾਂ ਦੀ ਸੰਪੂਰਨ ਸਫਲਤਾ ਦੀ ਕਾਮਨਾ ਕੀਤੀ। ਪਰ ਇੱਥੇ ਧਿਆਨ ਦੇਣਾ ਚਾਹੀਦਾ ਹੈ ਕਿ ਉਨ੍ਹਾਂ ਨੇ ਉਨ੍ਹਾਂ ਨੂੰ ਸਿੱਖ ਧਰਮ ਧਾਰਨ ਕਰਨ ਲਈ ਨਹੀਂ ਕਿਹਾ ਸੀ। ਅੰਬੇਡਕਰ ਹੁਣ ਸਿੱਖ ਮਿਸ਼ਨ ਅਤੇ ਇਸ ਦੇ ਨੇਤਾਵਾਂ ਦੇ ਨਜ਼ਦੀਕੀ ਸੰਪਰਕ ਵਿੱਚ ਆ ਰਹੇ ਸੀ, ਅਤੇ ਉਹਨਾਂ ਅਤੇ ਮਿਸ਼ਨ ਵਿਚਕਾਰ ਕੁਝ ਸਹਿਮਤੀ ਬਣੀ ਸੀ ਕਿ ਦਲਿਤ ਵਰਗਾਂ ਦੇ ਹਿੱਤ ਵਿੱਚ ਬੰਬਈ ਵਿੱਚ ਇਕ ਕਾਲਜ ਸ਼ੁਰੂ ਕਰਨਾ ਸੀ, ਜਿਹਨਾ ਦੀ ਸਿੱਖ ਧਰਮ ਵਿੱਚ ਪਰਿਵਰਤਨ ਹੋਣ ਦੀ ਉਮੀਦ ਸੀ। ਇਹ ਵੀ ਅਫਵਾਹ ਸੀ ਕਿ ਅੰਬੇਡਕਰ ਇਸ ਦੇ ਮੁਖੀ ਅਤੇ ਮਾਰਗਦਰਸ਼ਕ ਹਣਗੇ। ਬਹੁਤ ਜ਼ਿਆਦਾ ਜੋਸ਼ ਵਿੱਚ ਉਹ ਮੋਹਰੀ-ਵਿਦਿਆਰਥੀ ਸਿੱਖ ਧਰਮ ਵਿੱਚ ਚਲੇ ਗਏ ਅਤੇ ਉਨ੍ਹਾਂ ਨੇ ਉਹ ਕੀਤਾ ਜੋ ਉਨ੍ਹਾਂ ਦੇ ਨੇਤਾ ਦਾ ਮਤਲਬ ਨਹੀਂ ਸੀ। ਬੰਬਈ ਵਿੱਚ ਉਹਨਾ ਦਾ ਬਿਨਾਂ ਉਤਸ਼ਾਹ ਨਾਲ ਸਵਾਗਤ ਕੀਤਾ ਗਿਆ, ਅਤੇ ਬਾਅਦ ਵਿੱਚ ਉਹ ਗੁੰਮਨਾਮੀ ਵਿੱਚ ਡੁੱਬ ਗਏ। (ਵਰਡਿੱਕਟ ਔਨ ਹਿੰਦੂਇਜ਼ਮ, ਡਾ. ਅੰਬੇਡਕਰ-ਲਾਈਫ ਐਂਡ ਮਿਸ਼ਨ)

ਅੰਬੇਡਕਰ ਯੂਰਪ ਗਏ,... 14 ਜਨਵਰੀ 1937 ਨੂੰ ਅੰਬੇਡਕਰ ਬੰਬਈ ਪਰਤ ਆਏ...

ਬ੍ਰਿਟਿਸ਼ ਰਾਜਨੇਤਾਵਾਂ ਨਾਲ ਆਪਣੇ ਇੰਟਰਵਿਊ ਤੋਂ ਪਹਿਲਾਂ, ਅੰਬੇਡਕਰ ਨੇ ਕੁਝ ਜਰਮਨ ਅਤੇ ਵਿਸ਼ਵ-ਪ੍ਰਸਿੱਧ ਯੂਰਪੀਅਨ ਨਿਆਂਕਾਰਾਂ ਨਾਲ ਸਲਾਹ ਕੀਤੀ ਸੀ ਕਿ ਜੇਕਰ ਦਲਿਤ ਵਰਗ ਸਿੱਖ ਧਰਮ ਵਿੱਚ ਚਲੇ ਗਏ ਤਾਂ ਪ੍ਰਾਂਤਕ ਅਸੈਂਬਲੀਆਂ ਵਿੱਚ ਰਾਖਵੀਆਂ ਸੀਟਾਂ ਬਰਕਰਾਰ ਰੱਖਣ ਦੀ ਕਿ ਸੰਭਾਵਨਾ ਹੈ; ਸਿੱਖਾਂ ਲਈ ਸਿਰਫ਼ ਪੰਜਾਬ ਵਿੱਚ ਰਾਖਵੀਆਂ ਸੀਟਾਂ ਦਿੱਤੀਆਂ ਗਈਆਂ ਸਨ। ਬਾਅਦ ਵਿੱਚ ਸਿੱਖ ਮਿਸ਼ਨ ਦੇ ਅਧਿਕਾਰੀ ਅਤੇ ਅੰਬੇਡਕਰ ਇਸ ਨੂੰ ਇਕੱਠੇ ਨਹੀਂ ਨਿਭਾ ਸਕੇ; ਅਤੇ ਇਸ ਲਈ ਉਹ ਆਪਣੇ ਸਟੈਂਡ ਤੋਂ ਵੱਖ ਹੋ ਗਏ ਅਤੇ ਅਲੱਗ ਹੋ ਗਏ।

14 ਫਰਵਰੀ 1937 ਨੂੰ ਚੋਣਾਂ ਹੋਈਆਂ....

ਅਤੇ ਨਵੇਂ ਸੰਵਿਧਾਨ ਦੇ ਤਹਿਤ ਪਹਿਲੀ ਚੋਣ ਅੰਬੇਡਕਰ ਦੀ ਇੰਡੀਪੈਂਡੇਂਟ ਲੇਬਰ ਪਾਰਟੀ ਲਈ ਹੈਰਾਨੀਜਨਕ ਸਫਲਤਾ ਸਾਬਤ ਹੋਈ।...

ਪਾਰਟੀ ਵੱਲੋਂ ਖੜ੍ਹੇ ਕੀਤੇ ਗਏ ਸਤਾਰਾਂ ਵਿੱਚੋਂ ਪੰਦਰਾਂ ਉਮੀਦਵਾਰ ਕਾਮਯਾਬ ਹੋਏ... (ਏ ਨਿਊ ਪਾਰਟੀ, ਡਾ. ਅੰਬੇਡਕਰ-ਲਾਈਫ ਐਂਡ ਮਿਸ਼ਨ)

ਲੇਬਰ ਲੀਡਰਸ਼ਿਪ ਦੇ ਇਸ ਸਮੇਂ ਦੌਰਾਨ ਧਰਮ ਪਰਿਵਰਤਨ ਦਾ ਸਵਾਲ ਪਰਿਪੇਖ ਵਿੱਚ ਪਿੱਛੇ ਆ ਗਿਆ ਸੀ। (ਔਨ ਫ਼ੈਡਰੇਸ਼ਨ ਐਂਡ ਪਾਕਿਸਤਾਨ, ਡਾ. ਅੰਬੇਡਕਰ-ਲਾਈਫ ਐਂਡ ਮਿਸ਼ਨ)

...ਅੰਬੇਡਕਰ ਨੇ 5 ਫਰਵਰੀ, 1951 ਨੂੰ ਹਿੰਦੂ ਕੋਡ ਬਿੱਲ ਪੇਸ਼ ਕੀਤਾ... ਸਿੱਖ ਬੁਲਾਰੇ ਸਰਦਾਰ ਹੁਕਮ ਸਿੰਘ ਨੇ ਇਸ ਬਿੱਲ ਨੂੰ ਹਿੰਦੁਆਂ ਵੱਲੋਂ ਸਿੱਖ ਕੌਮ ਨੂੰ ਜਜ਼ਬ ਕਰਨ ਦੀ ਇੱਕ ਸ਼ੱਕੀ ਕੋਸ਼ਿਸ਼ ਦੇ ਰੂਪ ਵਿੱਚ ਮੰਨਿਆ...

ਇਨ੍ਹਾਂ ਇਤਰਾਜ਼ਾਂ ਦਾ ਜਵਾਬ ਦਿੰਦੇ ਹੋਏ, ਅੰਬੇਡਕਰ ਨੇ ਕਿਹਾ ਕਿ ਪੂਰੇ ਭਾਰਤ ਵਿੱਚ ਹਿੰਦੂ ਕੋਡ ਇਕਸਾਰ ਹੋਵੇਗਾ। ਸਿੱਖ ਇਤਰਾਜ਼ਾਂ ਦੇ ਸਬੰਧ ਵਿੱਚ, ਉਹਨਾ ਜਵਾਬ ਦਿੱਤਾ ਕਿ "ਸਿੱਖਾਂ, ਬੋਧੀਆਂ ਅਤੇ ਜੈਨੀਆਂ ਲਈ ਹਿੰਦੂ ਕੋਡ ਦਾ ਲਾਗੂ ਹੋਣਾ ਇੱਕ ਇਤਿਹਾਸਕ ਵਿਕਾਸ ਸੀ ਅਤੇ, ਸਮਾਜਿਕ ਤੌਰ 'ਤੇ, ਇਸ 'ਤੇ ਇਤਰਾਜ਼ ਕਰਨ ਵਿੱਚ ਬਹੁਤ ਦੇਰ ਹੋ ਚੁੱਕੀ ਹੈ। ਜਦੋਂ ਬੁੱਧ ਵੈਦਿਕ ਬ੍ਰਾਹਮਣਾਂ ਨਾਲ ਅਸਹਿਮਤ ਸੀ, ਤਾਂ ਉਹਨਾ ਨੇ ਅਜਿਹਾ ਸਿਰਫ ਪੰਥ ਦੇ ਮਾਮਲਿਆਂ ਵਿੱਚ ਕੀਤਾ, ਪਰ ਹਿੰਦੂ ਕਾਨੂੰਨੀ ਢਾਂਚੇ ਨੂੰ ਬਰਕਰਾਰ ਰੱਖਿਆ। ਉਹਨਾ ਆਪਣੇ ਪੈਰੋਕਾਰਾਂ ਲਈ ਵੱਖਰੇ ਕਾਨੂੰਨ ਦਾ ਪ੍ਰਸਤਾਵ ਨਹੀਂ ਕੀਤਾ। ਮਹਾਂਵੀਰ ਅਤੇ ਦਸ ਸਿੱਖ ਗੁਰੂਆਂ ਨਾਲ ਵੀ ਇਸੇ ਤਰਾਂ ਸੀ। ਪ੍ਰਿਵੀ ਕੌਂਸਲ ਨੇ 1830 ਦੀ ਸ਼ੁਰੂਆਤ ਵਿੱਚ ਇਹ ਤੈਅ ਕਰ ਲਿਆ ਸੀ ਕਿ ਸਿੱਖ ਹਿੰਦੂ ਕਾਨੂੰਨ ਦੁਆਰਾ ਨਿਯੰਤਰਿਤ ਹੋਣਗੇ।"

ਸਰਦਾਰ ਭੁਪਿੰਦਰ ਸਿੰਘ ਮਾਨ ਨੇ ਧਾਰਾ ਨੂੰ ਧਰਮ ਪਰਿਵਰਤਨ ਕਾਨੂੰਨ ਕਰਾਰ ਦਿੱਤਾ ਅਤੇ ਕਿਹਾ ਕਿ ਅੰਬੇਡਕਰਵਾਦੀ ਧਰਮ ਦੇ ਨਵੇਂ ਮਨੂੰ ਨੂੰ ਉਨ੍ਹਾਂ 'ਤੇ ਨਹੀਂ ਥੋਪਿਆ ਜਾਣਾ ਚਾਹੀਦਾ। (ਬੈਕ ਟੂ ਓਪੋਜ਼ਿਸ਼ਨ, ਡਾ. ਅੰਬੇਡਕਰ-ਲਾਈਫ ਐਂਡ ਮਿਸ਼ਨ)

13 ਅਕਤੂਬਰ (1956) ਦੀ ਸ਼ਾਮ ਨੂੰ ਅੰਬੇਡਕਰ ਨੇ ਇੱਕ ਪ੍ਰੈਸ ਕਾਨਫਰੰਸ ਕੀਤੀ। ਉਹਨਾ ਪੱਤਰਕਾਰਾਂ ਨੂੰ ਕਿਹਾ ਕਿ ਉਹਨਾ ਦਾ ਬੁੱਧ ਧਰਮ ਹੀਨਾਯਾਨ ਅਤੇ ਮਹਾਯਾਨ ਦੇ ਕਰਕੇ ਪੈਦਾ ਹੋਏ ਮਤਭੇਦਾਂ ਵਿੱਚ ਆਪਣੇ ਲੋਕਾਂ ਨੂੰ ਸ਼ਾਮਲ ਕੀਤੇ ਬਿਨਾਂ ਖੁਦ ਭਗਵਾਨ ਬੁੱਧ ਦੁਆਰਾ ਪ੍ਰਚਾਰੇ ਗਏ ਵਿਸ਼ਵਾਸ ਦੇ ਸਿਧਾਂਤਾਂ ਨਾਲ ਜੁੜਿਆ ਰਹੇਗਾ।

... ਉਹਨਾ ਇਹ ਵੀ ਐਲਾਨ ਕੀਤਾ ਕਿ ਉਹਨਾ ਨੇ ਇੱਕ ਵਾਰ ਮਹਾਤਮਾ ਗਾਂਧੀ ਨੂੰ ਕਿਹਾ ਸੀ ਕਿ ਭਾਵੇਂ ਉਹ ਛੂਤ-ਛਾਤ ਦੇ ਮੁੱਦੇ 'ਤੇ ਉਨ੍ਹਾਂ ਤੋਂ ਅਲੱਗ ਸਨ, ਪਰ ਜਦੋਂ ਸਮਾਂ ਆਇਆ, "ਮੈਂ ਦੇਸ਼ ਲਈ ਸਿਰਫ ਸਭ ਤੋਂ ਘੱਟ ਨੁਕਸਾਨਦਾਇਕ ਰਸਤਾ ਚੁਣਾਂਗਾ। ਅਤੇ ਬੁੱਧ ਧਰਮ ਅਪਣਾ ਕੇ ਇਹ ਹੀ ਸਭ ਤੋਂ ਵੱਡਾ ਲਾਭ ਹੈ ਜੋ ਮੈਂ ਦੇਸ਼ ਨੂੰ ਪ੍ਰਦਾਨ ਕਰ ਰਿਹਾ ਹਾਂ; ਕਿਉਂਕਿ ਬੁੱਧ ਧਰਮ ਭਾਰਤੀ ਸੰਸਕ੍ਰਿਤੀ ਦਾ ਅਨਿੱਖੜਵਾਂ ਅੰਗ ਹੈ। ਮੈਂ ਇਸ ਗੱਲ ਦਾ ਧਿਆਨ ਰੱਖਿਆ ਹੈ ਕਿ ਮੇਰੇ ਧਰਮ ਪਰਿਵਰਤਨ ਨਾਲ ਇਸ ਧਰਤੀ ਦੇ ਸੱਭਿਆਚਾਰ ਅਤੇ ਇਤਿਹਾਸ ਦੀ ਪਰੰਪਰਾ ਨੂੰ ਕੋਈ ਨੁਕਸਾਨ ਨਾ ਪਹੁੰਚੇ।" (ਰਿਵਾਈਵਲ ਆਫ ਬੁੱਧਿਜ਼ਮ, ਡਾ. ਅੰਬੇਡਕਰ-ਲਾਈਫ ਐਂਡ ਮਿਸ਼ਨ)

ਡਾ. ਅੰਬੇਡਕਰ ਦੇ ਲੇਖਾਂ, ਕਥਨਾਂ, ਘਟਨਾਵਾਂ ਅਤੇ ਜੀਵਨੀ ਦੇ ਆਧਾਰ 'ਤੇ ਹੇਠ ਲਿਖੇ ਕੁਝ ਸਿੱਟੇ ਨਿਕਲਦੇ ਹਨ:

1. ਸਾਨੂੰ ਇਹ ਤਾਂ ਪਤਾ ਲੱਗਦਾ ਹੈ ਕਿ ਜਦੋਂ ਡਾ: ਅੰਬੇਡਕਰ ਨੇ ਪਹਿਲੀ ਵਾਰ ਧਰਮ ਪਰਿਵਰਤਨ ਦੀ ਇੱਛਾ ਪ੍ਰਗਟ ਕੀਤੀ, ਤਾਂ ਉਨ੍ਹਾਂ ਨੇ ਸਿੱਖ ਧਰਮ ਨੂੰ ਚੁਣਿਆ। ਅਪ੍ਰੈਲ 1936 ਤੋਂ ਜਨਵਰੀ 1937 ਤੱਕ

ਇਹ ਗੱਲ ਬਿਨਾਂ ਸ਼ੱਕ ਕਹੀ ਜਾ ਸਕਦੀ ਹੈ। ਉਸ ਤੋਂ ਬਾਅਦ ਲੰਮੇ ਸਮੇਂ ਤੱਕ ਚੋਣਾਂ ਅਤੇ ਸਿਆਸੀ ਸਰਗਰਮੀਆਂ ਦੇ ਚੱਲਦੇ "ਧਰਮ ਪਰਿਵਰਤਨ ਦਾ ਸਵਾਲ ਪਰਿਪ੍ਰੇਖ ਵਿੱਚ ਪਿੱਛੇ ਆ ਗਿਆ ਸੀ"।

2. ਬੁੱਧ ਧੰਮ ਨੂੰ ਚੁਨਣ ਦੇ ਫ਼ੈਸਲੇ ਤੋਂ ਬਾਅਦ, ਉਹਨਾ ਆਪਣੀਆਂ ਲਿਖਤਾਂ ਵਿੱਚ ਹਿੰਦੂ ਧਰਮ, ਈਸਾਈ ਧਰਮ, ਇਸਲਾਮ ਅਤੇ ਮਾਰਕਸਵਾਦ ਨਾਲ ਤੁਲਨਾਤਮਕ ਅਧਿਐਨ ਕਰਕੇ ਆਪਣੇ ਫ਼ੈਸਲੇ ਨੂੰ ਜਾਇਜ਼ ਠਹਿਰਾਇਆ। ਪਰ ਸਿੱਖ ਧਰਮ ਦੇ ਨਾਲ ਕਿਸੇ ਵੀ ਤੁਲਨਾਤਮਕ ਅਧਿਐਨ ਬਾਰੇ ਡਾ. ਅੰਬੇਡਕਰ ਪੂਰੀ ਤਰ੍ਹਾਂ ਚੁੱਪ ਰਹੇ। ਇਹ ਅਜੀਬ ਗੱਲ ਹੈ, ਜਦੋਂ ਕਿ ਉਹਨਾ ਦੇ ਸਿੱਖ ਧਰਮ ਪਰਿਵਰਤਨ ਦੀ ਖ਼ਬਰ ਜਨਤਕ ਹੋ ਗਈ ਸੀ। ਅਤੇ ਉਹਨਾਂ ਜਦ ਵੀ ਆਪਣੀਆਂ ਲਿਖਤਾਂ ਵਿੱਚ ਸਿੱਖ ਧਰਮ ਅਤੇ ਸਿੱਖ ਸਮਾਜ ਦਾ ਜ਼ਿਕਰ ਕੀਤਾ, ਉਹਨਾਂ ਹਮੇਸ਼ਾ ਪ੍ਰਸੰਸਾ ਹੀ ਕੀਤੀ। ਅਜਿਹੀ ਸਥਿਤੀ ਵਿੱਚ ਸਿੱਖ ਧਰਮ ਬਾਰੇ ਚੁੱਪੀ ਬਣਾਈ ਰੱਖਣਾ ਕਿਸੇ ਕਮਜ਼ੋਰੀ ਜਾਂ ਮਜਬੂਰੀ ਵੱਲ ਸੰਕੇਤ ਕਰਦਾ ਹੈ।

3. ਸਿੱਖਾਂ ਦਾ ਇੱਕ ਹਿੱਸਾ ਡਾ. ਅੰਬੇਡਕਰ ਦੇ ਸਿੱਖ ਧਰਮ ਨੂੰ ਨਾ ਅਪਨਾਉਣ ਦੇ ਫ਼ੈਸਲੇ ਲਈ ਸਮਕਾਲੀ ਸਿੱਖ ਸਿਆਸੀ ਆਗੂਆਂ ਦੇ ਰਵੱਈਏ ਨੂੰ ਜ਼ਿੰਮੇਵਾਰ ਠਹਿਰਾਉਂਦਾ ਹੈ। ਸਿਰਦਾਰ ਕਪੂਰ ਸਿੰਘ ਵੀ ਆਪਣੀ ਪੁਸਤਕ 'ਸਾਚੀ ਸਾਖੀ' ਵਿੱਚ ਹੋਰਨਾਂ ਦੀਆਂ ਗੱਲਾਂ ਦੇ ਆਧਾਰ 'ਤੇ ਇਸੇ ਦਾ ਜ਼ਿਕਰ ਕਰਦੇ ਹਨ। ਪੰਥ ਵਿੱਚ ਸਿਰਦਾਰ ਕਪੂਰ ਸਿੰਘ ਦੀ ਪ੍ਰਸਿੱਧੀ ਹੋਣ ਦੇ ਕਾਰਨ ਇਸ ਧਾਰਨਾ ਨੂੰ ਬਲ ਮਿਲਿਆ ਹੈ। ਜੇਕਰ ਕਿਸੇ ਸਿੱਖ ਸਿਆਸੀ ਆਗੂ ਦੇ ਮਨ ਵਿੱਚ ਡਾ: ਅੰਬੇਡਕਰ ਪ੍ਰਤੀ ਅਸੁਰੱਖਿਆ ਦੀ ਭਾਵਨਾ ਸੀ ਤਾਂ ਖ਼ੁਦ ਇੱਕ ਸਫ਼ਲ ਸਿਆਸਤਦਾਨ ਹੋਣ ਦੇ ਨਾਤੇ ਡਾ: ਅੰਬੇਡਕਰ ਇਨ੍ਹਾਂ ਰੰਜਿਸ਼ਾਂ ਨੂੰ ਚੰਗੀ ਤਰ੍ਹਾਂ ਸਮਝਦੇ ਸਨ। ਜੇਕਰ ਇਹ ਖੋਟ ਸਿਧਾਂਤਕ ਹੁੰਦੀ ਤਾਂ ਡਾ. ਅੰਬੇਡਕਰ ਨੇ ਇਸ ਨੂੰ ਆਪਣੀਆਂ ਲਿਖਤਾਂ ਵਿੱਚ ਜ਼ਰੂਰ ਦਰਜ ਕੀਤਾ ਹੁੰਦਾ। ਜਦੋਂ ਕਿ ਡਾ: ਅੰਬੇਡਕਰ ਦੇ ਅੰਮ੍ਰਿਤਸਰ ਭੇਜੇ ਗਏ ਨੁਮਾਇੰਦੇ "ਸਿੱਖਾਂ ਦੇ ਨਿੱਘ ਭਰੇ ਪ੍ਰਾਹੁਣਚਾਰੀ ਵਿੱਚ ਰਹੇ"। ਇਸੇ ਕਰਕੇ ਸਤੰਬਰ 1936 ਵਿੱਚ ਭੇਜੇ ਗਏ ਤੇਰਾਂ ਵਿੱਚੋਂ ਤੇਰਾਂ ਨੇ ਸਿੱਖ ਧਰਮ ਅਪਣਾ ਲਿਆ ਸੀ।

4. ਡਾ: ਅੰਬੇਡਕਰ ਦੇ ਆਪਣੇ ਵੇਰਵਿਆਂ ਦੀ ਅਣਹੋਂਦ ਵਿੱਚ ਅੰਬੇਡਕਰਵਾਦੀ ਵੀ ਉਹਨਾ ਦੇ ਸਿੱਖ ਧਰਮ ਨੂੰ ਨਾ ਅਪਣਾਉਣ ਨੂੰ ਮਨਮਰਜ਼ੀ ਦੀ ਰੰਗਤ ਦਿੰਦੇ ਹਨ। ਉਹਨਾ ਦਾ ਕਹਿਣਾ ਹੈ ਕਿ ਡਾ: ਅੰਬੇਡਕਰ ਨੇ ਸਿੱਖ ਸਮਾਜ ਵਿੱਚ ਜਾਤ-ਪਾਤ ਦੇ ਵਿਤਕਰੇ ਨੂੰ ਦੇਖ ਕੇ ਸਿੱਖ ਧਰਮ ਨੂੰ ਅਪਣਾਉਣ ਦਾ ਵਿਚਾਰ ਤਿਆਗ ਦਿੱਤਾ ਸੀ। ਇਹ ਉਹਨਾ ਦਾ ਸਿੱਖ-ਵਿਰੋਧੀ ਧਾਰਨਾ ਪੈਦਾ ਕਰਕੇ, ਖਾਸ ਕਰਕੇ ਪੰਜਾਬ ਵਿੱਚ, ਬੁੱਧ ਧਰਮ ਦੇ ਪ੍ਰਚਾਰ ਦਾ ਇੱਕ ਮਾਧਿਅਮ ਬਣ ਗਿਆ ਹੈ। ਜਦੋਂ ਕਿ ਡਾ: ਅੰਬੇਡਕਰ ਹਿੰਦੂ ਸਮਾਜ ਵਿੱਚ ਧਰਮ ਦੇ ਆਧਾਰ 'ਤੇ ਜਾਤੀ ਭੇਦਭਾਵ ਨੂੰ ਦੂਜੇ ਧਰਮਾਂ ਦੇ ਸਮਾਜ ਵਿੱਚ ਜਾਤੀ ਵਿਤਕਰੇ ਨੂੰ ਬੜੀ ਸਪੱਸ਼ਟਤਾ ਨਾਲ ਵੱਖਰਾ ਕਰਦੇ ਹੋਏ ਕਹਿੰਦੇ ਹਨ-"ਜਾਤ ਦੇ ਕਾਰਨ ਹੋਏ ਵਿਘਟਨ ਦਾ ਵਿਰੋਧ ਕਰਨ

ਲਈ ਹਿੰਦੂਆਂ ਦੇ ਵਿਚਕਾਰ ਕੋਈ ਵੀ ਏਕੀਕ੍ਰਿਤ ਲਹਿਰ ਨਹੀਂ ਹੈ। ਜਦੋਂ ਕਿ ਗੈਰ-ਹਿੰਦੂਆਂ ਕੋਲ ਬਹੁਤ ਸਾਰੇ "ਆਰਗੈਨਿਕ ਫਿਲਾਮੈਂਟਸ" ਹਨ ਜੋ ਉਹਨਾਂ ਨੂੰ ਆਪਸ ਵਿੱਚ ਬੰਨ੍ਹਦੇ ਹਨ।"

5. ਜਦੋਂ ਡਾ. ਅੰਬੇਡਕਰ ਦੁਆਰਾ ਭੇਜੇ ਗਏ ਤੇਰਾਂ ਬੰਦਿਆਂ ਦੇ ਸਮੂਹ ਨੇ ਅੰਮ੍ਰਿਤਸਰ ਵਿੱਚ ਸਿੱਖ ਧਰਮ ਅਪਣਾ ਲਿਆ, ਤਾਂ ਡਾ. ਅੰਬੇਡਕਰ ਨੂੰ ਇਹ ਪਸੰਦ ਨਾ ਆਇਆ। ਜਦਕਿ ਡਾ: ਅੰਬੇਡਕਰ ਨੂੰ ਇਸ 'ਤੇ ਖੁਸ਼ ਹੋਣਾ ਚਾਹੀਦਾ ਸੀ। ਇਸ ਦਾ ਮਤਲਬ ਇਹ ਹੈ ਕਿ ਤੇਰਾਂ ਦਾ ਸਹਿਜਤਾ ਨਾਲ ਸਿੱਖ ਧਰਮ ਅਪਣਾ ਲੈਣਾ 'ਸਿਆਸੀ' ਵਿਉਂਤ ਬੰਦੀ ਦੇ ਅਨੁਕੂਲ ਨਹੀਂ ਸੀ। ਭਾਵੇਂ ਪਹਿਲਾਂ ਸਿੱਖ ਧਰਮ ਵਿੱਚ ਪਰਿਵਰਤਨ ਦਾ ਐਲਾਨ ਕਰਨਾ ਹੋਵੇ ਜਾਂ ਬਾਅਦ ਵਿੱਚ ਬੁੱਧ ਧੰਮ ਦੀ ਦੀਖਿਆ ਲੈਣਾ, ਡਾ. ਅੰਬੇਡਕਰ ਦੇ ਧਰਮ ਪਰਿਵਰਤਨ ਦੀ ਚੋਣ ਸਥਾਈ ਅਧਿਆਤਮਿਕ ਉੱਨਤੀ ਦੀ ਲਾਜ਼ਮੀਤਾ ਦੀ ਬਜਾਏ ਅਸਥਾਈ ਸਥਿਤੀ ਸੰਬੰਧੀ ਰਾਜਨੀਤੀ ਨਾਲ ਸਮਝੌਤੇ ਵੱਲ ਝੁਕਿਆ ਰਿਹਾ।

6. ਡਾ: ਅੰਬੇਡਕਰ ਦਾ ਗਲਤ ਅੰਦਾਜ਼ਾ ਸੀ ਕਿ ਉਨ੍ਹਾਂ ਦੇ ਸੱਦੇ 'ਤੇ ਦਲਿਤ ਵਰਗ ਦੇ ਲਗਭਗ 5 ਕਰੋੜ ਲੋਕ ਧਰਮ ਪਰਿਵਰਤਨ ਕਰ ਲੈਣਗੇ। ਜਦੋਂ ਕਿ ਸ਼ੁਰੂਆਤੀ ਸਾਲਾਂ ਵਿੱਚ ਸਿਰਫ਼ ਚਾਰ ਤੋਂ ਪੰਜ ਲੱਖ ਲੋਕਾਂ ਨੇ ਹੀ ਧੰਮ ਦੀਖਿਆ ਲਈ। 1951 ਦੀ ਮਰਦਮਸ਼ੁਮਾਰੀ ਦੇ ਅਨੁਸਾਰ, ਕੁੱਲ ਆਬਾਦੀ ਵਿੱਚੋਂ 0.74% ਬੁੱਧ ਧਰਮ ਵਿੱਚ ਵਿਸ਼ਵਾਸ ਰੱਖਦੇ ਸੀ, ਜੋ ਕਿ 2011 ਦੀ ਜਨਗਣਨਾ ਵਿੱਚ 0.70% ਸੀ। 2011 ਦੀ ਮਰਦਮਸ਼ੁਮਾਰੀ ਅਨੁਸਾਰ, ਨਵਯਾਨ ਬੋਧੀਆਂ ਅਤੇ ਪਰੰਪਰਾਗਤ ਬੋਧੀਆਂ ਦੀ ਕੁੱਲ ਗਿਣਤੀ 85 ਲੱਖ ਹੈ।

7. ਭਾਵੇਂ ਡਾ: ਅੰਬੇਡਕਰ ਨੇ ਆਪਣੀਆਂ ਲਿਖਤਾਂ ਵਿੱਚ ਹਮੇਸ਼ਾ ਸਿੱਖ ਧਰਮ ਜਾਂ ਸਿੱਖ ਸਮਾਜ ਦੀ ਪ੍ਰਸੰਸਾ ਕੀਤੀ ਹੈ। ਪਰ ਉਹਨਾ ਕਦੇ ਵੀ ਗੁਰਬਾਣੀ ਜਾਂ ਸਿੱਖ ਇਤਿਹਾਸ ਦਾ ਕੋਈ ਠੋਸ ਹਵਾਲਾ ਨਹੀਂ ਦਿੱਤਾ। ਉਹਨਾ ਦੀ ਸਿੱਖ ਧਰਮ ਬਾਰੇ ਜੋ ਕੁਝ ਵੀ ਜਾਣਕਾਰੀ ਸੀ ਉਹ ਸਿੱਖ ਨੇਤਾਵਾਂ, ਕਾਰਕੁੰਨਾਂ, ਸਿੱਖ ਸਮਾਜ ਦੇ ਆਮ ਨਿਰੀਖਣ ਅਤੇ ਬਾਹਰੀ ਸਰੋਤਾਂ 'ਤੇ ਆਧਾਰਿਤ ਸੀ। ਪ੍ਰਾਥਮਿਕ ਸਰੋਤਾਂ ਦਾ ਅਧਿਐਨ ਨਾ ਹੋਣ ਕਾਰਨ ਉਹਨਾ ਦਾ ਸਿੱਖ ਧਰਮ ਬਾਰੇ ਗਿਆਨ ਬਹੁਤ ਘੱਟ ਸੀ। ਇਸ ਦਾ ਇੱਕ ਕਾਰਨ ਇਹ ਵੀ ਸੀ ਕਿ ਉਸ ਸਮੇਂ ਅੰਗਰੇਜ਼ੀ ਵਿੱਚ ਸਿੱਖ ਧਰਮ ਬਾਰੇ ਬਹੁਤ ਘੱਟ ਸਾਹਿਤ ਸੀ। ਅੰਗਰੇਜ਼ੀ ਵਿੱਚ ਸਿੱਖ ਇਤਿਹਾਸ ਬਾਰੇ ਕੁਝ ਕਿਤਾਬਾਂ ਸਨ, ਪਰ ਗੁਰਬਾਣੀ ਬਾਰੇ ਬਹੁਤ ਘੱਟ। ਡਾ. ਅੰਬੇਡਕਰ ਦਾ ਆਪਣੇ ਪੁੱਤਰ, ਭਤੀਜੇ ਅਤੇ ਤੇਰਾਂ ਬੰਦਿਆਂ ਦੇ ਸਮੂਹ ਨੂੰ ਅੰਮ੍ਰਿਤਸਰ ਭੇਜਣਾ ਇੱਕ ਸਿਆਸੀ ਸੰਕੇਤ ਪ੍ਰਤੀਤ ਹੁੰਦਾ ਹੈ ਕਿਉਂਕਿ ਇਹ ਅਧਿਐਨ ਉਨ੍ਹਾਂ ਨੂੰ ਖੁਦ ਕਰਨਾ ਚਾਹੀਦਾ ਸੀ। ਅੰਗਰੇਜ਼ੀ ਜਾਂ ਮਰਾਠੀ ਵਿੱਚ ਉਪਯੁਕਤ ਸਾਹਿਤ ਨਾ ਹੋਣ ਕਰਕੇ ਉਹਨਾ ਨੂੰ ਗੁਰਮੁਖੀ ਆਪ ਸਿੱਖਣੀ ਚਾਹੀਦੀ ਸੀ ਤਾਂ ਜੋ ਉਹ ਸਿੱਖ ਧਰਮ ਨੂੰ ਸਮਝ ਸਕਣ।

8. ਡਾ: ਅੰਬੇਡਕਰ ਦੇ ਸਿੱਖ ਆਗੂਆਂ ਨਾਲ ਵਿਚਾਰਧਾਰਕ ਮਤਭੇਦ ਸਨ। ਸੰਵਿਧਾਨ ਦੀ ਧਾਰਾ 25(2) (ਬੀ) ਅਤੇ ਹਿੰਦੂ ਕੋਡ ਬਿੱਲ 'ਤੇ ਬਹਿਸ ਦੌਰਾਨ ਮਤਭੇਦ ਸਾਹਮਣੇ ਆਏ। ਜਿੱਥੇ ਸਿੱਖ ਆਗੂ ਸੰਵਿਧਾਨ ਵਿੱਚ ਸਿੱਖ ਧਰਮ ਨੂੰ ਹਿੰਦੂ ਧਰਮ ਨਾਲ ਸ਼ਾਮਲ ਕੀਤੇ ਜਾਣ 'ਤੇ ਨਾਰਾਜ਼ ਸਨ, ਉੱਥੇ ਡਾ. ਅੰਬੇਡਕਰ ਸਿੱਖ, ਬੁੱਧ ਅਤੇ ਜੈਨ ਧਰਮ ਨੂੰ ਉਸੇ ਤਰਾਂ ਦੇਖਦੇ ਸਨ ਜੋ ਨਜ਼ਰੀਆ ਹਿੰਦੂ ਮਹਾਂਸਭਾ ਦਾ ਸੀ। ਸਿੱਖ ਚਿੰਤਕ ਇਸ ਵਿਸ਼ੇ 'ਤੇ ਬਹੁਤ ਗੰਭੀਰ ਅਤੇ ਸੁਚੇਤ ਸਨ। ਸਿੱਖ ਧਰਮ ਦੇ ਮਹਾਨ ਵਿਦਵਾਨ ਭਾਈ ਕਾਨ ਸਿੰਘ ਨਾਭਾ (1861-1938) ਨੇ 1898 ਵਿੱਚ 'ਹਮ ਹਿੰਦੂ ਨਹੀਂ' ਨਾਂ ਦੀ ਪੁਸਤਕ ਲਿਖੀ, ਜੋ ਬਹੁਤ ਮਸ਼ਹੂਰ ਹੋਈ। ਯਕੀਨਨ ਡਾ. ਅੰਬੇਡਕਰ ਸਿੱਖ ਕੌਮ ਦੇ ਸਰੋਕਾਰਾਂ ਪ੍ਰਤੀ ਸੰਵੇਦਨਸ਼ੀਲ ਨਹੀਂ ਸਨ। ਪਰ ਸਿੱਖ ਆਗੂਆਂ ਨਾਲ ਹੋਈ ਬਹਿਸ ਤੋਂ ਇੱਕ ਗੱਲ ਸਪੱਸ਼ਟ ਹੋ ਜਾਂਦੀ ਹੈ ਕਿ ਡਾ: ਅੰਬੇਡਕਰ ਜ਼ਰੂਰ ਸਮਝ ਗਏ ਹੋਣਗੇ ਕਿ ਉਹ ਆਪਣੀ ਮਰਜ਼ੀ ਨਾਲ ਸਿੱਖ ਧਰਮ ਦੇ ਸਿਧਾਂਤਾਂ ਨਾਲ ਸਮਝੌਤਾ ਜਾਂ ਛੇੜਛਾੜ ਨਹੀਂ ਕਰ ਸਕਦੇ ਸਨ। ਛੇੜਛਾੜ ਦਾ ਇਹ ਦਰਵਾਜ਼ਾ ਬੁੱਧ ਧਰਮ ਵਿੱਚ ਖੁੱਲ੍ਹਾ ਸੀ, ਜਿਸ ਦੀ ਭਾਰਤ ਵਿੱਚ ਕੋਈ ਹੋਂਦ ਨਹੀਂ ਸੀ। ਨਵਯਾਨ ਬੁੱਧ ਇਸੇ ਸਮਝੌਤੇ ਵਿੱਚੋਂ ਆਇਆ ਹੈ।

9. ਧਾਰਾ 25(2)(ਬੀ) ਵਿੱਚ ਬੁੱਧ ਧਰਮ ਨੂੰ ਹਿੰਦੂ ਧਰਮ ਦਾ ਹਿੱਸਾ ਬਣਾਉਣ ਤੋਂ ਬਾਅਦ ਧੰਮ ਅਪਣਾ ਕੇ, ਉਹ ਆਪਣੀ ਸਹੁੰ "ਮੈਂ ਹਿੰਦੂ ਨਹੀਂ ਮਰਾਂਗਾ," ਨੂੰ ਪੂਰਾ ਨਾ ਕਰ ਸਕੇ।

10. ਡਾ: ਅੰਬੇਡਕਰ ਇੱਕ ਪਾਸੇ ਕਾਂਗਰਸ ਦੇ ਹਿੰਦੂ ਨੇਤਾਵਾਂ ਦੀ ਆਲੋਚਨਾ ਕਰਦੇ ਸਨ, ਦੂਜੇ ਪਾਸੇ ਉਹ ਹਿੰਦੂ ਮਹਾਂਸਭਾ ਦੇ ਨੇਤਾਵਾਂ ਦੇ ਪ੍ਰਭਾਵ ਹੇਠ ਸਨ। ਹਿੰਦੂ ਮਹਾਂਸਭਾ ਛੋਟੀ ਪਾਰਟੀ ਸੀ ਅਤੇ ਕਾਂਗਰਸ ਦੀ ਸਿਆਸੀ ਵਿਰੋਧੀ ਵੀ। ਇਸੇ ਤਰਾਂ ਡਾ: ਅੰਬੇਡਕਰ ਦੀ ਇੰਡੀਪੈਂਡੇਂਟ ਲੇਬਰ ਪਾਰਟੀ ਦੀ ਵੀ ਕਾਂਗਰਸ ਨਾਲ ਮੁੱਖ ਟੱਕਰ ਸੀ। ਇਸ ਦੇ ਬਾਵਜੂਦ ਕਾਂਗਰਸ ਨੇ ਉਨ੍ਹਾਂ ਦੀ ਯੋਗਤਾ ਦੇ ਆਧਾਰ 'ਤੇ ਉਨ੍ਹਾਂ ਨੂੰ ਦੇਸ਼ ਦਾ ਪਹਿਲਾ ਕਾਨੂੰਨ ਮੰਤਰੀ ਅਤੇ ਸੰਵਿਧਾਨ ਕਮੇਟੀ ਦਾ ਚੇਅਰਮੈਨ ਬਣਾਇਆ। ਜੇਕਰ ਕਾਂਗਰਸ ਦੀ ਬਜਾਏ ਹਿੰਦੂ ਮਹਾਂਸਭਾ ਅਗਵਾਈ ਕਰ ਰਹੀ ਹੁੰਦੀ ਤਾਂ ਕੀ ਇਹ ਸੰਵਿਧਾਨ ਕਮੇਟੀ ਵਿੱਚ ਡਾ: ਅੰਬੇਡਕਰ ਨੂੰ ਚੁਣਦੀ? ਡਾ. ਅੰਬੇਡਕਰ ਦੀ ਹਿੰਦੂ ਮਹਾਂਸਭਾ ਦੇ ਨੇਤਾਵਾਂ ਨਾਲ ਨੇੜਤਾ ਅਤੇ ਕਾਂਗਰਸ ਦੀ ਆਲੋਚਨਾ ਵਿੱਚ ਦਲਿਤ ਉਥਾਨ ਦੇ ਚਿੰਤਨ ਦੇ ਨਾਲ-ਨਾਲ ਸਿਆਸੀ ਨਫੇ-ਨੁਕਸਾਨ ਦਾ ਮਿਸ਼ਰਣ ਸੀ। ਨਹੀਂ ਤਾਂ ਹਿੰਦੂ ਮਹਾਂਸਭਾ ਦੇ ਆਗੂਆਂ ਦੀ ਸਲਾਹ ਨਾਲ ਦਲਿਤ ਸਮਾਜ ਲਈ ਧਰਮ ਦੀ ਚੋਣ ਨੂੰ ਕਿਸੇ ਹੋਰ ਤਰਾਂ ਨਹੀਂ ਸਮਝਿਆ ਜਾ ਸਕਦਾ।

ਕਬੀਰ ਪੰਥੀ ਸਮਾਜ ਤੋਂ ਕਾਨੂੰਨੀ ਮਾਹਿਰ ਦਿਨੇਸ਼ ਕੁਮਾਰ ਸਿੱਖ ਧਰਮ ਅਪਣਾ ਕੇ ਦਿਨੇਸ਼ ਸਿੰਘ ਬਣੇ। ਉਹ ਹੋਰਾਂ ਨੂੰ ਵੀ, ਖਾਸ ਕਰਕੇ ਦਲਿਤ ਭਾਈਚਾਰੇ ਨੂੰ ਸਿੱਖੀ ਪ੍ਰਤੀ ਪ੍ਰੇਰਿਤ ਕਰਨ ਲਈ ਬਹੁਤ ਯਤਨਸ਼ੀਲ ਹਨ। ਇਸ ਵਿਸ਼ੇ 'ਤੇ ਉਹਨਾ ਦਾ ਬੜਾ ਸਪੱਸ਼ਟ ਵਿਚਾਰ ਹੈ:

"ਜਦੋਂ ਮੈਨੂੰ ਸਿੱਖ ਬਣਨਾ ਸੀ, ਤਾਂ ਮੈਂ ਕਿਸੇ ਨੂੰ ਵੀ ਨਹੀਂ ਪੁੱਛਿਆ ਕਿ ਮੈਂ ਸਿੱਖ ਬਣ ਜਾਵਾਂ? ਪਰ ਜਦੋਂ ਡਾ: ਅੰਬੇਡਕਰ ਸਿੱਖ ਬਣਨਾ ਚਾਹੁੰਦੇ ਸਨ ਤਾਂ ਹਿੰਦੂ ਮਹਾਂਸਭਾ ਨੂੰ ਪੁੱਛ ਕੇ ਸਿੱਖ ਕਿਉਂ ਬਣਨਾ ਚਾਹੁੰਦੇ ਸਨ? ਜਿਸ ਲਈ ਉਹਨਾ ਨੇ ਡਾ: ਮੂੰਜੇ ਨਾਲ ਪੈਕਟ ਵੀ ਕੀਤਾ ਸੀ। (8 ਅਗਸਤ 2022, ਫੇਸਬੁੱਕ ਪੋਸਟ, ਦਿਨੇਸ਼ ਸਿੰਘ LL.M)

11.   ਡਾ:ਅੰਬੇਡਕਰ ਨੇ ਖੁਦ ਦਲਿਤਾਂ ਲਈ ਧਰਮ ਦੀ ਚੋਣ ਕਰਨ ਦੇ ਫੈਸਲੇ ਵਿੱਚ ਦੂਜਿਆਂ ਦੀ ਦਖਲਅੰਦਾਜ਼ੀ ਲਈ ਦਰਵਾਜ਼ਾ ਖੋਲ੍ਹਿਆ ਸੀ। ਇਹ ਇਸ ਪਿਛੋਕੜ ਵਿੱਚ ਸੀ ਕਿ ਗਾਂਧੀ ਦੀ ਚਾਲਬਾਜ਼ੀ, ਐਮ.ਸੀ. ਰਾਜਾ ਦੀ ਰਾਜਨੀਤਿਕ ਮੁਕਾਬਲੇਬਾਜ਼ੀ, ਮਾਲਵੀਆ, ਰਾਜਗੋਪਾਲਾਚਾਰੀ, ਪੰਡਿਤ ਗੋਵਿੰਦ ਵੱਲਭ ਪੰਤ, ਪੰਜਾਬ ਤੋਂ ਜਾਤ-ਪਾਤ ਤੋੜਕ ਮੰਡਲ (ਆਰਿਆ ਸਮਾਜ) ਦਾ ਵਿਰੋਧ, ਹਿੰਦੂ ਮਹਾਂਸਭਾ ਦਾ ਹਿੰਦੂਤਵ ਪ੍ਰਭਾਵ, ਅਤੇ ਪੂਨਾ ਪੈਕਟ ਵਿੱਚ ਹੋਈ ਹਾਰ ਦੀ ਪੇਚੀਦਗੀ ਕਾਰਨ ਧਰਮ ਪਰਿਵਰਤਨ ਦਾ ਫੈਸਲਾ ਲਟਕਦਾ ਜਾ ਰਿਹਾ ਸੀ। ਧਰਮ ਪਰਿਵਰਤਨ ਤੋਂ ਬਾਅਦ ਦਲਿਤ ਵਰਗ ਲਈ ਰਾਖਵੀਆਂ ਸੀਟਾਂ ਨੂੰ ਬਰਕਰਾਰ ਰੱਖਣਾ ਡਾ. ਅੰਬੇਡਕਰ ਲਈ ਬਹੁਤ ਮਹੱਤਵਪੂਰਨ ਮੁੱਦਾ ਸੀ। ਸਿੱਖਾਂ ਲਈ ਸਿਰਫ਼ ਪੰਜਾਬ ਵਿੱਚ ਸੀਟਾਂ ਰਾਖਵੀਆਂ ਸਨ। ਇਸ ਦੌਰਾਨ ਅਗਰ ਦੂਜੇ ਸੁਬਿਆਂ ਦੇ ਦਲਿਤ ਸਿੱਖ ਬਣਦੇ ਤਾਂ ਪੰਡਿਤ ਗੋਵਿੰਦ ਵੱਲਭ ਪੰਤ ਵਰਗੇ ਆਗੂਆਂ ਨੇ ਉਹਨਾ ਦੇ ਰਾਖਵੇਂਕਰਨ ਦੇ ਵਿਰੋਧ ਵਿੱਚ ਖੁੱਲੀ ਚੁਣੌਤੀ ਦਿੱਤੀ ਹੋਈ ਸੀ। ਇਹ ਵੀ ਕਾਰਨ ਰਿਹਾ ਕਿ ਡਾ: ਅੰਬੇਡਕਰ ਨੇ ਸੰਵਿਧਾਨ ਵਿੱਚ ਸਿੱਖ, ਬੁੱਧ ਅਤੇ ਜੈਨ ਧਰਮ ਨੂੰ ਹਿੰਦੂ ਧਰਮ ਦਾ ਹਿੱਸਾ ਮੰਨਿਆ। ਜਦਕਿ ਰਾਖਵੇਂਕਰਨ ਦੀ ਵਿਵਸਥਾ ਨੂੰ ਜਾਰੀ ਰੱਖਣ ਲਈ ਹਿੰਦੂ ਧਰਮ ਦਾ ਹਿੱਸਾ ਹੋਣ ਦੀ ਸ਼ਰਤ ਨੂੰ ਚੁਣੌਤੀ ਦਿੱਤੀ ਜਾਣੀ ਚਾਹੀਦੀ ਸੀ।

12.   ਅਜੇ ਕੁਝ ਸਾਲ ਪਹਿਲਾਂ ਹੀ ਪੰਜਾਬ ਅਤੇ ਕਾਂਗਰਸ ਦੇ ਹਿੰਦੂ ਨੇਤਾਵਾਂ ਨੇ ਸਿੱਖ ਕੌਮ ਨੂੰ ਆਪਣੇ ਗੁਰਦੁਆਰਿਆਂ ਨੂੰ ਆਜ਼ਾਦ ਕਰਵਾਉਣ ਲਈ ਮਹੰਤਾਂ ਅਤੇ ਅੰਗਰੇਜ਼ਾਂ ਨਾਲ ਟੱਕਰਦੇ ਦੇਖਿਆ ਸੀ। ਉਹ ਸਮਝਦੇ ਸਨ ਕਿ ਸਿੱਖਾਂ ਨੂੰ ਕਾਬੂ ਵਿੱਚ ਨਹੀਂ ਰੱਖਿਆ ਜਾ ਸਕਦਾ। ਅਜਿਹੀ ਸਥਿਤੀ ਵਿੱਚ ਹਿੰਦੂ ਧਰਮ ਨੂੰ ਛੱਡਣ ਦੀ ਵਚਨਬੱਧਤਾ ਅਤੇ "ਹਿੰਦੂ ਸੰਸਕ੍ਰਿਤੀ" ਲਈ "ਸਭ ਤੋਂ ਘੱਟ ਨੁਕਸਾਨਦਾਇਕ" ਸਮਝੌਤਾਵਾਦੀ ਰਸਤੇ ਵਾਸਤੇ ਬੁੱਧ ਧਰਮ ਹੀ ਇੱਕੋ-ਇੱਕ ਵਿਕਲਪ ਬਚਿਆ ਸੀ। ਜੇਕਰ ਸੰਵਿਧਾਨ ਵਿੱਚ ਬੁੱਧ ਧਰਮ ਨੂੰ ਹਿੰਦੂ ਧਰਮ ਦਾ ਹਿੱਸਾ ਨਾ ਮੰਨਿਆ ਗਿਆ ਹੁੰਦਾ ਤਾਂ ਕੀ ਡਾ: ਅੰਬੇਡਕਰ ਬੁੱਧ ਧਰਮ ਅਪਣਾਉਂਦੇ? ਜਾਂ, ਜੇਕਰ ਭਵਿੱਖ ਵਿੱਚ ਬੁੱਧ ਧਰਮ ਨੂੰ ਹਿੰਦੂ ਧਰਮ ਤੋਂ ਮੁਕਤ ਕਰਕੇ ਬੋਧੀਆਂ ਲਈ ਰਾਖਵੇਂਕਰਨ ਦੀ ਵਿਵਸਥਾ ਨੂੰ ਖਤਮ ਕਰ ਦਿੱਤਾ ਜਾਂਦਾ ਹੈ, ਤਾਂ ਕੀ ਨਵ-ਬੋਧੀ ਫਿਰ ਤੋਂ "ਹਿੰਦੂ ਸੰਸਕ੍ਰਿਤੀ" ਅਧੀਨ ਕਿਸੇ ਹੋਰ ਧਰਮ ਦੀ ਖੋਜ ਕਰਨਗੇ?

13.   ਸਭ ਤੋਂ ਮਹੱਤਵਪੂਰਨ; ਡਾ: ਅੰਬੇਡਕਰ ਅਨੁਸਾਰ ਇਸਲਾਮ ਜਾਂ ਈਸਾਈ ਧਰਮ ਵਿੱਚ ਪਰਿਵਰਤਿਤ ਹੋਣ ਵਾਲਿਆਂ ਦਾ "ਅਰਾਸ਼ਟਰੀਕਰਨ" ਹੋ ਜਾਂਦਾ ਹੈ, ਜਦੋਂ ਕਿ ਸਿੱਖ, ਬੁੱਧ ਜਾਂ ਜੈਨ ਧਰਮ ਅਪਣਾਉਣ

ਵਾਲਿਆਂ ਦਾ ਨਹੀਂ ਹੁੰਦਾ। ਇਹ ਇੱਕ ਅਜੀਬ ਦਲੀਲ ਹੈ। ਜਦ ਮਹਾਨ ਮੁੱਕੇਬਾਜ਼ ਕੈਸੀਅਸ ਮਾਰਸੇਲਸ ਕਲੇ ਇਸਲਾਮ ਕਬੂਲ ਕਰਕੇ ਮੁਹੰਮਦ ਅਲੀ ਬਣ ਗਿਆ, ਤਾਂ ਕੀ ਉਸ ਦਾ ਅਮਰੀਕਾ ਤੋਂ ਅਰਾਸ਼ਟਰੀਕਰਨ ਹੋ ਗਿਆ ਸੀ? ਭਾਰਤ ਵਿੱਚ ਕੌਣ ਹੈ ਜੋ ਧਰਮ ਦੇ ਆਧਾਰ 'ਤੇ ਰਾਸ਼ਟਰੀਕਰਨ ਦਾ ਸਰਟੀਫਿਕੇਟ ਵੰਡ ਰਿਹਾ ਹੈ? ਯਕੀਨਨ ਇਹ ਬ੍ਰਹਮਣਵਾਦੀ ਤਾਕਤਾਂ ਹਨ। ਇਸ ਸੰਸਕਰਨ ਨੂੰ ਚੁਣੌਤੀ ਦੇਣ ਦੀ ਬਜਾਏ ਡਾ: ਅੰਬੇਡਕਰ ਖੁਦ ਬ੍ਰਹਮਣਵਾਦੀ ਸੋਚ ਦਾ ਪ੍ਰਚਾਰ ਕਰ ਰਹੇ ਸਨ। ਇਸ ਭਾਵਨਾ ਨਾਲ ਜੇਕਰ ਡਾ: ਅੰਬੇਡਕਰ ਨੇ ਸਿੱਖ ਧਰਮ ਅਪਣਾਇਆ ਹੁੰਦਾ ਤਾਂ ਇਸ ਨਾਲ ਸਿੱਖ ਵਿਚਾਰਧਾਰਾ ਨੂੰ ਨੁਕਸਾਨ ਪਹੁੰਚਣਾ ਸੀ।

'ਬ੍ਰਹਮਣਵਾਦ ਦੇ ਹਨ ਚਾਰ ਥੰਮ੍ਹ' ਵਿੱਚ ਵਿਸਥਾਰ ਨਾਲ ਦੱਸਿਆ ਗਿਆ ਸੀ ਕਿ 'ਅਣਮਨੁੱਖੀ ਰਾਸ਼ਟਰਵਾਦ' ਅਤੇ 'ਦੂਜਿਆਂ ਪ੍ਰਤੀ ਨਿਰੰਤਰ ਅਸਹਿਣਸ਼ੀਲਤਾ (ਪ੍ਰਤੀਕ੍ਰਾਂਤੀ)' ਬ੍ਰਹਮਣਵਾਦ ਦੇ ਦੋ ਮਹੱਤਵਪੂਰਨ ਥੰਮ੍ਹ ਹਨ। ਇਸਲਾਮ ਅਤੇ ਈਸਾਈ ਧਰਮ ਨੂੰ ਵਿਦੇਸ਼ੀ ਸਥਾਪਤ ਕਰਕੇ ਕਮਜ਼ੋਰ ਕਰਨਾ ਅਤੇ ਸਿੱਖ, ਬੁੱਧ ਅਤੇ ਜੈਨ ਨੂੰ ਹਿੰਦੂ ਧਰਮ ਦਾ ਹਿੱਸਾ ਦਸ ਕੇ ਆਪਣੇ ਵਿੱਚ ਨਿਗਲ ਕੇ ਕੁਚਲਨਾ। ਇਹ ਬ੍ਰਹਮਣਵਾਦ ਦੇ 'ਦੂਜਿਆਂ ਪ੍ਰਤੀ ਨਿਰੰਤਰ ਅਸਹਿਣਸ਼ੀਲਤਾ' ਦੀ ਮੁੱਖ ਕਾਰਜ ਵਿਧੀ ਹੈ। ਡਾ: ਅੰਬੇਡਕਰ ਇਸ ਕਾਰਜ ਵਿਧੀ ਦੇ ਸਿਪਾਹੀ ਕਿਉਂ ਬਣੇ? ਡਾ: ਅੰਬੇਡਕਰ ਨੇ 'ਜਨਮ ਅਧਾਰਤ ਜਾਤੀ ਅਸਮਾਨਤਾ' ਅਤੇ 'ਮਿਥਿਹਾਸ-ਆਧਾਰਿਤ ਧਾਰਮਿਕ ਵਿਸ਼ਵਾਸ' ਦੇ ਬ੍ਰਹਮਣਵਾਦੀ ਥੰਮ੍ਹਾਂ ਨੂੰ ਬੜੀ ਬੇਬਾਕੀ ਨਾਲ ਨੰਗਾ ਕੀਤਾ ਹੈ। ਇਸ ਦੇ ਬਾਵਜੂਦ ਉਹ ਦੂਜੇ ਦੋ ਥੰਮ੍ਹਾਂ ਦੇ ਚੁੰਗਲ ਵਿੱਚ ਫਸ ਗਏ। ਇਹ ਹੀ ਬ੍ਰਹਮਣਵਾਦ ਦੇ ਭਰਮ ਦਾ ਚੱਕਰਵਿਊ ਹੈ। ਇਨ੍ਹਾਂ ਚਾਰਾਂ ਥੰਮ੍ਹਾਂ ਤੋਂ ਮੁਕਤ ਹੋਣ ਨੂੰ ਹੀ ਬ੍ਰਹਮਣਵਾਦ ਤੋਂ ਮੁਕਤੀ ਕਿਹਾ ਜਾ ਸਕਦਾ ਹੈ।

ਬ੍ਰਹਮਣਵਾਦ ਕਿਸੇ ਵਿਚਾਰਧਾਰਾ 'ਤੇ ਨਹੀਂ ਸਗੋਂ ਰਾਜਨੀਤਿਕ, ਆਰਥਿਕ ਅਤੇ ਧਾਰਮਿਕ ਅਧਿਕਾਰਾਂ ਦੀ ਪ੍ਰਾਪਤੀ ਦੇ ਟੀਚੇ 'ਤੇ ਆਧਾਰਿਤ ਹੈ। ਇਸ ਟੀਚੇ ਨੂੰ ਪ੍ਰਾਪਤ ਕਰਨ ਵਿੱਚ, ਸਿਧਾਂਤ ਦੀ ਲਚਕਤਾ ਇਸਦੀ ਕਮਜ਼ੋਰੀ ਨਹੀਂ ਬਲਕਿ ਇਸਦੀ ਤਾਕਤ ਹੈ। ਇਸ ਲਚਕਤਾ ਅਤੇ ਭਰਮਜਾਲ ਨੂੰ ਸਮਝਣਾ ਜ਼ਰੂਰੀ ਹੈ। ਗੁਰਬਾਣੀ ਇਸ ਭਰਮਜਾਲ ਨੂੰ ਬਾਰ-ਬਾਰ ਉਜਾਗਰ ਕਰਦੀ ਹੈ। ਉਦਾਹਰਣ ਵਜੋਂ ਗੁਰੂ ਨਾਨਕ ਸਾਹਿਬ ਦਾ ਇਹ ਸ਼ਬਦ ਵੇਖੋ, ਜੋ ਬ੍ਰਹਮਣਵਾਦ ਦੇ ਭਰਮ ਵਿੱਚ ਫਸਕੇ 'ਰਾਸ਼ਟਰ-ਸੇਵਾ' ਵਿੱਚ ਲੱਗੇ ਨੌਕਰਸ਼ਾਹਾਂ ਦੇ ਦੋਗਲੇ ਜੀਵਨ ਨੂੰ ਬਿਆਨ ਕਰਦਾ ਹੈ। ਇਹ ਅੱਜ ਦੇ ਭ੍ਰਿਸ਼ਟ ਨੌਕਰਸ਼ਾਹਾਂ 'ਤੇ ਵੀ ਪੂਰੀ ਤਰ੍ਹਾਂ ਲਾਗੂ ਹੁੰਦਾ ਹੈ:

ਮਾਣਸ ਖਾਣੇ ਕਰਹਿ ਨਿਵਾਜ॥ ਛੁਰੀ ਵਗਾਇਨਿ ਤਿਨ ਗਲਿ ਤਾਗਾ॥

ਤਿਨ ਘਰਿ ਬ੍ਰਹਮਣ ਪੂਰਹਿ ਨਾਦ॥ ਉਨ੍ਹਾ ਭਿ ਆਵਹਿ ਓਈ ਸਾਦ॥

ਕੂੜੀ ਰਾਸਿ ਕੂੜਾ ਵਾਪਾਰੁ॥ ਕੂੜੁ ਬੋਲਿ ਕਰਹਿ ਆਹਾਰੁ॥

ਸਰਮ ਧਰਮ ਕਾ ਡੇਰਾ ਦੂਰਿ॥ ਨਾਨਕ ਕੂੜੁ ਰਹਿਆ ਭਰਪੂਰਿ॥

ਮਥੈ ਟਿਕਾ ਤੇੜਿ ਧੋਤੀ ਕਖਾਈ॥ ਹਥਿ ਛੁਰੀ ਜਗਤ ਕਾਸਾਈ॥

ਨੀਲ ਵਸਤ੍ਰ ਪਹਿਰਿ ਹੋਵਹਿ ਪਰਵਾਣੁ॥ ਮਲੇਛ ਧਾਨ ਲੇ ਪੂਜਹਿ ਪੁਰਾਣੁ॥

ਅਭਾਖਿਆ ਕਾ ਕੁਠਾ ਬਕਰਾ ਖਾਣਾ॥ ਚਉਕੇ ਉਪਰਿ ਕਿਸੈ ਨ ਜਾਣਾ॥

ਦੇ ਕੈ ਚਉਕਾ ਕਢੀ ਕਾਰ॥ ਉਪਰਿ ਆਇ ਬੈਠੇ ਕੂੜਿਆਰ॥

ਮਤੁ ਭਿਟੈ ਵੇ ਮਤੁ ਭਿਟੈ॥ ਇਹੁ ਅੰਨੁ ਅਸਾਡਾ ਫਿਟੈ॥

ਤਨਿ ਫਿਟੈ ਫੇੜ ਕਰੇਨਿ॥ ਮਨਿ ਜੂਠੈ ਚੁਲੀ ਭਰੇਨਿ॥

ਕਹੁ ਨਾਨਕ ਸਚੁ ਧਿਆਈਐ॥ ਸੁਚਿ ਹੋਵੈ ਤਾ ਸਚੁ ਪਾਈਐ॥

(ਗੁਰੂ ਗ੍ਰੰਥ ਸਾਹਿਬ, ਮਹਲਾ ੧, ਅੰਗ 471)

ਅਰਥ: ਮਨੁੱਖਾਂ ਨੂੰ ਖਾ ਜਾਣ ਵਾਲੇ ਭਾਵ ਦੂਜਿਆਂ ਦਾ ਹੱਕ ਖਾਣ ਵਾਲੇ (ਕਾਜ਼ੀ ਅਤੇ ਮੁਸਲਮਾਨ ਹਾਕਮ) ਨਮਾਜ਼ ਅਦਾ ਕਰਦੇ ਹਨ। (ਇਨ੍ਹਾਂ ਹਾਕਮਾਂ ਦੇ ਨੌਕਰਸ਼ਾਹ ਉਹ ਖੱਤਰੀ ਹਨ ਜਿਨ੍ਹਾਂ ਦੇ) ਗਲਾਂ ਵਿੱਚ ਜੇਨਊ ਹੈ, ਪਰ (ਗਰੀਬਾਂ ਉੱਤੇ ਜ਼ੁਲਮ ਦੀ) ਛੁਰੀ ਵਰਤਦੇ ਹਨ।

ਇਹਨਾਂ (ਜ਼ਾਲਮ ਨੌਕਰਸ਼ਾਹਾਂ) ਦੇ ਘਰ ਜਾ ਕੇ ਬ੍ਰਾਹਮਣ ਸ਼ੰਖ ਵਜਾਉਂਦੇ ਹਨ। ਉਹ ਬ੍ਰਾਹਮਣ ਨੂੰ ਵੀ ਉਹਨਾਂ (ਜ਼ੁਲਮ ਕਰ ਕੇ ਕਮਾਏ) ਪਦਾਰਥਾਂ ਦਾ ਸੁਆਦ ਆਉਂਦਾ ਹੈ।

(ਇਹਨਾਂ ਲੋਕਾਂ ਦੀ) ਕੂੜ ਦੀ ਪੂੰਜੀ ਹੈ ਅਤੇ ਝੂਠਾ ਹੀ ਇਹਨਾਂ ਦਾ ਧੰਦਾ ਹੈ। ਇਹ ਝੂਠ ਬੋਲ-ਬੋਲ ਕੇ ਆਪਣੀ ਰੋਜੀ ਕਮਾਉਂਦੇ ਹਨ।

ਹੁਣ ਸ਼ਰਮ ਅਤੇ ਧਰਮ ਦਾ ਡੇਰਾ (ਖ਼ਿਆਲ) ਉਨ੍ਹਾਂ ਤੋਂ ਦੂਰ ਹੋ ਚੁੱਕਾ ਹੈ। ਹੇ ਨਾਨਕ! ਹਰ ਪਾਸੇ ਝੂਠ ਦਾ ਬੋਲਬਾਲਾ ਹੋ ਗਿਆ ਹੈ।

ਇਹ ਆਪਣੇ ਮੱਥੇ 'ਤੇ ਤਿਲਕ ਲਗਾਉਂਦੇ ਹਨ, ਆਪਣੇ ਕਮਰ 'ਤੇ ਭਗਵੇਂ ਰੰਗ ਦੀ ਧੋਤੀ (ਬੰਨ੍ਹਦੇ ਹਨ)। ਪਰ ਹੱਥ ਵਿੱਚ (ਜਿਵੇਂ) ਛੁਰੀ ਫੜੀ ਹੋਈ ਹੈ, 'ਤੇ (ਮੌਕਾ ਮਿਲਦਿਆਂ ਹੀ) ਆਮ ਲੋਕਾਂ ਉੱਤੇ ਜ਼ੁਲਮ ਕਰਦੇ ਹਨ।

ਨੀਲੇ ਰੰਗ ਦੇ ਕੱਪੜੇ ਪਹਿਨ ਕੇ (ਤੁਰਕ ਹਾਕਮਾਂ ਕੋਲ ਜਾਂਦੇ ਹਨ, ਤਦ ਹੀ) ਉਨ੍ਹਾਂ ਨੂੰ ਕੋਲ ਜਾਣ ਦਿੱਤਾ ਜਾਂਦਾ ਹੈ। (ਜਿਨ੍ਹਾਂ ਨੂੰ) ਮਲੇਛ (ਕਹਿੰਦੇ ਹਨ, ਉਹਨਾਂ ਤੋਂ) ਹੀ ਰੋਜੀ ਲੈਂਦੇ ਹਨ, ਤੇ (ਫਿਰ) ਪੁਰਾਣ ਨੂੰ ਪੂਜਦੇ ਹਨ (ਭਾਵ, ਆਪਣੇ-ਆਪ ਨੂੰ ਧਰਮੀ ਸਮਝਦੇ ਹਨ)।

(ਇੱਥੇ ਹੀ ਬਸ ਨਹੀਂ) ਉਨ੍ਹਾਂ ਦਾ ਭੋਜਨ ਵੀ ਉਹ ਬੱਕਰਾ ਹੈ ਜਿਸ ਨੂੰ ਕਲਮਾ ਪੜ੍ਹ ਕੇ ਹਲਾਲ ਕੀਤਾ ਹੈ। (ਪਰ ਆਪਣੇ ਘਰ ਦੀ ਰਸੋਈ) ਚੱਕੇ ਉੱਤੇ ਕਿਸੇ ਨੂੰ ਚੜ੍ਹਨ ਨਹੀਂ ਦਿੰਦੇ।

ਚੌਕਾ ਬਣਾ ਕੇ (ਚਾਰੇ ਪਾਸੇ ਸੁੱਚਤਾ ਦੇ ਪਖੰਡ) ਦੀ ਲਕੀਰ ਖਿੱਚਦੇ ਹਨ। (ਫਿਰ ਇਸ ਪਵਿੱਤਰ ਕੀਤੇ) ਚੌਕੇ ਵਿੱਚ ਕੂੜ ਭਰੇ ਜੀਵਨ ਵਾਲੇ ਆਪ ਆ ਬੈਠਦੇ ਹਨ।

(ਅਤੇ ਲੋਕਾਂ ਨੂੰ ਕਹਿੰਦੇ ਹਨ: ਸਾਡੇ ਚੌਕੇ ਦੇ ਨੇੜੇ ਨਾ ਆਓ) ਕਿਤੇ ਚੌਕਾ ਅਪਵਿੱਤਰ ਨਾ ਹੋ ਜਾਵੇ। ਅਤੇ ਸਾਡਾ ਭੋਜਨ ਖਰਾਬ ਨਾ ਹੋ ਜਾਵੇ।

ਮੰਦੇ ਕਰਮਾਂ ਦੇ ਕਾਰਨ (ਇਹਨਾਂ ਲੋਕਾਂ ਦਾ) ਤਨ ਹੀ ਅਪਵਿੱਤਰ ਹੈ। ਉਹਨਾਂ ਦਾ ਮਨ ਮੈਲਾ ਹੈ, ਪਰ (ਮੂੰਹ ਨਾਲ) ਚੁਲੀਆਂ ਕਰਦੇ (ਹੋਏ ਪਵਿੱਤਰਤਾ ਦਾ ਢੋਂਗ ਕਰਦੇ) ਹਨ।

ਨਾਨਕ ਆਖਦਾ ਹੈ, ਸੱਚ ਦੀ ਵਿਚਾਰ ਕਰੋ। (ਮਨ ਦੀ) ਸੁੱਚਤਾ ਹੋਵੇ ਤਦੋਂ ਹੀ ਸੱਚਾ ਜੀਵਨ ਪਾਇਆ ਜਾ ਸਕਦਾ ਹੈ।

ਇਹ ਬੁੱਧ ਹੀ ਸੀ ਜਿਸਨੇ ਬ੍ਰਾਹਮਣਵਾਦ ਨੂੰ ਭਰਮਜਾਲ ਵਿੱਚ ਮੁਹਾਰਤ ਹਾਸਲ ਕਰਨ ਲਈ ਜ਼ਮੀਨ ਪ੍ਰਦਾਨ ਕੀਤੀ। ਜਿਵੇਂ, ਦਰੱਖਤ ਦੀ ਲੱਕੜ ਤੋਂ ਬਣਿਆ ਕੁਹਾੜੀ ਦਾ ਦਸਤਾ ਹੀ ਰੁੱਖ ਨੂੰ ਕੱਟਣ ਵਿੱਚ ਮਦਦ ਕਰਦਾ ਹੈ। ਇਸੇ ਤਰ੍ਹਾਂ ਬ੍ਰਾਹਮਣਵਾਦ ਨੇ ਬੁੱਧ ਨਾਲ ਨਜਿੱਠਣ ਦੇ ਤਜਰਬੇ ਤੋਂ ਪ੍ਰਾਪਤ ਹੁਨਰ ਦੁਆਰਾ ਹੀ ਬੁੱਧ ਨੂੰ ਪਛਾੜਿਆ। ਉਹ ਰੁੱਖ ਦੂਸਰਿਆਂ ਨੂੰ ਵੱਢਣ ਤੋਂ ਕਿਵੇਂ ਰੋਕ ਸਕਦਾ ਹੈ ਜੋ ਆਪਣੇ-ਆਪ ਨੂੰ ਕੁਹਾੜੇ ਦਾ ਦਸਤਾ ਬਣਨ ਤੋਂ ਨਾ ਰੋਕ ਸਕਿਆ। ਬੁੱਧ ਨੂੰ ਡਾ: ਅੰਬੇਡਕਰ ਨੇ ਸਮੇਂ ਅਨੁਸਾਰ ਨਾ ਮੰਨਿਆ, ਇਸੇ ਲਈ ਉਹਨਾ ਨਵਯਾਨ-ਬੁੱਧ ਨੂੰ ਸਥਾਪਤ ਕਰਨਾ ਚਾਹਿਆ। ਪਰ ਨਵਯਾਨ ਵਿੱਚ ਜੋ ਤਬਦੀਲੀਆਂ ਕੀਤੀਆਂ ਗਈਆਂ ਸਨ, ਉਹ ਪਰੰਪਰਾਗਤ ਬੁੱਧ ਦੀਆਂ ਅੰਦਰੂਨੀ ਕਮਜ਼ੋਰੀਆਂ ਨੂੰ ਧਿਆਨ ਵਿੱਚ ਰੱਖ ਕੇ ਕੀਤੀਆਂ ਗਈਆਂ ਸਨ, ਨਾ ਕਿ ਬ੍ਰਾਹਮਣਵਾਦ ਦੀ ਨਵ-ਮੁਹਾਰਤ ਨੂੰ ਸਮਝ ਕੇ। ਸਿੱਖ ਧਰਮ ਬ੍ਰਾਹਮਣਵਾਦ ਦੇ ਚਾਰ ਥੰਮ੍ਹਾਂ ਦੀ ਨਵ-ਮੁਹਾਰਤ ਨੂੰ ਸਖ਼ਤ ਟੱਕਰ ਦਿੰਦਾ ਹੈ।

ਬ੍ਰਾਹਮਣਵਾਦ ਨੂੰ ਇਕੱਲੀ ਵਿਚਾਰਧਾਰਾ ਨਾਲ ਨਹੀਂ ਜਿੱਤਿਆ ਜਾ ਸਕਦਾ। ਕਿਉਂਕਿ ਬ੍ਰਾਹਮਣਵਾਦ ਨੇ ਮਨੁੱਖ ਦੇ ਜਮਾਂਦਰੂ ਵਿਕਾਰਾਂ ਨੂੰ ਆਪਣਾ ਹਥਿਆਰ ਬਣਾਇਆ ਹੋਇਆ ਹੈ। ਇਸ 'ਤੇ ਜਿੱਤ ਪ੍ਰਾਪਤ ਕਰਨ ਲਈ ਉੱਤਮ ਵਿਚਾਰਧਾਰਾ ਦੇ ਨਾਲ-ਨਾਲ ਸਥੂਲ ਸੰਸਥਾਵਾਂ ਦੀ ਲੋੜ ਹੈ, ਜਿਨ੍ਹਾਂ ਦੇ ਆਧਾਰ 'ਤੇ ਸਮਾਜ ਸੰਗਠਿਤ ਹੋ ਕੇ ਅਧਿਆਤਮਿਕ ਅਤੇ ਸੰਸਾਰਿਕ ਉੱਨਤੀ ਵਿੱਚ ਸਹਾਇਕ ਹੋ ਸਕੇ। ਗੁਰਬਾਣੀ ਬ੍ਰਾਹਮਣਵਾਦ ਦੇ ਭਰਮਜਾਲ ਅਤੇ ਕਰੂਰਤਾ ਦੇ ਕਿਲ੍ਹੇ ਨੂੰ ਬੜੀ ਬੇਬਾਕੀ ਨਾਲ ਢਾਹ ਦਿੰਦੀ ਹੈ। ਸਿੱਖ ਧਰਮ ਦੀਆਂ ਜੀਵੰਤ ਸੰਸਥਾਵਾਂ, ਵਿਵਹਾਰਕ ਰੀਤਾਂ ਅਤੇ ਬੇਮਿਸਾਲ ਇਤਿਹਾਸ ਦੀ ਠੋਸ ਗੁਰਬਾਣੀ ਵਿਚਾਰਧਾਰਾ ਨੂੰ ਰੂਪਮਾਨ ਕਰਦਾ ਹੈ।

ਰੋਣਕੀ ਰਾਮ ਦੇ 'ਰੋਸ਼ਨ' ਡੇਰੇ

ਕਲਮ ਜਲਉ ਸਣੁ ਮਸਵਾਣੀਐ ਕਾਗਦੁ ਭੀ ਜਲਿ ਜਾਉ॥

ਲਿਖਣ ਵਾਲਾ ਜਲਿ ਬਲਉ ਜਿਨਿ ਲਿਖਿਆ ਦੂਜਾ ਭਾਉ॥

ਨਾਨਕ ਪੂਰਬਿ ਲਿਖਿਆ ਕਮਾਵਣਾ ਅਵਰੁ ਨ ਕਰਣਾ ਜਾਇ॥

(ਗੁਰੂ ਗ੍ਰੰਥ ਸਾਹਿਬ, ਮਹਲਾ ੩, ਅੰਗ 84)

ਅਰਥ: ਜਲ ਜਾਵੇ (ਪਛਾਣੀ ਜਾਵੇ) ਉਹ ਕਲਮ, ਸਮੇਤ ਦਵਾਤ ਦੇ, ਅਤੇ ਉਹ ਕਾਗਜ਼ ਵੀ ਸੜ ਜਾਵੇ।

ਉਹ ਲਿਖਾਰੀ ਵੀ ਜਲ ਮਰੇ, ਜਿਸ ਨੇ ਦਵੈਤ ਭਾਵ (ਮਾਇਆ ਦੇ ਪ੍ਰਭਾਵ) ਦੇ ਵੱਸ ਵਿੱਚ ਹੋ ਕੇ ਲਿਖਿਆ ਹੈ।

ਹੇ ਨਾਨਕ! (ਜੀਵ) ਪਹਿਲਾਂ (ਕੀਤੇ ਚੰਗੇ ਮੰਦੇ ਕਰਮ) ਅਨੁਸਾਰ (ਆਪਣੇ ਸੰਸਕਾਰ ਆਪ) ਲਿਖਦਾ ਹੈ ਤੇ ਉਹੀ ਕਮਾਈ ਕਰਦਾ ਹੈ; ਉਹ ਇਸ ਦੇ ਉਲਟ ਕੁਝ ਨਹੀਂ ਕਰ ਸਕਦਾ।

ਪੰਜਾਬ ਯੂਨੀਵਰਸਿਟੀ, ਚੰਡੀਗੜ੍ਹ ਦੇ ਕਲਾ ਵਿਭਾਗ ਦੇ ਪ੍ਰੋਫੈਸਰ ਰੋਣਕੀ ਰਾਮ ਦਾ ਨਾਂ ਉੱਘੇ ਦਲਿਤ ਚਿੰਤਕਾਂ ਦੀ ਸ਼੍ਰੇਣੀ ਵਿੱਚ ਆਉਂਦਾ ਹੈ। ਇਹ ਵੀ ਕਿਹਾ ਜਾ ਸਕਦਾ ਹੈ ਕਿ ਉੱਘੀ ਸ਼੍ਰੇਣੀ ਵਿੱਚ ਸਥਾਪਿਤ ਕੀਤਾ ਗਿਆ ਹੈ। ਪੰਜਾਬ ਯੂਨੀਵਰਸਿਟੀ 'ਤੇ ਹਿੰਦੂਤਵੀ ਕੇਂਦਰ ਸਰਕਾਰ ਦੀ ਦਖਲਅੰਦਾਜ਼ੀ ਦਿਨੋ-ਦਿਨ ਵਧਦੀ ਜਾ ਰਹੀ ਹੈ। ਮਈ 2017 ਦੀ ਇੱਕ ਜਾਂਚ ਰਿਪੋਰਟ ਅਨੁਸਾਰ, ਸੱਤ ਸਹਾਇਕ ਪ੍ਰੋਫੈਸਰਾਂ ਦੇ ਅਨੁਸੂਚਿਤ ਜਾਤੀ (ਐਸ. ਸੀ.) ਅਤੇ ਪੱਛੜੀ ਜਾਤੀ (ਬੀ.ਸੀ.) ਸਰਟੀਫਿਕੇਟ ਜਾਅਲੀ ਪਾਏ ਗਏ ਸਨ। ਫਰਵਰੀ 2020 ਵਿੱਚ ਪੰਜਾਬ ਅਤੇ ਹਰਿਆਣਾ ਹਾਈਕੋਰਟ ਨੇ ਪੰਜਾਬ ਯੂਨੀਵਰਸਿਟੀ ਦੇ ਵਾਈਸ-ਚਾਂਸਲਰ ਸਮੇਤ ਛੇ ਲੋਕਾਂ ਨੂੰ ਨੋਟਿਸ ਜਾਰੀ ਕੀਤਾ ਇਹ ਜਾਨਣ ਲਈ ਕਿ ਹੁਣ ਤੱਕ ਇਹ ਫਰਜ਼ੀ ਐਸ.ਸੀ./ਬੀ.ਸੀ. ਸਰਟੀਫਿਕੇਟ ਮਾਮਲੇ 'ਚ ਕੀ ਕਾਰਵਾਈ ਕੀਤੀ ਗਈ ਹੈ ਜਾਂ ਕੋਈ ਕਾਰਵਾਈ ਕਿਉਂ ਨਹੀਂ ਕੀਤੀ ਗਈ। ਪੰਜਾਬ ਯੂਨੀਵਰਸਿਟੀ ਦੀਆਂ ਵਧ ਰਹੀਆਂ ਫੀਸਾਂ ਅਤੇ ਘਟ ਰਹੇ ਵਜ਼ੀਫਿਆਂ ਦਾ ਸਭ ਤੋਂ ਮਾੜਾ ਅਸਰ ਗਰੀਬ ਤੇ ਦਲਿਤ ਵਿਦਿਆਰਥੀਆਂ 'ਤੇ ਪੈ ਰਿਹਾ ਹੈ। ਇਸ ਸਭ ਕਾਰਨ ਯੂਨੀਵਰਸਿਟੀ ਕੈਂਪਸ ਵਿੱਚ ਵਿਦਿਆਰਥੀਆਂ ਦਾ ਰੋਸ ਵਧਦਾ ਜਾ ਰਿਹਾ ਹੈ।

ਉੱਘੇ ਦਲਿਤ ਚਿੰਤਕ ਪ੍ਰੋਫੈਸਰ ਰੋਣਕੀ ਰਾਮ ਦਾ ਇਸ ਸਭ ਵਿੱਚ ਦਲਿਤਾਂ ਦੀਆਂ ਸਮੱਸਿਆਵਾਂ ਨੂੰ ਹੱਲ ਕਰਨ ਵਿੱਚ ਕੀ ਯੋਗਦਾਨ ਹੈ? ਕੋਈ ਖ਼ਬਰ ਨਹੀਂ। ਸਰਕਾਰ ਯੋਜਨਾਬੱਧ ਢੰਗ ਨਾਲ ਦੇਸ਼ ਦੀਆਂ ਵੱਖ-ਵੱਖ ਯੂਨੀਵਰਸਿਟੀਆਂ ਵਿੱਚ ਆਪਣੀ ਪਸੰਦ ਦੇ ਲੇਖਕਾਂ, ਪ੍ਰੋਫੈਸਰਾਂ ਜਾਂ ਉਪ-ਕੁਲਪਤੀਆਂ ਨੂੰ ਫ਼ਿੱਟ ਕਰ ਰਹੀ ਹੈ

ਅਤੇ ਦੂਜਿਆਂ ਦੇ ਅੱਗੇ ਆਉਣ ਦਾ ਹਰ ਮੌਕਾ ਬੰਦ ਕਰ ਰਹੀ ਹੈ। ਕੀ ਪ੍ਰੋਫੈਸਰ ਰੋਣਕੀ ਰਾਮ ਦੀਆਂ ਲਿਖਤਾਂ ਦਾ ਮਕਸਦ ਦਲਿਤ ਚਿੰਤਨ ਨੂੰ ਬ੍ਰਾਹਮਣਵਾਦੀ ਰਾਜਨੀਤੀ ਦੇ ਅਨੁਕੂਲ ਦਿਸ਼ਾ ਦੇਣਾ ਹੈ? ਇਸ ਸਵਾਲ ਦਾ ਜਵਾਬ ਰੋਣਕੀ ਰਾਮ ਦੇ ਲੇਖਾਂ 'ਚ ਦਰਜ ਇੱਕ ਪਾਸੜ ਜਾਣਕਾਰੀ ਅਤੇ ਅੰਕੜਿਆਂ ਦੀ ਥਾਂ ਆਂਤਰਿਕ ਭਾਵਨਾ ਦੇ ਵਿਸ਼ਲੇਸ਼ਣ ਤੋਂ ਮਿਲ ਜਾਂਦਾ ਹੈ।

ਇਹਨਾ ਦੇ ਅੰਗਰੇਜ਼ੀ ਵਿੱਚ ਪ੍ਰਕਾਸ਼ਿਤ ਲੇਖ ਖੋਜੀ ਰਸਾਲੇ ਵਜੋਂ ਪਰੋਸੇ ਜਾਂਦੇ ਹਨ। ਬਾਹਰੋਂ ਕੋਈ ਇਹ ਮਹਿਸੂਸ ਕਰ ਸਕਦਾ ਹੈ ਕਿ ਰੋਣਕੀ ਰਾਮ ਬ੍ਰਾਹਮਣਵਾਦ ਦਾ ਵਿਰੋਧ ਕਰਦੇ ਹਨ। ਪਰ ਬ੍ਰਾਹਮਣੀ ਤੰਤਰ ਨੂੰ ਅਜਿਹੇ ਵਿਰੋਧ ਦਾ ਕੋਈ ਫ਼ਰਕ ਨਹੀਂ ਪੈਂਦਾ ਜੇਕਰ ਵਿਰੋਧੀ ਆਪਸ ਵਿੱਚ ਹੀ ਵੰਡੇ ਰਹਿਣ। ਬ੍ਰਾਹਮਣੀ ਤੰਤਰ ਆਪਣੇ ਵਿਰੋਧੀਆਂ ਦੀ ਆਪਸੀ ਫੁੱਟ ਵਿੱਚੋਂ ਆਪਣਾ ਕਿਲਾ ਮਜ਼ਬੂਤ ਕਰ ਲੈਂਦਾ ਹੈ। ਬ੍ਰਾਹਮਣਵਾਦ ਤੋਂ ਪੀੜਤ ਵੱਖ-ਵੱਖ ਜਨਜਾਤੀਆਂ ਇੱਕ ਮੰਚ 'ਤੇ ਨਾ ਆਉਣ, ਇੱਕ-ਦੂਜੇ ਨਾਲ ਭਿੜਦੀਆਂ ਰਹਿਣ, ਰੋਣਕੀ ਰਾਮ ਦੀਆਂ ਲਿਖਤਾਂ ਦਲਿਤ ਚਿੰਤਨ ਨੂੰ ਇਸੇ ਦਿਸ਼ਾ ਵੱਲ ਲੈ ਜਾਂਦੀ ਹੈ।

ਰੋਣਕੀ ਰਾਮ ਦੇ 'ਰੋਸ਼ਨ' ਡੇਰਿਆਂ ਦਾ ਜ਼ਿਕਰ ਕਰਨ ਤੋਂ ਪਹਿਲਾਂ ਉਹਨਾ ਵੱਲੋਂ ਕਿਸਾਨ ਅੰਦੋਲਨ 'ਤੇ ਲਿਖੇ ਲੇਖ ਦੀ ਚਰਚਾ ਕਰਨੀ ਲਾਹੇਵੰਦ ਰਹੇਗੀ। ਕਿਸਾਨ ਅੰਦੋਲਨ ਨੇ ਵੱਡੀ-ਵੱਡੀ ਸ਼ਖਸੀਅਤਾਂ ਦੀ ਅਸਲੀਅਤ ਲੋਕਾਂ ਸਾਹਮਣੇ ਉਧੇੜ ਦਿੱਤੀ ਸੀ। ਕਿਸਾਨ ਅੰਦੋਲਨ ਦੀ ਇਹ ਅਲੌਕਿਕਤਾ ਹੈ ਕਿ ਮਾੜੀ ਨੀਅਤ ਨਾਲ ਲਿਖਣ ਵਾਲਿਆਂ ਦਾ ਆਪਣੇ-ਆਪ ਨਕਾਬ ਉਤਰ ਜਾਂਦਾ ਹੈ। ਕਿਉਂਕਿ ਇਸ ਅੰਦੋਲਨ ਨੇ ਸਪੱਸ਼ਟ ਤੌਰ 'ਤੇ ਦੋ ਵਿਚਾਰਧਾਰਾਵਾਂ ਨੂੰ ਆਹਮੋ-ਸਾਹਮਣੇ ਕਰ ਦਿੱਤਾ ਸੀ। ਇਸ ਬਾਰੇ ਲਿਖਣ ਵਾਲੇ ਵੀ ਦੋਨਾਂ ਵਿੱਚੋਂ ਕਿਸੇ ਇੱਕ ਖੇਮੇ ਨਾਲ ਖੜ੍ਹੇ ਹੋਣ ਤੋਂ ਆਪਣੇ-ਆਪ ਨੂੰ ਛੁਪਾ ਨਹੀਂ ਸਕਦੇ। ਰੋਣਕੀ ਰਾਮ ਭਾਂਵੇ ਜਿੰਨੇ ਮਰਜੀ ਸੰਤੁਲਿਤ ਸ਼ਬਦਾਂ ਦਾ ਜਾਲ ਬੁਣਨ, ਉਹਨਾ ਦਾ ਖੇਮਾ ਸਾਫ਼ ਨਜ਼ਰ ਆ ਜਾਂਦਾ ਹੈ। ਰੋਣਕੀ ਰਾਮ ਨੇ ਇਸ ਅਲੌਕਿਕ ਅਤੇ ਇਤਿਹਾਸਕ ਅੰਦੋਲਨ 'ਤੇ ਲਿਖ ਕੇ ਸਾਡਾ ਕੰਮ ਆਸਾਨ ਕਰ ਦਿੱਤਾ ਹੈ। ਹੁਣ ਪਾਠਕਾਂ ਲਈ ਸਮਝਣਾ ਆਸਾਨ ਹੋ ਜਾਵੇਗਾ।

ਸਾਲ 2020-2021 ਦਾ ਕਿਸਾਨ ਅੰਦੋਲਨ ਮਨੁੱਖੀ ਸੱਭਿਅਤਾ ਲਈ ਕਿਸੇ ਅਨਮੋਲ ਤੋਹਫੇ ਤੋਂ ਘੱਟ ਨਹੀਂ ਸੀ। ਇਸ 'ਤੇ ਦੁਨੀਆ ਭਰ 'ਚ ਕਈ ਲੇਖ ਪ੍ਰਕਾਸ਼ਿਤ ਹੋਏ। ਸਿੱਖ ਧਰਮ ਦੀਆਂ ਕਦਰਾਂ-ਕੀਮਤਾਂ ਇਸ ਅੰਦੋਲਨ ਦੀ ਸਾਹ-ਰੱਗ ਸਨ, ਜਿਨ੍ਹਾਂ ਦਾ ਹਰ ਲੇਖਕ ਅਤੇ ਵਿਸ਼ਲੇਸ਼ਕ ਨੇ ਖੁੱਲ੍ਹ ਕੇ ਵਰਣਨ ਕੀਤਾ ਹੈ। ਭਾਰਤ ਦੀ ਹਿੰਦੂਤਵੀ ਸਰਕਾਰ ਨੂੰ ਇਸ ਵਰਣਨ ਤੋਂ ਤਾਂ ਖਿਝ ਹੈ। ਦੁਨੀਆ ਭਰ ਵਿੱਚ ਸਰਕਾਰ ਦੀ ਹੋਈ ਨਮੋਸ਼ੀ ਨੂੰ ਘਟਾਉਣ ਲਈ ਖੋਜੀ ਪੱਤਰਾਂ ਦੇ ਰੂਪ ਵਿੱਚ ਪੇਸ਼ ਕਰਨਾ ਮਦਦਗਾਰ ਹੋ ਸਕਦਾ ਹੈ। ਅਜਿਹੇ ਖੋਜੀ ਪੱਤਰ ਜੋ ਤਿੰਨ ਖੇਤੀਬਾੜੀ (ਕਾਲੇ) ਕਾਨੂੰਨਾਂ ਨੂੰ ਸਰਕਾਰ ਦੇ 'ਸੁਧਾਰਵਾਦੀ' ਇਰਾਦੇ ਜਾਂ ਮਜਬੂਰੀ ਵਜੋਂ ਬਿਆਨ ਕਰਦੇ ਹੋਣ; ਅੰਦੋਲਨ ਪ੍ਰਤੀ ਸਰਕਾਰ ਦੀ ਕਰੂਰਤਾ ਨੂੰ ਘਟਾਕੇ ਪੇਸ਼ ਕਰਨ; ਅਤੇ ਮੋਰਚੇ ਵਿੱਚ ਸਿੱਖੀ ਕਦਰਾਂ-ਕੀਮਤਾਂ ਨੂੰ ਗਾਇਬ ਕਰ ਦੇਣ। ਇਸ ਮਨੋਰਥ ਦੀ ਪੂਰਤੀ ਲਈ ਪੰਜਾਬ ਯੂਨੀਵਰਸਿਟੀ ਦੇ 'ਦਲਿਤ ਚਿੰਤਕ' ਪ੍ਰੋਫੈਸਰ ਰੋਣਕੀ ਰਾਮ ਦਾ

ਅੰਗਰੇਜ਼ੀ ਵਿੱਚ ਲੰਮਾ ਖੋਜੀ ਪੱਤਰ ਪ੍ਰਕਾਸ਼ਿਤ ਹੋਇਆ। ਲੇਖ ਦਾ ਸਿਰਲੇਖ ਹੈ: Agrarian Resistance in Punjab: Contextualising Farmer Protests at the Gates of Delhi in a Historical Perspective (ਪੰਜਾਬ ਵਿੱਚ ਖੇਤੀ ਪ੍ਰਤੀਰੋਧ: ਇਤਿਹਾਸਕ ਪਰਿਪੇਖ ਵਿੱਚ ਦਿੱਲੀ ਦੇ ਗੇਟਾਂ 'ਤੇ ਕਿਸਾਨ ਵਿਰੋਧ ਦਾ ਪਰਸੰਗ ਬਣਾਉਣਾ)।

ਰੋਣਕੀ ਰਾਮ ਬ੍ਰਿਟਿਸ਼ ਸਰਕਾਰ ਦੁਆਰਾ 1906 ਵਿੱਚ ਲਿਆਂਦੇ ਪੰਜਾਬ ਲੈਂਡ ਕਲੋਨਾਈਜ਼ੇਸ਼ਨ ਐਕਟ ਦੀਆਂ ਕਿਸਾਨ ਵਿਰੋਧੀ ਧਾਰਾਵਾਂ ਦਾ ਵਰਨਣ ਤਾਂ ਕਰਦੇ ਹਨ। ਪਰ 2020 ਵਿੱਚ ਪਾਸ ਕੀਤੇ ਗਏ ਆਰਡੀਨੈਂਸਾਂ ਦੇ ਉਪਬੰਧਾਂ 'ਤੇ ਰੌਸ਼ਨੀ ਪਾਉਣਾ ਜ਼ਰੂਰੀ ਨਹੀਂ ਸਮਝਦੇ, ਜਿਨ੍ਹਾਂ ਨੇ ਇਸਨੂੰ 'ਕਾਲਾ' ਕਾਨੂੰਨ ਬਣਾ ਦਿੱਤਾ ਸੀ। ਜਿਸ ਗੈਰ-ਸੰਵਿਧਾਨਕ ਤਰੀਕੇ ਨਾਲ ਉਨ੍ਹਾਂ ਨੂੰ ਬਿਨਾਂ ਚਰਚਾ ਅਤੇ ਜਬਰਦਸਤੀ ਆਵਾਜ਼ੀ ਵੋਟ ਤੋਂ ਪਾਸ ਕਰ ਦਿੱਤਾ ਗਿਆ, ਉਸ ਨੂੰ ਕਲਮ ਬੰਦ ਕਰਨ ਦੀ ਲੋੜ ਵੀ ਨਹੀਂ ਸਮਝੀ।

ਝਗੜਿਆਂ ਦੇ ਜਲਦੀ ਹੱਲ ਦੇ ਨਾਂ 'ਤੇ ਕੰਟਰੈਕਟ ਫਾਰਮਿੰਗ ਬਿੱਲ ਦੀ ਧਾਰਾ-19 ਵਿੱਚ ਕਿਸਾਨਾਂ ਨੂੰ ਕਾਨੂੰਨੀ ਸਹਾਇਤਾ ਤੋਂ ਵਾਂਝੇ ਰੱਖਦਿਆਂ ਸਿਰਫ਼ ਉਪ ਮੰਡਲ ਮੈਜਿਸਟਰੇਟ ਨਾਲ ਹੀ ਝਗੜਿਆਂ ਦਾ ਨਿਪਟਾਰਾ ਕਰਨ ਦੀ ਵਿਵਸਥਾ ਕੀਤੀ ਗਈ ਸੀ। ਖੇਤੀ ਮਾਹਿਰ ਅਤੇ ਸੀਨੀਅਰ ਪੱਤਰਕਾਰ ਪੀ. ਸਾਈਨਾਥ ਲਿਖਦੇ ਹਨ:

"ਇਨ੍ਹਾਂ ਕਾਨੂੰਨਾਂ ਦੀ ਕਾਨੂੰਨੀ ਭਾਸ਼ਾ (ਨੀਵੇਂ-ਪੱਧਰੀ) ਕਾਰਜਪਾਲਿਕਾ ਨੂੰ ਵੀ ਨਿਆਂਪਾਲਿਕਾ ਵਿੱਚ ਬਦਲ ਦਿੰਦੀ ਹੈ। ਅਸਲ ਵਿੱਚ, ਜੱਜ, ਜਿਊਰੀ ਅਤੇ ਜਲਾਦ ਵਿੱਚ। ਇਹ ਕਿਸਾਨਾਂ ਅਤੇ ਕਾਰਪੋਰੇਟ ਦਿੱਗਜਾਂ ਵਿਚਕਾਰ ਪਹਿਲਾਂ ਤੋਂ ਹੀ ਸਭ ਤੋਂ ਵੱਧ ਬੇਇਨਸਾਫ਼ੀ ਵਾਲੇ ਤਾਕਤ ਦੇ ਅਸੰਤੁਲਨ ਨੂੰ ਵੀ ਵਧਾਉਂਦਾ ਹੈ ਜਿਸ ਨਾਲ ਉਹ ਨਜਿੱਠਣਗੇ।" (ਦ ਵਾਇਰ, 9 ਦਸੰਬਰ 2020)

ਰੋਣਕੀ ਰਾਮ ਨੇ ਸਰਕਾਰ ਦੇ ਸੁਧਾਰਵਾਦੀ ਪੱਖ ਦੇ ਬਰਾਬਰ ਕਿਸਾਨਾਂ ਦੇ ਸ਼ੰਕਿਆਂ ਦਾ ਪੱਖ ਰੱਖਕੇ ਤਾਨਾਸ਼ਾਹ ਅਤੇ ਮਜ਼ਲੂਮਾਂ ਵਿਚਕਾਰ ਸੰਤੁਲਨ ਬਣਾਉਣ ਦਾ ਕੰਮ ਕੀਤਾ ਹੈ। ਇਸ ਸੰਤੁਲਨ ਨਾਲ "ਕਿਸਾਨ ਵਿਦਰੋਹ ਦੀ ਸ਼ਾਨਦਾਰ ਪਰੰਪਰਾ" ਨੂੰ ਇਤਿਹਾਸਕ ਪਰਿਪੇਖ ਵਿੱਚ ਲਿਖਿਆ ਹੈ। ਇਸ ਤਰ੍ਹਾਂ ਇਹ ਪੰਜਾਬ ਦੇ ਕਿਸਾਨਾਂ ਨੂੰ (ਆਜ਼ਾਦੀ ਤੋਂ ਪਹਿਲਾਂ ਅਤੇ ਬਾਅਦ ਵਾਲੀਆਂ) ਪਿਛਲੀਆਂ ਸਰਕਾਰਾਂ ਖਿਲਾਫ਼ ਵਾਰ-ਵਾਰ ਅੰਦੋਲਨ ਕਰਨ ਕਰਕੇ 'ਅੰਦੋਲਨਜੀਵੀ' ਬਣ ਜਾਣ ਦਾ ਪਰਸੰਗ ਬਣਦਾ ਹੈ। ਰੋਣਕੀ ਰਾਮ ਨੇ ਸਰਕਾਰ ਦੀ ਨੀਅਤ ਨੂੰ ਸਾਫ਼ ਪੇਸ਼ ਕੀਤਾ:

"2020 ਤੋਂ ਬਾਅਦ ਤੋਂ, ਸਾਰੀਆਂ ਕੇਂਦਰੀ ਸਰਕਾਰਾਂ ਨੇ ਰਾਜਾਂ ਨੂੰ ਖੇਤੀਬਾੜੀ ਸੈਕਟਰ ਵਿੱਚ ਸੁਧਾਰ ਸ਼ੁਰੂ ਕਰਨ ਲਈ ਮਨਾਉਣ ਲਈ ਕਈ ਜਤਨ ਕੀਤੇ। ਹਲਾਂਕਿ, ਰਾਜ ਸਰਕਾਰਾਂ ਪ੍ਰਸਤਾਵਿਤ ਖੇਤੀ ਸੁਧਾਰਾਂ ਵਿੱਚ ਦਿਲਚਸਪੀ ਨਹੀਂ ਲੈ ਰਹੀਆਂ ਸਨ, ਸ਼ਾਇਦ ਕਿਸਾਨਾਂ ਦੇ ਵਿਰੋਧ ਦੇ ਖਦਸ਼ੇ ਕਾਰਨ, ਅਤੇ ਇਸ ਵਿੱਚ ਸ਼ਾਮਲ ਮਾਮਲੇ ਦੇ ਸੰਘੀ ਪੱਖ ਨੂੰ ਦੇਖਦੇ ਹੋਏ, ਮੌਜੂਦਾ ਐਨ.ਡੀ.ਏ. ਕੇਂਦਰ ਸਰਕਾਰ ਨੇ 5 ਜੂਨ, 2020 ਨੂੰ ਇਸ ਵਿੱਚ ਡੁੱਬਕੀ ਲਗਾਈ।"*

(*ਸਾਲ 2000 ਹੋਣਾ ਚਾਹੀਦਾ ਸੀ, ਹੋ ਸਕਦਾ ਹੈ ਕਿ ਗਲਤੀ ਨਾਲ 2020 ਲਿਖਿਆ ਗਿਆ ਹੋਵੇ)

ਭਾਜਪਾ ਸਰਕਾਰ ਦੇ ਘਿਨਾਉਣੇ ਅਤੇ ਵਹਿਸ਼ੀਆਨਾ ਅਪਰਾਧਾਂ ਦੀ ਧਾਰ ਨੂੰ ਖੁੰਢਾ ਕਰਨ ਦੇ ਸਾਹਿਤਕ ਅਪਰਾਧ ਤੋਂ ਵੀ ਰੋਣਕੀ ਰਾਮ ਪਿੱਛੇ ਨਾ ਰਹੇ:

> "ਹਾਲਾਂਕਿ ਵਿਰੋਧ ਦੌਰਾਨ ਕਿਸਾਨਾਂ ਨੂੰ ਨਾਵਾਂ ਨਾਲ ਬੁਲਾਇਆ ਜਾਂਦਾ ਰਿਹਾ, ਪਰ ਗਣਤੰਤਰ ਦਿਵਸ ਦੀ ਘਟਨਾ ਤੋਂ ਤੁਰੰਤ ਬਾਅਦ ਅਜਿਹੀਆਂ ਮੈਲੀ ਗੱਲਾਂ ਦੀ ਤੀਬਰਤਾ ਵੱਧ ਗਈ। ਖੇਤੀਬਾੜੀ ਕਾਨੂੰਨਾਂ ਦੀ ਹਮਾਇਤ ਕਰਨ ਵਾਲਿਆਂ ਨੇ ਪ੍ਰਦਰਸ਼ਨ ਕਰ ਰਹੇ ਕਿਸਾਨਾਂ ਨੂੰ ਖਾਲਿਸਤਾਨੀ, ਅਰਬਨ-ਨਕਸਲ ਅਤੇ ਇੱਥੋਂ ਤੱਕ ਕਿ ਮਾਓਵਾਦੀ ਵੀ ਕਿਹਾ। ਅਕਸਰ ਇਹ ਵੀ ਸੁਨਣ ਵਿੱਚ ਆਇਆ ਸੀ ਕਿ ਦਿੱਲੀ ਦੀਆਂ ਸਰਹੱਦਾਂ 'ਤੇ ਪ੍ਰਦਰਸ਼ਨ ਕਰਨ ਵਾਲੇ ਅਸਲ ਕਿਸਾਨ ਨਹੀਂ ਹਨ।"

ਜਿੱਥੇ "ਇਹ ਵੀ ਸੁਨਣ ਵਿੱਚ ਆਇਆ ਸੀ" ਉਹਨਾਂ "ਖੇਤੀਬਾੜੀ ਕਾਨੂੰਨਾਂ ਦੀ ਹਮਾਇਤ ਕਰਨ ਵਾਲਿਆਂ" ਦੇ 'ਨਾਮ' ਕਿਉਂ ਨਹੀਂ ਲਿਖੇ ਗਏ?

ਕਿਸਾਨਾਂ ਨੂੰ ਅਪਮਾਨਜਨਕ ਨਾਮ ਦੇਣ ਵਾਲੇ ਭਾਜਪਾ ਦੇ ਮੰਤਰੀਆਂ, ਮੁੱਖ ਮੰਤਰੀਆਂ, ਕੈਬਨਿਟ ਮੰਤਰੀਆਂ, ਵਿਧਾਇਕਾਂ ਜਾਂ ਸੰਸਦ ਮੈਂਬਰਾਂ ਦੀ ਗਿਣਤੀ ਬਹੁਤ ਜ਼ਿਆਦਾ ਸੀ। ਸ਼ਾਇਦ, ਇਸੇ ਕਾਰਨ ਰੋਣਕੀ ਰਾਮ ਨੂੰ ਉਨ੍ਹਾਂ ਵਿੱਚੋਂ ਚੋਣ ਕਰਨ ਵਿੱਚ ਮੁਸ਼ਕਲ ਆ ਰਹੀ ਹੋਵੇਗੀ। ਜੇਕਰ ਅਜਿਹਾ ਸੀ ਤਾਂ ਘੱਟੋ-ਘੱਟ ਪ੍ਰਧਾਨ ਸੇਵਕ ਦਾ ਜ਼ਿਕਰ ਤਾਂ ਹੋਣਾ ਚਾਹੀਦਾ ਸੀ। ਪ੍ਰਧਾਨ ਮੰਤਰੀ ਨਰਿੰਦਰ ਮੋਦੀ ਨੇ 8 ਫਰਵਰੀ 2021 ਨੂੰ ਰਾਜ ਸਭਾ ਵਿੱਚ ਆਪਣੇ ਭਾਸ਼ਣ ਵਿੱਚ ਕਿਸਾਨਾਂ ਨੂੰ 'ਅੰਦੋਲਨਜੀਵੀ' ਅਤੇ 'ਪਰਜੀਵੀ' ਨਾਂ ਦਿੱਤੇ, ਜਿਸ ਨੂੰ ਰੋਣਕੀ ਰਾਮ ਭੁੱਲ ਗਏ। ਵਿਰੋਧੀ ਪਾਰਟੀ ਕਾਂਗਰਸ ਜਾਂ ਕਿਸਾਨ ਆਗੂ ਦੇ ਬਿਆਨ ਦੇ ਹਵਾਲੇ ਨਾਲ "ਮੋਦੀ ਸਰਕਾਰ" ਜਾਂ "ਨਰਿੰਦਰ ਮੋਦੀ ਸਰਕਾਰ" ਦਾ ਹਲਕਾ ਜਿਹਾ ਜ਼ਿਕਰ ਕੀਤਾ ਹੈ। ਪਰ ਰੋਣਕੀ ਰਾਮ ਨੇ ਖੁਦ ਯਕੀਨੀ ਬਣਾਇਆ ਕਿ 'ਪ੍ਰਧਾਨ ਮੰਤਰੀ ਨਰਿੰਦਰ ਮੋਦੀ' ਦਾ ਨਾਂ ਲਿਖੇ ਬਿਨਾਂ ਸਿਰਫ਼ "ਕੇਂਦਰ ਸਰਕਾਰ" ਨੂੰ ਹੀ ਸਾਹਮਣੇ ਰੱਖਿਆ ਜਾਵੇ। ਕੀ ਇਹ ਨਾਮ ਲਿਖੇ ਬਿਨਾਂ ਕਿਸਾਨ ਅੰਦੋਲਨ ਬਾਰੇ ਕਿਸੇ ਲੇਖ ਨੂੰ ਖੋਜ ਪੱਤਰ ਕਿਹਾ ਜਾ ਸਕਦਾ ਹੈ? ਕੀ ਗੱਬਰ ਸਿੰਘ ਦਾ ਨਾਮ ਲਿਖੇ ਬਿਨਾ ਰਾਮਗੜ੍ਹ ਦਾ ਡਾਕੂ ਲਿਖਕੇ ਸ਼ੋਲੇ ਫਿਲਮ ਦੀ ਕਹਾਣੀ ਦੱਸੀ ਜਾ ਸਕਦੀ ਹੈ? ਰੋਣਕੀ ਰਾਮ ਨੇ ਕਰ ਦਿਖਾਇਆ।

3 ਅਕਤੂਬਰ 2021 ਨੂੰ ਲਖੀਮਪੁਰ ਖੀਰੀ ਦੀ ਦਰਦਨਾਕ ਘਟਨਾ ਨੇ ਸਭ ਨੂੰ ਝੰਜੋੜ ਕੇ ਰੱਖ ਦਿੱਤਾ ਸੀ। ਕੇਂਦਰੀ ਰਾਜ ਮੰਤਰੀ ਅਜੈ ਮਿਸ਼ਰਾ ਟੇਨੀ ਦੀ ਕਾਰ ਉਸੇ ਦੇ ਹੀ ਲੜਕੇ ਨੇ ਜਾਣਬੁੱਝ ਕੇ ਸ਼ਾਂਤਮਈ ਕਿਸਾਨਾਂ 'ਤੇ ਚੜ੍ਹਾ ਦਿੱਤੀ ਸੀ। ਰੋਣਕੀ ਰਾਮ ਇਸ ਘਟਨਾ ਨੂੰ ਵੀ ਦੋ ਧਿਰਾਂ ਵਿਚਲੀ ਝੜਪ ਦੇ ਰੂਪ ਵਿੱਚ ਪੇਸ਼ ਕਰਦੇ ਹਨ ਜਿਸ ਵਿੱਚ ਦੋਵੇਂ ਧਿਰਾਂ ਦਾ ਬਰਾਬਰ ਨੁਕਸਾਨ ਹੋਇਆ:

"ਇਹ ਇਸ ਸਥਾਨ 'ਤੇ ਪ੍ਰਦਰਸ਼ਨ ਦੌਰਾਨ ਸੀ ਕਿ ਇੱਕ ਵਾਹਨ ਨੇ ਮਾਰਨ ਦੇ ਇਰਾਦੇ ਨਾਲ ਵਿਰੋਧ ਕਰ ਰਹੇ ਕਿਸਾਨਾਂ ਦੇ ਸ਼ਾਂਤਮਈ ਇਕੱਠ 'ਤੇ ਚੜ੍ਹਾ ਦਿੱਤਾ, ਜਿਸ ਵਿੱਚ ਚਾਰ (ਨਛੱਤਰ ਸਿੰਘ, ਦਲਜੀਤ ਸਿੰਘ, ਲਵਪ੍ਰੀਤ ਸਿੰਘ ਅਤੇ ਗੁਰਵਿੰਦਰ ਸਿੰਘ) ਦੀ ਮੌਤ ਹੋ ਗਈ। ਮ੍ਰਿਤਕ ਪਾਏ ਗਏ ਨੌਂ ਵਿੱਚੋਂ ਹੋਰ ਚਾਰ ਖਬਰਾਂ ਅਨੁਸਾਰ ਭਾਜਪਾ ਕੇਡਰ ਨਾਲ ਸਬੰਧਤ ਸਨ। ਉਹ ਕਾਫ਼ਲੇ ਦੀ ਗੱਡੀ ਵਿੱਚ ਸਫ਼ਰ ਕਰ ਰਹੇ ਸਨ ਅਤੇ ਪ੍ਰਦਰਸ਼ਨਕਾਰੀਆਂ ਨੇ ਕਥਿਤ ਤੌਰ 'ਤੇ ਉਨ੍ਹਾਂ ਨੂੰ ਘਸੀਟਿਆ ਅਤੇ ਕੁੱਟ-ਕੁੱਟ ਕੇ ਮਾਰ ਦਿੱਤਾ। ਨੌਂਵੀਂ ਮੌਤ ਇੱਕ ਪੱਤਰਕਾਰ ਦੀ ਸੀ ਜਿਸ ਦੀ ਪਛਾਣ ਰਤਨ ਕਸ਼ਯਪ ਵਜੋਂ ਰਿਪੋਰਟ ਹੋਈ ਸੀ, ਜੋ ਘਟਨਾ ਵਾਲੀ ਥਾਂ 'ਤੇ ਇੱਕ ਟੀਵੀ ਨਿਊਜ਼ ਚੈਨਲ ਲਈ ਹਿੰਸਾ ਦੀ ਕਵਰੇਜ ਕਰ ਰਿਹਾ ਸੀ।"

ਬਹੁਤ ਸਾਰੇ ਮਹੱਤਵਪੂਰਨ ਤੱਥ ਹਨ ਜਿਨ੍ਹਾਂ ਦਾ ਜ਼ਿਕਰ ਕੀਤੇ ਬਿਨਾਂ ਇਸ ਘਟਨਾ ਬਾਰੇ ਲਿਖਣਾ ਬੇਈਮਾਨੀ ਹੈ। ਜਿਵੇਂ ਕਿ ਸੋਸ਼ਲ ਮੀਡੀਆ 'ਤੇ ਵਾਇਰਲ ਵੀਡੀਓ ਜਿਸ ਨੇ ਕਰੂਰਤਾ ਦਾ ਪਰਦਾਫਾਸ਼ ਕੀਤਾ ਅਤੇ ਸਰਕਾਰ 'ਤੇ ਕੁਝ ਦਬਾਅ ਬਣ ਪਾਇਆ। ਇਹ ਕਤਲ ਸਿਰਫ਼ "ਵਾਹਨ" ਨਾਲ ਨਹੀਂ, 'ਕੇਂਦਰੀ ਰਾਜ ਮੰਤਰੀ ਅਜੈ ਮਿਸ਼ਰਾ ਟੈਨੀ ਦੀ ਕਾਰ' ਨਾਲ ਹੋਏ। ਕਤਲ ਤੋਂ ਬਾਅਦ ਵੀ ਕੇਂਦਰੀ ਰਾਜ ਮੰਤਰੀ (ਉਹ ਵੀ ਗ੍ਰਹਿ ਮੰਤਰਾਲਾ) ਵਜ਼ਾਰਤ ਵਿੱਚ ਹੀ ਰਿਹਾ। ਪ੍ਰਧਾਨ ਮੰਤਰੀ ਨੇ ਜਾਂਚ ਵਿੱਚ ਪਾਰਦਰਸ਼ਤਾ ਦੇ ਢੌਂਗ ਲਈ ਵੀ ਉਸ ਨੂੰ ਨਹੀਂ ਹਟਾਇਆ। ਕੀ ਭਾਜਪਾ ਕਾਰਕੁੰਨਾਂ ਨੂੰ "ਕੁੱਟ-ਕੁੱਟ (lynch) ਕੇ ਮਾਰ ਦਿੱਤਾ" ਲਿਖਣ ਤੋਂ ਪਹਿਲਾਂ ਇਹ ਨਹੀਂ ਦੱਸਣਾ ਚਾਹੀਦਾ ਸੀ ਕਿ ਕਾਰ 'ਚ ਬੈਠੇ ਗੁੰਡਿਆਂ ਨੇ ਭੀੜ 'ਤੇ ਗੋਲੀਆਂ ਵੀ ਚਲਾਈਆਂ ਸਨ? ਦੋਵਾਂ ਪਾਸਿਆਂ ਤੋਂ ਚਾਰ ਮੌਤਾਂ ਦਾ ਅੰਕੜਾ ਬਰਾਬਰ ਰੱਖਣ ਕਾਰਨ ਪੱਤਰਕਾਰ ਦੀ ਮੌਤ ਨੂੰ ਨਾ ਇੱਧਰ ਦੀ ਨਾ ਉੱਧਰ ਦੀ ਛੱਡਿਆ। ਚਸ਼ਮਦੀਦਾਂ ਅਤੇ ਪਰਿਵਾਰਕ ਮੈਂਬਰਾਂ ਅਨੁਸਾਰ ਪੱਤਰਕਾਰ ਦੀ ਮੌਤ ਵੀ ਗੱਡੀ ਦੀ ਲਪੇਟ ਵਿੱਚ ਆਉਣ ਕਾਰਨ ਹੋਈ ਸੀ।

ਗੁਰਦੁਆਰਿਆਂ ਅਤੇ ਵੱਖ-ਵੱਖ ਸਿੱਖ ਜਥੇਬੰਦੀਆਂ ਵੱਲੋਂ ਵਰਤਾਏ ਜਾਣ ਵਾਲੇ ਲੰਗਰ ਤੋਂ ਬਿਨਾਂ ਤਾਂ ਕਿਸਾਨ ਮੋਰਚੇ ਦਾ ਜ਼ਿਕਰ ਹੋ ਹੀ ਨਹੀਂ ਸੀ ਸਕਦਾ। ਰੋਣਕੀ ਰਾਮ ਨੂੰ ਵੀ ਲੰਗਰ ਦਾ ਵਰਣਨ ਕਰਨਾ ਪਿਆ, ਪਰ ਅਜਿਹੀ ਪਰਿਭਾਸ਼ਾ ਪਹਿਲਾਂ ਨਾ ਕਿਸੇ ਨੇ ਪੜ੍ਹੀ ਨਾ ਸੁਣੀ ਹੋਵੇਗੀ:

"ਵਿਸ਼ਵ ਭਰ ਵਿੱਚ ਪ੍ਰਸਿੱਧ ਦਿੱਲੀ ਸਰਹੱਦ 'ਤੇ ਕਿਸਾਨਾਂ ਦੇ ਧਰਨਾ ਸਥਾਨ ਦਾ ਇਕ ਹੋਰ ਪਹਿਲੂ ਲੰਗਰ (ਕਮਿਊਨਿਟੀ ਰਸੋਈ) ਹੈ। ਲੰਗਰ ਸਾਂਝੇ ਤੌਰ 'ਤੇ ਭਾਗ ਲੈਣ ਵਾਲੇ ਕਿਸਾਨਾਂ —ਮਰਦਾਂ ਅਤੇ ਔਰਤਾਂ —ਦੁਆਰਾ ਤਿਆਰ ਕੀਤਾ ਜਾਂਦਾ ਹੈ ਅਤੇ ਕਿਸਾਨਾਂ ਦੁਆਰਾ ਆਪਣੇ ਭਾਈਚਾਰਕ ਸਰੋਤਾਂ ਦੇ ਨਾਲ-ਨਾਲ ਹਮਦਰਦ ਪਰਉਪਕਾਰੀ ਪ੍ਰਵਾਸੀਆਂ ਦੁਆਰਾ ਦਾਨ ਕੀਤੇ ਪ੍ਰਬੰਧਾਂ ਤੋਂ ਪ੍ਰਬੰਧਿਤ ਕੀਤਾ ਜਾਂਦਾ ਹੈ। ਲੰਗਰ ਨਾ ਸਿਰਫ਼ ਕਿਸਾਨਾਂ ਲਈ ਖੁੱਲ੍ਹਾ ਹੈ, ਸਗੋਂ ਜਾਤ, ਰੰਗ ਅਤੇ ਪੰਥ ਦੀ ਪਰਵਾਹ ਕੀਤੇ ਬਿਨਾਂ ਸਾਰਿਆਂ ਲਈ ਖੁੱਲ੍ਹਾ ਹੈ।"

ਜਾਪਦਾ ਹੈ ਕਿ ਰੋਣਕੀ ਰਾਮ ਨੇ ਕਈ ਦਿਨਾਂ ਦੀ ਸੋਚ-ਵਿਚਾਰ ਤੋਂ ਬਾਅਦ ਅਤੇ ਆਪਣੀ ਬੌਧਿਕਤਾ ਦੀ ਸਿਖਰ 'ਤੇ ਜਾਕੇ ਲੰਗਰ ਦੀ ਇਸ ਪਰਿਭਾਸ਼ਾ ਨੂੰ ਸ਼ਬਦ ਦਿੱਤੇ ਹੋਣਗੇ। ਕਿਸਾਨ ਮੋਰਚੇ 'ਤੇ ਚਲੇ ਲੰਗਰ ਨੂੰ 'ਸਿੱਖ',

'ਗੁਰਦੁਆਰਾ' ਜਾਂ 'ਗੁਰੂ ਨਾਨਕ' ਸ਼ਬਦਾਂ ਦਾ ਜ਼ਿਕਰ ਕੀਤੇ ਬਿਨਾਂ ਪਰਿਭਾਸ਼ਿਤ ਕਰ ਦੇਣਾ ਕਿਸੇ ਅਚੰਭੇ ਤੋਂ ਘੱਟ ਨਹੀਂ ਹੈ। ਸਿੱਖ ਵਿਰੋਧੀ ਮਾਨਸਿਕਤਾ ਨਾਲ ਭਰੇ ਕਪਟ ਨੂੰ ਖੋਜ-ਪੱਤਰ ਵਿੱਚ ਸਮੇਟ ਦੇਣ ਦੇ ਸ਼ਬਦ ਦੇਣਾ ਹਰ ਬੁੱਧੀਜੀਵੀ ਦੇ ਵੱਸ ਦੀ ਗੱਲ ਨਹੀਂ ਹੈ।

ਦੂਜੇ ਪਾਸੇ ਕਾਂਚਾ ਇਲੀਆ ਸ਼ੈਫ਼ਰੜ ਵੀ ਇੱਕ ਮਸ਼ਹੂਰ ਦਲਿਤ ਚਿੰਤਕ ਹਨ। ਉਹਨਾ ਕਿਸਾਨ ਅੰਦੋਲਨ ਬਾਰੇ ਵੀ ਲਿਖਿਆ ਅਤੇ ਲੰਗਰ ਬਾਰੇ ਵੀ:

"ਕਿਸਾਨਾਂ ਦੇ ਵਿਰੋਧ ਦੀ ਅਗਵਾਈ ਪੰਜਾਬ ਦੇ ਸਿੱਖ ਕਿਉਂ ਕਰ ਰਹੇ ਹਨ...

ਇੱਕ ਹੋਰ ਕਾਰਨ ਹੈ ਕਿ ਸਿੱਖ ਕਿਸਾਨਾਂ ਨੇ ਸ਼੍ਰਮ ਲਈ ਗਦਾ ਚੁੱਕੀ ਹੈ, ਜਿਸ ਦਾ ਸਿੱਖ ਧਰਮ ਵਿੱਚ ਬਹੁਤ ਸਤਿਕਾਰ ਹੈ। ਅਤੇ ਇਸ ਦੀਆਂ ਜੜ੍ਹਾਂ ਸਿੱਖਾਂ ਵਿੱਚ ਜਾਤੀਵਾਦ ਨੂੰ ਖਤਮ ਕਰਨ ਦੇ ਸਾਪੇਖ ਹਨ...

ਇੱਕ ਵਾਰ ਜਦੋਂ ਗੁਰੂ ਨਾਨਕ ਦੇਵ ਨੇ ਸਿੱਖ ਧਰਮ ਦੀ ਸਥਾਪਨਾ ਕਰ ਦਿੱਤੀ ਅਤੇ ਆਪਣੇ ਅਤੇ ਹੋਰ ਸਿੱਖ ਗੁਰੂਆਂ ਦੀਆਂ ਸਿੱਖਿਆਵਾਂ ਅਤੇ ਬਾਣੀ ਨੂੰ ਧਾਰਮਿਕ ਗ੍ਰੰਥ ਗੁਰੂ ਗ੍ਰੰਥ ਸਾਹਿਬ ਵਿੱਚ ਸੰਕਲਿਤ ਕਰ ਦਿੱਤਾ, ਤਾਂ ਇਸ ਨੇ ਭਾਈਚਾਰੇ ਦੀ ਵਰਣ-ਵਿਵਸਥਾ ਅਤੇ ਸ਼੍ਰਮ-ਹੇਠੀ ਤੋਂ ਮੁਕਤੀ ਦੀ ਨੀਂਹ ਰੱਖੀ।...

ਇਸ ਦਾ ਮਤਲਬ ਇਹ ਨਹੀਂ ਕਿ ਦਲਿਤ ਸਿੱਖ, ਜਿਨ੍ਹਾਂ ਨੂੰ ਮਜ਼ੂਬੀ ਸਿੱਖ ਵੀ ਕਿਹਾ ਜਾਂਦਾ ਹੈ, ਨੂੰ ਪੰਜਾਬ ਵਿੱਚ ਸਮਾਜਿਕ ਵਿਤਕਰੇ ਦਾ ਸਾਹਮਣਾ ਨਹੀਂ ਕਰਨਾ ਪੈਂਦਾ। ਕਰਨਾ ਪੈਂਦਾ ਹੈ।

ਪਰ ਸਿੱਖ ਕੌਮ ਹਿੰਦੁਤਵਵਾਦੀਆਂ ਵਾਂਗ ਜਾਤੀਵਾਦੀ ਅਤੇ ਵਰਣ ਧਰਮ ਦੀ ਪੈਰੋਕਾਰ ਨਹੀਂ ਹੈ।...

ਪੰਜਾਬ ਦੀ ਖੇਤੀ ਦੀ ਤਰੱਕੀ ਦੀ ਜੜ੍ਹਾਂ ਖੇਤ ਵਿੱਚ ਕੰਮ ਕਰਨ ਵਾਲੇ ਸਾਰੇ ਲੋਕਾਂ ਦੇ ਸਤਿਕਾਰ ਨਾਲ ਸਮਾਜਿਕ ਆਧਾਰ ਉੱਤੇ ਹਨ। ਇਸ ਤਰ੍ਹਾਂ, ਪੰਜਾਬ ਭਾਰਤੀ ਸੰਘਵਾਦ ਦੇ ਅੰਦਰ ਇੱਕ ਵੱਖਰੀ ਸੱਭਿਆਚਾਰਕ ਹਸਤੀ ਵਜੋਂ ਵਿਕਸਤ ਹੋਇਆ ਹੈ।....

ਗੁਰਦੁਆਰੇ-ਖਾਸ ਕਰਕੇ ਅੰਮ੍ਰਿਤਸਰ ਦਾ ਸਵਰਨ ਮੰਦਿਰ-ਆਪਣੇ ਲੰਗਰਾਂ ਲਈ ਜਾਣੇ ਜਾਂਦੇ ਹਨ ਜਿੱਥੇ ਕੋਈ ਵੀ ਸੈਲਾਨੀ ਮੁਫ਼ਤ ਵਿੱਚ ਭੋਜਨ ਕਰ ਸਕਦਾ ਹੈ ਅਤੇ ਇਥੇ ਤਕ ਕਿ ਸਿੱਖ ਭਾਈਚਾਰੇ ਦੇ ਅਮੀਰ ਸਦੱਸ ਵੀ ਖੁੱਲ੍ਹ ਕੇ ਸ਼੍ਰਮ ਵਿੱਚ ਹਿੱਸਾ ਲੈਂਦੇ ਹਨ। ਮੰਦਰਾਂ ਵਿੱਚ ਜਾਤੀਵਾਦੀ ਸੱਭਿਆਚਾਰਕ ਅਪਮਾਨ ਤੋਂ ਬਿਨਾਂ ਕਿਰਤ ਸੇਵਾ ਦਾ ਅਜਿਹਾ ਸੱਭਿਆਚਾਰ ਆਰਐਸਐਸ-ਭਾਜਪਾ ਦੇ ਏਜੰਡੇ ਵਿੱਚ ਨਹੀਂ ਹੈ, ਭਾਵੇਂ ਉਨ੍ਹਾਂ ਦੇ ਮੈਂਬਰ ਅਤੇ ਸਮਰਥਕ ਲਗਾਤਾਰ ਆਪਣੇ-ਆਪ ਨੂੰ ਪ੍ਰਮਾਣਿਕ ਹਿੰਦੂ ਰਾਸ਼ਟਰਵਾਦੀ ਵਜੋਂ ਪੇਸ਼ ਕਰਦੇ ਹਨ।..."

ਸਿੱਖ ਧਰਮ 'ਸਰਬੱਤ ਦਾ ਭੱਲਾ' (ਸਭ ਦੇ ਭਲੇ ਲਈ ਕੰਮ ਕਰਨਾ) ਅਤੇ ਕਾਰ ਸੇਵਾ (ਸਾਂਝੇ ਭਲੇ ਲਈ ਸਰੀਰਕ ਕੰਮ ਕਰਨਾ) 'ਤੇ ਜ਼ੋਰ ਦਿੰਦਾ ਹੈ। ਇਹ ਦੋਵੇਂ ਵਿਚਾਰ ਗੁਰੂ ਗ੍ਰੰਥ ਦੀ ਅਧਿਆਤਮਿਕ ਵਿਚਾਰਧਾਰਾ ਦਾ ਹਿੱਸਾ ਹਨ, ਜੋ ਹਿੰਦੂਤਵ ਤਾਕਤਾਂ ਦੀ ਵਰਣ ਧਰਮ ਵਿਚਾਰਧਾਰਾ ਦੇ ਉਲਟ ਹੈ। ਸਿੱਖ ਗੁਰੂਆਂ ਨੇ ਉਸ ਸਮੇਂ ਕਿਰਤ ਦੇ ਸਨਮਾਨ ਦੀ ਧਾਰਨਾ ਦੀ ਸਥਾਪਨਾ ਕੀਤੀ ਜਦੋਂ ਇਹ ਵਿਚਾਰ ਬ੍ਰਾਹਮਣਵਾਦੀ ਅਧਿਆਤਮਿਕ, ਸਮਾਜਿਕ ਅਤੇ ਰਾਜਨੀਤਿਕ ਵਿਚਾਰਧਾਰਾ ਲਈ ਲਗਭਗ ਅਨਜਾਣ ਸੀ।" (ਦ ਪ੍ਰਿੰਟ, 28 ਦਸੰਬਰ 2020)

ਸਿੱਖ ਵਿਰੋਧੀ ਮਾਨਸਿਕਤਾ ਦੀ ਸਨਕ ਵਿੱਚ ਰੋਣਕੀ ਰਾਮ ਪੰਜਾਬ ਦੇ ਡੇਰਿਆਂ ਨੂੰ ਰੋਸ਼ਨ ਖ਼ਿਆਲ ਸਥਾਪਤ ਕਰਨ ਦੀ ਹਰ ਸੰਭਵ ਕੋਸ਼ਿਸ਼ ਕਰਦੇ ਹਨ। ਅਸੀਂ ਪਿਛਲੇ ਅਧਿਆਇ ਵਿੱਚ ਸਮਝ ਲਿਆ ਸੀ ਕਿ ਡੇਰੇ, ਬਾਬੇ ਜਾਂ ਅਖੌਤੀ ਸੰਤ, ਚਾਹੇ ਉਹ ਕਿਸੇ ਵੀ ਧਰਮ ਜਾਂ ਸੰਪਰਦਾ ਦੇ ਹੋਣ, ਸੱਤਾਧਾਰੀ ਖਿਲਾਫ਼ ਕਦੇ ਸੰਘਰਸ਼ ਨਹੀਂ ਕਰ ਸਕਦੇ। ਕਿਉਂਕਿ ਭਾਰਤ ਵਿੱਚ ਰਾਜ ਪ੍ਰਬੰਧ ਬ੍ਰਾਹਮਣਵਾਦੀ ਹੈ, ਇਸ ਲਈ ਇੱਥੇ ਦੇ ਡੇਰੇ ਹਮੇਸ਼ਾ ਬ੍ਰਾਹਮਣਵਾਦ ਲਈ ਫਾਇਦੇਮੰਦ ਰਹਿਣਗੇ। ਇੱਥੋਂ ਤੱਕ ਕਿ ਜਿਹੜੇ ਉੱਪਰੋਂ ਬ੍ਰਾਹਮਣਵਾਦ ਦਾ ਵਿਰੋਧ ਕਰਦੇ ਨਜ਼ਰ ਆਉਂਦੇ ਵੀ ਹਨ, ਉਹ ਵੀ ਸਮਾਜ ਵਿੱਚ ਜਾਤ-ਧਰਮ ਦੇ ਆਧਾਰ 'ਤੇ ਵੰਡੀਆਂ ਪਾਉਣ ਵਾਲੀਆਂ ਨੀਤੀਆਂ ਕਾਰਨ ਹਾਕਮ ਜਮਾਤ ਦੇ ਹੱਕ ਵਿੱਚ ਭੁਗਤਦੇ ਹਨ। ਜੇਕਰ ਕਾਰਗਰ ਕਾਨੂੰਨ ਦਾ ਰਾਜ ਹੁੰਦਾ ਤਾਂ ਭਾਰਤ ਦੇ ਬਹੁਤੇ ਡੇਰਿਆਂ ਨੂੰ ਤਾਲੇ ਲੱਗ ਜਾਣੇ ਚਾਹੀਦੇ ਸਨ ਅਤੇ ਉਨ੍ਹਾਂ ਨੂੰ ਚਲਾ ਰਹੇ ਸੰਤਾਂ (ਠੱਗਾਂ) ਨੂੰ ਜੇਲ੍ਹ ਵਿੱਚ ਹੋਣਾ ਚਾਹੀਦਾ ਸੀ। ਇਨ੍ਹਾਂ ਦੀ ਹੋਂਦ ਹੀ ਆਪਣੇ-ਆਪ ਵਿੱਚ ਭ੍ਰਿਸ਼ਟ ਨਿਜ਼ਾਮ ਨਾਲ ਸਮਝੌਤੇ ਦੀ ਗਵਾਹੀ ਭਰ ਰਹੀ ਹੈ।

ਜਿਸ ਤਰ੍ਹਾਂ ਰੋਣਕੀ ਰਾਮ ਨੇ ਸਿੱਖੀ ਰੰਗਤ ਨੂੰ ਖੋਰਾ ਲਾਉਣ ਅਤੇ ਪੀੜਤ ਤੇ ਮਜ਼ਲੂਮ ਵਿਚਕਾਰ ਸੰਤੁਲਨ ਸਥਾਪਤ ਕਰਨ ਲਈ ਕਿਸਾਨ ਅੰਦੋਲਨ ਦੇ ਖ਼ਤਮ ਹੋਣ ਤੋਂ ਤੁਰੰਤ ਬਾਅਦ 'ਖੋਜ ਪੱਤਰ' ਲਿਖਿਆ ਸੀ, ਠੀਕ ਉਸੇ ਤਰ੍ਹਾਂ ਸਾਲ 2007 ਵਿੱਚ ਸਿੱਖਾਂ ਦੀ ਡੇਰਾ ਸਿਰਸਾ ਨਾਲ ਹੋਈ ਝੜਪ ਤੋਂ ਤੁਰੰਤ ਬਾਅਦ ਸਿੱਖ ਸਮਾਜ ਨੂੰ ਪੂਰੀ ਤਰ੍ਹਾਂ ਦੋਸ਼ੀ ਠਹਿਰਾਉਣ ਲਈ ਲੇਖ ਲਿਖਿਆ ਜਿਸਦਾ ਸਿਰਲੇਖ ਹੈ: Social Exclusion, Resistance and Deras-Exploring the Myth of Casteless Sikh Society in Punjab /ਸਮਾਜਿਕ ਬੇਦਖਲੀ, ਪ੍ਰਤਿਰੋਧ ਅਤੇ ਡੇਰੇ-ਪੰਜਾਬ ਵਿੱਚ ਜਾਤੀ ਰਹਿਤ ਸਿੱਖ ਸਮਾਜ ਦੀ ਮਿੱਥ ਦੀ ਪੜਚੋਲ (ਰੋਣਕੀ ਰਾਮ, ਅਕਤੂਬਰ 2007)

ਜੇ "ਡੇਰੇ" ਦੇ ਨਾਮ ਤੋਂ ਪਾਠਕਾਂ ਨੂੰ ਇਹ ਲੱਗਦਾ ਹੈ ਕਿ ਰੋਣਕੀ ਰਾਮ ਨੇ ਡੇਰਿਆਂ ਵਿੱਚ ਹੁੰਦੇ ਮਾੜੇ ਕੰਮਾਂ (ਭੂ-ਮਾਫੀਆ, ਬਲਾਤਕਾਰ, ਅੰਧ-ਵਿਸ਼ਵਾਸ, ਘਟੀਆ ਰਾਸ਼ਨ ਜਾਂ ਦਵਾਈਆਂ ਦੀ ਵਿਕਰੀ, ਵਿਭਾਜਨਕਾਰੀ ਵੋਟ ਬੈਂਕ ਆਦਿ) ਤੋਂ ਮਿਲੀ ਦੰਡ-ਰਹਿਤ ਵਿਵਸਥਾ ਦਾ ਵਿਸ਼ਲੇਸ਼ਣ ਕੀਤਾ ਹੋਵੇਗਾ, ਤਾਂ ਪਾਠਕਾਂ ਨੂੰ ਨਿਰਾਸ਼ਾ ਹੱਥ ਲੱਗੇਗੀ। ਇਸ ਸਭ 'ਤੇ ਚੁੱਪ ਉਸੇ ਤਰ੍ਹਾਂ ਧਾਰੀ ਗਈ ਹੈ, ਜਿਸ ਤਰ੍ਹਾਂ ਕਿਸਾਨ ਅੰਦੋਲਨ ਦੇ ਲੇਖ 'ਚ

'ਪ੍ਰਧਾਨ ਮੰਤਰੀ ਨਰਿੰਦਰ ਮੋਦੀ' ਦੇ ਨਾਂ 'ਤੇ ਰੱਖੀ ਗਈ ਸੀ। ਇਸ ਦੇ ਉਲਟ ਰੋਨਕੀ ਰਾਮ ਡੇਰਿਆਂ ਦੀ ਤਾਰੀਫ਼ ਕਰਦਿਆਂ ਲਿਖਦੇ ਹਨ:

"ਇਸ ਤਰ੍ਹਾਂ ਪੰਜਾਬ ਵਿੱਚ ਦਲਿਤ ਡੇਰਿਆਂ ਦੇ ਉਦੇ ਨੂੰ ਸੂਬੇ ਵਿੱਚ ਉਭਰ ਰਹੀ ਦਲਿਤ ਚੇਤਨਾ ਅਤੇ ਵੱਖਰੀ ਦਲਿਤ ਪਛਾਣ ਦੇ ਸੱਭਿਆਚਾਰ ਦੇ ਸੂਚਕ ਵਜੋਂ ਦੇਖਿਆ ਜਾ ਸਕਦਾ ਹੈ।" (ਰੋਨਕੀ ਰਾਮ, ਅਕਤੂਬਰ 2007)

ਰੋਨਕੀ ਰਾਮ ਦੇ ਲੇਖ ਪਾਠਕ ਦੀ ਮਾਨਸਿਕਤਾ ਵਿੱਚ ਜੋ ਧਾਰਨਾ ਬੈਠਾਉਣਾ ਚਾਹੁੰਦੇ ਹਨ ਉਹਦਾ ਸੰਖੇਪ ਇਹ ਹੈ ਕਿ-ਸਿੱਖ ਸਮਾਜ ਵਿੱਚ ਜੱਟਾਂ ਦੁਆਰਾ ਦਲਿਤਾਂ ਨਾਲ ਵਿਤਕਰਾ ਅਤੇ ਮਾੜਾ ਸਲੂਕ ਕੀਤਾ ਜਾਂਦਾ ਹੈ, ਜਦੋਂ ਕਿ ਡੇਰਿਆਂ ਵਿੱਚ ਦਲਿਤਾਂ ਨੂੰ ਸਤਿਕਾਰ ਮਿਲਦਾ ਹੈ। ਕਿਉਂਕਿ ਦਲਿਤ ਆਪਣੇ ਹੱਕਾਂ ਦੀ ਗੱਲ ਕਰ ਰਹੇ ਹਨ, ਇਸ ਪ੍ਰਤਿਰੋਧ ਵਿੱਚ ਡੇਰਾ-ਸਿੱਖ ਟਕਰਾਅ ਵੱਧ ਰਿਹਾ ਹੈ।

ਲੇਖ ਦੀ ਸ਼ੁਰੂਆਤ ਤੋਂ ਹੀ ਰੋਨਕੀ ਰਾਮ ਦੀ ਪਟਕਥਾ ਵਿੱਚ ਬਦਨੀਅਤ ਦਿੱਖ ਜਾਂਦੀ ਹੈ:

"ਡੇਰਾ ਸੱਚਾ ਸੌਦਾ (ਸਿਰਸਾ, ਹਰਿਆਣਾ ਵਿੱਚ ਹੈੱਡਕੁਆਰਟਰ ਦੇ ਨਾਲ 1948 ਵਿੱਚ ਸਥਾਪਿਤ ਇੱਕ ਸੁਮੇਲਕ ਧਾਰਮਿਕ ਕੇਂਦਰ) ਦੇ ਪੈਰੋਕਾਰਾਂ ਅਤੇ ਸਿੱਖਾਂ ਦੇ ਵੱਖ-ਵੱਖ ਸਮੂਹਾਂ ਵਿਚਕਾਰ ਹਾਲੀਆ ਹਿੰਸਕ ਝੜਪਾਂ (ਮਈ 2007), ਅਤੇ ਰਾਜ ਵਿੱਚ ਜੱਟ ਸਿੱਖਾਂ ਅਤੇ ਦਲਿਤਾਂ ਦਰਮਿਆਨ ਸਮਾਜਿਕ ਸੰਘਰਸ਼ ਦੇ ਹੋਰ ਰੂਪ ਵੀ, ਪੰਜਾਬ ਦੇ ਸਿਆਸੀ ਇਤਿਹਾਸ ਵਿੱਚ ਇੱਕ ਮੋੜ ਹਨ। ਇਹਨਾਂ ਟਕਰਾਵਾਂ ਦਾ ਕਾਰਨ "ਬਦਲੇ ਦੀ ਥੋੜ੍ਹੇ ਸਮੇਂ ਦੀ ਰਾਜਨੀਤੀ" ਦੀ ਕੀਤੀ ਜਾਣ ਵਾਲੀ ਗੱਲ ਤੋਂ ਅੱਗੇ ਹੈ ਅਤੇ ਪੰਜਾਬ ਵਿੱਚ ਅਖੌਤੀ ਜਾਤ-ਰਹਿਤ ਸਿੱਖ ਸਮਾਜ ਵਿੱਚ ਡੂੰਘੇ ਸਮਾਜਿਕ-ਧਾਰਮਿਕ ਲੜੀ ਨੂੰ ਦਰਸਾਉਂਦਾ ਹੈ। ਇੱਕ ਪਾਸੇ, ਉਹ ਸਮਾਜਿਕ ਵਿਤਕਰੇ ਦੀਆਂ ਸੂਸਤ ਬਣਤਰਾਂ ਨੂੰ ਉਜਾਗਰ ਕਰਦਾ ਹੈ, ਜੋ ਸਿੱਖ ਸਮਾਜ ਦੇ ਤਾਣੇ-ਬਾਣੇ ਵਿੱਚ ਸਮਾਇਆਂ ਹਨ, ਅਤੇ ਦੂਜੇ ਪਾਸੇ, ਸਿੱਖ-ਖਾਲਸਾ ਪਛਾਣ ਬਾਰੇ ਨਵ-ਰੂੜੀਵਾਦੀ ਸਿੱਖਾਂ ਦੀਆਂ ਚਿੰਤਾਵਾਂ ਵੱਲ ਇਸ਼ਾਰਾ ਕਰਦਾ ਹੈ। ਇਹ ਨਾ ਸਿਰਫ਼ ਰਾਜ ਵਿੱਚ ਸਿਆਸੀ ਸਥਿਰਤਾ ਲਈ, ਸਗੋਂ ਭਾਰਤ ਵਿੱਚ ਲੋਕਤੰਤਰ ਦੀਆਂ ਸੰਸਥਾਵਾਂ ਲਈ ਵੀ ਗੰਭੀਰ ਚੁਣੌਤੀ ਪੇਸ਼ ਕਰਦੇ ਹਨ।" (ਰੋਨਕੀ ਰਾਮ, ਅਕਤੂਬਰ 2007)

ਡੇਰਾ ਮੁਖੀ ਗੁਰਮੀਤ ਰਾਮ ਰਹੀਮ ਸਿੰਘ, ਜੋ ਕਿ ਖ਼ੁਦ ਜੱਟ ਭਾਈਚਾਰੇ ਨਾਲ ਸੰਬੰਧਿਤ ਹੈ, ਸਿੱਖਾਂ ਦਾ ਉਸ ਨਾਲ ਟਕਰਾਅ ਨੂੰ ਜੱਟ-ਦਲਿਤ ਟਕਰਾਅ ਵਜੋਂ ਰੰਗਤ ਦੇਣਾ ਸਿਰਫ਼ ਝੂਠ ਹੀ ਨਹੀਂ ਸਗੋਂ ਬੇਈਮਾਨੀ ਦੀ ਸਿਖਰ ਹੈ। ਜੇਕਰ ਗੁਰਮੀਤ ਰਾਮ ਰਹੀਮ ਦਲਿਤਾਂ ਦਾ ਮਸੀਹਾ ਹੈ ਤਾਂ ਰੋਨਕੀ ਰਾਮ ਨੂੰ ਕਿਸ ਗੱਲ ਦੀ ਚਿੰਤਾ ਹੈ? ਸਰਕਾਰ ਨੇ ਉਸਦਾ ਸਾਥ ਦੇਣ ਵਿੱਚ ਕੋਈ ਕਸਰ ਬਾਕੀ ਨਹੀਂ ਛੱਡੀ। ਇਸ ਅਨੁਸਾਰ ਹਰ ਸਰਕਾਰ "ਉਭਰ ਰਹੀ ਦਲਿਤ ਚੇਤਨਾ" ਨੂੰ ਪ੍ਰਵਾਨਗੀ ਦੇ ਰਹੀ ਹੈ। ਡੇਰਾ ਸੱਚਾ ਸੌਦਾ ਦਾ ਸਿਆਸੀ ਵਿੰਗ ਚੋਣਾਂ ਵਿੱਚ ਕਿਸ ਪਾਰਟੀ ਨੂੰ ਸਮਰਥਨ ਦੇਵੇਗਾ, ਇਸੇ ਤੋਂ ਹੀ "ਦਲਿਤ ਪਛਾਣ ਦੇ ਸੱਭਿਆਚਾਰ ਦੇ ਸੂਚਕ ਵਜੋਂ ਦੇਖਿਆ ਜਾ ਸਕਦਾ ਹੈ।"

ਡੇਰਾ ਮੁਖੀ ਗੁਰਮੀਤ ਰਾਮ ਰਹੀਮ ਦੇ ਘਿਨਾਉਣੇ ਕਾਰਨਾਮਿਆਂ ਦੀ ਚਰਚਾ ਬਹਾਦਰ ਪੱਤਰਕਾਰ ਰਾਮ ਚੰਦਰ ਛਤਰਪਤੀ ਦੇ ਨਵੰਬਰ 2002 ਵਿੱਚ ਹੋਏ ਕਤਲ ਤੋਂ ਹੀ ਸ਼ੁਰੂ ਹੋ ਗਈ ਸੀ। ਛਤਰਪਤੀ ਨੇ ਆਪਣੇ ਅਖਬਾਰ 'ਪੁਰਾ ਸੱਚ' ਵਿੱਚ ਡੇਰੇ ਵਿੱਚ ਹੁੰਦੇ ਗੰਭੀਰ ਅਪਰਾਧਾਂ ਬਾਰੇ ਬੜੀ ਬੇਬਾਕੀ ਨਾਲ ਲਿਖਣਾ ਸ਼ੁਰੂ ਕਰ ਦਿੱਤਾ ਸੀ। ਜਮਹੂਰੀਅਤ ਨੂੰ ਛਿੱਕੇ ਟੰਗ ਕੇ ਇੱਕ ਘਿਨਾਉਣੇ ਅਪਰਾਧੀ ਨੂੰ ਲੰਮੇ ਸਮੇਂ ਤੱਕ ਬਚਾਇਆ ਗਿਆ ਅਤੇ ਸਾਲਾਂ ਦੀ ਸੁਣਵਾਈ ਤੋਂ ਬਾਅਦ ਅਗਸਤ 2017 ਵਿੱਚ ਜਾ ਕੇ ਉਸ ਨੂੰ ਗ੍ਰਿਫਤਾਰ ਕੀਤਾ ਗਿਆ।

ਅਕਸਰ ਜਦੋਂ ਅਜਿਹੇ ਅਪਰਾਧੀ ਜੇਲ੍ਹ ਜਾਂਦੇ ਹਨ ਤਾਂ ਕੁਝ ਲੋਕ ਇਸ ਨੂੰ 'ਸਿਸਟਮ ਦੀ ਜਿੱਤ' ਕਹਿਣ ਲੱਗ ਜਾਂਦੇ ਹਨ। ਇਸ ਨੂੰ ਸਿਸਟਮ ਦੀ ਜਿੱਤ ਨਹੀਂ ਸਗੋਂ ਹਾਰ ਕਹਿਣਾ ਚਾਹੀਦਾ ਹੈ। ਕਿਉਂਕਿ ਸਿਸਟਮ ਅਜਿਹੇ ਅਪਰਾਧੀਆਂ ਨੂੰ ਬਚਾਉਣ ਦੀ ਪੂਰੀ ਕੋਸ਼ਿਸ਼ ਕਰਦਾ ਹੈ। ਪਰ ਜਦੋਂ ਕਦੇ ਬਹਾਦਰ ਪੱਤਰਕਾਰ, ਨਿਡਰ ਗਵਾਹ, ਦਲੇਰ ਵਕੀਲ ਅਤੇ ਇਮਾਨਦਾਰ ਜੱਜ ਦੀ ਸਾਲਾਂ ਦੀ ਤਪੱਸਿਆ (ਮੁਕੱਦਮੇ) ਦਾ ਅਲੌਕਿਕ ਸੁਮੇਲ ਹੁੰਦਾ ਹੈ, ਤਾਂ ਸਿਸਟਮ ਹਾਰ ਜਾਂਦਾ ਹੈ।

ਪਰ ਰੋਣਕੀ ਰਾਮ ਸਿੱਖਾਂ ਦੇ ਰਾਮ ਰਹੀਮ ਵਿਰੁੱਧ ਰੋਸ ਨੂੰ "ਸਿਆਸੀ ਸਥਿਰਤਾ" ਅਤੇ "ਭਾਰਤ ਵਿੱਚ ਲੋਕਤੰਤਰ ਦੀਆਂ ਸੰਸਥਾਵਾਂ ਲਈ ਵੀ ਗੰਭੀਰ ਚੁਣੌਤੀ" ਵਜੋਂ ਵੇਖਦੇ ਹਨ। ਅਸੀਂ ਇਸੇ ਸਿਸਟਮ ਦੀ ਗੱਲ ਕਰ ਰਹੇ ਹਾਂ, ਜਿਸ ਨੂੰ ਕਾਇਮ ਰੱਖਣ ਲਈ ਰੋਣਕੀ ਰਾਮ ਦੀ ਵੀ ਡਿਊਟੀ ਲੱਗੀ ਹੋਈ ਹੈ।

ਜੇ ਕੋਈ ਰੋਣਕੀ ਰਾਮ ਨੂੰ ਸ਼ੰਕਾ-ਲਾਭ ਦੇਣਾ ਚਾਹੁੰਦਾ ਹੈ ਕਿ ਇਹ ਲੇਖ ਬਹੁਤ ਪੁਰਾਣਾ ਹੈ (ਅਕਤੂਬਰ 2007), ਹੋ ਸਕਦਾ ਹੈ ਉਹਨਾ ਆਪਣੀ ਗਲਤੀ ਬਾਅਦ ਵਿੱਚ ਸੁਧਾਰ ਲਈ ਹੋਵੇ। ਵੈਸੇ ਤਾਂ ਨਵੰਬਰ 2002 ਵਿੱਚ ਪੱਤਰਕਾਰ ਰਾਮ ਚੰਦਰ ਛਤਰਪਤੀ ਦੀ ਸ਼ਹਾਦਤ ਤੋਂ ਬਾਅਦ ਸ਼ੰਕਾ-ਲਾਭ ਦੇਣਾ ਆਪਣੇ-ਆਪ ਨਾਲ ਬੇਈਮਾਨੀ ਹੈ। ਫਿਰ ਵੀ, ਰੋਣਕੀ ਰਾਮ ਦੇ ਡੇਰਿਆਂ ਦੇ ਮੁੱਦੇ 'ਤੇ ਹੋਰ ਵੀ ਕਈ ਲੇਖ ਹਨ, ਉਹ ਲਗਾਤਾਰ ਲਿਖਦੇ ਰਹਿੰਦੇ ਹਨ। ਹਰ ਲੇਖ ਵਿੱਚ ਉਹਨਾ ਡੇਰਿਆਂ ਦੁਆਰਾ ਲੋਕਾਂ (ਜ਼ਿਆਦਾਤਰ ਦਲਿਤਾਂ) ਦੇ ਸ਼ੋਸ਼ਣ ਅਤੇ ਉਹਨਾਂ ਨੂੰ ਮਿਲੀ ਦੰਡ-ਰਹਿਤ ਵਿਵਸਥਾ ਤੇ ਪਰਦਾ ਹੀ ਪਾਇਆ ਹੈ। ਜਿਵੇਂ ਕਿ ਉਹਨਾ ਦਾ ਲੇਖ ਹੈ: Structures of Social Exclusion, Dera Culture and Dalit Social Mobility in Contemporary East Punjab /ਸਮਾਜਿਕ ਬੇਦਖਲੀ ਦੇ ਢਾਂਚੇ, ਸਮਕਾਲੀ ਪੂਰਬੀ ਪੰਜਾਬ ਵਿੱਚ ਡੇਰਾ ਸੱਭਿਆਚਾਰ ਅਤੇ ਦਲਿਤ ਸਮਾਜਿਕ ਗਤੀਸ਼ੀਲਤਾ। (ਰੋਣਕੀ ਰਾਮ, ਨਵੰਬਰ 2016)। ਇਸ ਵਿੱਚ ਵੀ ਉਹ ਇਹੀ ਕੁਝ ਲਿਖਦੇ ਹਨ:

> *"ਮਾਲਵੇ ਵਿੱਚ ਡੇਰਾ ਸੱਚਾ ਸੌਦਾ ਦੇ ਘਣੇ ਸਮਰਥਕ ਇਸਦੀ ਇੱਕ ਉਦਾਹਰਣ ਹੈ। ਸਿੱਖ ਗੁਰਦੁਆਰਾ ਸੱਭਿਆਚਾਰ ਦੀ ਮੁੱਖ ਧਾਰਾ ਦੇ ਵਿਚਕਾਰ, ਸਮਕਾਲੀ ਪੰਜਾਬ ਵਿੱਚ ਹਰ ਕਿਸਮ ਦੇ ਡੇਰਿਆਂ ਦਾ ਉਭਾਰ ਵਿਸ਼ੇਸ਼ ਮਹੱਤਵ ਰੱਖਦਾ ਹੈ। ਇਸ ਨੇ ਰਾਜ ਵਿੱਚ ਇੱਕ ਵੱਖਰੇ ਦਲਿਤ ਧਾਰਮਿਕ ਸਥਾਨ ਨੂੰ ਜਨਮ ਦਿੱਤਾ ਜਿੱਥੇ ਧਰਮ (ਸਿੱਖ ਧਰਮ ਪੜ੍ਹੋ) ਨੇ ਸਮਾਜਿਕ ਅਤੇ ਰਾਜਨੀਤਿਕ ਸੰਰਚਨਾਵਾਂ ਵਿੱਚ ਡੂੰਘਾਈ ਨਾਲ ਪ੍ਰਵੇਸ਼ ਕੀਤਾ ਹੋਇਆ ਹੈ।"*

ਰਵਿਦਾਸ ਡੇਰਿਆਂ ਦੇ ਸਮਰਥਨ ਵਿੱਚ ਉਹ ਕਹਿੰਦੇ ਹਨ:

"ਸਾਰੇ ਰਵਿਦਾਸ ਡੇਰਿਆਂ ਦੇ ਪ੍ਰਬੰਧ ਉੱਤੇ ਆਦਿ ਧਰਮੀਆਂ ਦਾ ਏਕਾਧਿਕਾਰ ਹੈ। ਰਵਿਦਾਸ ਡੇਰੇ ਸਿਰਫ਼ ਇੱਕ ਧਾਰਮਿਕ ਸਥਾਨ ਨਹੀਂ ਹਨ। ਅਸਲ ਵਿੱਚ, ਉਹ ਪੰਜਾਬ ਵਿੱਚ ਇੱਕ ਵੱਖਰੀ ਦਲਿਤ ਪਛਾਣ ਬਣਾਉਣ ਲਈ ਚੱਲ ਰਹੀ ਸਾਵਧਾਨੀਪੂਰਵਕ ਪ੍ਰਕਿਰਿਆ ਦਾ ਪ੍ਰਤੀਕ ਹਨ। ਉਹਨਾਂ ਦੀ ਕੇਂਦਰੀ ਚਿੰਤਾ ਹਿੰਦੂ ਅਤੇ ਸਿੱਖ ਤੀਰਥ ਸਥਾਨਾਂ ਤੋਂ ਆਪਣੇ-ਆਪ ਨੂੰ ਵੱਖਰਾ ਪੇਸ਼ ਕਰਨਾ ਅਤੇ ਇੱਕ ਵਿਕਲਪਿਕ ਧਾਰਮਿਕ ਸਥਾਨ ਪ੍ਰਦਾਨ ਕਰਨ ਦੀ ਹੈ ਜਿੱਥੇ ਦਲਿਤ ਪੈਰੋਕਾਰਾਂ ਨੂੰ ਆਪਣੀ ਪਛਾਣ ਨੂੰ ਛੁਪਾਉਣ ਦੀ ਲੋੜ ਨਹੀਂ ਹੈ ਅਤੇ ਸਮਾਜਿਕ ਬੇਦਖਲ ਦੇ ਨੀਂਵੇ ਹਮਲਿਆਂ ਦਾ ਸਾਹਮਣਾ ਨਹੀਂ ਕਰਨਾ ਪੈਂਦਾ।" (ਰੋਣਕੀ ਰਾਮ, ਨਵੰਬਰ 2016)

"ਆਦਿ ਧਰਮੀਆਂ" ਤੋਂ ਭਾਵ ਚਮਾਰ ਜਾਤੀ ਦੇ ਏਕਾਧਿਕਾਰ ਨਾਲ ਹੈ। ਕੀ ਰਵਿਦਾਸ ਡੇਰੇ ਦੇ ਪ੍ਰਬੰਧ ਵਿੱਚ ਭੰਗੀ, ਮਜ਼ੂਬੀ ਜਾਂ ਵਾਲਮੀਕੀ ਭਾਈਚਾਰੇ ਦੇ ਲੋਕਾਂ ਨੂੰ ਥਾਂ ਮਿਲੇਗੀ? ਨਹੀਂ। ਫਿਰ ਰਵਿਦਾਸ ਡੇਰੇ ਵਿੱਚ ਚਮਾਰ ਜਾਤੀ ਦੀ ਏਕਾਧਿਕਾਰ ਨੂੰ "ਦਲਿਤ ਪਹਿਚਾਨ" ਨਹੀਂ 'ਚਮਾਰ ਪਹਿਚਾਨ' ਲਿਖਿਆ ਜਾਣਾ ਚਾਹੀਦਾ ਸੀ। ਰਵਿਦਾਸ ਡੇਰਿਆਂ ਵਿੱਚ ਜਾਤੀ ਸੰਰਚਨਾ 'ਤੇ ਆਧਾਰਿਤ ਕੇਵਲ ਇੱਕ ਜਾਤੀ ਦੇ ਏਕਾਧਿਕਾਰ ਨੂੰ ਰੋਣਕੀ ਰਾਮ ਨੇ "ਉਭਰਦੀ ਦਲਿਤ ਚੇਤਨਾ" ਵਜੋਂ ਸਵੀਕਾਰ ਕਰ ਲਿਆ ਹੈ।

ਜਿਸ ਤਰ੍ਹਾਂ ਪ੍ਰਸ਼ਾਸਨਿਕ ਤੰਤਰ ਗੈਰ-ਕਾਨੂੰਨੀ ਢੰਗ ਨਾਲ ਡੇਰਿਆਂ ਨੂੰ ਸਥਾਪਤ ਕਰਦਾ ਹੈ, ਉਸ ਨੂੰ ਸਮਝਣ ਵਿੱਚ ਵੱਖ-ਵੱਖ ਡੇਰਿਆਂ ਨਾਲ ਸਬੰਧਤ ਕੁਝ ਖ਼ਬਰਾਂ ਸਹਾਈ ਹੋਣਗੀਆਂ:

ਨੂਰਮਹਿਲ ਡੇਰਾ

ਜ਼ਿਲ੍ਹਾ ਤੇ ਸੈਸ਼ਨ ਜੱਜ ਵੱਲੋਂ ਕੀਤੀ ਜਾਂਚ ਵਿੱਚ ਪਾਇਆ ਗਿਆ ਕਿ ਜਲੰਧਰ ਜ਼ਿਲ੍ਹੇ ਦੇ ਨੂਰਮਹਿਲ ਬਲਾਕ ਵਿੱਚ ਵਿਵਾਦਗ੍ਰਸਤ ਦਿਵਿਆਗ੍ਰਾਮ ਪੰਚਾਇਤ ਦੀ ਆਪਣੀ ਕੋਈ ਮਾਲੀ ਜਾਇਦਾਦ ਨਹੀਂ ਹੈ। 2013 ਵਿੱਚ ਹੋਂਦ ਵਿੱਚ ਆਈ ਦਿਵਿਆਗ੍ਰਾਮ ਪੰਚਾਇਤ ਫਰਜ਼ੀ ਅਤੇ ਸਿਰਫ਼ ਕਾਗਜ਼ਾਂ 'ਤੇ ਸੀ। ਇਹ ਕਾਗਜ਼ੀ ਪੰਚਾਇਤ ਦਿਵਿਆ ਜਯੋਤੀ ਜਾਗ੍ਰਿਤੀ ਸੰਸਥਾਨ ਦੇ ਡੇਰੇ ਨਾਲ ਜੁੜੀ ਹੋਈ ਹੈ। ਇਹ ਫਰਜ਼ੀ ਗ੍ਰਾਮ ਪੰਚਾਇਤ 14ਵੇਂ ਵਿੱਤ ਕਮਿਸ਼ਨ, ਲੋਕਲ ਏਰੀਆ ਡਿਵੈਲਪਮੈਂਟ ਫੰਡ ਅਤੇ ਮਹਾਤਮਾ ਗਾਂਧੀ ਨੈਸ਼ਨਲ ਰੂਰਲ ਇੰਪਲਾਇਮੈਂਟ ਗਾਰੰਟੀ ਐਕਟ (ਮਨਰੇਗਾ) ਦੁਆਰਾ ਦਿੱਤੇ ਗਏ ਫੰਡਾਂ ਨੂੰ ਖੋਹਣ ਲਈ ਬਣਾਈ ਗਈ ਸੀ। ਡੇਰਾ ਮੁਖੀ ਆਸ਼ੂਤੋਸ਼ ਮਹਾਰਾਜ ਨੂੰ ਡਾਕਟਰੀ ਤੌਰ 'ਤੇ ਮ੍ਰਿਤਕ ਘੋਸ਼ਿਤ ਕਰ ਦਿੱਤਾ ਗਿਆ ਹੈ, ਪਰ ਉਸ ਦੀ ਦੇਹ ਨੂੰ 2014 ਤੋਂ ਨੂਰਮਹਿਲ ਵਿੱਚ ਇੱਕ ਫਰੀਜ਼ਰ ਵਿੱਚ ਸੁਰੱਖਿਅਤ ਰੱਖਿਆ ਗਿਆ ਹੈ। ਡੇਰਾ ਪੈਰੋਕਾਰਾਂ ਦਾ ਮੰਨਣਾ ਹੈ ਕਿ ਆਸ਼ੂਤੋਸ਼ ਸਮਾਧੀ ਵਿੱਚ ਲੀਨ ਹੈ, ਉਹ ਦੁਬਾਰਾ ਜੀ ਉਠੇਗਾ। (ਹਿੰਦੁਸਤਾਨ ਟਾਈਮਜ਼, 26 ਅਕਤੂਬਰ 2021)

ਡੇਰਾ ਸੱਚਾ ਸੌਦਾ

ਮੌੜ ਮੰਡੀ ਵਿੱਚ ਪੰਜਾਬ ਵਿਧਾਨ ਸਭਾ ਚੋਣਾਂ ਤੋਂ ਤਿੰਨ ਦਿਨ ਪਹਿਲਾਂ 31 ਜਨਵਰੀ 2017 ਨੂੰ ਕਾਂਗਰਸੀ ਵਿਧਾਇਕ ਹਰਮਿੰਦਰ ਸਿੰਘ ਜੱਸੀ ਦੀ ਚੋਣ ਰੈਲੀ ਮਗਰੋਂ ਧਮਾਕਾ ਹੋਇਆ। ਜੱਸੀ ਦੀ ਬੇਟੀ ਦਾ ਵਿਆਹ ਡੇਰਾ ਮੁਖੀ ਗੁਰਮੀਤ ਰਾਮ ਰਹੀਮ ਦੇ ਬੇਟੇ ਜਸਮੀਤ ਸਿੰਘ ਨਾਲ ਹੋਇਆ ਹੈ। ਇਸ ਧਮਾਕੇ ਵਿੱਚ ਸੱਤ ਲੋਕਾਂ ਦੀ ਮੌਤ ਹੋ ਗਈ ਸੀ। ਭਾਰਤੀ ਮੀਡੀਆ ਨੇ ਆਪਣੀ ਆਦਤ ਤੋਂ ਮਜਬੂਰ ਨਾਲੋ-ਨਾਲ ਸਿੱਖਾਂ ਨੂੰ ਬਦਨਾਮ ਕਰਦੇ ਹੋਏ ਖਾਲਿਸਤਾਨ ਨਾਲ ਜੋੜ ਕੇ ਝੂਠੀਆਂ ਖ਼ਬਰਾਂ ਚਲਾਉਣੀਆਂ ਸ਼ੁਰੂ ਕਰ ਦਿੱਤੀਆਂ। ਪਰ ਧਮਾਕੇ ਦੇ ਇਕ ਸਾਲ ਬਾਅਦ ਵਿਸ਼ੇਸ਼ ਜਾਂਚ ਟੀਮ (ਐਸ.ਆਈ.ਟੀ.) ਨੇ 4 ਗਵਾਹਾਂ ਦੇ ਬਿਆਨਾਂ ਦੇ ਆਧਾਰ 'ਤੇ ਇਸ ਦੇ 'ਤਾਰ' ਡੇਰਾ ਸੱਚਾ ਸੌਦਾ ਵੱਲ ਇਸ਼ਾਰਾ ਕਰਦੇ ਦੱਸੇ। ਜਿਸ ਮਾਰੂਤੀ 800 ਗੱਡੀ ਵਿੱਚ ਧਮਾਕਾ ਹੋਇਆ ਸੀ, ਉਹ ਡੇਰੇ ਦੀ ਸੀ। ਪਰ ਉਸ ਤੋਂ ਬਾਅਦ ਜਾਂਚ ਉੱਥੇ ਹੀ ਰੋਕ ਦਿੱਤੀ ਗਈ ਅਤੇ ਖ਼ਬਰ ਗੁੰਮ ਹੋ ਗਈ। (ਦ ਟ੍ਰਿਬਿਊਨ, 23 ਦਸੰਬਰ 2021)

(ਖਾਲਿਸਤਾਨ ਇੱਕ ਸਿਆਸੀ ਮੰਗ ਹੈ, ਜਿਸ ਦਾ ਸ਼ਾਂਤਮਈ ਢੰਗ ਨਾਲ ਵਿਰੋਧ ਜਾਂ ਸਮਰਥਨ ਕੀਤਾ ਜਾ ਸਕਦਾ ਹੈ। 1995 ਵਿੱਚ ਬਲਵੰਤ ਸਿੰਘ ਕੇਸ ਵਿੱਚ ਸੁਪਰੀਮ ਕੋਰਟ ਨੇ ਫੈਸਲਾ ਸੁਣਾਇਆ ਸੀ ਕਿ "ਖਾਲਿਸਤਾਨ ਜ਼ਿੰਦਾਬਾਦ" ਦਾ ਨਾਅਰਾ ਦੇਸ਼-ਧ੍ਰੋਹੀ ਨਹੀਂ ਹੈ। ਯਾਦ ਰਹੇ, ਇਹ ਇੰਦਰਾ ਗਾਂਧੀ ਕਤਲ ਵਾਲੇ ਦਿਨ ਖੁੱਲ੍ਹੇ ਬਾਜ਼ਾਰ ਵਿੱਚ ਨਾਅਰੇਬਾਜ਼ੀ ਕਰਨ ਦੇ ਦੋਸ਼ ਹੇਠ ਫੈਸਲਾ ਕੀਤਾ ਗਿਆ ਸੀ, ਇਸਦੇ ਬਾਵਜੂਦ ਅਦਾਲਤ ਦੀ ਸਥਿਤੀ ਸਪੱਸ਼ਟ ਸੀ। ਇੰਗਲੈਂਡ ਤੋਂ ਸਕਾਟਲੈਂਡ ਜਾਂ ਕੈਨੇਡਾ ਤੋਂ ਕਿਊਬਿਕ ਨੂੰ ਵੱਖ ਕਰਨ ਦੀਆਂ ਮੰਗਾਂ ਸਹਿਜਤਾ ਨਾਲ ਉੱਠਦੀਆਂ ਰਹੀਆਂ ਹਨ। ਉਥੇ ਦੀਆਂ ਜਮਹੂਰੀ ਸਰਕਾਰਾਂ ਨੇ ਇਸ 'ਤੇ ਰਾਏਸ਼ੁਮਾਰੀ (ਰੈਫਰੈਂਡਮ) ਕਰਵਾ ਕੇ ਵੱਖਰਾ ਦੇਸ਼ ਬਣਾਉਣ ਦਾ ਫੈਸਲਾ ਨਾਗਰਿਕਾਂ ਦੇ ਬਹੁਮਤ 'ਤੇ ਛੱਡ ਦਿੱਤਾ ਹੈ। ਪਰ ਭਾਰਤੀ ਮੁੱਖ ਧਾਰਾ ਮੀਡੀਆ ਹਮੇਸ਼ਾ ਖਾਲਿਸਤਾਨ ਨੂੰ ਅੱਤਵਾਦ ਦੀਆਂ ਝੂਠੀਆਂ ਕਹਾਣੀਆਂ ਨਾਲ ਜੋੜ ਕੇ ਸਿੱਖਾਂ ਨੂੰ ਬਦਨਾਮ ਕਰਦਾ ਹੈ ਅਤੇ ਨਾਗਰਿਕਾਂ ਨੂੰ ਲੋਕਤੰਤਰ ਵਿੱਚ ਰੈਫਰੈਂਡਮ ਦੀ ਮਹੱਤਤਾ ਤੋਂ ਅਛੂਤਾ ਰੱਖਦਾ ਹੈ। ਦੂਜੇ ਪਾਸੇ ਭਾਰਤ ਨੂੰ ਹਿੰਦੂ ਰਾਸ਼ਟਰ ਬਣਾਉਣ ਦੀ ਮੰਗ ਆਮ ਖ਼ਬਰ ਬਣਾ ਦਿੱਤੀ ਗਈ ਹੈ ਅਤੇ ਚੁਣੇ ਹੋਏ ਮੰਤਰੀ ਅਤੇ ਆਗੂ ਇਸ ਦਾ ਖੁੱਲ੍ਹ ਕੇ ਸਮਰਥਨ ਕਰਦੇ ਦੇਖੇ ਜਾ ਸਕਦੇ ਹਨ।)

ਈਸਾਈ ਪਾਸਟਰ ਡੇਰਾ

ਪੰਜਾਬ ਵਿੱਚ ਈਸਾਈ ਮਿਸ਼ਨਰੀਆਂ ਦੀਆਂ ਸਰਗਰਮੀਆਂ ਵਿੱਚ ਵੀ ਕਾਫੀ ਵਾਧਾ ਹੋਇਆ ਹੈ। ਨਵ-ਮਿਸ਼ਨਰੀ ਵੀ ਡੇਰਾ ਮਾਡਲ 'ਤੇ ਕੰਮ ਕਰ ਰਹੇ ਹਨ, ਜਿਸ ਵਿੱਚ 'ਬਾਬਾ' ਆਪਣੇ-ਆਪ ਨੂੰ ਪਾਸਟਰ ਜਾਂ ਪ੍ਰੋਫੇਟ ਕਹਾਉਂਦਾ ਹੈ। ਨਿਰਧਾਰਤ ਸਕ੍ਰਿਪਟ ਦੇ ਅਨੁਸਾਰ, ਸਟੇਜ 'ਤੇ ਪਾਸਟਰ ਦੀ ਕਿਰਪਾ (ਪ੍ਰਾਰਥਨਾ) ਦੁਆਰਾ ਸਰਧਾਲੂ (ਅਦਾਕਾਰ) ਦੇ ਕੈਂਸਰ ਵਰਗੀਆਂ ਗੰਭੀਰ ਬਿਮਾਰੀਆਂ ਤੋਂ ਠੀਕ ਹੋਣ ਦਾ ਦਾਅਵਾ ਕੀਤਾ ਜਾਂਦਾ ਹੈ। ਰਵਿਦਾਸ ਸਮਾਜ ਸਮੇਤ ਬਹੁਤੇ ਦਲਿਤ ਹੀ ਇਨ੍ਹਾਂ ਈਸਾਈ ਡੇਰਿਆਂ ਦੀ ਲਪੇਟ ਵਿੱਚ ਹਨ। ਪਾਸਟਰ ਬਜਿੰਦਰ ਸਿੰਘ, ਜੋ

ਕਿ ਇੱਕ ਹਰਿਆਣਵੀ ਜਾਟ ਹੈ, ਬਲਾਤਕਾਰ ਦੇ ਦੋਸ਼ ਵਿੱਚ ਜੁਲਾਈ 2018 ਵਿੱਚ ਜੇਲ ਗਿਆ ਸੀ। ਅਗਸਤ 2021 ਦੀ ਇੱਕ ਬਹੁਤ ਚਰਚਿਤ ਵੀਡੀਓ ਵਿੱਚ, ਬਜਿੰਦਰ ਸਿੰਘ ਨੇ ਸਟੇਜ 'ਤੇ ਅਖੌਤੀ ਮਰੇ ਹੋਏ ਬੱਚੇ ਨੂੰ ਸੁਰਜੀਤ ਕਰ ਦਿੱਤਾ। ਪੈਰੋਕਾਰਾਂ ਨੇ 'ਹਲੇਲੂਯਾਹ' ਦੇ ਨਾਅਰੇ ਨਾਲ ਖੂਬ ਤਾੜੀਆਂ ਮਾਰੀਆਂ। ਦਿੱਲੀ 2020 ਵਿਧਾਨ ਸਭਾ ਚੋਣਾਂ ਦੇ ਨਤੀਜਿਆਂ ਬਾਰੇ ਪ੍ਰੋਫੇਟ ਬਜਿੰਦਰ ਸਿੰਘ ਨੇ ਭਵਿੱਖਬਾਣੀ ਕੀਤੀ ਸੀ ਕਿ "ਨਯਾ ਚਿਹਰਾ ਆਏਗਾ" ਅਤੇ "ਕੁਛ ਖਿਲੇਗਾ"। ਖਿਲੇਗਾ ਦਾ ਮਤਲਬ ਭਾਜਪਾ ਦੇ ਕਮਲ ਦੇ ਫੁੱਲ ਨਾਲ ਸੀ। ਭਵਿੱਖਬਾਣੀ ਦਾ ਮਕਸਦ ਆਪਣੇ ਪੈਰੋਕਾਰਾਂ ਨੂੰ ਭਾਜਪਾ ਦੇ ਹੱਕ ਵਿੱਚ ਵੋਟ ਪਾਉਣ ਦਾ ਸੰਕੇਤ ਦੇਣਾ ਸੀ। ਨਾ ਕੋਈ ਨਵਾਂ ਚਿਹਰਾ ਆਇਆ ਤੇ ਨਾ ਹੀ ਕਮਲ ਦਾ ਫੁੱਲ ਖਿੜਿਆ, ਆਮ ਆਦਮੀ ਪਾਰਟੀ ਮੁੜ ਜਿੱਤੀ।

ਪਾਠਕਾਂ ਨੂੰ ਹੈਰਾਨੀ ਹੋਵੇਗੀ ਕਿ ਹਿੰਦੂਤਵੀ ਜਥੇਬੰਦੀਆਂ ਅਕਸਰ ਈਸਾਈ ਪ੍ਰਾਰਥਨਾ ਸਭਾਵਾਂ 'ਤੇ ਹਮਲੇ ਕਰਦੀਆਂ ਹਨ, ਫਿਰ ਈਸਾਈ ਪਾਸਟਰ ਭਾਜਪਾ ਦਾ ਸਮਰਥਨ ਕਿਵੇਂ ਕਰ ਸਕਦੇ ਹਨ। ਇਹ ਹੀ ਸਮਝਣ ਵਾਲੀ ਗੱਲ ਹੈ। ਮਰਨ-ਮਾਰਨ ਦਾ ਕੰਮ ਫੁੱਟ-ਸੋਲਜਰਜ਼ ਦਾ ਹੈ। ਡੇਰਾ ਮੁਖੀ ਦੇ ਹਿੱਤ ਉਸ ਦੇ ਪੈਰੋਕਾਰਾਂ ਨਾਲੋਂ ਵੱਖਰੇ ਹੁੰਦੇ ਹਨ। ਡੇਰੇਦਾਰ ਸਿਰਫ਼ ਉਸ ਪਾਰਟੀ ਦਾ ਸਮਰਥਨ ਕਰੇਗਾ ਜੋ ਉਸ ਨੂੰ ਵੱਧ ਤੋਂ ਵੱਧ ਨਿੱਜੀ ਛੋਟ ਦਾ ਭਰੋਸਾ ਦਿੰਦੀ ਹੋਵੇ।

ਰੌਣਕੀ ਰਾਮ ਨੇ ਕੁਝ ਅਜਿਹੀਆਂ ਉਦਾਹਰਣਾਂ ਵੀ ਦਿੱਤੀਆਂ ਹਨ, ਜਿਨ੍ਹਾਂ ਵਿੱਚ ਗੁਰਦੁਆਰਾ ਪ੍ਰਬੰਧ ਨੂੰ ਲੈ ਕੇ ਜੱਟ-ਦਲਿਤ ਟਕਰਾਅ ਹੋਇਆ ਹੈ। ਮਿਸਾਲ ਵਜੋਂ, ਸ਼ਹੀਦ ਨਿਹਾਲ ਸਿੰਘ ਗੁਰਦੁਆਰਾ ਤੱਲ੍ਹਣ ਪਿੰਡ ਦੇ ਦਲਿਤ ਭਾਈਚਾਰੇ ਨੇ ਗੁਰਦੁਆਰਾ ਪ੍ਰਬੰਧਾਂ ਵਿੱਚ ਵੱਧ ਨੁਮਾਇੰਦਗੀ ਦੀ ਜਾਇਜ਼ ਮੰਗ ਕੀਤੀ ਸੀ। ਜੱਟ ਪ੍ਰਬੰਧਕ ਪਰਿਵਾਰਾਂ ਨੇ ਨਾ ਸਿਰਫ਼ ਇਸ ਦਾ ਵਿਰੋਧ ਕੀਤਾ ਸਗੋਂ ਪਿੰਡ ਦੇ ਦਲਿਤਾਂ ਦਾ ਸਮਾਜਿਕ ਬਾਈਕਾਟ ਵੀ ਕੀਤਾ। ਜੂਨ 2003 ਵਿੱਚ ਤਣਾਅ ਵੱਧ ਗਿਆ, ਹਿੰਸਕ ਪ੍ਰਦਰਸ਼ਨਾਂ ਦੌਰਾਨ ਪੁਲਿਸ ਗੋਲੀਬਾਰੀ ਵਿੱਚ ਇੱਕ ਦਲਿਤ ਮਾਰਿਆ ਗਿਆ। ਇਸ ਦੇ ਨਾਲ ਹੀ ਇਸ ਟਕਰਾਅ ਸਹਾਰੇ ਕਾਂਗਰਸ-ਅਕਾਲੀ-ਭਾਜਪਾ-ਕਮਿਊਨਿਸਟ ਪਾਰਟੀਆਂ ਵੀ ਆਪਣੇ ਸਿਆਸੀ ਲਾਹੇ ਦਾ ਹਿਸਾਬ-ਕਿਤਾਬ ਵਿੱਚ ਪਿੱਛੇ ਨਾ ਰਹੀਆਂ। ਪੰਜਾਬ ਪ੍ਰਦੇਸ਼ ਕਾਂਗਰਸ ਦੇ ਪ੍ਰਧਾਨ ਐਚ.ਐਸ. ਹੰਸਪਾਲ ਦਾ ਇਸ ਘਟਨਾ ਬਾਰੇ ਬਿਆਨ ਸੀ, "ਪ੍ਰਸ਼ਾਸਨ ਦੀ ਤਰਫੋਂ ਘੋਰ ਢਿੱਲ-ਮੱਠ ਅਤੇ ਦੋ ਦਲਿਤ ਮੰਤਰੀਆਂ ਵਿਚਕਾਰ ਤਿੱਖੀ ਗਰਮਾ-ਗਰਮੀ ਦੇ ਕਾਰਨ ਸੰਕਟ ਨੇ ਇੱਕ ਬਦਸੂਰਤ ਮੋੜ ਲੈ ਲਿਆ।" ਹੰਸਪਾਲ ਨੇ ਇੰਡੀਆ ਟੁਡੇ ਨੂੰ ਚੌਧਰੀ ਜਗਜੀਤ ਸਿੰਘ ਅਤੇ ਮਹਿੰਦਰ ਸਿੰਘ ਕੇ.ਪੀ ਵਿਚਲੇ ਚੱਲ ਰਹੀ ਤਕਰਾਰ ਬਾਰੇ ਦੱਸਦਿਆਂ ਕਿਹਾ ਕਿ ਹਰ ਕੋਈ ਆਪਣੇ-ਆਪ ਨੂੰ ਦਲਿਤਾਂ ਦਾ ਅਸਲੀ ਆਗੂ ਸਾਬਤ ਕਰਨ ਦੀ ਕੋਸ਼ਿਸ਼ ਕਰ ਰਿਹਾ ਹੈ। (ਇੰਡੀਆ ਟੁਡੇ, ਰਮੇਸ਼ ਵਿਨਾਇਕ, 23 ਜੂਨ 2003)

ਅਗਲੇ ਕੁਝ ਮਹੀਨਿਆਂ ਵਿੱਚ ਦੋਵਾਂ ਧਿਰਾਂ ਵਿਚਾਲੇ ਗੁਰਦੁਆਰਾ ਪ੍ਰਬੰਧ ਦਾ ਮਸਲਾ ਹੱਲ ਹੋ ਗਿਆ। ਅੱਜ ਇਸ ਨੂੰ 'ਜਹਾਜ ਵਾਲਾ ਗੁਰਦੁਆਰਾ' ਵਜੋਂ ਜਾਣਿਆ ਜਾਂਦਾ ਹੈ। ਸਿੱਖ ਗੁਰਦੁਆਰਿਆਂ ਵਿੱਚ ਵਿਤਕਰਾ ਧਰਮ ਦੇ ਮੂਲ ਸਿਧਾਂਤਾਂ ਦੇ ਵਿਰੁੱਧ ਹੈ ਅਤੇ ਪਛੜੇ ਵਰਗ ਵਲੋਂ ਇਸ ਵਿਰੁੱਧ ਆਵਾਜ਼ ਉਠਾਉਣਾ ਸਿੱਖੀ ਨੂੰ ਪ੍ਰਫੁੱਲਤ ਕਰਨ ਵਿੱਚ ਮਦਦਗਾਰ ਹੁੰਦਾ ਹੈ।

ਇੱਥੇ ਇੱਕ ਗੱਲ ਦਾ ਜ਼ਿਕਰ ਕਰਨਾ ਜ਼ਰੂਰੀ ਹੈ ਕਿ ਪੰਜਾਬ ਵਿੱਚ ਜੇਕਰ ਕਿਸੇ ਇੱਕ ਭਾਈਚਾਰੇ ਉੱਤੇ ਸਭ ਤੋਂ ਵੱਧ ਪੁਲਿਸ ਅੱਤਿਆਚਾਰ ਹੋਏ ਹਨ ਤਾਂ ਉਹ ਸਿੱਖ ਕੌਮ ਹੀ ਹੈ। ਬੇਸ਼ੱਕ ਇਹ ਵੀ ਸਾਰੀਆਂ ਜਾਤਾਂ ਵਿੱਚੋ ਸਨ, ਕਿਉਂਕਿ ਪੰਜਾਬ ਦੇ ਸਿੱਖਾਂ ਵਿੱਚ ਜੱਟਾਂ ਦਾ ਅਨੁਪਾਤ ਜ਼ਿਆਦਾ ਹੈ, ਇਸ ਲਈ ਮਰਨ ਵਾਲਿਆਂ ਵਿੱਚੋਂ ਬਹੁਤੇ ਜੱਟ ਹੀ ਹੋਣਗੇ। ਸ਼ਹੀਦ ਜਸਵੰਤ ਸਿੰਘ ਖਾਲੜਾ ਮਨੁੱਖੀ ਅਧਿਕਾਰਾਂ ਦੇ ਮਹਾਨ ਕਾਰਕੁੰਨਾਂ ਵਿੱਚੋਂ ਇੱਕ ਰਹੇ ਹਨ। ਉਹਨਾ ਆਪਣੀ ਜਾਂਚ ਅਤੇ ਅਨੁਮਾਨਾਂ ਦੇ ਆਧਾਰ 'ਤੇ ਸਾਬਤ ਕੀਤਾ ਕਿ 1984 ਤੋਂ 1994 ਦੇ ਦਸ਼ਕ ਦਰਮਿਆਨ ਪੰਜਾਬ ਦੇ ਤੇਰ੍ਹਾਂ ਜ਼ਿਲ੍ਹਿਆਂ ਵਿੱਚ ਕੁੱਲ 25,000 ਲਾਪਤਾ ਵਿਅਕਤੀਆਂ ਨੂੰ ਸਰਕਾਰੀ ਬਲਾਂ ਦੁਆਰਾ 'ਲਾਵਾਰਿਸ ਲਾਸ਼ਾਂ' ਵਜੋਂ ਮਾਰਿਆ ਗਿਆ ਅਤੇ ਸਾੜ ਦਿੱਤਾ ਗਿਆ। ਮਾਪੇ ਆਪਣੇ ਬੱਚਿਆਂ ਦੇ ਮੌਤ ਦੇ ਸਰਟੀਫਿਕੇਟ ਵੀ ਪ੍ਰਾਪਤ ਨਹੀਂ ਕਰ ਸਕੇ ਕਿਉਂਕਿ ਉਨ੍ਹਾਂ ਨੂੰ ਲਾਪਤਾ ਘੋਸ਼ਿਤ ਕੀਤਾ ਗਿਆ ਸੀ, ਮ੍ਰਿਤਕ ਨਹੀਂ। ਖਾਲੜਾ ਜੀ ਨੇ ਵਿਦੇਸ਼ ਵਿੱਚ ਅਤੇ ਕੈਨੇਡਾ ਦੀ ਪਾਰਲੀਮੈਂਟ ਵਿੱਚ ਵੀ ਆਪਣੇ ਤੱਥ ਰੱਖੇ। ਆਪਣੀ ਜਾਨ ਨੂੰ ਖਤਰੇ ਦੇ ਬਾਵਜੂਦ, ਉਹ ਆਪਣੀ ਜਾਂਚ ਜਾਰੀ ਰੱਖਣ ਲਈ ਭਾਰਤ ਪਰਤੇ। ਜਸਵੰਤ ਸਿੰਘ ਖਾਲੜਾ ਨੂੰ ਪੰਜਾਬ ਪੁਲਿਸ ਨੇ 6 ਸਤੰਬਰ 1995 ਨੂੰ ਉਨ੍ਹਾਂ ਦੇ ਹੀ ਘਰ ਦੇ ਬਾਹਰੋਂ ਚੁੱਕ ਲਿਆ ਸੀ, ਜਿਸ ਤੋਂ ਬਾਅਦ ਉਹ ਮੁੜ ਕਦੇ ਨਜ਼ਰ ਨਹੀਂ ਆਏ। ਲਾਵਾਰਿਸ ਲਾਸ਼ਾਂ ਦੀ ਗਿਣਤੀ ਕਰਨ ਵਾਲਾ ਵਿਅਕਤੀ ਖੁਦ ਲਾਪਤਾ ਹੋ ਗਿਆ ਅਤੇ ਲਾਵਾਰਿਸ ਲਾਸ਼ ਬਣਾ ਦਿੱਤਾ ਗਿਆ। ਸ਼ਹੀਦ ਜਸਵੰਤ ਸਿੰਘ ਖਾਲੜਾ ਦੀ ਰਿਪੋਰਟ ਅਤੇ ਉਹਨਾ ਦੇ ਅਗਵਾ ਹੋਣ ਦੀ ਖਬਰ ਨੇ ਪੂਰੀ ਦੁਨੀਆ ਵਿੱਚ ਹਲਚਲ ਮਚਾ ਦਿੱਤੀ ਸੀ। ਭਾਰਤ ਸਰਕਾਰ ਕਾਤਲ (ਜੂਨੀਅਰ) ਪੁਲਿਸ ਅਫਸਰਾਂ 'ਤੇ ਮੁਕੱਦਮਾ ਚਲਾਉਣ ਅਤੇ ਕਾਰਵਾਈ ਕਰਨ ਲਈ ਮਜ਼ਬੂਰ ਹੋਈ, ਜਿਸ ਨਾਲ ਪੁਲਿਸ ਦੁਆਰਾ ਕਤਲੇਆਮ ਦਾ ਅੰਤ ਹੋਇਆ ਅਤੇ ਪੰਜਾਬ ਸ਼ਾਂਤੀ ਬਹਾਲੀ ਵੱਲ ਵੱਧ ਸਕਿਆ।

12 ਅਕਤੂਬਰ 2015 ਨੂੰ ਪਿੰਡ ਬਰਗਾੜੀ (ਫਰੀਦਕੋਟ) ਵਿਖੇ ਸ੍ਰੀ ਗੁਰੂ ਗ੍ਰੰਥ ਸਾਹਿਬ ਜੀ ਦੀ ਬੇਅਦਬੀ ਹੋਈ ਸੀ, ਜਿਸ ਦਾ ਦੋਸ਼ ਡੇਰਾ ਸੱਚਾ ਸੌਦਾ 'ਤੇ ਜਾ ਰਿਹਾ ਸੀ। ਇਸੇ ਤਹਿਤ ਬਰਗਾੜੀ ਦੇ ਨਾਲ ਲੱਗਦੇ ਪਿੰਡ ਬਹਿਬਲ ਕਲਾਂ (ਕੋਟਕਪੁਰਾ) ਵਿੱਚ ਵੀ ਸਿੱਖ ਜਥੇਬੰਦੀਆਂ ਅਤੇ ਸੰਗਤਾਂ ਵੱਲੋਂ ਰੋਸ ਪ੍ਰਦਰਸ਼ਨ ਕੀਤਾ ਗਿਆ। ਸਿੱਖਾਂ ਦੀ ਇੱਕੋ ਇੱਕ ਮੰਗ ਸੀ ਕਿ ਦੋਸ਼ੀਆਂ ਨੂੰ ਕਾਨੂੰਨ ਅਨੁਸਾਰ ਸਜ਼ਾ ਦਿੱਤੀ ਜਾਵੇ। ਇਸੇ ਦੌਰਾਨ 14 ਅਕਤੂਬਰ 2015 ਨੂੰ ਪੰਜਾਬ ਪੁਲਿਸ ਨੇ ਬਿਨਾਂ ਕਿਸੇ ਕਾਰਨ ਸ਼ਾਂਤਮਈ ਧਰਨੇ 'ਤੇ ਬੈਠੀ ਸਤਨਾਮ-ਵਾਹਿਗੁਰੂ ਦਾ ਜਾਪ ਕਰ ਰਹੀ ਸਿੱਖ ਸੰਗਤ 'ਤੇ ਗੋਲੀਆਂ ਚਲਾ ਦਿੱਤੀਆਂ। ਜਿਸ ਵਿੱਚ ਦੋ ਸਿੱਖ ਨੌਜਵਾਨਾਂ ਦੀ ਮੌਤ ਹੋ ਗਈ ਅਤੇ ਕਈ ਹੋਰ ਜ਼ਖਮੀ ਹੋ ਗਏ। ਜਾਂਚ ਦੇ ਦੋ ਕਮਿਸ਼ਨਾਂ ਦੀਆਂ ਰਿਪੋਰਟਾਂ ਅਨੁਸਾਰ, ਗੋਲੀਬਾਰੀ ਬਿਨਾ ਭੜਕਾਹਟ ਅਤੇ ਗੈਰ-ਵਾਜਬ ਸੀ। ਜਾਂਚ ਵਿੱਚ ਭਾਰਤ ਦੀ ਸੁਪਰੀਮ ਕੋਰਟ ਦੇ ਸਾਬਕਾ ਜੱਜ ਮਾਰਕੰਡੇ ਕਾਟਜੂ ਦੀ ਅਗਵਾਈ ਵਿੱਚ ਇੱਕ ਪਬਲਿਕ ਕਮਿਸ਼ਨ ਅਤੇ ਦੂਜੀ ਹਾਈ ਕੋਰਟ ਦੇ ਸਾਬਕਾ ਜੱਜ ਰਣਜੀਤ ਸਿੰਘ ਦੀ ਅਗਵਾਈ ਵਿੱਚ ਰਾਜ ਸਰਕਾਰ ਦੁਆਰਾ ਨਿਯੁਕਤ ਇੱਕ ਕਮਿਸ਼ਨ ਸ਼ਾਮਲ ਸੀ। (ਸਿੱਖ ਸਿਆਸਤ ਨਿਊਜ਼, 18 ਜੂਨ 2020)

ਕਿਉਂਕਿ ਰੇਣਕੀ ਰਾਮ ਡੇਰਾ ਸੱਚਾ ਸੌਦਾ ਨੂੰ ਦਲਿਤ ਡੇਰਾ ਮੰਨਦੇ ਹਨ, ਕੀ ਉਹ ਇਸ ਗੋਲੀਕਾਂਡ ਨੂੰ ਦਲਿਤ-ਸਿੱਖ ਰੰਗ ਦੇ ਕੇ ਸਿੱਖਾਂ 'ਤੇ ਹੋ ਰਹੇ ਅੱਤਿਆਚਾਰਾਂ ਨੂੰ ਸਵੀਕਾਰ ਕਰਨਗੇ? ਅਜਿਹਾ ਮੰਨਣਾ ਗਲਤ ਹੋਵੇਗਾ। ਸਮਾਜ

ਵਿਰੋਧੀ ਡੇਰਿਆਂ ਨੂੰ ਦਿੱਤੀ ਜਾ ਰਹੀ ਗੈਰ ਕਾਨੂੰਨੀ ਸੁਰੱਖਿਆ ਨੂੰ ਕਿਸੇ ਵੀ ਸਿੱਖ ਚਿੰਤਕ ਨੇ ਦਲਿਤ-ਸਿੱਖ ਰੰਗ ਨਹੀਂ ਦਿੱਤਾ। ਆਮ ਸਿੱਖ ਸੰਗਤ ਚੰਗੀ ਤਰ੍ਹਾਂ ਸਮਝਦੀ ਹੈ ਕਿ ਉਹਨਾ ਦੀ ਟੱਕਰ ਭ੍ਰਿਸ਼ਟ ਸਰਕਾਰ ਦੇ ਵਿਰੁੱਧ ਹੈ ਨਾ ਕਿ ਕਿਸੇ ਜਾਤੀ-ਵਿਸ਼ੇਸ਼ ਦੇ। ਇਹੀ ਕਾਰਨ ਰਿਹਾ ਕਿ ਅਕਾਲੀ ਦਲ (ਬਾਦਲ), ਜਿਸ ਨੂੰ ਜੱਟਾਂ ਦੀ ਪਾਰਟੀ ਕਿਹਾ ਜਾਂਦਾ ਹੈ, ਨੂੰ ਡੇਰਾ ਮੁਖੀ ਰਾਮ ਰਹੀਮ ਨੂੰ ਗੈਰ-ਕਾਨੂੰਨੀ ਸੁਰੱਖਿਆ ਦੇਣ ਕਾਰਨ 2017 ਅਤੇ ਫਿਰ 2022 ਦੀਆਂ ਵਿਧਾਨ ਸਭਾ ਚੋਣਾਂ ਵਿੱਚ ਕਰਾਰੀ ਹਾਰ ਮਿਲੀ।

ਰੋਣਕੀ ਰਾਮ ਜਦੋਂ ਵੀ ਕਿਸੇ ਘਟਨਾ ਦਾ ਜ਼ਿਕਰ ਕਰਦੇ ਹਨ (ਜਿਵੇਂ ਡੇਰਾ ਸੱਚਾ ਸੌਦਾ ਟਕਰਾਵ, ਤਲਹਨ ਕਾਂਡ, ਆਦਿ), ਤਾਂ ਉਹਨਾ ਦਾ ਉਦੇਸ਼ ਸਿਰਫ਼ ਜਾਤ-ਪਾਤ ਨੂੰ ਉਭਾਰਨਾ ਹੁੰਦਾ ਹੈ। ਉਹ ਦੂਜੇ ਬਹੁ-ਆਯਾਮੀ ਮਹੱਤਵਪੂਰਨ ਪਹਿਲੂ ਨੂੰ ਨਹੀਂ ਛੂਹਦੇ। ਪਰ ਭਾਰਤੀ ਰਾਜਨੀਤੀ ਦੇ ਵਿਵਹਾਰ ਨੂੰ ਸਮਝੇ ਬਿਨਾਂ ਅਜਿਹੇ ਮੁੱਦਿਆਂ ਨੂੰ ਸਮਝਿਆ ਨਹੀਂ ਜਾ ਸਕਦਾ, ਜੋ ਹਮੇਸ਼ਾ ਵਿਭਾਜਨਕਾਰੀ ਸਥਿਤੀਆਂ ਨੂੰ ਉਭਾਰਦੀ ਹੈ। ਇਸ ਵਿਹਾਰ ਦਾ ਕਿਰਦਾਰ ਕੌਣ ਨਿਭਾ ਰਿਹਾ ਹੈ, ਇਸ ਨਾਲੋਂ ਇਹ ਸਮਝਣਾ ਜ਼ਰੂਰੀ ਹੈ ਕਿ ਇਹ ਬ੍ਰਾਹਮਣੀ ਮੁੱਖ ਧਾਰਾ ਪ੍ਰਣਾਲੀ ਦਾ ਹਿੱਸਾ ਹੈ।

ਰੋਣਕੀ ਰਾਮ ਦਲਿਤਾਂ ਦੇ ਸਿੱਖ ਧਰਮ ਵਿੱਚ ਬਰਾਬਰ ਦੀ ਭਾਗੀਦਾਰੀ ਦੇ ਦਾਅਵੇ ਨੂੰ ਮਾਨਤਾ ਨਹੀਂ ਦੇਣਾ ਚਾਹੁੰਦੇ। ਕੀ ਭੰਗੀ, ਮਜ੍ਹਬੀ ਜਾਂ ਵਾਲਮੀਕਿ ਸਮਾਜ ਦੇ ਲੋਕ ਰਵਿਦਾਸ ਡੇਰੇ ਦੇ ਪ੍ਰਬੰਧ 'ਤੇ ਦਾਅਵਾ ਕਰਨ ਬਾਰੇ ਸੋਚ ਵੀ ਸਕਦੇ ਹਨ? ਰੋਣਕੀ ਰਾਮ ਦੀਆਂ ਲਿਖਤਾਂ ਦਲਿਤ ਸਮਾਜ ਨੂੰ ਭੜਕਾਉਂਦੀਆਂ ਹਨ, ਉਨ੍ਹਾਂ ਦੇ ਮੂੰਹ ਵਿੱਚ ਸ਼ਬਦ ਪਾ ਕੇ ਉਨ੍ਹਾਂ ਨੂੰ ਵੱਖ-ਵੱਖ ਡੇਰਿਆਂ ਵਿੱਚ ਵੰਡੇ ਜਾਣ ਲਈ ਪ੍ਰੇਰਦੀਆਂ ਹਨ। ਇਸ ਤਰ੍ਹਾਂ ਉਹ ਬ੍ਰਾਹਮਣੀ ਪ੍ਰਣਾਲੀ ਦੀ ਸੇਵਾ ਕਰਦੇ ਹਨ। ਇੱਕ ਪਾਸੇ ਉਹ ਸਿੱਖ ਕੌਮ ਵਿਰੁੱਧ ਨਫ਼ਰਤ ਪੈਦਾ ਕਰ ਰਹੇ ਹਨ, ਦੂਜੇ ਪਾਸੇ ਦਲਿਤ ਭਾਈਚਾਰੇ ਨੂੰ ਵੋਟ ਬੈਂਕ ਵਿੱਚ ਤਬਦੀਲ ਕਰਕੇ ਉਨ੍ਹਾਂ ਦੀ ਸਿਆਸੀ ਚੇਤਨਾ ਨੂੰ ਡੇਰਾ ਮੁਖੀ ਨੂੰ ਮਿਲੀ ਦੰਡ-ਛੋਟ ਤੱਕ ਸੀਮਤ ਕਰ ਦਿੰਦੇ ਹਨ।

ਸਾਡਾ ਮਕਸਦ ਦਲਿਤ ਸਮਾਜ 'ਤੇ ਹੋ ਰਹੇ ਅੱਤਿਆਚਾਰਾਂ ਜਾਂ ਵਿਤਕਰੇ ਨੂੰ ਇਨਕਾਰ ਕਰਨਾ ਬਿਲਕੁਲ ਨਹੀਂ ਹੈ। ਪਰ ਵਿਤਕਰੇ ਦੀਆਂ ਘਟਨਾਵਾਂ ਨੂੰ ਇਸ ਤਰ੍ਹਾਂ ਪੇਸ਼ ਕਰਨਾ ਕਿ ਸ਼ੋਸ਼ਿਤ ਵਰਗਾ ਵੰਡਵਾਦੀ ਭ੍ਰਿਸ਼ਟ ਵਿਵਸਥਾ ਦੇ ਚੁੰਗਲ ਵਿੱਚ ਹੋਰ ਡੂੰਘਾ ਫਸ ਜਾਵੇ, ਇਸ ਬਿਰਤਾਂਤ ਨੂੰ ਰੱਦ ਕਰਨਾ ਤਾਂ ਬਣਦਾ ਹੈ। ਇੱਕ ਪਾਸੇ ਰੋਣਕੀ ਰਾਮ ਦਾ ਦਲਿਤਾਂ 'ਤੇ ਜਾਤੀ ਆਧਾਰਿਤ ਅਨਿਆਂ ਬਾਰੇ ਚਿੰਤਨ ਕਰਨਾ, ਜਦਕਿ ਦੂਜੇ ਪਾਸੇ ਅੰਧ-ਵਿਸ਼ਵਾਸ ਅਤੇ ਵੋਟ ਬੈਂਕ ਦੀ ਰਾਜਨੀਤੀ ਦੁਆਰਾ ਪੈਰੋਕਾਰਾਂ ਦਾ ਸ਼ੋਸ਼ਣ ਕਰਨ ਵਾਲੇ ਡੇਰਿਆਂ ਦਾ ਪੱਖ ਪੂਰਨਾ ਵਿਰੋਧਾਭਾਸ ਨਾਲ ਭਰਪੂਰ ਹੈ। ਇਹ ਖਰਗੋਸ਼ ਨਾਲ ਦੌੜਨ ਅਤੇ ਸ਼ਿਕਾਰੀ ਕੁੱਤੇ ਨਾਲ ਸ਼ਿਕਾਰ ਕਰਨ ਦੀ ਅੰਗਰੇਜ਼ੀ ਕਹਾਵਤ ਵਾਂਗ ਹੈ।

ਨੈਸ਼ਨਲ ਫੈਮਿਲੀ ਹੈਲਥ ਸਰਵੇ 2019-21 ਦੇ ਅਨੁਸਾਰ, ਭਾਰਤ ਵਿੱਚ ਚਾਰ ਪ੍ਰਮੁੱਖ ਧਾਰਮਿਕ ਸਮੂਹਾਂ (ਹਿੰਦੂ, ਮੁਸਲਿਮ, ਈਸਾਈ ਅਤੇ ਸਿੱਖ) ਵਿੱਚੋਂ, ਸਿੱਖ ਔਸਤਨ ਵੱਡੇ ਫਰਕ ਨਾਲ ਸਭ ਤੋਂ ਅਮੀਰ ਹਨ। 59 ਪ੍ਰਤੀਸ਼ਤ

ਸਿੱਖ ਪਰਿਵਾਰ ਚੋਟੀ ਦੇ ਅਮੀਰ ਕੁਇੰਟਲ (ਪੰਚਮਕ) ਵਿੱਚ ਹਨ, ਜਦੋਂ ਕਿ ਕੁੱਲ ਭਾਰਤ ਦੀ ਔਸਤ ਸਿਰਫ 20 ਪ੍ਰਤੀਸ਼ਤ ਹੈ। ਸਿੱਖਾਂ ਤੋਂ ਸਿਰਫ ਜੈਨ ਹੀ ਅੱਗੇ ਹਨ। ਇਸ ਦਾ ਮਤਲਬ ਹੈ ਕਿ ਆਰਥਿਕ ਅਸਮਾਨਤਾ ਸਿੱਖ ਸਮਾਜ ਵਿੱਚ ਸਭ ਤੋਂ ਘੱਟ ਹੈ। ਇਹੀ ਕਾਰਨ ਹੈ ਕਿ ਭਾਰਤ ਦੇ ਬਾਕੀ ਦਲਿਤ ਸਮਾਜ ਦੇ ਮੁਕਾਬਲੇ ਪੰਜਾਬ ਦਾ ਦਲਿਤ ਸਮਾਜ ਸਭ ਤੋਂ ਵੱਧ ਖੁਸ਼ਹਾਲ ਹੈ।

ਉਥੇ ਨੈਸ਼ਨਲ ਕ੍ਰਾਈਮ ਰਿਕਾਰਡ ਬਿਊਰੋ ਦੁਆਰਾ ਜਾਰੀ ਕੀਤੇ ਗਏ ਅੰਕੜਿਆਂ ਅਨੁਸਾਰ, 2019 ਵਿੱਚ ਭਾਰਤ ਵਿੱਚ ਦਲਿਤਾਂ ਵਿਰੁੱਧ ਕੁੱਲ ਅਪਰਾਧਾਂ ਦਾ 84% ਹਿੱਸਾ ਨੌਂ ਰਾਜਾਂ ਵਿੱਚ ਸੀ; ਹਾਲਾਂਕਿ ਉਥੇ ਦੇਸ਼ ਦੀ ਅਨੁਸੂਚਿਤ ਜਾਤੀ ਦੀ ਆਬਾਦੀ ਦਾ ਸਿਰਫ 54% ਹਿੱਸਾ ਰਹਿੰਦਾ ਹੈ। ਇਹ ਰਾਜ ਹਨ ਰਾਜਸਥਾਨ, ਮੱਧ ਪ੍ਰਦੇਸ਼, ਬਿਹਾਰ, ਗੁਜਰਾਤ, ਤੇਲੰਗਾਨਾ, ਉੱਤਰ ਪ੍ਰਦੇਸ਼, ਕੇਰਲ, ਉੜੀਸਾ ਅਤੇ ਆਂਧਰਾ ਪ੍ਰਦੇਸ਼। ਦਲਿਤਾਂ ਵਿਰੁੱਧ ਅਪਰਾਧਾਂ ਦੀ ਰਾਸ਼ਟਰੀ ਔਸਤ 22.8 ਪ੍ਰਤੀ ਲੱਖ ਅਨੁਸੂਚਿਤ ਜਾਤੀ ਦੀ ਆਬਾਦੀ ਦਾ ਸੀ, ਰਾਜਸਥਾਨ ਵਿੱਚ ਸਭ ਤੋਂ ਵੱਧ 55.6 ਰਿਹਾ। ਪੰਜਾਬ, ਜਿੱਥੇ ਅਨੁਸੂਚਿਤ ਜਾਤੀ ਦੀ ਆਬਾਦੀ ਦਾ ਸਭ ਤੋਂ ਵੱਧ ਅਨੁਪਾਤ ਹੈ, ਸਭ ਤੋਂ ਘੱਟ ਅਪਰਾਧ ਦਰ ਵਾਲੇ ਰਾਜਾਂ ਵਿੱਚੋਂ ਹੈ; ਪ੍ਰਤੀ ਲੱਖ ਐਸ.ਸੀ. ਜਾਤੀ ਦੀ ਆਬਾਦੀ ਤੇ 1.9 ਅਪਰਾਧ। ਬੇਸ਼ੱਕ 1.9 ਅਪਰਾਧ ਪ੍ਰਤੀ ਲੱਖ ਵੀ ਕਿਉਂ ਹੋਵੇ? ਸਿਫਰ ਹੋਣਾ ਚਾਹੀਦਾ ਹੈ। ਪਰ ਹੋਰ ਰਾਜਾਂ ਦੇ ਮੁਕਾਬਲੇ ਬਹੁਤ ਬਿਹਤਰ ਅੰਕੜਿਆਂ ਦੇ ਪਿੱਛੇ ਸਿੱਖੀ ਕਦਰਾਂ-ਕੀਮਤਾਂ ਨੂੰ ਪਛਾਣ ਕੇ ਹੋਰ ਵੀ ਵਧੀਆ ਕੀਤਾ ਜਾ ਸਕਦਾ ਹੈ।

ਪੰਜਾਬ ਵਿੱਚ ਨਾ ਸਿਰਫ ਦਲਿਤ ਵਰਗ ਵਿਰੁੱਧ ਅਪਰਾਧ ਘੱਟ ਹਨ, ਸਗੋਂ ਹੋਰ ਘੱਟ ਗਿਣਤੀਆਂ ਵੀ ਬਹੁਤ ਸੁਰੱਖਿਅਤ ਹਨ। ਪੰਜਾਬ ਵਿੱਚ ਮੁਸਲਮਾਨਾਂ ਦੀ ਆਬਾਦੀ 2% ਤੋਂ ਵੀ ਘੱਟ ਹੈ। ਮੁਸਲਮਾਨਾਂ ਵਿਰੁੱਧ ਹਿੰਦੂਤਵ ਦੇ ਨਫ਼ਰਤ ਭਰੇ ਪ੍ਰਚਾਰ ਦਾ ਪੰਜਾਬ ਵਿੱਚ ਕੋਈ ਅਸਰ ਨਹੀਂ ਹੋਇਆ। ਇੱਥੇ ਹੀ ਬੱਸ ਨਹੀਂ, ਜਦੋਂ ਨਵੰਬਰ 1984 ਵਿੱਚ ਦਿੱਲੀ ਅਤੇ ਦੇਸ਼ ਦੇ ਹੋਰ ਸ਼ਹਿਰਾਂ ਵਿੱਚ ਹਿੰਦੂਤਵੀ ਭੀੜਾਂ (ਜਿਨ੍ਹਾਂ ਵਿੱਚ ਦਲਿਤ ਵੀ ਸਨ) ਹੱਥੋ 30,000 ਤੋਂ ਵੱਧ ਸਿੱਖਾਂ ਦਾ ਕਤਲੇਆਮ ਕੀਤਾ ਗਿਆ, ਉਦੋਂ ਵੀ ਇਹ ਕਦੇ ਸੁਣਨ ਵਿੱਚ ਨਹੀਂ ਆਇਆ ਕਿ ਸਿੱਖਾਂ ਦੀ ਭੀੜ ਪੰਜਾਬ ਵਿੱਚ ਹਿੰਦੂਆਂ ਨੂੰ ਮਾਰਨ ਲਈ ਨਿਕਲੀ ਹੋਵੇ। ਭ੍ਰਿਸ਼ਟ ਵੰਡਵਾਦੀ ਭਾਰਤੀ ਰਾਜਨੀਤੀ ਦੁਆਰਾ ਬਹੁਤ ਹੀ ਮਾੜੇ ਹਾਲਾਤ ਪੈਦਾ ਕਰਨ ਦੇ ਬਾਵਜੂਦ ਸਿੱਖਾਂ ਦੀਆਂ ਮਾਨਵਤਾਵਾਦੀ ਕਦਰਾਂ-ਕੀਮਤਾਂ ਦਾ ਬਾਰ ਬਾਰ ਪ੍ਰਗਟ ਹੋਣਾ ਹੈਰਾਨੀਜਨਕ ਹੈ। ਇਸ ਦਾ ਨਿਚੋੜ ਪ੍ਰੋਫੈਸਰ ਪੂਰਨ ਸਿੰਘ ਦੇ ਪ੍ਰਸਿੱਧ ਵਾਕੰਸ਼ ਤੋਂ ਕੀਤਾ ਜਾ ਸਕਦਾ ਹੈ-'ਪੰਜਾਬ ਵੱਸਦਾ ਗੁਰਾਂ ਦੇ ਨਾਂ ਤੇ'।

ਆਪਣੀ ਸਿੱਖ ਵਿਰੋਧੀ ਮਾਨਸਿਕਤਾ ਕਾਰਨ ਰੋਣਕੀ ਰਾਮ ਝੂਠੇ ਅਤੇ ਭੱਦੇ ਬਿਆਨਾਂ ਤੋਂ ਵੀ ਪਿੱਛੇ ਨਹੀਂ ਹਟਦੇ:

> "ਅਜਿਹਾ ਘੱਟ ਹੀ ਹੁੰਦਾ ਹੈ ਕਿ ਕਿਸੇ ਸਿੱਖ ਡੇਰੇ ਦਾ ਮੁਖੀ ਕੋਈ ਗੈਰ-ਜੱਟ ਸਿੱਖ ਹੋਵੇ। ਜੇ ਹੋਵੇਗਾ ਵੀ ਤਾਂ ਉਹ ਕਦੇ ਵੀ ਦਲਿਤ ਨਹੀਂ ਹੋ ਸਕਦਾ। ਸਿੱਖ ਡੇਰਿਆਂ ਵਿੱਚ ਜ਼ਿਆਦਾਤਰ ਦਲਿਤ ਸਿੱਖਾਂ ਦੀ ਭਾਗੀਦਾਰੀ ਵੱਖ-ਵੱਖ ਤਰਾਂ ਦੀ ਤੁੱਛ ਸੇਵਾਵਾਂ (menial services) ਦੇ ਨਾਲ-ਨਾਲ ਪਵਿੱਤਰ ਪਾਠ (ਗੁਰੂ ਗ੍ਰੰਥ ਸਾਹਿਬ) ਦੇ ਵਰਣਨ ਅਤੇ ਕੀਰਤਨ (ਪਵਿੱਤਰ ਭਜਨਾਂ ਦੀ ਸੰਗੀਤਕ ਪੇਸ਼ਕਾਰੀ)

ਤਕ ਹੀ ਸੀਮਿਤ ਹੈ। ਕੀਰਤਨ ਕਰਨ ਵਾਲਿਆਂ ਨੂੰ ਰਾਗੀ ਕਿਹਾ ਜਾਂਦਾ ਹੈ, ਪੇਸ਼ੇਵਰ ਕਥਾਕਾਰਾਂ ਨੂੰ ਗ੍ਰੰਥੀ ਕਿਹਾ ਜਾਂਦਾ ਹੈ ਅਤੇ ਸੇਵਾ ਪ੍ਰਦਾਨ ਕਰਨ ਵਾਲੇ ਹੋਰਾਂ ਨੂੰ ਸੇਵਾਦਾਰ ਕਿਹਾ ਜਾਂਦਾ ਹੈ। ਬਹੁਤੇ ਰਾਗੀ, ਗ੍ਰੰਥੀ ਅਤੇ ਸੇਵਾਦਾਰ ਦਲਿਤ ਸਿੱਖ ਹਨ। ਬਹੁਤ ਘੱਟ ਜਟ ਸਿੱਖ ਅਜਿਹਾ ਪੇਸ਼ਾ ਅਪਣਾਉਂਦੇ ਹਨ (ਖੇਤਰੀ ਗੱਲਬਾਤ ਦੇ ਆਧਾਰ ਤੇ)।" (ਰੋਨਕੀ ਰਾਮ, ਨਵੰਬਰ 2016)

"ਖੇਤਰੀ ਗੱਲਬਾਤ ਦੇ ਆਧਾਰ ਤੇ" ਇਹ ਵਰਣਨ ਨਾ ਸਿਰਫ਼ ਝੂਠਾ ਹੈ, ਸਗੋਂ ਸਿੱਖਾਂ ਦੀਆਂ ਧਾਰਮਿਕ ਭਾਵਨਾਵਾਂ ਦਾ ਨਿਰਾਦਰ ਵੀ ਹੈ। ਗੁਰਦੁਆਰੇ ਵਿੱਚ ਗੁਰੂ ਗ੍ਰੰਥ ਸਾਹਿਬ ਜੀ ਦੇ ਪਾਠ, ਕਥਾ, ਕੀਰਤਨ ਅਤੇ ਸੇਵਾ ਨੂੰ "ਤੁੱਛ" ਸੇਵਾਵਾਂ (menial services) ਲਿਖਣਾ ਬਹੁਤ ਹੀ ਇਤਰਾਜਯੋਗ ਹੈ। ਰੋਨਕੀ ਰਾਮ ਨੂੰ ਇਹ ਵੀ ਦੱਸਣਾ ਚਾਹੀਦਾ ਸੀ ਕਿ ਉਹਨਾ ਦੇ 'ਰੌਸ਼ਨ' ਡੇਰਿਆਂ ਵਿੱਚ ਕਿਹੜੀਆਂ-ਕਿਹੜੀਆਂ ਸੇਵਾਵਾਂ ਹੁੰਦੀਆਂ ਹਨ ਅਤੇ ਉਹ ਸੇਵਾਵਾਂ ਕੌਣ ਕਰਦਾ ਹੈ? ਕਿਤੇ ਰੋਨਕੀ ਰਾਮ ਡੇਰਾ ਪੈਰੋਕਾਰਾਂ ਨੂੰ ਸਿਰਸਾ ਡੇਰੇ ਦੀ ਗੁਫਾ ਵਿੱਚ ਦਿੱਤੀਆਂ ਜਾਂਦੀਆਂ 'ਸੇਵਾਵਾਂ' ਪ੍ਰਤੀ ਪ੍ਰੇਰਿਤ ਤਾਂ ਨਹੀਂ ਕਰ ਰਹੇ?

ਸਿੱਖ ਸਮਾਜ ਵਿੱਚ ਕਥਾ ਜਾਂ ਕੀਰਤਨ ਕਰਨ ਵਾਲੇ ਪ੍ਰਚਾਰਕਾਂ ਦਾ ਬਹੁਤ ਸਤਿਕਾਰ ਹੈ। ਸਾਰੀਆਂ ਜਾਤਾਂ ਦੇ ਲੋਕ "ਅਜਿਹਾ ਪੇਸ਼ਾ ਅਪਣਾਉਂਦੇ ਹਨ"। ਸਗੋਂ ਸਿੱਖ ਪ੍ਰਚਾਰਕ ਆਪਣੇ ਨਾਵਾਂ ਨਾਲ ਕੇਵਲ 'ਸਿੰਘ' ਜਾਂ 'ਕੌਰ' ਹੀ ਵਰਤਦੇ ਹਨ। ਜਿਸ ਕਾਰਨ ਬਹੁਤੀ ਸੰਗਤ ਨੂੰ ਕਦੇ ਵੀ ਪ੍ਰਚਾਰਕ ਦੀ ਜਾਤ ਦਾ ਪਤਾ ਨਹੀਂ ਲੱਗਦਾ ਅਤੇ ਨਾ ਹੀ ਸੰਗਤਾਂ ਕਦੇ ਜਾਨਣ ਦੀ ਇੱਛਾ ਰੱਖਦੀਆਂ ਹਨ। ਗੁਰਬਾਣੀ ਦੀ ਕਥਾ ਜਾਂ ਕੀਰਤਨ ਦਾ ਬਹੁਤ ਵਿਸ਼ਾਲ ਕਾਰਜ ਖੇਤਰ ਹੈ। ਜਿੱਥੇ ਕੀਰਤਨ ਵਿੱਚ ਗੁਰਮਤਿ ਸੰਗੀਤਕ ਕਲਾ ਦੀਆਂ ਬੁਲੰਦੀਆਂ ਨੂੰ ਛੂਹਣ ਦੀਆਂ ਅਥਾਹ ਸੰਭਾਵਨਾਵਾਂ ਹਨ, ਉੱਥੇ ਕਥਾ ਨਾਲ ਗੁਰਬਾਣੀ ਵਿਚਾਰ ਦੀ ਡੂੰਘਾਈ ਦੇ ਨਾਲ-ਨਾਲ ਇਤਿਹਾਸਕ ਖੋਜ ਦੇ ਨਵੇਂ ਆਯਾਮ ਖੁਲ੍ਹਦੇ ਹਨ। ਪ੍ਰਸਿੱਧ ਕੀਰਤਨਕਾਰ ਅਤੇ ਕਥਾਵਾਚਕ ਸਾਰੀਆਂ ਜਾਤਾਂ ਤੋਂ ਆਉਂਦੇ ਹਨ ਅਤੇ ਸਿੱਖ ਸਮਾਜ ਵਿੱਚ ਅਕਸਰ ਪ੍ਰਭਾਵਸ਼ਾਲੀ ਸ਼ਖਸੀਅਤਾਂ ਹਨ। ਅਤੇ ਉਹਨਾ ਦੀ ਪ੍ਰਸਿੱਧੀ ਨਿਰੋਲ ਉਹਨਾ ਦੀ ਆਪਣੀ ਯੋਗਤਾ ਦੇ ਅਧਾਰ ਤੇ ਹੈ ਨਾ ਕਿ ਕਿਸੇ ਜਾਤ ਦੇ ਅਧਾਰ ਤੇ।

"ਜਦਕਿ ਪਾਰਟੀਆਂ ਇਸ ਤਰ੍ਹਾਂ ਗੱਲ ਕਰਦੀਆਂ ਹਨ ਜਿਵੇਂ ਉਹ ਪੰਜਾਬ ਵਿੱਚ ਸੋਸ਼ਲ ਇੰਜਨੀਅਰਿੰਗ ਦੀ ਖੋਜ ਕਰ ਰਹੀਆਂ ਹੋਣ, ਅਸਲੀਅਤ ਇਹ ਹੈ ਕਿ ਇਹ ਸੁਰੱਖਿਆ ਵਾਲਵ ਪਹਿਲਾਂ ਹੀ ਮੌਜੂਦ ਹਨ। ਉਦਾਹਰਨ ਵਜੋਂ, ਦੋ ਸਭ ਤੋਂ ਮਹੱਤਵਪੂਰਨ ਅਤੇ ਸਰਵਉੱਚ ਸਿੱਖ ਸੰਸਥਾਵਾਂ ਦੇ ਮੁਖੀ ਅਖੌਤੀ ਨੀਵੀਆਂ ਜਾਤਾਂ ਵਿੱਚੋਂ ਆਉਂਦੇ ਹਨ। ਸਿੱਖਾਂ ਦੀ ਸਰਵਉੱਚ ਅਸਥਾਈ ਸੀਟ, ਅਕਾਲ ਤਖਤ ਦੇ ਕਾਰਜਕਾਰੀ ਜਥੇਦਾਰ ਗਿਆਨੀ ਹਰਪ੍ਰੀਤ ਸਿੰਘ ਅਨੁਸੂਚਿਤ ਜਾਤੀ (ਐਸ.ਸੀ.) ਪਿਛੋਕੜ ਤੋਂ ਆਉਂਦੇ ਹਨ। ਇਸੇ ਤਰ੍ਹਾਂ ਸ਼੍ਰੋਮਣੀ ਗੁਰਦੁਆਰਾ ਪ੍ਰਬੰਧਕ ਕਮੇਟੀ ਦੀ ਪ੍ਰਧਾਨ ਬੀਬੀ ਜਗੀਰ ਕੌਰ ਵੀ ਪੱਛੜੀ ਸ਼੍ਰੇਣੀ (ਬੀ.ਸੀ.) ਪਿਛੋਕੜ ਤੋਂ ਆਉਂਦੀ ਹੈ।" (ਆਈ. ਪੀ. ਸਿੰਘ, ਟਾਈਮਜ਼ ਆਫ਼ ਇੰਡੀਆ, 20 ਜੁਲਾਈ 2021)

ਦਲਿਤਾਂ ਦੀ ਬੇਜ਼ਮੀਨੀ ਇੱਕ ਗੰਭੀਰ ਮਾਮਲਾ ਹੈ। ਪਰ ਰੋਣਕੀ ਰਾਮ ਸਰਕਾਰ ਤੋਂ ਕੋਈ ਉਮੀਦ ਜਾਂ ਹੱਲ ਨਹੀਂ ਮੰਗਦੇ, ਉਹ ਇਸ ਵਿੱਚ ਵੀ ਜੱਟ-ਦਲਿਤ ਦ੍ਰਿਸ਼ਟੀਕੋਣ ਦੀ ਦਿਸ ਪਾਉਂਦੇ ਹਨ:

"ਭਾਰਤ ਵਿੱਚ ਕਿਤੇ ਵੀ, ਦਲਿਤ ਇੰਨੇ ਵੱਡੇ ਪੱਧਰ 'ਤੇ ਖੇਤੀਬਾੜੀ ਜ਼ਮੀਨ ਤੋਂ ਵਾਂਝੇ ਨਹੀਂ ਹਨ ਜਿੰਨੇ ਪੰਜਾਬ ਵਿੱਚ ਹਨ। ਉਹ ਰਾਜ ਵਿੱਚ ਕੁੱਲ ਸੰਚਾਲਨ ਹੋਲਡਿੰਗਜ਼ ਦਾ ਸਿਰਫ 5.98 ਪ੍ਰਤੀਸ਼ਤ ਅਤੇ ਕਾਸ਼ਤ ਅਧੀਨ ਕੁੱਲ ਰਕਬੇ ਦਾ ਸਿਰਫ 3.20 ਪ੍ਰਤੀਸ਼ਤ ਹਿੱਸਾ ਰੱਖਦੇ ਹਨ। ਕਿਉਂਕਿ ਪੰਜਾਬ ਵਿੱਚ (ਇੱਕ ਖੇਤੀ ਆਰਥਿਕਤਾ ਹੋਣ ਕਰਕੇ) ਜ਼ਮੀਨ ਦੀ ਮਾਲਕੀ ਸਮਾਜਿਕ ਸਥਿਤੀ ਨੂੰ ਨਿਰਧਾਰਤ ਕਰਨ ਵਿੱਚ ਬਹੁਤ ਮਹੱਤਵ ਰੱਖਦੀ ਹੈ, ਦਲਿਤਾਂ ਵਿੱਚ ਭੂਮੀਹੀਣਤਾ ਉਹਨਾਂ ਦੀ ਸਮਾਜਿਕ ਸਥਿਤੀ ਨੂੰ ਬਹੁਤ ਪ੍ਰਭਾਵਿਤ ਕਰਦੀ ਹੈ। ਦਲਿਤਾਂ ਵਿੱਚ ਅਤਿ ਭੂਮੀਹੀਣਤਾ ਅਤੇ ਬਦਲਵੇਂ ਰੁਜ਼ਗਾਰ ਦੇ ਮੌਕਿਆਂ ਦੀ ਘਾਟ ਨੇ ਉਨ੍ਹਾਂ ਦੀ ਇੱਕ ਵੱਡੀ ਗਿਣਤੀ ਨੂੰ ਜ਼ਿਮੀਦਾਰਾਂ ਦੀ ਜ਼ਮੀਨ 'ਤੇ ਕੰਮ ਕਰਨ ਲਈ ਖੇਤੀਬਾੜੀ ਮਜ਼ਦੂਰੀ ਵੱਲ ਧੱਕ ਦਿੱਤਾ ਹੈ, ਜੋ ਹਮੇਸ਼ਾ ਜੱਟ ਸਿੱਖ ਸਨ।" (ਰੋਣਕੀ ਰਾਮ, ਨਵੰਬਰ 2016)

ਵੈਸੇ ਪੰਜਾਬ ਹੀ ਨਹੀਂ, ਪੂਰੇ ਭਾਰਤ ਦੀ ਆਰਥਿਕਤਾ ਖੇਤੀ ਪ੍ਰਧਾਨ ਹੈ। ਰੋਣਕੀ ਰਾਮ ਹਰ ਲੇਖ ਵਿੱਚ "ਦਲਿਤਾਂ ਵਿੱਚ ਅਤਿ ਭੂਮੀਹੀਣਤਾ" ਦਾ ਜ਼ਿਕਰ ਕਰਦੇ ਹਨ ਜਿਵੇਂ ਦਲਿਤਾਂ ਦੀ ਜ਼ਮੀਨ ਜੱਟਾਂ ਨੇ ਖੋਹ ਲਈ ਹੋਵੇ। ਦਲਿਤ ਭਾਈਚਾਰੇ ਨੂੰ ਜੱਟ ਭਾਈਚਾਰੇ ਵਿਰੁੱਧ ਭੜਕਾ ਕੇ ਉਹ ਪੂੰਜੀਪਤੀਆਂ ਦੁਆਰਾ ਚਲਾਏ ਜਾ ਰਹੇ ਅਰਥਚਾਰੇ ਦੀਆਂ ਸਰਕਾਰੀ ਨੀਤੀਆਂ ਤੋਂ ਧਿਆਨ ਹਟਾ ਰਹੇ ਹਨ। ਇਹਨਾਂ ਨੀਤੀਆਂ ਕਾਰਨ ਪੰਜਾਬ ਸਮੇਤ ਪੂਰੇ ਦੇਸ਼ ਵਿੱਚ ਕਿਸਾਨ ਖੁਦ ਆਪਣੀ ਹੋਂਦ ਦੀ ਲੜਾਈ ਲੜ ਰਿਹਾ ਹੈ। ਇਸੇ ਕਾਰਨ 2020-21 ਵਿੱਚ ਕਿਸਾਨ ਅੰਦੋਲਨ ਹੋਇਆ ਸੀ ਜਿਸ ਦੀ ਅਗਵਾਈ ਪੰਜਾਬ ਦੇ ਕਿਸਾਨਾਂ ਨੇ ਕੀਤੀ ਸੀ। ਰੋਣਕੀ ਰਾਮ ਕਿਸ ਦੇ ਕਹਿਣ 'ਤੇ ਦਲਿਤ ਭਾਈਚਾਰੇ ਨੂੰ ਜੱਟ ਕਿਸਾਨਾਂ ਦੇ ਖਿਲਾਫ ਖੜ੍ਹਾ ਕਰ ਰਹੇ ਹਨ? ਕੋਈ ਬ੍ਰਾਹਮਣ ਜਾਂ ਬਣਿਆ ਵੀ ਤਾਂ ਭੂਮੀਹੀਣਤਾ ਦੀ ਗੱਲ ਕਰ ਸਕਦਾ ਹੈ। ਯਕੀਨਨ ਜਵਾਬ ਇਹ ਹੋਵੇਗਾ ਕਿ ਪ੍ਰਸ਼ਾਸਨ, ਨੌਕਰੀਆਂ ਅਤੇ ਕਾਰੋਬਾਰ 'ਤੇ ਬ੍ਰਾਹਮਣ-ਬਾਣੀਆਂ ਦਾ ਕਬਜ਼ਾ ਹੈ। ਤਾਂ ਇਸ ਦਾ ਮਤਲਬ ਇਹ ਹੋਇਆ ਕਿ ਭੂਮੀਧਾਰਕ ਜਾਂ ਭੂਮੀਹੀਣਤਾ ਨਾਲੋਂ ਇਹ ਵੱਧ ਮਹੱਤਵਪੂਰਨ ਸਵਾਲ ਹੈ ਕਿ ਸਰਕਾਰ ਦੀ ਆਰਥਿਕ ਨੀਤੀ ਵਿੱਚ ਕਿਸ ਨਾਗਰਿਕ ਨੂੰ ਕਿੱਥੇ ਰੱਖਿਆ ਗਿਆ ਹੈ।

ਜੇਕਰ ਜ਼ਮੀਨ ਦੇ ਮਾਲਕ ਹੋਣ ਨਾਲ ਸਥਿਤੀ ਸੁਧਰ ਜਾਣੀ ਸੀ, ਤਾਂ ਇਸ ਤੱਥ ਨੂੰ ਵੀ ਧਿਆਨ ਵਿੱਚ ਰੱਖਣਾ ਚਾਹੀਦਾ ਹੈ:

"ਬਿਹਾਰ ਅਤੇ ਉੱਤਰ ਪ੍ਰਦੇਸ਼ ਦੇ ਛੋਟੇ ਕਿਸਾਨਾਂ ਨੂੰ ਇੱਕ ਵਿਲੱਖਣ ਸਮੱਸਿਆ ਦਾ ਸਾਹਮਣਾ ਕਰਨਾ ਪੈਂਦਾ ਹੈ। ਆਪੋ-ਆਪਣੇ ਰਾਜਾਂ ਵਿੱਚ ਜ਼ਮੀਨਾਂ ਹੋਣ ਦੇ ਬਾਵਜੂਦ ਉਹ ਪੰਜਾਬ ਅਤੇ ਹਰਿਆਣਾ ਵਿੱਚ ਮਜ਼ਦੂਰਾਂ ਵਜੋਂ ਕੰਮ ਕਰ ਰਹੇ ਹਨ। ਕੁਝ ਪਰਵਾਸੀ ਮਜ਼ਦੂਰਾਂ ਦਾ ਕਹਿਣਾ ਹੈ ਕਿ ਉਨ੍ਹਾਂ ਦੇ ਰਾਜਾਂ ਵਿੱਚ ਖੇਤੀ ਲਾਹੇਵੰਦ ਨਹੀਂ ਹੈ ਕਿਉਂਕਿ ਉਨ੍ਹਾਂ ਨੂੰ ਉਨ੍ਹਾਂ ਦੀਆਂ ਫਸਲਾਂ ਦੇ ਚੰਗੇ ਭਾਅ ਨਹੀਂ ਮਿਲਦੇ।" (ਆਨੰਦ ਪਟੇਲ, ਇੰਡੀਆ ਟੁਡੇ, 17 ਦਸੰਬਰ 2020)

ਦੂਜੇ ਪਾਸੇ ਪੰਜਾਬ ਦੇ ਕਿਸਾਨ ਆਪਣੀਆਂ ਜ਼ਮੀਨਾਂ ਵੇਚ ਕੇ ਵਿਦੇਸ਼ਾਂ ਨੂੰ ਜਾ ਰਹੇ ਹਨ:

"ਆਪਣੇ ਗ੍ਰਹਿ ਰਾਜ ਵਿੱਚ ਘੱਟਦੀ ਵਾਹੁਣ ਯੋਗ ਜ਼ਮੀਨ ਕਾਰਨ ਅਵਿਵਹਾਰਕ ਹੁੰਦੀ ਜਾ ਰਿਹਾ ਹੈ, ਕਈ ਪੰਜਾਬੀ ਅਤੇ ਗੁਆਂਢੀ ਹਰਿਆਣਾ ਦੇ ਕੁਝ ਕਿਸਾਨਾਂ ਨੇ ਵੀ ਜਾਰਜੀਆ ਵਿੱਚ ਸਸਤੀ ਜ਼ਮੀਨ ਖਰੀਦਣ ਦੀਆਂ ਸੰਭਾਵਨਾਵਾਂ ਦਾ ਪਤਾ ਲਗਾਉਣਾ ਸ਼ੁਰੂ ਕਰ ਦਿੱਤਾ ਹੈ..." (ਚੰਦਰ ਸੁਤ ਡੋਗਰਾ, ਦ ਹਿੰਦੂ, 16 ਨਵੰਬਰ 2021)।

ਹੇਹ ਦੇਸ਼ ਜਿੱਥੇ ਪੰਜਾਬ ਦੇ ਕਿਸਾਨ ਕਈ ਸਾਲਾਂ ਤੋਂ ਖੇਤੀ ਕਰ ਰਹੇ ਹਨ, ਉਹ ਕੈਨੇਡਾ, ਕੈਲੀਫੋਰਨੀਆ, ਆਸਟ੍ਰੇਲੀਆ, ਪੂਰਬੀ ਅਫਰੀਕਾ, ਅਰਜਨਟੀਨਾ, ਬੋਲੀਵੀਆ ਆਦਿ ਹਨ। ਅਸੀਂ ਸਾਰੇ ਇਹ ਵੀ ਜਾਣਦੇ ਹਾਂ ਕਿ ਪੰਜਾਬ ਤੋਂ ਪਰਵਾਸ ਕਰਨ ਤੋਂ ਬਾਅਦ ਜ਼ਿਆਦਾਤਰ ਲੋਕ ਵਿਦੇਸ਼ਾਂ ਵਿੱਚ ਮਜ਼ਦੂਰੀ ਅਤੇ ਟਰੱਕ ਚਲਾਉਣ ਦਾ ਕੰਮ ਵੀ ਕਰਦੇ ਹਨ।

ਪੰਜਾਬ ਦਾ ਰਵਿਦਾਸ ਸਮਾਜ ਵੀ ਵੱਡੀ ਗਿਣਤੀ ਵਿੱਚ ਵਿਦੇਸ਼ਾਂ ਵਿੱਚ ਜਾ ਵਸਿਆ ਹੈ ਪਰ ਬਹੁਤ ਘੱਟ ਲੋਕਾਂ ਨੇ ਖੇਤੀ ਨੂੰ ਚੁਣਿਆ ਹੈ। ਵਿਦੇਸ਼ਾਂ ਵਿੱਚ "ਖੇਤੀਬਾੜੀ ਜ਼ਮੀਨ ਤੋਂ ਵਾਂਝੇ" ਹੋਣ ਦੇ ਪੈਮਾਨੇ ਨੂੰ ਤਾਂ ਸਾਰੇ ਪ੍ਰਵਾਸੀਆਂ ਵਾਸਤੇ ਬਰਾਬਰ ਸਮਝਿਆ ਜਾਣਾ ਚਾਹੀਦਾ ਹੈ। ਪਰ ਪੰਜਾਬ ਦੇ ਬਹੁਤ ਸਾਰੇ (ਜੱਟ) ਕਿਸਾਨਾਂ ਨੇ ਵਿਦੇਸ਼ ਜਾ ਕੇ ਵੀ ਖੇਤੀ ਕਰਨੀ ਨਹੀਂ ਛੱਡੀ। ਕੈਲੀਫੋਰਨੀਆ ਰਾਜ ਦੀ 9.6 ਮਿਲੀਅਨ ਏਕੜ ਵਾਹੀਜੋਗ ਜ਼ਮੀਨ ਵਿੱਚੋਂ ਲਗਭਗ 10% ਦੀ ਮਲਕੀਅਤ ਲਗਭਗ 3,000 ਪੰਜਾਬੀ ਮੂਲ ਦੇ ਲੋਕਾਂ ਕੋਲ ਹੈ। ਯੂਬਾ ਸਿਟੀ ਤੋਂ ਕਰਮਦੀਪ ਸਿੰਘ ਬੈਂਸ ਦਾ ਕਹਿਣਾ ਹੈ:

"ਇਹ ਔਖਾ ਹੁੰਦਾ ਜਾ ਰਿਹਾ ਹੈ। ਇਹ ਉਹ ਖੇਤੀ ਨਹੀਂ ਹੈ ਜੋ ਮੇਰੇ ਪਿਤਾ, ਮੇਰੇ ਦਾਦਾ ਅਤੇ ਮੇਰੇ ਪੜਦਾਦਾ ਕਰਦੇ ਸਨ। ਪਰ ਕੋਈ ਫਰਕ ਨਹੀਂ ਪੈਂਦਾ (ਚਾਹੇ) ਪੰਜਾਬ ਹੋਵੇ ਜਾਂ ਕੈਲੀਫੋਰਨੀਆ ਜਾਂ ਕਿਤੇ ਵੀ, ਪੰਜਾਬੀ ਕਦੇ ਵੀ ਖੇਤੀ ਨਹੀਂ ਛੱਡੇਗਾ। ਇਹ ਸਾਡੇ ਡੀਐਨਏ ਵਿੱਚ ਹੈ।" (ਵੂਫੇਈ ਯੂ, ਹਾਈ ਕੰਟਰੀ ਨਿਊਜ਼, ਫਰਵਰੀ 22, 2021)

ਕਹਿਣ ਦਾ ਮਤਲਬ ਇਹ ਹੈ ਕਿ ਬਿਹਾਰ, ਉੱਤਰ ਪ੍ਰਦੇਸ਼ ਵਰਗੋ ਰਾਜਾਂ ਵਿੱਚ ਖੇਤੀ ਦੀ ਆਮਦਨ ਨਾਲੋਂ ਪੰਜਾਬ ਅਤੇ ਹਰਿਆਣਾ ਵਿੱਚ ਮਜ਼ਦੂਰੀ ਦੀ ਆਮਦਨ ਵੱਧ ਹੈ। ਅਤੇ ਪੰਜਾਬ ਵਿੱਚ ਖੇਤੀ ਤੋਂ ਹੋਣ ਵਾਲੀ ਆਮਦਨ ਨਾਲੋਂ ਵਿਦੇਸ਼ਾਂ ਵਿੱਚ ਦਿਹਾੜੀ ਅਤੇ ਕਿਸਾਨੀ ਦੀ ਆਮਦਨ ਵੱਧ ਹੈ। ਭਾਰਤ ਵਿੱਚ ਕਿਸਾਨੀ ਬਹੁਤ ਮਾੜੇ ਦੌਰ ਵਿੱਚੋਂ ਲੰਘ ਰਹੀ ਹੈ। ਵੱਧ ਰਹੇ ਕਰਜ਼ੇ ਕਾਰਨ ਪੂਰੇ ਭਾਰਤ ਵਿੱਚ ਕਿਸਾਨਾਂ ਦੀਆਂ ਖੁਦਕੁਸ਼ੀਆਂ ਦੀਆਂ ਖ਼ਬਰਾਂ ਆਮ ਹੋ ਗਈਆਂ ਹਨ। ਪੰਜਾਬ ਸਰਕਾਰ ਦੇ ਅੰਕੜਿਆਂ ਅਨੁਸਾਰ ਪੰਜਾਬ ਵਿੱਚ ਵੀ ਸਾਲ 2000-2019 ਦੌਰਾਨ 3,300 ਕਿਸਾਨਾ ਨੇ ਖੁਦਕੁਸ਼ੀ ਕੀਤੀ।

ਰੋਣਕੀ ਰਾਮ ਦੇ ਲੇਖਾਂ ਵਿੱਚ ਸਰਕਾਰ ਦੀਆਂ ਉਨ੍ਹਾਂ ਆਰਥਿਕ ਨੀਤੀਆਂ ਦੀ ਸਮੀਖਿਆ ਪੂਰੀ ਤਰ੍ਹਾਂ ਗਾਇਬ ਹੈ, ਜਿਸ ਕਾਰਨ ਦੇਸ਼ ਦੀ ਦੌਲਤ ਕੁਝ ਪੂੰਜੀਪਤੀਆਂ ਦੇ ਕਬਜ਼ੇ ਵਿੱਚ ਜਾ ਰਹੀ ਹੈ। ਇਨ੍ਹਾਂ ਨੀਤੀਆਂ ਕਾਰਨ ਭਾਰਤ

ਵਿੱਚ ਅਸਮਾਨਤਾ ਚਿੰਤਾਜਨਕ ਦਰ ਨਾਲ ਵੱਧ ਰਹੀ ਹੈ। ਕਿਸਾਨ ਅਤੇ ਮਜ਼ਦੂਰ ਦੋਵੇਂ ਹੀ ਇਨ੍ਹਾਂ ਨੀਤੀਆਂ ਦਾ ਸਿੱਧਾ ਸ਼ਿਕਾਰ ਹੋ ਰਹੇ ਹਨ। ਅਜਿਹੀ ਸਥਿਤੀ ਵਿੱਚ ਕਿਸਾਨ-ਮਜ਼ਦੂਰ ਏਕਤਾ ਜ਼ਿੰਦਾਬਾਦ ਦਾ ਨਾਅਰਾ ਬੁਲੰਦ ਹੋਣਾ ਚਾਹੀਦਾ ਹੈ।

ਵੱਧ ਰਹੇ ਖੇਤੀ ਸੰਕਟ ਦੇ ਵਿਚਕਾਰ ਚਾਹੇ ਦਲਿਤਾਂ ਦੀ ਭੂਮੀਹੀਣਤਾ ਨੂੰ ਘਟਾਉਣਾ ਕੋਈ ਕਾਰਗਰ ਹੱਲ ਤਾਂ ਨਹੀਂ, ਪਰ ਇਹ ਕੁਝ ਹੱਦ ਤੱਕ ਲਾਭਦਾਇਕ ਹੋ ਸਕਦਾ ਹੈ। ਪੰਜਾਬ ਦੇ ਦਲਿਤਾਂ ਦੀ ਭੂਮੀਹੀਣਤਾ ਨੂੰ ਘਟਾਉਣ ਦਾ ਇੱਕ ਤਰੀਕਾ ਹੈ ਸ਼ਾਮਲਾਟ ਜ਼ਮੀਨ (ਪਿੰਡ ਦੀ ਸਾਂਝੀ ਜ਼ਮੀਨ) ਜੋ ਖੇਤੀ ਲਈ ਉਪਲੱਬਧ ਹੈ। ਰਾਜ ਸਰਕਾਰ ਦੇ ਰਿਕਾਰਡ ਅਨੁਸਾਰ ਰਾਜ ਵਿੱਚ ਕੁੱਲ 1.57 ਲੱਖ ਏਕੜ ਸ਼ਾਮਲਾਟ ਜ਼ਮੀਨ ਖੇਤੀ ਲਈ ਉਪਲੱਬਧ ਹੈ। ਇਸ ਵਿੱਚੋਂ ਲਗਭਗ ਇੱਕ ਤਿਹਾਈ, ਜਾਂ ਲਗਭਗ 53,000 ਏਕੜ, ਅਨੁਸੂਚਿਤ ਜਾਤੀਆਂ ਲਈ ਰਾਖਵੀਂ ਹੈ, ਅਤੇ ਉਹਨਾਂ ਨੂੰ ਸਾਲਾਨਾ ਪਟੇ 'ਤੇ ਦਿੱਤੀ ਜਾਂਦੀ ਹੈ। ਪਰ ਕਮਜ਼ੋਰ ਕਾਨੂੰਨ ਵਿਵਸਥਾ ਦੇ ਚੱਲਦੇ ਕਈ ਵਾਰ ਇਸ ਜ਼ਮੀਨ ਨੂੰ ਲੋੜਵੰਦ ਦਲਿਤਾਂ ਤੱਕ ਪਹੁੰਚਾਉਣ ਦੀ ਬਜਾਏ ਪ੍ਰਭਾਵਸ਼ਾਲੀ ਜ਼ਿਮੀਂਦਾਰਾਂ ਵੱਲੋਂ ਨਾਜਾਇਜ਼ ਕਬਜ਼ਾ ਵੀ ਕੀਤਾ ਜਾਂਦਾ ਹੈ। ਹਾਲਾਂਕਿ ਇਸ ਦਾ ਸਥਾਈ ਹੱਲ ਇਹ ਹੈ ਕਿ ਸੂਬਾ ਸਰਕਾਰ ਪਿੰਡਾਂ ਦੇ ਅਨੁਸੂਚਿਤ ਜਾਤੀ ਦੇ ਲੋਕਾਂ ਨੂੰ ਖੇਤੀ ਲਈ ਉਪਲੱਬਧ ਸ਼ਾਮਲਾਟ ਜ਼ਮੀਨ ਦੀ ਪੂਰੀ ਮਾਲਕੀ ਅਤੇ ਪਟਾ ਜਾਂ ਟਾਈਟਲ ਡੀਡ ਦੇਵੇ।

ਡੇਰਾ ਮੁਖੀ ਸਿਆਸੀ ਆਗੂਆਂ ਅੱਗੇ ਅਜਿਹੀਆਂ ਮੰਗਾਂ ਕਿਉਂ ਨਹੀਂ ਰੱਖਦੇ ਜਦ ਵੋਟਾਂ ਬਟੋਰਨ ਲਈ ਸਿਆਸਤਦਾਨ ਉਨ੍ਹਾਂ ਕੋਲ ਆਉਂਦੇ ਹਨ? ਪਰ ਬਿਲਕੁਲ ਉਲਟ ਵਾਪਰਦਾ ਹੈ। ਡੇਰੇਦਾਰ ਸਿਆਸਤਦਾਨਾਂ ਨਾਲ ਸੌਂਦੇਬਾਜ਼ੀ ਤਾਂ ਕਰਦੇ ਹਨ, ਪਰ ਆਪਣੇ ਪੈਰੋਕਾਰਾਂ ਲਈ ਨਹੀਂ। ਨਤੀਜੇ ਵਜੋਂ, ਪੰਚਾਇਤੀ ਜ਼ਮੀਨਾਂ, ਜੋ ਦਲਿਤ ਸਮਾਜ ਦੇ ਬੇਜ਼ਮੀਨੇ ਕਿਸਾਨਾਂ ਵਿੱਚ ਵੰਡੀਆਂ ਜਾਣੀਆਂ ਚਾਹੀਦੀਆਂ ਸਨ, ਪੰਜਾਬ ਦੇ ਡੇਰਿਆਂ ਨੇ ਵੱਡੇ ਪੱਧਰ 'ਤੇ ਉਹਨਾ ਤੇ ਕਬਜ਼ਾ ਕਰ ਰੱਖਿਆ ਹੈ। ਕਿਸਾਨ ਆਗੂ ਤੇ ਸਮਾਜ ਸੇਵੀ ਸਰਦਾਰ ਬਲਦੇਵ ਸਿੰਘ ਸਿਰਸਾ ਪਿਛਲੇ ਕਈ ਸਾਲਾਂ ਤੋਂ ਇਸ ਭੂ-ਮਾਫੀਆ ਖ਼ਿਲਾਫ਼ ਸੰਘਰਸ਼ ਕਰ ਰਹੇ ਹਨ। ਉਨ੍ਹਾਂ ਦੱਸਿਆ ਕਿ ਰਾਧਾ ਸੁਆਮੀ ਸਤਿਸੰਗ ਬਿਆਸ ਦੇ ਡੇਰਾ ਮੁਖੀ ਗੁਰਿੰਦਰ ਸਿੰਘ ਢਿੱਲੋਂ ਨੇ 20-22 ਪਿੰਡਾਂ ਦੀ ਹਜ਼ਾਰਾਂ ਏਕੜ ਜ਼ਮੀਨ 'ਤੇ ਨਾਜਾਇਜ਼ ਕਬਜ਼ਾ ਕੀਤਾ ਹੋਇਆ ਹੈ। ਇਸ ਤੋਂ ਇਲਾਵਾ ਕਈ ਪਿੰਡਾਂ ਦੇ ਗਰੀਬਾਂ ਦੇ 2-2 ਮਰਲੇ ਦੇ ਪਲਾਟਾਂ 'ਤੇ ਨਾਜਾਇਜ਼ ਕਬਜ਼ੇ ਕੀਤੇ ਹੋਏ ਹਨ। ਬਲਦੇਵ ਸਿੰਘ ਸਿਰਸਾ ਨੇ ਵੱਖ-ਵੱਖ ਸਿਆਸੀ ਪਾਰਟੀਆਂ, ਹਾਈਕੋਰਟ, ਨੈਸ਼ਨਲ ਕਮਿਸ਼ਨ ਫਾਰ ਸਡਿਉਲਡ ਕਾਸਟ ਅਤੇ ਇੱਥੋਂ ਤੱਕ ਕਿ ਸੰਸਦ ਮੈਂਬਰ ਧਰਮਵੀਰ ਗਾਂਧੀ ਰਾਹੀਂ ਕੇਂਦਰੀ ਗ੍ਰਿਹ ਮੰਤਰੀ ਰਾਜਨਾਥ ਸਿੰਘ ਤੱਕ ਪਹੁੰਚ ਕੀਤੀ। ਪਰ ਪ੍ਰਸ਼ਾਸਨ ਵੱਲੋਂ ਕੋਈ ਕਾਰਵਾਈ ਨਹੀਂ ਕੀਤੀ ਗਈ (ਰੋਜ਼ਾਨਾ ਸਪੋਕਸਮੈਨ, 15 ਫਰਵਰੀ, 2019)। ਕਬਜ਼ਿਆਂ ਕਾਰਨ ਡੇਰੇ ਉੱਤੇ ਬਿਆਸ ਦਰਿਆ ਦੇ ਕੁਦਰਤੀ ਵਹਾਅ ਵਿੱਚ ਆਏ ਬਦਲਾਅ ਦੇ ਵੀ ਗੰਭੀਰ ਦੋਸ਼ ਹਨ। ਕੀ ਰੋਣਕੀ ਰਾਮ ਦਲਿਤ ਹਿੱਤਾਂ ਦੀ ਰਾਖੀ ਲਈ ਇਸ ਸੰਘਰਸ਼ ਵਿੱਚ ਸਰਦਾਰ ਬਲਦੇਵ ਸਿੰਘ ਸਿਰਸਾ ਦਾ ਸਾਥ ਦੇਣਗੇ? "ਉੱਭਰ ਰਹੀ ਦਲਿਤ ਚੇਤਨਾ" ਇਸ ਪਾਸੇ ਤੋਂ ਪੂਰੀ ਤਰ੍ਹਾਂ ਅਚੇਤ ਹੈ ਅਤੇ ਜਾਣ ਬੁੱਝ ਕੇ ਅਚੇਤ ਰੱਖੀ ਜਾ ਰਹੀ ਹੈ।

ਆਨੰਦਪੁਰ ਸਾਹਿਬ ਰੈਜ਼ੋਲੂਸ਼ਨ (1973) ਦੀਆਂ ਕੁਝ ਮੰਗਾਂ ਦਾ ਜ਼ਿਕਰ ਵੀ ਇੱਥੇ ਕਰਨਾ ਬਣਦਾ ਹੈ:

"ਪ੍ਰਸਤਾਵ ਨੰਬਰ 3:

(ਆਰਥਿਕ ਨੀਤੀ ਸੰਕਲਪ)

ਸ਼੍ਰੋਮਣੀ ਅਕਾਲੀ ਦਲ ਦੀਆਂ ਆਰਥਿਕ ਨੀਤੀਆਂ ਅਤੇ ਪ੍ਰੋਗਰਾਮਾਂ ਲਈ ਪ੍ਰੇਰਨਾ ਦੇ ਮੁੱਖ ਸਰੋਤ ਗੁਰੂ ਨਾਨਕ ਅਤੇ ਗੁਰੂ ਗੋਬਿੰਦ ਸਿੰਘ ਦੇ ਧਰਮ ਨਿਰਪੱਖ, ਜਮਹੂਰੀ ਅਤੇ ਸਮਾਜਵਾਦੀ ਸੰਕਲਪ ਹਨ। ਸਾਡਾ ਆਰਥਿਕ ਪ੍ਰੋਗਰਾਮ ਤਿੰਨ ਸਿਧਾਂਤਾਂ 'ਤੇ ਆਧਾਰਿਤ ਹੈ:

ਕ)   ਕਿਰਤ ਦਾ ਮਾਨ।

ਖ)   ਇੱਕ ਆਰਥਿਕ ਅਤੇ ਸਮਾਜਿਕ ਢਾਂਚਾ ਜੋ ਸਮਾਜ ਦੇ ਗਰੀਬ ਅਤੇ ਪੱਛੜੇ ਵਰਗਾਂ ਦੇ ਵਿਕਾਸ ਲਈ ਪ੍ਰਦਾਨ ਕਰਦਾ ਹੈ।

ਗ)   ਪੂੰਜੀਪਤੀਆਂ ਦੇ ਹੱਥਾਂ ਵਿੱਚ ਆਰਥਿਕ ਅਤੇ ਸਿਆਸੀ ਸੱਤਾ ਦੇ ਕੇਂਦਰੀਕਰਨ ਦਾ ਬੇਰੋਕ ਵਿਰੋਧ।

.....

ਸ਼੍ਰੋਮਣੀ ਅਕਾਲੀ ਦਲ ਕੇਂਦਰ ਅਤੇ ਰਾਜ ਸਰਕਾਰਾਂ ਨੂੰ ਅਗਲੇ ਦਸ ਸਾਲਾਂ ਦੌਰਾਨ ਬੇਰੁਜ਼ਗਾਰੀ ਦਾ ਖਾਤਮਾ ਕਰਨ ਦਾ ਸੱਦਾ ਦਿੰਦਾ ਹੈ। ਇਸ ਉਦੇਸ਼ ਨੂੰ ਅੱਗੇ ਵਧਾਉਣ ਲਈ, ਕਮਜ਼ੋਰ ਵਰਗਾਂ, ਅਨੁਸੂਚਿਤ ਅਤੇ ਦਲਿਤ ਵਰਗਾਂ, ਮਜ਼ਦੂਰਾਂ, ਬੇਜ਼ਮੀਨੇ ਅਤੇ ਗਰੀਬ ਕਿਸਾਨਾਂ ਅਤੇ ਸ਼ਹਿਰੀ ਗਰੀਬਾਂ ਦੀ ਹਾਲਤ ਸੁਧਾਰਨ 'ਤੇ ਵਿਸ਼ੇਸ਼ ਜ਼ੋਰ ਦਿੱਤਾ ਜਾਣਾ ਚਾਹੀਦਾ ਹੈ। ਇਨ੍ਹਾਂ ਸਾਰਿਆਂ ਲਈ ਘੱਟੋ-ਘੱਟ ਉਜਰਤ ਤੈਅ ਕੀਤੀ ਜਾਵੇ।

.....

ਸ਼੍ਰੋਮਣੀ ਅਕਾਲੀ ਦਲ ਪੱਕੀ ਤਰ੍ਹਾਂ ਮਹਿਸੂਸ ਕਰਦਾ ਹੈ ਕਿ ਸਭ ਤੋਂ ਵੱਡੀ ਕੌਮੀ ਸਮੱਸਿਆ ਅਨੁਸੂਚਿਤ ਜਾਤੀਆਂ ਨਾਲ ਸਬੰਧਤ ਲੱਖਾਂ ਦੱਬੇ-ਕੁਚਲੇ ਵਿਅਕਤੀਆਂ ਦੀ ਹਾਲਤ ਸੁਧਾਰਨਾ ਹੈ। ਸ਼੍ਰੋਮਣੀ ਅਕਾਲੀ ਦਲ ਕੇਂਦਰ ਅਤੇ ਰਾਜ ਸਰਕਾਰਾਂ ਨੂੰ ਅਜਿਹੇ ਮਕਸਦ ਲਈ ਵਿਸ਼ੇਸ਼ ਫੰਡ ਜੁਟਾਉਣ ਦੀ ਮੰਗ ਕਰਦਾ ਹੈ। ਇਸ ਤੋਂ ਇਲਾਵਾ, ਰਾਜ ਸਰਕਾਰਾਂ ਸ਼ਹਿਰੀ ਅਤੇ ਪੇਂਡੂ ਖੇਤਰਾਂ ਵਿੱਚ ਅਨੁਸੂਚਿਤ ਜਾਤੀਆਂ ਨੂੰ ਮੁਫਤ ਰਿਹਾਇਸ਼ੀ ਪਲਾਟ ਪ੍ਰਦਾਨ ਕਰਨ ਲਈ ਆਪਣੇ-ਆਪਣੇ ਬਜਟ ਵਿੱਚ ਲੋੜੀਂਦੇ ਫੰਡ ਅਲਾਟ ਕਰਨ।

.....

ਪ੍ਰਸਤਾਵ ਨੰਬਰ 8

ਸ਼੍ਰੋਮਣੀ ਅਕਾਲੀ ਦਲ ਦੀ ਇਸ ਕਾਨਫਰੰਸ ਵਿੱਚ ਕੇਂਦਰ ਅਤੇ ਸੂਬਾ ਸਰਕਾਰਾਂ ਨੂੰ ਗਰੀਬ ਅਤੇ ਮਜ਼ਦੂਰ ਵਰਗ ਵੱਲ ਵਿਸ਼ੇਸ਼ ਧਿਆਨ ਦੇਣ ਦੀ ਅਪੀਲ ਕੀਤੀ ਗਈ ਅਤੇ ਮੰਗ ਕੀਤੀ ਗਈ ਕਿ

ਘੱਟੋ-ਘੱਟ ਉਜਰਤ ਕਾਨੂੰਨ ਵਿੱਚ ਢੁੱਕਵੀਆਂ ਸੋਧਾਂ ਕਰਨ ਤੋਂ ਇਲਾਵਾ ਮਜ਼ਦੂਰ ਵਰਗ ਦੀ ਆਰਥਿਕ ਹਾਲਤ ਸੁਧਾਰਨ ਲਈ ਢੁੱਕਵੇਂ ਕਾਨੂੰਨੀ ਕਦਮ ਚੁੱਕੇ ਜਾਣ, ਤਾਂ ਜੋ ਉਹ ਇੱਕ ਸਨਮਾਨਜਨਕ ਜੀਵਨ ਜਿਊਣ ਅਤੇ ਦੇਸ਼ ਦੇ ਤੇਜ਼ੀ ਨਾਲ ਉਦਯੋਗੀਕਰਨ ਵਿੱਚ ਉਪਯੋਗੀ ਭੂਮਿਕਾ ਨਿਭਾਉਣ ਦੇ ਯੋਗ ਬਣ ਸਕਣ।

.....

ਪ੍ਰਸਤਾਵ ਨੰਬਰ 11

ਸ਼੍ਰੋਮਣੀ ਅਕਾਲੀ ਦਲ ਦੀ ਇਹ ਵਿਸ਼ਾਲ ਮੀਟਿੰਗ ਭਾਰਤ ਸਰਕਾਰ 'ਤੇ ਬਹੁਤ ਜ਼ੋਰ ਦਿੰਦੀ ਹੈ ਕਿ ਅਨੁਸੂਚਿਤ ਅਤੇ ਗੈਰ-ਅਨੁਸੂਚਿਤ ਜਾਤੀਆਂ ਦੇ ਆਰਥਿਕ ਪਛੜੇਪਣ ਨੂੰ ਧਿਆਨ ਵਿੱਚ ਰੱਖਦੇ ਹੋਏ ਉਨ੍ਹਾਂ ਦੀ ਆਬਾਦੀ ਦੇ ਅਨੁਪਾਤ ਵਿੱਚ ਉਨ੍ਹਾਂ ਦੀ ਭਲਾਈ ਲਈ ਬਜਟ ਵਿੱਚ ਉਪਬੰਧ ਕੀਤਾ ਜਾਣਾ ਚਾਹੀਦਾ ਹੈ। ਉਨ੍ਹਾਂ ਨੂੰ ਰਾਖਵੇਂਕਰਨ ਦੇ ਆਧਾਰ 'ਤੇ ਨਿਆਂ ਦਿਵਾਉਣ ਲਈ ਇਸ ਦੇ ਵਿਵਹਾਰਕ ਉਪਾਅ ਦੇ ਰੂਪ ਵਾਸਤੇ ਕੇਂਦਰ 'ਚ ਇਕ ਵਿਸ਼ੇਸ਼ ਮੰਤਰਾਲਾ ਬਣਾਇਆ ਜਾਣਾ ਚਾਹੀਦਾ ਹੈ।

ਸੈਸ਼ਨ ਵਿੱਚ ਸਰਕਾਰ ਨੂੰ ਇਹ ਵੀ ਸੱਦਾ ਦਿੱਤਾ ਗਿਆ ਹੈ ਕਿ ਪਹਿਲਾਂ ਤੋਂ ਹੋਏ ਸਮਝੌਤੇ ਨੂੰ ਧਿਆਨ ਵਿੱਚ ਰੱਖਦੇ ਹੋਏ ਦੇਸ਼ ਦੇ ਕਿਸੇ ਵੀ ਹਿੱਸੇ ਵਿੱਚ ਸਿੱਖ ਅਤੇ ਹਿੰਦੂ ਹਰੀਜਨਾਂ ਵਿਚਕਾਰ ਕੋਈ ਵਿਤਕਰਾ ਨਹੀਂ ਕੀਤਾ ਜਾਣਾ ਚਾਹੀਦਾ।"

ਆਨੰਦਪੁਰ ਸਾਹਿਬ ਮਤੇ (1973) ਦੀਆਂ ਮੰਗਾਂ ਸਿਰਫ਼ ਸਿੱਖ ਜਾਂ ਪੰਜਾਬ ਵਿਸ਼ੇਸ਼ ਨਹੀਂ ਸਨ, ਇਹ ਦਲਿਤ ਵਰਗ ਦੇ ਹਿੱਤ ਵਿੱਚ ਸਨ ਅਤੇ ਭਾਰਤ ਦੇ ਸੰਘੀ ਢਾਂਚੇ ਨੂੰ ਬਚਾਉਣ ਦੀ ਕੋਸ਼ਿਸ਼ ਸੀ। ਪਰ ਇਸ ਨੂੰ ਹਿੰਦੂ-ਸਿੱਖ ਮਸਲਾ ਬਣਾ ਦਿੱਤਾ ਗਿਆ, ਜਿਸ ਵਿੱਚ ਖੱਬੇ ਪੱਖੀ ਅਤੇ ਹਿੰਦੂਤਵੀ ਇਕੱਠੇ ਸਿੱਖਾਂ ਦੇ ਖਿਲਾਫ ਖੜ੍ਹੇ ਸੀ। ਇਹਨਾਂ ਮੰਗਾਂ ਲਈ, ਸਿੱਖਾਂ ਨੇ ਧਰਮ ਯੁੱਧ ਮੋਰਚਾ ਲਗਾਇਆ, ਜਿਸ ਨੂੰ ਕੁਚਲਣ ਲਈ ਭਾਰਤ ਸਰਕਾਰ ਨੇ ਜੂਨ 1984 ਵਿੱਚ ਸਿੱਖਾਂ ਦੇ ਦਿਲ ਅਤੇ ਕੇਂਦਰੀ ਧਾਰਮਿਕ ਸਥਾਨ ਦਰਬਾਰ ਸਾਹਿਬ, ਅੰਮ੍ਰਿਤਸਰ ਉੱਤੇ ਫੌਜੀ ਹਮਲਾ ਕੀਤਾ। ਇਸ ਹਮਲੇ ਵਿੱਚ ਕਈ ਮਾਸੂਮ ਬੱਚੇ, ਨੌਜਵਾਨ, ਬੁੱਢੇ ਅਤੇ ਔਰਤਾਂ ਮਾਰੇ ਗਏ ਸਨ।

ਇਨ੍ਹਾਂ ਸਾਰੀਆਂ ਜਟਿਲਤਾਵਾਂ ਨੂੰ ਛੁਪਾ ਕੇ ਰੋਣਕੀ ਰਾਮ ਭੂਮਿਹਾਰ-ਭੂਮਿਹੀਨ ਦੇ ਨਾਂ 'ਤੇ ਜੱਟ-ਦਲਿਤ ਨੂੰ ਵੰਡਣ ਦਾ ਕੰਮ ਕਰ ਰਹੇ ਹਨ। ਪਰ ਜਾਣੇ-ਅਣਜਾਣੇ ਰੋਣਕੀ ਰਾਮ ਵੱਲੋਂ ਕੁਝ ਪਤੇ ਦੀ ਗੱਲ ਵੀ ਲਿਖੀ ਗਈ ਹੈ:

"ਪਰ ਜੱਟ ਸਿੱਖਾਂ ਦੇ ਉਲਟ, ਦਲਿਤ ਤੇਜ਼ੀ ਨਾਲ 38 ਜਾਤਾਂ ਵਿੱਚ ਵੰਡੇ ਹੋਏ ਹਨ, ਜੋ ਵੱਖ-ਵੱਖ ਧਰਮਾਂ (ਹਿੰਦੂ ਧਰਮ, ਸਿੱਖ ਧਰਮ, ਈਸਾਈ ਧਰਮ ਅਤੇ ਬੁੱਧ ਧਰਮ) ਵਿੱਚ ਖਿੰਡੇ ਹੋਏ ਹਨ, ਜ਼ਿਆਦਾਤਰ ਬੇਜ਼ਮੀਨੇ, ਆਰਥਿਕ ਤੌਰ 'ਤੇ ਹਾਸ਼ੀਏ 'ਤੇ ਹਨ, ਸਮਾਜਿਕ ਤੌਰ 'ਤੇ ਦੱਬੇ-ਕੁਚਲੇ ਅਤੇ ਸਿਆਸੀ ਤੌਰ 'ਤੇ ਅਣਗੌਲੇ ਹੋਏ ਹਨ। ਇਹ ਜੱਟ ਸਿੱਖਾਂ ਅਤੇ ਦਲਿਤਾਂ ਦੇ ਸੰਖਿਆਤਮਕ ਤੌਰ 'ਤੇ ਤੁਲਨਾਤਮਕ

ਭਾਈਚਾਰਿਆਂ ਵਿਚਕਾਰ ਅਤਿਅੰਤ ਅਸਮਾਨਤਾ ਦੇ ਸੰਦਰਭ ਵਿੱਚ ਹੈ ਕਿ ਪੰਜਾਬ ਵਿੱਚ ਜਾਤੀ ਲੜੀ ਦਾ ਵੱਖਰਾ ਪੈਟਰਨ ਬਹੁਤ ਮਹੱਤਵਪੂਰਨ ਹੈ।" *(ਰੋਣਕੀ ਰਾਮ, ਅਕਤੂਬਰ 2007)*

ਰੋਣਕੀ ਰਾਮ ਨੇ ਠੀਕ ਲਿਖਿਆ ਹੈ ਕਿ ਪੰਜਾਬ ਦੇ ਲਗਭਗ ਸਾਰੇ ਜੱਟ ਇੱਕ ਧਰਮ (ਸਿੱਖ) ਨਾਲ ਸਬੰਧਤ ਹਨ, ਜਦਕਿ ਪੰਜਾਬ ਦੇ ਦਲਿਤ ਲਗਭਗ 38 ਜਾਤਾਂ ਅਤੇ 4 ਧਰਮਾਂ ਵਿੱਚ ਵੰਡੇ ਹੋਏ ਹਨ। ਬਲਕਿ ਡੇਰੇ ਉਨ੍ਹਾਂ ਨੂੰ ਹੋਰ ਕਈ ਹਿੱਸਿਆਂ ਵਿੱਚ ਵੰਡ ਦਿੰਦੇ ਹਨ। ਦਲਿਤਾਂ ਦਾ ਕਈ ਧੜਿਆਂ ਵਿੱਚ ਵੰਡੇ ਹੋਣਾ ਉਨ੍ਹਾਂ ਨੂੰ ਜਥੇਬੰਦਕ ਤਾਕਤ ਬਣਨ ਤੋਂ ਰੋਕਦਾ ਹੈ। ਜਿਸ ਨੁਕਤੇ ਨੂੰ ਅਸੀਂ ਸ਼ੁਰੂ ਤੋਂ ਸਮਝਾਉਣ ਦੀ ਕੋਸ਼ਿਸ਼ ਕਰ ਰਹੇ ਹਾਂ ਕਿ ਇੱਕੋ-ਇੱਕ ਸਿੱਖ ਧਰਮ ਹੀ ਉਹ ਪਲੇਟਫਾਰਮ (ਸੰਗਤ) ਪ੍ਰਦਾਨ ਕਰਦਾ ਹੈ ਜਿਸ ਨੇ ਸਾਰੇ ਵਰਗਾਂ ਦੇ ਲੋਕਾਂ ਨੂੰ ਇੱਕ ਸਿਧਾਂਤ ਹੇਠ ਇਕੱਠਾ ਕੀਤਾ ਹੈ। ਇਸ ਪਲੇਟਫਾਰਮ ਨੇ ਸਾਰੀ ਜਨਜਾਤੀਆਂ ਅਤੇ ਕਬੀਲਿਆਂ ਦੀਆਂ ਖ਼ੂਬੀਆਂ ਨੂੰ ਇੱਕ ਦੂਜੇ ਨਾਲ ਸਾਂਝਾ ਕਰਨ ਦਾ ਮੌਕਾ ਦਿੱਤਾ ਹੈ।

ਰਾਜਸਥਾਨ ਦੇ ਭੀਲਵਾੜਾ ਦੇ ਇੱਕ ਦਲਿਤ ਲੇਖਕ ਭੰਵਰ ਮੇਘਵੰਸ਼ੀ ਨੇ ਆਪਣੀ ਸਵੈ-ਜੀਵਨੀ ਲਿਖੀ ਹੈ-"ਮੈਂ ਏਕ ਕਾਰਸੇਵਕ ਥਾ"। ਉਹ ਤੇਰਾਂ ਸਾਲ ਦੀ ਉਮਰ ਤੋਂ ਰਾਸ਼ਟਰੀ ਸਵੈਮ ਸੇਵਕ ਸੰਘ ਨਾਲ ਜੁੜੇ ਹੋਏ ਸਨ। ਉਹਨਾ ਮੰਨਿਆ ਕਿ ਸੰਘ ਦਲਿਤ ਅਤੇ ਆਦਿਵਾਸੀ ਸਮਾਜ ਨੂੰ ਮਰਨ-ਮਾਰਨ ਲਈ ਫੁੱਟ-ਸੋਲਜਰ ਵਾਂਗ ਵਰਤਦੀ ਹੈ। 1992 ਵਿੱਚ ਬਾਬਰੀ ਮਸਜਿਦ ਨੂੰ ਢਾਹੁਣ ਲਈ ਜ਼ਿਆਦਾਤਰ ਦਲਿਤਾਂ ਨੂੰ ਅੱਗੇ ਕੀਤਾ ਗਿਆ, ਜਿਨ੍ਹਾਂ ਦੇ ਮਨਾਂ ਵਿੱਚ ਮੁਸਲਮਾਨਾਂ ਪ੍ਰਤੀ ਨਫ਼ਰਤ ਪੈਦਾ ਕੀਤੀ ਗਈ ਸੀ। ਭੰਵਰ ਮੇਘਵੰਸ਼ੀ ਵੀ 'ਕਾਰ ਸੇਵਾ' ਲਈ ਭੀਲਵਾੜਾ ਤੋਂ ਰੇਲਗੱਡੀ 'ਤੇ ਚੜ੍ਹੇ ਸੀ ਪਰ ਅਯੁੱਧਿਆ ਪਹੁੰਚਣ ਤੋਂ ਪਹਿਲਾਂ ਉਹਨਾ ਨੂੰ ਆਗਰਾ ਦੀ ਅਸਥਾਈ ਜੇਲ 'ਚ 10 ਦਿਨਾਂ ਲਈ ਨਜ਼ਰਬੰਦ ਕਰ ਦਿੱਤਾ ਗਿਆ। ਜਦੋਂ ਭੰਵਰ ਮੇਘਵੰਸ਼ੀ ਨੂੰ ਦਲਿਤਾਂ ਪ੍ਰਤੀ ਆਰ.ਐਸ.ਐਸ. ਦੇ ਘਟੀਆ ਵਿਚਾਰਾਂ ਦਾ ਅਹਿਸਾਸ ਹੋਇਆ, ਤਾਂ ਉਹਨਾ ਸੰਘ ਛੱਡਣ ਅਤੇ ਆਪਣੇ ਤਜ਼ਰਬੇ ਨੂੰ ਦੂਜਿਆਂ ਨਾਲ ਸਾਂਝਾ ਕਰਨ ਦਾ ਫੈਸਲਾ ਕੀਤਾ। ਉਹ ਲਿਖਦੇ ਹਨ:

"ਮੈਂ ਆਪਣੇ ਨਿੱਜੀ ਦਰਦ ਅਤੇ ਅਪਮਾਨ ਨੂੰ ਨਿੱਜੀ ਦੁਸ਼ਮਨੀ ਬਣਾਉਣ ਦੀ ਬਜਾਏ, ਸਮਾਜਿਕ ਬਰਾਬਰੀ, ਸਵੈਮਾਣ ਅਤੇ ਗਰਿਮਾ ਦੀ ਸਮੂਹਿਕ ਲੜਾਈ ਲੜਨ ਦਾ ਫੈਸਲਾ ਕੀਤਾ ਹੈ ਅਤੇ ਇਹ ਪ੍ਰਣ ਲਿਆ ਹੈ ਕਿ ਮੈਂ ਹੁਣ ਹਰ ਤਰ੍ਹਾਂ ਨਾਲ ਸੰਘ ਅਤੇ ਸੰਘ ਪਰਿਵਾਰ ਦੇ ਸਮੂਹਾਂ ਅਤੇ ਉਹਨਾਂ ਦੇ ਦੋਗਲੇ ਵਿਚਾਰਾਂ ਦੀ ਬੋਲਕੇ, ਲਿਖਕੇ ਅਤੇ ਆਪਣੀਆਂ ਗਤੀਵਿਧੀਆਂ ਰਾਹੀਂ ਵਿਰੋਧ ਕਰਾਂਗਾ" (ਮੈਂ ਏਕ ਕਾਰਸੇਵਕ ਥਾ, ਭੰਵਰ ਮੇਘਵੰਸ਼ੀ)

ਚਮਾਰ ਭਾਈਚਾਰੇ ਨਾਲ ਸਬੰਧਤ ਅਸ਼ੋਕ ਭਵਨਭਾਈ ਪਰਮਾਰ 'ਮੋਚੀ' ਨੂੰ 2002 ਦੇ ਗੁਜਰਾਤ ਕਤਲੇਆਮ ਦੀ ਬੇਰਹਿਮੀ ਦਾ ਪੋਸਟਰ ਬੁਆਏ ਬਣਾ ਦਿੱਤਾ ਗਿਆ ਸੀ। ਹੁਣ ਅਸ਼ੋਕ ਮੋਚੀ ਮੁਸਲਿਮ ਵਿਰੋਧੀ ਹਿੰਸਕ ਭੀੜ ਦਾ ਹਿੱਸਾ ਹੋਣ ਦਾ ਖੁੱਲ੍ਹੇਆਮ ਪਛਤਾਵਾ ਜ਼ਾਹਰ ਕਰਦੇ ਹਨ ਅਤੇ ਦਲਿਤ-ਮੁਸਲਿਮ ਏਕਤਾ ਦੀ ਗੱਲ ਕਰਦੇ ਹਨ।

ਇਹ ਇੱਕ ਕੋੜਾ ਸੱਚ ਹੈ ਕਿ ਹਿੰਸਾ ਦੀਆਂ ਘਟਨਾਵਾਂ ਵਿੱਚ ਦਲਿਤ ਭਾਈਚਾਰੇ ਨੂੰ ਫੁੱਟ-ਸੇਲਜਰ ਵਜੋਂ ਵਰਤਿਆ ਜਾਂਦਾ ਰਿਹਾ ਹੈ। ਨਵੰਬਰ 1984 ਵਿੱਚ ਸਿੱਖਾਂ ਦੀ ਨਸਲਕੁਸ਼ੀ, 1992 ਵਿੱਚ ਬਾਬਰੀ ਢਾਹੁਣ, 2002 ਵਿੱਚ ਗੁਜਰਾਤ ਵਿੱਚ ਮੁਸਲਮਾਨਾਂ ਦਾ ਕਤਲੇਆਮ ਜਾਂ 2020 ਵਿੱਚ ਦਿੱਲੀ ਵਿੱਚ ਮੁਸਲਮਾਨਾਂ ਵਿਰੁੱਧ ਹਿੰਸਾ। ਭੰਵਰ ਮੇਘਵੰਸ਼ੀ ਜਾਂ ਅਸ਼ੋਕ ਮੋਚੀ ਜਿਸ ਮਾਨਸਿਕਤਾ ਤੋ ਮੁਕਤ ਹੋਕੇ ਹੋਰਾਂ ਨੂੰ ਸੁਚੇਤ ਕਰ ਰਹੇ ਹਨ, ਰੋਣਕੀ ਰਾਮ ਉਸੇ ਗੁਲਾਮ ਮਾਨਸਿਕਤਾ ਵਿੱਚ ਦਲਿਤਾਂ ਨੂੰ ਸਿੱਖ ਵਿਰੋਧੀ ਡੇਰਿਆਂ ਦੇ ਫੁੱਟ-ਸੇਲਜਰ ਬਣਾ ਰਹੇ ਹਨ। ਬੜੇ ਅਫਸੋਸ ਦੀ ਗੱਲ ਹੈ ਕਿ ਦਲਿਤ ਚਿੰਤਨ ਦੇ ਨਾਂ 'ਤੇ ਇਸ ਨੂੰ ਪ੍ਰਵਾਨ ਕੀਤਾ ਜਾ ਰਿਹਾ ਹੈ।

ਕਿਸ ਨੂੰ ਦਲਿਤ ਸਾਹਿਤ ਕਿਹਾ ਜਾਏ ਅਤੇ ਕਿਸ ਨੂੰ ਨਹੀਂ? ਕੀ ਗੈਰ-ਦਲਿਤਾਂ ਦੁਆਰਾ ਲਿਖੇ ਸਾਹਿਤ ਨੂੰ ਦਲਿਤ ਸਾਹਿਤ ਕਿਹਾ ਜਾ ਸਕਦਾ ਹੈ? ਇਸ ਵਿਸ਼ੇ ਨੂੰ ਲੈ ਕੇ ਦਲਿਤ ਸਮਾਜ ਵਿੱਚ ਗੰਭੀਰ ਚਰਚਾ ਚੱਲ ਰਹੀ ਹੈ। ਦਲਿਤ ਜਾਂ ਗੈਰ-ਦਲਿਤ ਦੀ ਬਹਿਸ ਵਿੱਚ ਨੇਕਨੀਅਤ ਅਤੇ ਬਦਨੀਅਤ ਦੀ ਪਛਾਣ ਨੂੰ ਧੁੰਦਲਾ ਨਹੀਂ ਹੋਣ ਦਿੱਤਾ ਜਾਣਾ ਚਾਹੀਦਾ। ਸੱਚੇ ਆਚਰਣ ਅਤੇ ਕਥਨੀ-ਕਰਨੀ ਦੇ ਸੂਰੇ ਚਿੰਤਕਾਂ ਵੱਲੋਂ ਦਲਿਤ ਸਮਾਜ ਦੀ ਚੇਤਨਾ, ਉਥਾਨ ਅਤੇ ਇਕਮੁੱਠਤਾ ਲਈ ਲਿਖਿਆ ਸਾਹਿਤ ਕਲਿਆਣਕਾਰੀ ਦਲਿਤ ਸਾਹਿਤ ਕਿਹਾ ਜਾ ਸਕਦਾ ਹੈ। ਸੱਚ ਹਮੇਸ਼ਾ ਅੱਗੇ ਹੋਦਾ ਹੈ, ਪਰ ਸੱਚ ਤੋ ਵੀ ਉੱਪਰ ਸੱਚਾ ਆਚਰਣ ਹੈ:

ਸਚਹੁ ਓਰੈ ਸਭੁ ਕੋ ਉਪਰਿ ਸਚੁ ਆਚਾਰੁ॥

(ਗੁਰੂ ਗ੍ਰੰਥ ਸਾਹਿਬ, ਮਹਲਾ ੧, ਅੰਗ 62)

ਅਸੀਂ ਇਸ ਲੇਖ ਦੀ ਸ਼ੁਰੂਆਤ ਉਹਨਾਂ ਕਲਮਾਂ ਤੋ ਕੀਤੀ ਸੀ ਜਿਨ੍ਹਾਂ ਨੂੰ ਸਾਡਨ (ਪਛਾਣਨ) ਦੀ ਲੋੜ ਹੈ। ਕਿਉਂਕਿ ਡਰ, ਲਾਲਚ, ਈਰਖਾ, ਦਵੈਸ਼ ਅਤੇ ਨਿੱਜੀ ਸਵਾਰਥਾਂ ਦੀ ਮਜਬੂਰੀ ਹੇਠ ਲਿਖੇ ਲੇਖ ਸਮਾਜ ਨੂੰ ਪਹਿਲਾਂ ਨਾਲੋ ਵੀ ਜ਼ਿਆਦਾ ਜਕੜ ਲੈਂਦੇ ਹਨ। ਸਮਾਜ ਦਾ ਉੱਧਾਰ ਕੇਵਲ ਉਹ ਧੰਨ ਕਲਮ ਅਤੇ ਲੇਖਕ ਕਰ ਸਕਦੇ ਹਨ, ਜਿਹਨਾ ਨਿਰਭਉ ਨਿਰਵੈਰ ਨਾਮ ਦੇ ਮਾਨਕ ਤੇ ਖਰਾ ਸੱਚ ਲਿਖਿਆ ਹੈ:

ਧੰਨੁ ਸੁ ਕਾਗਦੁ ਕਲਮ ਧੰਨੁ ਧਨੁ ਭਾਂਡਾ ਧਨੁ ਮਸੁ॥
ਧਨੁ ਲੇਖਾਰੀ ਨਾਨਕਾ ਜਿਨਿ ਨਾਮੁ ਲਿਖਾਇਆ ਸਚੁ॥

(ਗੁਰੂ ਗ੍ਰੰਥ ਸਾਹਿਬ, ਮਹਲਾ ੧, ਅੰਗ 1291)

ਡਾ. ਧਰਮਵੀਰ ਦਾ ਆਜੀਵਕ ਧਰਮ

ਅੱਜ ਦਲਿਤ ਸਮਾਜ ਵਿੱਚ ਅਸਾਗਨਤਾ 'ਤੇ ਆਧਾਰਿਤ ਵਿਵਸਖਾ ਦੇ ਖਿਲਾਫ ਵੱਡੇ ਪੱਧਰ ਤੇ ਜਾਗ੍ਰਿਤੀ ਆਈ ਹੈ। ਜਿਸ ਨੂੰ ਹਜ਼ਾਰਾਂ ਸਾਲਾਂ ਤੋਂ ਧਰਮ ਦੇ ਨਾਂ 'ਤੇ ਵੇਚਿਆ ਜਾ ਰਿਹਾ ਸੀ, ਕਈ ਦਲਿਤ ਚਿੰਤਕ ਬ੍ਰਾਹਮਣਵਾਦ ਦੇ ਖਿਲਾਫ ਖੁੱਲ੍ਹ ਕੇ ਬੋਲ ਰਹੇ ਹਨ, ਲਿਖ ਰਹੇ ਹਨ। ਪਰ ਜਿੰਨਾ ਵੱਡਾ ਦਲਿਤ ਸਮਾਜ ਹੈ ਅਤੇ ਜਿਸ ਵੱਡੀ ਪੱਧਰ 'ਤੇ ਲੋਕਾਂ ਵਿੱਚ ਪਰੰਪਰਾਂਵਾਂ ਦੇ ਨਾਂ 'ਤੇ ਭਰਮ ਹਨ, ਅਜੇ ਬਹੁਤ ਕਾਰਜ ਅਧੂਰਾ ਹੈ ਅਤੇ ਜਨਸ਼ਕਤੀ ਦੀ ਬਹੁਤ ਘਾਟ ਹੈ। ਇਸ ਘਾਟ ਕਾਰਨ ਕਈ ਵਾਰ ਅਜਿਹੇ ਲੋਕ ਵੀ ਬੁੱਧੀਜੀਵੀਆਂ ਦੀ ਸ਼੍ਰੇਣੀ ਵਿੱਚ ਗਿਨੇ ਜਾਂਦੇ ਹਨ ਜੋ ਸ਼ੰਕੇ ਪੈਦਾ ਕਰਕੇ ਸੰਘਰਸ਼ ਨੂੰ ਦਿਸ਼ਾਹੀਨ ਕਰ ਸਕਦੇ ਹਨ। ਡਾ. ਧਰਮਵੀਰ ਦਾ ਨਾਂ ਇਸ ਸ਼੍ਰੇਣੀ ਵਿੱਚ ਗਿਨਿਆ ਜਾਣਾ ਚਾਹੀਦਾ ਹੈ ਜੋ ਪੁਨਰ-ਜਨਮ ਨੂੰ ਨਹੀਂ ਮੰਨਦੇ, ਜੋ ਕਿ ਚੰਗੀ ਗੱਲ ਹੈ, ਪਰ ਸਦੀਆਂ ਪਹਿਲਾਂ ਅਲੋਪ ਹੋ ਚੁੱਕੇ ਆਜੀਵਕ ਧਰਮ ਨੂੰ 'ਪੁਨਰਜਨਮ' ਦੇਣ ਦੀ ਅਵਿਵਹਾਰਕਤਾ ਵਿੱਚ ਦੂਜਿਆਂ ਨੂੰ ਗੁੰਮਰਾਹ ਕਰ ਰਹੇ ਹਨ। ਧਰਮਵੀਰ ਗਾਂਧੀ ਦੀ ਪੁਸਤਕ 'ਮਹਾਨ ਆਜੀਵਕ-ਕਬੀਰ, ਰੈਦਾਸ ਔਰ ਗੋਸਲ' ਦਾ ਵਿਸ਼ਲੇਸ਼ਣ ਪਾਠਕਾਂ ਲਈ ਲਾਹੇਵੰਦ ਹੋਵੇਗਾ, ਇਸ ਲਈ ਨਹੀਂ ਕਿ ਉਹਨਾ ਨੇ ਸਾਹਿਤ ਵਿੱਚ ਕੋਈ ਮਾਪਦੰਡ ਸਥਾਪਤ ਕੀਤਾ ਹੈ, ਸਗੋਂ ਇਸ ਲਈ ਕਿ ਇਕ ਹੀ ਵਾਰ ਵਿੱਚ ਬਹੁਤ ਸਾਰੇ ਪੱਥਭ੍ਰਿਸ਼ਟ ਵਿਚਾਰਾਂ ਦੀ ਚਰਚਾ ਕੀਤੀ ਜਾ ਸਕਦੀ ਹੈ, ਜਿਨ੍ਹਾਂ ਤੋਂ ਸਮਾਜ ਨੂੰ ਸਾਵਧਾਨ ਰਹਿਣ ਦੀ ਲੋੜ ਹੈ।

ਧਰਮਵੀਰ ਆਪਣੀ ਇਕ ਹੋਰ ਪੁਸਤਕ 'ਕਬੀਰ ਕੇ ਕੁਛ ਔਰ ਆਲੋਚਕ' ਵਿੱਚ ਲਿਖਦੇ ਹਨ:

> *"ਸਿੱਖ ਧਰਮ ਕਸ਼ੱਤਰੀਆਂ ਦਾ ਤੀਜਾ ਧਰਮ ਹੈ। ਇਸ ਤੋਂ ਪਹਿਲਾਂ ਭਾਰਤ ਦੇ ਕਸ਼ੱਤਰੀਆਂ ਨੇ ਇਸ ਦੇਸ਼ ਨੂੰ ਬੁੱਧ ਅਤੇ ਜੈਨ ਧਰਮ ਦੇ ਨਾਂ ਨਾਲ ਦੋ ਧਰਮ ਦਿੱਤੇ ਸਨ। ਕਸ਼ੱਤਰੀਆਂ ਦੇ ਤਿੰਨਾਂ ਧਰਮਾਂ ਦੀ ਵਿਸ਼ੇਸ਼ਤਾ ਇਹ ਹੈ ਕਿ ਤਿੰਨੋ ਵਰਣ-ਵਿਵਸਭਾ ਅਤੇ ਪੁਨਰ-ਜਨਮ ਵਿੱਚ ਵਿਸ਼ਵਾਸ ਰੱਖਦੇ ਹਨ।"*

ਇਸ ਹਿਸਾਬ ਨਾਲ ਮਿਆਂਮਾਰ, ਥਾਈਲੈਂਡ, ਜਾਪਾਨ ਆਦਿ ਦੇ ਲੋਕ ਬੋਧੀ ਬਣ ਕੇ ਵਰਣ-ਵਿਵਸਭਾ ਦੇ ਘੇਰੇ ਵਿੱਚ ਆ ਗਏ ਹੋਣਗੇ। ਇਨ੍ਹਾਂ ਤਿੰਨਾਂ ਸਤਰਾਂ ਵਿੱਚ ਹੀ ਢੇਰ ਸਾਰੀਆਂ ਗਲਤੀਆਂ ਹਨ। ਜੇਕਰ ਧਰਮਵੀਰ ਇਹ ਮੰਨਦੇ ਹਨ ਕਿ ਕਬੀਰ ਅਤੇ ਰੈਦਾਸ ਪੁਨਰ-ਜਨਮ ਨੂੰ ਨਕਾਰਦੇ ਹਨ ਤਾਂ ਸਿੱਖ ਪੁਨਰ-ਜਨਮ ਨੂੰ ਕਿਵੇਂ ਮੰਨ ਸਕਦੇ ਹਨ? ਕੀ ਉਹ ਨਹੀਂ ਜਾਣਦੇ ਕਿ ਭਗਤ ਕਬੀਰ ਜੀ ਅਤੇ ਭਗਤ ਰਵਿਦਾਸ ਜੀ ਦੀ ਬਾਣੀ ਵੀ ਗੁਰੂ ਗ੍ਰੰਥ ਸਾਹਿਬ ਵਿੱਚ ਹੈ। ਸਿੱਖ ਧਰਮ ਨੂੰ ਵਰਣ-ਵਿਵਸਥਾ ਨਾਲ ਜੋੜਨਾ ਇੱਕ ਘਟੀਆ ਜੁਮਲਾ ਹੈ। ਅਸੀਂ ਵਰਣ-ਵਿਵਸਥਾ ਵਿਰੁੱਧ ਸਿੱਖ ਸੰਰਚਨਾ ਅਤੇ ਗੁਰਬਾਣੀ ਦੇ ਕਈ ਪ੍ਰਮਾਣ ਦੇ ਚੁੱਕੇ ਹਾਂ।

ਬੁੱਧ ਧਰਮ ਬੇਸ਼ੱਕ ਸ਼ਾਹੀ ਸੱਤਾ ਦੀ ਸਰਪ੍ਰਸਤੀ ਹੇਠ ਫੈਲਿਆ, ਪਰ 'ਇਤਹਾਸਿਕ ਪੱਖ' ਵਿੱਚ ਅਸੀਂ ਚੰਗੀ ਤਰ੍ਹਾਂ ਸਮਝ ਚੁੱਕੇ ਹਾਂ ਕਿ ਸਿੱਖ ਧਰਮ ਦਾ ਪ੍ਰਸਾਰ ਮੁਗਲ-ਕਸ਼ਤਰੀ ਰਾਜਸੀ ਗਠਜੋੜ ਦੇ ਦਮਨ ਚੱਕਰ ਦੇ ਵਿਸ਼ਮ ਹਾਲਾਤਾਂ ਦੌਰਾਨ ਹੋਇਆ। ਅਤੇ ਜਦੋਂ ਰਾਜ ਸਿੱਖਾਂ ਕੋਲ ਆਇਆ ਤਾਂ ਵਧੇਰੇ ਸ਼ਕਤੀ ਕਿਸਾਨਾਂ-ਮਜ਼ਦੂਰਾਂ ਦੇ ਹੱਥਾਂ ਵਿੱਚ ਆਈ, ਖੱਤਰੀਆਂ ਦੇ ਨਹੀਂ। ਅਸਲ ਵਿੱਚ, ਧਰਮਵੀਰ ਲਈ ਭਰਮ ਫੈਲਾਉਣਾ ਜ਼ਰੂਰੀ ਸੀ ਤਾਂ ਜੋ ਆਜੀਵਕ ਧਰਮ ਹੀ ਦਲਿਤਾਂ ਦਾ ਇੱਕੋ ਧਰਮ ਹੋਣ ਦੀ ਮਿੱਥ ਲਈ ਜ਼ਮੀਨ ਤਿਆਰ ਕੀਤੀ ਜਾ ਸਕੇ।

ਆਜੀਵਕ ਧਰਮ ਦੀ ਸਥਾਪਨਾ ਮੱਖਲੀ ਗੋਸਾਲ ਦੁਆਰਾ ਕੀਤੀ ਗਈ ਮੰਨੀ ਜਾਂਦੀ ਹੈ। ਮੱਖਲੀ ਗੋਸਾਲ ਮਹਾਵੀਰ (ਜੈਨ) ਦੇ ਸਮਕਾਲੀ ਅਤੇ ਬੁੱਧ ਧਰਮ ਤੋਂ ਪਹਿਲਾਂ ਹੋਏ ਸਨ। ਆਪਣੀ ਵਿਚਾਰਧਾਰਾ ਦਾ ਵਰਣਨ ਕਰਦੇ ਹੋਏ, ਧਰਮਵੀਰ ਆਪਣੀ ਪੁਸਤਕ 'ਮਹਾਨ ਆਜੀਵਕ-ਕਬੀਰ ਰੈਦਾਸ ਔਰ ਗੋਸਾਲ' ਵਿੱਚ ਲਿਖਦੇ ਹਨ:

"ਬ੍ਰਹਮਣਾਂ, ਬੋਧੀਆਂ ਅਤੇ ਜੈਨੀਆਂ ਦੇ ਪੁਨਰ-ਜਨਮ ਵਿੱਚ ਵਿਸ਼ਵਾਸ ਰੱਖਣ ਵਾਲੇ ਸਿਧਾਂਤ ਤੋਂ ਬਾਅਦ ਹੁਣ ਮੱਖਲੀ ਗੋਸਾਲ ਦੇ ਆਜੀਵਕ ਚਿੰਤਨ ਵੱਲ ਆਇਆ ਜਾਵੇ। ਪੁਨਰ-ਜਨਮ ਬਾਰੇ ਉਹਨਾ ਦੇ ਕਿ ਵਿਚਾਰ ਹਨ? ਉਹਨਾ ਦਾ ਵਿਚਾਰ ਹੈ ਕਿ ਕੋਈ ਪੁਨਰ-ਜਨਮ ਨਹੀਂ ਹੁੰਦਾ। ਉਹਨਾ ਦਾ ਪਹਿਲਾ ਸੂਤਰ ਹੈ-ਨ ਧੀਮੇ' ਤੱਤਿ। ਉਹਨਾ ਦਾ ਦੂਜਾ ਸੂਤਰ ਹੈ-ਨਾ ਤਵੈ 'ਤੱਤਿ। ਉਹਨਾ ਦਾ ਤੀਜਾ ਸੂਤਰ ਹੈ-ਨੱਤਥੀ ਪੁਰਿਸਕਾਰੇ। ਕੋਈ ਅਜਿਹਾ ਧਰਮ ਨਹੀਂ ਹੈ ਜੋ ਤੁਹਾਨੂੰ ਮਰਨ ਤੋਂ ਬਾਅਦ ਕਿਸੇ ਖਾਸ ਜਾਤੀ ਵਿੱਚ ਪੈਦਾ ਕਰ ਦੇਵੇਗਾ; ਕੋਈ ਅਜਿਹਾ ਤੱਪ ਨਹੀਂ ਹੈ ਜੋ ਤੁਹਾਨੂੰ ਮਰਨ ਤੋਂ ਬਾਅਦ ਕਿਸੇ ਖਾਸ ਜਾਤੀ ਵਿੱਚ ਪੈਦਾ ਕਰ ਦੇਵੇਗਾ; ਕੋਈ ਅਜਿਹਾ ਇਨਾਮ ਨਹੀਂ ਹੈ ਜੋ ਤੁਹਾਨੂੰ ਮੌਤ ਤੋਂ ਬਾਅਦ ਪੁਨਰ-ਜਨਮ ਦੇ ਰੂਪ ਵਿੱਚ ਮਿਲਣ ਵਾਲਾ ਹੈ। ਇਸੇ ਲਈ ਪੁਨਰ-ਜਨਮ ਨੂੰ ਹਟਾ ਕੇ ਮੱਖਲੀ ਗੋਸਾਲ ਨੇ 'ਨਿਅਤੀ' ਦਾ ਸ਼ਬਦ ਦਿੱਤਾ ਹੈ। ਗੋਸਲ ਦੇ ਇਸੇ ਸਿਧਾਂਤ ਨੂੰ ਮੱਧਕਾਲੀਨ ਕਾਲ ਵਿੱਚ ਸਾਡੇ ਰੈਦਾਸ ਅਤੇ ਕਬੀਰ ਨੇ ਅੱਗੇ ਵਧਾਇਆ ਸੀ।"

"ਸਾਡੇ ਰੈਦਾਸ ਅਤੇ ਕਬੀਰ" ਵਿੱਚ ਪਾਠਕ "ਸਾਡੇ" ਦੇ ਸ਼ਬਦਾਂ ਵੱਲ ਜ਼ਰੂਰ ਧਿਆਨ ਦੇਣ। "ਸਾਡੇ" ਵਿੱਚ ਕੌਣ ਆਉਂਦਾ ਹੈ ਅਤੇ ਕੌਣ ਨਹੀਂ, ਅੱਗੇ ਚੱਲਕੇ ਹੋਰ ਸਪੱਸ਼ਟ ਹੋ ਜਾਵੇਗਾ।

'ਨਿਅਤੀਵਾਦ' ਦਾ ਸਿਧਾਂਤ ਆਜੀਵਕ ਧਰਮ ਦਾ ਧੁਰਾ ਹੈ। ਪਰ ਇਸ ਨੂੰ ਸਮਝਣ ਲਈ ਧਰਮਵੀਰ ਜੋ ਸਲਾਹ ਦਿੰਦੇ ਹਨ ਉਹ ਇਸ ਤਰਾਂ ਹੈ:

"ਨਿਅਤੀ ਬਾਰੇ ਹੋਰ ਸ਼ਾਸਤਰੀ ਜਾਣਕਾਰੀ ਕਿੱਥੋਂ ਲਈ ਜਾਵੇ ਜੋ ਆਜੀਵਕ ਦਰਸ਼ਨ ਨੂੰ ਸਮਝਣ ਵਿੱਚ ਮੱਦਦ ਕਰ ਸਕਦਾ ਹੈ? ਇਸ ਦੇ ਲਈ ਜੈਨ ਗ੍ਰੰਥਾਂ ਦੀ ਮਦਦ ਲਈ ਜਾ ਸਕਦੀ ਹੈ ਕਿਉਂਕਿ ਆਜੀਵਕ ਧਰਮ ਅਤੇ ਜੈਨ ਧਰਮ ਦਾ ਆਪਸੀ ਸ਼ੁਰੂਆਤੀ ਸੰਬੰਧ ਰਿਹਾ ਹੈ। ਇਸ ਦਾ ਮਤਲਬ ਇਹ

ਨਹੀਂ ਲਗਾਇਆ ਜਾ ਸਕਦਾ ਕਿ ਨਿਯਤੀ ਬਾਰੇ ਜੋ ਵਿਚਾਰ ਜੈਨ ਦਰਸ਼ਨ ਦੇ ਹਨ, ਬਿਲਕੁਲ ਉਹ ਹੀ ਵਿਚਾਰ ਆਜੀਵਕ ਦਰਸ਼ਨ ਦੇ ਵੀ ਹਨ। ਉਹਨਾ ਵਿੱਚ ਅੰਤਰ ਹੈ, ਅਤੇ ਬਹੁਤ ਵੱਡਾ ਅੰਤਰ ਹੈ, ਪਰ ਚੰਗੀ ਗੱਲ ਇਹ ਹੈ ਕਿ ਸੰਦਰਭ ਬਣਿਆ ਰਹਿੰਦਾ ਹੈ।"

ਆਜੀਵਕ ਧਰਮ ਦੇ ਮੂਲ ਸਿਧਾਂਤ ਨੂੰ ਸਮਝਣ ਲਈ ਆਜੀਵਕਾਂ ਨੂੰ ਦੂਜੇ ਧਰਮਾਂ ਦੇ ਗ੍ਰੰਥ ਪੜ੍ਹਨੇ ਪੈਣਗੇ। ਇਹ ਕੁਰਾਨ ਜਾਂ ਹਦੀਸ ਤੋਂ ਈਸਾਈ ਧਰਮ ਬਾਰੇ ਜਾਣਕਾਰੀ ਲੈਣ ਵਾਂਗ ਹੈ। ਜਾਂ ਇਸਲਾਮ ਬਾਰੇ ਜਾਣਕਾਰੀ ਨਾਗਪੁਰ ਤੋਂ ਪ੍ਰਕਾਸ਼ਿਤ ਆਰ.ਐਸ.ਐਸ. ਦੀਆਂ ਕਿਤਾਬਾਂ ਤੋਂ ਪ੍ਰਾਪਤ ਕਰਨ ਵਾਂਗਾ। ਯਕੀਨੀ ਤੌਰ 'ਤੇ ਇਹ ਹਾਸੋਹੀਣਾ ਹੈ। ਆਜੀਵਕ ਧਰਮ ਬਾਰੇ ਇਤਿਹਾਸਕ ਖੋਜ ਕੀਤੀ ਜਾ ਸਕਦੀ ਹੈ, ਪਰ ਇੱਕ ਇਤਿਹਾਸਕਾਰ ਦਾ ਦੂਜੇ ਤੋਂ ਵੱਖਰੇ ਨਤੀਜੇ ਕੱਢਣੇ ਆਮ ਗੱਲ ਹੈ। ਇਤਿਹਾਸਕ ਖੋਜ 'ਤੇ ਆਧਾਰਿਤ ਧਰਮ ਪੈਗੰਬਰ ਦਾ ਨਹੀਂ, ਖੋਜਕਰਤਾ ਦੀ ਸੀਮਤ ਸਮਝ 'ਤੇ ਆਧਾਰਿਤ ਰਹੇਗਾ। ਅਜਿਹੇ ਧਰਮ ਦੇ ਪੈਰੋਕਾਰ ਪੈਗੰਬਰ ਨੂੰ ਸਮਝਣ ਦੇ ਭਰਮ ਵਿੱਚ ਖੋਜਕਰਤਾ ਦੇ ਚਿੰਤਨ ਤੱਕ ਹੀ ਸੀਮਤ ਰਹਿ ਜਾਂਦੇ ਹਨ। ਇਸ ਲਈ ਧਰਮਵੀਰ ਜਿਸ ਆਜੀਵਕ ਧਰਮ ਦੀ ਗੱਲ ਕਰ ਰਹੇ ਹਨ, ਉਹ ਗੋਸਾਲ ਦਾ ਨਹੀਂ, ਧਰਮਵੀਰ ਦਾ ਆਪਣਾ ਹੈ। ਧਰਮਵੀਰ ਨੇ ਗੋਸਾਲ, ਕਬੀਰ ਅਤੇ ਰੈਦਾਸ ਦੇ ਨਾਂ ਹੀ ਵਰਤੇ ਹਨ, ਗੱਲ ਉਹਨਾ ਆਪਣੀ ਕੀਤੀ ਹੈ। ਆਜੀਵਕ ਧਰਮ ਨੂੰ ਜਾਣਨ ਲਈ ਗੋਸਾਲ ਨੂੰ ਨਹੀਂ, ਧਰਮਵੀਰ ਨੂੰ ਪੜ੍ਹਨਾ ਪਵੇਗਾ। ਇਸ ਕਾਰਨ, ਆਜੀਵਕਾਂ ਦੀ ਸਮਝ ਅਤੇ ਉੱਨਤੀ ਡਾ: ਧਰਮਵੀਰ ਦੀ ਸਮਝ ਤੋਂ ਅੱਗੇ ਨਹੀਂ ਜਾ ਸਕਦੀ।

ਭਗਤ ਕਬੀਰ ਅਤੇ ਭਗਤ ਰਵਿਦਾਸ ਜੀ ਦੀ ਬਾਣੀ ਵਿੱਚ ਮੱਖਲੀ ਗੋਸਾਲ ਦਾ ਨਾ ਤੇ ਨਾਮ ਆਇਆ ਹੈ ਅਤੇ ਨਾ ਹੀ ਉਹਨਾ ਆਪਣੇ-ਆਪ ਨੂੰ ਆਜੀਵਕ ਕਿਹਾ, ਫਿਰ ਵੀ ਧਰਮਵੀਰ ਉਹਨਾ ਨੂੰ ਗੋਸਾਲ ਦੇ ਉੱਤਰਾਧਿਕਾਰੀ ਲਿਖਦੇ ਹਨ। ਕਿਉਂਕਿ ਉਹ ਇਸ ਕਮੀ ਨੂੰ ਸਮਝਦੇ ਹਨ ਕਿ ਗੋਸਾਲ ਦੀ ਕੋਈ ਪ੍ਰਮਾਣਿਕ ਰਚਨਾ ਨਹੀਂ ਹੈ। ਇਸ ਕਮੀ ਨੂੰ ਦੂਰ ਕਰਨ ਅਤੇ ਆਪਣੀ ਕਲਪਨਾ ਨੂੰ ਇਤਿਹਾਸਕ ਅਤੇ ਸ਼ਾਸਤਰੀ ਰੂਪ ਦੇਣ ਲਈ ਕਬੀਰ ਅਤੇ ਰੈਦਾਸ ਨੂੰ ਗੋਸਾਲ ਦੇ ਨਾਲ ਜੋੜਿਆ ਗਿਆ ਹੈ।

ਅਜਿਹੇ 'ਬੁੱਧੀਜੀਵੀਆਂ' ਦੀ ਵਿਚਰਧਾਰਾ ਦਾ ਜੇਕਰ ਥੋੜ੍ਹਾ ਵੀ ਵਿਸ਼ਲੇਸ਼ਣ ਕੀਤਾ ਜਾਵੇ ਤਾਂ ਵਿਰੋਧਾਭਾਸ ਸਪੱਸ਼ਟ ਨਜ਼ਰ ਆਉਣ ਲੱਗੇਗਾ। ਇੱਕ ਪਾਸੇ ਸਿਧਾਂਤ ਅਤੇ ਦਰਸ਼ਨ ਦੇ ਅੰਸ਼ 'ਬਾਹਰੀ' ਗ੍ਰੰਥਾਂ ਤੋਂ ਖੋਜਣ ਦੀ ਗੱਲ ਕੀਤੀ ਜਾ ਰਹੀ ਸੀ, ਉੱਥੇ ਹੀ ਆਜੀਵਕਾਂ ਨੂੰ ਬਾਹਰੀ ਲੋਕਾਂ ਤੋਂ ਸਾਵਧਾਨ ਰਹਿਣ ਲਈ ਇਸੇ ਪੁਸਤਕ ਦੀ ਭੂਮਿਕਾ ਵਿੱਚ ਲਿਖਦੇ ਹਨ:

"ਇਸ਼ਾਰਾ ਇਹ ਹੈ ਕਿ ਬਾਹਰੀ ਲੋਕਾਂ ਦਾ ਇੱਕ ਹਿੱਸਾ ਜ਼ਰੂਰ ਆਜੀਵਕ ਧਰਮ ਅਤੇ ਦਰਸ਼ਨ ਵਿੱਚ ਆਉਣ ਦੀ ਕੋਸ਼ਿਸ਼ ਕਰੇਗਾ। ਆਜੀਵਕਾਂ ਦੀ ਸਫ਼ਲਤਾ ਇਹ ਰਹੇਗੀ ਕਿ ਕਿਸੇ ਇੱਕ ਬਾਹਰੀ ਆਦਮੀ ਨੂੰ ਵੀ ਇਸ ਵਿੱਚ ਨਾ ਆਉਣ ਦਿੱਤਾ ਜਾਵੇ। ਆਜੀਵਕ ਸਮਾਜ ਇਸ ਨੂੰ ਧਰਤੀ 'ਤੇ ਆਪਣੀ

ਸਭ ਤੋਂ ਵੱਡੀ ਲੜਾਈ ਅਤੇ ਹੋਸ਼ਿਆਰੀ ਸਮਝੇ। ਜੇ ਉਹ ਬਾਹਰੀ ਲੋਕਾਂ ਨੂੰ ਆਜੀਵਕ ਦਾਰਸ਼ਨਿਕ ਅਤੇ ਧਾਰਮਿਕ ਹੋਣ ਤੋਂ ਰੋਕ ਸਕਣ, ਤਾਂ ਫਿਰ ਉਨ੍ਹਾਂ ਨੂੰ ਕਿਸੇ ਦੂਸਰੀ ਅਕਲ ਦੀ ਜ਼ਰੂਰਤ ਨਹੀਂ ਹੈ। ਇਹ ਸਮਝਿਆ ਜਾਵੇ ਇਸੇ ਥਾਂ 'ਤੇ ਸਾਰਾ ਘਮਾਸਾਨ ਹੋਣਾ ਹੈ। ਇਸ ਦੇ ਲਈ ਆਜੀਵਕ ਸਮਾਜ ਹਰ ਰੋਜ਼ ਸੁਚੇਤ ਅਤੇ ਤਿਆਰੀ ਵਿੱਚ ਰਹੇ ਅਤੇ ਆਪਣੇ ਧਰਮ ਅਤੇ ਦਰਸ਼ਨ ਦੀ ਇਨ੍ਹਾਂ ਬਾਹਰੀ ਲੋਕਾਂ ਤੋਂ ਰੱਖਿਆ ਕਰਦਾ ਰਹੇ।"

ਧਰਮਵੀਰ ਆਪਣੀ ਪੁਸਤਕ ਦਾ ਵਾਰਤਕ ਇਨ੍ਹਾਂ ਸਤਰਾਂ ਨਾਲ ਸਮਾਪਤ ਕਰਦੇ ਹਨ:

"ਸਿੱਟਾ ਇਹ ਨਿਕਲਦਾ ਹੈ ਕਿ ਰੈਦਾਸ ਅਤੇ ਕਬੀਰ ਆਦਿ ਆਪਣੇ ਕਿਸੇ ਵੀ ਆਜੀਵਕ ਮਹਾਪੁਰਖ ਬਾਰੇ ਵਿੱਚ ਕਿਸੇ ਵੀ ਬ੍ਰਾਹਮਣ ਦੀ ਲਿਖੀ ਕੋਈ ਵੀ ਕਿਤਾਬ ਨਾ ਪੜ੍ਹੀ ਜਾਵੇ ਤਾਂ ਉਸ ਨਾਲ ਆਜੀਵਕਾਂ ਨੂੰ ਆਪਣੇ ਆਜੀਵਕ ਧਰਮ ਨੂੰ ਸਮਝਣ ਵਿੱਚ ਹਮੇਸ਼ਾ ਆਸਾਨੀ ਰਹੇਗੀ।"

ਗੱਲ ਸਿਰਫ ਬ੍ਰਾਹਮਣ ਲੇਖਕਾਂ ਨੂੰ ਨਾ ਪੜ੍ਹਨ ਦੀ ਨਹੀਂ ਹੈ। ਉਹ ਆਜੀਵਕ ਲੇਖਕ ਕੌਣ ਹਨ ਜਿਨ੍ਹਾਂ ਨੂੰ ਪੜ੍ਹਨਾ ਹੈ? ਕੀ ਕੋਈ ਆਪਣੇ-ਆਪ ਨੂੰ ਆਜੀਵਕ ਘੋਸ਼ਿਤ ਕਰਕੇ ਅਤੇ ਪੁਨਰ-ਜਨਮ ਨੂੰ ਨਕਾਰਕੇ ਬ੍ਰਾਹਮਣੀ ਪ੍ਰਭਾਵ ਤੋਂ ਮੁਕਤ ਹੋ ਜਾਵੇਗਾ? ਇਤਨਾ ਆਸਾਨ ਤਾਂ ਯਕੀਨਨ ਨਹੀ ਹੈ। ਆਂਤਰਿਕ ਭਾਵ ਤਾਂ ਇਹ ਹੀ ਹੋਇਆ ਕਿ ਜਿਸਨੂੰ ਧਰਮਵੀਰ ਸਹੀ ਕਹਿਣ ਉਹ ਸਹੀ, ਜਿਸਨੂੰ ਗਲਤ ਕਹਿਣ ਉਹ ਗਲਤ।

ਇਹ ਸੌੜੀ ਸੋਚ ਕਿਸੇ ਵੀ ਤਰ੍ਹਾਂ ਬ੍ਰਾਹਮਣਵਾਦੀ ਸੋਚ ਤੋਂ ਵੱਖਰੀ ਨਹੀਂ ਹੈ। ਦੋਵੇਂ ਆਪਣੇ-ਆਪ ਨੂੰ ਜਨਮ ਦੇ ਆਧਾਰ 'ਤੇ ਉੱਤਮ ਸਮਝਦੇ ਹੋਏ 'ਬਾਹਰੀ' ਲੋਕਾਂ ਨੂੰ ਆਪਣੇ ਧਰਮ ਵਿੱਚ ਸ਼ਾਮਲ ਹੋਣ ਤੋਂ ਰੋਕਦੇ ਹਨ। ਅਤੇ ਦੂਜੇ ਭਾਈਚਾਰਿਆਂ ਪ੍ਰਤੀ ਨਫ਼ਰਤ ਸਿਖਾਉਂਦੇ ਹਨ। ਦੋਵੇਂ ਹੀ ਸਮਾਜ ਦੇ ਹਿੱਤ ਵਿੱਚ ਨਹੀਂ ਹਨ। ਸਾਡਾ ਵਿਰੋਧ ਨਾ ਤਾਂ ਬ੍ਰਾਹਮਣ ਨਾਲ ਹੈ ਅਤੇ ਨਾ ਹੀ ਆਜੀਵਕ ਨਾਲ। ਹਰ ਕਿਸੇ ਨੂੰ ਆਪਣਾ ਧਰਮ ਚੁਣਨ ਦਾ ਹੱਕ ਹੈ; ਇਹ ਇੱਕ ਨਿੱਜੀ ਫੈਸਲਾ ਹੈ। ਪਰ ਜੇ ਕਿਸੇ ਨੇ ਦੂਸਰਿਆਂ ਨੂੰ ਨੀਚ ਕਹਿਣ ਅਤੇ ਨਫ਼ਰਤ ਕਰਨ ਨੂੰ ਆਪਣਾ ਧਰਮ ਸਮਝ ਲਿਆ ਹੋਵੇ, ਤਾਂ ਇਹ ਨਿੱਜੀ ਨਹੀਂ ਰਹਿੰਦਾ। ਜੇਕਰ ਬ੍ਰਾਹਮਣਵਾਦ ਦਾ ਵਿਰੋਧ ਸਮਾਜ ਦੇ ਭਲੇ ਲਈ ਹੈ ਤਾਂ ਧਰਮਵੀਰ ਦੇ ਆਜੀਵਕਵਾਦ ਦੀ ਆਲੋਚਨਾ ਵੀ ਜ਼ਰੂਰੀ ਹੈ।

ਧਰਮਵੀਰ ਦੀ ਵਿਚਾਰਧਾਰਾ ਬਰਾਬਰੀ ਦੇ ਸੰਘਰਸ਼ ਤੋਂ ਨਹੀਂ ਉੱਭਰੀ, ਇਹ ਬਦਲੇ ਅਤੇ ਵੈਰ ਦੀ ਭਾਵਨਾ ਵਿੱਚੋਂ ਉਪਜੀ ਹੈ। ਇਸੇ ਲਈ ਧਰਮਵੀਰ ਦਾ ਕਹਿਣਾ ਹੈ ਕਿ ਕਬੀਰ ਨੇ ਇਹ ਸੂਤਰ ਦਿੱਤਾ ਹੈ ਕਿ "ਜਿਹੜਾ ਮਨੁੱਖ ਬ੍ਰਾਹਮਣ ਅਤੇ ਬ੍ਰਾਹਮਣਵਾਦ ਵਿੱਚ ਫਰਕ ਕਰਦਾ ਹੈ, ਸਮਝੋ ਕਿ ਉਸ ਨੇ ਬ੍ਰਾਹਮਣ ਨੂੰ ਸਮਝਣਾ ਛੱਡ ਦਿੱਤਾ ਹੈ।" ਇਹ ਭਗਤ ਕਬੀਰ ਜੀ ਨੂੰ ਆਪਣੇ ਵਾਂਗ ਨਸਲਵਾਦੀ ਸਮਝਦੇ ਹਨ। ਭਗਤ ਜੀ ਹਰ ਕਿਸੇ ਵਿੱਚ ਅੱਲ੍ਹਾ ਦਾ ਨੂਰ ਦੇਖਦੇ ਹਨ ਅਤੇ ਜਨਮ ਦੇ ਆਧਾਰ 'ਤੇ ਕਿਸੇ ਨੂੰ ਚੰਗਾ ਜਾਂ ਮਾੜਾ ਨਹੀਂ ਕਹਿ ਸਕਦੇ। ਭਗਤ ਜੀ ਉਸੇ

ਗਿਆਨ ਨੂੰ ਸੰਪੂਰਨ ਕਹਿੰਦੇ ਹਨ ਜੋ ਮਨੁੱਖ ਨੂੰ ਸਾਰੇ ਜੀਵਾਂ (ਭੂਤਾਂ) ਵਿੱਚ ਇੱਕ ਪ੍ਰਭੂ ਦੀ ਹੋਂਦ ਦਾ ਅਹਿਸਾਸ ਕਰਵਾਏ, ਜਿਸ ਨਾਲ ਸਾਰੇ ਵਿਵਾਦਾਂ ਦਾ ਨਾਸ ਹੋਵੇ:

ਅਵਲਿ ਅਲਹ ਨੂਰੁ ਉਪਾਇਆ ਕੁਦਰਤਿ ਕੇ ਸਭ ਬੰਦੇ॥

ਏਕ ਨੂਰ ਤੇ ਸਭੁ ਜਗੁ ਉਪਜਿਆ ਕਉਨ ਭਲੇ ਕੋ ਮੰਦੇ॥

(ਗੁਰੂ ਗ੍ਰੰਥ ਸਾਹਿਬ, ਭਗਤ ਕਬੀਰ, ਅੰਗ 1349)

ਸਰਬ ਭੂਤ ਏਕੈ ਕਰਿ ਜਾਨਿਆ ਚੂਕੇ ਬਾਦ ਬਿਬਾਦਾ॥

ਕਹਿ ਕਬੀਰ ਮੈ ਪੂਰਾ ਪਾਇਆ ਭਏ ਰਾਮ ਪਰਸਾਦਾ॥

(ਗੁਰੂ ਗ੍ਰੰਥ ਸਾਹਿਬ, ਭਗਤ ਕਬੀਰ, ਅੰਗ 483)

ਜਦੋਂ ਭਗਤ ਕਬੀਰ ਜੀ ਦੇਖਦੇ ਹਨ ਕਿ ਬ੍ਰਹਮਣ ਉੱਚੀ ਜਾਤੀ ਹੋਣ ਦੇ ਭਰਮ ਵਿੱਚ ਆਪਣਾ ਜੀਵਨ ਬਰਬਾਦ ਕਰ ਰਿਹਾ ਹੈ, ਤਾਂ ਉਹ ਉਸਨੂੰ ਵੀ ਹਉਮੈ ਦੇ ਰੋਗ ਤੋਂ ਮੁਕਤ ਹੋਣ ਦਾ ਉਪਦੇਸ਼ ਦਿੰਦੇ ਹਨ। ਉਹ ਸਮਝਾਉਂਦੇ ਹਨ ਕਿ ਜੇ ਕੋਈ ਬ੍ਰਹਮਣ ਜਨਮ ਤੋਂ ਉੱਚਾ ਹੁੰਦਾ ਤਾਂ ਉਸ ਦੇ ਪੈਦਾ ਹੋਣ ਦਾ ਰਸਤਾ 'ਆਨ ਬਾਟ' (ਵੱਖਰਾ) ਹੁੰਦਾ। ਜੇਕਰ ਸੂਦਰ ਦੀਆਂ ਰਗਾਂ ਵਿੱਚ ਖੂਨ ਹੈ ਤਾਂ ਬ੍ਰਹਮਣ ਦੀਆਂ ਰਗਾਂ ਵਿੱਚ ਦੁੱਧ ਨਹੀਂ ਵਗਦਾ। ਮਾਂ ਦੇ ਗਰਭ ਵਿੱਚ ਕਿਸੇ ਦੀ ਕੋਈ ਜਾਤ ਨਹੀਂ ਹੁੰਦੀ। ਕਬੀਰ ਜੀ ਬ੍ਰਹਮਣ ਉੱਤੇ ਤਰਸ ਕਰਦੇ ਹਨ ਅਤੇ ਉਸਨੂੰ ਵੀ ਇੱਕ ਨੂਰ ਦਾ ਉਹ ਗਿਆਨ ਦਿੰਦੇ ਹਨ ਜਿਸ ਦੁਆਰਾ ਬ੍ਰਹਮਣ ਬ੍ਰਹਮਣਵਾਦ ਤੋਂ ਮੁਕਤ ਹੋ ਸਕੇ:

ਗਰਭ ਵਾਸ ਮਹਿ ਕੁਲੁ ਨਹੀ ਜਾਤੀ॥ ਬ੍ਰਹਮ ਬਿੰਦੁ ਤੇ ਸਭ ਉਤਪਾਤੀ॥੧॥

ਕਹੁ ਰੇ ਪੰਡਿਤ ਬਾਮਨ ਕਬ ਕੇ ਹੋਏ॥ ਬਾਮਨ ਕਹਿ ਕਹਿ ਜਨਮੁ ਮਤ ਖੋਏ॥੧॥ਰਹਾਉ॥

ਜੌ ਤੂੰ ਬ੍ਰਹਮਣੁ ਬ੍ਰਹਮਣੀ ਜਾਇਆ॥ ਤਉ ਆਨ ਬਾਟ ਕਾਹੇ ਨਹੀ ਆਇਆ॥੨॥

ਤੁਮ ਕਤ ਬ੍ਰਹਮਣ ਹਮ ਕਤ ਸੂਦ॥ ਹਮ ਕਤ ਲੋਹੂ ਤੁਮ ਕਤ ਦੂਧ॥੩॥

ਕਹੁ ਕਬੀਰ ਜੋ ਬ੍ਰਹਮੁ ਬੀਚਾਰੈ॥ ਸੋ ਬ੍ਰਹਮਣੁ ਕਹੀਅਤੁ ਹੈ ਹਮਾਰੈ॥੪॥

(ਗੁਰੂ ਗ੍ਰੰਥ ਸਾਹਿਬ, ਭਗਤ ਕਬੀਰ, ਅੰਗ 324)

ਡਾ. ਧਰਮਵੀਰ ਇੱਥੇ ਹੀ ਨਹੀਂ ਰੁਕਦੇ, ਉਹ ਆਪਣੇ ਨਫ਼ਰਤ ਭਰੇ ਅਪਸ਼ਬਦ ਸੰਤ ਪੁਰਸ਼ਾਂ ਦੇ ਮੂੰਹ ਵਿੱਚ ਪਾਉਣ ਦਾ ਕੁਕਰਮ ਕਰਦੇ ਹਨ। ਉਹ ਭਗਤ ਕਬੀਰ ਅਤੇ ਭਗਤ ਰਾਮਾਨੰਦ ਵਿਚਕਾਰ ਕਾਲਪਨਿਕ ਵਾਰਤਾਲਾਪ ਦਾ ਵਰਣਨ ਕਰਦੇ ਹਨ ਜੋ ਅਸਲ ਵਿੱਚ ਉਹਨਾ ਦੇ ਆਪਣੇ ਅੰਦਰ ਦੀ ਭੜਾਸ ਹੈ। ਅਸਲ ਵਿੱਚ ਧਰਮਵੀਰ ਕੁਝ ਲੇਖਕਾਂ ਵੱਲੋਂ ਭਗਤ ਰਾਮਾਨੰਦ ਜੀ ਨੂੰ ਭਗਤ ਕਬੀਰ ਜੀ ਦਾ ਗੁਰੂ ਕਹਿਣ ਤੋਂ ਪਰੇਸ਼ਾਨ ਹਨ। ਉਹ ਕਹਿੰਦੇ ਹਨ:

"ਕਬੀਰ ਦੇ ਗੁਰੂ ਮੱਖੀ ਅਤੇ ਮੱਛਰ ਹੋ ਸਕਦੇ ਸੀ, ਕਬੀਰ ਦੇ ਗੁਰੂ ਕੁੱਤਾ ਅਤੇ ਬਿੱਲੀ ਹੋ ਸਕਦੇ ਸੀ ਪਰ ਰਾਮਾਨੰਦ ਬ੍ਰਹਮਣ ਕਦੇ ਵੀ ਉਹਨਾ ਦੇ ਗੁਰੂ ਨਹੀਂ ਹੋ ਸਕਦੇ ਸੀ।"

ਇਹ ਫਾਸ਼ੀਵਾਦੀ ਭਾਸ਼ਾ ਜਰਮਨ ਤਾਨਾਸ਼ਾਹ ਹਿਟਲਰ ਵੱਲੋਂ ਯਹੂਦੀਆਂ ਦੀ ਤੁਲਨਾ 'ਕੀੜੇ-ਮਕੌੜੇ' ਅਤੇ ਭਾਰਤ ਦੇ ਗ੍ਰਹਿ ਮੰਤਰੀ ਅਮਿਤ ਸ਼ਾਹ ਵੱਲੋਂ ਬੰਗਲਾਦੇਸ਼ੀ ਪ੍ਰਵਾਸੀਆਂ ਨੂੰ 'ਦੀਮਕ' ਕਹਿਣ ਤੋਂ ਵੱਖਰੀ ਨਹੀਂ ਹੈ। ਕਈ ਦਲਿਤ ਆਗੂਆਂ ਨੇ ਬ੍ਰਹਮਣਾਂ ਨੂੰ ਗਾਲ੍ਹਾਂ ਕੱਢਣ ਨੂੰ ਆਪਣੇ ਚਿੰਤਨ ਦਾ ਪੈਮਾਨਾ ਬਣਾ ਲਿਆ ਹੈ। ਆਪਣੇ-ਆਪ ਨੂੰ ਮਹਾਨ ਦਲਿਤ ਚਿੰਤਕ ਅਖਵਾਉਣ ਲਈ ਬ੍ਰਹਮਣਾਂ ਨੂੰ ਲੰਮੀ-ਲੰਮੀ ਗਾਲ੍ਹਾਂ ਕੱਢਣੀਆਂ ਇਹਨਾ ਨੇ ਲਾਜ਼ਮੀ ਕਰ ਦਿੱਤਾ ਹੈ। ਨਫ਼ਰਤ 'ਤੇ ਆਧਾਰਿਤ ਅਜਿਹਾ ਚਿੰਤਨ ਦਲਿਤ ਸਮਾਜ ਨੂੰ ਹੋਰ ਡੂੰਘੇ ਖੱਡ ਵਿੱਚ ਧੱਕ ਰਿਹਾ ਹੈ। ਇਸੇ ਸੋਚ ਸਦਕਾ ਧਰਮਵੀਰ ਇੱਕ ਲੰਮੀ ਕਾਲਪਨਿਕ ਵਾਰਤਾਲਾਪ ਲਿਖਦੇ ਹਨ ਜੋ ਇਸ ਤਰ੍ਹਾਂ ਸ਼ੁਰੂ ਹੁੰਦੀ ਹੈ:

ਰਾਮਾਨੰਦ ਕਹਿੰਦੇ ਹਨ-"ਤੂੰ ਜੁਲਾਹਾ ਹੈਂ, ਤੂੰ ਨੀਚ ਹੈਂ।" ਕਬੀਰ ਕਹਿੰਦੇ ਹਨ-"ਤੂੰ ਘਮੰਡੀ ਹੈਂ, ਤੂੰ ਬਾਵਨ ਰੂਪੀ ਹੈਂ।" ਰਾਮਾਨੰਦ ਕਹਿੰਦੇ ਹਨ-"ਜੁਲਾਹੇ, ਨੀਚ ਹੋਣ ਕਰਕੇ ਤੈਨੂੰ ਮੁਕਤੀ ਦਾ ਹੱਕ ਨਹੀਂ ਹੈ, ਤੂੰ ਜਾ ਕੇ ਖੱਡੀ 'ਤੇ ਕੱਪੜੇ ਬੁਣ।" ਕਬੀਰ ਕਹਿੰਦੇ ਹਨ- "ਬਾਮਣੇ, ਤੈਨੂੰ ਘਮੰਡੀ ਹੋਣ ਕਰਕੇ ਕਦੇ ਮੁਕਤੀ ਨਹੀਂ ਮਿਲੇਗੀ। ਤੂੰ ਦੁਨੀਆਂ ਵਿੱਚ ਲਬੜ-ਲਬੜ ਕਰਦਾ ਫਿਰੇਂਗਾ, ਹਰ ਕਿਸੇ ਨਾਲ ਲੜਦਾ ਫਿਰੇਂਗਾ, ਤੈਨੂੰ ਸ਼ਾਂਤੀ ਨਹੀਂ ਮਿਲੇਗੀ, ਤੇਰਾ ਜਨਮ ਸਰਾਪ ਹੈ।"...

ਗੁਰੂ ਗ੍ਰੰਥ ਸਾਹਿਬ ਜੀ ਦੇ ਸਿੱਖ ਲਈ ਆਪਣੇ ਆਗੂਆਂ ਦੇ ਨਾਂ 'ਤੇ ਅਜਿਹੀ ਭੱਦੀ ਅਤੇ ਨਫ਼ਰਤ ਭਰੀ ਸ਼ਬਦਾਵਲੀ ਦੁਖਦਾਈ ਹੈ। ਸੱਚੇ ਬੋਲਾਂ ਅਤੇ ਦਵੈਸ਼ਪੂਰਨ ਕੌੜੇ ਸ਼ਬਦਾਂ ਵਿੱਚ ਫਰਕ ਹੁੰਦਾ ਹੈ। ਅਧਿਆਤਮਿਕ ਮਾਰਗ 'ਤੇ ਚੱਲਣ ਵਾਲਿਆਂ ਦਾ ਸੁਭਾਅ ਵੀ ਆਪਣੇ ਪ੍ਰਭੂ ਸਵਾਮੀ ਵਾਂਗ ਮਿੱਠ-ਬੋਲੜਾ ਹੁੰਦਾ ਹੈ, ਜੋ ਕਦੇ ਕਿਸੇ ਨੂੰ ਕੌੜੇ ਬੋਲ ਨਹੀਂ ਬੋਲਦੇ। ਗੁਰਬਾਣੀ ਦਾ ਫੁਰਮਾਨ ਹੈ:

ਮਿਠ ਬੋਲੜਾ ਜੀ ਹਰਿ ਸਜਣੁ ਸੁਆਮੀ ਮੋਰਾ॥
ਹਉ ਸੰਮਲਿ ਥਕੀ ਜੀ ਓਹੁ ਕਦੇ ਨ ਬੋਲੈ ਕਉਰਾ॥
ਕਉੜਾ ਬੋਲਿ ਨ ਜਾਨੈ ਪੂਰਨ ਭਗਵਾਨੈ ਅਉਗਣੁ ਕੋ ਨ ਚਿਤਾਰੇ॥

(ਗੁਰੂ ਗ੍ਰੰਥ ਸਾਹਿਬ, ਮਹਲਾ ੫, ਅੰਗ 784)

ਇੱਕ ਸਿੱਖ ਨੂੰ, ਇਸ ਨਾਲ ਕੋਈ ਸਮੱਸਿਆ ਨਹੀਂ ਹੈ ਕਿ ਭਗਤ ਕਬੀਰ ਜੀ ਦੇ ਗੁਰੂ ਭਗਤ ਰਾਮਾਨੰਦ ਜੀ ਸਨ, ਅਤੇ ਨਾ ਹੀ ਇਸ ਨਾਲ ਕਿ ਭਗਤ ਰਾਮਾਨੰਦ ਜੀ ਦੇ ਗੁਰੂ ਭਗਤ ਕਬੀਰ ਜੀ ਸਨ। ਸਿੱਖ ਦਾ ਚਿੰਤਨ ਦੰਤਕਥਾਵਾਂ 'ਤੇ ਆਧਾਰਿਤ ਨਹੀਂ ਹੈ। ਸਿੱਖ ਨੂੰ ਗੁਰਬਾਣੀ ਵਿਚਾਰ ਦੀ ਅਸੀਮ ਡੂੰਘਾਈ ਵਿੱਚ ਡੁੱਬਕੀ ਮਾਰ ਕੇ ਹੀਰੇ-ਮੋਤੀ ਰੂਪੀ ਸਦਗੁਣ ਗ੍ਰਹਿਣ ਹਾਸਿਲ ਕਰਨੇ ਹਨ ਅਤੇ ਇਸੇ ਖਜ਼ਾਨੇ ਨੂੰ ਦੂਜਿਆਂ ਵਿੱਚ ਵੰਡਣਾ ਹੈ। ਕਿਉਂਕਿ ਸਿੱਖ ਦਾ ਗੁਰੂ 'ਸ਼ਬਦ' ਹੈ, ਜਿਸ ਨੂੰ ਗੁਰੂ ਨੇ ਆਪ ਪ੍ਰਮਾਣਿਤ ਕੀਤਾ ਹੈ। ਇਹ ਪ੍ਰਮਾਣਿਕਤਾ ਆਜੀਵਕ ਧਰਮ ਦੇ ਕੋਲ ਨਹੀਂ ਹੈ। ਅਸੀਂ ਇਸੇ ਵਿਚਾਰ ਤੋਂ ਸ਼ੁਰੂ ਕੀਤਾ ਸੀ ਕਿ 'ਸ਼ਬਦ ਗੁਰੂ' ਦੇ ਮੂਲ ਸਿਧਾਂਤ ਨੂੰ ਸਮਝੇ ਬਿਨਾਂ ਸਿੱਖੀ ਬਾਰੇ ਕੋਈ ਵੀ ਵਿਸ਼ਲੇਸ਼ਣ ਸਹੀ ਹੋ ਹੀ ਨਹੀਂ ਸਕਦਾ।

ਸੱਚ ਤਾਂ ਇਹ ਹੈ ਕਿ ਧਰਮਵੀਰ ਖੁਦ ਹੀ ਹੀਣ ਭਾਵਨਾ ਵਿੱਚ ਜਕੜੇ ਹੋਏ ਹਨ, ਜਿਸ ਕਾਰਨ ਉਹ ਬਾਬਾ ਕਬੀਰ ਨੂੰ 'ਉੱਚੀ' ਜਾਤ ਦੇ ਬ੍ਰਾਹਮਣ ਨੂੰ ਉਪਦੇਸ਼ ਕਰਦਾ ਨਹੀਂ ਸੋਚ ਸਕਦੇ। ਇਸ ਹੀਣ ਭਾਵਨਾ ਕਾਰਨ ਇੱਕ ਪਾਸੇ ਤਾਂ ਧਰਮਵੀਰ ਕਬੀਰ ਜੀ ਦੇ ਮੂੰਹ ਵਿੱਚ ਅਪਸ਼ਬਦ ਪਾਉਂਦੇ ਹਨ, ਦੂਜੇ ਪਾਸੇ ਉਹ ਸੋਚ ਵੀ ਨਹੀਂ ਸਕਦੇ ਕਿ ਕੋਈ ਬ੍ਰਾਹਮਣ ਕਬੀਰ ਸਾਹਿਬ ਨੂੰ ਗੁਰੂ ਕਬੀਰ ਵੀ ਕਹਿ ਸਕਦਾ ਹੈ। ਸਿੱਖਾਂ ਨੂੰ ਇਸ ਹੀਣ ਭਾਵਨਾ ਤੋਂ ਮੁਕਤ ਕਰ ਦਿੱਤਾ ਗਿਆ ਹੈ। ਗੁਰਬਾਣੀ ਵਿੱਚ ਅਖੌਤੀ ਉੱਚ ਜਾਤੀ ਦੇ 'ਬ੍ਰਾਹਮਣ' ਭੱਟਾਂ ਨੇ ਅਖੌਤੀ ਨੀਵੀਂ ਜਾਤ ਦੇ 'ਖੱਤਰੀ' ਨੂੰ ਆਪਣਾ ਗੁਰੂ ਕਿਹਾ ਹੈ।

ਭਗਤ ਰਾਮਾਨੰਦ ਜੀ, ਜਿਨ੍ਹਾਂ ਬਾਰੇ ਬ੍ਰਾਹਮਣ ਜਾਤੀ ਵਿੱਚ ਪੈਦਾ ਹੋਣ ਕਾਰਨ ਧਰਮਵੀਰ ਦੇ ਮਨ ਵਿੱਚ ਐਨੀ ਨਫ਼ਰਤ ਹੈ, ਉਹਨਾ ਦਾ ਵੀ ਇੱਕ ਸ਼ਬਦ ਗੁਰੂ ਗ੍ਰੰਥ ਸਾਹਿਬ ਜੀ ਵਿੱਚ ਦਰਜ ਹੈ। ਭਗਤ ਰਾਮਾਨੰਦ ਜੀ ਬਾਰੇ ਲੇਖਕਾਂ ਨੇ ਕਿ ਕਹਾਣੀਆਂ ਜਾਂ ਦੰਤਕਥਾਵਾਂ ਲਿਖੀਆਂ ਹਨ ਉਹ ਸਿੱਖ ਦੇ ਵਿਸ਼ਵਾਸ ਦਾ ਹਿੱਸਾ ਨਹੀਂ ਹਨ। ਇੱਕ ਸਿੱਖ ਲਈ, ਭਗਤ ਰਾਮਾਨੰਦ ਜੀ ਉਹ ਹਨ ਜੋ ਗੁਰੂ ਗ੍ਰੰਥ ਸਾਹਿਬ ਜੀ ਵਿੱਚ ਦਰਜ ਇਸ ਇੱਕ ਸ਼ਬਦ ਦੇ ਅਨੁਕੂਲ ਹੋਵੇ:

> ਕਤ ਜਾਈਐ ਰੇ ਘਰ ਲਾਗੋ ਰੰਗੁ॥ ਮੇਰਾ ਚਿਤੁ ਨ ਚਲੈ ਮਨੁ ਭਇਓ ਪੰਗੁ॥੧॥ਰਹਾਉ॥
> ਏਕ ਦਿਵਸ ਮਨ ਭਈ ਉਮੰਗਾ॥ ਘਸਿ ਚੰਦਨ ਚੋਆ ਬਹੁ ਸੁਗੰਧਾ॥
> ਪੂਜਨ ਚਾਲੀ ਬ੍ਰਹਮ ਠਾਇ॥ ਸੋ ਬ੍ਰਹਮੁ ਬਤਾਇਓ ਗੁਰ ਮਨ ਹੀ ਮਾਹਿ॥੧॥
> ਜਹਾ ਜਾਈਐ ਤਹ ਜਲ ਪਖਾਨ॥ ਤੂ ਪੂਰਿ ਰਹਿਓ ਹੈ ਸਭ ਸਮਾਨ॥
> ਬੇਦ ਪੁਰਾਨ ਸਭ ਦੇਖੇ ਜੋਇ॥ ਊਹਾਂ ਤਉ ਜਾਈਐ ਜਉ ਈਹਾਂ ਨ ਹੋਇ॥੨॥
> ਸਤਿਗੁਰ ਮੈ ਬਲਿਹਾਰੀ ਤੋਰ॥ ਜਿਨਿ ਸਕਲ ਬਿਕਲ ਭ੍ਰਮ ਕਾਟੇ ਮੋਰ॥
> ਰਾਮਾਨੰਦ ਸੁਆਮੀ ਰਮਤ ਬ੍ਰਹਮ॥ ਗੁਰ ਕਾ ਸਬਦੁ ਕਾਟੈ ਕੋਟਿ ਕਰਮ॥੩॥
>
> (ਗੁਰੂ ਗ੍ਰੰਥ ਸਾਹਿਬ, ਭਗਤ ਰਾਮਾਨੰਦ, ਅੰਗ 1195)

ਅਰਥ: ਹੇ ਭਾਈ! ਹੋਰ ਕਿੱਥੇ ਜਾਣਾ ਹੈ? (ਹੁਣ) ਹਿਰਦੇ ਘਰ ਵਿੱਚ ਹੀ ਆਨੰਦ ਬਣ ਗਿਆ ਹੈ; ਮੇਰਾ ਮਨ ਹੁਣ ਡੋਲਦਾ ਨਹੀਂ, ਸਥਿਰ ਹੋ ਗਿਆ ਹੈ।1।ਰਹਾਉ।

ਇੱਕ ਦਿਨ ਮੇਰੇ ਮਨ ਵਿੱਚ ਵੀ ਇਹ ਇੱਛਾ ਪੈਦਾ ਹੋਈ ਸੀ, ਮੈਂ ਚੰਦਨ ਘਸਾਕੇ ਇਤਰ ਅਤੇ ਹੋਰ ਬਹੁਤ ਸਾਰੀਆਂ ਖ਼ੁਸ਼ਬੂਆਂ ਲੈ ਕੇ ਮੰਦਰ ਵਿੱਚ ਪੂਜਾ ਕਰਨ ਚਲ ਪਈ। ਪਰ ਹੁਣ ਮੈਨੂੰ ਉਹ ਪਰਮਾਤਮਾ (ਜਿਸ ਨੂੰ ਮੈਂ ਮੰਦਰ ਵਿੱਚ ਵੱਸਦਾ ਸਮਝਦੀ ਸੀ) ਮੇਰੇ ਗੁਰੂ ਨੇ ਮੇਰੇ ਮਨ ਵਿੱਚ ਵੱਸਦਾ ਵਿਖਾ ਦਿੱਤਾ ਹੈ।1।

(ਤੀਰਥਾਂ ਜਾਂ ਮੰਦਰਾਂ ਤੇ ਜਾਓ) ਜਿੱਥੇ ਕਿਤੇ ਵੀ ਜਾਓ, ਉੱਥੇ ਪਾਣੀ ਜਾਂ ਪੱਥਰ ਹਨ। ਹੇ ਪ੍ਰਭੂ! ਤੂੰ ਹਰ ਥਾਂ ਬਰਾਬਰ (ਵਿਆਪਕ) ਹੈਂ, ਵੇਦ-ਪੁਰਾਣ ਆਦਿ ਧਾਰਮਿਕ ਪੁਸਤਕਾਂ ਨੂੰ ਵੀ ਖੋਜ ਕੇ ਵੇਖਿਆ ਹੈ। ਮੈਂ ਤੀਰਥਾਂ ਜਾਂ ਮੰਦਰਾਂ ਨੂੰ ਤਾਂ ਹੀ ਜਾਂਵਾ ਜੇਕਰ ਪਰਮਾਤਮਾ ਮੇਰੇ ਮਨ ਵਿੱਚ ਨਾ ਵੱਸਦਾ ਹੋਵੇ।2।

ਹੇ ਸਤਿਗੁਰੂ! ਮੈਂ ਤੇਰੇ ਅੱਗੇ ਸਦਕੇ ਜਾਂਦਾ ਹਾਂ, ਜਿਸ ਨੇ ਮੇਰੇ ਸਾਰੇ ਔਖੇ ਭਰਮ ਦੂਰ ਕਰ ਦਿੱਤੇ ਹਨ। ਰਾਮਾਨੰਦ ਦਾ ਪ੍ਰਭੂ ਹਰ ਥਾਂ ਮੌਜੂਦ ਹੈ, ਗੁਰੂ ਦਾ ਸ਼ਬਦ ਕਰੋੜਾਂ ਕਰਮ (ਭਰਮ) ਨਾਸ ਕਰ ਦਿੰਦਾ ਹੈ।3।

ਨੋਟ: ਭਗਤ ਰਾਮਾਨੰਦ ਜੀ ਜਾਤ ਪੱਖੋਂ ਬ੍ਰਾਹਮਣ ਸਨ। ਪਰ ਧਰਮ ਦੇ ਠੇਕੇਦਾਰ ਬ੍ਰਾਹਮਣਾਂ ਦੁਆਰਾ ਪਾਏ ਗਏ ਭਰਮਾਂ ਦਾ ਇਸ ਸ਼ਬਦ ਵਿੱਚ ਖੰਡਨ ਕਰਦੇ ਹਨ, ਕਿ ਤੀਰਥਾਂ ਦੇ ਇਸ਼ਨਾਨ, ਚੰਦਨ ਦਾ ਲੇਪ ਲਗਾਉਣਾ ਅਤੇ ਮੂਰਤੀਆਂ ਦੀ ਪੂਜਾ ਕਰਨ ਨਾਲ ਮਨ ਦੀ ਅਵਸਥਾ ਉੱਚੀ ਨਹੀਂ ਹੋ ਸਕਦੀ। ਪੂਰੇ ਗੁਰੂ ਦੇ ਉਪਦੇਸ਼ ਦੀ ਵਿਚਾਰ ਕਰਨ ਨਾਲ ਸਾਰੇ ਭਰਮ ਦੂਰ ਹੋ ਜਾਂਦੇ ਹਨ ਅਤੇ ਰੱਬ ਹਰ ਥਾਂ ਵਿਆਪਕ ਅਤੇ ਆਪਣੇ ਅੰਦਰ ਵੱਸਦਾ ਦਿੱਸ ਪੈਂਦਾ ਹੈ। ਬੇਸ਼ੱਕ ਭਗਤ ਰਾਮਾਨੰਦ ਜੀ ਬ੍ਰਾਹਮਣ ਜਾਤੀ ਵਿੱਚ ਪੈਦਾ ਹੋਏ, ਪਰ ਬ੍ਰਾਹਮਣਵਾਦ ਤੋਂ ਉਹ ਖੁਦ ਵੀ ਮੁਕਤ ਸੀ ਅਤੇ ਦੂਜਿਆਂ ਨੂੰ ਵੀ ਮੁਕਤ ਕਰ ਰਹੇ ਸਨ।

ਗੁਰੂ ਗ੍ਰੰਥ ਸਾਹਿਬ ਜੀ ਵਿੱਚ ਭਗਤਾਂ ਵਿੱਚੋਂ ਕਬੀਰ ਜੀ ਦੀ ਸਭ ਤੋਂ ਵੱਧ ਬਾਣੀ ਦਰਜ ਹੈ। ਧਰਮਵੀਰ ਕੋਲ ਪ੍ਰਮਾਣਿਕਤਾ ਦੀ ਕੋਈ ਕਸੌਟੀ ਤਾਂ ਹੈ ਨਹੀਂ, ਪਰ ਉਹ ਭਗਤ ਕਬੀਰ ਜੀ ਦੀ ਬਾਣੀ ਲਈ 'ਬੀਜਕ' ਗ੍ਰੰਥ ਨੂੰ ਵਧੇਰੇ ਮਾਨਤਾ ਦਿੰਦੇ ਹਨ। ਧਰਮਵੀਰ ਨੇ ਬਿਨਾ ਕਿਸੇ ਅਰਥ ਵਿਚਾਰ ਦੇ ਭਗਤ ਕਬੀਰ ਅਤੇ ਭਗਤ ਰਵਿਦਾਸ ਜੀ ਦੇ ਨਾਂ 'ਤੇ ਬਹੁਤ ਸਾਰੀਆਂ ਕਵਿਤਾਵਾਂ ਨੂੰ ਆਪਣੀ ਪੁਸਤਕ ਵਿੱਚ ਸੰਕਲਿਤ ਕੀਤਾ ਹੈ। ਇਹਨਾਂ ਵਿੱਚੋਂ ਬਹੁਤ ਸਾਰੀਆਂ ਰਚਨਾਵਾਂ ਵਿੱਚ ਨਾ ਤਾਂ ਵਿਚਾਰਧਾਰਕ ਸਥਿਰਤਾ ਹੈ ਅਤੇ ਨਾ ਹੀ ਅਧਿਆਤਮਿਕ ਉੱਤਮਤਾ। ਜੇਕਰ ਜੀਵਨ ਵਿੱਚ ਸ਼ਬਦ ਵਿਚਾਰ ਦਾ ਅਭਿਆਸ ਕੀਤਾ ਹੁੰਦਾ ਤਾਂ ਇਹਨਾ ਹਲਕੀ ਰਚਨਾਵਾਂ ਨੂੰ ਸੰਤ ਪੁਰਸ਼ਾਂ ਨਾਲ ਨਾ ਜੋੜਿਆ ਜਾਂਦਾ। ਨੁਕਤੇ ਨੂੰ ਸਮਝਣ ਲਈ, ਧਰਮਵੀਰ ਦੁਆਰਾ ਕਬੀਰ ਦੇ ਨਾਂ 'ਤੇ ਪ੍ਰਚਾਰਿਤ ਕਵਿਤਾਵਾਂ ਦੇ ਤਿੰਨ ਉਦਾਹਰਣ ਵੇਖੇ:

ਕ) ਯੇ ਅੰਖਿਆਂ ਅਲਸਾਨੀ ਹੋ, ਪਿਆ ਸੇਜ ਚਲੋ।

ਖੰਬ ਪਕਰ ਪਤੰਗਾ ਅਸ ਡੋਲੈ, ਬੋਲੈ ਮਧੁਰੀ ਬਾਨੀ।

ਫੂਲਨ ਸੇਜ ਬਿਛਾਏ ਜੋ ਰਾਖੈਂ, ਪਿਆ ਬਿਨਾ ਕੁਮੑਿਲਾਨੀ।।

ਧੀਰੇ ਪਾਂਵ ਧਰੋ ਪਲੰਗਾ ਪਰ, ਜਾਗਤ ਨਨਦ ਜਿਠਾਨੀ।

ਕਹੈ ਕਬੀਰ ਸੁਨੋ ਭਾਈ ਸਾਧੋ, ਲੋਕ ਲਾਜ ਬਿਲਛਾਨੀ।। (55)

ਵਿਸ਼ਲੇਸ਼ਣ: ਅਧਿਆਤਮਿਕ ਕਾਵਿ ਸ਼ੈਲੀ ਵਿੱਚ ਰੱਬ ਨੂੰ ਪਤੀ ਜਾਂ ਪਿਆ ਕਹਿਣ ਵਿੱਚ ਕੋਈ ਦੁਬਿਧਾ ਨਹੀਂ ਹੈ। ਪਰ ਪਲੰਗ 'ਤੇ ਹੌਲੀ-ਹੌਲੀ ਕਦਮ ਕਿਉਂ ਰੱਖਣੇ ਹਨ? ਇਹ ਪਲੰਗ ਕੀ ਹੈ? "ਨਨਦ ਜਿਠਾਨੀ" ਦਾ ਕੀ ਮਤਲਬ ਹੈ ਜਿਸ ਨੂੰ ਜਗਾਣਾ ਨਹੀਂ ਚਾਹੀਦਾ? ਭਾਵੇਂ "ਪਲੰਗਾ" ਨੂੰ ਮਨ ਸਮਝ ਲਿਆ ਜਾਵੇ ਅਤੇ "ਨਨਦ ਜਿਠਾਨੀ" ਨੂੰ ਵਿਕਾਰ ਸਮਝ ਲਿਆ ਜਾਵੇ, ਫਿਰ ਵੀ ਅਧਿਆਤਮਿਕ ਪੱਖ ਰੱਖਣ ਦਾ ਇਹ ਕੋਈ ਸਭਿਅਕ ਤਰੀਕਾ ਨਹੀਂ ਹੈ। ਪੀਆ ਦੇ ਕਿਹੜੇ ਗੁਣ ਧਾਰਨ ਕਰਨੇ ਹਨ ਅਤੇ ਕਿਹੜੇ ਵਿਕਾਰਾਂ ਨੂੰ ਜਗਾਉਣ ਤੋਂ ਰੋਕਣਾ ਹੈ,

ਇਸ ਬਾਰੇ ਕੋਈ ਸੰਕੇਤ ਨਹੀਂ ਹੈ। ਅਜਿਹੀ ਲੱਚਰ ਸ਼ੈਲੀ ਗੁਰੂ ਗ੍ਰੰਥ ਸਾਹਿਬ ਵਿੱਚ ਦਰਜ ਭਗਤ ਕਬੀਰ ਜੀ ਦੀ ਬਾਣੀ ਨਾਲ ਮੇਲ ਨਹੀਂ ਖਾਂਦੀ।

> ਖ) ਸਈਆਂ ਨਿਕਸ ਗਯੋ, ਮੈਂ ਨਾ ਲੜੀ ਥੀ।
>
> ਨਾ ਮੈਂ ਬੋਲੀ, ਨਾ ਮੈਂ ਚਾਲੀ, ਉੜ ਚਦਰਿਆ ਅਕੇਲੀ ਪੜੀ ਥੀ।
>
> ਪਾਂਚ ਦੇਵਰਨੀਆਂ ਪੱਚੀਸ ਜੇਠਨੀਆਂ, ਨਾ ਜਾਨੇ ਕੁਛ ਇਨਨੇ ਕਹੀ ਥੀ।
>
> ਰੰਗਾ ਮਹਲ ਮੇਂ ਦਸ ਦਰਵਾਜਾ, ਨਾ ਜਾਨੇ ਕੌਨ ਖਿੜਕੀ ਖੁਲੀ ਥੀ।
>
> ਕਹੈ ਕਮਲੀ ਕਬੀਰ ਕੀ ਬੇਟੀ, ਇਸ ਬਿਆਹੀ ਤੇ ਕੁਮਾਰੀ ਭਲੀ ਥੀ। (72)

ਵਿਸ਼ਲੇਸ਼ਣ: ਇਸ ਕਵਿਤਾ ਦੀ ਆਖਰੀ ਪੰਗਤੀ ਤੋਂ ਸਪੱਸ਼ਟ ਹੈ ਕਿ ਇਹ ਕਬੀਰ ਜੀ ਦੀ ਨਹੀਂ, ਉਨ੍ਹਾਂ ਦੀ ਪੁੱਤਰੀ ਕਮਾਲੀ ਦੇ ਨਾਮ ਉੱਤੇ ਲਿਖੀ ਗਈ ਹੈ। ਇਸ ਕਾਵਿ ਨੂੰ ਭਗਤ ਕਬੀਰ ਜੀ ਦੀ ਬਾਣੀ ਲਿਖ ਦੇਣਾ, ਧਰਮਵੀਰ ਦੀ ਸ਼ਬਦ-ਵਿਚਾਰ ਪ੍ਰਤਿ ਗੈਰ-ਸੰਜੀਦਗੀ ਦਰਸਾਉਂਦਾ ਹੈ। ਇਸ ਦੀ ਵਿਆਖਿਆ ਕਰਨ ਨਾਲ ਪਤਾ ਲੱਗੇਗਾ ਕਿ ਕਵੀ ਹੰਕਾਰ ਵਿੱਚ ਲਿਬੜਿਆ ਹੋਇਆ ਹੈ। ਸਈਆਂ (ਪ੍ਰਭੂ) ਦੇ ਨਾਰਾਜ਼ ਹੋਣ ਦੀ ਸੁੱਧ ਤਾਂ ਹੈ, ਪਰ ਆਪਣੀ ਕੋਈ ਗਲਤੀ ਮੰਨਣ ਲਈ ਤਿਆਰ ਨਹੀਂ —ਨਾ ਲੜੀ, ਨਾ ਕੁਝ ਗਲਤ ਬੋਲੀ, ਨਾ ਹੀ ਗਲਤ ਰਸਤੇ 'ਤੇ ਚਾਲੀ। "ਪਾਂਚ ਦੇਵਰਨੀਆਂ" ਦਾ ਅਰਥ ਪੰਜ ਵਿਕਾਰ ਅਤੇ "ਦਸ ਦਰਵਾਜ਼ੇ" ਦਾ ਅਰਥ ਗਿਆਨ ਇੰਦਰੀਆਂ ਹੋ ਸਕਦਾ ਹੈ, ਪਰ ਇਹ "ਪੱਚੀਸ ਜੇਠਨੀਆਂ" ਕੌਣ ਹਨ? "ਬਿਆਹੀ ਤੇ ਕੁਮਾਰੀ ਭਲੀ" ਦਾ ਅਰਥ ਹੋਇਆ ਕਿ ਪ੍ਰਭੂ ਸਈਆਂ ਦੀ ਸੰਗਤ ਪਸੰਦ ਨਹੀਂ ਆਈ। ਇਹ ਕਿਹੋ ਜਿਹਾ ਧਾਰਮਿਕ ਉਪਦੇਸ਼ ਹੈ?

> ਗ) ਬਿਰਹਾ ਬਿਰਹਾ ਮਤ ਕਹੋ, ਬਿਰਹਾ ਹੈ ਸੁਲਤਾਨ।
>
> ਜਾ ਘਟ ਬਿਰਹ ਨ ਸੰਚਰੇ, ਸੋ ਘਟ ਜਾਨ ਮਸਾਨ। (131)

ਵਿਸ਼ਲੇਸ਼ਣ: ਇਸ ਕਾਵਿ ਵਿੱਚ 'ਕਬੀਰ' ਨਾਮ ਦੀ ਮੋਹਰ ਨਹੀਂ ਹੈ। ਅਸਲ ਵਿੱਚ ਇਹ ਬਾਬਾ ਫਰੀਦ ਜੀ ਦੀ ਬਾਣੀ ਹੈ। ਇਸ ਵਿੱਚ ਕੁਝ ਤਬਦੀਲੀਆਂ ਕਰਕੇ ਬਾਬਾ ਕਬੀਰ ਜੀ ਦੇ ਨਾਮ ਤੇ ਸੰਕਲਿਤ ਕਰ ਦਿੱਤਾ ਗਿਆ ਹੈ। ਇਹ ਸ਼ਬਦ ਗੁਰੂ ਗ੍ਰੰਥ ਸਾਹਿਬ ਵਿੱਚ ਇਸ ਤਰ੍ਹਾਂ ਦਰਜ ਹੈ:

> ਬਿਰਹਾ ਬਿਰਹਾ ਆਖੀਐ ਬਿਰਹਾ ਤੂ ਸੁਲਤਾਨੁ॥
>
> ਫਰੀਦਾ ਜਿਤੁ ਤਨਿ ਬਿਰਹੁ ਨ ਊਪਜੈ ਸੋ ਤਨੁ ਜਾਣੁ ਮਸਾਨੁ॥
>
> (ਗੁਰੂ ਗ੍ਰੰਥ ਸਾਹਿਬ, ਸ਼ੇਖ ਫਰੀਦ, ਅੰਗ 1379)

ਗੁਰੂ ਗ੍ਰੰਥ ਸਾਹਿਬ ਵਿੱਚ ਦਰਜ ਭਗਤ ਕਬੀਰ ਜੀ ਦੀ ਬਾਣੀ ਵਿੱਚ ਕਿਤੇ ਵੀ ਕੋਈ ਵਿਰੋਧਾਭਾਸ ਨਹੀਂ ਹੈ। ਕਬੀਰ ਜੀ ਆਪ ਸਮਝਾਉਂਦੇ ਹਨ ਕਿ ਲੋਕ ਸ਼ਬਦ-ਵਿਚਾਰ ਨੂੰ ਸਿਰਫ਼ (ਸਾਧਾਰਨ) ਗੀਤ ਹੀ ਸਮਝ ਬੈਠਦੇ ਹਨ, ਪਰ ਇਹ ਪਰਮਾਤਮਾ ਦੇ ਗੁਣਾਂ ਦੀ ਵਿਚਾਰ ਹੈ, ਜੋ ਜੀਉਂਦੇ-ਜੀ ਅਹੰਕਾਰ ਤੋਂ ਮੁਕਤੀ ਦਵਾਉਂਦਾ ਹੈ:

ਲੋਗੁ ਜਾਨੈ ਇਹੁ ਗੀਤੁ ਹੈ ਇਹੁ ਤਉ ਬ੍ਰਹਮ ਬੀਚਾਰ॥

(ਗੁਰੂ ਗ੍ਰੰਥ ਸਾਹਿਬ, ਭਗਤ ਕਬੀਰ, ਅੰਗ 335)

ਗੁਰੂ ਗ੍ਰੰਥ ਸਾਹਿਬ ਜੀ ਤੋਂ ਬਾਹਰ ਭਗਤਾਂ ਦੇ ਨਾਮ ਤੇ ਬਹੁਤ ਸਾਰੀਆਂ ਰਚਨਾਵਾਂ ਮਿਲਦੀਆਂ ਹਨ ਜੋ ਅਭਿਆਗਤ ਨੂੰ ਵਿਰੋਧਾਭਾਸ ਵਿੱਚ ਪਾ ਦਿੰਦੀਆਂ ਹਨ। ਇਸ ਅਹਿਮ ਨੁਕਤੇ ਦੀ ਗੰਭੀਰਤਾ ਨੂੰ ਭਾਂਪਦਿਆਂ ਸਿੱਖ ਗੁਰੂਆਂ ਨੇ ਨਾ ਸਿਰਫ਼ ਸ੍ਰੀ ਗੁਰੂ ਗ੍ਰੰਥ ਸਾਹਿਬ ਜੀ ਦੀ ਸੰਪਾਦਨਾ ਆਪ ਕੀਤੀ, ਸਗੋਂ 'ਕੱਚੀ ਬਾਣੀ' ਤੋਂ ਦੂਰ ਰਹਿਣ ਦਾ ਸਪੱਸ਼ਟ ਹੁਕਮ ਵੀ ਦਿੱਤਾ:

ਸਤਿਗੁਰੂ ਬਿਨਾ ਹੋਰ ਕਚੀ ਹੈ ਬਾਣੀ॥

ਬਾਣੀ ਤ ਕਚੀ ਸਤਿਗੁਰੂ ਬਾਝਹੁ ਹੋਰ ਕਚੀ ਬਾਣੀ॥

ਕਹਦੇ ਕਚੇ ਸੁਣਦੇ ਕਚੇ ਕਚੀ ਆਖਿ ਵਖਾਣੀ॥

ਹਰਿ ਹਰਿ ਨਿਤ ਕਰਹਿ ਰਸਨਾ ਕਹਿਆ ਕਛੂ ਨ ਜਾਣੀ॥

ਜਿਨ ਕਾ ਹਿਰਿ ਲਇਆ ਮਾਇਆ ਬੋਲਨਿ ਪਏ ਰਵਾਣੀ॥

ਕਹੈ ਨਾਨਕੁ ਸਤਿਗੁਰੂ ਬਾਝਹੁ ਹੋਰ ਕਚੀ ਬਾਣੀ॥

(ਗੁਰੂ ਗ੍ਰੰਥ ਸਾਹਿਬ, ਮਹਲਾ ੩, ਅੰਗ 920)

ਧਰਮਵੀਰ ਦਾ ਬੇਮੇਲ ਚਿੰਤਨ ਆਜੀਵਕਾਂ ਦਾ ਕਿਸ ਹੱਦ ਤੱਕ ਉੱਥਾਨ ਕਰ ਪਾਵੇਗਾ? ਇਸ ਦੀ ਤੁੱਛ ਸੀਮਾ ਦੀ ਝਲਕ ਉਹਨਾ ਦੁਆਰਾ ਭਾਰਤ ਦੇ ਸੰਵਿਧਾਨ ਦੇ ਕੀਤੇ ਗੁਣਗਾਨ ਤੋਂ ਮਿਲਦੀ ਹੈ। ਉਹ ਲਿਖਦੇ ਹਨ:

"ਭਾਰਤ ਦੇ ਸੰਵਿਧਾਨ ਦੇ ਮੌਲਿਕ ਅਧਿਕਾਰਾਂ ਵਾਲੇ ਹਿੱਸੇ ਵਿੱਚ ਮਿਲਿਆ ਸਮਾਨਤਾ ਦਾ ਅਧਿਕਾਰ, ਆਜ਼ਾਦੀ ਦਾ ਅਧਿਕਾਰ ਅਤੇ ਸ਼ੋਸ਼ਣ ਦੇ ਵਿਰੁੱਧ ਅਧਿਕਾਰ ਆਜੀਵਕਾਂ ਦੀ ਬਹੁਤ ਵੱਡੀ ਸਫਲਤਾ ਹੈ। ਸਿੱਖਿਆ ਦੇ ਅਧਿਕਾਰ ਅਤੇ ਭੋਜਨ ਦੇ ਅਧਿਕਾਰ ਦੀ ਸੰਵਿਧਾਨਕ ਗਾਰੰਟੀ ਆਜੀਵਕਾਂ ਦੀ ਪ੍ਰਾਪਤੀ ਦਾ ਇੱਕ ਵੱਡਾ ਜਸ਼ਨ ਹੈ। ਸੰਵਿਧਾਨ ਵਿੱਚ ਰਾਜ ਨੀਤੀ ਦੇ ਨਿਰਦੇਸ਼ਕ ਤੱਤ ਵਾਲੇ ਭਾਗ ਦੇ ਅਨੁਛੇਦ 51ਏ (ਐਚ) ਵਿੱਚ ਇਹ ਲਿਖਿਆ ਜਾਣਾ ਕਿ 'ਭਾਰਤ ਦੇ ਹਰ ਨਾਗਰਿਕ ਦਾ ਫਰਜ਼ ਹੋਵੇਗਾ ਕਿ ਉਹ .... ਵਿਗਿਆਨਕ ਦ੍ਰਿਸ਼ਟੀਕੋਣ, ਮਾਨਵਵਾਦ, ਸਿੱਖਣ ਅਤੇ ਸੁਧਾਰ ਦੀ ਭਾਵਨਾ ਦਾ ਵਿਕਾਸ ਕਰਨ,' ਆਜੀਵਕ ਧਰਮ ਅਤੇ ਦਰਸ਼ਨ ਦੀ ਸਰਵਉੱਚ ਜਿੱਤ ਹੈ। ਇੱਥੇ ਨਿਯਤੀਵਾਦ 'ਸੰਵਿਧਾਨ ਬਨਾਮ ਪੁਨਰਜਨਮ' ਬਣ ਕੇ ਆਪਣੀ ਜਿੱਤ ਦਾ ਐਲਾਨ ਕਰ ਰਿਹਾ ਹੈ।"

ਉਹਨਾ ਦਾ ਇਹ ਵਿਚਾਰ ਅਗਿਆਨਤਾ ਹੀ ਨਹੀਂ ਸਗੋਂ ਬੇਈਮਾਨੀ ਵੀ ਦਰਸਾਉਂਦਾ ਹੈ।

ਬੇਈਮਾਨੀ: ਬੇਈਮਾਨੀ ਇਸਲਈ ਹੈ ਕਿਉਂਕਿ ਉਹ ਸੰਵਿਧਾਨ ਵਿੱਚ ਲਿਖੀ ਹਰ ਚੰਗੀ ਗੱਲ ਨੂੰ ਆਜੀਵਕਾਂ ਦੀ ਕਾਮਜਾਬੀ ਦੱਸਦੇ ਹਨ ਪਰ ਆਜੀਵਕਾਂ ਦਾ ਨਾਂ ਨਹੀਂ ਲਿਖਦੇ। ਉਹ ਨਾਂ ਇਸਲਈ ਨਹੀਂ ਲੈਂਦੇ ਕਿਉਂਕਿ

ਨਾਵਾਂ ਦੀ ਸੂਚੀ ਜਾਰੀ ਕਰਨ ਸਮੇਂ ਡਾ. ਬੀ.ਆਰ. ਅੰਬੇਡਕਰ ਦਾ ਨਾਂ ਲਿਖਣਾ ਪੈਂਦਾ ਜੋ ਸੰਵਿਧਾਨ ਡਰਾਫਟ ਕਮੇਟੀ ਦੇ ਚੇਅਰਮੈਨ ਸਨ। ਅਤੇ ਡਰਾਫਟ ਕਮੇਟੀ ਦੇ ਹੋਰ ਮੈਂਬਰਾਂ ਦੇ ਨਾਂ ਵੀ ਲਿਖਣੇ ਪੈਣੇ ਸਨ, ਜਿਨ੍ਹਾਂ ਵਿੱਚ ਉੱਚ ਜਾਤੀ ਹਿੰਦੂ ਅਤੇ ਮੁਸਲਮਾਨ ਵੀ ਸਨ। ਧਰਮਵੀਰ ਬ੍ਰਾਹਮਣਾਂ ਦੇ ਨਾਮ ਲਿਖਣ, ਇਹ ਉਮੀਦ ਤਾਂ ਨਹੀਂ ਕੀਤੀ ਜਾ ਸਕਦੀ, ਉਹ ਤਾਂ ਡਾ. ਅੰਬੇਡਕਰ ਨੂੰ ਵੀ ਕੋਈ ਰਿਆਇਤ ਦੇਣ ਦਾ ਈਮਾਨ ਨਹੀਂ ਰੱਖਦੇ। ਧਰਮਵੀਰ ਡਾ. ਅੰਬੇਡਕਰ ਨੂੰ "ਜੜ੍ਹਾਂ ਤੋਂ ਦੂਰ" ਕਹਿੰਦੇ ਹਨ।

ਅਜਿਹਾ ਨਹੀਂ ਹੈ ਕਿ ਡਾ. ਅੰਬੇਡਕਰ ਦੀ ਆਲੋਚਨਾ ਨਹੀਂ ਹੋ ਸਕਦੀ, ਹੋ ਸਕਦੀ ਹੈ। ਅਸੀਂ ਵੀ ਕੀਤੀ ਹੈ। ਆਲੋਚਨਾ ਦਾ ਉਦੇਸ਼ ਨਵੇਂ ਹਾਲਾਤਾਂ ਅਤੇ ਸੂਚਨਾਵਾਂ ਦੇ ਨਾਲ ਪਿਛਲੀਆਂ ਗਲਤੀਆਂ ਨੂੰ ਸੁਧਾਰ ਕੇ ਸਮਾਜ ਦਾ ਉੱਥਾਨ ਕਰਨ ਹੋਣਾ ਚਾਹੀਦਾ ਹੈ। ਪਰ ਜੇਕਰ ਆਲੋਚਨਾ ਦੂਜਿਆਂ ਨੂੰ ਨੀਵਾਂ ਦਿਖਾਉਣ ਦੀ ਬਦਨੀਅਤ ਨਾਲ ਕੀਤੀ ਜਾਵੇ ਤਾਂ ਇਸ ਨੂੰ ਸਵੀਕਾਰ ਕਰਨ ਵਾਲਾ ਵਰਗ ਹੋਰ ਵੀ ਪਿੱਛੜ ਜਾਵੇਗਾ, ਇਹੀ ਪਾਪ ਧਰਮਵੀਰ ਕਰ ਰਹੇ ਹਨ। ਉਹ ਲਿਖਦੇ ਹਨ:

"ਮੁਲਾਂਕਣ ਇਹ ਹੈ ਕਿ ਜੋ ਗੱਲ ਡਾ: ਅੰਬੇਡਕਰ ਨੇ ਠੀਕ ਕਹੀ ਹੈ ਉਹ ਆਜੀਵਕ ਹੋਣ ਦੇ ਨਾਤੇ ਕਹੀ ਹੈ ਅਤੇ ਜੋ ਗੱਲ ਗਲਤ ਕਹੀ ਹੈ ਉਹ ਬੋਧੀ ਬਣਨ ਦੇ ਨਾਤੇ ਕਹੀ ਹੈ।"

ਇਸ (ਕੁ)ਤਰਕ ਦੇ ਅਧਾਰ 'ਤੇ ਡਾ. ਅੰਬੇਡਕਰ ਦਾ ਨਾਮ ਲਿਖ ਦਿੰਦੇ ਕਿਉਂਕਿ ਸੰਵਿਧਾਨ ਤਾਂ ਉਨ੍ਹਾਂ ਦੇ ਬੁੱਧ ਧਰਮ ਅਪਣਾਉਣ ਤੋਂ ਪਹਿਲਾਂ ਤਿਆਰ ਹੋ ਚੁੱਕਾ ਸੀ। ਕੇਵਲ ਸੰਵਿਧਾਨ ਹੀ ਨਹੀਂ, ਉਨ੍ਹਾਂ ਦੇ ਜ਼ਿਆਦਾਤਰ ਕਾਰਜ ਅਤੇ ਲਿਖਤਾਂ ਬੁੱਧ ਧਰਮ ਅਪਣਾਉਣ ਤੋਂ ਪਹਿਲਾਂ ਦੀਆਂ ਹਨ, ਤਾਂ ਕੀ ਧਰਮਵੀਰ ਇਸ ਸਭ ਨਾਲ ਸਹਿਮਤ ਹਨ?

ਜੇਕਰ ਕੋਈ ਇਹ ਦਲੀਲ ਦੇਵੇ ਕਿ ਧਰਮਵੀਰ ਨੇ ਕਿਸੇ ਵਿਅਕਤੀ ਵਿਸ਼ੇਸ਼ ਦਾ ਨਾਂ ਇਸ ਲਈ ਨਹੀਂ ਲਿਖਿਆ ਕਿਉਂਕਿ ਉਹਨਾ ਦਾ ਮਤਲਬ ਭਾਰਤ ਵਿੱਚ ਆਜੀਵਕ ਵਿਚਾਰਧਾਰਾ ਦੀ ਨਿਰੰਤਰਤਾ ਨਾਲ ਸੀ। ਤਾਂ ਇਹ ਨਹੀਂ ਭੁੱਲਣਾ ਚਾਹੀਦਾ ਕਿ ਸੰਵਿਧਾਨ ਡਰਾਫਟ ਕਮੇਟੀ ਨੇ ਕਈ ਹੋਰ ਦੇਸ਼ਾਂ ਅਤੇ ਉਨ੍ਹਾਂ ਦੇ ਸੰਵਿਧਾਨਾਂ ਤੋਂ ਵੀ ਪ੍ਰੇਰਨਾ ਲਈ ਸੀ। ਉਦਾਹਰਣ ਦੇ ਲਈ:

ਕ)   ਸਰਕਾਰ ਦਾ ਸੰਸਦੀ ਰੂਪ ਬ੍ਰਿਟਿਸ਼ ਸਾਸ਼ਨ ਸ਼ੈਲੀ ਤੋਂ ਲਿਆ ਗਿਆ ਸੀ। ਕਾਨੂੰਨ ਦੇ ਰਾਜ ਅਤੇ ਏਕਲ ਨਾਗਰਿਕਤਾ ਦੇ ਸੰਕਲਪ ਦੇ ਪਹਿਲੂ ਬ੍ਰਿਟਿਸ਼ ਸੰਵਿਧਾਨ ਤੋਂ ਅਪਣਾਏ ਗਏ ਸਨ।

ਖ)   ਮੌਲਿਕ ਅਧਿਕਾਰਾਂ ਦਾ ਚਾਰਟਰ, ਸਰਕਾਰ ਦਾ ਸੰਘੀ ਢਾਂਚਾ, ਨਿਆਂਇਕ ਸਮੀਖਿਆ ਅਤੇ ਸੰਵਿਧਾਨ ਦੀ ਪ੍ਰਸਤਾਵਨਾ ਅਮਰੀਕਾ ਤੋਂ ਲਈ ਗਈ ਸੀ।

ਗ)   ਆਜ਼ਾਦੀ, ਸਮਾਨਤਾ ਅਤੇ ਭਾਈਚਾਰੇ ਦੇ ਆਦਰਸ਼ ਫਰਾਂਸੀਸੀ ਸੰਵਿਧਾਨ ਤੋਂ ਲਏ ਗਏ ਸਨ।

ਤਾਂ ਕੀ ਬਰਤਾਨੀਆ, ਅਮਰੀਕਾ, ਫਰਾਂਸ ਆਦਿ ਨੇ ਵੀ ਆਜੀਵਕ ਧਰਮ ਅਤੇ ਫਲਸਫੇ ਤੋਂ ਪ੍ਰੇਰਨਾ ਲਈ ਸੀ?

ਅਗਿਆਨਤਾ: ਸੰਵਿਧਾਨ ਨੂੰ ਲੈਕੇ ਧਰਮਵੀਰ ਦਾ ਸਰੂਰ ਜ਼ਮੀਨੀ ਹਕੀਕਤ ਦੀ ਅਗਿਆਨਤਾ ਕਾਰਨ ਹੈ। ਕੀ ਉਹ ਨਹੀਂ ਜਾਣਦੇ ਕਿ ਦੁਨੀਆ ਦੇ ਸਭ ਤੋਂ ਵੱਧ ਭੁੱਖ ਨਾਲ ਪੀੜਤ ਲੋਕ ਭਾਰਤ ਵਿੱਚ ਰਹਿੰਦੇ ਹਨ? ਗਲੋਬਲ ਭੁੱਖ ਸੂਚਕਾਂਕ (Global Hunger Index) 2022 ਦੀ ਰਿਪੋਰਟ ਅਨੁਸਾਰ, ਭਾਰਤ 121 ਦੇਸ਼ਾਂ ਵਿੱਚੋਂ ਸ਼ਰਮਨਾਕ 107ਵੇਂ ਨੰਬਰ 'ਤੇ ਹੈ। ਭਾਰਤ ਦੀ ਕੁੱਲ ਆਬਾਦੀ ਦਾ 16.3% ਕੁਪੋਸ਼ਣ ਦਾ ਸ਼ਿਕਾਰ ਹੈ। ਸੰਵਿਧਾਨ ਵਿੱਚ "ਭੋਜਨ ਦੇ ਅਧਿਕਾਰ" ਲਿਖ ਦੇਣ ਨਾਲ ਕਿਸ ਗੱਲ ਦਾ "ਜਸ਼ਨ"? ਇਹ ਜਸ਼ਨ ਭੁੱਖ ਨਾਲ ਪੀੜਤ ਜਨਤਾ ਨਾਲ ਭੱਦਾ ਮਜ਼ਾਕ ਹੈ।

"ਵਿਗਿਆਨਕ ਦ੍ਰਿਸ਼ਟੀਕੋਣ" ਲਿਖ ਦੇਣ ਨਾਲ ਕਿਸ ਤਰ੍ਹਾਂ ਦੀ "ਸਰਵਉੱਚ ਜਿੱਤ" ਹੈ? ਗਣੇਸ਼ ਦੇ ਮਨੁੱਖੀ ਸਿਰ ਨੂੰ ਹਾਥੀ ਦੇ ਸਿਰ ਨਾਲ ਬਦਲਣ ਨੂੰ ਦੇਸ਼ ਦੇ ਪ੍ਰਧਾਨ ਮੰਤਰੀ ਵਲੋਂ ਸ਼ਲਜ-ਜਵਿਗਿਆਨ (surgery) ਕਹਿਣ ਨੂੰ ਕੀ ਸੰਵਿਧਾਨ ਰੋਕ ਸਕਿਆ? ਜਿੱਥੇ ਗਊ ਦੇ ਮੂਤਰ ਅਤੇ ਗੋਬਰ ਤੋਂ ਬਣੀਆਂ ਚੀਜ਼ਾਂ ਨੂੰ ਆਯੁਰ-ਵਿਗਿਆਨ ਮੰਨਿਆ ਜਾਂਦਾ ਹੋਵੇ, ਉੱਥੇ 'ਵਿਗਿਆਨਕ ਦ੍ਰਿਸ਼ਟੀਕੋਣ' ਲਿਖਣ ਦਾ ਕੀ ਫਾਇਦਾ?

ਜਿਹੜਾ ਸੰਵਿਧਾਨ ਇਤਿਹਾਸਕ ਬਾਬਰੀ ਮਸਜਿਦ ਦੀ ਥਾਂ ਕਾਲਪਨਿਕ ਰਾਮ ਜਨਮ ਭੂਮੀ ਮੰਦਿਰ ਦੀ ਉਸਾਰੀ ਦੀ ਇਜਾਜ਼ਤ ਦਿੰਦਾ ਹੋਵੇ, ਕੀ ਉਹ ਪ੍ਰਾਚੀਨ ਮੰਦਰਾਂ ਦੇ ਹੇਠਾਂ ਦੱਬੇ ਬੋਧੀ ਵਿਹਾਰਾਂ ਨੂੰ ਉਜਾਗਰ ਕਰਨ ਦੀ ਅਨੁਮਤੀ ਦੇਵੇਗਾ? ਜੇ ਨਹੀਂ, ਤਾਂ ਬਰਾਬਰੀ ਦਾ ਅਧਿਕਾਰ ਕਿਵੇਂ ਹੋਇਆ?

ਜਿੱਥੇ ਨਿਆਂ ਦੀ ਉਮੀਦ ਕੀਤੀ ਜਾਂਦੀ ਹੈ, ਉਸ "ਸੁਪਰੀਮ ਕੋਰਟ ਵਿੱਚ ਅਨੁਪਾਤਹੀਨ ਨਿਰੂਪਣ", ਦੀ ਆਪਣੀ ਅਲੱਗ ਕਹਾਣੀ ਹੈ:

> *"ਜਦੋਂ ਤੱਕ 50ਵੇਂ CJI (ਭਾਰਤ ਦੇ ਚੀਫ਼ ਜਸਟਿਸ) ਦੀ ਨਿਯੁਕਤੀ ਹੋਵੇਗੀ, ਉਦੋਂ ਤੱਕ ਸਾਡੇ ਕੋਲ ਘੱਟੋ-ਘੱਟ 17 ਬ੍ਰਾਹਮਣ CJI ਹੋ ਚੁੱਕੇ ਹੋਣਗੇ। ਫਿਰ ਬ੍ਰਾਹਮਣ ਚੀਫ਼ ਜਸਟਿਸਾਂ ਦੀ ਪ੍ਰਤੀਸ਼ਤਤਾ 34% ਹੋਵੇਗੀ। ....ਧਿਆਨ ਦਿਓ ਕਿ 1980 ਤੱਕ ਓਬੀਸੀ ਜਾਂ ਐਸਸੀ ਭਾਈਚਾਰੇ ਵਿੱਚੋਂ ਕੋਈ ਜੱਜ ਨਹੀਂ ਸੀ। ....ਕੀ ਇਹ ਮਹਿਜ਼ ਇਤਫ਼ਾਕ ਹੈ ਕਿ ਪਿਛਲੇ 15 ਸਾਲਾਂ ਵਿੱਚ ਸੁਪਰੀਮ ਕੋਰਟ ਦੇ ਸਾਰੇ ਜੱਜ, ਜਿਨ੍ਹਾਂ ਦਾ ਮੂਲ ਹਾਈ ਕੋਰਟ ਰਾਜਸਥਾਨ ਹੈ, ਉਹ ਸਿਰਫ਼ ਬਾਣੀਆ/ਵੈਸ਼ਿਆ/ਮਾਰਵਾੜੀ ਭਾਈਚਾਰੇ ਦੇ ਹਨ?" (ਨਮਿਤ ਸਕਸੈਨਾ, ਬਾਰ ਐਂਡ ਬੈਂਚ, 23 ਮਈ, 2021)*

ਕੀ ਸੰਵਿਧਾਨ ਵਿੱਚ ਅਧਿਕਾਰ ਲਿਖ ਦੇਣ ਨਾਲ ਨਿਆਂ ਪ੍ਰਣਾਲੀ ਪਹਿਲਾਂ ਨਾਲੋਂ ਬਿਹਤਰ ਹੋ ਗਈ? ਅਮਰੀਕਾ ਦਾ ਮੂਲ ਸੰਵਿਧਾਨ ਸਿਰਫ਼ ਚਾਰ ਪੰਨਿਆਂ ਦਾ ਹੈ, ਜਦੋਂ ਕਿ ਅਮਰੀਕੀ ਨਾਗਰਿਕਾਂ ਦੀ ਖੁਸ਼ਹਾਲੀ, ਵਿਗਿਆਨਕ ਦ੍ਰਿਸ਼ਟੀਕੋਣ, ਜਮਹੂਰੀ ਅਧਿਕਾਰ ਅਤੇ ਨਿਆਂ ਪ੍ਰਣਾਲੀ ਭਾਰਤ ਨਾਲੋਂ ਕਿਤੇ ਉੱਪਰ ਹੈ।

ਨਿਯਤੀਵਾਦ ਦੇ ਚਿੰਤਨ ਤੋਂ ਬਣੀ ਸਮਝ ਦੀ ਇਹੀ ਤ੍ਰੁੱਛ ਸੀਮਾ ਹੈ। ਹਾਰ ਨੂੰ ਜਿੱਤ ਦਾ ਨਾਮ ਦੇ ਦਿਓ। ਪਰ ਹਾਰ ਤਾਂ ਦਲਿਤ ਭਾਈਚਾਰੇ ਦੀ ਹੈ, ਧਰਮਵੀਰ ਨਿੱਜੀ ਤੌਰ 'ਤੇ ਇਸ ਸਿਸਟਮ ਦੇ ਲਾਭਪਾਤਰੀ ਰਹੇ ਹਨ। ਉਹ ਉਸ

ਸਮੇਂ ਆਈ.ਏ.ਐਸ. ਅਧਿਕਾਰੀ ਸਨ ਜਦੋਂ ਭਾਰਤ ਦੇ ਸਾਬਕਾ ਪ੍ਰਧਾਨ ਮੰਤਰੀ, ਰਾਜੀਵ ਗਾਂਧੀ ਨੇ ਮਸ਼ਹੂਰ ਬਿਆਨ ਦਿੱਤਾ ਸੀ-"ਸਰਕਾਰ ਦੁਆਰਾ ਖਰਚੇ ਗਏ ਹਰ ਇੱਕ ਰੁਪਏ ਵਿੱਚੋਂ, ਸਿਰਫ 15 ਪੈਸੇ ਹੀ ਨਿਰਧਾਰਿਤ ਲਾਭਪਾਤਰੀ ਤੱਕ ਪਹੁੰਚਦੇ ਹਨ।" ਆਪਣੀ ਨੌਕਰੀ ਦੌਰਾਨ ਆਈ.ਏ.ਐਸ. ਧਰਮਵੀਰ ਨੇ ਬਹੁਤ ਸਾਰੇ ਭ੍ਰਿਸ਼ਟ ਨੇਤਾਵਾਂ ਨਾਲ ਕੰਮ ਕੀਤਾ ਹੋਵੇਗਾ, ਜਿਨਾਂ ਨੇ ਗਰੀਬ ਦਲਿਤ ਭਾਈਚਾਰੇ ਦੇ ਹੱਕਾਂ ਨੂੰ ਕੁਚਲਣ ਵਿੱਚ ਕੋਈ ਕਸਰ ਬਾਕੀ ਨਹੀਂ ਛੱਡੀ ਹੋਵੇਗੀ। ਧਰਮਵੀਰ ਨੇ ਕਦੇ ਕਿਸੇ ਭ੍ਰਿਸ਼ਟ ਦਲਿਤ ਵਿਰੋਧੀ ਨੇਤਾ ਵਿਰੁੱਧ ਆਵਾਜ਼ ਚੁੱਕੀ ਹੋਵੇ, ਐਸਾ ਕੋਈ ਕਿੱਸਾ ਨਹੀਂ ਹੈ। ਕਥਨੀ ਤੇ ਕਰਨੀ ਤੋਂ ਦੂਰ, 'ਨਿੱਜੀ ਜਿੱਤ' ਦੇ ਜਸ਼ਨ ਦੇ ਰੰਗ ਵਿੱਚ ਭੰਗ ਹੋਵੇ ਦੀ ਕਿਉਂ?

ਸਰਕਾਰੀ ਤੰਤਰ ਵੀ ਅਜਿਹੇ 'ਬੁੱਧੀਜੀਵੀਆਂ' ਨੂੰ ਸਥਾਪਤ ਕਰਨ ਵਿੱਚ ਦਿਲਚਸਪੀ ਰੱਖਦਾ ਹੈ ਜੋ ਦਲਿਤ ਚਿੰਤਨ ਨੂੰ ਭਟਕਾਉਣ ਵਿੱਚ ਸਹਾਈ ਹੋਣ। ਅੰਗਰੇਜ਼ੀ ਅਖਬਾਰ 'ਦਿ ਟ੍ਰਿਬਿਊਨ' ਵਿੱਚ ਸਤਿਆਪਾਲ ਸਹਿਗਲ (ਪੰਜਾਬ ਯੂਨੀਵਰਸਿਟੀ) ਨੇ ਧਰਮਵੀਰ ਦੀਆਂ ਪੁਸਤਕਾਂ ਦੀ ਪੜਚੋਲ ਕਰਦਿਆਂ ਲਿਖਿਆ: "ਹਿੰਦੀ ਸਾਹਿਤ ਦੇ ਮੰਚ 'ਤੇ ਆਖ਼ਰਕਾਰ ਦਲਿਤ ਆ ਹੀ ਗਿਆ ਹੈ।" (ਸਪੈਕਟ੍ਰਮ, ਦ ਸੰਡੇ ਟ੍ਰਿਬਿਊਨ, 8 ਅਕਤੂਬਰ 2000)

ਭਾਰਤ ਵਿੱਚ ਅਜਿਹੇ ਨੌਕਰਸ਼ਾਹਾਂ ਦੀਆਂ ਬਹੁਤ ਥੋੜ੍ਹੀਆਂ ਉਦਾਹਰਣਾਂ ਹਨ ਜਿਨ੍ਹਾਂ ਨੇ ਆਪਣੀ ਆਈ.ਏ.ਐਸ. ਨੌਕਰੀ ਦੀ ਪਰਵਾਹ ਕੀਤੇ ਬਿਨਾਂ ਸਿਧਾਂਤਾਂ ਨਾਲ ਸਮਝੌਤਾ ਨਹੀਂ ਕੀਤਾ। ਧਰਮਵੀਰ ਉਨ੍ਹਾਂ ਵਿੱਚ ਨਹੀਂ ਸਨ। ਸਿਰਦਾਰ ਕਪੂਰ ਸਿੰਘ ਆਜ਼ਾਦ ਭਾਰਤ ਦੇ ਪਹਿਲੇ ਅਜਿਹੇ ਆਈ. ਸੀ.ਐਸ. ਅਫ਼ਸਰ ਸਨ ਜਿਨ੍ਹਾਂ ਨੂੰ ਜਵਾਹਰ ਲਾਲ ਨਹਿਰੂ ਅਤੇ ਸਰਦਾਰ ਪਟੇਲ ਦੀਆਂ ਸਿੱਖ ਵਿਰੋਧੀ ਨੀਤੀਆਂ ਦਾ ਵਿਰੋਧ ਕਰਨ ਕਰਕੇ ਆਪਣੀ ਨੌਕਰੀ ਤੋਂ ਹੱਥ ਧੋਣੇ ਪਏ। ਉਹਨਾ ਨੂੰ ਝੂਠੇ ਕੇਸਾਂ ਵਿੱਚ ਫਸਾਇਆ ਗਿਆ ਪਰ ਸਮਝੌਤਾ ਨਹੀਂ ਕੀਤਾ। ਸਿਰਦਾਰ ਕਪੂਰ ਸਿੰਘ ਇੱਕ ਉੱਘੇ ਸਿੱਖ ਚਿੰਤਕ ਅਤੇ ਲੇਖਕ ਵੀ ਸਨ ਜਿਨ੍ਹਾਂ ਨੇ ਸਿੱਖ ਸਿਆਸਤ ਵਿੱਚ ਵੱਡਮੁੱਲਾ ਯੋਗਦਾਨ ਪਾਇਆ। ਸਿੱਖ ਮੰਗਾਂ ਅਤੇ ਭਾਰਤ ਦੇ ਸੰਘੀ ਢਾਂਚੇ ਨੂੰ ਮਜ਼ਬੂਤ ਕਰਨ ਲਈ ਰਾਜਾਂ ਨੂੰ ਵੱਧ ਅਧਿਕਾਰ ਦੇਣ ਲਈ ਬਹੁ-ਚਰਚਿਤ ਆਨੰਦਪੁਰ ਸਾਹਿਬ ਮਤਾ 1973 ਦਾ ਖਰੜਾ ਵੀ ਇਹਨਾ ਨੇ ਹੀ ਤਿਆਰ ਕੀਤਾ ਸੀ।

ਸੰਵਿਧਾਨ ਵਿੱਚ ਕੀ ਲਿਖਿਆ ਗਿਆ ਹੈ, ਇਸ ਤੋਂ ਕਿਤੇ ਵੱਧ ਮਹੱਤਵਪੂਰਨ ਹੈ ਕਿ ਜੋ ਲਿਖਿਆ ਗਿਆ ਹੈ ਉਸ ਦੀ ਵਿਆਖਿਆ ਕਰਨ ਦਾ ਅਧਿਕਾਰ ਕਿਸ ਕੋਲ ਹੈ।

ਜਦੋਂ ਅਧਿਕਾਰ ਸਿੱਖਾਂ ਕੋਲ ਆਏ ਸੀ ਤਾਂ ਦੇਸ਼ ਦੇ ਨਾਗਰਿਕਾਂ ਦੀ ਖ਼ੁਸ਼ਹਾਲੀ, ਨਿਆਂ ਪ੍ਰਣਾਲੀ ਅਤੇ ਸ਼ਾਂਤੀ 'ਤੇ ਭਾਈਚਾਰੇ ਦੀ ਮਿਸਾਲ ਨੂੰ ਦੁਨੀਆਂ ਨੇ ਸਵੀਕਾਰ ਕੀਤੀ ਹੈ। ਬਾਬਾ ਬੰਦਾ ਸਿੰਘ ਬਹਾਦਰ ਦੀ ਅਗਵਾਈ ਵਿੱਚ ਪਹਿਲੇ ਸਿੱਖ ਰਾਜ ਦਾ ਪਹਿਲਾ ਫਰਮਾਨ ਜਗੀਰਦਾਰੀ ਨੂੰ ਖਤਮ ਕਰਕੇ ਕਾਸ਼ਤਕਾਰਾਂ ਨੂੰ ਜ਼ਮੀਨਾਂ ਦੀ ਮਾਲਕੀ ਦੇਣਾ ਸੀ।

ਬੀਬੀਸੀ ਵਰਲਡ ਹਿਸਟਰੀਜ਼ ਮੈਗਜ਼ੀਨ (BBC World Histories Magazine) ਨੇ ਚੋਟੀ ਦੇ ਇਤਿਹਾਸਕਾਰਾਂ ਤੋਂ ਚੋਣ ਕਰਵਾਈ ਅਤੇ ਮਾਰਚ 2020 ਵਿੱਚ ਇੱਕ ਰਿਪੋਰਟ ਪ੍ਰਕਾਸ਼ਿਤ ਕੀਤੀ ਜਿਸ ਵਿੱਚ ਅਕਬਰ, ਵਿੰਸਟਨ ਚਰਚਿਲ, ਅਬ੍ਰਾਹਮ ਲਿੰਕਨ ਨੂੰ ਪਛਾੜਕੇ ਮਹਾਰਾਜਾ ਰਣਜੀਤ ਸਿੰਘ ਨੂੰ "ਹੁਣ ਤਕ ਦਾ ਸਭ ਤੋਂ ਮਹਾਨ ਨੇਤਾ" ਘੋਸ਼ਿਤ ਕੀਤਾ ਗਿਆ, "ਜਿਸਨੇ ਸ਼ਕਤੀ ਦੀ ਵਰਤੋਂ ਕੀਤੀ, ਅਤੇ ਮਨੁੱਖਤਾ 'ਤੇ ਸਕਾਰਾਤਮਕ ਪ੍ਰਭਾਵ ਪਾਇਆ।" ਇਸਦਾ ਕਾਰਨ ਦੱਸਦਿਆਂ ਹੋਇਆਂ ਲਿਖਿਆ, "ਸਿੰਘ ਸਿਰਫ ਇੱਕ ਜੇਤੂ ਤੋਂ ਅੱਗੇ ਸੀ। ਜਦੋਂ ਕਿ ਭਾਰਤੀ ਉਪ-ਮਹਾਂਦੀਪ ਸਾਮਰਾਜੀ ਦੁਸ਼ਮਨੀ, ਧਾਰਮਿਕ ਝਗੜੇ ਅਤੇ ਯੁੱਧਾਂ ਨਾਲ ਘਿਰਿਆ ਹੋਇਆ ਸੀ, ਮਹਾਰਾਜਾ ਰਣਜੀਤ ਸਿੰਘ, ਲਗਭਗ ਵਿਲੱਖਣ ਤੌਰ 'ਤੇ, ਸਥਿਰਤਾ, ਖ਼ੁਸ਼ਹਾਲੀ ਅਤੇ ਸਹਿਣਸ਼ੀਲਤਾ ਲਈ ਇੱਕਜੁਟਤਾ ਦੇ ਸੂਤਰਧਾਰ ਸੀ।"

ਭਗਤ ਰਵਿਦਾਸ ਜੀ ਦੇ 'ਬੇਗਮਪੁਰਾ' ਦੇ ਵਿਚਾਰ ਦੇ ਅਸਲੀ ਵਾਰਸ ਸਿੱਖ ਹੀ ਹਨ।

ਬੇਗਮ ਪੁਰਾ ਸਹਰ ਕੋ ਨਾਉ॥ ਦੂਖ ਅੰਦੋਹੁ ਨਹੀ ਤਿਹ ਠਾਉ॥

(ਗੁਰੂ ਗ੍ਰੰਥ ਸਾਹਿਬ, ਭਗਤ ਰਵਿਦਾਸ, ਅੰਗ 345)

ਸਿੱਖਾਂ ਨੂੰ ਰਾਜ ਮਿਲਣ ਤੋਂ ਪਹਿਲਾਂ ਮੁਗਲਾਂ, ਅਫਗਾਨਾਂ, ਹਿੰਦੂ ਦਰਬਾਰੀਆਂ ਅਤੇ ਹਿੰਦੂ ਪਹਾੜੀ ਰਾਜਿਆਂ ਨਾਲ ਭਿਆਨਕ ਜੰਗਾਂ ਹੋਈਆਂ, ਜਿਨ੍ਹਾਂ ਵਿੱਚ ਸਿੱਖਾਂ ਨੂੰ ਅਸਹਿ ਤਸੀਹੇ ਅਤੇ ਕਤਲੇਆਮ ਝੱਲਣੇ ਪਏ। ਪਰ ਰਾਜ ਮਿਲਣ ਤੋਂ ਬਾਅਦ ਹਿੰਦੂ, ਮੁਸਲਮਾਨ, ਸਿੱਖ ਸਾਰੇ ਬਰਾਬਰ ਦੇ ਨਾਗਰਿਕ ਬਣੇ, ਕਿਉਂਕਿ ਸਿੱਖੀ ਦੇ ਸੰਵਿਧਾਨ ਦਾ ਪਹਿਲਾ ਪਾਠ ਨਿਰਭਉ ਅਤੇ ਨਿਰਵੈਰ ਦੇ ਅਧਿਆਤਮਿਕ ਗੁਣਾਂ ਦਾ ਸੁਮੇਲ ਸਿਖਾਉਂਦਾ ਹੈ, ਜੋ ਨਿਆਤੀਵਾਦ ਬਨਾਮ ਪੁਨਰ-ਜਨਮ ਦੀ ਫ਼ਜ਼ੂਲ ਬਹਿਸ ਤੋਂ ਪਰੇ ਹੈ।

ਸਿੱਟਾ ਇਹ ਨਿਕਲਦਾ ਹੈ ਕਿ ਧਰਮਵੀਰ ਦੀ ਵਿਚਾਰਧਾਰਾ, ਨਸਲਵਾਦ ਅਤੇ ਨਫ਼ਰਤ ਤੇ ਅਧਾਰਿਤ ਹੋਣ ਕਰਕੇ ਸੰਕੀਰਨਤਾ ਅਤੇ ਵਿਰੋਧਾਭਾਸ ਨਾਲ ਭਰਪੂਰ ਹੈ। ਆਪਣੇ-ਆਪ ਵਿੱਚ ਕੋਈ ਸਪੱਸ਼ਟਤਾ ਨਹੀਂ ਹੈ, ਪਰ ਹਰ ਕਿਸੇ ਦੂਸਰੇ ਦੀ ਸੋਚ ਦੀ ਨੁਕਤਾਚੀਨੀ ਅਤੇ ਨੀਵਾਂ ਦਿਖਾਉਣਾ ਹੀ ਇਹਨਾ ਦਾ ਚਿੰਤਨ ਹੈ। ਬ੍ਰਾਹਮਣ ਦਾ ਵਿਰੋਧ ਸਿਰਫ ਇੱਕ ਨਕਾਬ ਹੈ, ਅੰਦਰੂਨੀ ਤੌਰ 'ਤੇ ਇਹ ਬ੍ਰਾਹਮਣਵਾਦੀ ਨਿਜ਼ਾਮ ਦੇ ਸਮਰਥਕ ਹਨ। ਪਿਛਲੇ ਪਾਠ ਵਿੱਚ ਵੀ ਅਸੀਂ ਸਮਝਿਆ ਸੀ ਕਿ ਬ੍ਰਾਹਮਣਵਾਦੀ ਵਿਵਸਥਾ ਨੂੰ ਅਜਿਹੇ ਵਿਰੋਧ ਦਾ ਕੋਈ ਫਰਕ ਨਹੀਂ ਪੈਂਦਾ ਜੇਕਰ ਵਿਰੋਧੀ ਆਪਸ ਵਿੱਚ ਹੀ ਵੰਡੇ ਰਹਿਣ। ਬ੍ਰਾਹਮਣੀ ਨਿਜ਼ਾਮ ਆਪਣੇ ਵਿਰੋਧੀਆਂ ਦੀ ਆਪਸੀ ਫੁੱਟ ਵਿੱਚੋਂ ਆਪਣਾ ਕਿਲਾ ਮਜਬੂਤ ਕਰ ਲੈਂਦਾ ਹੈ। ਧਰਮਵੀਰ ਸ਼ੋਸ਼ਿਤ ਵਰਗ ਨੂੰ ਕੁਰਾਹੇ ਪਾ ਕੇ ਅਤੇ ਆਪਸੀ ਫੁੱਟ ਪੈਦਾ ਕਰਕੇ ਇਹੀ ਬਲ ਬ੍ਰਾਹਮਣਵਾਦ ਨੂੰ ਪ੍ਰਦਾਨ ਕਰਦੇ ਹਨ।

ਸਮੇਂ, ਸਥਾਨ ਅਤੇ ਸਮਝ ਦੇ ਸਾਪੇਖ ਚਾਹੇ ਸਹੀ ਅਤੇ ਗਲਤ ਦੀ ਪਰਿਭਾਸ਼ਾ ਬਦਲ ਸਕਦੀ ਹੈ, ਪਰ ਅਸਮਾਨਤਾ ਅਤੇ ਬੇਇਨਸਾਫ਼ੀ ਦੇ ਵਿਰੁੱਧ ਇੱਕਜੁਟਤਾ ਸਥਾਈ ਸੱਚ ਦਾ ਪੈਮਾਨਾ ਹੋਣਾ ਚਾਹੀਦਾ ਹੈ। ਜੋ ਇਸ ਇੱਕਜੁਟਤਾ

ਨੂੰ ਤੋੜੇ ਉਹੀ ਝੂਠਾ ਹੈ। ਡਾ. ਧਰਮਵੀਰ ਦੀ ਵਿਚਾਰਧਾਰਾ ਨੂੰ ਉਭਾਰਨਾ ਆਪਣੇ ਘਰ ਨੂੰ ਆਪਣੇ ਹੱਥਾਂ ਨਾਲ ਅੱਗ ਲਾਉਣ ਦੇ ਬਰਾਬਰ ਹੈ। ਅਜਿਹੇ ਲੋਕਾਂ ਬਾਰੇ ਕੀ ਕਿਹਾ ਜਾ ਸਕਦਾ ਹੈ? ਆਓ 'ਸਾਡੇ, ਤੁਹਾਡੇ, ਸਭ ਦੇ ਸਾਂਝੇ' ਭਗਤ ਕਬੀਰ ਤੋਂ ਪੁੱਛੀਏ:

ਹਰਿ ਜਸੁ ਸੁਨਹਿ ਨ ਹਰਿ ਗੁਨ ਗਾਵਹਿ॥ ਬਾਤਨ ਹੀ ਅਸਮਾਨੁ ਗਿਰਾਵਹਿ॥੧॥
ਐਸੇ ਲੋਗਨ ਸਿਉ ਕਿਆ ਕਹੀਐ॥ ਜੋ ਪ੍ਰਭ ਕੀਏ ਭਗਤਿ ਤੇ ਬਾਹਜ ਤਿਨ ਤੇ ਸਦਾ ਡਰਾਨੇ ਰਹੀਐ॥੧॥ ਰਹਾਉ॥
ਆਪਿ ਨ ਦੇਹਿ ਚੁਰੂ ਭਰਿ ਪਾਨੀ॥ ਤਿਹ ਨਿੰਦਹਿ ਜਿਹ ਗੰਗਾ ਆਨੀ॥੨॥
ਬੈਠਤ ਉਠਤ ਕੁਟਿਲਤਾ ਚਾਲਹਿ॥ ਆਪੁ ਗਏ ਅਉਰਨ ਹੁ ਘਾਲਹਿ॥੩॥
ਛਾਡਿ ਕੁਚਰਚਾ ਆਨ ਨ ਜਾਨਹਿ॥ ਬ੍ਰਹਮਾ ਹੂ ਕੋ ਕਹਿਓ ਨ ਮਾਨਹਿ॥੪॥
ਆਪੁ ਗਏ ਅਉਰਨ ਹੁ ਖੋਵਹਿ॥ ਆਗਿ ਲਗਾਇ ਮੰਦਰ ਮੈ ਸੋਵਹਿ॥੫॥
ਅਵਰਨ ਹਸਤ ਆਪ ਹਹਿ ਕਾਂਨੇ॥ ਤਿਨ ਕਉ ਦੇਖਿ ਕਬੀਰ ਲਜਾਨੇ॥੬॥

(ਗੁਰੂ ਗ੍ਰੰਥ ਸਾਹਿਬ, ਭਗਤ ਕਬੀਰ, ਅੰਗ 332)

ਅਰਥ: ਜਿਹੜੇ ਮਨੁੱਖ ਕਦੇ ਪ੍ਰਭੂ ਦੀ ਮਹਿਮਾ ਨਹੀਂ ਸੁਣਦੇ, ਨਾਹ ਹੀ ਹਰਿ ਦੇ ਗੁਣ ਗਾਂਦੇ ਹਨ, ਪਰ ਗੱਲਾਂ ਹੀ ਗੱਲਾਂ ਵਿੱਚ (ਜਿਵੇਂ) ਅਸਮਾਨ ਗਿਰਾ ਲੈਂਦੇ ਹਨ।1।

ਅਜਿਹੇ ਲੋਕਾਂ ਬਾਰੇ ਕੀ ਕਿਹਾ ਜਾਏ? ਜੋ ਪ੍ਰਭੂ ਦੀ ਭਗਤੀ ਤੋਂ ਵਾਂਝੇ ਹਨ (ਉਹਨਾਂ ਨੂੰ ਮਨਾਉਣ ਦੀ ਥਾਂ) ਉਹਨਾ ਤੋਂ ਸਦਾ ਦੂਰ ਹੀ ਰਹਿਣਾ ਚਾਹੀਦਾ ਹੈ।1।ਰਹਾਉ।

(ਉਹ ਲੋਕ) ਆਪ ਤਾਂ (ਕਿਸੇ ਨੂੰ) ਚੁਲੀ ਜਿਤਨਾ ਪਾਣੀ ਭੀ ਨਹੀਂ ਦਿੰਦੇ, ਪਰ ਨਿੰਦਾ ਉਹਨਾਂ ਦੀ ਕਰਦੇ ਹਨ ਜਿਨ੍ਹਾਂ ਨੇ ਗੰਗਾ ਵਹਾ ਦਿੱਤੀ ਹੋਵੇ।2।

ਬੈਠਦਿਆਂ-ਉਠਦਿਆਂ (ਹਰ ਵੇਲੇ) ਟੇਢੀਆਂ ਚਾਲਾਂ ਚਲਦੇ ਹਨ, ਉਹ ਆਪਣੇ-ਆਪ ਤੋਂ ਗਏ-ਗੁਜਰੇ ਤਾਂ ਹਨ ਹੀ, ਲੋਕਾਂ ਨੂੰ ਵੀ ਕੁਰਾਹੇ ਪਾਉਂਦੇ ਹਨ।3।

ਫੋਕੀ ਬਹਿਸ ਤੋਂ ਬਿਨਾਂ ਹੋਰ ਕੁਝ ਕਰਨਾ ਨਹੀਂ ਜਾਣਦੇ, ਉਹ ਕਿਸੇ ਵੱਡੇ ਸਮਝਦਾਰ ਦੀ ਗੱਲ ਵੀ ਨਹੀਂ ਮੰਨਦੇ।4।

ਆਪਣੇ-ਆਪ ਤੋਂ ਗਏ-ਗੁਜਰੇ ਇਹ ਲੋਕ, ਹੋਰਨਾਂ ਨੂੰ ਭੀ ਕੁਰਾਹੇ ਪਾਉਂਦੇ ਹਨ, ਉਹ (ਮਾਨੋ, ਆਪਣੇ ਹੀ ਘਰ ਨੂੰ) ਅੱਗ ਲਾ ਕੇ ਘਰ ਵਿੱਚ ਹੀ ਸੁੱਤੇ ਪਏ ਹਨ।5।

ਉਹ ਆਪ ਤਾਂ ਕਾਣੇ ਹਨ (ਕਈ ਕਿਸਮ ਦੇ ਵਿਕਾਰਾਂ ਵਿੱਚ ਫਸੇ ਹੋਏ ਹਨ) ਪਰ ਹੋਰਨਾਂ ਦਾ ਮਜਾਕ ਉਡਾਉਂਦੇ ਹਨ। ਅਜਿਹੇ ਲੋਕਾਂ ਨੂੰ ਵੇਖ ਕੇ, ਹੇ ਕਬੀਰ! ਸ਼ਰਮ ਆਉਂਦੀ ਹੈ।6।

ਮਾਨੁਖ ਕੀ ਟੇਕ ਬ੍ਰਿਥੀ ਸਭ ਜਾਨੁ

ਮਹਾਨ ਚਿੰਤਕ ਅਤੇ ਸਮਾਜ ਸੇਵਕ ਜੋਤੀਰਾਓ ਫੁਲੇ (1827-1890) ਲਿਖਦੇ ਹਨ:

"ਆਜ਼ਾਦ ਹੋਣ ਨਾਲ ਮਨੁੱਖ ਆਪਣੇ ਸਾਰੇ ਮਨੁੱਖੀ ਅਧਿਕਾਰ ਪ੍ਰਾਪਤ ਕਰ ਲੈਂਦਾ ਹੈ ਅਤੇ ਅਸੀਮ ਆਨੰਦ ਦਾ ਅਨੁਭਵ ਕਰਦਾ ਹੈ। ਸਾਰੇ ਮਨੁੱਖਾਂ ਨੂੰ ਮਨੁੱਖ ਹੋਣ ਦੇ ਜੋ ਸੁਭਾਵਿਕ ਅਧਿਕਾਰ, ਇਸ ਬ੍ਰਹਿਮੰਡ ਦੇ ਨਿਯੰਤ੍ਰਕ ਅਤੇ ਸਰਵ-ਸਾਖੀ ਪ੍ਰਭੂ ਦੁਆਰਾ ਦਿੱਤੇ ਗਏ ਹਨ, ਉਨ੍ਹਾਂ ਤਮਾਮ ਮਨੁੱਖੀ ਅਧਿਕਾਰਾਂ ਨੂੰ ਬ੍ਰਾਹਮਣ-ਪਾਂਡਾ-ਪੁਰੋਹਿਤ ਵਰਗ ਨੇ ਦਬੋਚ ਰੱਖਿਆ ਹੈ। ਹੁਣ ਅਜਿਹੇ ਲੋਕਾਂ ਤੋਂ ਆਪਣੇ ਮਨੁੱਖੀ ਅਧਿਕਾਰ ਥੋਹ ਕੇ ਲੈਣ ਵਿੱਚ ਕੋਈ ਕਸਰ ਬਾਕੀ ਨਹੀਂ ਰੱਖਣੀ ਚਾਹੀਦੀ। ਉਨ੍ਹਾਂ ਦੇ ਹੱਕ ਉਨ੍ਹਾਂ ਨੂੰ ਮਿਲ ਜਾਣ ਤੋਂ ਉਨ੍ਹਾਂ ਅੰਗਰੇਜ਼ਾਂ ਨੂੰ ਖ਼ੁਸ਼ੀ ਹੁੰਦੀ ਹੈ। .... ਅਜਿਹੇ ਵਿੱਚ ਬੜੀ ਖ਼ੁਸ਼ਕਿਸਮਤੀ ਕਹੀਏ ਕਿ ਰੱਬ ਨੂੰ ਉਨ੍ਹਾਂ ਤੇ ਦਇਆ ਆਈ, ਇਸ ਦੇਸ਼ ਵਿੱਚ ਅੰਗਰੇਜ਼ਾਂ ਦੀ ਸੱਤਾ ਕਾਇਮ ਹੋਈ ਅਤੇ ਉਹਨਾਂ ਰਾਹੀਂ ਇਹ ਲੋਕ ਬ੍ਰਾਹਮਣਸ਼ਾਹੀ ਦੀ ਸਰੀਰਕ ਗੁਲਾਮੀ ਤੋਂ ਮੁਕਤ ਹੋਏ। .... ਇਹ ਲੋਕ ਅੰਗਰੇਜ਼ਾਂ ਦੇ ਇਨ੍ਹਾਂ ਉਪਕਾਰਾਂ ਨੂੰ ਕਦੇ ਭੁੱਲਣਗੇ ਨਹੀਂ।" (ਗੁਲਾਮਗਿਰੀ)

ਜੋਤੀਰਾਓ ਫੁਲੇ ਨੇ ਆਜ਼ਾਦ ਹੋ ਕੇ ਮਨੁੱਖੀ ਅਧਿਕਾਰਾਂ ਦਾ ਟੀਚਾ ਦਰੁਸਤ ਰੱਖਿਆ ਹੈ। ਪਰ ਇਸ ਦੀ ਪ੍ਰਾਪਤੀ ਲਈ ਉਨ੍ਹਾਂ ਨੇ ਅੰਗਰੇਜ਼ਾਂ ਦੀ ਟੇਕ ਰੱਖ ਲਈ। ਮਨੁੱਖੀ ਅਧਿਕਾਰਾਂ ਅਤੇ ਸੱਤਾ ਦੇ ਵਿਚਕਾਰ, ਬ੍ਰਿਟਿਸ਼ ਸਰਕਾਰ ਨੇ ਹਮੇਸ਼ਾ ਸੱਤਾ ਨੂੰ ਚੁਣਿਆ। ਹਾਂ, ਜਿੱਥੇ ਸੱਤਾ ਨੂੰ ਕੋਈ ਨੁਕਸਾਨ ਨਹੀਂ ਹੁੰਦਾ ਸੀ, ਉੱਥੇ ਮਨੁੱਖੀ ਅਧਿਕਾਰਾਂ ਨੂੰ ਪਹਿਲ ਮਿਲ ਗਈ। ਇਸ ਸੰਦਰਭ ਵਿੱਚ ਅੰਗਰੇਜ਼ ਸਰਕਾਰ ਦਾ ਨਿਆਂ ਬ੍ਰਾਹਮਣ ਪ੍ਰਣਾਲੀ ਨਾਲੋ ਬਿਹਤਰ ਸੀ। ਪਰ ਇਸੇ ਨੂੰ ਗ਼ੁਲਾਮੀ ਤੋਂ ਮੁਕਤੀ ਵਜੋਂ ਸਵੀਕਾਰ ਕਰ ਲੈਣਾ, "ਸਰਵ-ਸਾਖੀ ਪ੍ਰਭੂ ਦੁਆਰਾ ਦਿੱਤੇ ਗਏ" "ਸੁਭਾਵਿਕ ਅਧਿਕਾਰ" ਨੂੰ ਪ੍ਰਾਪਤ ਕਰਨ ਦੇ ਇਰਾਦੇ ਨਾਲੋ ਬਹੁਤ ਹੇਠਾਂ ਹੈ। ਗੁਰਬਾਣੀ ਕਿਸੇ ਹੋਰ ਸੱਤਾ ਜਾਂ ਮਨੁੱਖ ਉੱਤੇ ਟੇਕ ਰੱਖਣ ਦੀ ਬਜਾਏ ਰੱਬ ਵਿੱਚ ਪੂਰਨ ਵਿਸ਼ਵਾਸ ਰੱਖ ਕੇ ਖੁਦ ਨੂੰ ਬੁਲੰਦ ਕਰਨ ਦੀ ਪ੍ਰੇਰਨਾ ਦਿੰਦੀ ਹੈ। ਅਕਾਲ ਪੁਰਖ ਨੂੰ ਸਦਾ ਚਿੱਤ ਵਿੱਚ ਰੱਖ ਕੇ ਰੂਹਾਨੀ ਗੁਣਾਂ ਦੁਆਰਾ ਹੀ ਬੁਲੰਦੀ ਪ੍ਰਾਪਤ ਕੀਤੀ ਜਾ ਸਕਦੀ ਹੈ:

ਮਾਨੁਖ ਕੀ ਟੇਕ ਬ੍ਰਿਥੀ ਸਭ ਜਾਨੁ॥ ਦੇਵਨ ਕਉ ਏਕੈ ਭਗਵਾਨੁ॥

(ਗੁਰੂ ਗ੍ਰੰਥ ਸਾਹਿਬ, ਮਹਲਾ ੫, ਅੰਗ 281)

ਅਬਿਨਾਸੀ ਪ੍ਰਭੁ ਮਨ ਮਹਿ ਰਾਖੁ॥ ਮਾਨੁਖ ਕੀ ਤੂ ਪ੍ਰੀਤਿ ਤਿਆਗੁ॥

(ਗੁਰੂ ਗ੍ਰੰਥ ਸਾਹਿਬ, ਮਹਲਾ ੫, ਅੰਗ 283)

ਗੁਰਬਾਣੀ ਦਾ ਸਪੱਸ਼ਟ ਫੁਰਮਾਨ ਹੈ ਕਿ ਹਰ ਕਿਸੇ ਨੂੰ ਬਖ਼ਸ਼ਿਸ਼ ਦੇਣ ਵਾਲੇ ਕੇਵਲ ਇੱਕ ਹਰੀ ਤੋਂ ਹੀ ਮੰਗਣਾ ਚਾਹੀਦਾ ਹੈ, ਜਿਸ ਪਾਸੋਂ ਮਨਚਾਹੀ ਮੁਰਾਦ (ਸਮਰੱਥਾ) ਪ੍ਰਾਪਤ ਹੁੰਦੀ ਹੈ। ਜੇ ਕਿਸੇ ਹੋਰ (ਦੇਵਤਾ, ਅਵਤਾਰ, ਜਾਂ ਰਾਜੇ) ਤੋਂ ਮੰਗਣਾ ਪਵੇ ਤਾਂ ਸ਼ਰਮ ਨਾਲ ਮਰਨਾ ਬਿਹਤਰ ਹੈ:

ਹਰਿ ਇਕੋ ਦਾਤਾ ਮੰਗੀਐ ਮਨ ਚਿੰਦਿਆ ਪਾਈਐ॥

ਜੇ ਦੂਜੇ ਪਾਸਹੁ ਮੰਗੀਐ ਤਾ ਲਾਜ ਮਰਾਈਐ॥

(ਗੁਰੂ ਗ੍ਰੰਥ ਸਾਹਿਬ, ਮਹਲਾ ੧, ਅੰਗ 590)

ਅਜਿਹਾ ਨਹੀਂ ਹੈ ਕਿ ਦੂਜਿਆਂ 'ਤੇ ਨਿਰਭਰ ਹੋਣ ਦੀ ਹੀਨ ਭਾਵਨਾ ਸਿਰਫ਼ ਜੋਤੀਰਾਓ ਫੂਲੇ ਦੀ ਹੀ ਹੈ। ਇਹ ਵਿਆਪਕ ਹੈ ਜਿਸ ਨੇ ਦਲਿਤ ਉਥਾਨ ਵਿੱਚ ਵੱਡੀ ਰੁਕਾਵਟ ਖੜੀ ਕੀਤੀ ਹੋਈ ਹੈ। ਬਾਬੂ ਮੰਗੂ ਰਾਮ ਮਗੋਵਾਲੀਆ (1886-1980) ਦੇ ਵੀ ਇਸੇ ਤਰ੍ਹਾਂ ਦੇ ਵਿਚਾਰ ਸਨ:

"ਸਦੀਆਂ ਪਹਿਲਾਂ ਹਿੰਦੂਆਂ ਨੇ ਸਾਨੂੰ ਦਬਾਇਆ; ਉਨ੍ਹਾਂ ਨਾਲ ਸਾਰੇ ਸੰਬੰਧ ਤੋੜ ਲਵੋ। ਆਦਿ ਨਸਲ ਦੇ ਕਸਾਈਆਂ ਕੋਲੋਂ ਅਸੀਂ ਕਿਹੜੇ ਇਨਸਾਫ਼ ਦੀ ਆਸ ਕਰ ਸਕਦੇ ਹਾਂ। ਸਮਾਂ ਆ ਗਿਆ ਹੈ; ਸਾਵਧਾਨ ਰਹੋ, ਹੁਣ ਸਰਕਾਰ ਸੁਣਦੀ ਹੈ ਅਪੀਲਾਂ। ਇੱਕ ਹਮਦਰਦ ਸਰਕਾਰ ਦੇ ਸਹਿਯੋਗ ਨਾਲ, ਇਸ ਨਸਲ ਨੂੰ ਬਚਾਉਣ ਲਈ ਇਕੱਠੇ ਹੋਵੋ। ਪਰਿਸ਼ਦ ਵਿੱਚ ਮੈਂਬਰ ਭੇਜੋ ਤਾਂ ਜੋ ਸਾਡੀ ਕੌਮ ਨੂੰ ਮੁੜ ਮਜ਼ਬੂਤੀ ਮਿਲੇ। ਅੰਗਰੇਜ਼ਾਂ ਦਾ ਰਾਜ ਸਦਾ ਕਾਇਮ ਰਹਿਣਾ ਚਾਹੀਦਾ ਹੈ। ਰੱਬ ਅੱਗੇ ਅਰਦਾਸ ਕਰੋ। ਇਸ ਸਰਕਾਰ ਨੂੰ ਛੱਡ ਕੇ ਕੋਈ ਵੀ ਸਾਡੇ ਪ੍ਰਤੀ ਹਮਦਰਦ ਨਹੀਂ ਹੈ। ਆਪਣੇ-ਆਪ ਨੂੰ ਕਦੇ ਵੀ ਹਿੰਦੂ ਨਾ ਸਮਝੋ; ਯਾਦ ਰੱਖੋ ਕਿ ਸਾਡਾ ਧਰਮ ਆਦਿ-ਧਰਮ ਹੈ" ('ਪੰਜਾਬ ਦੇ ਅਛੂਤ ਪੰਥ ਨੂੰ ਵਧਾਈ-ਮੇਰੇ ਵਲੋਂ ਸੰਦੇਸ਼' ਸਿਰਲੇਖ ਨਾਲ ਮੰਗੂ ਰਾਮ ਦੁਆਰਾ ਦਸਤਖ਼ਤ ਕੀਤੇ ਪੈਂਫਲੇਟ 'ਕੌਮੀ ਉਡਾਰੀਆਂ', 1986: ਪੰਨੇ 21-22, ਮੈਗਜ਼ੀਨ ਵਿੱਚ ਦੁਬਾਰਾ ਪ੍ਰਕਾਸ਼ਿਤ ਕੀਤਾ ਗਿਆ)

ਰੱਬ ਨੇ ਮੰਗੂ ਰਾਮ ਦੀ ਅਰਦਾਸ 1947 ਤੱਕ ਸੁਣੀ, ਅਤੇ ਉਸ ਤੋਂ ਬਾਅਦ ਭਾਰਤ ਵਿੱਚ ਕਾਂਗਰਸ ਦੀ ਉੱਚ ਜਾਤੀ ਪ੍ਰਧਾਨ ਸਰਕਾਰ ਬਣ ਗਈ। ਮੰਗੂ ਰਾਮ ਜੀ ਨੇ ਵੀ ਸਮੇਂ ਦੇ ਨਾਲ ਬਦਲਣਾ ਠੀਕ ਸਮਝਿਆ। ਅਤੇ ਆਪਣੇ ਲੋਕਾਂ ਦੀ ਕਿਸਮਤ ਲਈ ਨਵੇਂ ਮਾਲਕਾਂ ਦੀ ਅਧੀਨਤਾ ਨੂੰ ਸਵੀਕਾਰ ਕਰਦੇ ਹੋਏ ਇਹ ਬਿਆਨ ਦਿੱਤਾ:

"ਧੰਨਵਾਦ ਕਰਨਾ ਕਾਂਗਰਸ ਰਾਜ ਵਾਲਾ, ਛੋਟੇ ਬੜੇ ਕਾ ਭੇਦ ਮਿਟਾ ਦਿਆ। ਮਹਾਤਮਾ ਗਾਂਧੀ ਜੀ ਬਹੁਤ ਉਪਕਾਰ ਕਿਆ, ਗਿਰੀ ਕੌਮੋਂ ਕੇ ਸਾਥ ਮਿਲਾ ਦਿਆ" (ਕੌਮੀ ਉਡਾਰੀਆਂ, 1986: ਪੰਨਾ 23-24)

ਬਾਬੂ ਮੰਗੂ ਰਾਮ ਮਗੋਵਾਲੀਆ ਨੇ 11-12 ਜੂਨ 1926 ਨੂੰ ਪਿੰਡ ਮਗੋਵਾਲ, ਹੁਸ਼ਿਆਰਪੁਰ (ਪੰਜਾਬ) ਦੇ ਇੱਕ ਸਕੂਲ ਵਿੱਚ ਇੱਕ 'ਮੀਟਿੰਗ' ਵਿੱਚ ਆਦਿ ਧਰਮ ਦੀ ਸਥਾਪਨਾ ਕੀਤੀ। ਕਹਿਣ ਨੂੰ ਤਾਂ ਆਦਿ ਧਰਮ ਸਮੁੱਚੇ

ਦਲਿਤ ਸਮਾਜ ਲਈ ਸੀ, ਪਰ ਇਸ ਦੇ ਪੈਰੋਕਾਰ ਚਮਾਰ ਜਾਤੀ ਦਾ ਕੁਝ ਹਿੱਸਾ ਹੀ ਸਨ। 1926 ਦੀ ਮੀਟਿੰਗ ਵਿੱਚ ਪੈਦਾ ਹੋਏ ਨਵੇਂ ਧਰਮ ਨੂੰ ਅੰਗਰੇਜ਼ਾਂ ਦੁਆਰਾ 1931 ਦੀ ਮਰਦਮਸ਼ੁਮਾਰੀ ਵਿੱਚ ਮਾਨਤਾ ਵੀ ਦੇ ਦਿੱਤੀ ਗਈ ਸੀ ਅਤੇ 4,18,789 ਨੇ ਆਪਣੇ-ਆਪ ਨੂੰ ਹਿੰਦੂ ਧਰਮ ਤੋਂ ਵੱਖਰਾ ਆਦਿ ਧਰਮੀ ਘੋਸ਼ਿਤ ਕੀਤਾ ਸੀ। ਪਰ ਬਾਅਦ ਵਿੱਚ ਮੰਗੂ ਰਾਮ ਸਮੇਤ ਆਦਿ ਧਰਮ ਦੇ ਸਾਰੇ ਆਗੂ ਮੁੱਖ ਧਾਰਾ ਦੀ ਰਾਜਨੀਤੀ ਵਿੱਚ ਸ਼ਾਮਲ ਹੋ ਗਏ। 1941 ਦੀ ਮਰਦਮਸ਼ੁਮਾਰੀ ਵਿੱਚ ਗਿਣਤੀ ਘਟ ਕੇ 3,49,863 ਰਹਿ ਗਈ।

"ਆਦਿ ਧਰਮ ਅੰਦੋਲਨ ਦੇ ਪਤਨ ਦੀ ਸ਼ੁਰੂਆਤ ਸ਼ਾਇਦ ਮਹਾਤਮਾ ਗਾਂਧੀ ਅਤੇ ਬੀ.ਆਰ. ਅੰਬੇਡਕਰ ਦੇ ਵਿੱਚ 1932 ਦੇ ਮਸ਼ਹੂਰ ਪੂਨਾ ਪੈਕਟ ਸਮਝੌਤੇ ਅਤੇ ਭਾਰਤ ਸਰਕਾਰ ਐਕਟ, 1935 ਵਿੱਚ ਅਨੁਸੂਚਿਤ ਸੂਚੀ ਦਾ ਗਠਨ ਹੈ। ਅਨੁਸੂਚਿਤ ਜਾਤੀਆਂ ਨੂੰ ਹਿੰਦੂਆਂ ਦੇ ਨਾਲ ਮਿਲਾਣ ਕਰਕੇ ਪੰਜਾਬ ਵਿੱਚ ਆਦਿ ਧਰਮ ਅੰਦੋਲਨ ਲਈ ਰਾਸ਼ਟਰਵਾਦੀ ਅਤੇ ਅਧਿਕਾਰਤ ਵਰਗੀਕਰਨ ਨੂੰ ਸਵੀਕਾਰ ਕਰਨ ਤੋਂ ਇਲਾਵਾ ਕੋਈ ਚਾਰਾ ਨਹੀਂ ਛੱਡਿਆ ਸੀ। ਉਨ੍ਹਾਂ ਨੂੰ ਜਾਂ ਤਾਂ 'ਰਾਖਵੇਂਕਰਨ' ਦੇ ਲਾਭ ਛੱਡਣੇ ਪੈਣੇ ਸਨ ਜਾਂ ਇੱਕ ਵੱਖਰੀ ਧਾਰਮਿਕ ਪਛਾਣ ਦਾ ਦਾਅਵਾ।" (ਸੁਰਿੰਦਰ ਐਸ. ਜੋਧਕਾ ਅਤੇ ਅਵਿਨਾਸ਼ ਕੁਮਾਰ, ਰਿਲਿਜਨ ਐਂਡ ਡਿਵੈਲਪਮੈਂਟ, 2010)

ਮੰਗੂ ਰਾਮ ਦੀ ਆਪਣੀ ਬਿਆਨੀ ਸਵੈ-ਜੀਵਨੀ ਅਨੁਸਾਰ ਉਹ 1909 ਵਿੱਚ ਅਮਰੀਕਾ ਗਏ ਸੀ। ਬਾਅਦ ਵਿੱਚ ਉਹ ਗਦਰ ਲਹਿਰ ਵਿੱਚ ਸ਼ਾਮਲ ਹੋ ਗਏ। 1915 ਵਿੱਚ ਉਹਨਾ ਕੈਲੀਫੋਰਨੀਆ ਤੋਂ ਪੰਜਾਬ ਭੇਜੇ ਗਏ ਹਥਿਆਰਾਂ ਦੀ ਤਸਕਰੀ ਦੇ ਇੱਕ ਖਤਰਨਾਕ ਮਿਸ਼ਨ ਵਿੱਚ ਹਿੱਸਾ ਲੈਣ ਲਈ ਪੰਜ ਗਦਰੀਆਂ ਵਿੱਚੋਂ ਇੱਕ ਬਣਨ ਲਈ ਸਵੈ-ਇੱਛਾ ਨਾਲ ਭਾਗ ਲਿਆ। ਉਹਨਾ ਨੂੰ ਇਸ ਕੰਮ ਲਈ ਗਦਰ ਪਾਰਟੀ ਦੇ ਆਗੂ ਸੋਹਣ ਸਿੰਘ ਭਖਨਾ ਨੇ ਚੁਣਿਆ ਸੀ। ਪਰ ਉਹ ਸਿੰਗਾਪੁਰ ਵਿੱਚ ਬ੍ਰਿਟਿਸ਼ ਅਧਿਕਾਰੀਆਂ ਦੇ ਹੱਥ ਆ ਗਏ ਜਿਨ੍ਹਾਂ ਨੇ ਤੁਰੰਤ ਉਹਨਾ ਨੂੰ ਤੋਪ ਦੇ ਸਾਹਮਣੇ ਰੱਖਣ ਅਤੇ ਗੋਲੀ ਮਾਰਨ ਦਾ ਹੁਕਮ ਦਿੱਤਾ। ਫਿਰ ਜਰਮਨਾਂ ਨੇ ਮੰਗੂ ਰਾਮ ਨੂੰ ਉਥੋਂ ਭਜਾ ਦਿੱਤਾ ਅਤੇ ਜਹਾਜ਼ ਰਾਹੀਂ ਮਨੀਲਾ ਭੇਜ ਦਿੱਤਾ। ਜਦੋਂ ਮੰਗੂ ਰਾਮ ਫਿਲੀਪੀਨਜ਼ ਪਹੁੰਚੇ ਤਾਂ ਉਹਨਾ ਮਨੀਲਾ ਟਾਈਮਜ਼ ਅਖਬਾਰ ਵਿੱਚ ਦੇਸ਼ਧ੍ਰੋਹ ਦੇ ਦੋਸ਼ ਵਿੱਚ ਖੁਦ ਦੇ ਮਾਰ ਦਿੱਤੇ ਜਾਣ ਦੀ ਰਿਪੋਰਟ ਪੜ੍ਹੀ। ਮੰਗੂ ਰਾਮ ਦਾ ਮੰਨਣਾ ਸੀ ਕਿ ਉਹਨਾ ਦੇ ਨਾਲ ਫੜੇ ਗਏ ਸਾਥੀਆਂ ਵਿੱਚੋਂ ਇੱਕ ਨੇ ਉਹਨਾ ਦੀ ਰੱਖਿਆ ਲਈ ਆਪਣਾ ਨਾਮ ਮੰਗੂ ਰਾਮ ਦੱਸਿਆ ਹੋਣਾ, ਅਤੇ ਉਸ ਆਦਮੀ ਨੂੰ ਉਹਨਾ ਦੀ ਜਗ੍ਹਾ ਗੋਲੀ ਮਾਰ ਦਿੱਤੀ ਗਈ ਹੋਵੇਗੀ। ਮੰਗੂ ਰਾਮ ਫਿਲੀਪੀਨਜ਼ ਦੇ ਵੱਖ-ਵੱਖ ਟਾਪੂਆਂ 'ਤੇ ਲੁਕ-ਛਿਪ ਕੇ ਠਿਕਾਣੇ ਬਦਲ-ਬਦਲ ਕੇ ਰਹੇ। 1925 ਵਿੱਚ ਉਹ ਪੰਜਾਬ ਪਰਤੇ ਅਤੇ 1926 ਦੀ ਮੀਟਿੰਗ ਵਿੱਚ ਆਦਿ ਧਰਮ ਦੀ ਸਥਾਪਨਾ ਕੀਤੀ।

ਜਿੱਥੇ ਕਿਤੇ ਵੀ ਬਾਬੂ ਮੰਗੂ ਰਾਮ ਦੀ ਜੀਵਨੀ ਲਿਖੀ ਮਿਲਦੀ ਹੈ, ਬਿਨਾਂ ਕਿਸੇ ਸਰੋਤ ਦਾ ਹਵਾਲਾ ਦੇ ਕੇ, ਇੱਕੋ ਜਹੀ ਵਾਕ-ਬਣਤਰ ਨਾਲ ਕਾਪੀ-ਪੇਸਟ ਮਿਲਦੀ ਹੈ। ਅਸੀਂ ਵੀ ਕਾਪੀ-ਪੇਸਟ ਕਰਕੇ ਕੁਝ ਹਿੱਸੇ ਉੱਪਰ ਲਿਖ ਦਿੱਤੇ ਹਨ। ਪਰ ਬਾਬੂ ਮੰਗੂ ਰਾਮ ਦੀ ਕਹਾਣੀ ਦੀ ਵਿਨਾਇਕ ਦਾਮੋਦਰ ਸਾਵਰਕਰ ਦੀ ਕਹਾਣੀ ਨਾਲ ਬਹੁਤ ਸਮਾਨਤਾਵਾਂ ਹਨ। ਦੋਵੇਂ ਬ੍ਰਿਟਿਸ਼ ਸਰਕਾਰ ਦੇ ਖਿਲਾਫ ਇੱਕ ਖਤਰਨਾਕ ਮਿਸ਼ਨ 'ਤੇ ਸਨ, ਪਰ ਆਪਣੇ

ਕੈਰੀਅਰ ਦੇ ਦੂਜੇ ਪੜਾਅ ਵਿੱਚ ਅੰਗਰੇਜ਼ਾਂ ਦੇ ਕੱਟੜ ਸਮਰਥਕ ਬਣ ਗਏ। 1924 ਵਿੱਚ ਜੇਲ੍ਹ ਤੋਂ ਰਿਹਾਅ ਹੋਣ ਤੋਂ ਬਾਅਦ ਸਾਵਰਕਰ ਨੇ ਆਜ਼ਾਦੀ ਦੀ ਲੜਾਈ ਛੱਡ ਦਿੱਤੀ ਅਤੇ ਹਿੰਦੂ ਸੰਗਠਨ ਨੂੰ ਮਜਬੂਤ ਕੀਤਾ। ਲਗਭਗ ਉਸੇ ਸਮੇਂ 1925 ਵਿੱਚ, ਬਾਬੂ ਮੰਗੂ ਰਾਮ ਭਾਰਤ ਪਰਤ ਆਏ ਅਤੇ ਆਦਿ ਧਰਮ ਦੀ ਸਥਾਪਨਾ ਕੀਤੀ। ਸਾਵਰਕਰ ਦੀ ਜੇਲ੍ਹ ਤੋਂ ਰਿਹਾਈ ਪਿੱਛੇ ਰਹਿਮ ਦੀਆਂ ਅਪੀਲਾਂ ਅਤੇ ਮੁਆਫ਼ੀ ਦੇ ਲਿਖਤੀ ਸਬੂਤ ਹਨ। ਕੀ ਬਾਬੂ ਮੰਗੂ ਰਾਮ ਦੀ ਸੁਰੱਖਿਅਤ ਭਾਰਤ ਵਾਪਸੀ ਪਿੱਛੇ ਅੰਗਰੇਜ਼ ਸਰਕਾਰ ਨਾਲ ਕੋਈ ਸਮਝੌਤਾ ਸੀ? ਹਾਲਾਤੀ ਸਬੂਤ ਇਸ ਦਿਸ਼ਾ ਵੱਲ ਇਸ਼ਾਰਾ ਕਰਦੇ ਹਨ।

ਗਦਰ ਲਹਿਰ ਦੇ ਕਈ ਆਗੂਆਂ ਨੂੰ ਜਾਂ ਤਾਂ ਫਾਂਸੀ ਦਿੱਤੀ ਗਈ ਜਾਂ ਜੇਲ੍ਹਾਂ ਵਿੱਚ ਬੰਦ ਕਰ ਦਿੱਤਾ ਗਿਆ। 1915 ਵਿੱਚ 19 ਸਾਲਾ ਸ਼ਹੀਦ ਕਰਤਾਰ ਸਿੰਘ ਸਰਾਭਾ ਨੂੰ ਫਾਂਸੀ ਦਿੱਤੀ ਗਈ ਸੀ। ਜਦੋਂ ਕਿ ਬਾਬਾ ਸੋਹਣ ਸਿੰਘ ਭਖਨਾ 1948 ਤੱਕ ਜੇਲ੍ਹ ਵਿੱਚ ਰਹੇ। ਅਜਿਹੀ ਸਥਿਤੀ ਵਿੱਚ, ਬਾਬੂ ਮੰਗੂ ਰਾਮ ਸਕੂਲ ਵਿੱਚ ਪੜ੍ਹਾਉਣਾ ਸ਼ੁਰੂ ਕਰ ਦਿੰਦੇ ਹਨ, ਆਦਿ ਧਰਮ ਦੀ ਸਥਾਪਨਾ ਕਰਦੇ ਹਨ ਅਤੇ ਬ੍ਰਿਟਿਸ਼ ਸਰਕਾਰ ਦੁਆਰਾ ਮਰਦਮਸ਼ੁਮਾਰੀ ਵਿੱਚ ਇੱਕ ਵੱਖਰੀ ਸ਼੍ਰੇਣੀ ਸ਼ਾਮਲ ਕਰਵਾ ਲੈਂਦੇ ਹਨ। ਸਾਵਰਕਰ ਅਤੇ ਮੰਗੂ ਰਾਮ ਦੋਵੇਂ ਅੰਗਰੇਜ਼ਾਂ ਦੀ ਵਿਭਾਜਨਕਾਰੀ ਰਾਜਨੀਤੀ ਵਿੱਚ ਫਿੱਟ ਬੈਠਦੇ ਸੀ। ਪਰ ਸਾਵਰਕਰ ਆਪਣੇ ਇਰਾਦੇ ਵਿੱਚ ਜ਼ਿਆਦਾ ਦ੍ਰਿੜ ਰਹੇ। ਉਹਨਾ 1947 ਤੋਂ ਬਾਅਦ ਵੀ ਆਪਣਾ ਮਿਸ਼ਨ ਨਹੀਂ ਛੱਡਿਆ, ਪਰ ਮੰਗੂ ਰਾਮ ਕਾਂਗਰਸ ਦੇ "ਉਪਕਾਰ" ਤੋਂ ਸੰਤੁਸ਼ਟ ਹੋ ਗਏ।

ਬਾਬੂ ਮੰਗੂ ਰਾਮ ਮਗੋਵਾਲੀਆ ਦੇ ਜੀਵਨ ਅਤੇ ਕਥਨਾਂ ਵਿੱਚ ਦਿਖ ਰਹੇ ਵਿਰੋਧਾਭਾਸ ਤੋਂ ਇਹ ਸਮਝਿਆ ਜਾ ਸਕਦਾ ਹੈ ਕਿ ਉਹਨਾ ਦਾ ਆਦਰਸ਼ ਨੀਵੇਂ ਪੱਧਰ ਦਾ ਹੋਣ ਕਾਰਨ ਦੂਜਿਆਂ ਦੁਆਰਾ ਨਿਯੰਤਰਿਤ ਸਥਿਤੀ 'ਤੇ ਨਿਰਭਰ ਸੀ। ਮੰਗੂ ਰਾਮ ਅਧੀਨਗੀ ਵਿਵਹਾਰ ਦੇ ਚਲਦੇ ਦਲਿਤ ਉੱਥਾਨ ਦਾ ਰਾਹ ਲੱਭ ਰਹੇ ਸਨ ਜੋ ਕਿ ਬਿਲਕੁਲ ਵੀ ਸੰਭਵ ਨਹੀਂ ਸੀ।

ਇਸੇ ਤਰ੍ਹਾਂ ਅੰਬੇਡਕਰਵਾਦੀ ਆਗੂ ਸੰਵਿਧਾਨ ਵਿੱਚ ਰਾਖਵੇਂਕਰਨ ਨੂੰ ਲੈ ਕੇ ਦਲਿਤ ਭਾਈਚਾਰੇ ਨੂੰ ਅਕਸਰ ਫਰਜ਼ੀ ਸਰੂਰ ਵਿੱਚ ਲਾਈ ਰੱਖਦੇ ਹਨ। ਉਨ੍ਹਾਂ ਦਾ ਮੰਨਣਾ ਹੈ ਕਿ ਬਾਬਾ ਸਾਹਿਬ ਅੰਬੇਡਕਰ ਨੇ ਇਸ ਵਿਵਸਥਾ ਨਾਲ ਐਸ.ਸੀ./ਐਸ.ਟੀ./ਓ.ਬੀ.ਸੀ. ਤੇ ਬਹੁਤ ਵੱਡਾ ਉਪਕਾਰ ਕੀਤਾ ਹੈ। ਬਿਨਾਂ ਸ਼ੱਕ ਰਿਜ਼ਰਵੇਸ਼ਨ ਦਾ ਕੁਝ ਫਾਇਦਾ ਹੋਇਆ ਹੈ, ਪਰ ਇਹ ਮਾਮੂਲੀ ਹੈ। ਦੇਸ਼ ਦੀ ਕੁੱਲ ਨੌਕਰੀਆਂ ਵਿੱਚੋਂ ਸਿਰਫ਼ 1% ਵਿੱਚ ਹੀ ਰਾਖਵਾਂਕਰਨ ਹੈ। ਰਿਜ਼ਰਵੇਸ਼ਨ ਸਿਰਫ ਸਰਕਾਰੀ ਨੌਕਰੀਆਂ ਵਿੱਚ ਹੈ, ਪ੍ਰਾਈਵੇਟ ਨੌਕਰੀਆਂ ਵਿੱਚ ਨਹੀਂ। ਜਿੱਥੇ ਕਿਤੇ ਵੀ ਰਾਖਵਾਂਕਰਨ ਹੈ, ਉਹ ਸਾਰੇ ਸਰਕਾਰੀ ਅਦਾਰੇ ਇੱਕ-ਇੱਕ ਕਰਕੇ ਸਰਮਾਏਦਾਰਾਂ ਨੂੰ ਵੇਚੇ ਜਾ ਰਹੇ ਹਨ। ਜਿਸ ਕਾਰਨ ਰਾਖਵੇਂਕਰਨ ਦੀ ਵਿਵਸਥਾ ਦਿਨੋਂ-ਦਿਨ ਪੇਤਲੀ ਹੁੰਦੀ ਜਾ ਰਹੀ ਹੈ।

ਜਨਸੰਖਿਆ ਦੇ ਸੰਬੰਧ ਵਿੱਚ, ਭਾਰਤ ਵਿੱਚ ਸਰਕਾਰੀ ਰੁਜਗਾਰ ਨਾਰਵੇ ਨਾਲੋਂ ਸਿਰਫ਼ ਦਸਵਾਂ ਹਿੱਸਾ ਹੈ, ਬ੍ਰਾਜ਼ੀਲ ਦਾ ਸਿਰਫ਼ 15 ਫ਼ੀਸਦੀ ਅਤੇ ਚੀਨ ਦੇ ਮੁਕਾਬਲੇ ਇੱਕ ਤਿਹਾਈ ਤੋਂ ਵੀ ਘੱਟ ਹੈ। ਭਾਵ, ਨਾਰਵੇ ਆਪਣੀ

ਆਬਾਦੀ ਦੇ ਪ੍ਰਤੀ 1000 ਲੋਕਾਂ ਮਗਰ 159 ਸਰਕਾਰੀ ਨੌਕਰੀਆਂ ਪ੍ਰਦਾਨ ਕਰਦਾ ਹੈ, ਜਦੋਂ ਕਿ ਬ੍ਰਾਜ਼ੀਲ 111 ਅਤੇ ਚੀਨ 57 ਲੋਕਾਂ ਨੂੰ ਸਰਕਾਰੀ ਰੁਜ਼ਗਾਰ ਪ੍ਰਦਾਨ ਕਰਦਾ ਹੈ। ਪਰ ਭਾਰਤ ਪ੍ਰਤੀ 1000 ਆਬਾਦੀ 'ਤੇ ਸਿਰਫ਼ 16 ਲੋਕਾਂ ਨੂੰ ਸਰਕਾਰੀ ਰੁਜ਼ਗਾਰ ਮੁਹੱਈਆ ਕਰਦਾ ਹੈ। (ਬਿਜ਼ਨਸ ਲਾਈਨ, 29 ਜੁਲਾਈ 2019)

ਸਰਕਾਰੀ ਰੁਜ਼ਗਾਰ ਦੀ ਇਹ ਸਥਿਤੀ 2015 ਦੀ ਇੱਕ ਰਿਪੋਰਟ ਅਨੁਸਾਰ ਸੀ। ਹਾਲਤ ਹਰ ਸਾਲ ਵਿਗੜਦੀ ਜਾ ਰਹੀ ਹੈ। 2016-17 ਵਿੱਚ, ਸਟਾਫ ਸਿਲੈਕਸ਼ਨ ਕਮਿਸ਼ਨ (ਐਸਐਸਸੀ) ਨੇ ਕੇਂਦਰ ਸਰਕਾਰ ਦੇ ਲਈ 68,880 ਉਮੀਦਵਾਰਾਂ ਦੀ ਭਰਤੀ ਕੀਤੀ ਸੀ, 2020-21 ਵਿੱਚ ਇਹ ਗਿਣਤੀ ਘਟ ਕੇ ਸਿਰਫ਼ 2,106 ਰਹਿ ਗਈ। 96 ਫੀਸਦੀ ਦੀ ਵੱਡੀ ਗਿਰਾਵਟ. (ਦ ਪ੍ਰਿੰਟ, 8 ਮਾਰਚ 2021)

ਰੋਕਫੈਲਰ ਇੰਟਰਨੈਸ਼ਨਲ ਤੋਂ ਰੁਚਿਰ ਸ਼ਰਮਾ ਦੁਆਰਾ ਪ੍ਰਕਾਸ਼ਿਤ ਇੱਕ ਰਿਪੋਰਟ ਦੇ ਅਨੁਸਾਰ, 1947 ਦੀ ਆਜ਼ਾਦੀ ਦੇ ਸਮੇਂ, ਭਾਰਤੀਆਂ ਦੀ ਔਸਤ ਆਮਦਨ ਵਿਸ਼ਵ ਔਸਤ ਦਾ 18 ਪ੍ਰਤੀਸ਼ਤ ਸੀ, ਜੋ ਕਿ ਅਜੇ ਵੀ ਲਗਭਗ 18 ਪ੍ਰਤੀਸ਼ਤ ਹੈ। ਭਾਵ, ਭਾਰਤ ਦੀ ਅਰਥਵਿਵਸਥਾ ਉਸੇ ਅਨੁਪਾਤ ਵਿੱਚ ਵਧੀ ਜਿਸ ਤਰ੍ਹਾਂ ਬਾਕੀ ਦੁਨੀਆ ਨੇ ਔਸਤਨ ਵਾਧਾ ਹਾਸਿਲ ਕੀਤਾ ਹੈ। (ਫਾਈਨੈਂਸ਼ੀਅਲ ਟਾਈਮਜ਼, 15 ਅਗਸਤ 2022)

ਉੱਥੇ ਹੀ, 1951 ਦੀ ਮਰਦਮਸ਼ੁਮਾਰੀ ਅਨੁਸਾਰ, ਵਿਸ਼ਵ ਦੀ ਕੁੱਲ ਆਬਾਦੀ ਦਾ 14 ਪ੍ਰਤੀਸ਼ਤ ਭਾਰਤ ਵਿੱਚ ਰਹਿੰਦਾ ਸੀ, ਜੋ 2011 ਵਿੱਚ ਵੱਧ ਕੇ 18 ਪ੍ਰਤੀਸ਼ਤ ਹੋ ਗਿਆ। ਭਾਰਤ ਵਿੱਚ ਆਰਥਿਕ ਅਸਮਾਨਤਾ ਵੀ ਭਿਆਨਕ ਰੂਪ ਵਿੱਚ ਵਧੀ ਹੈ। ਭਾਰਤ ਦੀ ਨਵੀਂ ਸਿਆਸੀ ਆਰਥਿਕਤਾ, ਖਾਸ ਤੌਰ 'ਤੇ 1980 ਦੇ ਦਹਾਕੇ ਤੋਂ ਬਾਅਦ, ਸਮਾਵੇਸ਼ੀ ਵਿਕਾਸ ਪ੍ਰਦਾਨ ਕਰਨ ਵਿੱਚ ਅਸਫਲ ਰਹੀ ਹੈ। 'ਵਿਸ਼ਵ ਅਸਮਾਨਤਾ ਰਿਪੋਰਟ 2022' ਦੇ ਅਨੁਸਾਰ, ਭਾਰਤ ਵਧਦੀ ਗਰੀਬੀ ਅਤੇ 'ਅਮੀਰ ਕੁਲੀਨ ਵਰਗ' ਦੇ ਨਾਲ ਦੁਨੀਆ ਦੇ ਸਭ ਤੋਂ ਅਸਮਾਨ ਦੇਸ਼ਾਂ ਵਿੱਚੋਂ ਇੱਕ ਹੈ। ਭਾਰਤ ਵਿੱਚ ਚੋਟੀ ਦੇ 10 ਪ੍ਰਤੀਸ਼ਤ ਅਤੇ ਚੋਟੀ ਦੇ 1 ਪ੍ਰਤੀਸ਼ਤ ਕੋਲ ਕੁੱਲ ਰਾਸ਼ਟਰੀ ਆਮਦਨ ਦਾ ਕ੍ਰਮਵਾਰ 57 ਪ੍ਰਤੀਸ਼ਤ ਅਤੇ 22 ਪ੍ਰਤੀਸ਼ਤ ਹਿੱਸਾ ਹੈ, ਜਦੋਂ ਕਿ ਹੇਠਲੇ 50 ਪ੍ਰਤੀਸ਼ਤ ਦੀ ਹਿੱਸੇਦਾਰੀ ਘਟ ਕੇ 13 ਪ੍ਰਤੀਸ਼ਤ ਰਹਿ ਗਈ ਹੈ। ਅਸੀਂ ਸਾਰੇ ਜਾਣਦੇ ਹਾਂ ਕਿ ਹੇਠਲੇ ਤਬਕੇ ਦੀ ਬਹੁਗਿਣਤੀ ਅਨੁਸੂਚਿਤ ਜਾਤੀਆਂ, ਅਨੁਸੂਚਿਤ ਜਨਜਾਤੀਆਂ, ਹੋਰ ਪਛੜੀਆਂ ਸ਼੍ਰੇਣੀਆਂ ਅਤੇ ਮੁਸਲਮਾਨਾਂ ਦੀ ਹੈ। ਭਾਰਤ ਦੇ ਆਰਥਿਕ ਵਿਕਾਸ ਦਰ ਦੀ ਤੁਲਨਾ ਭਾਰਤ ਦੀ ਆਬਾਦੀ ਅਤੇ ਅਸਮਾਨਤਾ ਦੇ ਨਾਲ ਮਿਲਾਕੇ ਬਾਕੀ ਦੁਨੀਆ ਦੀ ਤਰੱਕੀ ਦੇ ਮੁਕਾਬਲੇ ਕੀਤੀ ਜਾਣੀ ਚਾਹੀਦੀ ਹੈ। ਨਿਸ਼ਚਿਤ ਤੌਰ 'ਤੇ ਹੇਠਲੇ ਤਬਕੇ ਦੀ ਆਰਥਿਕਤਾ ਦਾ ਹਿੱਸਾ ਬਹੁਤ ਘੱਟ ਪਾਇਆ ਜਾਵੇਗਾ। ਇਹ ਆਰਥਿਕ ਵਿਤਕਰਾ ਸੰਵਿਧਾਨ ਦੇ ਬਾਵਜੂਦ ਅਤੇ ਸੰਵਿਧਾਨ ਤਹਿਤ ਹੋਇਆ ਹੈ।

ਦਲਿਤ ਸਮਾਜ ਦਾ ਉਥਾਨ ਨਾ ਅੰਗਰੇਜਾਂ 'ਤੇ ਨਿਰਭਰ ਹੋ ਕੇ ਹੋਇਆ, ਨਾ ਕਾਂਗਰਸ ਦੇ ਉਪਕਾਰ ਨਾਲ, ਨਾ ਹੀ ਸੰਵਿਧਾਨ 'ਚ ਲਿਖ ਦੇਣ ਨਾਲ। ਵਿਅਕਤੀਗਤ ਅਤੇ ਸਮਾਜਕ ਉੱਨਤੀ ਦਾ ਸਰਵਉੱਚ ਮਾਰਗ ਅਕਾਲ ਪੁਰਖ ਦੇ ਇੱਕੋ ਤਖ਼ਤ ਦਾ ਆਸਰਾ ਹੈ, ਜੋ ਹਰ ਥਾਂ ਬਰਾਬਰ ਬੇਪਰਵਾਹ ਵਿਚਰਦਾ ਹੈ। ਕਿਉਂਕਿ ਜੋ ਅਗਮ

ਅਗੋਚਰ ਏਕੰਕਾਰ ਦਾ ਆਸਰਾ ਲੈਂਦੇ ਹਨ ਉਹਨਾ ਦੇ ਚਿੰਤਨ ਅਤੇ ਗੁਣਾਂ ਦੀ ਕੋਈ ਸੀਮਾ ਨਹੀਂ ਰਹਿੰਦੀ। ਅਸੀਮ ਕਰਤਾਰ ਨੂੰ ਛੱਡ ਕੇ, ਜੇ ਕਿਸੇ ਹੋਰ ਦਾ ਆਸਰਾ ਲਵਾਂਗੇ, ਤਾਂ ਪ੍ਰਾਪਤੀ ਸਮਝੌਤਾਵਾਦੀ ਅਤੇ ਸੀਮਤ ਹੀ ਰਹੇਗੀ। ਗੁਰਬਾਣੀ ਆਪਣੇ-ਆਪ ਨੂੰ ਬੁਲੰਦ ਕਰਨਾ ਸਿਖਾਉਂਦੀ ਹੈ:

ਏਕੋ ਤਖਤੁ ਏਕੋ ਪਾਤਿਸਾਹੁ॥ ਸਰਬੀ ਥਾਈ ਵੇਪਰਵਾਹੁ॥

ਤਿਸ ਕਾ ਕੀਆ ਤ੍ਰਿਭਵਣ ਸਾਰੁ॥ ਓਹੁ ਅਗਮੁ ਅਗੋਚਰੁ ਏਕੰਕਾਰੁ॥

(ਗੁਰੂ ਗ੍ਰੰਥ ਸਾਹਿਬ, ਮਹਲਾ ੧, ਅੰਗ 1188)

ਆਖਰੀ - ਸ਼ਬਦ

ਐਹ ਵਸਤੁ ਤਜੀ ਨਹ ਜਾਈ

ਅਸੀਂ ਗੁਰੂ ਗ੍ਰੰਥ ਸਾਹਿਬ ਜੀ ਦੇ ਪਹਿਲੇ ਅੰਗ (ਪੰਨੇ) ਵਿੱਚ ਦਰਜ 'ਹੁਕਮਿ ਰਜਾਈ ਚਲਣਾ' ਦੇ ਮੂਲ ਸਿਧਾਂਤ ਤੋਂ ਸ਼ੁਰੂਆਤ ਕੀਤੀ ਸੀ। ਅਸੀਂ ਇਸ ਪੁਸਤਕ ਦੀ ਸਮਾਪਤੀ ਗੁਰੂ ਗ੍ਰੰਥ ਸਾਹਿਬ ਦੇ ਅੰਤਲੇ ਭਾਗ ਵਿੱਚ ਦਰਜ 'ਐਹ ਵਸਤੁ ਤਜੀ ਨਹ ਜਾਈ' ਨਾਲ ਕਰ ਰਹੇ ਹਾਂ। ਭਾਵ ਇਸ ਵਸਤੁ (ਵਿਚਾਰਧਾਰਾ ਅਤੇ ਸੰਰਚਨਾ) ਨੂੰ ਨਹੀਂ ਛੱਡਿਆ ਜਾ ਸਕਦਾ ਕਿਉਂਕਿ ਹੋਰ ਕੋਈ ਵਿਕਲਪ ਨਹੀਂ ਹੈ।

ਗੁਰਬਾਣੀ ਦੀ ਵਿਚਾਰ ਨਾਲ ਅਸੀਂ ਹੁਕਮ ਵਿੱਚ ਜਿਉਣ ਦੀ ਸਮਝ ਬਣਾਈ। ਜੇਕਰ ਦੇਖਿਆ ਜਾਵੇ ਤਾਂ ਦੁਨੀਆਂ ਦੇ ਹਰ ਪੈਗੰਬਰ, ਦਾਰਸ਼ਨਿਕ, ਵਿਗਿਆਨੀ ਆਦਿ ਨੇ ਆਪਣੀ ਮੱਤ ਅਨੁਸਾਰ ਜੀਵਨ ਜਿਉਣ ਦਾ ਤਰੀਕਾ ਦੱਸਿਆ ਹੈ। ਕਈਆਂ ਨੇ ਆਪਣੇ ਪੈਗੰਬਰ ਨੂੰ ਰੱਬ ਦਾ ਇਕਲੌਤਾ ਪੁੱਤਰ ਕਿਹਾ 'ਤੇ ਕਿਸੇ ਨੇ ਆਖਰੀ ਨਬੀ ਕਿਹਾ। ਜੋ ਇਸ ਧਾਰਨਾ ਵਿੱਚ ਵਿਸ਼ਵਾਸ ਰੱਖੇ ਉਹ ਹੀ ਉੱਤਮ। ਕਿਸੇ ਨੇ ਕਿਹਾ ਜਨਮ-ਆਧਾਰਿਤ ਉਚ-ਨੀਚ ਰੱਬੀ ਨਿਯਮ ਹੈ। ਪਰ ਗੁਰੂ ਨੇ ਏਕੰਕਾਰ ਦੇ ਸਰਬ-ਵਿਆਪਕ ਗੁਣਾਂ ਦੇ ਆਧਾਰ 'ਤੇ ਨਿਰਭਉ ਨਿਰਵੈਰ ਦੀ ਅਵਸਥਾ ਵਿੱਚ ਵਿਚਰਨਾ ਹੀ ਮਨੋਰਥ ਮੰਨਿਆ। ਇਹ ਹੀ ਜਿਉਂਦੇ ਜੀ ਮੁਕਤੀ ਦਾ ਰਸਤਾ ਹੈ।

ਚਾਰਲਸ ਡਾਰਵਿਨ ਨੇ 'ਯੋਗਤਮ ਦੀ ਉੱਤਰਜੀਵਤਾ' (Survival for the fittest) ਦਾ ਸਿਧਾਂਤ ਦਿੱਤਾ ਸੀ। ਕੁਦਰਤ ਦੇ ਕ੍ਰਮ-ਵਿਕਾਸ ਦੇ ਇਸ ਸਿਧਾਂਤ ਨੂੰ ਪਰਿਭਾਸ਼ਿਤ ਕਰਦੇ ਹੋਏ, ਤਾਕਤਵਰ ਨੇ ਕਮਜ਼ੋਰ ਮਨੁੱਖਾਂ ਉੱਤੇ ਹਾਵੀ ਹੋਣ ਨੂੰ ਜਾਇਜ਼ ਠਹਿਰਾ ਦਿੱਤਾ। ਪਰ ਗੁਰੂ ਨਾਨਕ ਜੀ ਨੇ ਯੋਗਤਮ ਲਈ ਕਮਜ਼ੋਰਾਂ ਨੂੰ ਬਰਾਬਰ ਲਿਆਉਣ ਦੀ ਧਾਰਮਿਕ ਜ਼ਿੰਮੇਵਾਰੀ ਦਿੱਤੀ ਅਤੇ ਇਸੇ ਨੂੰ ਹੀ ਹੁਕਮ ਵਿੱਚ ਜਿਉਣਾ ਕਿਹਾ। ਇਹੀ ਸੱਚ ਦਾ ਮਾਰਗ ਹੈ ਜਿਸ ਨੂੰ ਸਚਿਆਰ ਜੀਵਨ ਕਿਹਾ ਜਾ ਸਕਦਾ ਹੈ। ਗੁਰੂ ਨਾਨਕ ਸਾਹਿਬ ਨੇ ਕਿਹਾ, ਉਨ੍ਹਾਂ ਦਾ ਸਾਥ ਦੇਣ ਦੀ ਲੋੜ ਹੈ ਜਿਨ੍ਹਾਂ ਨੂੰ ਸਮਾਜ ਵਿੱਚ ਨੀਚ ਤੋਂ ਵੀ ਨੀਚ ਕਿਹਾ ਜਾਂਦਾ ਹੈ। ਨਾਨਕ ਨੂੰ ਉਨ੍ਹਾਂ ਦੇ ਰਾਹ 'ਤੇ ਚੱਲਣ ਦੀ ਕੋਈ ਇੱਛਾ ਨਹੀਂ ਹੈ ਜੋ ਉੱਚੇ ਜਾਂ ਉੱਤਮ ਬਣ ਬੈਠੇ ਹਨ। ਕਿਉਂਕਿ ਅਕਾਲ ਪੁਰਖ ਦੀ ਬਖ਼ਸ਼ਿਸ਼ ਉੱਥੇ ਹੁੰਦੀ ਹੈ ਜਿੱਥੇ ਕਮਜ਼ੋਰ ਅਤੇ ਗਰੀਬ ਦੀ ਸਾਰ ਲਈ ਜਾਂਦੀ ਹੈ:

ਨੀਚਾ ਅੰਦਰਿ ਨੀਚ ਜਾਤਿ ਨੀਚੀ ਹੂ ਅਤਿ ਨੀਚੁ॥
ਨਾਨਕੁ ਤਿਨ ਕੈ ਸੰਗਿ ਸਾਥਿ ਵਡਿਆ ਸਿਉ ਕਿਆ ਰੀਸ॥
ਜਿਥੈ ਨੀਚ ਸਮਾਲੀਅਨਿ ਤਿਥੈ ਨਦਰਿ ਤੇਰੀ ਬਖਸੀਸ॥

(ਗੁਰੂ ਗ੍ਰੰਥ ਸਾਹਿਬ, ਮਹਲਾ ੧, ਅੰਗ 15)

ਕਈ ਕਹਿੰਦੇ ਹਨ ਕਿ ਕਿਸੇ ਇੱਕ ਗ੍ਰੰਥ ਨੂੰ ਸਰਵੋਤਮ ਮੰਨਣ ਨਾਲ ਅਧਿਆਤਮਿਕ ਵਿਕਾਸ ਰੁਕ ਜਾਂਦਾ ਹੈ। ਇਹ ਵਿਚਾਰ ਗੁਰੂ ਗ੍ਰੰਥ ਸਾਹਿਬ ਉੱਤੇ ਲਾਗੂ ਨਹੀਂ ਹੁੰਦਾ। ਕਿਉਂਕਿ ਗੁਰਬਾਣੀ ਏਕੰਕਾਰ ਦੇ ਅਥਾਹ ਗੁਣਾਂ ਦੀ ਵਿਚਾਰ ਹੈ, ਜਿਸ ਕਾਰਨ ਜੀਵਨ-ਮੁਕਤ ਅਵਸਥਾ ਦੀ ਵੀ ਕੋਈ ਸੀਮਾ ਨਹੀਂ ਹੈ। ਉਦਾਹਰਨ ਲਈ ਹੇਠ ਲਿਖੀ ਪੰਗਤੀ ਵੇਖੋ ਜਿਸਦਾ ਅਰਥ ਹੈ ਕਿ ਜੋ ਨਿਰਭਉ ਕਰਤਾਰ ਦਾ ਚਿੰਤਨ ਕਰਦਾ ਹੈ, ਉਹਦੇ ਸਾਰੇ ਡਰ ਮਿੱਟ ਜਾਂਦੇ ਹਨ:

ਨਿਰਭਉ ਜਪੈ ਸਗਲ ਭਉ ਮਿਟੈ॥

(ਗੁਰੂ ਗ੍ਰੰਥ ਸਾਹਿਬ, ਮਹਲਾ ੫, ਅੰਗ 293)

ਹਰ ਤਰ੍ਹਾਂ ਦੇ ਡਰ ਵਿੱਚ ਅਸਹਿ ਤਸੀਹੇ ਅਤੇ ਮੌਤ ਦਾ ਡਰ ਵੀ ਆਉਂਦਾ ਹੈ। ਕੀ ਇਸ ਸਰਲ ਅਰਥ ਵਾਲੀ ਪੰਗਤੀ ਨੂੰ ਵਿਵਹਾਰ ਵਿੱਚ ਲਿਆਉਣ ਦੀ ਕੋਈ ਸੀਮਾ ਹੋ ਸਕਦੀ ਹੈ? ਨਹੀਂ।

ਗੁਰਬਾਣੀ ਦੀ ਵਿਚਾਰ ਨਾਲ ਅਕਾਲ ਪੁਰਖ ਦੇ ਹੁਕਮ ਦੀ ਸੋਝੀ ਹੁੰਦੀ ਹੈ। ਹੁਕਮ ਅਨੁਸਾਰ ਜੀਉਣਾ ਹੀ ਮੁਕਤੀ ਹੈ। ਹੁਕਮ ਦੇ ਉਲਟ ਤਾਕਤਾਂ ਉਹ ਹਰ ਹੱਥਕੰਡਾ ਅਪਣਾਉਂਦੀਆਂ ਹਨ ਤਾਂ ਜੋ ਉਨ੍ਹਾਂ ਦਾ ਦਬਦਬਾ ਬਰਕਰਾਰ ਰਹੇ, ਇਸ ਲਈ ਇਸ ਰਾਹ 'ਤੇ ਚੱਲਣਾ 'ਸਿਰੁ ਧਰਿ ਤਲੀ' ਦੇ ਬਰਾਬਰ ਹੈ। ਦਸ ਗੁਰੂ ਸਾਹਿਬਾਨ ਨੇ ਅਜਰ ਨੂੰ ਜਰ ਕੇ ਸਿੱਖ ਸਿਧਾਂਤਾਂ ਨੂੰ ਸਾਕਾਰ ਕੀਤਾ ਅਤੇ ਖਾਲਸੇ ਦਾ ਰੂਪ ਦਿੱਤਾ।

ਜੇ ਕ੍ਰਾਂਤੀ-ਪ੍ਰਤੀਕ੍ਰਾਂਤੀ ਦੇ ਸੰਘਰਸ਼ ਨੂੰ ਹੁਕਮ ਦੇ ਅਨੁਕੂਲ-ਪ੍ਰਤੀਕੂਲ ਦੇ ਵਿਚਾਰ ਦੀ ਦਿਸ਼ਾ ਦਿੱਤੀ ਜਾਵੇ, ਤਾਂ ਕ੍ਰਾਂਤੀ ਦਾ ਮਾਰਗ ਉੱਚਤਮ ਧਾਰਮਿਕ ਕਾਰਜ ਬਣ ਜਾਂਦਾ ਹੈ। ਭਾਵੇਂ ਦੋਵੇਂ ਧਿਰਾਂ ਆਪੋ-ਆਪਣੇ ਧਰਮ ਅਨੁਸਾਰ ਕਰਮ ਕਰਦੀਆਂ ਹਨ, ਪਰ ਕ੍ਰਾਂਤੀ ਦੇ ਰਾਹਗੀਰ ਕੋਲ 'ਜੀਵਨ ਮੁਕਤਿ ਕਹਾਵੈ' ਦੀ ਪ੍ਰੇਰਨਾ ਜੁੜ ਜਾਂਦੀ ਹੈ, ਜੋ ਉਸ ਅੰਦਰ ਆਤਮ-ਵਿਸ਼ਵਾਸ ਭਰਕੇ ਉਸਨੂੰ ਵੱਧ ਮਜ਼ਬੂਤ ਪੱਖ ਬਣਾ ਦਿੰਦੀ ਹੈ।

ਵਿਸ਼ਵ ਸ਼ਾਂਤੀ ਲਈ ਨਸਲ, ਜਾਤ, ਲਿੰਗ, ਰੰਗ ਆਦਿ ਦੇ ਭੇਦਭਾਵ ਨੂੰ ਤਿਆਗ ਕੇ ਬਰਾਬਰੀ ਅਤੇ ਨਿਆਂ ਦੀ ਸਥਾਪਨਾ ਕਰਨੀ ਜ਼ਰੂਰੀ ਹੈ। ਜਿੱਥੇ ਨਿਰਭਉ ਦਾ ਗੁਣ ਵੱਡੇ ਤੋਂ ਵੱਡੇ ਜਾਲਮ ਦੇ ਸਾਹਮਣੇ ਡਟ ਕੇ ਖੜਨ ਦਾ ਬਲ ਬਖ਼ਸ਼ਦਾ ਹੈ, ਉੱਥੇ ਨਿਰਵੈਰ ਦਾ ਗੁਣ ਸਿੱਖ ਧਰਮ ਨੂੰ ਬਿਨਾਂ ਕਿਸੇ ਭੇਦ-ਭਾਵ ਦੇ ਇੱਕ ਸਾਂਝਾ ਮੰਚ ਬਣਾਉਂਦਾ ਹੈ। ਰੱਬੀ ਗੁਣਾਂ ਦੇ ਆਧਾਰ 'ਤੇ ਬਣੇ ਸਾਂਝੇ ਪਲੇਟਫਾਰਮ ਤੋਂ ਇਲਾਵਾ ਹੋਰ ਕੋਈ ਵਿਕਲਪ ਨਹੀਂ ਹੈ:

ਥਾਲ ਵਿਚਿ ਤਿੰਨਿ ਵਸਤੂ ਪਈਓ ਸਤੁ ਸੰਤੋਖੁ ਵੀਚਾਰੋ॥

ਅੰਮ੍ਰਿਤ ਨਾਮੁ ਠਾਕੁਰ ਕਾ ਪਇਓ ਜਿਸ ਕਾ ਸਭਸੁ ਅਧਾਰੋ॥

ਜੇ ਕੋ ਖਾਵੈ ਜੇ ਕੋ ਭੁੰਚੈ ਤਿਸ ਕਾ ਹੋਇ ਉਧਾਰੋ॥

ਏਹ ਵਸਤੁ ਤਜੀ ਨਹ ਜਾਈ ਨਿਤ ਨਿਤ ਰਖੁ ਉਰਿ ਧਾਰੋ॥
ਤਮ ਸੰਸਾਰੁ ਚਰਨ ਲਗਿ ਤਰੀਐ ਸਭੁ ਨਾਨਕ ਬ੍ਰਹਮ ਪਸਾਰੋ॥

(ਗੁਰੂ ਗ੍ਰੰਥ ਸਾਹਿਬ, ਮਹਲਾ ੫, ਅੰਗ 1429)

ਅਰਥ: (ਗੁਰਬਾਣੀ ਰੂਪੀ) ਥਾਲ ਵਿੱਚ ਸਤ, ਸੰਤੋਖ ਅਤੇ ਵਿਚਾਰ-ਇਹ ਤਿੰਨ ਵਸਤੂਆਂ ਹਨ।

ਆਤਮਕ ਜੀਵਨ ਦੇਣ ਵਾਲਾ (ਹਕਮ ਰੂਪੀ) ਨਾਮ ਵੀ ਹੈ, ਜਿਸ ਦਾ ਆਸਰਾ ਹਰੇਕ ਜੀਵ ਲਈ (ਜ਼ਰੂਰੀ) ਹੈ।

(ਇਸ ਭੋਜਨ ਨੂੰ) ਜੋ ਖਾਂਦਾ (ਵਿਚਾਰਦਾ) ਹੈ ਅਤੇ (ਜੀਵਨ ਵਿੱਚ) ਅਪਣਾਉਂਦਾ ਹੈ, ਉਸ ਮਨੁੱਖ ਦਾ ਉੱਧਾਰ (ਜੀਵਨ-ਮੁਕਤ) ਹੋ ਜਾਂਦਾ ਹੈ।

ਇਹ (ਸਿੱਖੀ ਰੂਪੀ) ਵਸਤੂ ਤਿਆਗੀ ਨਹੀਂ ਜਾ ਸਕਦੀ, ਇਸ ਨੂੰ ਸਦਾ ਹੀ ਆਪਣੇ ਹਿਰਦੇ ਵਿੱਚ ਸਾਂਭ ਕੇ ਰੱਖ।

ਵਿਕਾਰਾਂ ਦੇ ਵੱਸ ਵਿੱਚ ਪਏ ਸੰਸਾਰ ਨੂੰ (ਏਕੰਕਾਰ ਦੀ) ਸ਼ਰਨ ਵਿੱਚ ਹੀ ਤੈਰਿਆ (ਜਿੱਤਿਆ) ਜਾ ਸਕਦਾ ਹੈ, ਹੇ ਨਾਨਕ! ਪ੍ਰਭੂ ਦਾ ਪਸਾਰ ਹਰ ਥਾਂ ਹੈ।

ਜੋ ਸ਼ਬਦ-ਗੁਰੂ ਦੇ ਸਿਧਾਂਤ ਤੋਂ ਅਚੇਤ ਹਨ, ਉਹ ਸੁਭਾਵਿਕ: ਹੀ ਇਨਕਲਾਬੀ ਬਾਣੀ ਦੇ ਸੰਦੇਸ਼ ਤੋਂ ਭਟਕ ਕੇ ਜਾਂ ਤਾਂ ਸੰਤ-ਪੁਰਸ਼ਾਂ (ਭਗਤਾਂ) ਦੀਆਂ ਮੂਰਤੀਆਂ ਦੇ ਉਪਾਸ਼ਕ ਬਣ ਕੇ ਬ੍ਰਹਮਣਵਾਦ ਦੀ ਚਪੇਟ ਵਿੱਚ ਆ ਜਾਂਦੇ ਹਨ ਜਾਂ ਵਿਦਵਤਾ ਦੇ ਹੰਕਾਰ ਵਿੱਚ ਆਲੋਚਕ ਬਣ ਜਾਂਦੇ ਹਨ। ਪਰ ਗੁਰੂ ਗ੍ਰੰਥ ਸਾਹਿਬ ਦੇ ਪੈਰੋਕਾਰ ਨਾ ਤਾਂ ਅੰਨ੍ਹੀ-ਸ਼ਰਧਾ ਵੱਸ ਮੂਰਤੀ-ਪੂਜਕ ਹਨ ਅਤੇ ਨਾ ਹੀ ਆਪਣੇ ਰਹਿਬਰਾਂ ਦੇ ਆਲੋਚਕ ਹਨ, ਉਹ ਜੀਵਨ-ਭਰ ਸ਼ਬਦ ਵਿਚਾਰ ਤੋਂ ਸਿੱਖਣ ਵਾਲੇ ਸਿੱਖ ਹਨ।

ਆਲੋਚਕ ਆਪਣੇ ਰਹਿਬਰਾਂ ਨੂੰ ਆਪਣੀ ਸੀਮਤ ਸੋਚ ਅਨੁਸਾਰ ਢਾਲਦੇ ਹਨ। ਇਸ ਚਿੰਤਨ ਦਾ ਜਨਮ ਸਥਾਈ ਦੈਵੀ ਗੁਣਾਂ ਦੇ ਆਧਾਰ 'ਤੇ ਹੋਣ ਦੀ ਬਜਾਏ ਅਸਥਾਈ ਸਿਆਸੀ ਪਰਿਪ੍ਰੇਖ ਤੋਂ ਜ਼ਿਆਦਾ ਪ੍ਰਭਾਵਿਤ ਹੁੰਦਾ ਹੈ। ਜਿਵੇਂ ਡਾ: ਅੰਬੇਡਕਰ ਬੁੱਧ ਨੂੰ ਨਵਯਾਨ ਦੇ ਰੂਪ ਵਿੱਚ ਖੜ੍ਹਾ ਕਰਦੇ ਹਨ, ਬਾਬੂ ਮੰਗੂ ਰਾਮ ਰਵਿਦਾਸ ਨੂੰ ਆਦਿ ਧਰਮ ਦੇ ਰੂਪ ਵਿੱਚ, ਅਤੇ ਡਾ: ਧਰਮਵੀਰ ਰੈਦਾਸ ਅਤੇ ਕਬੀਰ ਨੂੰ ਆਜੀਵਕ ਦੇ ਰੂਪ ਵਿੱਚ। ਜਿਹੜੇ ਲੋਕ ਆਲੋਚਕਾਂ ਦੇ ਪੈਰੋਕਾਰ ਬਣ ਜਾਂਦੇ ਹਨ, ਉਨ੍ਹਾਂ ਦੀ ਸਮਝ ਦੀ ਸੀਮਾ ਆਲੋਚਕ ਤੋਂ ਅੱਗੇ ਨਹੀਂ ਵੱਧ ਪਾਉਂਦੀ। ਸਿੱਖ ਭਾਵੇਂ ਗੁਰਬਾਣੀ ਦੀ ਵਿਆਖਿਆ ਕਿਸੇ ਪ੍ਰਚਾਰਕ ਜਾਂ ਚਿੰਤਕ ਤੋਂ ਸਮਝਦਾ ਹੋਵੇ, ਪਰ ਪ੍ਰਚਾਰਕ ਦਾ ਚਿੰਤਨ ਸਿੱਖ ਦੀ ਸਮਝ ਦੀ ਸੀਮਾ ਨਹੀਂ ਹੈ। ਜਦ ਗੁਰਬਾਣੀ ਦੀ ਹੋਰ ਉੱਤਮ ਵਿਆਖਿਆ ਸੁਣਨ ਅਤੇ ਪੜ੍ਹਨ ਨੂੰ ਮਿਲਦੀ ਹੈ, ਸਿੱਖ ਨੂੰ ਪਹਿਲਾ ਵਿਚਾਰ ਛੱਡਣਾ ਔਖਾ ਨਹੀਂ ਲੱਗਦਾ। ਕਿਉਂਕਿ ਸਿੱਖ ਲਈ 'ਬਾਣੀ ਗੁਰੂ, ਗੁਰੂ ਹੈ ਬਾਣੀ'। ਸਿੱਖ ਦਾ ਟੀਚਾ ਚਿੰਤਕ ਦੇ ਵਿਚਾਰਾਂ ਨੂੰ ਸਮਝਣਾ ਨਹੀਂ, ਗੁਰਬਾਣੀ ਨੂੰ ਸਮਝਣਾ ਹੈ। ਸ਼ਬਦ-ਗੁਰੂ ਨਾਲ ਜੁੜਨ ਕਾਰਨ ਸਿੱਖ ਦੇ ਉੱਥਾਨ ਦੀ ਸੀਮਾ ਅਸੀਮ ਹੋ ਜਾਂਦੀ ਹੈ।

ਜੋ ਪੰਥ ਸਾਰੀ ਮਨੁੱਖਤਾ ਲਈ ਸਾਂਝਾ ਨਹੀਂ ਹੈ, ਮਨੁੱਖਤਾ ਨੂੰ ਜਨਮ ਦੇ ਅਧਾਰ 'ਤੇ ਜਾਤ, ਨਸਲ, ਲਿੰਗ ਜਾਂ ਧਰਮ ਦੇ ਅਧਾਰ 'ਤੇ ਵੰਡਦਾ ਹੈ, ਉਹ ਵਿਸ਼ਵ ਸ਼ਾਂਤੀ ਦਾ ਰਾਹ ਨਹੀਂ ਦਿਖਾ ਸਕਦਾ। ਜਿਸ ਮੱਤ ਨੂੰ ਮੰਨਣ ਨਾਲ ਇੱਕ ਭਾਈਚਾਰੇ ਲਈ ਦੂਜੇ ਭਾਈਚਾਰੇ ਪ੍ਰਤੀ ਨਫ਼ਰਤ ਪੈਦਾ ਹੋਵੇ, ਉਹ ਸਾਂਝਾ ਮੰਚ ਪ੍ਰਦਾਨ ਨਹੀਂ ਕਰ ਸਕਦਾ। ਬੇਗਮਪੁਰਾ ਲਈ ਸਰਬ ਸਾਂਝੇ ਧਰਮ ਦੀ ਲੋੜ ਹੈ। ਸਿੱਖ ਧਰਮ ਹੀ ਉਹ ਪੰਥ ਹੈ। ਈਰਖਾ, ਹੰਕਾਰ ਜਾਂ ਅਗਿਆਨਤਾ ਤੋਂ ਪੈਦਾ ਹੋਏ ਪ੍ਰਤੀਗਾਮੀ ਸ਼ੰਕਿਆਂ ਤੋਂ ਮੁਕਤ ਹੋ ਕੇ ਸਰਬੱਤ ਦੇ ਭਲੇ ਲਈ ਸ਼ਬਦ-ਗੁਰੂ ਦੀ ਸ਼ਰਨ ਵਿੱਚ ਆਓ। ਸਿੱਖ ਬਣੋ, ਖਾਲਸਾ ਸਜੋ, ਕਿਉਂਕਿ 'ਏਹ ਵਸਤੁ ਤਜੀ ਨਹ ਜਾਈ'।